વેસ્ટલૅન્ડ પબ્લિકેશન્સ લિ

સિયાલકોટ ગાથા

અશ્વિન સાંઘીની ગણના ભારતના સૌથી વધુ વેચાતા અંગ્રેજી ફિક્શન લેખકોમાં થાય છે. તેમણે અત્યાર સુધીમાં અનેક બૅસ્ટસેલર નવલકથા લખી છે (*રોઝાબાલ લાઈન*, *ચાણક્યાઝ ચાન્ટ* અને *ધ ક્રિષ્ના કી*) તથા ન્યૂ યૉર્ક ટાઈમ્સ બેસ્ટસેલર *પ્રાયવેટ ઈન્ડિયા*નું સહ-લેખન જૅમ્સ પેટરસન સાથે મળીને કર્યું છે. સાંઘીએ નોન-ફિક્શનમાં *13 સ્ટૅપ્સ ટુ બ્લડી ગૂડ લક* પુસ્તક પણ લખ્યું છે.

તેમનો સમાવેશ ફૉર્બ્સ ઈન્ડિયા દ્વારા પોતાની સેલિબ્રિટી 100 યાદીમાં કરવામાં આવ્યો હતો તથા તેઓ ક્રૉસવર્ડ પૉપ્યુલર ચૉઈસ એવૉર્ડના વિજેતા પણ છે. તેમણે મુંબઈની કથૅડ્રલ એન્ડ જૉન કોન્નોન સ્કૂલ, તથા સૅન્ટ ઝૅ-વિયર્સ કોલેજ, મુંબઈ ખાતેથી શિક્ષણ લીધું છે. તેઓ યાલ યુનિવર્સિટીની બિઝનેસની માસ્ટર્સ ડિગ્રી ધરાવે છે. અશ્વિન મુંબઈમાં તેમની પત્ની અનુશ્કા, તથા પુત્ર, રઘુવીર સાથે રહે છે.

સાંઘીનો સંપર્ક તમે નીચેના માધ્યમો દ્વારા કરી શકો છો:

વૅબસાઈટ www.sanghi.in

ફૅસબૂક પર facebook.com/shawnha

ટ્વિટર પર www.twitter..com/ashwi

યુટ્યૂબ પર http://www.youtube.co

ઈન્સ્ટાગ્રામ પર http://instagram.co

લિન્કડઈન પર http://www.linkedin.com

સિયાલકોટ ગાથા

અશ્વિન સાંઘી

અનુવાદઃ આશિષ ભીન્ડે

w

westland publications ltd
61, II Floor, Silverline Building, Alapakkam Main Road, Maduravoyal, Chennai 600095
93, I Floor, Sham Lal Road, Daryaganj, New Delhi 110002
www.westlandbooks.in

First published in English as *Sialkot Saga* by westland publications ltd 2016
First published in Gujarati as *Sialkot Gatha* by westland publications ltd, in association with Yatra Books, 2017

10 9 8 7 6 5 4 3 2 1

ISBN: 978-93-86224-80-4

Gujarati edtion coordination: TranslationPanacea
Printed at HT Media Ltd., Noida

ઋણસ્વીકાર

હું જે પુસ્તકો લખું છું તે લખવાં અનેક લોકોની મદદ તથા સૂચનો વિના અશક્ય થઈ પડ્યાં હોત. અહીં તેમાંના કેટલાંક લોકોનાં નામ છે, જેમનો હું ખાસ આભાર માનવા માગું છું, જો કે એવાં અનેક નામ છે જેનો ઉલ્લેખ કરવાનું અહીં દુઃખદપણે રહી જશે.

મા શક્તિઃ જેઓ મારી કલમમાં બળ ભરે છે. હું લખવા બેસું છું ત્યારે, મગજમાંથી પ્રવાહિત થતાં શબ્દો મારા દ્વારા હોય છે, *મારામાંથી* નહીં.

ગૌતમ પદ્મનાભનઃ મારા પ્રકાશક, જેઓ મારા લાંબા સમયના મિત્ર, ફિલોસોફર અને માર્ગદર્શક પણ છે અને મને પ્રકાશનમાં પ્રથમ મોકો આપનારા પણ છે.

પ્રિતા મૈત્રાઃ મારાં એડિટર, મારો અવાજ મારાં પુસ્તકો દ્વારા રણકે છે, એની પાછળનું એક મોટું કારણ તેઓ છે.

ટીમ વેસ્ટલૅન્ડઃ ક્રિષ્ના કુમાર, સતિષ સુંદરમ્, સુધા સદાનંદ, પ્રીતિ કુમાર, દીપ્તિ તલવાર, વર્ષા વેણુગોપાલ, જયંતિ રમેશ, સંયોગ દળવી, ગુરુરાજ, વી. સેન્થિલ કુમાર, સરિતા પ્રસાદ, નવીન મિશ્રા, શત્રુઘ્ન પાંડે, નેહા ખન્ના અને અવનિ દેઢિયાનો તેમાં સમાવેશ થાય છે, આ બધાએ થાક્યા વિના મારા લખાણને પ્રકાશિત તથા પ્રસારિત કરવા માટે મહેનત કરી છે.

સૅમી હાઈટેન્લો અને વિપિન વિજયઃ મારા મુખપૃષ્ઠ ડિઝાઈનરો, જેમણે પુસ્તકને સજાવવા અમને અદભુત દૃશ્યો આપ્યા, અને વિપિન વિજય જેમણે બીજું બધું જ ખૂબ જ સરસ રીતે પાર પાડ્યું.

અમેય નાયક અને રાજેશ સાવંતઃ પ્રતિભાસંપન્ન કમ્પોઝર અને ગાયક, જેઓ આ પુસ્તકના વિડિયો ટ્રેલર પાછળની ક્રિયેટિવ ટીમ છે.

ટીમ ઑક્ટોબઝઃ હેમલ મજિઠિયા, નેહા મજિઠિયા અને અંકિતા ભટનાગર, જેમણે ઉત્સાહપૂર્વક અને ધીરજપૂર્વક સૉશિયલ મિડિયાના મારા તમામ પ્રયત્નોને આધાર આપ્યો છે.

ટીમ થિન્કવાયનૉટઃ ખાસ તો, સૌરભ શર્મા, આ પુસ્તક સાથેના અતિ અદભુત વિડિયો ટ્રેલર માટે.

ટીમ ક્લીઆ, આ પુસ્તકના પ્રસાર-પ્રચાર માટે તેમના પ્રયાસો અને સલાહ-સૂચનો માટે

ડૉ. આનંદ શ્રોફ અને ડૉ. શૈલેન્દ્ર ભંડારે, સિક્કાશાસ્ત્રના ક્ષેત્રમાં જેમની સલાહ અમૂલ્ય હતી.

અનિતા અને સંજીવ માલવી, જેમણે મારી સાથે પોતાનું જ્ઞાન, મંતવ્યો, જાણકારીઓ તથા ભૌતિકશાસ્ત્ર અને આધ્યાત્મ વિશેની સામગ્રી વારંવાર અને ફરી ફરી શેર કરી છે.

દીપાલી સિંહ, કાર્તિક વેંકટેશ અને માલ્વિકા મેહરા, જેમણે અંતિમ હસ્તપ્રતને સુઘડ અને ક્ષતિરહિત બનાવવા માટે સખત મહેનત લીધી છે.

અપર્ણા ગુપ્તાઃ મારાં આન્ટ, જેઓ મારું કામ ચાલી રહ્યું હોય ત્યારે, સામાન્યપણે, તેનું વાંચન કરનારી પ્રથમ વ્યક્તિ હોય છે. આ પુસ્તક પણ એમાં અપવાદ નથી.

મોહન વિજયન, મારી વકતવ્ય યાત્રાઓ અને કાર્યક્રમો અંગે સલાહ-સૂચનો આપવા માટે.

આશુ નાઈક, મારી વાર્તાઓ કયા પ્રકારે નવી શૈલીમાં કહી શકાય, એ અંગે નક્કર સલાહ આપવા માટે.

નમિતા ગોખલે અને મેરૂ ગોખલેઃ મા-દીકરીની અદભુત જોડી, જેમણે હંમેશા મને મેં ક્યારેય હાથ અજમાવ્યો ન હોય એવા ક્ષેત્રોમાં જવા પ્રોત્સાહિત, પ્રેરિત (અને અવારનવાર ધકેલ્યો છે) કર્યો છે.

હર મેજેસ્ટી અશી દોરજી વાંગમો વાંગચૂકઃ ભૂતાનનાં રાણી માતા, જેમના ચેપી કહી શકાય એવા ઉત્સાહે આ પુસ્તકનાં કેટલાક ભાગને પ્રેરિત કર્યો છે.

કાજોલ દેવગણ, આ પુસ્તકના પ્રસારના મારા પ્રયાસોમાં અમૂલ્ય સહકાર આપવા બદ્દલ.

રામપ્રસાદ અને રામગોપાલ ગુપ્તાઃ મારા નાનાજી અને મારા મામા, જેમણે મને બાળક તરીકે વાર્તઓ અને પુસ્તકો દ્વારા પ્રેરણા આપી. તેમના આશીર્વાદ મારી કલમમાંની શાહીને સૂકતી અટકાવે છે.

મહેન્દ્ર, મંજુ, વિધી અને વૈભવઃ મારા પિતા, મારી માતા, ભાઈ અને બહેન, જેમણે મને હંમેશા મારાં સપનાંનો પીછો કરવા પ્રોત્સાહિત કર્યો છે.

અનુશ્કા અને રઘુવીરઃ મારી પત્ની અને પુત્ર, લેખનના મારા પ્રયાસોમાં તેઓ મારો સાતત્યપૂર્ણ આધાર રહ્યા છે. તમે બંને મારા મહાનતમ પ્રેરણાસ્રોત છો.

હારૂન ખાલિદ અને શોએબ દાનિયલનો આભાર, તેમણે આપેલી વિશિષ્ટ સેવા બદ્દલ.

અને અન્ય અગણિત, જેમાં મારા વાચકો, ચાહકો, મિત્રો અને શુભચિંતકોનો સમાવેશ થાય છે.

સ્પષ્ટતા

ઈતિહાસની પૃષ્ઠભૂમિ પર આકાર લેતું આ કાર્ય સંપૂર્ણપણે કાલ્પનિક છે. સાર્વજનિક વ્યક્તિઓ, બંને જીવિત તથા મૃત, આ વાર્તામાં તેમને અપાયેલાં નામો હેઠળ આવી શકે છે. તેમને સાંકળતા દશ્યો તથા સંવાદો ઊભા કરેલા છે. એ સિવાય વાસ્તવિક વ્યક્તિનાં નામનો વપરાશ માત્ર યોગાનુયોગ છે. કાલ્પનિક વ્યક્તિ સાથે કોઈક વાસ્તવિક વ્યક્તિ, જીવિત અથવા મૃત - ની સામ્યતા સંપૂર્ણપણે યોગાનુયોગ છે. ઐતિહાસિક ચોકસાઈને લગતો કોઈપણ દાવો ન તો કરવામાં આવે છે ન તો એવું સૂચિત કરવામાં આવે છે. ઐતિહાસિક, ધાર્મિક અથવા પૌરાણિક પાત્રો, ઘટનાઓ અથવા સ્થળોનો ઉપયોગ દરેક વખતે કાલ્પનિક રીતે કરાયો છે.

અસતો મા સદ ગમય
મને અવાસ્તવિકથી વાસ્તવિક તરફ દોરી જાવ

તમસો મા જ્યોર્તિ ગમય
અંધકારથી મને પ્રકાશ તરફ દોરી જાવ

મૃત્યોં માઅમૃતમ્ ગમય
મૃત્યુથી મને અમરત્વ તરફ દોરી જાવ

–પવમાન મંત્ર, બૃહદઅરણ્યકા ઉપનિષદ

1947

પ્રાક કથન

લોહી ટપકતી ટ્રેનનું અમૃતસરમાં આગમન થયું. સરહદની પાકિસ્તાની બાજુના સિયાલકોટથી તેનો પ્રવાસ શરૂ થયો ત્યારે તે હિન્દુ અને શીખ શરણાર્થીઓથી ખીચોખીચ ભરેલી હતી. ત્રણ કલાક બાદ ટ્રેન અમૃતસર જંક્શનમાં ગડગડાટ કરતી આવી પહોંચી હતી.

રેલવે કૉન્સેટેબલ સુખબિર સિંહ ઘાસ્તીની તોળાઈ રહેલી લાગણી સાથે ટ્રેનમાં પ્રવેશ્યો. ત્યાં કોઈ હલતા હાથ નહોતા, ડોલતું માથું, રડતું બાળક કે ઉત્સાહમાં આવી જઈ પાડેલી બૂમ પણ નહોતી. ખરેખર તો ત્યાં જરાય અવાજ નહોતો. ભેંકાર શાંતિ આવનારી બાબતોની પ્રથમ એંધાણી હતી. ટ્રેનમાં શું હતું તેનો બીજો સંકેત હતો બણબણતી માખીઓનાં ઝુંડ.

દરેકે દરેક ડબામાં કતલ કરાયેલા શરીરો સાવ વિચિત્ર રીતે એકમેકમાં ગૂંચવાયેલા પડ્યા હતા, જાણે કે માનવ શબોનું ટૉસ્ડ સલાડ ન હોય. મૃતદેહો બારીની બહાર લટકી રહ્યા હતા, એકમેકની ઉપર ઢગલો કરેલા, છરી ભોંકેલા, માથું વાઢેલા, ક્ષત-વિક્ષત કાં તો ગળું ચીરેલાં હતાં. પુરુષો, સ્ત્રીઓ અને બાળકો – કોઈને ય બક્ષવામાં આવ્યાં નહોતાં.

ટ્રેન સિયાલકોટ જંક્શનથી ઉપડી ત્યારે, તેમાં સવાર લોકોએ મૂર્ખામીપૂર્વક નિરાંતનો શ્વાસ લીધો હતો. તેઓ પરમ સુખમાં એ વાતથી અજાણ હતા કે તાકીદે બનાવવામાં આવેલી બદલો લેનારાઓની ટુકડી રાવી નદી પરના પુલ પર ટ્રેનના આગમનની રાહ જોઈ રહી હતી. ટ્રેન પુલ ઓળંગે ત્યાં સુધીમાં તો, તેમાં માનવ મોત માલ સ્વરૂપે ભરાઈ ગયું હતું. ઉપર ટ્રેનમાંથી લોહી નીંગળતી લાશોમાંથી વરસેલા લોહીને કારણે પુલની નીચેની નદી ગુલાબી રંગની થઈ ગઈ હતી.

ઉતાવળે આંકી કાઢવામાં આવેલી સરહદની બંને તરફ, દરેક ધર્મના લોકો દ્વારા ક્રૂરતા અને અધમતા આચરાઈ હતી- હિન્દુ, મુસ્લિમ, શીખ કોઈ તેમાંથી બાકાત નહોતું. અન્ય ભયાવહ તથા કંપારી છૂટી જાય એવી યાતનાઓની સામે, ગોળીબાર અને છરાબાજી જેવી ઘટનાઓ ભોગ બનનારાઓ માટે તો જાણે માનવીય બાબત હોય એવું લાગતું હતું. ભારતના ભાગલાને કારણે સામે આવેલી અભૂતપૂર્વ હેવાનિયતની સરખામણીમાં આ પૂર્વેના કોમી રમખાણો સાવ ફિક્કા પડી ગયા હતા. દોઢ કરોડ કરતાં વધુ લોકો ઘરવિહોણા થઈ ગયા હતા, મુસ્લિમો ભારત છોડી પાકિસ્તાન જઈ રહ્યા હતા, અને હિન્દુ તથા શીખો ભારત માટે પાકિસ્તાનને છોડીને આવી રહ્યા હતા. ભારતના ભાગલાનો અંતિમ મરણાંક દસ લાખને વટાવી ગયો હતો.

કૉન્સ્ટેબલ સુખબિર સિંહ અમૃતસર ખાતે, પોતાના સાથીઓને મદદ માટે અવાજ આપતો, મોતની એ ટ્રેનમાં પ્રવેશ્યો. બચી ગયેલાઓને શોધવાની પ્રક્રિયા તેણે શરૂ કરી જો કે તેના માંહ્યલાએ તેને કહ્યું કે કોઈ જીવતું નહીં બચ્યું હોય.

સદનસીબે, સુખબિર સિંહનો માંહ્યલો મોટા ભાગે ખોટો પડતો હતો.

થોડીક મિનિટોમાં જ તેને જાણે કે, ખોદતા ખોદતા સોનું લાધ્યું. એ *અવાજ શેનો હતો? શું કોઈના ડૂસ્કાંનો એ અવાજ હતો?* સુખબિર સિંહ એ રીતે શબોને આઘા ખસેડવા લાગ્યો જાણે તેના પંડમાં કોઈએ પ્રવેશ કર્યો હોય. આ આખી ટ્રેનમાં જો એક જ વ્યક્તિ બચી હોત, તો તેને પણ સુખબિર સિંહે શોધી કાઢી હોત.

થોડી મિનિટો બાદ તેણે બૅન્ચ સીટ નીચેથી એક નાનકડા, ડરેલા છોકરાને બહાર ખેંચી કાઢ્યો. છોકરા પર પડેલા શબના લોહીથી તેનો કૂરતો ખરડાઈ ગયો હતો. તેના ગાલ આંસું તથા ટ્રેનના એન્જિનમાંથી નીકળેલા ધુમાડાની કાળાશથી મલિન થઈ ગયા હતા. સુખબિર તેની પાસે પહોંચ્યો ત્યારે બાળક ધ્રૂજી રહ્યું હતું.

'અહીં આવ નાનકા, હું તને કોઈ નુકસાન નહીં પહોંચાડું,' હીબકાં ભરતાં એ બાળકને પોતાના હાથમાં લઈ સુખબિર ધીમા સ્વરે બબડ્યો. આ બાળક જે દાનવના નરસંહારનો સાક્ષી બન્યો હતો તથા જેની અસર હેઠળ તે હતો તેને દૂર હટાવવાના પ્રયાસમાં સુખબિર તેને હળવેકથી ભેટ્યો.

બદનસીબે, તે જાણતો હતો કે આ દાનવ, બાળકને તેની એ પછીની આખી જિંદગી હેરાન-પરેશાન કરવાનો હતો.

પરસેવા અને લોહીથી લથપથ, સુખબિર સિંહ બાળકને લઈને ટ્રેનમાંથી ઉતરવાનો જ હતો ત્યાં તેણે એક ઊંહકારો સાંભળ્યો. શું તેના કાન તેને છેતરી રહ્યા હતા? શું તે વધુ એક માનવ અવાજ હતો? અને ફરી એ અવાજ આવ્યો.

સુખબિરે પોતાના સાથીદાર ચાંદપ્રકાશને બૂમ પાડી. 'ચાંદ, આ બાળકને તું રિટાયરિંગ રૂમમાં લઈ જા. તેની માટે ખાવા-પીવાનું કંઈક શોધ. મારે બીજા અવાજને શોધવો છે.'

ઓમ ત્ર્યંબકમ્ યજામહે

સુગન્ધિમ પુષ્ટિવર્ધનમ્।

250 બીસીઈ, પાટલીપુત્ર

ઉર્વારૂકમિવ બન્ધનાન્

મૃત્યોર્મુક્ષીય મામૃતાત્॥

પાટલીપુત્રની ગલીઓ શાંત હતી. મોડી રાત સુધી ચાલતી વીશીઓએ પણ પોતાના છેલ્લા ગ્રાહકને વિદાય કરી દીધો હતો.

શહેરની આસપાસ ઘેરો ઘાલતી વિશાળ દીવાલના ચોસઠ દરવાજા પણ રાત માટે બંધ કરી દેવાયા હતા. પરિમિતીમાંના મિનારાઓમાં સ્થિત પાંચસો ને સિત્તરે સંત્રીઓ આસપાસના ખંડેર પર કડક નજર રાખી રહ્યા હતા જેથી કોઈ ઘુસણખોર ઘુસી ન આવે.

શહેરના મધ્યભાગમાં ભવ્ય બગીચાઓ તથા સરોવરોની વચ્ચે ભવ્ય રાજમહેલ શોભે છે. મહેલનો વિશાળ દરવાજો બંધ છે, અને રાજ રક્ષકો ત્યાં ચોકી કરી રહ્યા છે. પણ એક ગુપ્ત દરવાજો ખૂલ્લો છે. તેનો ઉપયોગ માત્ર દર પૂનમે જ કરવામાં આવતો હતો.

ખાસ પસંદ કરાયેલી નવ વ્યક્તિઓ દ્વારા.

મહેલની અંદર, સમ્રાટ હજી કામ કરી રહ્યા હતા. તેઓ ભાગ્યે જ સૂતા, એનો અર્થ એ થયો કે તેમની આસપાસની અન્ય દરેક વ્યક્તિઓ પણ ઊંઘથી વંચિત જ રહેતી. સભા મંડપના મુખ્ય સ્થાને તેઓ બેઠા છે. સમ્રાટ નવ વ્યક્તિઓથી ઘેરાયેલા છે અને જમીન પર જડેલી સળગતી મશાલોના નાચતાં ઓળા દીવાલો પરથી પરાવર્તિત થઈને તેમના પર પડી રહ્યા છે.

અશોક દેખાવડા પુરુષ નહોતા. ખરેખર તો, મોટા ભાગના લોકોને તેઓ કેટલાંક અંશે બિનઆકર્ષક લાગતા હતા. ભૂતકાળમાં, જો કે, તેઓ હંમેશા અમાપ ઊર્જાના ભાવથી નીતરતા જોવા મળતા હતા, જે હાલના દિવસોમાં જાણે કે સદંતરપણે ગાયબ થઈ ગયું હતું.

કલિંગના યુદ્ધે તેમને બદલી નાખ્યા હતા.

કલિંગ અશોક માટે સૌથી કાંટો હતો અને અનેક વર્ષો અગાઉ તેઓ આખરે સમવાય ગણતંત્રને ખેંચી કાઢીને દૂર કરવામાં સફળ રહ્યા હતા. કલિંગમાં અશોકને મળેલા ભવ્ય વિજયે તેમના પિતા અને દાદાને પણ ઝાંખા પાડી દીધા હતા. આ વિજય ભવ્ય ઉજવણીનું કારણ હોવો જોઈતો હતો.

તો પછી આ વિજય આટલો પોકળ શા માટે લાગ્યો હતો?

પોતાના 100,000 યોદ્ધાઓને મોતના મોંમાં મોકલી દઈ અશોકે કલિંગ પર કબજો જમાવ્યો હતો. આનાથી બમણી સંખ્યામાં કલિંગના લોકોનાં મોત થયાં હતાં. રણક્ષેત્રની સીમા સમી દયા નદી આ ભયાનક યુદ્ધના અનેક મહિના બાદ પણ લાલ રહી હતી.

અને ત્યારે, સમ્રાટમાં પરિવર્તન આવ્યું હતું. દુષ્ટ *અશોકમાંથી* તેઓ *સદગુણી અશોકમાં* પલટાઈ ગયા હતા.

એ ખંડમાંની નવ જણ તરફ સમ્રાટે જોયું. આ દરેક જણ અશોકના સિંહાસન જેવા જ સિંહાસન પર બેઠા હતા. એ ખંડમાંની કોઈ વ્યક્તિ બીજા કરતાં ઓછી મહાન હોય એવું નહોતું. અશોક વિચારોમાં ખોવાયેલા હતા. જે કરવું આવશ્યક છે તે કરવા માટે શું પોતે આ લોકો પર વિશ્વાસ મુકી શકે ખરા? તેમને જ્યારે લાગ્યું કે તેમની પાસે બીજો કોઈ વિકલ્પ નથી ત્યારે તેમણે ઊંડો શ્વાસ લીધો અને બોલ્યા.

'મેં તમને અહીં બોલાવ્યા છે કેમ કે હું ચિંતામાં છું,' તેમણે શરૂઆત કરતા કહ્યું. આ નવ જણમાંના સૌથી વયોવૃદ્ધ એવા રહસ્યોના રક્ષણકર્તા જાણતા હતા કે પ્રતિક્રિયા આપવા કરતાં રાહ જોવી વધુ સારી બાબત છે. પોતાની પાસેના વજનદાર ફોલ્ડરને પકડી રાખી તેઓ તેમની સૂચનાની રાહ જોઈ રહ્યા હતા. આ ફોલ્ડર કાપડમાંથી સીવી કાઢેલું હતું તથા તેના આવરણ પર જેલીફિશ જેવું ચિહ્ન ભરતકામ દ્વારા બનાવવામાં આવ્યું હતું.

'છેલ્લા કેટલાય વર્ષોથી, આપણે આપણા સંશોધનોને લગભગ પરિપૂર્ણ કર્યાં છે,' અશોકે વાત આગળ વધારી. 'તમારી સામેના દળદાર આવરણમાં સંશોધનનો એવો હિસ્સો છે જે કેડી કંડારનારો છે. આવા અતિ સશક્ત જ્ઞાનને પ્રાપ્ત કરવા માટે સમ્રાટો ખુશીપૂર્વક પોતાનું સામ્રાજ્ય આપી દેશે. તમારા સંશોધને મૌર્ય સામ્રાજ્યને સમૃદ્ધ બનાવવામાં મદદ કરી છે. તેણે આપણને યુદ્ધો જીતવામાં, આપણા શત્રુઓને તાબે કરવામાં તથા આપણા લોકોને સારૂં જીવન આપવામાં મદદ કરી છે.'

તેઓ થોભ્યા. આ પ્રસંગ માટે ઉચિત હોય શબ્દો શોધવા માટે તેમનું મન સંઘર્ષ કરી રહ્યું હતું.

'પણ મેં તમારા આ કાર્યનું શું કર્યું એ જુઓ! સત્તા મેળવવાની મારી લાલસામાં દસ લાખના ત્રીજા ભાગ જેટલા લોકોનો મેં વિનાશ કરી નાખ્યો! શરમ, અપરાધ ભાવના તથા પશ્ચાતાપથી હું ભાંગી ગયો છું. અને તમને એ જાણીને આશ્ચર્ય થશે કે તમારા આ આવરણની અંદર એવું કશું જ નથી જે મારી આ પરિસ્થિતિનો ઉકેલ લાવી શકે,' અશોક પોતાની દૃષ્ટિ જમીન ભણી કરતા બોલ્યા.

'મહારાજ, કલિંગનું યુદ્ધ એક દાયકા પૂર્વેની વાત છે. એ પછીના વર્ષોમાં તમે તમારી પ્રજાના પિતા તરીકેની ભૂમિકા ભજવવામાં ઘણું કર્યું છે,' રહસ્યોના રક્ષણકર્તાએ કહ્યું. તેઓ આ બધામાં સૌથી વૃદ્ધ હતા. તેમનું નામ કલાપાસિકા હતું. કલાપાસિકા બોલી રહ્યા હતા ત્યારે અશોકે ઉપર જોયું.

'તમે નિઃશુલ્ક રૂગ્ણાલયોની સ્થાપના કરી છે; તમે વિદ્યાપીઠો તથા મઠોને આધાર આપ્યો છે; તમે આરામ-ગૃહો બંધાવ્યા છે; તમે હજારો વૃક્ષો વાવ્યા છે; તમે કરના દરો નીચા રાખ્યા છે; તમે એ વાતની તકેદારી લીધી છે કે સરકારી અમલદારો નાગરિકો સાથે કાળજીપૂર્વક વર્તે. કોઈ સમ્રાટે આટલા ટૂંકા ગાળામાં પોતાની પ્રજા માટે આટલું બધુ કર્યું નથી,' કલાપાસિકાએ કહ્યું – તેમના અવાજમાં ખુશામતનો અંશ પણ નહોતો.

કલાપાસિકાએ જે કંઈ પણ કહ્યું હતું તે બધું જ સંપૂર્ણપણે સત્ય હતું. અશોકે મ્લાન સ્મિત આપ્યું. 'મારો ઉત્સાહ વધારવાના પ્રયાસ બદલ આપનો આભાર કલાપાસિકા,' તેમણે કહ્યું. 'મારા કર્મોની અધોગતિમાંથી બહાર નીકળવા માટે હું લાંચ આપવાનો પ્રયાસ પણ કરૂં તો પણ, મને તેમાં સફળતા નહીં મળે. અંતે, મારે પણ મારા પાપોની કીમત ચુકવવી જ પડશે.'

તેઓ ફરીવાર થોભ્યા.

'તમે જાણો જ છો, જ્ઞાન એ શક્તિ છે, તેમણે કહ્યું. શક્તિનો ઉપયોગ સારા માટે થઈ શકે છે. તેનો ઉપયોગ દુષ્ટ બાબતોમાં પણ થઈ શકે છે. આથી કોઈ પણ સંજોગોમાં આપણું જ્ઞાન ખોટા હાથમાં જાય એ આપણને પાલવે એમ નથી.'

'તમે શું કહેવા માગો છો *દેવાનામપ્રિય?*' કલાપાસિકાએ અશોકને ગમતા ઉપનામ – દેવોના પ્રિયનો ઉપયોગ કરી પૂછ્યું.

'તમારી વિદ્વત્તા, તેનો એક પણ વાર ખોટી રીતે ઉપયોગ થયા વિના આવનારી અનેક પેઢીઓ માટે જળવાય, એની તકેદારી આપણે રાખવી જોઈએ,' સમ્રાટે જવાબ વાળ્યો.

એ નવ વ્યક્તિઓના મગજમાં ચાલી રહેલા વિચારો લગભગ એકસમાન હતા. આવા શક્તિશાળી જ્ઞાનને આપણે કઈ રીતે દાટી શકીએ? અશોક જાણે કે તેમનું મગજ વાંચી રહ્યા હોય એ રીતે તેમણે પૂછ્યું, 'તો, આવા શક્તિશામ ળી જ્ઞાનને કોઈ કઈ રીતે દાટી શકે? મારૂં સૂચન છે કે આપણું જ્ઞાન કોઈ એક વ્યક્તિમાં સ્થાપિત કરવું જોઈએ. એ વ્યક્તિ કોણ હોઈ શકે?'

અશોકે બોલતા પહેલા નવે-નવ જણ સામે જોયું. 'કલાપાસિકા, શું તમે આ ભારેખમ જવાબદારી ઉપાડવા ઈચ્છો છો? ગમે તેમ તો ય, તમે રહસ્યોજ ના રક્ષણકર્તા છો અને આ જૂથમાં સૌથી વૃદ્ધ છો. તમારે આ જ્ઞાનનું રક્ષણ તમારા પ્રાણથી કરવું પડશે. તમારી પાસે શું છે, એ વિશે તમે કોઈ જાણ બહારની દુનિયાને નહીં થવા દો.'

'પણ હું મરણાધીન છું,' કલાપાસિકાએ કહ્યું. 'હું આ જ્ઞાનને ભાવિ પેઢી માટે કઈ રીતે જાળવી શકીશ? આપણે આપણા સંશોધનને કઈ રીતે વધુ સારૂં બનાવશું? મારૂં મોત થશે ત્યારે શું થશે?'

'તમારૂં મોત નજીક હોય, ત્યારે આ જ્ઞાનને જાળવવા માટે તમે એક યોગ્ય ઉત્તરાધિકારીની પસંદગી કરશો,' અશોકે જવાબ આપ્યો. 'તમારો અનુગામી તમારી સાથે લોહીનો સંબંધ ધરાવતી વ્યક્તિ જ હોય એ જરૂરી નથી, જો કે તમે ઈચ્છો તો એવી કોઈ વ્યક્તિની પસંદગી કરી શકો છો. યોગ્યતા, પ્રમાણિકતા, નિષ્ઠા અને દૃઢતા આ બાબતો તમારો ઉત્તરાધિકારી પસંદ કરતી વખતે મહત્વનાં માપદંડ હોવા જોઈએ. તમારૂં જ્ઞાન, સંપૂર્ણ ગુપ્તતાની પ્રતિજ્ઞા સાથે, તમારા ઉત્તરાધિકારીને સોંપાવું જોઈએ.

કલાપાસિકાએ માથું ધુણાવ્યું.

'તમે જોઈ શકો છો કલાપાસિકા, તમારી ભૂમિકા ખાસ મહત્વની છે. લાલચ એ માનવનું ભયંકર પ્રેરણાબળ છે. તમારે અસાધારણ સાવચેતીઓ રાખવી પડશે. તમારા સુરક્ષિત અભિરક્ષણ હેઠળના જ્ઞાનનો ઉપયોગ કોઈ વ્યક્તિના ધ્યેયને આગળ વધારવા માટે નહીં, પણ મનુષ્ય જાતિના લાભ માટે જ થાય, એ અતિ આવશ્યક છે. આપણે સંયુક્તપણે આપણા સંશોધનને 17મા સોપાન સુધી સંપૂર્ણ કર્યું છે. હવે 18મા સોપાન સુધી પહોંચવું જ રહ્યું.'

'દેવાનામપ્રિય, એક વર્ષ પહેલા તમે સૂચવ્યું હતું એ પ્રમાણે, મેં નોંધને સંપૂર્ણપણે યાદ કરી લીધી છે- જેમ ગુરૂકુળનો કોઈ વિદ્યાર્થી કરે એ રીતે. મારો દરેક ઉત્તરાધિકારી પણ આવું જ કરશે.'

અશોકે માથું હલાવ્યું. 'સરસ. શું તમે તમામ 18 સોપાનોનું પઠન કરશો?'

કલાપાસિકાએ પઠન શરૂ કર્યું.

'સ્વેદન... મર્દન... મુર્ચન... ઉત્થાપન... પતન... રોધન... નિયમન... સંદીપન...'

અશોકે પોતાની આંખે બંધ કરી લીધી. જાણે તેઓ આ શબ્દો પર ધ્યાનમાં રત ન થઈ ગયા હોય.

'ગગનગ્રાસ... કારણ... ગર્ભદતિ... બાહ્યદતિ... જરણ... રંજન... સરણ... ક્રમણ... વેધન... ભક્ષણ...'

અશોકે પોતાની આંખો ખોલી. 'કૃપા કરી મંત્રનું પઠન કરો,' સમ્રાટે વિનંતી કરી.

'ઓમ ત્ર્યંબકમ્ યજામહે
સુગન્ધિમ પુષ્ટિવર્ધનમ્,
ઉર્વારૂકમિવ બન્ધનાન્
મૃત્યોર્મુક્ષીય મામૃતાત્'

ઋગ્વેદની આ પ્રાચીન કંડિકા અસાધારણપણે શક્તિશાળી મંત્ર હતો. કલાપાસિકા થોભ્યા.

'હવે ઉપસંહાર,' અશોકે સૂચન કર્યું.

કલાપાસિકાએ પ્રાકૃતમાં – મૌર્ય રાજસભાની પસંદગીની ભાષામાં શરૂ કર્યું.

'બધું જે સોનું હોય છે તે ચળકતું નથી,
ભટકનારા દરેક ખોવાતા નથી.
ભોજન જે મીઠાશભર્યું હોય છે તે કડવું પણ હોઈ શકે છે
જોવા માટે સર્જાયેલી આંખો પણ અંજાઈ જાય છે.
આંખોને દેખાય છે બાળકો બે,
પણ ખરી સૂક્ષ્મ દૃષ્ટિવાળી આંખો માતાની હોય છે.
દવા અને દુવા બંને સાચાં છે,
પણ આ બંને એકમેકનાં પૂરક છે.'

એ રાત્રે કલાપાસિકા અને બાકીના આઠ પુરુષો સાથે અશોકે છેલ્લી વાર વાત કરી. 'આજ સુધી, હું તમારો ઉલ્લેખ મારા નવ ખાસ પુરુષો તરીકે કરતો. હવે પછી, તમે નવ અજ્ઞાતો તરીકે ઓળખાશો. આ આપણી છેલ્લી અને નિર્ણાયક બેઠક છે. હવે સમય આવી ગયો છે, જ્યારે તમે બધા વિખેરાઈ જાઓ અને જ્યાંથી મેં તમને અહીં આવવા વિનંતી કરી હતી, એ દૂર-સુદૂરના સ્થળેઓ તમે પાછા ફરો. આપ સૌના સમય અને પ્રયત્નો માટે હું આપનો આભારી છું. ઈશ્વર સદાય તમારી સાથે રહે.'

પુસ્તક એક

1950-1960

1950
1960

1950માં બૉમ્બે શરણાર્થીઓથી ઊભરાઈ રહ્યું હતું. સિંધ અને પંજાબમાંથી વિસ્થાપિત થયેલા દસ લાખથી વધુ લોકો હાલ શહેરની ગલીઓમાં સૂતા હતા. મરાઠી-ભાષી, મધ્યમવર્ગીય મુંબઈગરાનું કેન્દ્ર, શિવાજી પાર્ક, ખીચોખીચ ભરાયેલું હતું. જવાહરલાલ નહેરૂનું ભાષણ સાંભળવા પાંચ લાખથી વધુની મેદની એકઠી થઈ હતી.

તેમનું વિમાન સાંતાક્રુઝ એરપૉર્ટ પર ઉતર્યું એના કલાકો પહેલાં, દુકાનોનાં શટર પાડી દેવાયાં હતાં. અને પોતાના જીવંત દેવતાની એક ઝલક મેળવવાની આશાએ લોકો ગલીઓમાં કતારબંધ ગોઠવાઈ ગયા હતા. પંડિતજીની ખૂલ્લી મરૂન કાર પસાર થઈ ત્યારે તો લોકોને નિયંત્રણમાં રાખવા પોલીસ માટે મહા મુશ્કેલીભર્યું સાબિત થયું હતું.

સરકારે બૉમ્બેમાં પાંચ શરણાર્થી કૅમ્પ સ્થાપ્યા હતા, પણ આ જગ્યાઓ નરકથી કોઈ રીતે ઓછી નહોતી. દરેક પરિવારને છત્રીસ સ્કવૅર ફૂટ જગ્યામાં રહેવાનું હતું. ત્યાં ઈલૅક્ટ્રિસિટી નહોતી. 10,000 લોકો વચ્ચે પાણીના 12 નળની ફાળવણી કરવામાં આવી હતી.

એક યુવાન મુસ્લિમ દંપતી, અયુબ અને શબાના શેખે, પોતાના દીકરા સાથે, શહેરના ડોંગરી વિસ્તારમાંથી લાંબો પ્રવાસ શરૂ કરી. શિવાજી પાર્ક પહોંચતા તેમને અનેક કલાક લાગ્યા હતા. તેમના માટે ઈશ્વરથી જરાય ઓછી ન ગણાય એવી વ્યક્તિને સાંભળવા કાર્યક્રમના સ્થળે તેઓ ધક્કામુક્કી કરી માર્ગ કાઢતા પહોંચ્યા હતા. ગોદી કામગાર, અયુબે પોતાના દીકરા અરબાઝને પોતાના ખભા પર બેસાડ્યો, જેથી તે બધું બરાબર જોઈ શકે.

પંડિતજીએ બોલવાની શરૂઆત કરી, ‘લાલ કિલ્લા પર મેં પ્રથમવાર રાષ્ટ્રધ્વજ ફરકાવ્યો ત્યારથી, હજારો વર્ષ પહેલા શરૂ થયેલા ભારતના ઈતિહાસમાં, ત્રણ

વર્ષ ઉમેરાયા છે. આ વર્ષો દરમિયાન, આપણે સિદ્ધિઓ તથા નિષ્ફળતાઓ જોઈ છે, આપણે આનંદ અને દુ:ખ અનુભવ્યાં છે. આપણે કરેલું સારૂં કામ આપણા મરણ બાદ પણ યથાવત રહેશે. એ જ રીતે ભારત પણ રહેશે, ભલે ને પેઢીઓ આવશે અને જશે.' પ્રચંડ માનવ મેદનીએ ઉત્સાહિત પ્રતિસાદ આપ્યો.

'આપણે આપણી જાતને સતત યાદ દેવડાવવાનું છે, કે આપણો ધર્મ કે પંથ જે હોય તે, આપણે સૌ એક છીએ,' પંડિતજીએ કહ્યું. યુવાન મુસ્લિમ દંપતી, અયુબ અને શબાના શેખ માટે પંડિતજીના શબ્દો ભારતીય મુસ્લિમો માટે આશા આપનારા હતા.

પોતાના ખભા પર બેઠેલા નાના અરબાઝ તરફ અયુબે જોયું. જવાહરલાલ નહેરૂની મહત્તાથી તે જાણે કે સંપૂર્ણપણે અલિપ્ત હતો. એ બાળક પોતાની આસપાસની ભીડ પર નજર નાખી રહ્યો હતો, લગભગ એકાદ રાજવીની જેમ.

એ કદાચ આવનારી બાબતોની એંધાણી હતી.

કુરૂક્ષેત્ર.

મોટા ભાગના લોકો માટે, આ નામ સાથે કૌરવો અને પાંડવો વચ્ચેના મહાયુદ્ધના દશ્યો સંકળાયેલા હશે. જો કે, આ ક્ષણે, કુરૂક્ષેત્રનું એ કમનસીબ મેદાન એક વિશાળ શરણાર્થી કૅમ્પમાં ફેરવી નાખવામાં આવ્યું હતું, પાકિસ્તાનમાંથી ઊભરાયેલા માનવ મહેરામણને સમાવવા માટે તૈયાર કરવામાં આવેલા 200 કૅમ્પમાંથી આ સૌથી મોટો હતો.

બગડિયાઓ શરણાર્થી નહોતા. બ્રિજમોહનલાલ બગડિયા કલકત્તાથી હતા, જ્યાં તેઓ શણના વેપારનું નાનું કામકાજ ધરાવતા હતા. 1950ના એ શિયાળામાં બગડિયા પરિવાર દિલ્હીમાં એક લગ્નમાં હાજરી આપવા આવ્યો હતો અને મહાશિવ બાબા નજીકના કુરૂક્ષેત્ર કૅમ્પની મુલાકાત લેવાના છે, એવી વાત તેમણે સાંભળી હતી.

મહાશિવ બાબા વારાણસીના સાધુ હતા, જેમના ભક્તોનું માનવું હતું કે તેઓ 300 કરતાં વધુ વર્ષથી જીવી રહ્યા છે. બ્રિજમોહનલાલની માતાએ અનેક વર્ષો પહેલા આ પવિત્ર પુરુષના દર્શન કર્યા હતા અને તેમણે પોતાના પૂજાઘરમાં હંમેશા તેમની તસવીરને સ્થાન આપ્યું હતું.

'આપણે માત્ર એક વાર તેમને મળી શકીએ અને અરવિંદ માટે આશીર્વાદ મેળવી શકીએ તો બહુ સારું,' બ્રિજમોહનલાલે પોતાની પત્ની શકુંતલાને કહ્યું. એ બિચારી સ્ત્રી બ્રિજમોહનલાલની ઝડપ સાથે તાલ મિલાવવાનો મરણિયો પ્રયાસ કરવાની સાથે અરવિંદનો હાથ પોતાના હાથમાં પકડી તેને રીતસર ઘસડી રહી હતી.

બાબાના અમરત્વના દાવા પર શંકા થઈ શકે એમ હતી, પણ રાહત-કાર્યોનું આયોજન કરવાની તેમની ક્ષમતા પર નહીં. મહાશિવ બાબાએ હજારો સંનિષ્ઠ અનુયાયીઓની એક સંસ્થા બનાવી હતી, જે 'જીવન પ્રકાશ'ના નામે ઓળખાતી થઈ હતી. યુનિવર્સિટીઝ, શાળાઓ તથા હૉસ્પિટલોનું સંચાલન કરવા ઉપરાંત, જીવન પ્રકાશ દ્વારા જરૂર હોય ત્યાં રાહત કાર્ય પણ હાથ ધરવામાં આવતું. કુરૂક્ષેત્ર ખાતેના કૅમ્પમાં સેંકડો ટન લોટ, દાળ, ચોખા અને રાંધવા માટેના તેલનો વપરાશ થયો હતો. શરણાર્થીઓને ખવડાવવાની, કપડાં પૂરાં પાડવાની, રહેઠાણની તથા તબીબી સુવિધાઓની જરૂર હતી. બાબા જેવા લોકો તેમના તારણહાર હતા. સશસ્ત્ર દળો આવા કૅમ્પોમાં ઓવરટાઈમ કામ કરી રહ્યા હતા, પણ તેમને પણ જે મદદ મળી રહે તે લેવાની જરૂર વર્તાઈ રહી હતી. મહાશિવ બાબા તથા તેમના અનુયાયીઓનું એટલે જ તેમણે ખૂલ્લા હાથે સ્વાગત કર્યું હતું.

બગડિયા પરિવાર કુરૂક્ષેત્ર ખાતેના એ આખા કૅમ્પમાં ભટક્યું અને શિબિરનો વ્યાપ જોઈને તેઓ આભા બની ગયા હતા. એ કૅમ્પમાં 3,00,000 કરતાં વધુ જીવોનો વસવાટ હતો, આમાંના અનેક લોકો તો પાકિસ્તાનથી બળદગાડા દ્વારા કે પગપાળા ચાલીને લાંબી વણજાર સાથે આવ્યા હતા. એક કરોડ કરતાં વધુ લોકો પોતાનું ઘર છોડીને આવ્યા હતા, આ એવું સ્થળાંતર હતું જેણે ઈજિપ્તમાંથી જ્યુઓની હિજરતને લઘુમતિમાં મુકી દીધી હતી.

બળબળતા તાપમાં કૅમ્પમાં એકાદ કલાક ભટક્યા બાદ, બગડિયા પરિવાર આખરે એ તંબુ પાસે પહોંચ્યો, જ્યાં બાબાનો વસવાટ હતો. બાબાએ માત્ર કટિવસ્ત્ર પહેર્યું હતું અને તેમના ભસ્મ લગાડેલા કપાળ પર તેઓ વિશાળ ભરાવદાર જટા ધરાવતા હતા. કાપડના એક ચોરસ ટુકડા પર તેઓ બેઠા હતા, જે એક રૂમાલ જેટલા કદથી થોડો જ મોટો હતો. તેમની વય કેટલી છે એ કોઈ જાણતું નહોતું પણ તેઓ વયની ચાળીસીમાં હોય એવું લાગતું હતું. તેમના ચહેરા પર એક તેજ હતું તથા તેમની છાતી તથા બાહુ પરના

સ્નાયુઓ એ રીતે આકારમાં હતા, કે જાણે તેમણે પોતાના જીવનના એક પણ દિવસ વ્યાયામ કરવાનું છોડ્યું જ ન હોય. વિશાળ જડબાને કારણે તેમનો ચહેરો ધીરગંભીર લાગતો હતો. તેમની એક તરફ માટીની બનેલી ચલમ અને પવિત્ર ભસ્મ ભરેલું તાંબાનું પાત્ર હતું. રહસ્યમય છતાં મીઠી ગંધ ત્યાંની હવા સોંસરવી નીકળી ગઈ હોય એવું લાગતું હતું. બાબા ભાગ્યે જ કંઈ ખાતા. સમાધિ અને ચલમ દ્વારા લેવાતા ગાંજામાંથી જ તેમને ઊર્જા મળતી.

તેમની નજરે બગડિયા પરિવારને તરત ઓળખી કાઢ્યા. તેમણે એ લોકોને પોતાની પાસે લઈ આવવા એક અનુયાયીને કહ્યું. 'તમારાં માતાજી કેમ છે? તેમણે પોતાના પૂજાઘરમાં હજી પણ મારો ફોટો રાખ્યો છે?' તેમણે બ્રિજમોહનલાલને પૂછ્યું. બ્રિજમોહનલાલ ખૂલ્લા મોઢે બાબાને તાકી રહ્યા. બાબાએ તેને આ પહેલા ક્યારેય જોયો નહોતો અને આમ છતાં ય તેઓ જાણે કે તેના વિશે બધું જ જાણતા હતા. પતિ-પત્ની બંનેએ તેમને દંડવત પ્રણામ કર્યા.

'છોકરાને મારી સામે મુકો,' બગડિયાઓ ઊભા થયા ત્યારે બાબાએ સૌમ્ય સ્વરે સૂચના આપી. શકુંતલાએ પોતાના આઠ વર્ષના દીકરાને સાધુની સામે મુક્યો. અરવિંદ પલાંઠી વાળીને બાબા સામે બેઠો, તે રમકડાના સિપાઈ સાથે રમી રહ્યો હતો. સામે બેઠેલા બાબાની તો જાણે તેને જાણે કોઈ પરવા જ નહોતી.

બાબાએ છોકરા તરફ સ્મિત કર્યું. અરવિંદને સામે સ્મિત કરવાની દરકાર નહોતી. ત્યારબાદ બાબાએ તાંબાના એ પાત્રમાંથી થોડી ભસ્મ લીધી અને છોકરાના કપાળ પર હળવેકથી તે લગાડતા તેમણે પાઠ કર્યોઃ

'ઓમ ત્ર્યંબકમ્ યજામહે
સુગન્ધિમ પુષ્ટિવર્ધનમ્,
ઉર્વારૂકમિવ બન્ધનાન્
મૃત્યુોર્મુક્ષીય મામૃતાત્'

તેના માતા-પિતા તરફ નજર કરતા તેઓ બોલ્યા, 'આ છોકરાનું ધ્યાન રાખજો. જીવનમાં અનેક મોટી બાબતો કરવાનું તેના ભાગ્યમાં લખાયેલું છે.' માતા-પિતા બંને આગળ આવ્યા અને બાબાના ચરણસ્પર્શ કરી, તેમણે આપેલા આશીર્વાદ માટે આભાર વ્યક્ત કર્યો.

બગડિયા પરિવાર બાબાના તંબુમાંથી બહાર નીકળ્યો, ત્યારે તેમણે નોંધ્યું કે વાતાવરણમાં ગમગીનીનો ભાર વર્તાતો હતો. 'કંઈ બન્યું છે?' બ્રિજમોહનલાલે બાબાના એક અનુયાયીને પૂછ્યું. એ માણસની આંખોમાં આંસુ હતાં.

સરદાર ગુજરી ગયા, તેણે ધીમા અવાજમાં કહ્યું. ભારતના લોહપુરુષ, સરદાર વલ્લભભાઈ પટેલનું હૃદયરોગના હુમલાને કારણે નિધન થયું હતું. સરદારે 565 દેશી રજવાડાની ભેટ અખંડ ભારતને આપી હતી.

એ વર્ષે જ બાબા સાહેબ આંબેડકરે 395 કલમોની ભેટ આપી હતી, જેને કારણે ભારતનું સંવિધાન બન્યું હતું. વિશ્વનું એ કદાચ સૌથી લાંબું બંધારણ હતું.

ભારતીય ઈતિહાસમાં કેટલીક મહત્વની ક્ષણો આકાર લઈ રહી હતી. વીતેલી ક્ષણ ઈતિહાસ હતી, આવનારી ક્ષણ એક રહસ્ય હતી.

ડોંગરીની ગીચ ગલીઓ પર સાંજ ઉતરી આવી હતી. ફૂટપાથ પર, તાજા જ શેકી કાઢેલા અથવા ઉકળતા તેલમાંથી બહાર કાઢવામાં આવેલા ગરમાગરમ કબાબ, રમઝાન મહિનાનો રોજો છોડનારાઓ માટેનું મુખ્ય આકર્ષણ હતા.

નાના અરબાઝ સાથે અયુબ અને શબાના જે ઘરમાં રહેતા હતા, તેને ખરેખર તો ઘર કહી શકાય એમ નહોતું. એ આમ તો પાલા ગલીમાંની હઝરત અબ્બાસ દરગાહની સામેની જર્જરિત ઈમારતના બીજા માળે આવેલી એક ઓરડી હતી.

માચીસ જેવી ડઝનેક બારીઓમાંથી, નીચેના મોહલ્લામાં શું ચાલી રહ્યું છે તે જોવા માટે અનેક પરિવારો ડોકિયાં કરી રહ્યા હતા. આમ જ અકરાંતિયાની જેમ ડોકિયું કરતો એક ચહેરો હતો નવ વર્ષના અરબાઝનો. આજે તેના જીવનનો રમઝાન મહિનાનો તેણે રાખેલો પ્રથમ રોજો હતો.

નીચે ગલીમાં, પરિસ્થિતિ કોલાહલ-ઘોંઘાટ ભરી હતી. દેશની પ્રથમ સામાન્ય ચૂંટણીઓ 1951ના ઓક્ટોબર મહિનામાં યોજાવાની જાહેરાત થઈ હતી અને મુખ્ય ચૂંટણી કમિશનર સુકુમાર સેનના માથા પર લોકતંત્રમાંના એક બહુ મોટા પ્રયોગમાં 17.5 કરોડ પુખ્ત ભારતીયો પોતાના મતો આપી શકે એ જોવાની ઈર્ષા જગાડે એવી જવાબદારી હતી. એ ભારેખમ જૂન મહિનામાં, આ વિસ્તારના મુસ્લિમ મતદારોને ખુશ કરવા દરેક રંગછટાના રાજકારણીઓ ઇફ્તાર પાર્ટીઓ યોજવામાં વ્યસ્ત હતા.

દસ-બાય-દસની એ ખોલીની અંદર, પોતાના ઘરને સારૂં દેખાડવાના શબાનાએ પોતાનીથી બનતા શ્રેષ્ઠ પ્રયત્નો કર્યા હતા. અયુબ થોડી વારમાં ઘરે આવશે.

તેને રોજો રાખવાની સાથે ગોદીમાં સખત મહેનત કરવી પડતી હતી – એ બાબતે શબાનાનો જીવ કચવાતો હતો.

તેણે ખૂણામાંના એક સ્ટૂલ પર પાણી ભરેલું માટીનું માટલું મુક્યું તથા ઇફ્તાર માટે જરૂરી એવી ખજૂરની કેટલીક પેશી ધ્યાનપૂર્વક ગોઠવી. તેણે ઘરમાં રાંધ્યું નહોતું. આ મહિનામાં ગલીઓમાં જામતી ખાણી-પીણીની મિજબાનીમાંની કેટલીક ચીજો ચખાડવા આજે અયુબ તેમને લઈ જવાનો હતો.

શબાનાએ માટલાની અંદર જોયું અને તેના તળિયે તાંબાનું કડું છે કે નહીં તે ચકાસી લીધું. નાનો અરબાઝ હંમેશા તેને પૂછતો કે આ કડું માટલાના તળિયે શા માટે રખાતું. શબાના તેને એટલું જ કહેતી કે તાંબું સ્વાસ્થ્ય માટે સારૂં ગણાય છે.

'ચાલ અરબાઝ, હાથ-મોં લૂંછી લે,' શબાનાએ તેને એક નાનકડો ભીનો ટુવાલ આપતા કહ્યું. 'ગંદા રહેવાને કારણે શાળામાં તું કેટલી મુશ્કેલીમાં મુકાય છે, યાદ છે ને'

અરબાઝે આજ્ઞાંકિતપણે પોતાના ચહેરા, હાથ અને બાવડા પરથી ઘસી-ઘસીને પસીનો તથા મેલ દૂર કરવાની શરૂઆત કરી. આજનો દિવસ વધુ પડતો ગરમ તથા બફારો કરનારો હતો. કાળા મેશ જેવા થઈ ગયેલા ટુવાલ પર અરબાઝે એક નજર નાખી અને પોતાની માતાને તે પાછો આપ્યો. 'આનો કોઈ અર્થ નથી,' તેણે માતાને કહ્યું.

'શેનો કોઈ અર્થ નથી?' શબાનાએ પૂછ્યું.

'સફાઈનો,' અરબાઝે જવાબ આપ્યો.

'હવે હું સ્વચ્છ છું પણ આ ટુવાલ ગંદો થઈ ગયો. એનો અર્થ એ થયો કે, કોઈક ચીજ ગંદી કર્યા વિના બીજી ચીજને સાફ કરવાનો કોઈ માર્ગ જ નથી.'

કલકત્તા શહેર નહોતું. તે એક વાર્તા હતી. 1690માં જોબ ચારનોક નામના ઈસ્ટ ઈન્ડિયા કંપનીના એજન્ટે, બ્રિટિશ વેપાર વસાહત માટે ધ્યાનપૂર્વક જગ્યાની પસંદગી કરી હતી. એ પસંદગી સારી સાબિત થઈ હતી. દક્ષિણ તરફ તેનું સંરક્ષણ હૂગલી નદીથી થતું હતું, ઉત્તરે ખાડીથી, અને પૂર્વમાં બે-

અઢી માઈલના અંતરે સૉલ્ટ લેક્સથી તે સંરક્ષિત હતું. 24 ઑગસ્ટ, 1960ના દિવસે ચારનોકે જૂના કાલી મંદિરે ઉદાર હાથે બલિ ચડાવી એક જૂની ફેક્ટરીના ભસ્મીભૂત થઈ ગયેલા અવશેષો પર પોતાનો તંબુ તાણ્યો હતો. એ સમયે ગંગા નદીના પૂર્વ કિનારે ત્રણ નોંધપાત્ર ગામ હતાં – સુતાનુતી, ગોબિંદપુરી અને કાલીકાતા. સ્થાનિક જમીનદારો પાસેથી આ ત્રણ ગામ બ્રિટિશરોએ ખરીદી લીધા હતા. ત્યાર બાદ મોગલ બાદશાહે વાર્ષિક રૂપિયા 3,000ના સાલિયાણાના બદલામાં ઈસ્ટ ઈન્ડિયા કંપનીને વેપાર કરવાની મંજૂરી આપી હતી. કલકત્તાનો જન્મ થઈ ચૂક્યો હતો.

બ્રિજમોહનલાલ શકુંતલા અને નવ વર્ષનો અરવિંદ કલકત્તાની પાર્ક સ્ટ્રીટ પરની વૉલ્ડ્રૉફ રેસ્ટોરન્ટના ટેબલની ફરતે બેઠા હતા. આ બગડિયા પરિવારનો દર રવિવારનો નિયમ હતો. માતા-પિતા તેમના દીકરાને ચાઈનીઝ ભોજન માટે લઈ જતાં, જ્યાં ભોજન બાદ તેઓ કસાટા આઈસ્ક્રીમ ખાતાં. શકાહારી હોવાથી, તેમના લંચનો ઑર્ડર નક્કી રહેતો; સ્વીટ કૉર્ન સૂપ, વેજિટેબલ સ્પ્રિંગ રોલ્સ, ફ્રાઈડ રાઈસ અને ચૉપ સ્યૂઈ.

બ્રિજમોહનલાલ બટકા, ભરાવદાર અને શ્યામ વર્ણના હતા. તેમના કાળા ભમ્મર વાળ ઉદાર હાથે વાપરેલી બ્રૅઈલક્રીમથી જાણે કે ચપોચપ ચોંટાડ્યા હોય એવા લાગતા હતા. શકુંતલા પાતળી અને ગોરી હતી. તેના લાંબા વાળ અંબોડામાં સારી રીતે ગોઠવેલા હતા અને તે હંમેશા બનારસી સાડીમાં સુંદર રીતે તૈયાર થયેલી જોવા મળતી. તેના પાતળા હાથમાંની બંગડીઓ, તેની સાડીના રંગ સાથે અદ્લોદલ મેળ ખાતી હોય એવી હતી. અરવિંદ તેના પિતા કરતાં માતા પર વધુ ગયો હોય એવું લાગતું હતું.

વૉલ્ડ્રૉફ નામના એ નાનકડા સ્વર્ગમાં એવી કોઈ નિશાની નહોતી કે ભારત તરફથી આવેલી ખાદ્યાન્ન માટેની અરજી પર અમેરિકન કૉંગ્રેસ ચર્ચા કરી રહી હતી; ન તો એવું કોઈ ચિહ્ન હતું કે દેશની અન્ન અછતને પહોંચી વળવા સોવિયેત સંઘ 50,000 ટન ઘઉં મોકલવાની પ્રક્રિયામાં હતું. 1951માં વૉલ્ડ્રૉફમાં કોઈ જ અછત નહોતી.

પિતા, માતા અને દીકરો તેમના દર વખતના ટેબલની ફરતે બેઠા અને તેમની ફરતે રેસ્ટોરન્ટનું ભવ્ય લાલ ઈન્ટિરિયર હતું. તેમનો મનપસંદ વેઈટર, લિયાંગ, એ દિવસે રજા પર હતો. કલકત્તાના ચાઈનાટાઉન, તાંગરાથી આ રેસ્ટોરન્ટ પાર્ક સ્ટ્રીટ ખાતે સ્થળાંતર થઈ ત્યારથી લિયાંગ તેનો કાયમી હિસ્સો હતો.

નવા વેઈટરે લિયાંગની હંમેશ મુજબની અદા અને પરિચિતતા વિના ઑર્ડર લીધો અને ગાયબ થઈ ગયો. અડધા કલાક બાદ પણ તેમનું ભોજન હજી આવ્યું નહોતું.

'પેલો ભમરા જેવો વેઈટર ક્યાં ગયો?' લીનનથી આચ્છાદિત ટેબલ પર અધીરાઈપૂર્વક આંગળીઓ નચાવતા બ્રિજમોહનલાલ બોલ્યા.

'પાપા, મને એક વાત સમજાતી નથી.' અરવિંદ એકાએક ઉછળતા બોલ્યો.

'એ શું *દીકરા?*' બ્રિજમોહનલાલે પૂછ્યું.

'ખરેખર તો તેઓ આપણને વેઈટ કરાવડાવે છે, તો પછી આ લોકોને વેઈટર શા માટે કહેવાય છે?'

1951માં આચાર્ય વિનોબા ભાવે નામના માણસે ભારતની યાત્રા શરૂ કરી હતી અને પૈસાદાર જમીનદારોને તેઓ પોતાની જમીનનો ટુકડો સ્વેચ્છાએ જમીન વિનાના દેશના ગરીબ મજૂરોને આપી દેવા સમજાવતા હતા . આ ચળવળ *ભૂદાન* તરીકે ઓળખાતી હતી. વહેંચવું એ અન્યની દરકાર કરવાની રીત છે.

નીચે પાલા ગલીમાં, ગર્વિષ્ઠ પિતા અયુબ ગોદીમાંના પોતાના મિત્રો સાથે મહેફિલ જમાવીને બેઠો હતો. એક-એક કસ લેવાયા બાદ એક હાથમાંથી બીજા હાથમાં ફરી રહેલી એક જ સિગારેટમાંથી આ બધા વર્તુળાકાર ટોળે વળી દમ મારી રહ્યા હતા. તેમની દુનિયામાં પણ વહેંચવું એ અન્યની દરકાર કરવાની રીત હતી.

તેમનામાંના રાજુ નામના રમૂજપ્રેમી હિન્દુએ નાકમાંથી ધુમાડો છોડતા એક ટૂચકો કહેવાની શરૂઆત કરી.

'મોગલ બાદશાહે જાહેરાત કરી કે તેમને નવા અંગરક્ષકની જરૂર છે,' રાજુએ શરૂઆત કરી. 'ત્રણ તલવારબાજોએ આ માટે અરજી કરીઃ એક હિન્દુ, એક ખ્રિસ્તી અને એક મુસ્લિમ.'

અયુબ પાસે મોજ-મજા માટે ભાગ્યે જ સમય રહેતો. ઈમાનદારીપૂર્વક મેળવેલી ટૂંકી આવકમાં ગુજરાન ચલાવી લેવા માટે તેને કાયમ જ વધારે મહેનત કરવી પડતી. આમ છતાં, રાજુ એવો મિત્ર હતો, જે ગમે તે કરીને તેને હસાવતો.

'તેમની પરીક્ષા કરવા બાદશાહે એ ખંડમાં એક માખી છોડી,' રાજુએ ટૂચકો આગળ વધાર્યો. 'હિન્દુ તલવારબાજ તરફ વળી તેમણે તેને એ માખીને મારી નાખવા કહ્યું. તલવારબાજે કોઈ પણ જાતના મોટા પ્રયાસ વિના હવામાં તલવાર વીંઝી અને માખી જમીન પર પડી, તેના શરીરના બે કટકા થઈ ગયા હતા.'

'હિન્દુઓની જય હો!' શિંદે નામના ગોદી કામદારે ટિપ્પણી કરી.

'પછી શું થયું?'

'ખ્રિસ્તી તલવારબાજને પણ આ જ કસોટી સોંપાઈ, તેણે પોતાની તલવાર બે વાર વીંઝી અને માખી જમીન પર પડી એ પૂર્વે તેને ચાર ભાગમાં તેણે કાપી નાખી હતી.'

'એ તો ક્રૉસ માટેના અમારા આકર્ષણને કારણે,' ગોદીના ફોરમેન લૂઈસે રાજુ પાસેથી કૃતજ્ઞતાપૂર્વક સિગારેટ સ્વીકારતા ટિપ્પણી કરી. 'ગમે તે હોય, ક્રાઈસ્ટનો વિજય હો!'

'ત્યાર બાદ મુસ્લિમ તલવારબાજની કસોટીનો વારો આવ્યો,' રાજુએ આગળ ચલાવ્યું. 'તેણે એ ખંડમાં થોડી વાર માખીનો પીછો કર્યો અને થોડીક વાર હવામાં તલવાર વીંઝી. એ પછી તે બેસી ગયો, પણ માખી તો હજી પણ બણબણતી તેના માથા પર ચકરાવો લઈ રહી હતી. બાદશાહે મુસ્લિમ તલવારબાજને પૂછ્યું કે તે થોભી શા માટે ગયો. માખી તો હજી પણ જીવે છે.'

'તો ખરેખર થયું શું હતું?' શિંદેએ મલકાટ કરતા પૂછ્યું. રાજુએ પોતાની આસપાસ ટોળે વળેલા લોકો તરફ ભાવશૂન્ય નજરે જોયું અને પછી પંચલાઈન બોલ્યો.

'મુસ્લિમ તલવારબાજે બાદશાહ તરફ ગંભીરતાથી જોયું અને બોલ્યો: જહાંપનાહ, તે જીવે છે એ વાત સાચી છે. પણ હવે તેની સુન્નત થઈ ગઈ છે.'

એ ટોળું ખડખડાટ હસી પડ્યું અને તેઓ બીજી સિગારેટ સળગાવવાની તૈયારીમાં હતા એટલામાં ઉપરથી શબાનાનો અવાજ સંભળાયો,'હવે તમે આખી રાત ત્યાં જ રહેવાના છો કે ઉપર પણ આવશો? મૌલવી સાહેબ અને ડૉક્ટર સાહેબ બંને તૈયાર છે.'

પુરુષોનું એ ટોળું ફટાફટ બીજા માળે પહોંચ્યું. અયુબ અને શબાના શેખના એ સાંકડા ઘરમાં ઉજવણીનું વાતાવરણ હતું. નાના અરબાઝની ખત્ના- અર્થાત સુન્નત થવાની હતી. ઈસ્લામમાં સુન્નત માટે કોઈ ચોક્કસ વય

વિશે જણાવાયું નથી પણ તેમના મૌલવીનો મત એવો હતો કે તેમનો દીકરો દસ વર્ષનો થાય એ પહેલા તેની સુન્નત કરાવી લેવી જોઈએ.

સૅન્ટ જ્યૉર્જ હૉસ્પિટલના એક દયાળુ ડૉક્ટરે આ પ્રક્રિયા મફતમાં કરી આપવાની હા ભણી હતી. એક કામચલાઉ પરદાની પાછળ, અરબાઝને લૉકલ એનેસ્થૅશિયા અપાયો હતો. તેની જનનેન્દ્રિયના મૂળને સોય સ્પર્શી ત્યારે તેણે દયા આવી જાય એ રીતે રડવાનું શરૂ કરી દીધું હતું. તેને આ હાલતમાં જોતાં જ શબાનાની આંખોમાં પણ આંસું ધસી આવ્યાં. 'આપણે ખરેખર આ કરાવવાની જરૂર છે?' તેણે પૂછ્યું. અયુબ ચીડાવા લાગ્યો હોવાનું જોતાં તે પાછળ હટી ગઈ.

પણ થોડી મિનિટો બાદ પ્રક્રિયા પૂરી થઈ ગઈ, જનનેન્દ્રિય ઉપરની ચામડી સફાઈપૂર્વક કાપી લેવાઈ હતી. લૉકલ એનેસ્થૅશિયાની અસર શરૂ થઈ હોવાથી અરબાઝને કશી જ ખબર પડી નહીં. એ દિવસે તેનો ઠાઠ રાજા જેવો હતો.

મૌલવી સાહેબે એકઠા થયેલાઓને નમાઝ માટે બોલાવ્યા. 'લા ઈલાહા ઈલ્લાહ. મહમ્દુર- રસૂલ- અલ્લાહ (અલ્લાહ મહાન છે, અલ્લાહ જ એક ઈશ્વર છે. મોહમ્મદ તેમના પયગંબર છે).'

તેમણે બાંગ પોકારી. પછી તેમણે અયુબને અરબાઝના કાનમાં કેટલાંક શબ્દો બોલવા કહ્યું.

'હવે મીઠાશનો વારો,' મૌલવીએ કહ્યું. 'સુન્નત બાદ બાળકનો પ્રથમ સ્વાદ મીઠી ચીજનો હોવો જોઈએ. શું બનાવ્યું છે આજે?'

શબાનાએ અરબાઝ માટે વધારે પડતી મીઠી ખીર બનાવી હતી. તેણે અરબાઝને આ ખીર ખવડાવી અને તેની આંખમાં પાછી ફરેલી ચમકથી માના જીવને શાતા વળી. સર્જરીને કારણે થતી બેચેની પાછી ફરવાની શરૂઆત નહોતી થઈ ત્યાં સુધી તેણે ખીરની લહેજત માણી. તેણે ફરીથી રડવાની શરૂઆત કરી અને ડૉક્ટરે આપેલી પૅઈનકિલર લાવવા શબાનાએ દોટ મુકી.

બ્રિજમોહનલાલ અને અરવિંદ, બગડિયા પરિવારના અલીપોર રોડ ખાતેના ઘરના દીવાનખાનામાં હતા. 87 આરપીએમનું રેકૉર્ડ પ્લેયર કુંદનલાલ સહેગલનું ગીત વગાડી રહ્યું હતું અને આ પ્લેયર બંધ કરવાની વાત પોતાના પિતાના ગળે કઈ રીતે ઉતારી શકે એ અંગે અરવિંદ વિચારી રહ્યો હતો.

'પાપા, મોટો થઈ ને હું શું બનીશ?' અરવિંદે નિર્દોષતાપૂર્વક પૂછ્યું.

'તું વેપારીનો દીકરો છે,' બ્રિજમોહનલાલે જવાબ આપ્યો.

'તું પણ વેપારી જ બનીશ. મહાન વેપારી.'

'પાપા, પણ શું હું તમારા જેટલો મોટો વેપારી બની શકીશ.'

'તું મારાથી પણ મોટો વેપારી બનીશ,' બ્રિજમોહનલાલે સ્મિત સાથે જવાબ વાળ્યો.

'મેં મારી જાત પર કેટલીક મૂર્ખામીભરી મર્યાદાઓ મુકી હતી.' તેઓ રેકૉર્ડ પ્લૅયર પાસે ગયા અને રેકૉર્ડ પરની સોયને હટાવી દીધી. અરવિંદનું મિશન પાર પડી ગયું હતું.

'તમારો કહેવાનો અર્થ શો છે પાપા?' રેકૉર્ડ બંધ થયા બાદની શાંતિને માણતાં છોકરાએ વાત આગળ વધારી.

બ્રિજમોહનલાલ વિચારમાં પડી ગયા કે જીવનની મુશ્કેલીઓ વિશે દસ વર્ષના બાળકને કઈ રીતે સમજાવવું. ડાઈનિંગ ટેબલ પરથી તેમણે એક ખાલી બરણી ઉપાડી અને બહાર બગીચાની દિશામાં ઉપડ્યા. 'મારી સાથે આવ,' તેમણે અરવિંદને સૂચના આપી. બાપ-દીકરો તેમના પાળેલા આલ્સૅશિયન શ્વાન સુલતાનના કૂતરાઘર તરફ ગયા. પિતા-પુત્રની જોડીને આવતી જોઈ શ્વાન ખુશખુશાલ થઈ પૂંછડી પટપટાવવા લાગ્યો. થોડીક મિનિટો શ્વાન સાથે રમ્યા બાદ, બ્રિજમોહનલાલ ઘાસ પર ઘૂંટણ ટેકવી ને ઉભડક બેઠા અને પોતાની સાથે બગીચામાં લાવ્યા હતા એ બરણીને ખોલી અને તેને વિશાળકાય શ્વાનના માથા પાસે હવામાં ઉપર કરી. બરણીનું ઢાંકણું બંધ કરતા પહેલા તેમણે થોડીક ક્ષણો રાહ જોઈ.

અરવિંદ આ રહસ્યમય વિધિ જોઈ રહ્યો હતો, પિતાની હરકતથી તે પૂરેપૂરો મૂંઝાયેલો હતો.

'તને દેખાય છે અંદર શું છે?' બ્રિજહમોનલાલે પૂછ્યું.

'ચાંચડ,' અરવિંદે જવાબ આપ્યો.

'ચાંચડને કૂદકા મારવાનું ગમે છે,' બ્રિજહમોનલાલે જવાબ આપ્યો. 'અંદર તેમને કૂદાકૂદ કરતી તું જોઈ શકે છે? દરેક કૂદકા સાથે તે બરણીના ઢાંકણને અથડાય છે.'

અરવિંદે માથું હલાવ્યું, પણ હજી ય તેના મનમાં એ જ વિચાર ઘુમરાતો હતો કે, આ ચર્ચા પાછળનો મુદ્દો શો હતો? તેણે મનોમન ઠરાવ કરી લીધો કે આજ પછી ક્યારેય 'હું મોટો થઈ ને શું બનીશ?' જેવા પ્રશ્નો પૂછવા નહીં.

બ્રિજહમોનલાલે બરણીને બગીચાના એક ખૂણે મુકી દીધી. 'તેમને એકાદ દિવસ માટે એકલી છોડી દઈએ,' બ્રિજહમોનલાલે કહ્યું. 'આપણે આપણી ચર્ચા આવતી કાલે પૂરી કરશું.'

બીજા દિવસે પિતા અને પુત્ર બગીચામાં પાછા ફર્યા.

'ચાંચડ હજી કૂદકા મારી રહી છે,' અરવિંદે બરણીનું નિરીક્ષણ કરતા કહ્યું.

'હા,' બ્રિજહમોનલાલ સહમત થયા. 'પણ એ બાબત પર ધ્યાન આપ કે તેઓ હવે ઢાંકણને અથડાય એટલા ઊંચે સુધી નથી કૂદતી.'

અરવિંદે બરણીની અંદર ડોકિયું કર્યું. તેના પિતાની વાત સાવ સાચી હતી,

'હવે ધ્યાન આપજે અરવિંદ,' તેમણે કહ્યું. બ્રિજહમોનલાલે બરણીનું ઢાંકણું ખોલી નાખ્યું. 'મેં ઢાંકણું ખોલી નાખ્યું છતાં ચાંચડનું કૂદવાનું ચાલુ જ છે, પણ તે કૂદીને બહાર જતી નથી. તેઓ કૂદીને બહાર નહીં જાય કેમ કે તેમણે ચોક્કસ ઊંચાઈ સુધી જ કૂદવા માટે પોતાની જાતને મર્યાદિત કરી લીધી છે.'

અરવિંદે ધ્યાનથી જોયું. ચાંચડનું કૂદવાનું ચાલુ હતું, પણ બરણીની અંદર જ.

'આ હું છું - એટલો જ ઊંચો કૂદકો મારૂં છું જેટલી ઊંચાઈ માટે મેં મારી જાતને મર્યાદિત કરી છે. અને તું આવું કરવાનું ટાળે બસ એટલું જ હું ઈચ્છું છું, અરવિંદ.' પિતાએ કહ્યું. 'તારૂં ભવિષ્ય અમર્યાદિત છે!'

ડૉકયાર્ડ રોડની રોઝરી હાઈસ્કૂલના વર્ગની છેલ્લી હરોળમાં અરબાઝ બેઠો હતો. ગરમી ગૂંગળાવી નાખે એવી હતી. એક માત્ર પંખો હવા ફેલાવવા માટે સંઘર્ષ કરી રહ્યો હતો, પણ તે ધમાચકડી મચાવવા સિવાય બીજું કશું જ કરી શકતો નહોતો.

અરબાઝનો બાપ, અયુબ ગોદીમાં કૂલી તરીકે નોકરી કરી દર મહિને ત્રીસેક રૂપિયા જેટલું કમાઈ લેતો હતો, આમ છતાં તે પોતાના દીકરાને સ્કૂલ મોકલતો હતો. રોઝરી સ્કૂલના ચર્ચ ઑફ અવર લેડીના એક દયાળુ પાદરી આ પેરીશ સ્કૂલના ધર્માદા ક્વૉટામાંથી અરબાઝને એડમિશન અપાવવામાં સફળ રહ્યા હતા.

'તું મોટો થઈને કૂલી નહીં બને,' અયુબે અરબાઝને કહ્યું.' ભણવામાં ધ્યાન આપ જેથી તારે મારી જેમ ગુલામીનું જીવન ન જીવવું પડે.'

અરબાઝ હોંશિયાર હતો અને સાથે આળસુ પણ. દર વખતની જેમ આજે પણ તેનું હોમવર્ક પૂરૂં થયું નહોતું. વારંવાર થતો આ એક એવો ગુનો હતો, જેની સજા તેના જમણા હાથ પર સોટીના ચમચમતા પ્રહારના રૂપમાં મળતી હતી.

શાળામાં તેનો ખાસમખાસ મિત્ર હતો મુરલી ઐય્યર નામનો છોકરો. મુરલીનો પરિવાર સારા જીવનની તલાશમાં મદ્રાસથી આવી ને મુંબઈમાં સ્થાયી થયો હતો. તેમને એ વાતની ક્યાં જાણ હતી કે સપનાંના આ શહેરમાં *લુંગીવાલા* તરીકે તેમનો ઉપહાસ કરવામાં આવશે.

મુરલીએ કવર કાઢી નાખેલી પોતાની નોટબુક ઉતાવળે અરબાઝને આપી. 'આ લઈ લે,' તેણે કહ્યું. અરબાઝે હોમવર્ક તરફ જોયું અને હસ્યો. મુરલી આખા વર્ગમાં સૌથી હોંશિયાર છોકરો હતો, પણ મુરલીના હોમવર્કને પોતાનું ગણાવી આગળ કરવું, એ તો વિકલ્પ નહોતો જ. કેમ કે, મિ. ડિસોઝા આ બાબત તરત પકડી પાડશે.

'તારી સજા ભોગવવા ક્લાસની સામે આવ.' ક્લાસ ટીચર મિ. ડિસોઝાએ કહ્યું. આ માણસ સ્વચ્છતા અને સુઘડતા વિશે અસાધારણ ચોકસાઈ ધરાવતો હતો.

વર્ગ શરૂ થયો એ પહેલા અરબાઝ મેદાનમાં ખાડો ખોદી રહ્યો હતો. પોતાના હાથ કેટલા ગંદા છે, એ વિશે સભાન અરબાઝે આગળ આવતાં-આવતાં પોતાની હથેળીઓ ચડ્ડી સાથે ઘસી-ઘસીને સાફ કરવાના તેનાથી બનતા શ્રેષ્ઠ પ્રયત્નો કર્યા. પણ તેનો કોઈ અર્થ નહોતો.

આખરે તેણે જે જમણો હાથ મિ.ડિસોઝા સામે ધર્યો તે ગંદો હતો.

મિ.ડિસોઝાએ હથેળી તરફ જોયું. એવું લાગતું હતું કે જાણે અરબાઝે આખા દિવસમાં હાથ ધોયા જ ન હોય. 'તારી હથેળી ઊંધી કર,' મિ. ડિસોઝાએ સૂચના આપી. એ છોકરાના નખ પણ એટલા જ ગંદા હતા.

'અરબાઝ, આ આખા વર્ગમાં જો તું મને આટલો જ ગંદો બીજો હાથ શોધી આપીશ, તો હું તને સોટીનો માર નહીં મારૂં,' મિ. ડિસોઝાએ કૃત્રિમ રોષ દેખાડતા કહ્યું.

એક સેકન્ડથી પણ ઓછા સમયમાં, અરબાઝે પીઠ પાછળથી તેનો ડાબો હાથ બહાર કાઢ્યો અને નિરીક્ષણ માટે રજૂ કર્યો.

'જોયું સર? આ હાથ પણ એટલો જ ગંદો છે,' તેણે નિર્દોષભાવે કહ્યું.

વર્ગમાં છૂટુંછવાયું હાસ્ય રેલાયું. મિ. ડિસોઝાએ પોતાનાં ડોળાં કાઢેલાં રાખવાનો સખત પ્રયાસ કર્યો પણ અંતે તેઓ હારી ગયા.

વર્ગ પૂરો થયા બાદ, અરબાઝ મુરલીની બૅન્ચ પર ગયો. 'મારી મદદ કરવાના પ્રયાસ બદ્દલ આભાર,' તેણે કહ્યું.

'હું આ નહીં ભૂલું.'

'ભવિષ્યમાં તું મને નોકરી આપીશ?' મુરલીએ પૂછ્યું.

'કદાચ, હું જ તારી પાસે નોકરી માટે આવીશ,' અરબાઝે જવાબ આપ્યો.

'એવી શક્યતા ઓછી છે,' મુરલીએ કહ્યું. 'તને ખબર છે, હું બુદ્ધિશાળી છું પણ તું સ્માર્ટ છે. સામાન્યપણે, બુદ્ધિશાળી માણસ સ્માર્ટ માણસની નોકરી કરતા હોય એવું જોવા મળે છે.'

દાલ સરોવરમાંની હાઉસબોટ્સ દેવદારના લાકડામાંથી બનેલી હતી અને મોટા ભાગે તેની સજાવટ બારીક કોતરકામ ધરાવતા ફર્નિચર અને કાશ્મીરી ગાલીચાથી કરાયેલી હતી. પણ આ હાઉસબોટ સસ્તામાંની એક હતી, જેણે અનેક સારા દિવસો જોયા હતા. આમ છતાં, તેમાંથી દેખાતી દશ્યાવલિ, અદભુત હતી. આ તરતા ઘરમાંની બાલ્કનીમાંથી દેખાતી વિશાળ, અરીસા જેવી સપાટ જળરાશિમાં પીર પંજલ પર્વતમાળાના ઝાંખા શિખરનું પ્રતિબિંબ ઝીલાતું હતું. બ્રિજમોહનલાલ બગડિયા, તેમની પત્ની શકુંતલા અને અગિયાર વર્ષના પુત્ર અરવિંદે ધરતી પરના આ સ્વર્ગમાં બે અઠવાડિયા વીતાવ્યા હતા. હવે ઘરે, કલકત્તા પાછા ફરવાનો સમય આવી ગયો હતો.

હાઉસબોટમાંથી બહાર નીકળી બગડિયા પરિવાર ભડક રંગોથી સજાવેલા શિકારામાં બેસી કિનારે આવવા નીકળ્યા. ત્યાંથી તેઓ કારમાં સવાર થયા, જે તેમને પંજાબ સીમા પરના લાખનપુર લઈ જવાની હતી. બ્રિજમોહનલાલના એક મિત્ર વરિષ્ઠ આર્મી ઑફિસર હતા, અહીં તેમના પરિવાર સાથે એકાદ-બે દિવસ વીતાવ્યા બાદ તેઓ કલકત્તાના વૈતરા સમાન જીવનની દિશામાં પ્રસ્થાન કરવાના હતા.

પ્રમાણમાં લાંબા માર્ગે પ્રવાસ કરી તેઓ કઠુઆ જિલ્લામાં આવેલા લાખનપુર પહોંચ્યા. લાખનપુર એ પંજાબ અને આખા ભારતમાંથી જમ્મુ અને કાશ્મીરમાં પ્રવેશવાનો દરવાજો હતો. એ દિવસે લાખનપુર અસાધારણપણે વ્યસ્ત હોય એવું લાગતું હતું. ટ્રાફિકના લાંબા અંતરાયોએ તેમના પ્રવાસને અનેક કલાકો રોકી રાખ્યો હતો.

'આ બધી શેની ભાંજગડ છે?' બ્રિજમોહનલાલે ચિડાઈને ડ્રાઈવરને પૂછ્યું,

'ડૉ. શ્યામા પ્રસાદ મુખરજી અહીં આવ્યા છે,' ડ્રાઈવરે જવાબ આપ્યો.

ડૉ. મુખરજી ભારતીય જન સંઘના સ્થાપક હતા, આ પક્ષ આવનારા વર્ષોમાં ભારતીય જનતા પાર્ટી અથવા બીજેપી તરીકે ઓળખાવાનો હતો. જવાહરલાલ નહેરુ સરકારની કાશ્મીર નીતિ સામે તેમનો સીધો વિરોધ હતો અને સામાન્ય ભારતીયને આ રાજ્યની મુલાકાત લેવા માટે વિઝા લેવા પડે એવી શેખ અબ્દુલ્લાની પરમિટ નીતિ સામે વિરોધ નોંધાવવા તેઓ કાશ્મીરની મુલાકાત લઈ રહ્યા હતા. તેઓ લાખનપુર પહોંચ્યા કે તરત કાશ્મીર પોલીસે તેમની ધરપકડ કરી. એવું વ્યાપકપણે માનવામાં આવતું હતું કે, તેમની ધરપકડની વ્યૂહરચના જવાહરલાલ નહેરુ અને શેખ અબ્દુલ્લા વચ્ચે ગુપ્તપણે ઘડવામાં આવી હતી.

'તેઓ જો અહીં હોય તો, મને તેમને મળવું ગમશે,' બ્રિજમોહનલાલે કહ્યું. કલકત્તા હાઈ કૉર્ટના જજ, સર આશુતોષ મુખરજીના ઘરે ડૉ. મુખરજીનો જન્મ થયો હતો, સર મુખરજી કલકત્તા યુનિવર્સિટીના વાઈસ ચાન્સેલર પણ હતા. બ્રિજમોહનલાલનો પરિવાર મુખરજી પરિવારને સારી રીતે જાણતો હતો.

'કારમાં આગળ વધી શકશું કે કેમ એ વિશે મને શંકા છે,' ડ્રાઈવરે સલાહ આપી. 'ચાલતાં જશો તો કદાચ તમે તેમને મળી શકશો.'

એક ક્ષણની પણ રાહ જોયા વિના બ્રિજમોહનલાલ કારમાંથી બહાર નીકળ્યા અને ત્યાં ચાલી રહેલી પ્રવૃત્તિઓના કેન્દ્રસ્થળે પહોંચવા માટે ઝડપથી ડગ ભરવા લાગ્યા. શકુંતલા અને અરવિંદ તેમની પાછળ હતાં.

ઘટનાસ્થળેથી પોલીસનું વાહન નજરથી દૂર જતાં તેમણે જોયું. ડૉ. મુખરજી એ વાહનમાં હતા અને તેઓ બૂમ પાડી ને એક યુવાનને કહી રહ્યા હતા, 'પાછા જાવ અને આખા દેશને કહો કે હું જમ્મુમાં પરમિટ વિના પ્રવેશ્યો છું, પણ એક બંદીવાન તરીકે.'

બ્રિજમોહનલાલ ઉતાવળે પેલા યુવાન પાસે પહોંચ્યા અને તેને પૂછ્યું કે પોલીસ ડૉ. મુખરજીને ક્યાં લઈ જઈ રહી છે. 'શ્રીનગર,' યુવાને જવાબ આપ્યો. 'તમે શા માટે જાણવા માગો છો?'

'અમે હમણા જ ત્યાંથી આવ્યા છીએ. ડૉ. મુખરજીનો પરિવાર કલકત્તામાં મારા પરિવારને ઓળખે છે,' બ્રિજમોહનલાલે કહ્યું.

'તેમની ધરપકડ શેના માટે કરવામાં આવી છે?' અરવિંદે પૂછ્યું.

વીસીના અંતમાં અને ત્રીસીની શરૂઆતની વય ધરાવતા એ યુવાને, અરવિંદ તરફ જોયું, 'એક જ દેશમાં બે બંધારણ, બે વડા પ્રધાન અને બે રાષ્ટ્રચિહ્નો ન હોઈ શકે. તને શું લાગે છે?'

અરવિંદે એકાદ ક્ષણ વિચાર કર્યો અને પછી બોલ્યો, 'ગુલાબ લાલ છે, વાયોલેટ બ્લુ છે, આપણી પાસે એક સમસ્યા હોય તો, બીજીની જરૂર શી છે?'

યુવાન હસી પડ્યો અને તેણે અરવિંદના માથા પર હાથ થપથપાવ્યો.

'મને પણ કવિતા કરવી ગમે છે, પણ ખાસ કરીને હિન્દીમાં. તારૂં નામ શું છે?'

'અરવિંદ બગડિયા. અને તમારૂં?'

'અટલ બિહારી વાજપેયી'

કલકત્તાની શ્રેષ્ઠતમ શાળાઓમાંની એક લા માર્ટિનિયર તરફનો રસ્તો લેતા અરવિંદ લૂડેન સ્ટ્રીટ પર ઘસડાતા પગે જઈ રહ્યો હતો. અગિયાર વર્ષના એ છોકરાની પીઠ પર પુસ્તકોથી ભરેલું ભારેખમ દફતર હતું.

બ્રિજમોહનલાલની ગણના શહેરના અતિ-ધનાઢ્ય લોકોમાં થતી નહોતી પણ તેમણે એટલા પૈસા બનાવી લીધા હતા કે પોતાની પત્ની અને પુત્રને તેઓ આરામદાયક જીવન આપી શકે. આ પરિવાર અલીપોર રોડ પર રહેતો હતો, આ લત્તો પૈસાદાર અને વગદાર લોકોના વૈભવી નિવાસસ્થાનો માટે જાણીતો હતો, પણ તેમનું ઘર આ ગલીમાંના સૌથી નાના ઘરોમાંનું એક હતું, ઓછું રાચરચીલું અને નહીંવત્ કર્મચારીઓ તેની ઓળખ હતી. આ એક વિરોધાભાસ બગડિયા પરિવારને લગતી લગભગ દરેક બાબતોમાં જોવા મળતો હતો. તેઓ રજા ગાળવા લોકપ્રિય સ્થળોએ જતાં પણ ત્યાં સસ્તી હોટેલોમાં ઉતરતા. તેમની પાસે પોતાની કાર હતી, પણ તેઓ અચૂકપણે સાર્વજનિક પરિવહન સેવાનો ઉપયોગ કરતા. બગડિયાઓ જાણે કે કોઈક અલગ પ્રકારનો દેખાવ ધરાવતા હતા.

બ્રિજમોહનલાલમાં એક ચોક્કસ ગુણ હતો, જો કે, આ બાબત તેમને પોતાની બિરાદરીથી અલગ પાડતી હતીઃ સંતોષ. મારવાડીઓમાં, આ ચોક્કસ શબ્દ વર્જિત હતો. વ્યક્તિએ ક્યારેય સંતુષ્ટ થવું જોઈએ નહીં. સંતોષ

એવી બાબત છે જે પ્રગતિ અને સંપત્તિ સંચય પર કચકચાવીને બ્રેક મુકી દે છે. પણ બ્રિજમોહનલાલ અલગ હતા, સંતોષી. ચાંચડ જેવા.

અરવિંદ, જો કે, અલગ પ્રકારનો જીવ હતો. અરવિંદ હંમેશા વિચારતો કે તેના પિતાએ ટોચના તળિયે રહેવાનું શા માટે પસંદ કર્યું હતું. અથવા તળિયાની ટોચે.

કલકત્તાના મારવાડીઓ શહેરનો આર્થિક ભદ્ર વર્ગ હતા, જેમણે બૅન્કિંગ, શણ તથા ચા જેવા ક્ષેત્રોમાં પોતાનું વર્ચસ સ્થાપ્યું હતું, પણ બ્રિજમોહનલાલ હંમેશા કિનારા પર રહેનારા ખેલાડી હતા. વાસ્તવિક્તા એ હતી કે 1953ના અંત સુધીમાં, તેમના જેવા મારવાડીઓને એ વાતની પાકી ખાતરી નહોતી કે નવોસવો સ્વતંત્ર થયેલો દેશ ટકશે કઈ રીતે.

ઉત્તરમાં, શ્યામા પ્રસાદ મુખરજી 45 દિવસ શ્રીનગરની જેલમાં રહ્યા બાદ અવસાન પામ્યા હતા. સત્તાવાળાઓ એ જાણતા હતા કે તેમને હૃદયને લગતી સમસ્યા છે, આમ છતાં તેમને એક સામાન્ય ગુનેગારની જેમ જેલમાં રાખવામાં આવ્યા હતા. તેમને પેનેસિલિનની એલર્જી હોવાનું તબીબે જણાવ્યું હોવા છતાં, ડૉકટરે તેમને ધરાર એ જ ઈન્જેક્શન આપ્યું હતું. નહેરુએ શેખ અબ્દુલ્લાની ધરપકડ કરાવી ન હોત તો દેશ અંકુશ બહાર જતો રહ્યો હોત.

દક્ષિણમાં, પોટ્ટી શ્રીરામુલુ નામના માણસનું મૃત્યુ આમરણાંત ઉપવાસના અઠ્ઠાવનમા દિવસે થયું હતું, તેલગુભાષી રાજયની માગને લઈને તેઓ અનશન પર ઉતર્યા હતા. પંજાબમાં, માસ્ટર તારા સિંહ નામની વ્યક્તિએ સ્વતંત્ર દેશ ખાલિસ્તાનની માગ કરવાની શરૂઆત કરી હતી. અખંડ ભારતનો વિચાર અને કલ્પના ટકશે કે કેમ એવો પ્રશ્ન કોઈને પણ થાય તો તે જરા ય ગેરવ્યાજબી નહોતો.

શાળા તરફ ચાલતી વખતે અરવિંદે નિસાસો નાખ્યો. આ બધું સમયનો વેડફાટ નહીં તો બીજું શું હતું. શાળાએ આજ સુધી કોઈને સ્માર્ટ બનાવ્યા નથી, એ તેનો તર્ક હતો. કેટલા કરોડપતિઓએ વિલિયમ શેક્સપીયર અથવા પ્લાસીના યુદ્ધ પાછળ પોતાનો સમય વેડફ્યો હતો?

પાંચ ફૂટની ઊંચાઈ ધરાવતો અરવિંદ, અગિયાર વર્ષની ઉંમર પ્રમાણે વધુ પડતો લાંબો હતો. તે અસાધારણપણે સુંદર દેખાવ ધરાવતો છોકરો હતો. જો કે આમ પણ મારવાડી છોકરાના દેખાવનું મહત્વ ભાગ્યે જ હોય છે. મહત્વ તો તેના ખિસ્સામાંના પાકિટની જાડાઈનું હોય છે.

અરવિંદ શાળાના શિયાળાના યુનિફૉર્મમાં સજ્જ હતો: ઝીણા કાંતેલા સુંવાળા ઊનનું ગ્રે પાટલૂન, અડધી બાંયનું સફેદ શર્ટ, શાળાની રાબેતા મુજબની ટાઈ, શાળાના રંગો ધરાવતો પંખીના પગ જેવો પટ્ટો, બે બટનવાળું શાળાનું બ્લેઝર, સફેદ મોજાં પર પહેરેલા ચામડાના કાળા શૂઝ. વિદ્યાર્થીઓને સવારે નિરીક્ષણ માટે કતારબંધ ઊભા રહેવું પડતું અને આમાંની કોઈ એક બાબત ઓછી હોય તો તેમને ઘરે પાછા મોકલી દેવાતા.

શાળા તરફનું અરવિંદનું ચાલવું હંમેશા જ અસાધારપણે લાંબો સમય લેનારી બાબત હતી. અંતરને કારણે નહીં પણ રસ્તામાં તેના દ્વારા વારંવાર લેવાતા સ્ટૉપ્સને કારણે.

'સુપ્રભાત દેબાશિષ,' ફાટેલાં કપડાં અને અવ્યવસ્થિત દાઢીવાળા માણસને પોતાની તરફ આવતા જોઈ અરવિંદે કહ્યું. 'આજે તારી પાસે મારા માટે કેટલું છે?'

'ચૌદ આના,' પેલા રખડુ માણસે બ્રાઉન પેપરની નાની થેલી અરવિંદને આપતા કહ્યું. છોકરાએ થેલી લીધી અને ચોકસાઈપૂર્વક તેમાંના સિક્કા ગણ્યા. પોતાના શર્ટના ખિસ્સામાંથી એક નાનકડી નોટબુક કાઢી પૅન્સિલથી આ વ્યવહારની નોંધ તેમાં કરી.

'દસ ટકા પ્રીમિયમ છે,' અરવિંદે તેને બદલામાં એક રૂપિયો આપતા કહ્યું. 'નક્કી કરેલા પ્રીમિયમ કરતાં મેં તને બે પૈસા વધારે આપ્યા છે. હું એ નોંધી લઉં છું અને આવતા વખતે હું એ રકમ કાપી લઈશ, બરાબર?'

'ચોક્કસ સાહેબ,' એ આવારાએ છોકરાને ખોટીખોટી સલામ ભરતા સ્મિત સાથે કહ્યું. 'મને એ નથી સમજાતું કે તું આવું શા માટે કરે છે, પણ જ્યાં સુધી આ ચાલે છે ત્યાં સુધી મારા આનાને રૂપિયામાં બદલવાની મને તો મજા જ છે ને!'

અરવિંદે એ સિક્કા દફ્તરમાં સેરવી દીધી અને ચાલવા લાગ્યો. શાળા શરૂ થવાને હજી પંદર મિનિટની વાર હતી. ગલીના નાકે તેણે એકાદ-બે મિનિટ વાટ જોઈ અને આ ધીરજનું વળતર તેને મળ્યું. વધુ એક રખડુ ભિક્ષુક ત્યાં આવ્યો, તેના શ્વાસમાં સસ્તા દારૂની દુર્ગંધ હતી.

કંઈ પણ બોલ્યા વિના તેણે છાપાના ટુકડાનો ડૂચો વાળેલો દડો છોકરાના હાથમાં મુક્યો. અરવિંદે એ કાળુંમેશ આવરણ ધ્યાનપૂર્વક ખોલ્યું અને તેની અંદર જોયું. બાવીસ આના અને પાંચ પૈસા. ભિક્ષુક માટે આજનો દિવસ ખરેખર સારો રહ્યો હતો. આ કમાણીએ જ તેને દારૂ પીવા પ્રવૃત્ત કર્યો હશે.

તેણે પાંચ પૈસા અલગ કાઢ્યા અને ભિક્ષુકને પાછા આપ્યા, 'તને ખબર છે ને કે હું આ નથી લેતો. માત્ર અડધો આનો, એક આનો અને બે આનાના સિક્કા જ,' અરવિંદે કહ્યું.

અરવિંદે ઝડપથી મનોમન ગણતરી કરી લીધી. 'સોળ આના એટલે એક રૂપિયો, તેં મને બાવીસ આના આપ્યા. એટલે થયા એક રૂપિયો અને છ આના. તેમાં દસ ટકાના પ્રીમિયમનો ઉમેરો કર એટલે હવે મારે તને એક રૂપિયો આઠ આના અને એક પૈસો આપવાના.'

એ દારૂડિયાને બદલીની રકમ આપતા, અરવિંદે સિક્કા પોતાના દફતરમાં મુક્યા અને શાળા તરફનો રસ્તો પકડ્યો. લૂડેન સ્ટ્રીટના બીજા રખડુ, આવારા અને ભિક્ષુકોને તે બપોરે પાછા ફરતી વખતે મળશે.

તેણે સંતોષનો નિઃશ્વાસ છોડ્યો.

આજકાલ તેને એક વાતની પાકી ખાતરી થઈ રહી હતી કે અન્યો પાસેથી બળજબરી કર્યા વિના નાણાં લેવાની કળાને અપાયેલું નામ એટલે જ ધંધો.

'મિ. બગડિયા, તમે મારા પ્રશ્નનો જવાબ આપશો તો હું અત્યંત આભારી થઈશ,' અંગ્રેજીનાં શિક્ષિકા, મિસિસ ફૉન્સેકાએ પોતાના ડાબલાં જેવાં ચશ્માંમાંથી અરવિંદ તરફ જોતાં કહ્યું. તેઓ અરવિંદને માનાર્થે સંબોધતા ત્યારે મોટા ભાગે એનો અર્થ એ થતો કે તે મુશ્કેલીમાં છે.

'આય એમ સૉરી મૅમ, પણ તમે પ્રશ્ન ફરી વાર કહેશો?' પોતે નોંધેલા વ્યવહારની નોટબુક અને પૅન્સિલને ઉતાવળે સંતાડતા, વિનંતીના સ્વરમાં અરવિંદે પૂછ્યું. અંગ્રેજી સાહિત્યનો વર્ગ તેના હિસાબકિતાબ માટે સારો સમય હતો.

'તમે જો કદાચ મારા વર્ગમાં થોડું વધારે ધ્યાન આપ્યું હોત અને ચિતરામણ કરવામાં થોડું ઓછું, તો ફરીવાર કહેવા માટે વિનંતી કરવાની તમને જરૂર ન પડી હોત,' મિસિસ ફૉન્સેકાએ ઘૂરકિયું કરતા કહ્યું.

'આય એમ વૅરી સૉરી મૅમ,' ચહેરાને એ ક્ષણે શક્ય એટલો દયામણો બનાવતા અરવિંદે કહ્યું. સામી વ્યક્તિને એવો અનુભવ કરાવો કે, તેમની વાત સાચી છે, આ ટ્રિક હંમેશા મદદરૂપ થતી હતી. આ બાબત સામેની વ્યક્તિને થોડી કૂણી પાડી દેતી હોય છે.

'પ્રશ્ન,' નિઃશ્વાસ મૂકતા મિસિસ ફૉન્સેકાએ કહ્યું, '..એ હતો કે. ઑસ્કાર વાઈલ્ડે લખેલું છેલ્લું નાટક કયું હતું?'

પ્રશ્નનો જવાબ આપતા પહેલા અરવિંદે માથું ખંજવાળ્યું. 'ધ ઈમ્પોર્ટન્સ ઑફ બીઈંગ અ જીનિયસ,' તેણે આત્મવિશ્વાસપૂર્વક જવાબ આપ્યો.

'ધ ઈમ્પોર્ટન્સ ઑફ બીઈંગ અ જીનિયસ?' મિસિસ ફૉન્સેકાએ અવિશ્વાસ સાથે પૂછ્યું. 'તમે જરા પણ તૈયારી નથી કરી, મિસ્ટર બગડિયા! આ નામનું કોઈ નાટક જ નથી. ઑસ્કાર વાઈલ્ડે લખેલા છેલ્લા નાટકનું નામ હતું *ધ ઈમ્પોર્ટન્સ ઓફ બીઈંગ અર્નેસ્ટ.*'

'પણ મૅમ, યુનાઈટેડ સ્ટેટસમાં ઑસ્કાર વાઈલ્ડના આગમન વિશે વાંચ્યાનું મને યાદ છે,' અરવિંદે કહ્યું, જે બાબતમાં તેને રસ પડતો એ બધું તેને વિના પ્રયાસે યાદ રહી જતું અને જેમાં રસ ન હોય એવી કોઈ પણ બાબતો તેની સ્મૃતિમાંથી નીકળી જતી.

'મારા સવાલ સાથે તેનો શો સંબંધ?' સ્પષ્ટપણે ચિડાયેલાં દેખાતાં મિસિસ ફૉન્સેકાએ પૂછ્યું.

વર્ગમાંના અન્ય વિદ્યાર્થીઓમાં ધીમો ગણગણાટ ચાલી રહ્યો હતો. અરવિંદે પોતાની જાતને મુશ્કેલી પરિસ્થિતિમાં મુકી દીધી હતી. દર વખતની જેમ, આ વખતે પણ તે કઈ રીતે આમાંથી બહાર નીકળે છે, એ જોવું રસપ્રદ થઈ પડવાનું હતું.

'એટલું જ કે, 1882માં ઑસ્કાર વાઈલ્ડ ન્યૂ યૉર્ક બંદરે પહોંચ્યા ત્યારે એક અમેરિકન કસ્ટમ્સ ઑફિસરે તેમને પૂછ્યું કે તેમની પાસે જાહેર કરવા જેવું કંઈ છે,' અરવિંદે જવાબ આપ્યો.

'મિ. બગડિયા, તમારી વાતને કોઈ ધડ-માથું છે ખરૂં?' ગુસ્સાને કારણે પાગલ થવાની અણી પર આવી ગયેલાં મિસિસ ફૉન્સેકાએ પૂછ્યું.

અરવિંદે વાત આગળ વધારી.

'ચોક્કસ છે, ઑસ્કાર વાઈલ્ડે પ્રત્યુત્તર આપ્યોઃ *મારી પાસે મારી બુદ્ધિ પ્રતિભા (જીનિયસ) સિવાય જાહેર કરવા જેવું કશું જ નથી.*' અરવિંદે વાત આગળ વધારી. 'મૅમ, તમે એ બાબત સાથે તો જરૂર સહમત થશો ને કે, સંકલ્પશીલ (એર્નેસ્ટ) હોવા કરતાં બુદ્ધિશીલ (જીનિયસ) હોવું વધુ મહત્વનું છે.'

'મને એ વાત જરાય સમજાતી નથી કે, તું ભિખારીઓ પાસેથી સિક્કા શા માટે એકઠા કરે છે અને વળી તું તેમને પ્રીમિયમ પણ આપે છે,' અરવિંદનો એક સહપાઠી જોયદીપ ધીમેથી ગણગણ્યો, શાળા બાદ બંને જણ ઘર તરફ જઈ રહ્યા હતા. અરવિંદ ઊંચો અને ગોરો હતો, તો જોયદીપ બટકો અને શ્યામવર્ણો હતો. તેમની જોડી વિચિત્ર લાગતી હતી.

'મારા પિતા મને ચણા-મમરા જેવી રકમ ખિસ્સાખર્ચી તરીકે આપે છે,' અરવિંદે જવાબ આપ્યો.

'તેમનું કહેવું છે કે ગાંધીવાદી કરકસરના પાઠ મને જીવનમાં મદદરૂપ થશે! આથી મારે મારી આવક વધારવાના રસ્તા અવારનવાર શોધવા પડે છે.'

'પણ મેં તો તને પેલી પીળી-કેસરી લૅમન પીપર સિવાય ક્યારેય કોઈ ચીજ પર ખર્ચ કરતા જોયો નથી,' જોયદીપે દલીલ કરી. 'તું જે સિક્કા એકઠા કરે છે, તેનું તું શું કરે છે?'

'હું તે મિસ્ટર ભટ્ટાચારજીને આપું છું,' પીળી-કેસરી લૅમન પીપરને ચગળતાં-ચૂસતાં અરવિંદે જવાબ આપ્યો.

'કોણ?'

'મિસ્ટર ભટ્ટાચારજી. આપણી શાળાની કૅન્ટિન સંચાલકના તેઓ ભાઈ છે અને તેઓ બૅંગાલ એલોઈઝ નામની કંપની માટે કામ કરે છે,' અરવિંદે આત્મવિશ્વાસપૂર્વક જવાબ આપ્યો.

'અને તું જે સિક્કા આપે છે તેનાથી મિસ્ટર ભટ્ટાચારજી શું કરે છે? તેઓ સિક્કા સંગ્રાહક છે?' જોયદીપે કુતુહલપૂર્વક પૂછ્યું.

અરવિંદ હસી પડ્યો. 'તમારી પાછળ શું પડ્યું છે અને તમારી આગળ શું પડ્યું છે, એની સરખામણી તમારી અંદર શું પડ્યું છે એની સાથે કરશો તો પ્રથમ બે બાબતો ફીક્કી પડી જશે,' અરવિંદે કોયડામાં જવાબ આપ્યો.

'શું?'

'ટ્ચ. આજે સવારે જ મિસિસ ફૉન્સેકાએ અંગ્રેજી સાહિત્યના વર્ગમાં જે ભણાવ્યું તે તું ભૂલી ગયો! રાલ્ફ વાલ્ડો ઈમ્સર્ને કહ્યું છે કે,' અરવિંદે પોતાના મોઢામાંની પીપરને એક ખૂણેથી બીજા ખૂણે ફેરવતા જવાબ આપ્યો.

મોટા ભાગના સમયે, અરવિંદ માથાના દુખાવા જેવો હતો, 'તું શું કહેવા માગે છે?' સાવ ખીજવાઈ ગયેલા જોયદીપે પૂછ્યું.

'ભારતીય એક આનાના સિક્કાની એક તરફ અશોક સ્તંભની સિંહ મુખાકૃતિ છે અને બીજી તરફ બળદ છે. છાપ અને કાંટ,' અરવિંદે જવાબ આપ્યો.

'તો?'

'તમારી પાછળ શું પડ્યું છે અને તમારી આગળ શું પડ્યું છે - સિક્કાની બે બાજુઓ - બિનમહત્વની છે. આ બે બાજુઓની વચ્ચે જે પડ્યું છે - ધાતુ-એ જો કે, મહત્વનું છે,' અરવિંદે જવાબ આપ્યો.

'તો પછી તું આ સિક્કા ભેગા શા માટે કરે છે?' જોયદીપે અધીરાઈપૂર્વક માગણી કરી,

અરવિંદે પોતાના મિત્ર તરફ ગંભીરતાથી જોયું. 'આનાના સિક્કામાં કુપ્રો-નિકલ ધાતુ વપરાય છે, જેમાં 75 ટકા તાંબુ અને પચીસ ટકા નિકલ હોય છે. આનાના સિક્કાનું વજન આશરે 3.88 ગ્રામ હોય છે.'

'તું આ સિક્કા ભેગા શા માટે કરે છે?' જોયદીપ પોતાની વાતને વળગી રહ્યો.

'હાલના સમયમાં તાંબા અને નિકલની માગમાં જબરજસ્ત વધારો થયો છે,' જોયદીપની ચીડને અવગણતા અરવિંદે જવાબ આપ્યો. 'દરિયાના પાણીને કારણે લાગતા કાટ સામે તાંબુ-નિકલની મિશ્રધાતુ પ્રતિકાર કરે છે અને એટલે જ દરિયાઈ ઉપયોગની ચીજોની બનાવટમાં તેનો વપરાશ થાય છે. મારી માતા પાસેની અન્ય ચીજોમાં તાંબાનું એક કડું પણ છે. એ કડું મને આપી દેવા મેં તેને મનાવી-પટાવી જોઈ, પણ તે મને એ કડું આપવાની ના પાડે છે. તેનું કહેવું છે કે આ કડાનું એન્ટિક મૂલ્ય છે અને એ હું મોટો થયા બાદ જ સમજી શકીશ.'

'પણ આ વાત મારા સવાલનો જવાબ તો હજી ય આપતી નથી. તું સિક્કા શા માટે ભેગા કરે છે?' જોયદીપે પૂછ્યું.

'છેલ્લા વિશ્વયુદ્ધમાં મોટા ભાગના યુદ્ધ જહાજો ફૂંકી મરાયા હોવાથી, જહાજ બાંધણીની પ્રવૃત્તિઓમાં નવેસરથી તેજી આવી છે, અને આથી તાંબુ અને નિકલની માગ પણ ઊંચી છે,' આખરે અરવિંદે કહ્યું. 'હું સિક્કા ભેગા કરૂં છું કેમ કે, કેટલાક સિક્કામાં વપરાતી આ ધાતુઓની ઊંચી માગે તેના ચલણ મૂલ્ય કરતાં તેની કિંમત વધારી દીધી છે.'

પોતાનો મિત્ર જે કંઈ કહી રહ્યો હતો એ વાત હજમ કરવા જોયદીપ માથું ખંજવાળવા લાગ્યો.

'આ વાત અડધા-આના, એક-આના અને બે-આનાના સિક્કા માટે પણ સાચી છે. હાલ, આ સિક્કાની કિંમત તેમના ચલણ મૂલ્ય કરતાં 40 ટકા વધુ છે! હું ગલીના આ રખડુઓને દસ ટકા પ્રીમિયમ આપું છું અને મિસ્ટર ભટ્ટાચારજી વધુ દસ ટકા પોતાના માટે રાખે, તો પણ હું જે સિક્કાની લેવડદેવડ કરૂં છું એ દરેક પાછળ મને અધધધ... કહી શકાય એવો 20 ટકાનો નફો થાય છે.'

આ પર્યટન પાછળ ઘણું બધું આયોજન લાગ્યું હતું. તેને શક્ય બનાવવા માટે અનેક અઠવાડિયાથી નાણાંની બચત કરાઈ હતી. જ્યારથી આ ફિલ્મ રિલીઝ થઈ હતી ત્યારથી જ અયુબને તે જોવા જવાની ઈચ્છા હતી, પણ કૂલીના પગારનો અર્થ થાય છે સંયમ અને ધીરજ.

પિલા હાઉસ તરફ જતી વખતે નાના અરબાઝે પોતાના માતા-પિતા તરફ નજર કરી. બ્રિટિશ સત્તાવાળઆઓએ આ વિસ્તારમાંના બધા જ કબ્રસ્તાન 1830માં બંધ કરી નાખ્યા હતા, જેથી તેની જગ્યાએ પ્લૅ હાઉસ નામના જુગારખાનાં અને થિયેટર્સ બાંધી શકાય. 'પ્લૅ હાઉસ' શબ્દનો ઉચ્ચાર ન કરી શકતા સ્થાનિકો આ વિસ્તારનો ઉલ્લેખ *પીલા હાઉસ* તરીકે કરતા. આ નામ ત્યારબાદ આ સ્થળ સાથે કાયમ માટે ચોંટી ગયું હતું.

'અહીંથી આપણે વળવાનું,' અયુબે, અરબાઝને પોતાની સાથે જોરપૂર્વક ખેંચતા કહ્યું.બહારના સાઈનબોર્ડ પર લખ્યું હતું 'રૉયલ ટૉકીઝ'.

ફિલ્મના કલાકારો પ્રદીપકુમાર, બીના રૉય અને નૂરજહાંને રજૂ કરતા હાથે ચીતરેલા પૉસ્ટરની નીચેના કમાનાકાર પ્રવેશદ્વાર હેઠળથી તેઓ પસાર થયાં. ફિલ્મનું નામ હતું *અનારકલી* અને તેનું નિર્માણ કર્યું હતું ફિલ્મીસ્તાને.

રૉયલ ટૉકીઝમાં પણ મૂળ તો નાટક જ ભજવાતાં પણ છેવટે સિનેમાના પરદા માટે રંગભૂમિના તખ્તાએ જગા કરી આપી હતી. 600 વ્યક્તિઓની બેઠક ક્ષમતાને કારણે બહાર હકડેઠઠ ભીડ હતી. બૉમ્બે બોલીવૂડથી ધરાતું નહોતું. માત્ર રૉયલ ટૉકીઝ જ નહીં પણ એડવર્ડ, ન્યૂ રોશન ટૉકીઝ, આલ્ફ્રેડ, નિશાંત, ગુલશન, ઈમ્પિરિયલ અને કૅપિટોલ જેવા અન્ય સિનેમાની બહાર પણ હંમેશા હાઉસફૂલનું પાટિયું ઝૂલતું જોવા મળતું.

ચોકથી શોનો સમય લખેલા વિશાળ કાળા પાટિયાને કારણે બુકિંગ કારકૂન લગભગ સાવ ઢંકાઈ જતો હતો, આથી ટિકિટના પૈસા આપવા અયુબ ઝૂક્યો.

એ દિવસે ફિલ્મના ચાર શો હતા - 12.30, 3,30, 6.30 અને 9.30. ચાર આનાની એક એવી ત્રણ ટિકિટો બૉક્સ ઑફિસ પરથી શેખ પરિવારે ખરીદી.

તેઓ અંદર પ્રવેશ્યા, મોનોક્રૉમ ચેસબૉર્ડની પૅટર્ન ધરાવતી ફરસવાળી લૉબીને વટાવતા તથા તળેલા નાસ્તા અને સોડા ફાઉન્ટનના વજન તળે દબાઈ ગયેલા કાઉન્ટરને અવગણતા આગળ વધ્યા. અરબાઝને ખાણી-પીણીની એ ચીજો પાસેથી રીતસર ઢસડીને લઈ જવાયો. કેમ કે, શેખ પરિવારને માત્ર ટિકિટનો જ ખર્ચ પરવડી શકે એમ હતો.

એ પછીના બે કલાક અને પંચાવન મિનિટ, શેખ પરિવાર, પરદા પરના દૃશ્યોના પ્રભાવ તળે આવી બેઠો રહ્યો. નાદિરાએ દાડમનું ફૂલ માગ્યું અને અકબરે તેને અનારકલી નામ આપ્યું ત્યારે તેઓ હસ્યાં. પોતાના દરબારમાં નશાની હાલતમાં નાચવા બદ્દલ અકબરે અનારકલીને કેદખાનામાં નાખી ત્યારે તેઓ રડ્યાં. લતા મંગેશકરના અવાજ સાથે તેમણે પણ ગાયું *'યે ઝિંદગી ઊસી કી હૈ'*. અકબર અને સલીમ વચ્ચેનો સંઘર્ષ ચરમસીમાએ પહોંચ્યો ત્યારે તેમના શ્વાસ અધ્ધર થઈ ગયા હતા. અંદરના અંધકાર અને ઠંડકભર્યા માહોલમાંથી બહાર ગલીમાં પ્રવેશતી વખતે અરબાઝે પોતાના પિતાને પૂછ્યું, 'પોતાના દીકરા સાથે અકબરે આટલું ખરાબ વર્તન શા માટે કર્યું?'

અયુબે જવાબ આપતા પહેલા પ્રશ્ન પર એકાદ ક્ષણ માટે વિચાર કર્યો. 'કમનસીબે, સત્તા અને પ્રેમ વચ્ચેના સંઘર્ષમાં મોટા ભાગે સત્તાની જીત થાય છે, દીકરા,' તેણે કહ્યું.

બૉમ્બેના ઉનાળાની ભેજવાળી ગરમીમાં ગલીમાં ચાલી રહેલા અરબાઝે નિસાસો નાખ્યો. કરિયાણાવાળાની દુકાન સુધીની આ વધુ એક લાંબી ખેપ હતી. તેની પાસે કંઈક ને કંઈક મગાવવાની તેની માતાની પાસે જાણે કાયમી યાદી હતી.

અરબાઝે વિચાર કર્યો કે ડોંગરીની ગલીના નાકે જાવેદ અને તેના ટપોરીઓની ટોળકી તેની રાહ તો નહીં જોતી હોય ને. છેલ્લે તે ત્યાંથી પસાર થયો હતો ત્યારે એ ટોળકીએ તેને બોચીઓથી ઝાલ્યો હતો અને તે જાણે પન્ચિંગ બૅગ હોય એમ બધાએ વારાફરતી તેનો ઉપયોગ માર મારવા માટે કર્યો હતો.

એ ઊંચા પાતળા છોકરાના હાથ-પગ લાંબા હતા અને તેની આંખો ઢળતી હતી. તેના વાળ કાળા ભમ્મર હતા, પણ તેની માતાએ લગાડેલી મહેંદીને કારણે તે કથ્થઈ રંગના દેખાતા હતા. તેના ગોરા વાન પર આછા ફૂટી નીકળેલા ખીલ જાણે કલંક જેવા હતા અને આ બાબત તેને શરમમાં નાખતી હતી. અરબાઝ એક આસાન બકરો હતો.

અરબાઝે પોતાના હાથ સમાંતર ચોકડીઓવાળા પાંસળીદાર વણાટ ધરાવતા પાટલૂનમાં નાખી રાખ્યા હતા. આ એ જ કાપડ હતું, જેનો ઉપયોગ બ્રિટિશ કામદારો માટે ડંગરી બનાવવા થતો. ખરેખર તો, *'ડંગરી'* શબ્દ ડોંગરી શબ્દનું વરવું અંગ્રેજીકરણ જ હતું.

ડંગરી બદલાઈ નહોતી પણ ડોંગરી બદલાઈ ગયું હતું. તે હવે મુંબઈની અંધારી આલમનું નવું ઉછેર કેન્દ્ર હતું.

અબ્દુલ દાદાનું નામ તરત ભયની લાગણી પેદા કરે એવું હતું. તેની આણ ક્રૉફર્ડ માર્કેટથી લઈને જે.જે.હૉસ્પિટલ સુધીના વિસ્તારમાં પ્રવર્તતી હતી. ઉમરખાડી, ચકલા બજાર, નળ બજાર, કામાઠીપુરા અથવા ચોર બજારમાં રહેતો કોઈ પણ સામાન્ય નાગરિક અબ્દુલ દાદાની તરફેણમાં રહ્યા વિના આ વિસ્તારમાં રહી શકતો નહીં.

ગલીના નાકે દાદાગીરી કરતો કિશોર વયનો જાવેદ એક મગતરૂં હતો પણ અરબાઝની નજરમાં તે અબ્દુલ દાદા કરતાં પણ વધુ શક્તિશાળી હતો. અકાદ-બે અઠવાડિયા પહેલા, તેમણે દેશી દારૂનો અડ્ડો ચલાવનારાને ફટકાર્યો હતો કેમ કે તેણે આ ટોળકીને મફતમાં દારૂ આપવાની ના પાડી દીધી હતી. બીજી વાર, તેમણે એક પોસ્ટમેનને ચાકુની અણીએ ધમકાવીને તેના થેલામાંનાં મની ઑર્ડરના નાણાં પડાવી લીધાં હતાં. અરબાઝ ગલીના નાકે વળ્યો અને તેને જે બાબતનો સૌથી વધુ ડર હતો, એ સાચો પડી.

જાવેદ વીજળીના થાંભલાને અડીને ઝળૂંબતા મોતની જેમ ઊભો હતો, તેની આસપાસ તેના જી હજૂરિયાઓની મંડળી હતી. 'જુઓ તો ખરા... કોણ આવ્યું છે?' જાવેદે મોટેથી કહ્યું. 'લાગે છે નાનો અરબાઝ બિચારી શબાના માટે કંઈક લેવા નીકળ્યો છે. મને વિચાર આવે છે કે તેના ખિસ્સામાં કેટલી રકમ હશે. રશિદ, ઉપાડ આને... ખબર તો પડે કે આ કેટલાનો આસામી છે.'

પહેલવાન જેવો એક છોકરો આગળ આવ્યો અને તેણે અરબાઝને નીચે પાડી દીધો. અરબાઝને પગેથી ઝાલીને ઊંધો લટકાવી રાખતા તે તેને ત્યાં

સુધી જોરજોરથી હલબલાવતો રહ્યો, જ્યાં સુધી તેના ખિસ્સામાંના સિક્કા નીચે ન પડ્યા. 'કંઈ ખાસ હોય એવું લાગતું નથી,' જાવેદે કહ્યું. એક ક્ષણ રોકાઈને તેણે ઊંધા લટકતાં અરબાઝનું ઉપરથી નીચે સુધી નિરીક્ષણ કર્યું.

'રશિદ, એને નીચે મુકી દે,' જાવેદે તિરસ્કારપૂર્વક કહ્યું. પહેલવાને અરબાઝને સાવ નફીકરાઈથી ફૂટપાથ પર ફેંક્યો.

'હવે તેનાં કપડાં ઉતારી લે,' જાવેદે આદેશ આપ્યો.

'પણ-પણ...' અરબાઝ થોથવાતાં બોલ્યો.

'ખિસ્સામાં પૂરતાં નાણાં લઈને નીકળવું એ તારી ફરજ છે. જ્યારે પણ તું ઓછા પૈસા લઈને નીકળીશ, અમે તારાં કપડાં લઈ લઈશું. અમે કાંઈ સખાવત ખાતું નથી ચલાવતા!'

જાવેદ અદબ વાળીને ઊભો રહ્યો અને પોતાની સાથે બેહુદું વર્તન ન કરવાની વિનંતી કરી રહેલા દુબળા-પાતળઆ છોકરાનાં કપડાં કાઢી રહેલા પોતાના સાગરિતોને આત્મસંતોષની ભાવના સાથે જોઈ રહ્યો. થોડીક ક્ષણો બાદ, અરબાઝ સાવ નિર્વસ્ત્ર અને સદંતર એકલો હતો. એ લોકો તેનો જાંઘિયો સુદ્ધાં લઈ ગયા હતા, પણ તે પોતાનાં આંસું પણ લૂંછી શકે એમ નહોતો. કેમ કે, તેના હાથ તેના શરીરના કેટલાક ચોક્કસ ભાગોને ઢાંકવામાં વ્યસ્ત હતા.

અને ત્યારે તેની અંદર કશું ક છટક્યું અને અરબાઝ હવે પછી પહેલા જેવો ક્યારેય રહેવાનો નહોતો. મહાત્મા ગાંધીએ એક વાર કહ્યું હતું કે આંખ સાટે આંખ, આખી દુનિયાને આંધળી કરી નાખશે.

દુનિયાનો આંધળી થવાનો સમય આવી ગયો હતો.

અરબાઝ પોતાના ટેબલ પર બેઠો. ટપાલ ખાતા દ્વારા બહાર પાડવામાં આવેલું નવ પૈસાનું પોસ્ટકાર્ડ તેની સામે પડ્યું હતું.

તેની સામે ઊર્દુનું એક પુસ્તક પણ પડ્યું હતું. તેનું શીર્ષક હતું મિર્ઝા અસદુલ્લાહ ખાન ગાલિબના ઊર્દુ પત્રો. શેખ પરિવારના ઘરમાં પુસ્તકો ભાગ્યે જ દેખાતાં. અરબાઝે આ પુસ્તક શાળાનાં શિક્ષિકા પાસેથી ઉછીનું લીધું હતું.

'અસ્સ-સલામ-આલેકુમ..' લિપી તથા જોડણી બરાબર છે કે નહીં તેની તકેદારી સાથે, તેણે ધ્યાનપૂર્વક લખ્યું.

'અલ્લાહની મહેરબાનીથી, હું તમને નમ્ર વિનંતી કરું છું કે...' તેણે યોગ્ય વાક્ય માટે ગાલિબના પુસ્તકનો સંદર્ભ લેતા લખ્યું. લખાણનો સૂર પાકટ હોવાની સાથે આદરભાવયુક્ત રાખવો પણ જરૂરી હતો.

પત્ર લખાઈ ગયા બાદ, તેણે પોતાના કામ પર ગર્વભરી નજર નાખી. ગલીના નાકા પરની ટપાલ પેટીમાં પોસ્ટકાર્ડ નાખ્યા બાદ તેણે ઊંડો શ્વાસ લીધો.

ખરી કસોટી તો આજે રાત્રે થવાની હતી.

સૅન્ડહર્સ્ટ રોડ સ્થિત એ ઘર શાંત હતું, કેમ કે તેના તમામ રહેવાસીઓ ઝંપી ગયા હતા. અરબાઝ બે કલાક કરતાં વધુ સમયથી રેલવેના પાટાની નજીક ઊભડક બેસી રહ્યો હતો. આખી યોજનાની સમીક્ષા તેણે અનેક વાર મનોમન કરી લીધી હતી. તે જાણતો હતો કે તેની વ્યૂહરચના જરા પણ આડીઅવળી થઈ, તો તે બહુ મોટી મુશ્કેલીમાં મુકાઈ જવાનો હતો.

તે આળસ મરડતાં ઊભો થયો. તેના પાટલૂનના જમણા ખિસ્સામાં તેણે કશું ક અનુભવ્યું. એ ત્યાં જ હતું. આ ચીજને ખરીદવામાં મહિનાઓની બચત ખર્ચાઈ હતી. તેની આંગળીઓ પ્લાસ્ટિકને સ્પર્શી ત્યારે તેને ફરી ખાતરી થઈ. તે એક ક્ષણ માટે ખચકાયો, પોતે યોગ્ય કરી રહ્યો છે ને એવો વિચાર તેના મનમાં ઝબક્યો. પણ પછી, પોતે નગ્ન અવસ્થામાં ઘરે પહોંચ્યો હતો અને ગલીના તોફાની છોકરાઓ તેની પાછળ-પાછળ આવતાં કેવી ગંદી મજાક કરી રહ્યા હતા, એ બધું જ તેને વિગતવાર યાદ આવ્યું. તેણે મન બનાવી લીધું.

બિલ્લીપગે તેણે પાટા ઓળંગ્યા અને બે માળના ઘર સુધી પહોંચ્યો. ઘરની બહારની તક્તી પર નામ વંચાતું હતું એમ.જે.રહેમાન, એડવોકેટ. અરબાઝે ઝાંપાનો દરવાજો ખોલ્યો અને રાતની સ્થિરતામાં થયેલા એ દરવાજાના કિચૂડાટથી તેના હૃદયમાં ફફડાટ મચી ગયો.

ગભરાતાં-ગભરાતાં, જમીન પર અહીં તહીં મુકેલા છોડવાઓથી બચતાં-સંભાળતાં સાવચેતીપૂર્વક તે ઘર તરફ આગળ વધ્યો. આખી રાત જે બારી

પર તે નજર રાખીને બેઠો હતો એ તરફ તેણે ફરીવાર ઉપર જોયું. એ બારી સાવ ખૂલ્લી હતી.

કેરળના નારિયેળ-તોડુઓ જેવી ચપળતા અને નજાકતથી ડ્રેઈન પાઈપની મદદથી તે ઉપર ચડી ગયો. મિત્રોથી વંચિત અરબાઝે, અનેક દિવસો સુધી ઝાડ પર ચડવામાં તથા તેમાં સંતાઈ રહેવાની પ્રવૃત્તિ કરી સમય પસાર કર્યો હતો. તેનામાં બળનો અભાવ હતો, પણ આ બાબતનું સાટું જાણે કે ચપળતા અને ઝડપમાં વળી ગયું હતું.

કેટલાક પ્રાણીઓ શિકાર કરે છે. કેટલાક સંતાઈ રહે છે.

તે બારી સુધી પહોંચ્યો અને અંદર ડોકિયું કર્યું. પલંગ પરની આકૃતિને તે સ્પષ્ટપણે જોઈ શકતો હતો. આ આકૃતિનું ખૂલ્લું મોઢું નસકોરાં બોલાવી રહ્યું હતું, નસકોરાંના તાલ પર મોઢું વિસ્તરતું અને સંકોચાતું હતું. અરબાઝે પોતાની જાતને બારીની છાજલી પર ખેંચી અને ચોરપગલે તે ઓરડામાં પ્રવેશ્યો.

એકાદ મિનિટ માટે તે સ્થિર ઊભો રહ્યો, જેથી તેની આંખો અંધારા સાથે મેળ બેસાડી શકે,. પછી તે ઓરડામાંના મેજ સુધી ચાલ્યો અને તેનું એક ખાનું ખોલ્યું. બૉમ્બેના ભેજે લાકડાને ફૂગાવી દીધું હતું, આથી ખૂલતાં જ ખાનાએ અવાજ કર્યો. પલંગ પરની આકૃતિ નસકોરાં બોલાવતી બંધ થઈ. અરબાઝ ભયથી થીજી ગયો. એકાદ મિનિટ કરતાં વધુ સમય સુધી તે હલ્યા વિના જાણે કે થીજેલો હોય એમ ઊભો રહ્યો અને જાણે ચમત્કાર થયો હોય એમ નસકોરાં ફરી શરૂ થયાં. પોતાનું કામ પૂરૂં કરવાની શરૂઆત કરતા જ તેણે નિરાંતનો શ્વાસ લીધો.

'એને મારો નહીં... હું ભીખ માગું છું એને મારો નહીં...!' ઝડપી ન્યાય આપતા હોય એમ વધુ એકવાર એડવોકટ મોહમ્મદ જફર રહેમાને પોતાનો પટ્ટો વીંઝયો ત્યારે માતાએ વિનંતી કરી.

'તેનું ગેરવર્તન મેં હજાર વાર ચલાવી લીધું છે!' રહેમાન મિયાંએ પોતાના સ્વભાવ વિરૂદ્ધ ગુસ્સામાં રાડ પાડી. 'શાળામાં ન જવું અને પરીક્ષામાં નાપાસ થવું, અક્કલમઠ્ઠાઓની ટોળકીના સરદાર બનીને ફરવું અને પાડોશીઓને રંજાડવા... પણ આ તો હદ જ થઈ ગઈ!'

થડડડ! ચામડાનો પટ્ટો જાવેદ પર ફરી વીંઝાયો, આ વખતે તેનું ઉતરાણ સાથળ પર થયું હતું. તેની પીઠ અને પગ પર જ્યાં-જ્યાં તેના પિતાના પટ્ટાનો માર લાગ્યો હતો ત્યાં-ત્યાં ઊંડા લાલ સોળ પડી ગયા હતા. પોતાના પગ પર ઊભા રહેવાના પ્રયાસમાં છોકરાએ પીડાનો ચિત્કાર નાખ્યો.

'તારા લાડને કારણે જ આ બધું બગડ્યું છે,' પટ્ટાનો વધુ એક પ્રહાર કરવાની તૈયારીમાં આવી ગયેલા એડવોકેટે પત્નીને કહ્યું અને બૉલીવૂડની ફિલ્મોમાં અપરાધ સામે જંગ પોકારનારની અદામાં તેમણે એ પટ્ટો વીંઝયો.

'મહેરબાની કરી ને તમે આપણા દીકરાને આમ બેરહેમીથી મારવાનું બંધ કરશો અને મને એ કહેશો કે તેણે એવું તે શું મહાભયંકર કરી નાખ્યું છે?' વ્યાકુળ થઈ ગયેલી માએ પૂછ્યું.

'આ જોયું?' રહેમાન મિયાંએ આછા સફેદ રંગનો પાવડર ભરેલું પ્લાસ્ટિકનું પૅકેટ દેખાડતા કહ્યું. ' આ મેજના ખાનામાં હતું. આ હેરોઈન છે! આપણો દીકરો ધંધાદારી ડ્રગ-ડીલર છે!'

'તને આ ક્યાંથી મળ્યું જાવેદ?' બેબાકળી બની ગયેલી તેની માતાએ પૂછ્યું.

'હું સાચું કહું છું અમ્મી, મને ખરેખર ખબર નથી,' જાવેદે મંદ અવાજે જવાબ આપ્યો.

'નાલાયક!' પોતાના પટ્ટાને વધુ એકવાર વીંઝતા રહેમાન મિયાંએ કહ્યું, આ વખતે ચામડું જાવેદના બરડા પર બરાબર ચોંટ્યું. જાવેદ સંતુલન ગુમાવી ફરસ પર પડ્યો.

'આ ડ્રગ્સ જાવેદનું જ છે, એ તમે ખાતરીપૂર્વક કઈ રીતે કહો છો?' આ સવાલથી મારવાનું બંધ થઈ જશે એવી આશાએ રહેમાન મિયાંની શરીક-એ-હયાતે પૂછ્યું.

'તારા જેવી જ એક બીચારી, દુઃખી માતાએ મને લખી જણાવ્યું છે,' રહેમાન મિયાંએ જવાબ આપ્યો. ' તેણે મને પોસ્ટકાર્ડ મોકલ્યું છે. લે આ વાંચ અને મને કહે કે આ નમૂનો, જેને આપણે આપણો દીકરો કહીએ છીએ, તેના પર દયા દેખાડવા જેવી છે કે નહીં?'

જાવેદની માતાએ પોતાના પતિના હાથમાંથી પોસ્ટકાર્ડ લીધો અને વાંચવા લાગી.

અસ્સ-સલામ- આલેકુમ રહેમાન સાહબ. હું મદદ માટે બીજા કોઈની પાસે જઈ શકું એમ નથી. તમારો દીકરે જે ડ્રગ્સ વેચે છે તેનો બંધાણી મારો

દીકરો બની ગયો છે. તેની આ લત છોડાવવાના મેં મારાથી બનતા તમામ પ્રયાસો કર્યા છે, પણ મને તેમાં સફળતા મળી નથી. તમારો દીકરો એ વાતની તકેદારી રાખે છે કે તેના ગ્રાહકો આ લતના બંધાણી બન્યા રહે. હું પોલીસમાં પણ જઈ શકતી નથી, કેમ કે તેઓ સૌથી પહેલા મારા દીકરાની જ ધરપકડ કરશે. હું જાણું છું કે તમે એક પ્રતિષ્ઠિત વકીલ અને સજ્જન છો. અલ્લાહનો વાસ્તો આપી હું તમને નમ્ર અરજ કરૂં છું કે આ અભિશાપમાંથી મને મુક્તિ મળે એવું કંઈક કરો. હું સદાય તમારી ઋણી રહીશ.

– એક માતા જે પોતાનો દીકરો પાછો ઈચ્છે છે.

'તું આવું કઈ રીતે કરી શકે જાવેદ?' રહેમાન મિયાંની પત્નીએ પૂછ્યું, તેનો ચહેરો ગુસ્સાથી લાલઘૂમ થઈ ગયો હતો.

'દર વર્ષે તું નાપાસ થતો રહ્યો ત્યારે હું તને બચાવતી રહી, જ્યારે તું કોઈ તોફાન કરી ને આવતો ત્યારે તારા પિતા સામે ઢાલ બનીને હું ઊભી રહી, તારા શિક્ષકો મને શાળામાં બોલવતા ત્યારે તારા વતી મેં તેમને બહાના આપ્યા છે, માફીઓ માગી છે...'

'અમ્મી, હું કસમ ખાઈને કહું છું... આ ચીજ મારી નથી!' પોતાની સાથે આ રમત કોણે કરી છે એ સમજવા માટે મગજને આવેશપૂર્વક તકલીફ આપતાં-આપતાં જાવેદે વિનંતીના સૂરે કહ્યું

'ચૂપ થા!' અમ્મીએ વચ્ચે જ તેની વાત કાપી નાખી. 'તારા અબ્બુ સાચું જ કહે છે. હું તારી સાથે વધારે પડતી હળવાશથી કામ લઉં છું. પણ આજથી આ બધું બદલાઈ જશે.'

પોતાના શૌહર તરફ વળતા તે બોલી, 'મને લાગે છે કે તેને થોડા વધુ ફટકાની જરૂર છે.' એ પછી તેણે પીઠ ફેરવી લીધી અને ઓરડાની બહાર જતી રહી.

રહેમાન મિયાંના ઘરની સીમા પરના ઝાડની ટોચ પરથી અરબાઝે આખી ઘટના જોઈ અને તેના ચહેરા પર સંતોષનું આછું સ્મિત આવી ગયું.

કેટલાક પ્રાણીઓ શિકાર કરે છે. કેટલાક સંતાય છે. અને કેટલાક સંતાઈને શિકાર કરે છે.

ઈકબાલ અને અરબાઝ એકબીજાની બાજુમાં ઊભા હતા ત્યારે કજોડા જેવા લાગતા હતા. ઈકબાલના ખભા પહોળા, બાવડા સ્નાયુબદ્ધ અને તેની સાથળો

કુસ્તીબાજ જેવી હતી. બીજી બીજુ, અરબાઝ ઊંચો અને પાતળો હતો. ઈકબાલે અબરખના પતાકડા જેવા એ છોકરા સામે વધુ એકવાર જોયું.

'હું તને તાલીમ આપું એવું તું ઈચ્છે છે?' તેણે પૂછ્યું. 'શા માટે?'

'કેમ કે, જે-તે આવીને મારા પર હાથ સાફ કરી જાય છે, એનાથી હું કંટાળી ગયો છું,' અરબાઝે જવાબ આપ્યો. તે સ્થાનિક *તાલીમખાના*માં હતો જે સ્થાનિક હિન્દુ *અખાડા*થી ખાસ અલગ નહોતું. સૌથી મોટો તફાવત એ હતો કે અહીંની દીવાલો પર હિન્દુ દેવી-દેવતાઓની છબિએ નહોતી. એને બદલે કુરાનની એક અયાત હતી. ઈકબાલ સ્થાનિક પહેલવાન હતો જે આ તાલીમખાનું ચલાવતો હતો.

'તારી તાલીમ આ ક્ષણથી જ શરૂ થાય છે,' ઈકબાલે કહ્યું.

'આ પલંગ પર ઊભો રહે.'

અરબાઝે પોતાના પ્રશિક્ષકના સૂચન પર અમલ કર્યો. ઈકબાલે એ ઓરડાના ખૂણામાં પડેલા પાંજરામાંથી એક મરઘીને બહાર કાઢી અને તેને પલંગની નીચે ધકેલી, તેણે અરબાઝના હાથમાં એક લાકડી આપી. 'આ મરઘીને પલંગની નીચેથી બહાર આવતી રોકવી એ તારૂં કામ છે. યાદ રહે, તારે મરધીને અડકવાનું નથી. આ પલંગની ચારે બાજુ ઝડપથી લાકડી ફેરવીશ એટલે તારૂં કામ થઈ જશે.'

મરઘીને છટકી નીકળવામાં દસ સેકન્ડથી પણ ઓછો સમય લાગ્યો હશે.

ઈકબાલ હસી પડ્યો. તેણએ અરબાઝ પાસેથી લાકડી લીધી અને પોતાના એક શાર્ગિદને પાંખ ફફડાવતું એ પક્ષી પકડી લાવી પલંગની નીચે નાખવા કહ્યું. 'હવે ધ્યાન આપ,' પક્ષીને સ્પર્શયા વિના પલંગની ચારેબાજુ તેણે લાકડી ઘુમાવવા માંડી. 'આપણે કૃત્રિમ અંતરાય ઊભો કરવાનું કામ કરીએ છીએ. પક્ષી વિચારે છે કે પલંગની ચારે બાજુ દીવાલ છે. આ પ્રકારની ઝડપે તું લાકડી ફેરવતા શીખે એવી મારી અપેક્ષા છે. સમજાયું?' અરબાઝે માથું ધુણાવ્યું.

'આ બેગી પેન્ટની નીચે તે શું પહેર્યું છે?' ઈકબાલે અચાનક જ પૂછ્યું.

'જાંઘિયો,' અરબાઝે કહ્યું.

'આ લે, આવતી કાલે પાછો આવે એ પહેલા આ પહેરીને આવજે,' ઈકબાલે તેને લંગોટ અને તેલની શીશી આપતા કહ્યું. 'કુસ્તીના મુકાબલા માટે તને આની જરૂર પડશે. તું અહીં આવે ત્યારે તારા આખા શરીરે આ ચોળજે.'

'આ શું છે?' અરબાઝે પૂછ્યું.

'તલનું તેલ,' ઈકબાલે કહ્યું. 'બાના, બનેઠી, બિનૌત અને ખરી ઘટકા વિશે ક્યારેય સાંભળ્યું છે?'

'ના,' અરબાઝે સ્વીકાર્યું.

'આ બધા સ્વરક્ષાના વિવિધ ભારતીય પ્રકારો છે, હું તને આ બધું શીખવવાનો છું. તારી તાલીમ પૂરી થશે ત્યાર સુધીમાં તો કાપડના ટુકડામાં બાંધેલો સિક્કો પણ તારા હાથમાં આવતા જ ઘાતક હથિયાર બની જશે.'

'દરરોજ હું કયા સમયે આવું?' અરબાઝે પૂછ્યું.

'પરોઢની નમાઝ બાદ અહીં આવજે. આ ચમત્કાર પ્રાપ્ત કરવા તને અલ્લાહના આશીર્વાદની જરૂર પડશે. તારી તાલીમ રોજ બે કલાક ચાલશે. આ લે, આ પી જા.'

ગ્લાસ પકડીને ઊભેલા એક છોકરાએ અરબાઝ ભણી ગ્લાસ લંબાવ્યો.

'આ શું છે?' અરબાઝે પૂછ્યું.

'પીસેલી બદામવાળું દૂધ,' ઈકબાલે જવાબ આપ્યો. 'દરરોજ તારી તાલીમ બાદ આ દૂધનો આખો ગ્લાસ તારે પીવાનો રહેશે. ઘરે, તારે દાળ અને મટન ખાવું જોઈએ. પ્રૉટિન તારા શરીરને હૃષ્ટપુષ્ટ બનાવશે. આવતી કાલે મળીએ.'

અરવિંદનું ધ્યાન તેની તરફ રૂડેન સ્ટ્રીટની સામેની તરફથી ખેંચાયું હતું. છોકરાઓની સ્કૂલનો મુખ્ય દરવાજો લૂડેન સ્ટ્રીટ પર હતો, છોકરીઓની શાળાનો મુખ્ય પ્રવેશદ્વાર રૂડેન સ્ટ્રીટથી હતો. આ બે લા માર્ટિનિયર શાળાઓ, એક છોકરાઓ માટેની તથા બીજી છોકરીઓ માટેની, રૂડેન સ્ટ્રીટ પર એકમેકની સામે જ હતી.

એ છોકરી મોહક હતી. શ્યામવર્ણી બંગાળી સુંદરી, જેની આંખો ઊંડી હતી અને તે સ્મિત કરતી ત્યારે તેના ગાલ પર ખંજન પડતા, આવું વારંવાર થતું. અરવિંદ સિક્કા એકઠા કરવાની ફેરી પર હતો ત્યારે તે પોતાની કેટલીક બહેનપણીએ સાથે દરવાજામાં પ્રવેશી, અને અરવિંદ તેને જોયા પછી તેના પરથી નજર હટાવી શક્યો નહોતો. આ પહેલા તેણે આવું કશું અનુભવ્યું નહોતું. અને સૌથી ખરાબ બાબત તો એ હતી કે, પોતાને થતી આ અનુભૂતિ વિશે તે કોઈની સાથે ચર્ચા કરી શકે એમ નહોતો. તેના માતા-પિતા સાથે

તો નહીં જ નહીં. અને તેનો મિત્ર જોયદીપ તો આવી બાબતોમાં સાવ રોંચા જેવો હતો.

પોતાની ઓળખ આપવા માટે ખૂબ શરમાતા અને બીજા કોઈ પાસેથી તેનું નામ જાણવા માટે ખૂબ ડરતા અરવિંદે રૂડેન સ્ટ્રીટ પર રાહ જોતા રહી ચોરીછૂપીથી તેની એક ઝલક પામી લેવાનું જ મુનાસિબ માન્યું. થોડાક દિવસ બાદ તેણે તેની એક સખીને શાળાના દરવાજામાંથી એકલી જ બહાર નીકળતી જોઈ. આ જ મોકો હતો, આજે નહીં તો ક્યારેય નહીં.

છોકરી સુધી ચાલીને જતી વખતે તેનું દિલ જોર-જોરથી ધબકી રહ્યું હતું.

'મ..મ...ને માફ કરજે, શું હું તને એક પ્રશ્ન પૂછી શકું છું?' તે થોથવાયો.

એ છોકરી એક ખાનગી કાર તરફ જઈ રહી હતી પણ તે એક ક્ષણ માટે થોભી અને તેની તરફ પ્રશ્નસૂચક નજર નાખી.

'હું વિચારી રહ્યો હતો કે શું તું મને તારી બહેનપણીનું નામ કહી શકીશ,' અરવિંદે નર્વસ થઈ અસ્પષ્ટ બકવાટ કર્યો, ' એ જ છોકરી જે ઘણીવાર તારી સાથે હોય છે.'

'હું તને શા માટે કહું?' તેના પ્રશ્નનો છેદ ઉડાડતી હોય એવી અદામાં છોકરીએ પૂછ્યું.

અરવિંદનું મગજ જાણે કે થીજી ગયું. આ સવાલની અપેક્ષા તેણે રાખી નહોતી. ખુલાસો આપવાનો સંઘર્ષ કરતી વખતે તેણે નોંધ્યું કે પોતાની નાડીના ધબકારાને તે અનુભવી રહ્યો હતો.

'મને લા-લાગે છે,' તે ડરતાં ડરતાં થોથવાયો. 'મને લાગે છે કે હું-હું-'

'ઝટ બોલને,' છોકરીએ કહ્યું. 'તને શું લાગે છે?'

'મને લાગે છે... કે હું તેના પ્રેમમાં છું.'

ધડ. તેણે આ વાત કહી દીધી. શરૂઆતનો થોથવાટ બાદ કરતાં આ વાત સારી રીતે તે કહી શક્યો હતો. છોકરીએ સ્મિત આપ્યું, 'એનું નામ પરોમિતા છે.'

'મારી ઓળખ ન આપવા બદલ હું દિલગીર છું, ' અરવિંદે કહ્યું, છોકરી તરફથી સ્મિત મળ્યા બાદ તેનો થોથવાટ બંધ થઈ ગયો હતો.

'હું અરવિંદ છું. તારું નામ શું છે?'

'શ્રેયા,' છોકરીએ જવાબ આપ્યો. 'તને મળીને આનંદ થયો અરવિંદ.'

'તેનો પ્રિય વિષય કયો છે?' અરવિંદે પૂછ્યું, તેની હિંમતમાં એકાએક વધારો થયો.

'મને લાગે છે કે, રસાયણશાસ્ત્ર', શ્રેયાએ કહ્યું, 'પણ કેમ?'

'મારી ચિઠ્ઠી તું પરોમિતા સુધી પહોંચાડીશ? કાલે સાંજે તને હું એ આપીશ.'

'પણ સવારે કેમ નહીં?' શ્રેયાએ પૂછ્યું.

'કેમ કે સવારે તો તે હંમેશા તારી સાથે જ હોય છે,' આ કહેતી વખતે અરવિંદના ચહેરા પર લાલી છવાઈ ગઈ અને અજાણતા જ તે સ્મિત કરી રહ્યો હતો.

'તું અમને ચોરીછૂપીથી જુએ છે?' શ્રેયાએ પૂછ્યું.

અરવિંદે કઢંગી રીતે માથું ધુણાવ્યું. તેના મનમાં વિચાર આવ્યો કે ક્યાંક આ છોકરીને એવું તો નહીં લાગતું હોય ને કે પોતે વિચિત્ર છે.

શ્રેયા ખિલખિલાટ કરતા હસી પડી. 'બહુ સરસ. કાલે સ્કૂલ પછી મને ચિઠ્ઠી આપજે, હું એ તેને જરૂર પહોંચાડીશ. સવારે અમે સ્કૂલ સાથે આવીએ છીએ પણ સાંજે મોટા ભાગે તેના વધારાના ક્લાસ હોય છે, આથી અમે અલગ -અલગ જઈએ છીએ. હું તારી ચિઠ્ઠી ચોક્કસ તેના સુધી પહોંચાડીશ,' પોતાની રાહ જોઈ રહેલી કાર તરફ જતાં શ્રેયા બોલી.

'અઅઅ.. શ્રેયા, હજી એક વાત...' અરવિંદે કહ્યું.

'શું?'

'તેનો કોઈ બૉયફ્રેન્ડ તો નથી ને?'

બીજા દિવસે અરવિંદ રૂડેન સ્ટ્રીટ પર રાહ જોઈ રહ્યો હતો એટલામાં જ શ્રેયા સ્કૂલ બાદ પ્રગટ થઈ. તેણે ઝડપથી રસ્તો ઓળંગ્યો અને ચિઠ્ઠી સંદેશવાહક-કમ-સાગરિત એવી શ્રેયાને આપી દીધી.

પરોમિતાનો પ્રેમ પામવા માટે તેણે વર્ગમાં શીખવવામાં આવતી ફ્રેન્ચનો ઉપયોગ કરવાનો વિચાર કર્યો હતો, પણ પછી માંડી વાળ્યો હતો. વધુ પડતું ફિલ્મી, તેને વિચાર આવ્યો. આમ પણ, વર્ષ 1954માં, ફ્રેન્ચોએ હમણા હમણા જ પૉન્ડીચૅરી છોડ્યું હતું અને ભારતને પરત સોંપ્યું હતું. આવા છોડી જનારાઓની ભાષાનો ઉપયોગ કરવાનું અરવિંદના મને મૂર્ખામીભર્યું હતું. એના કરતાં રસાયણશાસ્ત્રની ભાષા પર પસંદગીનો કળશ ઢોળવાનું તેણે નક્કી કર્યું શ્રેયાએ ચિઠ્ઠી વાંચી.

વ્હાલી પરોમિતા, તું મને નથી જાણતી પણ હું તને જાણું છું. મારૂં નામ અરવિંદ છે અને હું આશા રાખું છું કે આપણે મિત્રો બની શકીએ. મને લાગે છે કે તું કોપર અને ટેલરિયમનું કમ્પાઉન્ડ (સંયોજન) છે. મને વર્ણવવા માટે કહી શકાય કે હું કાર્બન, રૂથેનિયમ, સલ્ફર અને હાઈડ્રોજનનું મિક્સ્ચર (મિશ્રણ) છું. તને લાગે છે કે આપણી કેમિસ્ટ્રી બની શકે છે?

-અરવિંદ

એ દિવસે, *ફિલ્મફેર* મેગેઝિને તેના સિનેમા એવૉર્ડ્ઝના વિજેતાઓનાં નામ જાહેર કર્યાં હતાં. બૉમ્બેના મેટ્રો સિનેમામાં યોજાયેલા એક સમારંભમાં, *દો બિઘા જમીન* શ્રેષ્ઠ ફિલ્મ શ્રેણીમાં જીતી હતી, આ ફિલ્મ માટે જ બીમલ રૉયનું નામ બેસ્ટ ડિરેક્ટર તરીકે જાહેર થયું હતું, દિલીપકુમારે *દાગ* માટે શ્રેષ્ઠ અભિનેતાનો એવૉર્ડ અંકે કર્યો હતો. મીના કુમારીને *બૈજુ બાવરા* માટે શ્રેષ્ઠ અભિનેત્રીનો એવૉર્ડ મળ્યો હતો. અરવિંદ પણ આશા રાખીને બેઠો હતો કે તે પણ આજે વિજેતા બનશે- પણ જુદા અર્થમાં.

'હું મૂંઝવણમાં છું,' શ્રેયાએ અરવિંદને કહ્યું. 'આ ચિઠ્ઠી જરાય રૉમેન્ટિક નથી લાગતી. તને પૂરી ખાતરી છે કે હું આ તેને આપું? આનાથી કામ થશે?'

અરવિંદે હકારમાં માથું હલાવ્યું. 'હા, મને આ જોખમ લેવામાં વાંધો નથી. આ માટે હું તારો આભારી રહીશ, શ્રેયા,' તેણે કહ્યું અને પરોમિતા વિશે વિચારતા તે ચાલવા માંડ્યો.

અરવિંદ વિચારી રહ્યો હતો કે શ્રેયાએ તેની ચિઠ્ઠી પરોમિતાને પહોંચાડી હશે કે નહીં. આ વાતને બે દિવસ થઈ ગયા હતા. તેની યુવાન અને ધીરજ વગરની જિંદગીના બે લાંબા દિવસ. તેણે પોતાની જાતને મૂરખમાં તો નથી ખપાવી દીધી ને? ચિઠ્ઠી વાંચીને પરોમિતા તેના પર હસી તો નહીં રહી હોય ને?

ઘસડાતા પગે દરવાજા તરફ જતી વખતે તેણે એક કાંકરાને જોરથી લાત મારી. 'આઉચ!' એ કાંકરો કોઈક છોકરીને વાગ્યો હોય એવું અવાજ પરથી લાગ્યું. અરવિંદે ઊંચું જોયું ત્યારે તેને સમજાયું કે એ કાંકરો પરોમિતાના પગને લાગ્યો હતો.

'આય સો, સૉ...સૉરી,' તે અચકાતાં-અચકાતાં બોલ્યો, કેમ કે તેને એ સમજાતું નહોતું કે માફી માટે કયાં શબ્દો બોલવા. અત્યારે તો તેને લાગતું હતું કે વાંકો વળી તેના પગને માલિશ કરી આપે.

'ઈટ્સ ફાઈન,' પરોમિતાએ કહ્યું. 'એ તો નાનકડો કાંકરો હતો.'

એ પછી તેમની વચ્ચે અસ્વસ્થ કરનારી શાંતિ છવાઈ ગઈ.

'અઅ.. મને શ્રેયા પાસેથી તારી ચિઠ્ઠી મળી. થેન્ક્સ,' તેણે કહ્યું.

'આશા રાખું છું કે મેં તેમાં કશું ય મૂર્ખામીભર્યું નથી કહ્યું,' અરવિંદે કહ્યું. 'તું કેવી પ્રતિક્રિયા આપીશ એ વિશે મને ખાતરી નહોતી. તું તો મને જાણતી પણ નથી... '

અરવિંદને એકાએક ખ્યાલ આવ્યો કે વેગથી ઉછળી રહ્યો હોય એ રીતે પોતે બોલી રહ્યો હતો. ઉતાવળે ઘડી કાઢેલા વાક્યોનો અર્થહીન પ્રવાહ તે રોકી કેમ નહોતો શકતો?

'ના..ના.. મને લાગે છે કે તું સ્વીટ છે,' તેણે કહ્યું.

સ્વીટ? આનો અર્થ શો થયો? નાના ભાઈ જેવો સ્વીટ? ગલૂડિયાં જેવો સ્વીટ?

'મારી પાસે પણ, તારા માટે ચિઠ્ઠી છે,' અરવિંદને કાગળની એક નાની ચબરખી આપતા તેણે કહ્યું. તે શરમાઈને તરત પીઠ ફેરવી ગઈ.

'ફરી મળીશું,' સ્કૂલ તરફ દોડી જતાં તે બોલી.

રસ્તા પરના ફાયર હાઈડ્રન્ટ પર બેસી એ ચિઠ્ઠી વાંચતી વખતે અરવિંદનું દિલ જોર જોરથી ધબકી રહ્યું હતું. એમાં લખ્યું હતુઃ

અતિ વ્હાલા અરવિંદ, મને કોપર અને ટેલરિયમનું કમ્પાઉન્ડ (સંયોજન) કહેવા બદ્દલ આભાર. તારા અસ્થિર કાર્બન, રૂથેનિયમ, સલ્ફર અને હાઈડ્રોજનના મિક્સ્ચર (મિશ્રણ) અંગે મને હમદર્દી છે. મારા માટે તું, હાઈડ્રોજન, એરબિયમ અને ઑક્સિજનનું સંયોજન છે. એ વાત યાદ રાખજે કે હું હીલિયમ, આર્ગોન, થૅલિયમ, આઈન્સ્ટેનિયમ અને સલ્ફરનું સંયોજન નથી અને ક્યારેય નહીં બનું.

– લવ, પરોમિતા.

તેણે તરત જ દફ્તરમાંથી રસાયણશાસ્ત્રનું પાઠ્યપુસ્તક ખેંચી કાઢ્યું અને તેમાંના સામયિક તખ્તાનો (પિરિયોડિક ટેબલ) સંદર્ભ લીધો. તે પરમઆનંદ સાથે હસ્યો.

કોપર અને ટેલરિયમનું ચિહ્ન હતું Cu અને Te. આમ કોપર અને ટેલરિયમનું સંયોજન વંચાતું હતું Cu Te. અરવિંદનું વર્ણન કરવા પરોમિતાએ પોતાની ચિઠ્ઠીમાં આ શબ્દ વાપર્યો હતો.

કાર્બન, રૂથેનિયમ, સલ્ફર અને હાઈડ્રોજન સામે ચિહ્ન હતાં C, Ru, S અને H. અરવિંદે પોતાની ચિઠ્ઠીમાં લખ્યું હતું કે તેને પરોમિતા પર CRuSH છે.

હાઈડ્રોજન, એરબિયમ અને ઑક્સિજનનાં ચિહ્ન હતાં H, Er અને O. એનો અર્થ પરોમિતા તેને HEr O કહી રહી હતી!

અને હીલિયમ, આર્ગોન, થૅલિયમ, આઈન્સ્ટેનિયમ અને સલ્ફરનાં ચિહ્નો હતાં He, Ar, TI, ES અને S. પરોમિતા કહી રહી હતી કે પોતે ચોક્કસપણે HeArTIESs નહોતી જ.

ખડગપુરમાં શરૂ થયેલી નવી અને શ્રેષ્ઠતમ ઈન્ડિયન ઈન્સ્ટિટ્યૂટ ઑફ ટેક્નોલૉજીનો પ્રથમ દીક્ષાંત સમારંભ બે વર્ષ બાદ યોજાવાનો હતો. શાળામાં ભણતા એક છોકરા અને છોકરીની આ વૈજ્ઞાનિક શુરાતન પર તેમને જરૂર ગર્વ થયો હોત. દીક્ષાંત સમારંભમાં, નહેરૂ જાહેર કરવાના હતા કે, ‘ભારતની એક અદભુત ક્ષણ અહીં ઊભી છે, જે ભારતના ઉમળકાનું પ્રતિનિધિત્વ કરે છે...’

આ ક્ષણે તો અરવિંદને એ સમજાતું નહોતું કે પોતાના ઉમળકાનું તે શું કરે.

અરબાઝે સિગારેટ ખેંચી કાઢી, સળગાવી અને પોતાના મગજને રખડવા છૂટ્ટું મૂકી દીધું. મંદ પવન આરામ આપનારો હતો કેમ કે પવનને કારણે તેની સ્નાયુબદ્ધ પીઠ પરનો પરસેવો સૂકાઈ જતો હતો. તેના ગુરૂએ આગાહી કરી હતી એ મુજબ, અરબાઝ અબરખના પતાકડા જેવા દુબળા પાતળા બાળકમાંથી સશક્ત પહેલવાનમાં પરિવર્તિત થઈ ગયો હતો. જો કે, તેના ચહેરાએ નિર્દોષતા ગુમાવી નહોતી. તેના ટૂંકા વાળ, છીણી વળે આકાર અપાયો હોય એવું જડબું અને કથ્થઈ આંખો આ બધું કોઈ પણ સ્ત્રીના હૃદયના ધબકારા વધારી દેવા માટે પૂરતું હતું.

જો કે, અરબાઝ પાસે પ્રેમ માટે સમય નહોતો. વર્ષો સુધી કૂલી તરીકે કામ કરનારા તેના પિતા, બે મહિના પહેલા જ ગુજરી ગયા હતા. એ મોત અત્યંત દર્દનાક હતું. બ્લડ કેન્સર. સદનસીબે, તેમનો અંત બહુ જલ્દી આવ્યો હતો. 1965ના એ દસ મહિનામાં અરબાઝ જાણે કે દસ વર્ષ મોટો થઈ ગયો હતો. આર્થિક તાણે, એ વખતે માત્ર પંદર વર્ષના અરબાઝને, નોકરી માટે ગોદીમાં તેના પિતાના સુપરવાઈઝરનો સંપર્ક કરવાની ફરજ પાડી હતી. તેના ચોથા ધોરણના શિક્ષક મિ. ડિસોઝાએ નવા જ રચાયેલા લાઈફ ઈન્સ્યોરન્સ

કૉર્પોરેશનમાં તેને કારકૂનની નોકરી અપાવવા માટે તજવીજ કરી મદદ કરવાનો પ્રયાસ કર્યો હતો, પણ તેમાં તેમને સફળતા મળી નહોતી.

'તું મોટો થઈને કૂલી નહીં બને,' અરબાઝ નાનો હતો ત્યારે અયુબ તેને અવારનવાર કહેતો. 'ભણવામાં ધ્યાન આપ, જેથી તારે મારી જેમ ગુલામ જેવું જીવન ન જીવવું પડે.' અરબાઝ વિચારતો કે તેના શાળાકીય શિક્ષણનો શો લાભ છે. ભણ્યા પછી પણ કૂલી બને એટલી જ લાયકાત ધરાવતો હતો. અલબત, એવો કૂલી જે અસ્ખલિત અંગ્રેજી બોલી શકતો હતો.

'દર મહિને ચાળીસ રૂપિયા,' સુપરવાઈઝરે કહ્યું, તેના મોઢાના એક ખૂણે સિગારેટ ઝૂલી રહી હતી. તેના પિતાનો પગાર હતો તેના કરતાં દસ રૂપિયા વધુ. આમાં વાટાઘાટને કોઈ અવકાશ નહોતો. અરબાઝને એ મંજૂર કર્યા સિવાય કોઈ છૂટકો પણ નહોતો.

એ પછીના કેટલાક દિવસો કમર તોડી નાખે એવા વૈતરાના હતા. દુબઈથી આવતા ટેપ-રેકૉર્ડર્સ, સિગારેટ અને ઓટોમેટિક કાંડા ઘડિયાળ, એડનથી આવતા ટેક્સ્ટાઈલ્સ અને ગારમેન્ટ્સ, અને સિંગાપોરથી આવેલા બિયરના કૅન અને પરફ્યુમની શીશીઓ ધરાવતા વિશાળકાય ક્રેટ્સને લાંગરેલા વહાણોમાંથી શારીરિક રીતે - તથા સંભાળપૂર્વક - ઊંચકીને બહાર લાવવાના રહેતા.

પગારનો દિવસ આવી ગયો. પોતાનો અઠવાડિયાનો પગાર લેવા માટે કૂલીઓ કતારબંધ ઊભા હતા ત્યારે, યુસુફ નામનો એક સ્થાનિક ગુંડો ઊભો રહી આ બધું જોતો હતો, અને પોતાના પગારની રકમ લઈને નીકળતા દરેક કૂલી પાસેથી તે ત્યાં ને ત્યાં જ હપ્તો ઉઘરાવતો હતો.

અરબાઝને તેના પૈસા મળ્યા પછી તે યુસુફને અવગણતો ચાલવા લાગ્યો. અચાનક જ તેને પાછળના ભાગ પર લાતનો પીડાદાયક પ્રહાર થયો. 'પૈસા આપ હરામખોર,' યુસુફે ગુસ્સામાં કહ્યું.

'શા માટે?' અરબાઝએ નિદોર્ષતાપૂર્વક પૂછ્યું.

'શા માટે? મને સવાલ પૂછવાની હિંમત કેમ થઈ તારી?' યુસુફે પોતાની મંડળીના ટપોરીઓ સામે જોઈ બરાડો પાડ્યો. 'આ આખું શહેર મારા એક ઈશારે ઊઠવા-બેસવા તૈયાર હોય છે અને આ મૂરખનો જામ મને પૂછે છે શા માટે!'

હજી તો અરબાઝ પોતાની મુટ્ઠીઓનો ઉપયોગ કરે એ પહેલા યુસુફના પાંચ માણસો તેને ઘેરી વળ્યા અને રામપુરી ચાકુ કાઢીને ઊભા રહી ગયા,

લાંબા અને વાળી શકાય એવા આ ચાકુની ધાર અત્યંત તીક્ષ્ણ હતી. 'પૈસા આપે છે કે તને ચીરી નાખીએ,' ભસતા હોય એવા અવાજે તેઓ બોલ્યા,

અરબાઝ તેમને બરાબર ટક્કર આપી શકે એમ હતો, છતાં ય તેણે કમને પૈસા આપી દીધા. કેટલાક પ્રાણીઓ શિકાર કરે છે. કેટલાક સંતાઈ રહે છે. કેટલાક સંતાઈને શિકાર કરે છે.

'તારી તોછડાઈ બદ્દલ તારો અડધો પગાર,' યુસુફે હસતાં-હસતાં કહ્યું. 'હવે પછી સીધી રીતે હપ્તો આપીશ તો 20 ટકા જ લઈશ.'

1957માં બુર્દવાન પૅલેસમાં લગ્ન બહુ મોટી વાત ગણાતી. કલકત્તાના સૌથી તવંગર અને શક્તિશાળી બિઝનેસ માંધાતાઓ - બિરલાઓ, જાલાનો, ખૈતાનો, દાલમિયાઓ, ગોએન્કાઓ, સિંઘાનિયાઓ, બંગારો, બજોરિયાઓ તથા અન્ય અનેકોની સંપૂર્ણ હાજરી હતી. રાજાજી વિમાનમાર્ગે દિલ્હીથી કલકત્તા આવ્યા હતા અને એ સાંજે મોડેથી તેઓ ઉપસ્થિત રહે એવી શક્યતા હતી.

સી. રાજગોપાલાચારી, અથવા રાજાજી તરીકે તેઓ લોકોમાં જાણીતા હતા, પશ્ચિમ બંગાળના ગવર્નર, ભારતના ગવર્નર-જનરલ, કેન્દ્રીય ગૃહ પ્રધાન અને મદ્રાસના મુખ્ય પ્રધાન જેવા પદો તેઓ શોભાવી ચુક્યા હતા. પણ હવે રાજાજી નહેરૂના સમાજવાદથી કંટાળવા માંડ્યા હતા. અફવાઓ જોરમાં હતી કે રાજાજી ઈન્ડિયન નેશનલ કૉંગ્રેસ છોડીને સ્વતંત્ર પાર્ટી નામનો પોતાનો નવો પક્ષ રચવાની તૈયારીમાં હતા. બૉમ્બે અને કલકત્તાના અનેક ઉદ્યોગપતિઓ અને વેપારીઓનો તેમને ટેકો હતો.

પૈસાદાર મારવાડીઓમાં બ્રિજમોહનલાલ બગડિયા મામૂલી અને બિનમહત્વના હતા, આમ છતાં તેમને લગ્નનું આમંત્રણ અપાયું હતું. તેમને આવા સમારંભોની ચીડ હતી. કેમ કે આવા સ્થળોએ તેની મુલાકાત એવા લોકો સાથે જ થતી જેઓ તેમને નાના હોવાનો અહેસાસ કરાવતા. આમ છતાં, તેઓ હાજરી પુરાવે તથા ગુલામની જેમ મારવાડી ઉમરાવો સામે હસી ને તેમની સામે ઝૂકે એવી અપેક્ષા તેમની પાસેથી રાખવામાં આવતી હતી.

અરવિંદના ઉત્સાહનો જો કે પાર નહોતો. આ સમારંભને કારણે નહીં, પણ તેમને નવી કાર મળવાની હતી એ કારણે. ઘણી ચર્ચા વિચારણા બાદ બ્રિજમોહનલાલે હિન્દુસ્તાન મોટર્સ નામની કંપની દ્વારા બનાવવામાં આવતા

વાહન માટેનો ઑર્ડર નોંધાવ્યો હતો. ઑક્સફોર્ડ મૉરિસ સિરીઝ થ્રી પરથી બનાવવામાં આવેલી એ કારને એમ્બેસેડર એવું નામ અપાયું હતું. કારની ડિલિવરી માટેના ત્રણ વર્ષના વેઈટિંગ લિસ્ટમાં તેમનું નામ હતું, પણ અરવિંદે તો કારની આસપાસ ફરતી યોજનાઓ અત્યારથી જ બનાવવાની શરૂ કરી દીધી હતી.

મોટા ભાગના મહેમાનોને, એમ્બેસેડર કારની પરવા નહોતી. તેમાંના મોટા ભાગનાઓને તો લગ્નમાં આવેલા એક માણસમાં રસ હતો. એ રાજાજી નહોતા. એ માણસનું નામ હતું હરિદાસ મુંધરા.

બ્રિજમોહનલાલે અરવિંદને એ વ્યક્તિ ચીંધી દેખાડી. મુંધરાએ પોતાની કારકિર્દીની શરૂઆત વીજળીના બલ્બના સેલ્સમેન તરીકે કરી હતી અને ઝડપી સોદાઓ, સ્ટૉકની લે-વેચ અને તોડી-મરોડી શકાય એવા નીતિમૂલ્યો દ્વારા તેઓ તમ્મર આવી જાય એવી ઊંચાઈએ પહોંચ્યા હતા. બૉમ્બે સ્ટૉક એક્સ્ચેન્જે તેમના પર બનાવટી શૅર્સ વેચવાનો આરોપ મૂક્યો હતો. પણ એ બાબતનો અહીં કોઈ જ ફરક પડતો નહોતો. તમે કઈ રીતે પૈસા મેળવો છો એ વિશે કોઈને કંઈ પડી નહોતી, જ્યાં સુધી તમારી પાસે પૈસા હોય. તાજા સમાચાર એ હતા કે હજી એક અઠવાડિયા પહેલા મુંધરાએ પોતાની છ માંદી કંપનીઓમાં કરોડો રૂપિયા રોકવા માટે સરકારી માલિકીની લાઈફ ઈન્સ્યોરન્સ કૉર્પોરેશનને તૈયાર કરી હતી, આ પ્રક્રિયામાં બધી જ કમિટીઓને બહુ સિફ્તપૂર્વક બાયપાસ કરવામાં આવી હતી. અરવિંદ સુરક્ષિત અંતરેથી તેમના તરફ તાકી રહ્યો હતો. *હું કોઈક દિવસ મુંધરા જેવો કેમ ન બની શકું?*

રાજગાદી જેવી વ્હીલચૅર પર વરરાજાના દાદા બેઠા હતા, સર ગ્યાનચંદ સેક્સરિયા, તેઓ મુંધરા સાથે વાત કરી રહ્યા હતા. મુંધરા પોતાના કોઈક બીજા ચાહકને મળવા તેના ભણી ગયા ત્યાં જ બ્રિજનોહનલાલે પોતાની પત્ની તથા દીકરાને કોણીનો હળવો ધક્કો મારી ઈશારો કર્યો, અને તેઓ સર ગ્યાનચંદની દિશામાં આગળ વધ્યા. બ્રિજમોહનલાલે વાંકા વળીને વૃદ્ધના ચરણસ્પર્શ કર્યા અને અરવિંદને પણ એવું કરવા ઈશારો કર્યો.

વૃદ્ધે અરવિંદ તરફ જોયું. 'હજી તારા લગ્ન થયા કે નહીં?' તેમણે બ્રિજમોહનલાલની અવગણના કરતા તોછડાઈથી છોકરાને પૂછ્યું.

'એ હજી સોળ વર્ષનો જ છે.' બ્રિજમોહનલાલે ઉતાવળે જવાબ આપ્યો. 'પહેલા એ ધંધામાં ઠરીઠામ થાય તો સારું... તમારા ભરપૂર આશીર્વાદ સાથે.'

'હંહંહંહમમમ્ફ!' પોતાનું ગળું સાફ કરતા સર ગ્યાનચંદે જવાબ આપ્યો. આ વૃદ્ધનો ચહેરો હંમેશા કોપાયમાન મુદ્રામાં હોય એવો જ રહેતો, ખાસ કરીને કોઈક ઉજવણીના પ્રસંગે. સર ગ્યાનચંદ જેવા લોકો વેપારમાં સોદો પાર પાડતી વખતે સૌથી વધુ ખુશ દેખાતા. આ પ્રકારની ઉજવણીઓ તેમના મતે સદંતર વેડફાટ જેવી હતી

'છોકરાઓ અઢાર વર્ષના થાય એ પછી જ પરણે, આ નવો તરંગી તુક્કા જેવો વિચાર નરી મૂર્ખતા છે,' સર ગ્યાનચંદે પોતાનો મત વ્યક્ત કર્યો. 'વહેલા પરણે, યોગ્ય સમયે સંતાનો થઈ જાય અને એ પછી તેઓ પૈસા બનાવવામાં લાગી જાય એ જ સર્વશ્રેષ્ઠ છે.' બ્રિજમોહનલાલે ખોટા હકારમાં માથું ધુણાવ્યું. *તમે કઈ દુનિયામાં જીવો છો? સંસદ દ્વારા પસાર કરવામાં આવેલા હિન્દુ મેરેજ એક્ટ અંતર્ગત અઢાર વર્ષથી ઓછી વયના છોકરાનું પરણવું ગેરકાયદે ગણાય છે.*

અરવિંદ તરફ ફરતા સર ગ્યાનચંદે કહ્યું, 'હવે પછી તારો વારો છે!' કતારમાં ઊભેલા બીજા મહેમાનનું અભિવાદન કરવા તેમણે હાથ જોડ્યા. બગડિયા પરિવારને ત્યાંથી ખસવા માટેનો એ આડકતરો સંકેત હતો.

એકાએક, અરવિંદને એક પરિચિત ચહેરો દેખાયો. આ એ જ વ્યક્તિ હતી જેને તેઓ શ્રીનગરમાં મળ્યા હતા - અટલ બિહારી વાજપેયી. અરવિંદ તેમની સાથે હાથ મિલાવવા તેમની તરફ ઝડપથી ધસ્યો. પોતાનો અભિપ્રાય કવિતામાં વર્ણવનાર એ છોકરાને વાજપેયી ઓળખી ગયા.

'તું કેમ છે?' છોકરાના વાળમાં પ્રેમથી હાથ ફેરવતા તેમણે પૂછ્યું.

'મારો કુટુંબના લોકો મારા લગ્નની વાતો કર્યા કરે છે,' અરવિંદે કહ્યું. 'સાચું કહું તો, આ વાતથી મને બહુ ચીડ ચડે છે.'

'તેમને કહે જે કે તેં મારી સાથે વાત કરી છે,' વાજપેયીએ કહ્યું. 'હું તેંત્રીસ વર્ષનો છું અને હજી કુંવારો છું.'

'તમે પરણવાનો વિચાર રાખો છો?' અરવિંદે પૂછ્યું.

'મારું ચાલે તો, નહીં જ,' વાજપેયીએ કહ્યું.

એ વર્ષે, તેંત્રીસ વર્ષનો એ યુવાન બલરામપુરથી ચૂંટાઈને લોકસભામાં ગયો હતો. તેમની વાક્છટાથી વડા પ્રધાન નહેરૂ એટલા પ્રભાવિત હતા કે, તેમણે આગાહી કરી નાખી હતી કે આ યુવાન કોઈક દિવસ ભારતના વડા પ્રધાન બનશે.

કેટલાક મહિના બાદ, અલીપોર રોડ પરના એક ભવ્ય આર્ટ ડૅકો શૈલીના ઘરમાં આવો જ વૈભવી સમારંભ યોજાયો હતો. એક મારવાડી પરિવારે એ ઘર ખરીદ્યું હતું તથા એ પરિવારે એ વખતની અગ્રણી બ્રિટિશ મેનેજમેન્ટ એજન્સીનો વહીવટ પોતાના અખ્ત્યાર હેઠળ લીધો હતો. પુત્ર- વારસદાર- જન્મ્યો હતો અને એ માટે ભગવાનનો આભાર માનવા ભવ્ય *નહાન* વિધિ ચાલી રહી હતી. વિવિધ શહેરોમાંથી રસોઈયાઓને વિમાન દ્વારા લાવવામાં આવ્યા હતા, જેથી મિજબાનીમાં વિવિધ પ્રકારના ભોજન પીરસી શકાય. રાત્રિ ભોજન સૌને સોનાની થાળીઓમાં પીરસાવાનું હતું.

આ સાવ મૂર્ખામીભરી વાત લાગતી હતી. બે પગની વચ્ચે શિશ્ન લઈને જન્મેલા બાળકના જન્મની ઉજવણીનું મહત્વ આવા ઉપાંગ વિનાના શિશુના જન્મ કરતાં વધુ મહત્વનો શા માટે હતો? હિન્દુ સમાજની આવી અસમાનતાઓથી ત્રાસીને, આંબેડકરે હજી ગયા વર્ષે જ બૌદ્ધ ધર્મ અંગીકાર કર્યો હતો.

બંધગલાનો ભારેખમ અને અસ્વસ્થ કરી મૂકે એવા સૂટમાં સજ્જ અરવિંદ એ દિવસે સમય પસાર કરવા માટે મહિલાઓએ પહેરેલા દાગીનાઓમાં જડેલા હીરાના મૂલ્યનો અંદાજ લગાડી રહ્યો હતો. તેના એક મિત્રના પિતા જેઓ ઝવેરી હતા, તેમણે તેને હીરાને લગતા ચાર 'સી' વિશે જણાવ્યું હતું.- કટ, ક્લેરિટી, કલર અને કૅરેટ. *કોઈ ઝવેરી ક્યારેય પાંચમા અને સૌથી મહત્વના સી વિશે વાત કરતો નથી -તે એટલે કોસ્ટ*, અરવિંદે વિચાર કર્યો. નવા મેળવેલા જ્ઞાનનો ઉપયોગ અરવિંદ સારી રીતે કરી રહ્યો હતો ત્યાં જ તેના કાને ચિરપરિચિત સ્વર 'હંહંહંહમમમ્ફ' પડ્યો.

પાછળ ફરીને તેણે જોયું તો તેના ધ્યાનમાં આવ્યું કે પોતે સર ગ્યાનચંદની ભવ્ય વ્હીલચેરના માર્ગની આડે ઊભો હતો. તે તરત જ આઘો ખસી ગયો અને એ વૃદ્ધને પગે લાગવા નીચે ઝૂક્યો. સૌથી ઊંચા દરજ્જાના ગણાતા એ ઉમરાવે બારીકીથી તેની ચકાસણી કરી. 'તું તો બગડિયાનો છોકરો છે, બરાબર ને?' તેમણે ચિડાયેલા સ્વરે પૂછ્યું. તેમનો આ પ્રશ્ન આરોપ જેવો હતો.

'હા જી સાહેબ,' અરવિંદે જવાબ આપ્યો,

'તને કંઈ બાળકો થયાં કે નહીં?' કુલપિતા જેવા એ વૃદ્ધે પૂછ્યું.

'ના જી સાહેબ,' તેણે અત્યંત આદરપૂર્વક જવાબ આપ્યો. 'હજી મારા લગ્ન થયા નથી.'

'ચિંતા ન કરતો. હવે પછી તારો જ વારો છે!' પોતાની વ્હીલચૅર આગળ લઈ જવાનો ઈશારો પોતાના નોકરને કરવા તેમણે જમીન પર લાકડી પછાડતાં કહ્યું.

આ ડોસાની ડાગળી ચસકી ગઈ છે. ચિડાયેલો અરવિંદ મનમાં બોલ્યો.

આને તો પાઠ ભણાવવો જ પડશે.

વર્ષના અંત ભાગમાં ચમારિયા પરિવારમાં એક કરૂણ બનાવ બન્યો. નાણાં ધીરીને ચમારિયાઓએ સામ્રાજ્ય ઊભું કર્યું હતું. અંતિમવિધિ માટેના ઘાટ પર ડાઘુઓ ભેગા થયા હતા. અંદર માત્ર પુરુષોને જ પ્રવેશ અપાતો હતો. અરવિંદ તેના પિતા સાથે આવ્યો હતો. હાજરી પુરાવનાર દરેકે રાબેતા મુજબ દુઃખ પ્રગટ કર્યું પણ દરેકના મગજમાં એક જ વિચાર ચાલી રહ્યો હતો અને તે એ કે સ્મશાનમાંથી નીકળવાનો સમય જલ્દી આવે તો સારૂં.

સર ગ્યાનચંદની વ્હીલચૅર અરવિંદની બાજુમાં આવીને ગોઠવાઈ. ચિતામાંથી ઊઠતા ધુમાડાને જોતાં જ એ વૃદ્ધે પોતાનું ગળું ઊંચા અવાજે ખંખેર્યું. ધુમાડાને કારણે તેમને આવેલી ખાંસીને લીધે તેમની આંખોમાં પાણી આવી ગયા હતા. અરવિંદ નીચે વળ્યો, તેણે આ વૃદ્ધના ચરણસ્પર્શ કર્યા અને ખૂબ જ ગરિમાપૂર્ણ રીતે પોતાનો રૂમાલ તેણે સર ગ્યાનચંદ સામે ધર્યો.

એંસીથી નેવું વર્ષની વચ્ચેના એ વયોવૃદ્ધે રૂમાલ લીધો, અરવિંદ દબાતા સ્વરે ગણગણ્યો, 'જરાય ચિંતા ન કરતા, સાહેબ, હવે પછી તમારો જ વારો છે.

દિવસના અંતે, કૂલીઓ કર્નાક બંદર વિસ્તારમાંના ખાણીપીણી માટેના વિવિધ સ્થળો અને દારૂના અડ્ડાઓ પર એકઠા થતા. એક દિવસ આમાંના જ એક સ્થળે અરબાઝ એક માણસને મળ્યો. તેનું નામ હતું રાજુ. તે અરબાઝ કરતાં વયમાં ઘણો મોટો હતો, તેના લમણા પાસેના વાળ પર સફેદી દેખાતી હતી.

'તું અયુબનો દીકરો છે ને?' હલકી કક્ષાના પીણાનો છેલ્લો ઘૂંટડો ગળા નીચે ઉતારતા તે બોલ્યો.

'હા,' અરબાઝે જવાબ આપ્યો. 'અબ્બાના ઈન્તકાલ પછી મેં તેમની જગ્યા લઈ લીધી.'

'મને તારો બાપ બહુ ગમતો. એ મારો સારો મિત્ર હતો. હું તારી સુન્નતની વિધિ વખતે પણ આવ્યો હતો,' રાજુએ સાવ સામાન્યપણે કહ્યું. 'તે સળિયા

જેવો સીધો હતો. એટલે જ તારે પણ કમર તોડી નાખે એવું આ કામ કરવું પડે છે. મેં સાંભળ્યું કે યુસુફ સાથે તારી કાંઈક મગજમારી થઈ.'

'એને તો હું એક દિવસ સીધો કરીને રહીશ.'

'બદલો બહુ જ સ્વાદિષ્ટ વાનગી છે પણ ક્યારેક તેનાથી અપચો પણ થઈ શકે છે. સંભાળી ને આગળ વધજે,' રાજુએ સલાહ આપી.

'મારા પિતા સીધા-સરળ હતા એમ કહેવા પાછળ તમારો આશય શો છે?' અરબાઝે પૂછ્યું.

'મેં તેને અનેક લાભદાયક ઑફરો આપી હતી પણ એ ક્યારેય તેના માટે તૈયાર થયો નહોતો,' રાજુએ જવાબ આપ્યો.

'જેમ કે?'

'ક્રિસેન્ટ હાઉસ ગૅન્ગનો હિસ્સો બનવાની તક.'

'એ શું છે?' અરબાઝે પૂછ્યું.

'તું તારૂં મોઢું બંધ રાખી શકીશ?' રાજુએ અરબાઝના કાનમાં શ્વાસ લેતાં પૂછ્યું, અરબાઝે માથું ધુણાવ્યું.

'અડધી રાતે મને આ અડ્ડાની બહાર મળજે,' અરબાઝ તરફ આંખ મિચકારતા રાજુએ કહ્યું. 'આવે ત્યારે તારી સાથે એક ગુણી પણ લેતો આવજે.'

એકાદ-બે કલાક બાદ, અરબાઝ એ અડ્ડાની બહાર રાજુની રાહ જોઈ રહ્યો હતો. બાર વાગ્યાને થોડી વાર થતાં જ, રાજુ અન્ય પાંચ જણ સાથે આવતો દેખાયો. એ દરેક જણે ભારેખમ ગુણી ઉપાડી હતી. અરબાઝની ગુણી ખાલી હતી જ્યારે અન્યોની ગુણીઓ ઠાંસોઠાંસ ભરેલી હતી. *આ લોકો ખબર નહીં શું ઉપાડી લાવ્યા છે?* અરબાઝ સ્વગત બોલ્યો. એક માણસના ખભા પર લંગર માટેના દોરડાનું ફીંડલું હતું.

મુખ્ય દરવાજાથી દૂર રહી તેઓ એલેક્ઝાન્ડ્રા ડૉક તરફ આગળ વધી રહ્યા હતા. દરવાજાથી સોએક વાર દૂર, લંગર માટેના દોરડાનો ઉપયોગ કરી તેઓ દીવાલ પર ચડ્યા. એ પછી તેમણે એ દોરડાનો ઉપયોગ કરી ગુણીઓને પણ ઉપર ખેંચી.

'મારી પાછળ આવો,' દિવસ દરમિયાન જહાજમાંથી ઉતારવામાં આવેલા ક્રેટ્સની થપ્પી તરફ તેઓ જઈ રહ્યા હતા ત્યારે રાજુએ ફૂંફાડા જેવા સ્વરે કહ્યું. 'અસલમ, તેં ખાતરી કરી લીધી હતી ને કે ક્રેટ્સ એવી જગ્યાએ રાખ્યા છે જ્યાં સર્ચલાઈટનો પ્રકાશ નથી પહોંચતો?'

'હા, બૉસ,' હટ્ટાકટ્ટા માણસે જવાબ આપ્યો, તેના શરીરના દરેકે દરેક ઈંચમાંથી સ્નાયુઓ બહાર આવવા મથતા હતા. 'માલ જ્યાં મુકવાનો હતો એ જગ્યાએ ચોકડીની નિશાની કરી હતી. એ બરાબર ત્યાં જ છે.

તેઓ એ સ્થળે પહોંચ્યા એટલે રાજુએ પરિસ્થિતિનો હવાલો લેતા કહ્યું. 'મોટા ક્રેટ્સ છોડી દો. તેમાં ભારે કાર્ગો છે. નાના ક્રેટ્સમાં એ માલ છે, જેમાં આપણને રસ છે,' રાજુએ કહ્યું. લાકડાના ક્રેટને લોખંડના સળિયાથી ખોલી નાખ્યું અને બધા જોઈ રહ્યા.

સર્ચલાઈટનો શેરડો તેમની તરફ આવતા અરબાઝે જોયો. અરબાઝ વ્યાકુળ થઈને પ્રકાશના એ શેરડાને તેમની નજીક ને નજીક આવતો જોઈ રહ્યો પણ તેઓ જે જગ્યાએ હતા ત્યાં સુધી એ પહોંચ્યો નહીં. નિરાંત વળતા તેણે ઊંડો શ્વાસ લીધો.

રાજુએ ખોલેલા ક્રેટ તરફ નજર કરતા તેને સ્ટેટ એક્સપ્રેસ 555ના પીળા ટીન દેખાયા. ટીનની ચળકતી સપાટી પર લખેલું હતું. *ધ હાઉસ ઑફ સ્ટેટ એક્સપ્રેસ. 210 પિકાડિલી, લંડન. બાય એપૉઈન્ટમેન્ટ ટુ હર મૅજેસ્ટી.*

દરેક માણસે અનેક ટીન્સ ઉપાડ્યા અને અરબાઝ પોતાની સાથે લઈ આવ્યો હતો એ ખાલી ગુણીમાં ગોઠવ્યા. ઘણા ટીન્સ કાઢી લેવાયા બાદ, એક ભરેલી ગુણીમાંનું સૂકું ઘાસ તથા રેતી ખાલી કરાયા, અને આ વસ્તુ તેઓ ક્રેટમાંની ખાલી જગ્યામાં ભરવા લાગ્યા.

'ક્રેટનું વજન બહુ ઓછું હોય અથવા તેના અંદરની ચીજો હલબલતી હોય, તો સુપરવાઈઝરને શંકા જઈ શકે છે,' રાજુએ પૉલ નામના અન્ય એક માણસને હથોડો અને ખીલાથી ક્રેટને સીલ કરવાની ઈશારત કરતા સમજાવ્યું.

રાજુએ અગાઉની જેમ જ વધુ એક ક્રેટ ખોલ્યું. તેમાં શિલ્ટ્ઝ બીયરના સિક્સ્ટીન આઉન્સના ફ્લૅટ ટૉપવાળા કૅન્સ હતાં. 'ક્યા બાત હૈ!' ઘાસ અને રેતી ખાલી કરી નાખેલી ગુણીમાં કૅન્સ ભરવાની શરૂઆત કરતા રાજુના મોઢામાંથી આશ્ચર્યનો ઉદગાર સરી પડ્યો. ગુણી લગભગ ત્રીજા ભાગ જેટલી ભરાઈ ગઈ ત્યારે તે થોભ્યો. 'બહુ લાલચ સારી નહીં. આપણામાંના દરેકે આ માલ સાથે પેલી દીવાલ કૂદાવીને બહાર જવાનું છે.' ત્યાર પછી એ જ પ્રક્રિયા અનેકવાર દોહરાવવામાં આવી - ગુણીમાંનું સૂકું ઘાસ અને રેતી ખાલી કરી ક્રેટના ખાલી ભાગમાં ભરવામાં આવી અને ખાલી ગુણીનો ઉપયોગ પ્રતિબંધિત માલ ભરવા માટે કરવામાં આવ્યો.

એ પછીનો અડધો કલાક ઘડિયાળ, લાઈટર્સ, ઑડિયો-પ્લેયર્સ અને પરફ્યુમની તફડંચી કરવામાં ખર્ચવામાં આવ્યો. સાત જણ ગુણીઓને દીવાલ સુધી લઈ ગયા. પહેલવાન જેવો અસલમ સૌથી પહેલા ગયો, એ પછી પૉલ અને ત્યાર બાદ અન્યો ગયા. રાજુ અને અરબાઝ દીવાલની અંદરની તરફ હતા, તેઓ લંગરના દોરડા સાથે એક પછી એક ગુણી બાંધી રહ્યા હતા, તો બીજી તરફના પાંચ માણસો આજની ખેપનો માલ ખેંચીને ઉપર લઈ રહ્યા હતા.

અચાનક જ સર્ચલાઈટે ક્ષણાર્ધ માટે બે માણસોને ઝળહળતા કરી દીધા. 'મારાથી દૂર ભાગ,' રાજુએ જમણી દિશામાં જતાં ફૂંફાડા જેવા સ્વરે કહ્યું અને અરબાઝ ડાબી તરફ વળ્યો. 'જમીન પર ચત્તોપાટ સૂઈ જા અને થોડી વાર રાહ જો,' તેણે રાજુને બોલતા સાંભળ્યોઃ 'એ લોકો દર અડધા કલાકે લાઈટનો કોણ બદલે છે, આથી પ્રકાશના શેરડાની ત્રિજયા બદલાશે.' એ પછીની ત્રીસ મિનિટ બંને જણ એમ જ ચત્તાપાટ પડ્યા રહ્યા. રાજુ અને અરબાઝ દીવાલ કૂદાવીને બીજી તરફ આવ્યા અને ટોળકીના અન્ય લોકોને મળ્યા ત્યારે બે વાગવામાં ઝાઝી વાર નહોતી.

'હવે ક્યાં જઈશું?' અરબાઝે પૂછ્યું.

'હવે પછીનું સ્ટૉપ, અહીંથી દેખાતું ઈમારતોનું પેલું ઝૂમખું છે,' રાજુએ કેટલાંક જર્જરીત માળખા તરફ આંગળી ચીંધતા કહ્યું. તેમાંના એક માળખા પર એક બૉર્ડ હતું, જેના પર લખ્યું હતું 'ક્રિસન્ટ હાઉસ'. તેમાંના કેટલાક અક્ષરો ખરી પડ્યા હોવાથી ખરેખર તો *ક્રે સૅન્ટ હૉ સ* એમ વંચાતું હતું.

એ માળખાના આંગળામાં એક ટ્રક રાહ જોતી ઊભી હતી. માણસોએ આજની ખેપનો માલ ચૂપચાપ ટ્રકમાં મુકી દીધો, તો રાજુ મેલાઘેલા દેખાતા એક માણસ સાથે સોદાની અંતિમ રકમ નક્કી કરી રહ્યો હતો. ત્યાં જ એવી ક્ષણ આવી જ્યારે રાજુએ તેના માણસોને ટ્રકમાંથી માલ ઉતારી લેવા કહ્યું કેમ કે પેલો મેલોઘેલો જે ભાવ આપી રહ્યો હતો એ બરાબર નહોતો. પણ પછી મલોઘેલો કૂણો પડ્યો

'હવે આ માલ ક્યાં જશે?' ટ્રક જવા લાગી ત્યારે અરબાઝે પૂછ્યું.

'કર્નાક બ્રિજ,' રાજુએ પૈસા ગણતા જવાબ આપ્યો. 'ત્યાંથી આ માલ મુસાફિરખાના જેવી જગ્યાઓએ વહેંચાશે, જ્યાં આ પ્રકારનો માલ ખાસ વેંચાય છે.'

'આપણે સાત જણ છીએ. હું તમારો નેતા હોવાથી મારા ત્રીસ ટકા. અસલમ અને પૉલને પંદર-પંદર ટકા તેમના આયોજન માટે. બાકીના ચાર જણને દસ-દસ ટકા.'

રાજુએ થોડીક નોટો અરબાઝના હાથમાં મુકી. 'ગણી લે,' તેણે હુકમ કર્યો.

'એની જરૂર નથી રાજુ ભાઈ,' અરબાઝે જવાબ આપ્યો. 'તમે મને જે આપ્યું છે, તે બરાબર જ હશે.'

'ગણી લે,' રાજુએ ફરીવાર કહ્યું, આ વખતે તેના અવાજમાં વધુ કરડાકી હતી. 'ધંધામાં કોઈ દોસ્તી-યારી નથી હોતી. ધંધો એ ધંધો છે.'

અરબાઝે રોકડ ગણી. એક સો રૂપિયા. એક રાતની મહેનત માટે બે મહિનાના પગાર કરતાં પણ વધુ રકમ. અચાનક જ તે ગુનાહિત લાગણી હેઠળ ભીંસવા લાગ્યો.

રાજુને આ વાતનો અંદેશો તરત જ આવી ગયો. 'ચિંતા ન કર,' તેણે કહ્યું. ' આ લાગણી પણ જતી રહેશે. મારી દુનિયામાં તારે એક જ સૂત્ર યાદ રાખવાની જરૂર છે.'

'એ શું?' ખિસ્સામાં પૈસા મુકતા અરબાઝે પૂછ્યું.

'તું જ્યાં સુધી પકડાતો નથી, ત્યાં સુધી તું આ રકમ રાખવા માટે હકદાર છે.'

બગડિયા એન્ડ કંપની કલકત્તાના વ્યાપારિક કેન્દ્ર, બડાબજારમાં સ્થિત હતી. બડાબજારની કોઈ શરૂઆત, મધ્ય કે અંત નહોતો. આ બજાર એકાદ એવા જીવતાજાગતા સજીવ જેવી હતી, જે પોતાના જ કોષોના પેટા-વિભાજન દ્વારા વિકસતું હોય. બડાબજારનું વિભાજન પચીસ અત્યંત અવ્યવસ્થિત કટરા અથવા બજારોમાં થતું હતું, આ દરેક કટરા કોઈ એક ચોક્કસ ચીજ-વસ્તુના વેપારીઓનું મથક હતું.

બગડિયા એન્ડ કંપની, આ ખદબદતી ખીચડી જેવા વિસ્તારના હાર્દમાં આવેલી મલિક સ્ટ્રીટમાંની એક *ગદ્દી* - અથવા ઑફિસ હતી. એ ઈમારતનું નામ હતું કાલીગોદામ અને બગડિયાની ઓફિસ ત્રીજા માળ પરના બે રૂમોમાં ફેલાયેલી હતી. તેમની આસપાસ બંગારો, જાલાનો અને બરજોરિયાઓ જેવા ખમતીધર મારવાડી પરિવારોની ઑફિસો હતી, જેઓ મોટામાં મોટી શણની મિલોના માલિક હતા.

આજે રવિવાર હતો, પણ બગડિયાની ઑફિસ અઠવાડિયાના તમામ સાત દિવસ ખૂલ્લી રહેતી હતી. બ્રિજમોહનલાલા અવારનવાર કહેતા કે

સપ્તાહાંત તો સફેદ-ચામડીના લોકો માટે જ હોય છે. ધંધામાં ટકી રહેવા માટે ઘઉંવર્ણી ત્વચા ધરાવનારાઓએ સાતે-સાત દિવસ કામ કરવું જોઈએ.

અરવિંદનું એડમિશન પાર્ક સ્ટ્રીટ પરની સૅન્ટ ઝૅવિયર્સ કૉલેજમાં કરાવાયું હતું. વેપારી પરિવારોના સંતાનો માટે સૅન્ટ ઝૅવિયર્સ લોકપ્રિય પસંદગી હતી જ્યારે વ્યાવસાયિકો અને સરકારી નોકરોના સંતાનો સામાન્યપણે કૉલેજ સ્ટ્રીટ પર આવેલી પ્રૅસિડન્સી કૉલેજ પર પસંદગી ઉતારતા હતા. દરરોજ, લૅક્ચર્સ પૂરા થયા બાદ, અરવિંદને તેના પિતાની ઑફિસ પર આવવું ફરજિયાત હતું. બ્રિજમોહનલાલે નક્કી કર્યું હતું કે સત્તર વર્ષની વયે તેમના દીકરાને વેપારને લગતી થોડીઘણી ટ્રેનિંગ મળે એ જરૂરી હતું. સમય મુશ્કેલીભર્યો હતો અને અરવિંદ ધંધાની થોડીઘણી બાબતો ઝડપથી શીખી જાય એ જરૂરી હતું, આ તેના પિતાનો તર્ક હતો.

1959ના એ વર્ષની શરૂઆતમાં, દલાઈ લામાએ મૅકમોહન રેખા ઓળંગીને ભારતીય ક્ષેત્રમાં પ્રવેશ કર્યો હતો. ઓલ-ઈન્ડિયા રેડિયોની આકાશવાણી સેવાનું કહેવું હતું કે, પરમ પૂજ્ય દલાઈ લામાએ ભારતીય સીમા સુધી પહોંચવા માટે વેશપલટો કરી એક સામાન્ય સૈનિક જેવો દેખાવ લીધો હતો. દલાઈ લામાને ભારત સરકાર દ્વારા આશ્રય આપવામાં આવ્યો હોવાથી ચીનાઓ ગિન્નાયા હતા. ચીન સાથે યુદ્ધ થાય એવી સંભાવનાઓના પ્રબળ ભણકારા વચ્ચે પણ નહેરૂએ *હિંદી-ચીની ભાઈ ભાઈ* ના પોતાના ઉપદેશ દ્વારા આ શક્યતાને નજરઅંદાજ કરી હતી.

ખરેખર, આવનારો સમય મુશ્કેલીભર્યો હતો, પણ મુશ્કેલ સમયનો અર્થ સામાન્યપણે તકો એવો પણ થતો હતો. બજાજ ઑટો નામની કંપનીને ભારતમાં સ્કૂટરનું ઉત્પાદન કરવાનું લાઈસન્સ હાલમાં જ મળ્યું હતું. બ્રિજમોહનલાલ બગડિયાએ નિશ્ચય કરી લીધો હતો કે તેમના દીકરાની ટ્રેનિંગ ઝડપી હોવી જોઈએ, જેથી ધંધામાં આવનારી તકોનો લાભ તે તરત જ લઈ શકે.

બગડિયા ઑફિસમાં, તારાચંદ અગરવાલ નામના *મુનીમ* ધોતિયું, કાળો કોટ અને હિસાબનીસની પાઘડીના પારંપારિક કપડાંમાં સજ્જ હતા, લાલ કાપડનું કવર ધરાવતા બહીખાતામાં આંકડા ટપકાવતાં-ટપકાવતાં તેઓ અરવિંદ તરફ ધ્યાનપૂર્વક જોઈ રહ્યા હતા. બંને જણ પાથરેલા ધોળા બાસ્તા જેવા ગાદલા પર બેઠા હતા. મુનીમજીની બાજુમાં તેમની સૌથી મહામૂલી જણસ પડી હતી, એ એટલે રોકડ રાખવાની તેમની પેટી. મુનીમની સામે સાગના લાકડામાંથી બનેલી નાનકડી ઢળતી મેજ હતી, જેમાં તાળું મારી

શકાય એવું ખાનું હતું. જેની અંદર કાગળ તથા શાહીનો ખડિયો મૂકી શકાય એમ હતું. અરવિંદે ધ્યાન કેન્દ્રિત કરવા, પોતાની જીભ મોઢાના ખૂણે લઈ જઈ ને વાળી. આ કામને તે બરાબર અંજામ આપે એ બહુ જરૂરી હતું.

'ખરૂં કહું તો, બહીખાતા પદ્ધતિ સચોટ ડબલ એન્ટ્રી સિસ્ટમ છે,' તારાચંદ અગરવાલે સમજાવતા કહ્યું. 'રિયલ, નોમિનલ અથવા પર્સનલ ખાતાં તમામ વહેવારો તે નોંધે છે.'

'પણ એવું કહેવાય છે કે ડબલ-એન્ટ્રીની શોધ યુરોપિયનોએ કરી હતી.' અરવિંદે દલીલ કરી.

'સાવ ખોટી વાત,' તારાચંદજીએ ઉપહાસના સ્વરમાં કહ્યું. 'આપણી પદ્ધતિમાં, બધા જ વહેવારો પહેલા *રોકડાબહી*માં - અથવા કેશ બુકમાં નોંધવામાં આવે છે. એ પછી તેની નોંધ *ખાતાબહી*માં અથવા લેજરમાં કરવામાં આવે છે. *નકલબહી* જર્નલ તરીકે કામ કરે છે, છેલ્લે તમે *કચ્ચા-આંકડા*- અથવા ટ્રાયલ બૅલેન્સ બનાવો છો હવે મને કહો આ કઈ રીતે ડબલ-એન્ટ્રી નથી?'

'પણ મુનીમજી, આમાં ડૅબિટ અને ક્રૅડિટ ક્યાં છે?' અરવિંદે પૂછ્યું.

'આપણી પદ્ધતિમાં આપણે તેને નામ અને જમા કહીએ છીએ, પણ નિયમ એ જ છે, જે ડૅબિટ અને ક્રૅડિટમાં છે. આ પદ્ધતિ આપણને પૂરતી ચોકસાઈ આપે છે, સાથે જરૂર પડે ત્યારે આપણી માટે રચનાત્મક બનવાની જગ્યા પણ આ પદ્ધતિ રાખે છે. '

'પણ...' અરવિંદે તેના હંમેશ મુજબના દલીલયુક્ત સ્વરમાં શરૂ કર્યું. તારાચંદની એક નજરે તેને શાંત કરી નાખ્યો.

'એકાઉન્ટિંગમાં પારંગત થવા , અરવિંદ બાબુ, તમારે માત્ર બે મૂળભૂત નિયમો યાદ રાખવાની જરૂર છે,' મુનીમે કહ્યું.

'એ શું છે, મુનીમજી?' અરવિંદે પૂછ્યું.

'નિયમ નંબર એકઃ તમારાં એકાઉન્ટ હંમેશા તમારા વેપાર-ધંધાનું ખરૂં અને વાસ્તવિક ચિત્ર રજૂ કરે એવા હોવા જોઈએ.'

'અને બીજો નિયમ?' અરવિંદે પૂછ્યું.

'નિયમ નંબર બે એ છે કે ક્યારેક-ક્યારેક નિયમ નંબર એકને ભૂલી જવો જોઈએ.'

'આરામથી, અરબાઝ,' રાજુએ સાંત્વનાભર્યા સ્વરે કહ્યું. 'તું જો ગોદીમાં કામ કરી શકતો હોય, તો પલંગ પર ન કરી શકે એનું કોઈ કારણ મને તો દેખાતું નથી.'

સફેદ ગલી તરફ ચાલતી વખતે અરબાઝે રાજુ તરફ જોયું. સફેદ ગલી જરી કામગારો, વિદેશી સુંવાળા સંગાથ માટેના કૂટણખાના, ડૅન્ટિસ્ટ, ચામડીના રોગો માટેના દવાખાના, અને રૉયલ તથા આલ્ફ્રેડ જેવા થિયેટરનું થાણું હતું. બ્રિટિશ સૈનિકોના મનોરંજન માટે યુરોપ અને જાપાનથી વેશ્યાઓ આ વિસ્તારમાં લાવવામાં આવતી. આ જ કારણ હતું કે આ વિસ્તાર સફેદ ગલી, અથવા ગોરા માણસની ગલી તરીકે ઓળખાતો હતો.

કામાઠીપુરાના આ લત્તામાં આજકાલ હવે કોઈ યુરેપિયનો બચ્યા નહોતા. તેમની જગ્યા ભારતીય વેશ્યાઓએ લઈ લીધી હતી. ભારતીય સ્વતંત્રતાનું આ એવું પરિણામ હતું, જેની ચર્ચા ખાસ થતી નહોતી,

તેઓ વધુ એક જર્જરિત ઈમારતમાં પહોંચ્યા. 'આ એ જગ્યા છે જ્યાં આપણે ઉતરીએ છીએ,' રાજુએ કહ્યું. 'અને કપડાં પણ ઉતારીએ છીએ!'

'આપણે ક્યાં છીએ?' અરબાઝે પૂછ્યું.

'બચુશેઠ કી વાડી,'રાજુએ સમજાવ્યું. 'આ જગ્યા કોઠેવાલીઓ, તવાયફો અને મુજરા માટે વિખ્યાત છે. મારૂં અમીના સાથે ચક્કર ચાલુ છે. તે પોતાની એક નજરથી જ ગમે તેવા પુરુષને પાણી-પાણી કરી શકે છે. પણ આપણે આ બધી ચીજોમાં તારો સમય બગાડવો નથી.'

આટલી મોડી રાત્રે પણ કૂટણખાનું પ્રવૃત્તિઓથી ધમધમી રહ્યું હતું. ખાસ્સી જર્જરિત કહી શકાય એવી ઈમારતના ખખડી ગયેલા દાદરા ચડવાનું તેમણે શરૂ કર્યું. તેઓ ચડી રહ્યા હતા ત્યારે દરેક પગલે કડાકાનો અવાજ આવી રહ્યો હતો. 'પૅકિંગ પર જતો નહીં. આની અંદરનું મટિરિયલ ટૉપ ક્વૉલિટીનું છે,' રાજુએ ખાતરી આપતા કહ્યું.

તેઓ ઝડપથી એક ઓરડામાં પ્રવેશ્યા,જેમાં જાજરમાન જાજમ પર મરુન રંગના વૅલ્વેટ સોફા સિવાય કશું જ નહોતું. કૂટણખાનાની માલકણ, બિલ્કિસ બેગમ, એકલી જ એ સોફા પર બેઠી હતી તેની આસપાસ વિવિધ વયની કેટલીક સ્ત્રીઓ ટોળે વળી હોય એમ ઊભી હતી. બિલ્કિસ પોતાના મોઢામાં પાન નાખવાની તૈયારીમાં જ હતી, પણ રાજુને પ્રવેશતો જોઈ તે રોકાઈ ગઈ.

'ઓહો! આવો મારા મોંઘેરા મહેમાન,' તે આનંદના અતિરેકમાં લગભગ બરાડી ઊઠી. 'અને આજે તો તમારી સાથે તમારો મિત્ર પણ આવ્યો છે. તેનું કંઈ નામ-બામ છે કે નહીં?'

રાજુ અને અરબાઝ સોફા પર તેની બાજુમાં બેઠા. 'તેનું નામ અરબાઝ છે, અને તેને સુંવાળા સહવાસની જરૂર છે,' રાજુએ હળવેકથી બિલ્કિસ બેગમને કહ્યું. પહેલવાન જેવા આ હટ્ટાકટ્ટા યુવાનને સુંવાળા સહવાસની જરૂર છે, એ વાત કેવી વિરોધાભાસી હતી.

બિલ્કિસ બેગમ જાણે બધું જ જાણતી હોય તેમ તેણે ડોકું ધુણાવ્યું. 'ઓહો! મને નવા છોકરાઓ બહુ ગમે છે. તેના માટે યોગ્ય છોકરી મારી પાસે છે. ફૈઝા ક્યાં છે?' પોતાના પ્રશ્ન બાદ આસપાસની છોકરીઓ માટે વિરામચિહ્ન મુકતી હોય એમ મૅડમે તાળી પાડતા કહ્યું.

ત્યાં ઊભેલી છોકરીઓમાંથી, પૉલિશ કરેલા ચોખા જેવો વાન ધરાવતી એક નમણી સ્ત્રી એક ડગલું આગળ આવી. તેના કાળા ભમ્મર વાળ નિતંબ સુધી પહોંચે એટલા લાંબા હતા, ચમકતી આંખો, ઘાટીલું નાક અને ભરાવદાર હોઠ, જે લિપસ્ટિકને કારણે વધુ પડતા ઘેરા લાલ લાગતા હતા. રેતીના ઘડિયાળ જેવી તેની દેહયષ્ટિની આસપાસ ચપોચપ વીંટાળેલી ગુલાબી સાડીને કારણે તે વધુ માદક લાગતી હતી. અન્યોની જેમ તે છોકરી નહોતી. તે સ્ત્રી હતી.

એક પણ શબ્દ બોલ્યા વિના તેણે અરબાઝનો હાથ પકડયો અને તેને ઓરડાની બહાર દોરી ગઈ અને દાદરાનાં પગથિયાંની વધુ એક હાર ચડીને ઉપર લઈ ગઈ. એ શયનખંડની અંદર, તેણે અરબાઝને બેસાડ્યો અને લલચાવતી હોય એ રીતે તેણે પોતાના કપડાં ઉતારવા માંડ્યા. તે પોતાની સાડી, બ્લાઉસ, પેટીકોટ અને આંર્તવસ્ત્રો ઉતારી રહી હતી અને અરબાઝ નર્વસ થઈને આ બધું જોઈ રહ્યો હતો.

હવે સંપૂર્ણ નગ્નાવસ્થામાં ઝળહળતી ફૈઝાએ તેની સામે સ્મિત કર્યું અને તેના પગ પાસે બેસી ગઈ. તેણે પોતાના હાથ અરબાઝની સાથળો પર રાખ્યા અને પોતાના શરીરમાંથી વીજળીનો પ્રવાહ પસાર થઈ ગયો હોવાનું અરબાઝે અનુભવ્યું. તેણે અરબાઝના કમર પરનો પટ્ટો ખોલવાની શરૂઆત કરી. તે ખમચાયો અને થોડો પાછળ હટ્યો. 'ચિંતા ન કર,' તેણે હળવા અવાજે કહ્યું. 'હું બધું સંભાળી લઈશ, તું બસ જન્નતની તારી સફરનો આનંદ લે.'

અરબાઝ સ્તબ્ધ થઈ ગયો હતો.

તેની માતા હંમેશા કહેતી હતી કે પુરુષના દિલ સુધી જવાનો રસ્તો પેટથી શરૂ થાય છે. પણ એ દિવસે અરબાઝને સમજાયું કે પુરુષના દિલનું પ્રવેશદ્વાર પેટથી ઘણું નીચે હતું.

'મને નંબર સેવન લાયોન્સ રેન્જ લઈ જા,' અરવિંદે *ટાના* રિક્શામાં બેસતા કહ્યું,

અરવિંદ સાથે તેના પિતાની ઑફિસનો એક કારકૂન હતો. કારકૂન વિચારી રહ્યો હતો કે તેને આ કામ શા માટે સોંપાયું હતું.

'આપણે ક્યાં જઈ રહ્યા છીએ?' કારકૂને પૂછ્યું.

'ત્યાં લીમડાનું એક ઝાડ છે. હું દર મહિને ત્યાં જઈને તેને પાણી આપું છું તથા મોટું થતાં જોઉં છું,' અરવિંદે જવાબ આપ્યો. કારકૂને પોતાના નસીબને ગાળો ભાંડી. દિવસના આ સમયે તે બડાબજારમાં મીઠી, ખુશબુદાર ચાની ચુસ્કીઓ ભરી રહ્યો હોત.

સાંકડી ગલીઓમાં ઉઘાડા પગે અને પરસેવે રેબઝેબ થઈ ગયેલા તથા રિક્શા ખેંચતી વખતે હાંફી રહેલા માણસના પ્રયત્નોને અરવિંદે નજરઅંદાજ કર્યા. એ વાત નોંધનીય હતી કે, આ સાધારણ રિક્શા કલકત્તાના ખૂણા અને ગલીઓમાં જે આસનીથી જઈ શકતી હતી એટલી સરળતાથી કલકત્તા ટ્રામવે કંપનીની ગાડીઓ જઈ શકતી નહોતી. પણ અરવિંદ પોતાની આસપાસની દુનિયાથી બેખબર હતો. તે *સ્ટેટ્સમેન*ના પાનાનો અભ્યાસ કરવામાં વ્યસ્ત હતો.

'તમે શું વાંચી રહ્યા છો?' જિજ્ઞાસુ કારકૂને પૂછ્યું.

'ઓહ, બૉમ્બે વિશેની અહીંયા ત્યાંની વાતો; આ સદીમાં બની રહેલી ઘટનાઓ; કોહિનૂરનું આકર્ષણ, મરવા વિશે...'

કારકૂન ચૂપ થઈ ગયો. જીવન અને મૃત્યુના ફિલોસોફિકલ પ્રશ્નો કરતાં કે.સી.દાસના *રોશોગુલ્લા*ના વધતા ભાવમાં તેને વધુ રસ હતો.

તેઓ પોતાના ગંતવ્ય સ્થળે પહોંચ્યા ત્યારે ધોતી પહેરેલા તલવાર કટ મૂછ અને માથામાં તેલ નાખી ચપોચપ ઓળેલા વાળ ધરાવતા એક સજ્જન ગલીના નાકા પર તેમની વાટ જોતાં ઊભા હતા. કારકૂન રિક્શામાંથી નીચે ઉતરવાની તૈયારીમાં જ હતો ત્યાં જ અરવિંદે તેને રોકી પાડ્યો.

'તમને જોઈને આનંદ થયો અરવિંદ બાબુ,' ધોતિયાધારી માણસે રિક્શા સુધી આવતા કહ્યું.

'હું આશા રાખું છું કે મારા લીમડાના વૃક્ષો સારી રીતે ઉછેરી રહ્યા છે, દીપંકર દા,' અરવિંદે, પોતાની જગ્યાએ બેઠા રહી ને કહ્યું. આ તેમના વચ્ચેની જૂની રમૂજ હતી.

છેક 1830ના સમયગાળામાં દલાલોનું એક જૂથ ક્લાઈવ સ્ટ્રીટ પરના લીમડાના ઝાડ નીચે મળતું હતું. તેઓ ઈસ્ટ ઈન્ડિયા કંપનીની લોન અને બૅન્ક ઑફ બૅંગાલના શૅર્સના સોદા કરતા. એક સમયે જ્યાં આ લીમડાનું ઝાડ હતું ત્યાં 1905માં, ચાર્ટર્ડ બૅન્કે ઑફિસની ઈમારતનું બાંધકામ શરૂ કર્યું. આને કારણે દલાલોને 2, ચાઈના બાઝાર સ્ટ્રીટ ખાતે સ્થળાંતર કરવાની ફરજ પડી હતી. આખરે, તેમને 7, લોયેન રૅન્જ ખાતે પોતાનું મકાન મળ્યું હતું. શૅર બજારમાંના પોતાના રોકણનો ઉલ્લેખ મારૂં લીમડાનું ઝાડ તરીકે કરવાનું અરવિંદને ગમતું.

'હા, ચોક્કસ,' તેલથી ચપોચપ વાળ ધરાવતા એ સજ્જને કહ્યું. 'બૉમ્બે ડાઈંગ, સૅન્ચુરી ટૅક્સ્ટાઈલ્સ અને કોહિનૂર મિલ્સનો પરફૉર્મન્સ સારો રહ્યો છે.'

ઓહ, બૉમ્બે વિશેની અહીંયા ત્યાંની વાતો; આ સદીમાં બની રહેલી ઘટનાઓ; કોહિનૂરનું આકર્ષણ, મરવા વિશે...

'સરસ. તમે એ બધા જ શૅર્સ વેચી નાખે એવું હું ઈચ્છું છું,' અરવિંદે કહ્યું.

'બધા જ શૅર?' દીપંકર દાએ પૂછ્યું.

'હા, બધા જ.'

'આ વેચાણમાંથી જે રોકડ હાથમાં આવશે તેનું શું? તેનું રોકાણ હું ક્યાં કરું?'

'તાતા સ્ટીલ અને બજાજ ઑટોની નવી ઑફરમાં. ટૅક્સ્ટાઈલ્સ હવે જૂની વાત ગણાય છે. સ્ટીલ અને ઑટોમોબાઈલ્સ નવા મોરચા છે. બાય ધ વે, મારી અઠવાડિયાની આવકમાંથી આ થોડી રકમ છે,' અરવિંદે તેમના હાથમાં રોકડ રકમ આપતા કહ્યું. 'આની રસીદ તમે મને ટપાલ દ્વારા મારા ઘરે મોકલી શકો છો.'

'બૉમ્બે ડાઈંગ, સૅન્ચુરી ટૅક્સ્ટાઈલ્સ અને કોહિનૂર મિલ્સ વેચી નાખું... પાકું ને? આ બધાના ભાવ હજી ઊંચા જઈ રહ્યા છે, અરવિંદ બાબુ. દલાલો આ શૅર મેળવવા માટે ખૂબ જ ઉત્સુક છે.'

'આ બજારમાં છેલ્લા થોડાક વર્ષથી હું રમી રહ્યો છું, તેમાંથી હું એક જ બાબત શીખ્યો છું, દીપંકર દા'

'અને એ શું છે?' દલાલે પૂછ્યું, તેઓ પોતે પણ ઘણીવાર પોતાની રોકાણ વ્યૂહરચના આ છોકરાના વિચારો પ્રમાણે ઘડતા હતા.

'હું શીખ્યો છું કે, બીજા લોકો ઉત્સુક હોય ત્યારે તમારે સાવચેત રહેવું જોઈએ અને બીજા લોકો સાવચેત હોય ત્યારે તમારે ઉત્સુક રહેવું જોઈએ.'

નવો કસદાર ધંધો શરૂ કર્યા બાદ અરબાઝ પહેલીવાર નાપોલીની અંદર બેઠો હતો. આ લોકપ્રિય ઑપન કૅફે હતું જ્યાં એક રૂપિયામાં હૉટ ડૉગ અને એસ્પ્રેસો ખરીદી શકાતા હતા. મોટા અવાજે વાગી રહેલા સંગીતની સરાહના કરવાનો પ્રયાસ કરતાં તે કૉકના ઘૂંટડા ભરી રહ્યો હતો. આ જગ્યાના માલિક પાસે જ્યૂકબૉક્સમાં લેટેસ્ટ વિનાઈલનું બહુ મોટું કલૅક્શન હતું. તેમાંથી ગીતની પસંદગી કરવી હોય તો તેના ચાર આના થતા હતા.

ઘોંઘાટથી કંટાળેલો અરબાઝ સાડીની એક દુકાન તરફ ગયો. 'મને બ્લુ રંગમાં કંઈક દેખાડો,' દુકાનદારે વધુ એક સાડી ખોલીને સામે પાથરી ત્યારે અરબાઝે કહ્યું. અરબાઝે કોઈ રકઝક કર્યા વિના એ સાડી ખરીદી લીધી,

એ પછી તે પટેલની દુકાન તરફ ગયો. શેઠ શ્યામજીભાઈ પટેલ સ્થાનિક કરિયાણાવાળો હતો, જેની પાસે તેના પરિવારનું ખાતું ચાલતું હતું, જેમાં ઉધારની બાજુ હંમેશાં ભારે રહેતી.

અરબાઝને આવતો જોઈ શેઠજીનું મોઢું કાંટાળું થઈ ગયું, પણ અરબાઝે જૂના હિસાબના લેણાં નીકળતાં નાણાં ચૂકવી દેતાં તેમના ચહેરા પરનું હાસ્ય ખાસ્સું મોટું થઈ ગયું હતું.

કરિયાણાવાળો રકમ ગણ્યા બાદ જો કે ગંભીર થઈ ગયો હતો.

'આમ દીવેલ પીધા જેવું મોઢું શા માટે શેઠજી?' અરબાઝે પૂછ્યું.

'એ લોકોએ બૉમ્બેને બે નવાં રાજ્યોમાં વિભાજીત કરી નાખ્યું છે - ગુજરાત અને મહારાષ્ટ્ર,' શેઠજીએ કહ્યું.

'પણ એનાથી તમને શા માટે ચિંતા થાય છે?' અરબાઝે પૂછ્યું.

'લોકો કહે છે કે બૉમ્બે મહારાષ્ટ્રની રાજધાની બનશે. હું ગુજરાતી છું પણ મારો પરિવાર અનેક પેઢીથી આ શહેરમાં રહે છે. આ પરિસ્થિતિમાં હું ખરેખર ક્યાંનો એ સવાલ મને થાય છે.'

અરબાઝે આ માહિતીને પચાવી લીધી. પટેલ જે કહી રહ્યો હતો એ વાતમાં વજૂદ તો હતું, પણ અરબાઝ પાસે બીજી વધુ મહત્વની બાબતો પણ હતી.

'ચિંતા ન કરો શેઠજી,' અરબાઝે કહ્યું. 'દુનિયા નાની ને નાની થતી જાય છે. સાંતાક્રૂઝ એરપોર્ટના એક લૉડરનું કહેવું છે કે એર-ઈન્ડિયા ટૂંક સમયમાં ન્યૂ યૉર્કની ફ્લાઈટ શરૂ કરવાની છે. તમે આ બાબતની કલ્પના કરી શકો છો? બહુ જલ્દી એ બાબતનું કોઈ મહત્વ નહીં રહે કે તમે ક્યાં રહે છો આજથી વીસ વર્ષ બાદ, એ બાબતથી કોઈને કશો જ ફરક નહીં પડે કે તમારા બાળકો ગુજરાતી છે - કે મરાઠી બોલનારા.' અરબાઝે મનમાં વિચાર્યું કે, પોતે જે કંઈ બોલ્યો એ ખરેખર સાચું હતું. શેઠજીએ પણ તેની તરફ અવિશ્વાસભરી નજરે જોયું.

અરબાઝ ઉતાવળા પગલે ઘરે પહોંચ્યો અને સાડી અને ચાળીસ રૂપિયા - પૂરા મહિનાનો પગાર તેની અમ્મીને આપ્યા. વધુ પૈસા આપવાનું તેને ગમ્યું હોત, પણ એનાથી અમ્મીને શંકા ગઈ હોત.

'તું જ્યાં સુધી પકડાતો નથી, ત્યાં સુધી આ રકમ રાખવા માટે તું હકદાર છે,' માતાને ભેટતા અરબાઝે મનોમન એ વાતનું પુનરુચ્ચારણ કર્યું, એ જ સમયે તેને મનમાં થોડો અપરાધ ભાવ પણ જાગ્યો. ગોદીના ચોર તરીકેની તેની બેવડી જિંદગી વિશેનો એ અપરાધ ભાવ હતો. ફૈઝા સાથેના રાતના સાહસો વિશેનો અપરાધ ભાવ. એ સ્ત્રીએ તેને થોડા મહિનામાં એટલું બધું શીખવાડી દીધું હતું, જેટલું તે પોતાના અત્યાર સુધીના જીવનમાં શીખ્યો નહોતો.

તેના વિચારો એ પછી પાછા પટેલની ટિપ્પણી તરફ ગયા. બૉમ્બે મહારાષ્ટ્રનો ભાગ બને કે ગુજરાતનો એનાથી કોઈને શો ફરક પડતો હતો? એક દિવસ પોતે, અરબાઝ શેખ, બૉમ્બે પર રાજ કરશે. ત્યારે આમાંની કોઈ બાબત મહત્ત્વની નહીં રહે.

પણ એ પહેલા પેલા હરામખોર યુસુફને પાઠ ભણાવવાની જરૂર હતી.

એ પછીના એકાદ-બે દિવસ અરબાઝે યુસુફના ઘર પર નજર રાખી, લોકોના આવવા-જવાના સમયની નોંધ કરી.

'મને તમારી મદદની જરૂર છે,' અરબાઝે રાજુને થોડાક દિવસ બાદ કહ્યું.

'બોલ,' મોઢામાં પાન ઓરતાં રાજુ બોલ્યો.

'મારે યુસુફને સીધો કરવો છે,' અરબાઝે કહ્યું.

'તું પાગલ થઈ ગયો છે? યુસુફની સામે થવાની કોઈની મજાલ નથી. તેને હપ્તો ચૂકવી દે અને એનાથી થઈ શકે એટલો દૂર રહેજે એ જ તારા માટે

સારૂં રહેશે. તેની ભત્રીજી અબ્દુલ દાદાના ભાણેજાને પરણી છે. મને લાગે છે કે અબ્દુલ દાદા કોણ છે એ તું જાણે છે - તારૂં મગજ તો ઠેકાણે છે ને?'

'હું શરત લગાડવા તૈયાર છું કે, ગોદીમાં જોર-જબરદસ્તીથી હપ્તો ઉઘરાવવાના કૌભાંડ વિશે અબ્દુલ દાદાને કશી જ ખબર નહીં હોય,' અરબાઝે કહ્યું. 'ગરીબ કામગારો પાસેથી પૈસા લેવા જેવું કામ તો તેઓ નહીં જ કરે. યુસુફ માત્ર અબ્દુલ દાદાના નામનો ઉપયોગ કરે છે. આ કારસ્તાનમાં તે એકલો જ છે.'

'જે કરે એ સંભાળી ને કરજે,' રાજુએ સલાહ આપતાં કહ્યું.

'હું તમારી સલાહને ગંભીરતાથી લઈશ, રાજુ ભાઈ. આમ છતાં, શેખ મેમન સ્ટ્રીટ પરની જામા મસ્જિદમાં રોજ નમાજ અદા કરવા જતા એક માણસનું પાકિટ તમારો કોઈ સાગરિત તફડાવે એવી મારી ઈચ્છા છે.'

'કોણ છે એ માણસ?' રાજુએ આ સવાલ પૂછ્યો ત્યારે તેના હોઠના ખૂણેથી પાનનો થોડોક લાલ રસ બહાર નીકળી આવ્યો.

'તેનું નામ કરીમ છે. તે કર્નાક રોડ પર એક નાનકડી હોટેલ ચલાવે છે.'

'મારો માણસ એક રસોઈયાનું પાકિટ મારે એવું તું શા માટે ઈચ્છે છે?' વિશ્વાસ ન બેસતો હોય એ રીતે રાજુએ પૂછ્યું.

'કેમ કે મારે તેનો વિશ્વાસ જીતવો છે,' અરબાઝે જવાબ આપ્યો.

'આનો અર્થ શો? તું એમ કહેવા માગે છે કે, કોઈકનો વિશ્વાસ અને મૈત્રી જીતવા માટે પહેલા તું તેને લૂંટવા માગે છે? તું ખરેખર હરામખોર છે,' મોઢામાંના પાનને વધુ જોરથી ચાવતા રાજુએ કહ્યું.

'એ તો હું છું જ,' સહમત થતાં એક લુચ્ચું સ્મિત આપીને અરબાઝ બાલ્યો. 'જો કે, હજી એક વાત પણ છે.'

'હવે શું?'

'તમારો એક મિત્ર છે, જેનું નામ તાવડે છે, તે જય જગદીશ ઑઈલ મિલમાં ફોરમેન છે.'

'પણ એનું શું?'

'તેની સાથે પણ મારી મુલાકાત કરાવી આપો.'

'એ થઈ જશે. તારૂં પતી ગયું હોય તો હું હવે મારા કામમાં લાગું?' રાજુએ કટાક્ષમાં પૂછ્યું.

'એક છેલ્લી વિનંતી રાજુ ભાઈ.' અરબાઝે આ વિનંતી કરવા માટે હિંમત એકઠી કરતા કહ્યું.

'હવે શું છે ભઈલા?'

'જે માણસ કરીમનું પાકિટ મારશે.... તેની ધુલાઈ કરવા માટે મને તમારી પરવાનગીની જરૂર છે.'

પોતાના વિદ્યાર્થીઓને ટ્રેઈન કરી રહેલા માણસને અરબાઝ જોઈ રહ્યો. છત પર જડેલા એક હૂક સાથે દોરડું લટકી રહ્યું હતું. એ દોરડાના છેવાડે કપડા લટકાવવાનું એક હેન્ગર સરેરાશ ખભાની ઊંચાઈએ ઝૂલી રહ્યું હતું. આ હેન્ગર પર શર્ટ અને પૅન્ટની એક જોડ લટકી રહી હતી - આ હતો બિચારા ખિસ્સાકાતરૂની પ્રૅક્ટિસ માટેનો ચાડિયો. દરેક ખિસ્સા પર તથા દોરડા પર નાનકડી ઘંટડીઓ સીવી લેવામાં આવી હતી, લટકતા ચાડિયામાં જરા પણ હલનચલન થયું તો આ ઘંટડીઓ રણકી ઊઠતી.

એ ઓરડામાં છએક છોકરાઓ હાજર હતા. દરેકને વારાફરતી બોલાવી ચાડિયા સાથે કામ પાડવા કહેવાતું. ચાડિયાના વિવિધ ખિસ્સામાં સનગ્લાસીસ, પેન, પાકિટ, પરચૂરણ, રૂમાલ જેવી કોઈક ને કોઈક ચીજ હતી. પડકાર હતો કે આ બધી જ ચીજો કાઢી લેવાની પણ શરત એ કે આવું કરતી વખતે એકેય ઘંટડી વાગવી જોઈએ નહીં.

સ્પષ્ટ જણાઈ આવતું હતું કે, છોકરાઓ શિખાઉ હતા. આમાંના મોટા ભાગનાઓ ઘંટડીના રણકાર વિના કોઈ જ પરિણામ પ્રાપ્ત કરી શકતા નહોતા. પણ એટલામાં જ એક યુવાન આગળ આવ્યો. ટ્રેઈનરે તેને છોટુ નામની સંબોધન કર્યું હતું. છોટુએ એકાદ મિનિટમાં એ ચાડિયા પરની બધી જ ચીજો સિફતપૂર્વક સેરવી લીધી. એક પણ ઘંટડી રણકાવ્યા વિના. તેની હિલચાલ પ્રવાહી અને આકર્ષક હતી, લગભગ એકાદ નૃત્યકાર જેવી. બીજા છોકરાઓએ તાળીઓ પાડી અને છોટુ તેમનું અભિવાદન ઝીલતો હોય એ રીતે જરાક ઝૂક્યો.

'આ જ છે એ,' અરબાઝે ટ્રેઈનરને કહ્યું. 'મને આની જરૂર છે.'

અરવિંદે પરોમિતા તરફ આતુરતાપૂર્વક જોયું. છેલ્લા કેટલાક મહિના તેના જીવનના શ્રેષ્ઠતમ મહિના હતા.

પરોમિતા ગજબની સુંદર હતી! ખામી વિનાનો વાન, ધારદાર મુખાકૃતિ, ભરેલા હોઠ, ગાલ પર પડતાં અદભુત ખંજન અને કથ્થઈ આંખો જેમાં શરારતની હળવી ઝાંય હતી, આ બધા સાથે તે સ્વર્ગની અપ્સરા જેવી જ લાગતી હતી. અરવિંદને હજી પણ એ વાત પર વિશ્વાસ કરી શકતો નહોતો કે, આ સુંદરીએ બૉયફ્રેન્ડ તરીકે તેની પસંદગી કરી હતી.

કૉલેજ સ્ટ્રીટ પરના ઈન્ડિયન કૉફી હાઉસની અંદર એક ટેબલની આસપાસ નિરાંતે તેઓ બેઠાં હતાં. સફેદ પાઘડી પહેરેલો વેઈટર એ બપોરે તેમના ટેબલ પર કૉફી ભરેલા એક પછી એક એમ અનેક કપ મુકી ગયો હતો, પણ ન તો અરવિંદ કે ન તો પરોમિતાને એ પીવાની કોઈ પરવા હતી. પ્રેમ જાણે કે તેમને અખૂટ પોષણ પૂરું પાડી રહ્યો હતો.

તે પોતાની સાથે ઉમર ખૈય્યામના પુસ્તક રુબાઈયતની પ્રત લાવી હતી જેના પાનાં ખૂણેથી વળી ગયા હતા અને કૂતરાના કાન જેવા લાગતા હતા - અને એમાંની પોતાને ગમતી ચાર પંક્તિની રુબાઈ વાંચી સંભળાવી, *'ઝાડની ડાળી નીચે કાવ્યનું પુસ્તક, શરાબની સુરાહી, રોટલી - અને મારી પડખે તું...'*

'મારી પડખે તો તું છે જ,' અરવિંદે મજાકમાં કહ્યું.

'શ્શ્શશશ, આ શબ્દોને સાંભળ અરવિંદ...*'આપણે પણ ધૂળધાણી થઈ જઈએ, એ પહેલાં,ચાલ આપણી પાસે ખર્ચવા માટે જે કંઈ છે તેને બરાબર ખર્ચીએ!'*

'સારી વાત એ છે કે, આપણે અહીં બહુ ઝાઝો ખર્ચ નથી કરી રહ્યા, ખાસ કરીને આ સ્થળે,' અરવિંદે જાણીજોઈને ત્રાંસી નજર કરતા કહ્યું. પરોમિતાએ શાયરી પડતી મૂકી.

અરવિંદે અચાનક પૂછ્યું, 'હું તને કંઈક કહી શકું છું?'

'જરૂર,' પરોમિતાએ કહ્યું.

'મેં જોયેલાં સ્મિતમાંથી તારું સ્મિત સૌથી સુંદર છે,' તેણે ગંભીરતાપૂર્વક કહ્યું.

પરોમિતાના ચહેરા પર શરમના શેરડા ઉતરી આવ્યા. આ વાત સાચી હોવાનું જાણતી હોવા છતાં અરવિંદના મોઢે એ સાંભળવું તેને ગમ્યું.

'હવે હું તને કંઈક કહી શકું છું?' તેણે પૂછ્યું.

'બોલ,' અરવિંદે કહ્યું.

'મારા ચહેરા પરનું સ્મિત મોટા ભાગે તારા કારણે હોય છે.'

ક્રૉફર્ડ માર્કેટ પાસેની જામા મસ્જિદ ઈંટ અને પથ્થરથી બનેલી લંબચોરસ ઈમારત હતી તથા તે બે માળની અનેક ઈમારતોથી ઘેરાયેલી હતી. મસ્જિદનો પૂર્વ તરફનો દરવાજો એક પ્રાચીન તળાવ ભણી જતો હતો, જેમાં આશરે દસેક ફૂટ પાણી રહેતું. પગથિયાં અને પાળને કારણે વચ્ચે આવેલી આંગણ જેવી જગ્યામાં નમાજ અદા કરવા પહેલા પોતાની જાતને પવિત્ર કરી લેવામાં આ તળાવ મદદરૂપ થતું. કરીમ નમાઝ માટે પોતાની જાતને તૈયાર કરી રહ્યો હોવાનું અરબાઝે જોયું. તેણે સૌથી પહેલા પોતાના હાથ અને ભુજાઓને કોણી સુધી ધોઈ. એ પછી તેણે હાથના ખોબામાં તળાવનું પાણી લીધું અને પોતાનો ચહેરો ધોયો. તેણે આંગળીઓ ભેગી કરી અને બંને હાથ પોતાના વાળ પર કપાળથી લઈને છેક બોચી સુધી લઈ ગયો. એ પછી માથાની બાજુનો ભાગ ઘસતાં તે પોતાના હાથ આગળ લાવ્યો. છેલ્લે, પગ ઘૂંટણ સુધી ધોવા માટે તે વાંકો વળ્યો, આવું કરતી વખતે તેણે આ વાતની તકેદારી રાખી હતી કે પાણી તેના અંગૂઠા વચ્ચેથી પસાર થાય.

પોતાનો પીછો કરી રહેલા છોટુની હાજરીથી બેખબર કરીમ પગથિયાં ચડ્યો. મસ્જિદને આધાર આપતી કાળા પથ્થરની સોળમી કમાન કરીમે વટાવી ત્યાં જ, છોટુએ તેની પ્રથમ અને વચલી આંગળી કરીમના ખિસ્સામાં સિફ્તપૂર્વક નાખી. એક ખરા કલાકારની જેમ, તેણે પાકિટને એક ઝાટકે બહાર ખેંચી કાઢ્યું.

અરબાઝે બૂમ પાડી, 'ચોર... ચોર..! પકડો.... પકડો.....!' અને ત્યાં ધમાલ મચી ગઈ.

કરીમ ત્યાં જ થોભી ગયો અને તેનો હાથ પોતાના ખિસ્સા તરફ ગયો. ખિસ્સામાં પાકિટ ન હોવાનું સમજાતા જ તેણે ભાગી રહેલા છોટુની દિશામાં જોયું. એ યુવાન પાકિટમાર ચૂપચાપ સરકી ગયો હોત, પણ શું કરવાનું છે એ અંગે તેને પહેલેથી જ ખબર હતી. અપેક્ષા મુજબ જ, તે અરબાઝના હાથમાં ઝડપાઈ ગયો, અરબાઝે તેના ચહેરા પર સણસણતા બે તમાચા ઝીંકી દીધા. 'અલ્લાહના ઘરમાં ચોરી કરવાની તારી હિંમત કઈ રીતે થઈ?' છોટુના હાથમાંથી પાકિટ છીનવી લેતા ગર્જના કરતો હોય એવા અવાજે તેણે કહ્યું અને ઈરાદાપૂર્વક છોટુને છટકી જવા દીધો.

અરબાઝ કરીમ તરફ ગયો અને પાકિટ તેના હાથમાં સોંપ્યું. 'મને લાગે છે આ તમારૂં છે, ભાઈજાન,' આભારવશ થઈ ગયેલા કરીમના હાથમાં એ

પાકિટ સુપરત કરતા તેણે કહ્યું. લાંબા વાળ અને કરચલીઓથી ભરેલા એ વૃદ્ધ રસોઈયાએ આભારભર્યા સ્મિત સાથે અરબાઝના માથા પર લાગણીથી હાથ ફેરવ્યો. 'શુક્રિયા, દીકરા. અલ્લાહ હંમેશા તારૂં રક્ષણ કરે. તારા આ દયાળુપણાની એવજમાં હું તને કંઈ આપી શકું એમ હોઉં તો મને જરૂર જણાવજે.'

'હવે તમે કહ્યું જ છે તો, મને કોઈએ કહ્યું હતું કે તમે શહેરમાં સૌથી શ્રેષ્ઠ *પાયા નિહારી* બનાવો છો,' અરબાઝે શરૂઆત કરી.

રબીન્દ્ર સરોબરને જોતાં અરવિંદ અને પરોમિતા એકમેકને વીંટળાઈને એક બૅન્ચ પર બેઠાં હતાં. એ શિયાળાની સાંજ હતી, અતિ ઠંડા હવામાનમાંથી સરોવરના કિનારે ઉમટી પડેલા યાયાવર પક્ષીઓના કલરવને બાદ કરતા વાતાવરણ શાંત હતું.

અરવિંદે પોતાના છૂટ્ટા હાથથી પરોમિતાની હડપચીને ઊંચી કરી અને તેનો ચહેરો પોતાની તરફ ફેરવ્યો. તે અત્યંત આકર્ષક લાગી રહી હતી. તેના જેવી સુંદર કોઈ બીજી છોકરી હોઈ જ ન શકે.

અરવિંદે તેની આંખોમાં જોયું અને પૂછ્યું, 'હું તને કંઈક કહી શકું છું?'

'જરૂર,' પરોમિતાએ સ્મિત સાથે કહ્યું.

'મેં જોયેલાં સ્મિતમાંથી તારૂં સ્મિત સૌથી સુંદર છે,' ચુંબન કરવા યોગ્ય તેના હોઠ તરફ જોતાં તેણે ગંભીરતાપૂર્વક કહ્યું.

પરોમિતા જાણતી હતી કે હવે પછી શું આવવું જોઈએ. પોતાનો વારો આવતા તેણે પ્રશ્ન પૂછ્યો ત્યારે તેની આંખો ચમકી ઊઠી, 'હવે હું તને કંઈક કહી શકું છું?'

'બોલ,' અરવિંદે તેના હોઠ તરફ જોતાં કહ્યું.

પરોમિતા ઉપરની તરફ ઊઠી અને તેણે તેને ચુંબન ચોડી દીધું. આ હળવું ચુંબન હતું જેણે અરવિંદને વધુની ઝંખના કરતો કરી દીધો.

'તું મને શું પૂછવા માગતી હતી?' ચુંબનો વચ્ચે અરવિંદે પૂછ્યું.

'ચૂપ થા અને મને ચૂમવાનું ચાલુ રાખ,' પરોમિતાએ કહ્યું.

તેઓ હોટેલના બફારાભર્યા રસોડામાં હતા અને કરીમ અરબાઝને પોતાની સૌથી લોકપ્રિય વાનગીની મહત્વની બાબતો વિશે જણાવી રહ્યો હતો. કરીમની હોટેલ ત્યાં પીરસાતા પાયા નિહારી - મસાલેદાર રસામાં રાંધેલા બકરીના પગ - માટે જાણીતી હતી. મોગલ સામ્રાજ્યના છેલ્લા વર્ષોમાં પૂરાની દિલ્હીમાં આ વાનગીનાં મૂળિયાં હતાં. નિહારી સામાન્યપણે મોટા પ્રમાણમાં આખી રાત રાંધવામાં આવતી અને મજૂર વર્ગને સવારના નાસ્તામાં પીરસવામાં આવતી હતી.

કરીમ ખૂલ્લી આંચ પર બકરીનો પગ શેકી રહ્યો હતો, જેથી તેના પર રહી ગયેલા ઝીણા વાળ બળી જાય, અરબાઝ આ જોઈ રહ્યો હતો. એ પછી માંસ કાપવાના ભારેખમ ચૉપરથી તે પગને નાના ટુકડામાં કાપવા આગળ વધ્યો. બકરાના પગના ટુકડાને તમાલપત્ર અને મરી સાથે એક દેગડામાં નાખ્યા અને તેમાં ઘણું બધું પાણી ઉમેર્યું.

'આ અનેક કલાકો માટે ઉકળશે અને પછી ખદખદશે,' પોતે જાણે કોઈ કૂકરી શૉ પર હોય એ રીતે કરીમે સમજાવ્યું. 'એનાથી માંસ પૂરેપૂરું રંધાઈ જશે અને હાડકાં પરથી ખરી પડશે તથા ખાનારાના મોઢામાં તે પીગળી જાય, તો પાયા નિહારી બરાબર બની કહેવાય. ચીકણી-લોંદા જેવી ચરબી, રસદાર હાડકાં અને મજ્જા બંધું જ સાથે પીગળી જઈને અને મસ્ત, રગડા જેવો રસો બનશે.'

'પણ તમારા પાયાના સ્વાદનું રહસ્ય તો આના પ્રક્રિયાથી સમજાતું નથી,' અરબાઝે કહ્યું. 'મેં અનેક લોકોને કહેતા સાંભળ્યા છે કે કરીમની પાયા નિહારીના સ્વાદમાં કશું ક અનોખું છે.'

કરીમ હસી પડ્યો, આ હાસ્યને કારણે તેના પીળાં પડી ગયેલા અને વાંકાચૂંકા દાંત દેખાયા. 'આ રહ્યું રહસ્ય,' તેણે રસોડાના એક ખૂણે પડેલા બીજા એક દેગડા તરફ આંગળી ચીંધતા કહ્યું.

'એમાં શું છે? કોઈ રહસ્યમય મસાલો?' અરબાઝે પૂછ્યું.

'ગઈ કાલનો વધેલો માલ,' કરીમે જવાબ આપ્યો.'રોજના બચેલા માલમાંથી એક કિલો જેટલો માલ હું બીજા દિવસની નિહારીમાં ઉમેરૂં છું. ફરીવાર વપરાતી આ નિહારી તાર તરીકે ઓળખાય છે મારી હોટેલની પાયા નિહારી જે વિશિષ્ટ સ્વાદ માટે લોકપ્રિય છે, તેની પાછળનું કારણ આ તાર જ છે.'

'તો દરેક વાનગી પાછળ એક નાનકડો ભૂતકાળ હોય છે?' અરબાઝે પૂછ્યું.

'ચોક્કસપણે. મારા રસોડામાં આ તારની અતૂટ પંરપરા લગભગ બે દાયકા જૂની છે!'

'અને એટલે જ યુસુફ મિયાં જેવા અનેક લોકો અહીં દરરોજ નિયમિત આવે છે,' અરબાઝે અર્ધ-આકસ્મિકપણે કહ્યું.

'હા દીકરા,' કરીમે કહ્યું. 'યુસુફમિયાં અહીં તો આવે જ છે પણ તેઓ ઘરે પણ આ વાનગી મગાવે છે. રોજ સવારે બરાબર સાત વાગ્યે તેમનો નોકર અહીં આવીને પાયા નિહારી લઈ જાય છે.'

'ઓ હો, તેઓ આ વાનગીના આવા શોખીન છે?' અરબાઝે પૂછ્યું.

'અરે, તેમણે તો પોતાના નોકરને તારનું અલગ પાઉચ લઈ આવવાની હિદાયત પણ આપી રાખી છે,' હવે ઉત્સાહમાં આવી ગયેલા કરીમે કહ્યું. 'પાયા બધા વહેંચીને ખાય છે પણ વધારાનો તાર તો માત્ર તેમના માટે જ હોય છે. આવી છે આ વાનગીના ચાહકોની ચાહત!'

સિતાફલવાડીમાં આવેલી જગદીશ ઑઈલ મિલ્સમાં પોતાના મિત્ર મુરલી સાથે દિવસનો મોટા ભાગનો સમય વિતાવ્યો હતો. એરંડાના દાણામાંથી તેલ કાઢી લીધા બાદ વધેલો કૂચો ભરેલું ટબ વેચવા ફોરમેન તાવડે તરત જ તૈયાર થઈ ગયો હતો. રાજુભાઈએ તેને ન કહ્યું હોત તો પણ ખુશી-ખુશી આ ટબ વેચવા તે તૈયાર હતો.

ક્રિસેન્ટ હાઉસની પાછળના ભાગમાં રાજુએ આપેલા ઓરડા તરફ જવા અરબાઝ નીકળ્યો.

'આ પ્રક્રિયા કઈ રીતે કામ કરે છે, એ વિશે તું જાણે છે ને?' અરબાઝે પૂછ્યું. મુરલીએ હકારમાં માથું ધુણાવ્યું.

મુરલીએ એ કૂચો એક ઘડામાં નાખ્યો અને તેમાં બેન્ઝીન ઉમેર્યું. એક કાંટાની મદદથી તેણે આ મટિરિયલ મિક્સ કર્યું અને પછી તેમાં પાણી ઉમેર્યું. અને પછી જાણે કે ચમત્કાર થયો હોય તેમ, એ મિશ્રણ બે સાવ અલગ-અલગ સ્તરમાં - એક જલમય અને બીજું સેન્દ્રીય.- વિભાજીત થઈ ગયા.

કાલબાદેવી વિસ્તારમાંથી ખરીદવામાં આવેલી કૅમિકલ બોટલ્સ તરફ તેણે જોયું. હાઈડ્રોક્લોરિક એસિડ અને સૉડિયમ કાર્બોનેટ. ગાળવાના હવે પછીના તબક્કા માટે તેને ગ્લવ્ઝ તથા માસ્કની જરૂર પડવાની હતી.

મુરલી શાળાકીય શિક્ષણને સારી રીતે ઉપયોગમાં લઈ રહ્યો હતો.

તે મારા કૂતરાને મારી નાખ્યો? અરબાઝે મનોમન વિચાર કર્યો. તારે તારી બિલાડીની સુરક્ષાની વ્યવસ્થા કરવી જોઈતી હતી!

ભેંડી બજારથી મોહમ્મદ અલી રોડ વચ્ચેના પટ્ટામાં એક નાનકડી વર્કશૉપ હતી. અરબાઝ અંદર ઊભો રહી લુહારને કામ કરતા જોઈ રહ્યો હતો. એ સૂકલકડી માણસે પોતાના વૅલ્ડિંગ મશીનની જ્યોત ચાલુ કરી, તેણે હથોડા પર કામ કરવાનું શરૂ કરતાં જ ગુલાબની કળી જેવી એ જ્યોતની ટોચ તેજસ્વી અગ્નિથી પ્રકાશિત થઈ ઊઠી.

'લાવો મને એ જોવા દો, તમને હથોડાના માથાની જરા નીચે એક હૂક જોઈએ છે અને હેન્ડલનો નીચલો ભાગ સોયા જેવો ધારદાર હોય એવું તમે ઈચ્છો છો, બરાબર ને?' હથોડાને ચિપિયા વડે પકડીને તેને ટીપવા માટે એરણ પર મૂકતાં લુહારે પૂછ્યું.

'હા ભાઈજાન,' અરબાઝે જવાબ આપ્યો. 'મને આવા એક ડઝન હથોડા જોઈએ છે - બધા જ એકસરખા.'

માથું ધુણાવતાં, લુહારે ટીપવાનું, ગરમ કરવાનું તથા પોતાને સંતોષ ન થાય ત્યાં સુધી ઘસવાનું કામ ચાલુ રાખ્યું. જહેમતભર્યું આ કામ ફરી શરૂ કરતા પહેલા તે થોડી થોડી વારે એરણને સાફ કરી લેતો.

પોતાને આધીન એવી ગરમ ધાતુને હથોડાથી ટીપવામાં કશુંક જાદૂઈ તત્ત્વ હતું. કાશ અરબાઝ આ બધું એક ચોક્કસ માણસ સાથે કરી શકતો હોત.

મકાનની અગાસી પર પહોંચવા અરબાઝ ત્રણ માળના દાદરા ચડ્યો. તે એકલો હતો. તેના હાથમાં મુરલીએ આપેલું પુસ્તક પકડેલું હતું. એ વિસ્તારમાં સૂકવવા નાખેલા કપડાંના તાર એકમેકનો માર્ગ કાપતા હતા અને તેના પર ઝૂલી રહેલા દરેક પ્રકારના કપડાં હવામાં લહેરાઈ રહ્યાં હતાં. લટકી રહેલાં આવાં અનેક કપડાંની નીચેથી માથું ઝૂકાવી ને પસાર થતાં-થતાં તે છાજલી સુધી પહોંચ્યો. રસ્તાની સામેની તરફ આવેલા યુસુફના ઘરના દીવાનખાનાનું

દશ્ય અહીંથી એકદમ બરાબર દેખાતું હતું. એટલું જ નહીં અહીં અરબાઝ આરામથી છાજલીની પાછળ સંતાઈ શકે એમ હતો.

કેટલાક પ્રાણીઓ શિકાર કરે છે. અને કેટલાક સંતાઈને શિકાર કરે છે.

યુસુફની ખોલીમાં માણસોના એક જૂથને ફરસ પર બેસતા અરબાઝ જોઈ રહ્યો. તેમની વચ્ચે ખીમા અને પાયા નિહારી સાથે નાનની પ્લેટો વર્તુળાકારે ગોઠવેલી હતી. યુસુફ આ બધા માણસોના સરદારની અદામાં બેઠો હતો. તે સદંતર બેદરકારીપૂર્વક ખાઈ રહ્યો હતો, પોતાના કટોરામાંની વાનગીના મજ્જાને સબડકાં લઈ મજાપૂર્વક ખાઈ રહ્યો હતો. પોતાની માટેના તારના ખાસ પાઉચને પાયામાં આખેઆખો ઠાલવતાં યુસુફને અરબાઝ જોઈ શકતો હતો.

એનો સ્વાદ બરાબર હોય તો સારું, અરબાઝે વિચાર્યું. મેં એ ખાસ તારા માટે બનાવ્યું છે.

અરબાઝે વધુ વીસ મિનિટ માટે તાકીને જોવાનું ચાલુ રાખ્યું, છાજલી પાછળ સંતાયેલા રહી તેણે સિગારેટ સળગાવી અને વાટ જોવા લાગ્યો. માણસોએ નાસ્તો કરી લીધો હતો અને હવે નોકર પ્લેટો ઉપાડી ને સફાઈ કરી રહ્યો હતો.

અરબાઝે સવાલ કર્યો ત્યારે મુરલીએ પુસ્તકના એક પાના પર નિશાની કરી આપી હતી. અત્યારે અરબાઝે પુસ્તકમાંનું એ પાનું ખોલ્યું.

રાઈઝિન એરંડાના છોડના બીજમાંથી કાઢવામાં આવે છે. એરંડાનો છોડ ખૂબ જ સર્વસામાન્ય છેઃ તેનો ઉપયોગ સજાવટ માટેના છોડ તરીકે કરાય છે તથા તે મહત્વનો રોકડિયો પાક પણ છે. તેના બીજ તેલને કારણે ભારે હોય છે તથા એરંડાના તેલના વૈવિધ્યસભર ઉપયોગ છે. તે ખૂબ જ સામાન્ય રેચક છે. વળી, તે ઉચ્ચ તાપમાનને સહન કરવા માટે વધુ સક્ષમ હોવાથી, મોટર એન્જિનમાં પેટ્રોલિયમ ઑઈલનો સારો વિકલ્પ છે.

એરંડાનું તેલ ખાવા માટે ખૂબ જ સુરક્ષિત છે કેમ કે એરંડાના તેલમાં રાઈઝિન હોતું નથી. તેલ કાઢી લીધા બાદ બચતા એરંડાના બીજના કૂચામાં રાઈઝિન હોય છે. વ્યક્તિએ માત્ર એટલું જ કરવાની જરૂર છે કે, આ કૂચાને દ્રાવકમાં મુકવું જેથી તેલ અને ચરબી અલગ પડી જાય, એ પછી મિશ્રણને ગાળી લેવું અને પછી તેને પાવડરમાં પરિવર્તિત થવા દેવું.

પુખ્ત વયની સરેરાશ વ્યક્તિના મૃત્યુ માટે 1.78 એમજી રાઈઝિન પૂરતું છે. આ પ્રમાણ મીઠાના કેટલાક દાણાના આકાર જેટલું છે, રાઈઝિન રંગવિહિન દેખાય છે તથા તે ગંધરહિત પણ છે.

રાઈઝિન એ ઝેરી પ્રૉટિન છે જે કોષો પર હુમલો કરે છે અને તેમને પોતાના પ્રૉટિન સાથે સંશ્લેષણ કરતા રોકે છે. પ્રૉટિનના ઉત્પાદન વિના, શરીરમાં કેટલીક ચાવીરૂપ ક્રિયાઓ બંધ થવાની શરૂઆત થાય છે. જે લોકો બચી જાય છે તેમનામાં પણ અવયવનું કાયમી નુકસાન રહી જાય છે. મોટા ભાગે તેના કોઈ ઝડપી લક્ષણો નથી હોતા. લક્ષણોના પ્રગટીકરણ પૂર્વે મોટા ભાગે નોંધપાત્ર વિલંબ થઈ શકે છે, આ સમયગાળો એક કે બે દિવસ જેટલો પણ હોઈ શકે છે.

તેનું કોઈ મારણ છે? બદનસીબે, ના. અનેક સરકારો તેના મારણ પર કામ કરી રહી છે પણ સંશોધનમાં હજી સુધી કશું જ બહાર આવ્યું નથી.

પોતાને શાળાકીય શિક્ષણ મળે એ બાબત પર ભાર આપવા બદ્દલ અરબાઝે પોતાના માતા-પિતાનો મનોમન આભાર માન્યો. શિક્ષણને કઈ રીતે ઉપયોગમાં લેવું એ જાણતો તામિલ મિત્ર આપવા બદ્દલ ત્યાર બાદ તેણે ઈશ્વરનો આભાર માન્યો.

પગારનો દિવસ આવ્યો.

પગાર મેળવવા અરબાઝ કતારમાં ઊભો હતો. યુસુફ ત્યાં નહોતો પણ તેના વિશેના સમાચાર બધે જ હતા.

વીતેલી મોડી રાત્રે, યુસુફને તીવ્ર ઉલ્ટીઓ અને ડાયરિયા જેવી પેટ અને આંતરડા સંબંધી અસરો થવાની શરૂઆત થઈ હતી. આ પરિસ્થિતિ ગંભીર ડીહાઈડ્રેશન તરફ દોરી ગઈ હતી. તેને હૉસ્પિટલમાં પહોંચાડાયો ત્યાં સુધીમાં તો તેની કિડનીઓ, લીવર અને સ્વાદુપિંડ નિષ્ક્રિય થઈ ચૂક્યા હતા.

એકાદ કલાક બાદ, યુસુફનો ઈન્તકાલ થઈ ગયો હતો.

કોઈને પાયા નિહારી પર જરા સરખી શંકા ગઈ નહોતી કેમ કે યુસુફ સાથે અન્ય સાત જણે પણ એ વાનગી ખાધી હતી અને એ બધા હેમખેમ હતા.

યુસુફનો એક સાગરિત, એક આંખ ધરાવતો બિલાલ નામનો ગંદો માણસ, પોતાની ટોળકીના નરમ પડી ગયેલા ગુંડાઓ સાથે આત્મવિશ્વાસપૂર્વક ટહેલી રહ્યો હતો. મોટા ભાગના સાગરિતો યુસુફના જનાઝાની તૈયારીઓમાં વ્યસ્ત હતા.

બિલાલ માઠા સમાચાર જેવો હતો. તે ગલીમાં લડનારો હતો તથા અબ્દુલ દાદા અને રંગરાજન પિલ્લઈ વચ્ચેના ગેંગ વૉરમાં કોઈએ તેના પર બરફ તોડવાના ધારદાર ઓજારથી હુમલો કરતા તેને આંખ ગુમાવવી પડી હતી.

'પૈસા આપ,' અરબાઝ કતારમાંથી બહાર આવતો જોઈ બિલાલે કહ્યું.

'ચાલ ભાગ અહીં થી,' ચાલતાં રહી અરબાઝે કહ્યું.

બિલાલનો પારો સાતમા આસમાને પહોંચી ગયો, 'મારી નાખો આ હરામખોરને!' તેણે પોતાના માણસોને જોઈને બૂમ પાડી અને એ બધા તરત જ પોતાના રામપુરી ચાકુ ખોલીને ઊભા રહી ગયા.

પણ તેઓ અરબાઝ પર હુમલો કરી શકે એ પહેલા, રાજુના માણસો વીજળીવેગે તેમના પર તૂટી પડ્યા. અસલમ અને પૉલ એ બધામાં સૌથી આગળ હતા. ડઝનેક કૂલીઓએ પોતાના પાટલૂનની એક તરફ હૂકથી ટીંગાડેલા હથોડા લઈને તૈયાર જ હતા, તેમણે આ હથોડા એ રીતે લટકાવી રાખ્યા હતા કે જેથી તેમના શર્ટની નીચે તે ઢંકાઈ જાય. દરેક હથોડા પર પ્રમાણમાં મોટું ઘણ હતું તથા તેના હૅન્ડલ સાથે લોખંડનો તાર જડી લેવાયો હતો. આ હથોડો ઘાતક શસ્ત્ર હતું.

ત્યાંનું દશ્ય અત્યંત બિહામણું હતું. બિલાલના માણસોની ખોપરીઓ ફાટી ગઈ હતી તથા હાથ-પગ ભાંગી ગયા હતા. બિલાલ એક સારી આંખ લઈને આવ્યો હતો, એ આંખ પણ તેણે ગુમાવી દીધી હતી. યુસુફના કોઈ માણસે ગોદીમાં પગ મુક્યો હોય એવું આ છેલ્લી વાર થયું હતું.

અરબાઝનું કૌશલ્ય અન્યોના ધ્યાન પર આવ્યા વિના રહ્યું નહોતું. આ બાબતની નોંધ લેનારા મહત્ત્વના લોકોમાં એક હતો અબ્દુલ દાદા.

મશીનમાંથી બહાર આવી રહેલા કાગળ અરવિંદ જોઈ રહ્યો હતો. રાતના દસથી વધુનો સમય થઈ ગયો હતો અને અત્યંત નર્વસ જોયદીપ સાથે કૉલેજના સંકુલની અંદર તે એકલો હતો.

જોયદીપના પિતા કૉલેજના હેડમાસ્ટર હતા. સંસ્થાનું સાઈક્લોસ્ટાઈલિંગ મશીન વાપરવા માટે તેણે જોયદીપને મનાવી-પટાવી લીધો હતો.

મોટા ભાગે બપોરના સમયે હેડમાસ્ટરની ઑફિસ ફટકાના અપશુકનિયાળ અવાજથી ગૂંજતી હતી. સાયક્લોસ્ટાઈલિંગ મશીન પર પરીક્ષાના પેપર છપાતી વખતે ધાતુનો સંપર્ક કાગળ સાથે થતો ત્યારે થતો એ અવાજ હતો. પણ એ જ મશીનનો અવાજ રાત્રે ડરામણો લાગતો હતો. અને આ વખતે જો કે તેના પર પરીક્ષાના પેપર તૈયાર થઈ રહ્યા નહોતા.

ચાર મહિનામાં પાંચમી વખત અરવિંદ આ મશીનનો ઉપયોગ કરી રહ્યો હતો. સામાન્ય રીતે, જોયદીપ પહેલા ના પાડતો અને પછી અરવિંદ તેને એક યા બીજી રીતે લાંચ આપવાનો કોઈ ને કોઈ માર્ગ શોધી કાઢતો. 'મશીન ધ્યાનથી વાપરજે, નહીં તો હું મોટી મુશ્કેલીમાં મુકાઈ જઈશ,' દરેક વખતે જોયદીપ આ વિનંતી કરતો, સાથે જ વ્યાકુળ થઈ ને તે વૉચમેન પર નજર રાખતો જે નિયમ મુજબ પોતાની કૅબિનમાં આરમથી ઘોરતો જોવા મળતો. આ આખી બાબતમાં અરવિંદને ગુમાવવાનું કશું જ નહોતું, કેમ કે તે આ કૉલેજનો વિદ્યાર્થી નહોતો!

ગયા વખતની જેમ, લખાણની નીચે નાનકડા કાણા કરતા ખાસ ટાઈપરાઈટરનો ઉપયોગ કરી અરવિંદે ધીરજપૂર્વક માસ્ટર સ્ટૅન્સિલ તૈયાર કરી હતી. પછી તેણે સાયક્લોસ્ટાઈલ મશીનમાં પ્રિન્ટર્સ ઈન્ક ભરી, માસ્ટર સ્ટૅન્સિલને જોડી અને મશીનનો હાથો ચલાવવાનું શરૂ કરી દીધું. સ્ટૅન્સિલના કાણા દ્વારા શાહી કાગળ પર પડતી અને તરત જ મશીને તેના દસ્તાવેજો એક પછી એક છાપવાની શરૂઆત કરી દીધી. તેણે સાયક્લોસ્ટાઈલ્ડ થયેલો એક કાગળ ઉપાડ્યો અને તે બરાબર વંચાય છે કે નહીં તેની ચકાસણી કરી. બધું જ બરાબર છપાયું હતું. તેના પર વંચાતું હતુ:

બી.રવિ એન્ડ આઈ. ડાગા
રોકાણ સલાહકાર

1 ડિસેમ્બર, 1960

પ્રિય સાહેબ,

છેલ્લા કેટલાક મહિનાઓથી હું તમને નિયમિતપણે રોકાણ માર્ગદર્શન સલાહ અને શૅર બજારની ટિપ્સ કોઈ પણ પ્રકારનો ચાર્જ લીધા વિના નિઃશુલ્ક મોકલતો રહ્યો છું. તમને યાદ કરાવું કેઃ

1 ઑગસ્ટે, મેં તમને સૅન્ચુરી ટૅક્સટાઈલ્સના શૅર વેચી નાખવાની સલાહ આપી હતી. મારૂં માનવું હતું કે તેના ભાવ સર્વોચ્ચ સ્તરે પહોંચી ગયા હતા. હું સાચો સાબિત થયો હતો,

1 સપ્ટેમ્બરે, મેં તમને નેશનલ રેયોનના શૅર ખરીદવાની સલાહ આપી હતી. તેના ભાવ વધશે એવું મારૂં અનુમાન હતું. જેમણે મારી સલાહ માની આ શૅર ખદીદ્યા, તેમણે આ શૅરના મૂલ્યમાં છવ્વીસ ટકાનો વધારો નોંધ્યો હશે.

1 ઑક્ટોબરે, મેં તમને બૉમ્બે ડાઈંગના શૅર વેચી નાખવાની સલાહ આપી હતી. મને લાગતું હતું કે તેના ભાવ નીચે જશે. અને એવું જ થયું.

1 નવેમ્બરે, મેં તમને તાતા સ્ટીલના શૅર ખરીદવાની સલાહ આપી હતી. મને ચોક્કસ ખાતરી હતી કે તેના ભાવ જરૂર વધશે. જેમણે મારી સલાહ અનુસાર પગલું લીધું, તેમણે આ શૅરના ભાવમાં 15 ટકાની વૃદ્ધિ જોઈ હશે.

હવે મારી પાસે તમારા માટે એક ખાસ ટિપ છે, તેને તમે તમારા જોખમે જ અવગણજો...

જોયદીપે છપાયેલા પત્ર તરફ જોયું. 'આ બી.રવિ અને આઈ. ડાગા ખરેખર છે કોણ?' તેણે પૂછ્યું.

'તારે ખરેખર જાણવું છે?' અરવિંદે પૂછ્યું.

'મારી પાસે કોઈ બીજો વિકલ્પ છે?' જોયદીપે પૂછ્યું. 'હું મારા ગળા લગી તારી સાથે આમાં સંડોવાયેલો છું.'

'બી. રવિ અને આઈ. ડાગા એ અરવિંદ બગડિયાના અક્ષરોને ઉલટસૂલટ કરી બનાવેલું નામ છે,' આંખમાં તેજના ચમકારા સાથે અરવિંદે કબૂલાત કરી.

'સતત ચાર વખત તું તારા અંદાજામાં સાચો કઈ રીતે પડ્યો?' જોયદીપે જિજ્ઞાસાપૂર્વક પૂછ્યું.

'આજે રાત્રે આપણે કેટલાં પત્રો સાયક્લોસ્ટાઈલિંગ મશીન દ્વારા છાપવાના છીએ?' જવાબમાં અરવિંદે સવાલ કર્યો.

'એકસો ને પચીસ,' જોયદીપે જવાબ આપ્યો.

'પહેલી વાર ઑગસ્ટમાં આપણે કેટલા પત્રો છાપ્યા હતાં, તને યાદ છે?' અરવિંદે પૂછ્યું.

'એ રાત્રે તો હું પાગલ જ થઈ ગયો હતો,' જોયદીપે યાદ કર્યું. 'કદાચ 2000. બીજા દિવસે મારા પિતાને ખાતરી થઈ ગઈ હતી કે કોઈ પ્યૂન શાહીની ચોરી કરે છે.'

'બરાબર. 2000 જ હતા. પણ આપણે બે જુદાં-જુદાં પત્રો છાપ્યા હતા. એક હજાર પત્રોમાં આપણે લોકોને સૅન્ચુરી ટૅક્સ્ટાઈલ્સ વેચવા કહ્યું હતું તો બીજા હજાર પત્રોમાં લોકોને સૅન્ચુરી ટૅક્સ્ટાઈલ્સ ખરીદવાની સલાહ આપી હતી.'

'મને એટલું બધું યાદ નથી,' જોયદીપે કબૂલ્યું. અરવિંદની યોજનાઓ ફળદાયી થાય એ પૂર્વે જ જોયદીપનું મગજ થાકી જતું.

'દેખીતી રીતે જ, મારી સલાહ એક હજાર લોકો માટે સાચી ઠરી હતી,' અરવિંદે કહ્યું.

'એની પાછળ તારી શી ગણતરી હતી?' જોયદીપે પૂછ્યું.

'એ પછીના મહિને - સપ્ટેમ્બરમાં - મેં માત્ર એક હજાર લોકોને જ પત્ર લખ્યા, એવા લોકોને જેમને મારા તરફથી સાચી સલાહ મળી હતી. ફરી વાર, મેં બે જુદાં-જુદાં પત્રો મોકલ્યા. 500 જણને મેં નેશનલ રેયોન ખરીદવા કહ્યું અને બીજા 500 જણને નેશનલ રેયોન વેચવાની સલાહ આપી. આ પ્રક્રિયા બાદ મારી પાસે એવા 500 લોકો બચ્યા, જેમને મારા તરફથી બે વખત ખામીરહિત માર્ગદર્શન મળ્યું હતું.'

'તો?'

'તો હું વધુ એક પગલું આગળ વધ્યો. ઑક્ટોબરમાં મેં એ 500 જણને પત્ર મોકલ્યા. 250 લોકોને મેં બૉમ્બે ડાઈંગ વેચવા કહ્યું અને એટલા જ લોકોને મેં બૉમ્બે ડાઈંગ ખરીદવા કહ્યું. એ પછી મારી પાસે 250 એવા લોકો બચ્યા જેમને મારા તરફથી લાગલગાટ ત્રણ વાર અદભુત સલાહ મળી હતી.'

'હમ્મમમ. હવે આની પ્રક્રિયા તું ક્યાં સુધી આગળ વધારવાનો છે, અરવિંદ?' જોયદીપે પૂછ્યું.

'નવેમ્બરમાં મેં એવા 250 લોકોને પત્રો મોકલ્યા, જેમણે મારા સૂચનને ત્રણ પ્રસંગે સદંતર સાચા પડતા જોયા હતા. મેં 125 લોકોને તાતા સ્ટીલ ખરીદવા કહ્યું અને બાકીના 125 લોકોને તાતા સ્ટીલ વેચવા જણાવ્યું હતું. નામોની આ યાદી મારા માટે સોનાના ચરુ જેવી છે. તેમાં એવા 125 લોકો છે, જેઓ માને છે કે હું ક્યારેય ખોટો ન પડી શકું!'

'હવે તું તેમને શું સલાહ આપી રહ્યો છે?' જોયદીપે પૂછ્યું.

'જીવનમાં એક જ વાર આવતી રોકાણની તકને ઝડપી લેવાની. અને આવું ઝડપથી તથા કોઈને ગંધ આવે એ પહેલા કરી લેવાની સલાહ,' અરવિંદે જવાબ આપ્યો.

ઓમ ત્ર્યંબકમ્ યજામહે

સુગન્ધિમ પુષ્ટિવર્ધનમ્।

350 સીઈ, કોસાંબી

ઉર્વારૂકમિવ બન્ધનાન્

મૃત્યુોર્મુક્ષીય મામૃતાત્॥

ધ્યાનપૂર્વક વજન કરી સોનાના ટુકડાને એરણ પર મુકતા કુશાન કારીગરોને સમુદ્રગુપ્ત જોઈ રહ્યા હતા. એક સહાયકે સાવચેતીપૂર્વક છિદ્ર-બીબું એ ટુકડાની ઉપર મુક્યું. વિશાળકાય હથોડો ઊંચકીને, સોનીએ એક જ જોરદાર પ્રહાર બીબા પર કર્યો.

બ્રાહ્મણોએ મંત્રોચ્ચાર શરૂ કર્યો. એ ગૌરવભરી ક્ષણ હતી.

'તૈયાર છે રાજન,' સોનીએ એક તરફ ખસતાં કહ્યું. એરણ પર પડેલી નવી જ ઘડાયેલી સુવર્ણ મુદ્રા જોવા સમુદ્રગુપ્ત એક ડગલું આગળ આવ્યા.

સિક્કાને ચકાસી રહેલા પોતાના રૂપાળા શાસકને દરબારીઓ જોઈ રહ્યા હતા. જોતાં જ રહીએ તથા પ્રસંશા કરતા જ રહીએ એવું રૂપ સમુદ્રગુપ્ત ધરાવતા હતા. તેમના સ્નાયુબદ્ધ શરીર પર ભાગ્યે જ ચરબીનો અંશ દેખાતો હતો. મોતીની બનેલી તથા રત્નજડિત પાઘડી તેમના માથા પર શોભી રહી હતી. તેમણે મુલાયમ ઉપવસ્ત્ર પહેર્યું હતું, જેના ખૂણા અણિયાળા હતા અને તેના પર ભૂખરા લાલ રંગનો કમરબંધ હતો. તેમના સ્નાયુબદ્ધ પગ એક છેડે ક્રમશઃ સાંકડા થતાં જતાં પાટલૂન જેવા વસ્ત્રથી ઢંકયેલા હતા. તેમની કમર પાસે રત્ન-જડિત લાંબી તલવાર ઝૂલી રહી હતી, જેણે અનેક શક્તિશાળી રાજાઓને પરાજિત કર્યા હતા. આ એ જ તલવાર હતી જેણે ગુપ્ત સામ્રાજ્યને વિસ્તૃત અને સમૃદ્ધ કર્યું હતું.

વર્ષોથી સમુદ્રગુપ્તે અનેક સિક્કા બહાર પાડ્યા હતા. તેમાંના કેટલાકમાં તેમને બાણાવળી તરીકે રજૂ કરાયા હતા; તો અન્યોમાં તેમને વાઘનો શિકાર કરતા દેખાડાયા હતા; વળી એકમાં તો તેમને યુદ્ધની કુહાડી ચલાવતા દેખાડાયા હતા. પણ આ ચોક્કસ સિક્કો વિશિષ્ટ હતો. તેના પર એક ઘોડો દર્શાવવામાં આવ્યો હતો. એ કોઈ સાધારણ ઘોડો નહોતો. આ પ્રાણીનો

ઉપયોગ રાજાના અશ્વમેધ યજ્ઞમાં કરાયો હતો. આ યજ્ઞની સફળ પૂર્ણાહૂતિના માનમાં આ સિક્કો બહાર પડાયો હતો.

અશ્વમેધ યજ્ઞનું આયોજન કરીને સમુદ્રગુપ્તએ એક પ્રાચીન વૈદિક પરંપરાને પુર્નજીવિત કરી હતી. એક સફેદ અશ્વને વિવિધ વિસ્તારોમાં ફરવા માટે છૂટ્ટો મૂકી દેવાયો હતો. અશ્વ જ્યાં-જ્યાં જતો ત્યાં તેની પાછળ સમુદ્રગુપ્તની સેના પણ જતી. જે રાજાએ આ અશ્વને રોકવાનો પ્રયાસ કર્યો તેણે અંતે સમુદ્રગુપ્તની સેના સાથે યુદ્ધ કરવાનું આવતું. જે રાજાઓએ આ અશ્વને રોકવાનો પ્રયાસ કર્યો નહીં તેમને સમુદ્રગુપ્તના ખંડિયા બનવાનું સ્વીકારવાની ફરજ પાડવામાં આવી હતી.

સમુદ્રગુપ્તના યજ્ઞની પૂર્ણાહૂતિ થઈ એ પહેલા તો તેનું સામ્રાજ્ય લગભગ સમ્રાટ અશોક જેટલું જ ભવ્ય અને વ્યાપક થઈ ગયું હતું. પૂર્વમાં, તેમાં લગભગ આખા બંગાલનો સમાવેશ થતો હતો; ઉત્તરમાં તેમના સામ્રાજ્યનો પનો હિમાલય સુધી વિસ્તરેલો હતો; પશ્ચિમમાં તેના છેડા પંજાબ સુધી વિસ્તર્યા હતા; દક્ષિણમાં તે દ્વીપકલ્પના મોટા ભાગને તે આવરી લેતું હતું. સમુદ્રગુપ્ત હવે સત્તાવાર રીતે આર્યાવ્રતના સમ્રાટ હતા અને દક્ષિણપથના અધિનાયક હતા. તેઓ ચક્રવર્તી સમ્રાટ હતા.

સમ્રાટે રાજ કવિ, હરિસેનાને બોલાવી મગાવ્યો, 'સ્તંભ પર કોતરવાનું લખાણ તૈયાર છે?' તેમણે પૂછ્યું.

'જી મહારાજ,' હરિસેનાએ જવાબ આપ્યો. 'ઋષિ કસુંબના પવિત્ર એકાંતવાસની ભૂમિ પર સ્થાપવામાં આવેલું નગર કોસાંબી તમારા મહાન કાર્યોની કથાઓની રાહ જોઈ રહ્યું છે.'

'ઓહ, કોસાંબીને તેનું નામ આ ક્ષેત્રમાં સર્વત્ર છવાયેલા વૃક્ષો પરથી મળ્યું છે, એ કથામાં તમને વિશ્વાસ હોય એવું લાગતું નથી,' સમુદ્રગુપ્તે કહ્યું.

'કોસાંબી સામાન્યપણે યમુનાના તીર પરના પવિત્ર સન્યાસઆશ્રમનું ચિત્ર મનમાં ખડું કરે છે, રાજન, પણ અમે આપના અભિપ્રાયનો ચોક્કસપણે જ ઐતિહાસિક નોંધમાં સમાવેશ કરી શકીએ છીએ,' હરિસેનાએ સરળતાથી જવાબ આપ્યો.

સમુદ્રગુપ્ત હસી પડ્યા, તેઓ હસી રહ્યા હતા ત્યારે તેમના છાતી પરના સ્નાયુઓ સમુદ્રના તરંગોની જેમ ઉપર-નીચે થતાં હતાં. 'તમારૂં ટાંકણું ખતરનાક સાધન છે, હરિસેના.' તેમણે કહ્યું. 'ઐતિહાસિક વૃતાંતને

તમે મરજી પ્રમાણે બદલવા તેનો ઉપયોગ કરી શકો છો! શિલાલેખને ક્યાં મુકવાની તમારી યોજના છે?'

'આપની સિદ્ધિઓને વર્ણવતો શિલાલેખ અમે ચોક્કસ કયા સ્થળે મુકવા માગીએ છીએ, એ જ્યારે જગ્યાની મુલાકાત લેવા આપ પધારશો ત્યારે આપને હું દેખાડી શકીશ,' હરિસેનાએ મીઠા શબ્દોમાં જવાબ આપ્યો. 'શિલાલેખને પછીથી મુકવામાં આવશે, જ્યારે મહારાજ આપ *મોક્ષ* પામશો.'

સમ્રાટ ફરી વાર હસી પડ્યા. 'મોક્ષ? તલવારો, યુદ્ધ કુહાડીઓ તથા તીર અને ભાલાના સેંકડો ઘાથી છવાયેલું મારૂં શરીર પડ્યું છે! મારા જેવા નિર્દય યોદ્ધા માટે મોક્ષ હોતો નથી, હરિસેના!'

'આપ એ તો ભૂલી નથી રહ્યા ને કે આપે સિંહાલના રાજા મેઘવનને સંબોધીમાં ભવ્ય વિહાર બાંધવાની પરવાનગી આપી હતી?' હરિસેનાએ પૂછ્યું. 'એ ધાર્મિક સહિષ્ણુતાનું કાર્ય હતું, બરાબર ને? એક હિન્દુ રાજાની બૌદ્ધધર્મીઓ પ્રત્યેની ઉદારતા. મહાન બૌદ્ધ વિદ્વાન વસુબંધુ આપના દરબારની શોભા નથી?'

'અને આ બધું મને મોક્ષ અપાવશે?' સમુદ્રગુપ્તએ અવિશ્વાસપૂર્વક પૂછ્યું. 'બોધગયામાં એક વિહાર મને મુક્તિ અપાવશે? અશક્ય! પણ એ બધું જવા દો, વસુબંધુ ક્યાં છે?'

બ્રાહ્મણ તરીકે જન્મેલા વસુબંધુએ અનેક વર્ષ પહેલા બૌદ્ધ ધર્મ અંગિકાર કર્યો હતો. તેમના ઊંડાણભર્યા ભાષ્યો એક નવી બૌદ્ધ વિચારધારામાં પરિણમ્યા હતા, જે *યોગાકારા* તરીકે ઓળખાતી હતી.

વસુબંધુ આગળ આવ્યા. તેમના હાથમાં એક ફૉલ્ડર હતું જેના મુખપૃષ્ઠ પર જેલીફિશનું ચિહ્ન હતું. એક હિન્દુ રાજાના દરબારમાં વસુબંધુની હાજરી સમુદ્રગુપ્તની બિનસાપ્રંદાયિકતાનો પુરાવો હતી. સમ્રાટ અસાધારણ કૌશલ્ય ધરાવતા પુરુષ હતા અને રાજા, સૈનિક, મુત્સદ્દી, કવિ, સંગીતકાર અને દાનેશ્વરી જેવી અનેક ભૂમિકાઓ તેઓ ભજવતા હતા. તલવાર વીંઝતા ન હોય ત્યારે તેઓ પ્રાચીન તંતુવાદ્ય વગાડતા જોવા મળતા. તેમણે પોતાના સામ્રાજ્યને માત્ર આર્થિક રીતે દૃઢ કર્યું નહોતું, બલ્કે કળા, ધર્મ અને સંસ્કૃતિનું શિક્ષણ મેળવવા માટેના કેન્દ્ર તરીકે પણ તેને વિકસાવ્યું હતું.

સમુદ્રગુપ્ત તથા તેમના ઉત્તરાધિકારીઓની સંસ્કારી નીતિઓએ અનેક મહાન વિભૂતિઓને જન્મ આપ્યો: આર્યભટ્ટ, જેમણે *શૂન્ય*ની વિભાવનાને

સિદ્ધાંતબદ્ધ કરી; કાલિદાસ, જેમણે સુંદર નાટક *શંકુતલા* લખ્યું; અને વાત્સ્યાયન, જેમણે *કામસૂત્ર*નું સર્જન કર્યું; ગુપ્ત સામ્રાજ્ય જ શતરંજનું મૂળ સ્વરૂપ *ચતુરંગ*ની શોધ કરવાનું હતું, અને આયુર્વેદ અને શલ્યચિકિત્સાના સર્વગ્રાહી માર્ગદર્શિકા સમો સંગ્રહગ્રંથ *સુશ્રુત સંહિતા* તૈયાર કર્યો હતો, આ ચોક્કસપણે જ સુવર્ણ યુગ હતો, વાસ્તવિક રીતે પણ અને શાબ્દિક અર્થની દૃષ્ટિએ પણ.

વસુબંધુએ ધીમેથી કહ્યું. 'રાજા મેઘવને બનાવેલું વિહાર ખરેખર ભવ્ય છે, રાજન, પણ મહાન બોધિવૃક્ષ જે એક સમયે સૌના ધ્યાનનું કેન્દ્ર હતું, તે આજે ઉપેક્ષિત છે. કદાચ આપ જો તેની ફરતે વાડ બનાવડાવી શકો તો...' વસુબંધુએ શરૂઆત કરી.

'હવે આગળ કશું ય ન બોલતા,' સમુદ્રગુપ્તે કહ્યું. 'હું બોધિવૃક્ષની ફરતે વાડ બનાવડાવીશ. એ મારૂં યોગદાન હશે. વસુબંધુ, તમે જાણો છો શું કરવાની જરૂર છે. આપણને સોનાની જરૂર પડશે... ઘણું બધું સોનું. એ વાડ નક્કર સોનાની હોવી જોઈએ. સમુદ્રગુપ્ત તરફથી અપાતી ભેટમાં કોઈ કચાશ ન હોઈ શકે.'

'એ માટે આપણને કદાચ બિખ્ખુઓની પરવાનગી મેળવવી પડશે, મહારાજ. તેમના મઠના કેટલાંક નિયમો હોય છે,' વસુબંધુએ શરૂઆત કરી.

'તેમને આનંદ થશે,' સમુદ્રગુપ્તએ વાતને કાઢી નાખવાની અદામાં જાહેર કર્યું. 'આમ પણ, અહીં માત્ર એક જ નિયમ લાગુ પડે છે.'

'અને તે શું છે, મહારાજ?' વસુબંધુએ પૂછ્યું.

'તેને સુવર્ણ નિયમ કહેવાય છે. જેની પાસે સુવર્ણ હોય છે, એ જ નિયમ ઘડે છે.'

પુસ્તક બે

1960-1970

અરવિંદે બૅન્ક સ્ટેટમેન્ટ તરફ વધુ એક વાર જોયું. તેની યોજના આટલી સારી રીતે કામ કરી રહી હતી એ જોઈ તેનો વિશ્વાસ બેસી રહ્યો નહોતો. તેની કંપનીએ - કોઈપણ સ્ટાફ, અસ્ક્યામતો, ગ્રાહકો, ટર્નઓવર અથવા ભૂતકાળની કોઈ સિદ્ધિ વિનાની આ પેઢીએ - રસ ધરાવતા રોકાણકારો પાસેથી એક લાખ રૂપિયા એકઠા કરી લીધા હતા.

બડાબજારમાં, બગડિયા ગદ્દીથી ચાલીને જઈ શકાય એટલા અંતરે, એક નાનકડી ઓરડી સાવ નજીવા ભાડે લેવામાં આવી હતી. અરવિંદના પિતાને વિચાર આવ્યો હતો કે અલાયદી ઑફિસની શી જરૂર હતી. 'તું તારો નવો બિઝનેસ અહીંથી જ શરૂ કરી શકે છે,' બ્રિજમોહનલાલે સૂચવ્યું હતું, પણ અરવિંદે આ ઑફર નકારી કાઢી હતી. 'હું જે જોખમો ખેડવાનો છું, એની અસર તમને થાય એવું હું નથી ઈચ્છતો,' તેણે પોતાના પિતાને ચતુરાઈપૂર્વક સમજાવ્યા હતા.

લોખંડના બે ટેબલ, બે ખુરશીઓ અને લોખંડના એક કબાટને બાદ કરતા ખાલી કહી શકાય એવી ઑફિસમાં ઊભો હોવા છતાં, અરવિંદને રાજા જેવું મહેસૂસ કરી રહ્યો હતો.

ટેબલ પર પડેલા મેગેઝિન તરફ તેણે જોયું. મદ્રાસ સ્થિત જૂથના સત્યાવીશ વર્ષના વારસદાર વિશેની કવરસ્ટોરી તેમાં હતી. તેના સામ્રાજ્યમાં ટેક્સ્ટાઈલ મિલો, હૉટેલ્સ, ચા અને તંબાકુ જેવા ઉદ્યોગોનો સમાવેશ થતો હતો. આ યુવાન હાલમાં જ ઈટોન અને ઑક્સફર્ડથી ભણીને પાછો આવ્યો હતો અને બિઝનેસની ધૂરા સંભાળી લેવા માટે તેને તૈયાર કરાઈ રહ્યો હતો. પોતાની જાતને પુરવાર કરવા ઉદ્યોગપતિઓના કુળનો આ વંશજ દરેક પ્રકારના સોદા કરવા તત્પર હતો.

એ લેખ પરથી નજર હટાવતા અરવિંદે જોયદીપ તરફ જોયું. 'મારા રોકાણકારો નાણાં રોકે એ માટે તેમને પ્રવૃત્ત કરવા મેં યુક્તિનો ઉપયોગ કર્યો પણ હવે તેમને વળતર આપવા માટે મારે ચલણમાં અને અમલમાં હોય એવી દરેક યુક્તિનો ઉપયોગ કરવો પડશે,' તેણે જોયદીપને કહ્યું, જે મહિનાના 300 રૂપિયાના પગારે કંપનીનો બીજો કર્મચારી હતો.

'આ નાણાં સાથે શું કરવાની તારી યોજના છે?' જોયદીપે પૂછ્યું.

'પ્રવાસ કરવાની યોજના,' અરવિંદે જવાબ આપ્યો.

'પ્રવાસ?' અવિશ્વાસપૂર્વક જોયદીપે પૂછ્યું. 'તેં હમણાં જ તો કહ્યું કે તું તારા શૅરધારકોને અસાધારણ વળતર આપવા માગે છે. આ નાણા તું પ્રવાસ જેવા વ્યક્તિગત ખર્ચ પર કઈ રીતે ઉડાડી શકે?'

'આડેધડ પ્રવાસ નહીં. અત્યંત નિશ્ચિત પ્રવાસ.'

'ક્યાંનો?'

'એ મહત્વનું નથી. લો! મારો ટ્રાવેલ એજન્ટ આવી પહોંચ્યો છે. પધારો મિ. મિત્રા, મેં તમને જે કરવા કહ્યું હતું ,તે તમે કર્યું ને?'

હમણાં જ અંદર આવેલો માણસ બટકો અને ગોળમટોળ ચહેરો ધરાવતો ચશ્માધારી હતો અને તે જાણે કે ખુશ કરવા માટે તત્પર હોય એવું જણાતું હતું. 'હા મિ. બગડિયા, મારી પાસે એ માહિતી આવી ગઈ છે. આ મહિનાની 19મી તારીખે મિ. દેશમુખ બૉમ્બેથી દિલ્હીની મુસાફરી કરવાના છે.'

'અદભુત. એવું જ હોય તો, હું 18મીએ બૉમ્બે જઈશ અને ત્યાંથી ફ્લાઈટ દ્વારા 19મીએ દિલ્હી જઈશ.'

'જી સર, હું બૂકિંગ કરી દઉં છું. એટલું જ નહીં, તમે કહ્યું હતું તેમ, શ્રીમતી શર્મા પચીસમીએ દિલ્હીથી હવાઈ માર્ગે કલકત્તા જવાનાં છે.'

'સરસ. તો એ મને પચીસમીએ ઘરે કલકત્તા લાવશે. મિ.રાવના કોઈ સમાચાર?'

'જી સર. તેઓ મદ્રાસથી 28મીએ કલકત્તા જવાના છે.'

'એનો અર્થ એ થયો કે મારે 27મીએ મદ્રાસ જવું પડશે,' અરવિંદે કહ્યું.

'પણ 27મીએ કલકત્તાથી મદ્રાસની કોઈ ફ્લાઈટ નથી, આથી મારે તમને 26મીની ફ્લાઈટમાં મુકવા પડશે. તમારે મદ્રાસમાં એક વધારાનો દિવસ વિતાવવો પડશે.'

'એનો વાંધો નથી,' અરવિંદે કહ્યું. 'મિ, રાવના મદ્રાસ પરત ફરવા વિશે કોઈ જાણકારી?'

'તેઓ આખા એક મહિના માટે અહીં કલકત્તામાં જ છે. ચાના બગીચાઓ ખરીદવા માટેની તેમની વાટાઘાટો ચાલી રહી છે.'

'બહુ જ સરસ કામ, મિ.મિત્રા. આશા રાખું છું કે તમે ઈન્ડિયન એરલાઈન્સના એરપોર્ટ સ્ટેશન મેનેજરનું ધ્યાન રાખ્યું હશે?' અરવિંદે પૂછ્યું.

'હા, મિ. બગડિયા,' ટ્રાવેલ એજન્ટે જવાબ આપ્યો. 'તમારી વિશેષ જરૂરિયાતો વિશે બધા જ સંબંધિત મેનેજર વાકેફ છે.'

'તમારા પ્રયાસોથી હું ખૂબ જ ખુશ થયો છું મિ. મિત્રા. આગળ જતાં, એરલાઈન્સ તરફથી તમને મળતા એજન્સી કમિશન ઉપરાંત હું તમને વધુ બે ટકા બૉનસ ચુકવીશ.'

'તમારો ખૂબ ખૂબ આભાર, મિ. બગડિયા. તમે બહુ ઉદાર છો,' ગોળમટોળ અને બટકા ટ્રાવેલ એજન્ટે ટૂંકા પગલાં લેતાં ડોલતાં ડોલતાં ઑફિસની બહાર જતાં કહ્યું.

'અરવિંદ તું પાગલ થઈ ગયો છે કે શું? તું બૉમ્બે, દિલ્હી અને મદ્રાસનો પ્રવાસ શા માટે કરી રહ્યો છે? આપણી પાસે તો હજુ બિઝનેસની કોઈ યોજના પણ નથી.' જોયદીપે કહ્યું.

'મારી પાસે બિઝનેસ ભલે ન હોય પણ મારી પાસે યોજના છે,' અરવિંદે રહસ્યમય રીતે જવાબ આપ્યો.

આંખ પર બાંધેલો પાટો ખોલવામાં આવ્યો અને અરબાઝ આડું જોઈ ગયો. અઠવાડિયે એક વાર સફેદ ગલીમાં ફૈઝાના શરીરના સ્વર્ગમાં વિચરવાના પ્રવાસમાં તે વ્યસ્ત હતો ત્યારે અચાનક જ મજબૂત બાંધાના ચાર માણસો તેને ઘેરી વળ્યા હતા. અરબાઝને નીચે પાડી દઈ તેના હાથ તથા આંખે પાટો બાંધવામાં આ ચાર જણને એક મિનિટ કરતાં પણ ઓછો સમય લાગ્યો હતો. સ્ટડબૅકર કમાન્ડરની પાછલી સીટમાં તેમણે તેને સાવ વિચિત્ર કહી શકાય એ રીતે ઠાલવી દીધો હતો એને ત્રીસ મિનિટ બાદ તેને ઠંડાગાર આરસની ફરસ પર લાવી ફેંક્યો હતો. એ અબ્દુલ દાદાનું ઘર હતું.

'તો તું છે એ માણસ જેણે મારી વ્હાલી નાની ભત્રીજીના પતિનું કાસળ કાઢી નાખ્યું,' અબ્દુલે કહ્યું. આ પ્રશ્ન નહીં પણ નિવેદન હતું. અરબાઝે અબ્દુલ દાદા તરફ જોયું.

એ ઊંચો અને દેખાવડો પઠાણ ખૂબ જ ચોકસાઈપૂર્વક સીવેલાં સફેદ સફારી સૂટમાં હતો. તેની બાજુમાં સ્ટેટ એક્સ્પ્રેસ 555 સિગારેટનું બૉક્સ હતું. તેણે એ બૉક્સ ઉપાડ્યું, તેમાંથી એક સિગારેટ કાઢી અને તેના છેડાથી હળવેથી બૉક્સની ઉપર ટકોરો માર્યો. તેણે સુંદર નગ્ન યુવતીનો આકાર ધરાવતું ભારેખમ ગોલ્ડ પ્લેટેડ લાઈટર ઉપાડ્યું, આ લાઈટરથી સિગારેટ સળગાવવા માટે યુવતીના સ્તનો દબાવવાની જરૂર પડતી, તેણે એવું જ કર્યું અને સિગારેટ સળગાવી. ત્યાર બાદ એક લાંબો કસ લીધો, આને કારણે નિકોટિન તેનાં ફેફસાંમાં પહોંચ્યું.

તેની અદા એટલી અદભુત હતી કે બૉલીવૂડ નકલ કરી શકે પણ ગેંગના આ સરદારના સફેદ કપડાં તેની કરતૂતો સાથે મેળ ખાતા નહોતાં. દાદા કાળા સનગ્લાસીસ પહેરતો, કાળી મર્સિડિઝ-બૅન્ઝમાં ફરતો અને બ્લૅક લેબલ સ્કૉચનો આનંદ માણતો આ બધું તેનાં કાળાં કરતૂતો સાથે વધુ મેળ ખાય એવું હતું.

બે હટ્ટાકટ્ટા બૉડીગાર્ડ તેની આજુબાજુ ઊભા હતા, અબ્દુલ દાદા બાન્દરામાં પોતાના ઘરમાં વાઘના ચટ્ટાપટ્ટા જેવી પ્રિન્ટ ધરાવતા કાપડથી આચ્છાદિત સિંહાસન જેવી બેઠક પર બેઠો હતો. થોડાક વર્ષો પહેલા, તે ડોંગરીથી બાન્દરા શિફ્ટ થયો હતો. સમાચાર એવા હતા કે તે પોતાની નવી રખાત, બૉલીવૂડની એક જાણીતી હિરોઈન, જેનો સાથ નસીબે હાલના દિવસોમાં છોડી દીધો હતો, તેની નજીક રહેવા માટે શિફ્ટ થયો હતો. એ જ રીતે, તે પોતાના અને પોતાની પત્ની વચ્ચે સુરક્ષિત અંતર પણ રાખવા માગતો હતો, કહેવાતું કે તેની પત્ની તેના તરફ ભારે ફૂલદાનીઓ અને એસ્ટ્રે ફેંકતા જરાય અચકાતી નહોતી.

દુશ્મનો માટે કઠોર અને મિત્રો માટે ઉદાર, અબ્દુલ દાદા એવો માણસ નહોતો જેને કોઈ હળવાશથી લઈ શકે. મુસ્લિમ હોવા છતાં લાલાબાગમાં યોજાતા વાર્ષિક ગણેશોત્સવમાં અબ્દુલ દાદા લખલૂટ ખર્ચ કરતો. બૉલીવૂડના અભિનેતાઓ પણ આ ઉજવણીમાં અચૂક હાજરી પુરાવતા, જેથી લોકોને આકર્ષી શકાય. હજ કરવા મક્કા જવાનો ખર્ચ કરવા માટે ગરીબ ગણાય એવા હજારો મુસ્લિમોને પણ તે દર વર્ષે મદદ કરતો. ઉમરખાડી, ચકલા માર્કેટ, નલ બાઝાર, કામાઠીપુરા કે ચોર બજારના રહેવાસીઓને જો કોઈ અબ્દુલ દાદા વિશે પૂછે તો તેઓ આત્મવિશ્વાસપૂર્વક કહી શકતા કે અબ્દુલ

દાદા એક દહેશત, પોતાની મહાનતાના ભાસ સાથે જીવતો એક મનોરોગી અને એક તારણહાર, આ બધું જ એક પૅકેટમાં હોય એવો હતો. આ પૅકેટ પણ પાછું એકદમ આધુનિક અને ચકાચક હતું.

'જ્યારે પણ લોહી વહે છે ધરતી માતા વધુ લોહીની માગ કરે છે. તો મને કહે છોકરા, કે હું ધરતી માતાની વાત શા માટે ન સાંભળું?' અબ્દુલ દાદાએ રેશમ જેવી સુંવાળપતાથી પૂછ્યું.

'મેં તેને ઝેર આપ્યું હતું. લોહી તો વહ્યું જ નથી,' અરબાઝે કહ્યું.

બૉડીગાર્ડ ખમચાયા. તેમાંનો એક તો હાંફવા લાગ્યો. કોઈએ અબ્દુલ દાદા સાથે આ રીતે ક્યારેય વાત કરી નહોતી. એ તો સ્પષ્ટ જણાતું હતું કે આ મૂરખ યુવાનની ઈચ્છા મૃત્યુને પામવાની હતી.

અબ્દુલ દાદાએ સિગારેટ બાકૅરેટ ક્રિસ્ટલ એસ્ટ્રેમાં કચડી નાખી, તેણે અરબાઝ તરફ જોયું અને પછી ખડખડાટ હસી પડ્યો. આ હાસ્ય ઊંડું, ઘોઘરું અને કર્કશ હતું, જેને કારણે તેના બૉડીગાર્ડ પણ હસી પડ્યા.

'એ હરામીની ઓલાદ મને જરાય પસંદ નહોતો,' અબ્દુલે કહ્યું. 'પરિવારનો હિસ્સો હોવાથી હું તેને સહન કરતો હતો. એક ઉપદ્રવી જંતુથી દુનિયાને બચાવવા બદલ મારે તો તારો આભાર માનવો જોઈએ.'

'મને માફ કરજો, દાદા,' અરબાઝે કહ્યું. 'તમારૂં નામ લઈ એ ગરીબ મજૂરો પાસેથી પૈસા પડાવતો હતો. મને ખાતરી હતી કે આવું કરવાનો હુકમ એને તમારી પાસેથી મળી જ ન શકે.'

'મને ખબર છે,' અબ્દુલે કહ્યું. 'અલ્લાહે મને પૂરતું આપ્યું છે. હું ધનવાનો પાસેથી લઉં છું પણ ગરીબોને આપું છું.'

'તમે અમારા સૌના મસીહા છો, દાદા,' અરબાઝે તારીફ કરી.

'મને તારી હિંમત ગમી,' અબ્દુલે કહ્યું. 'હું ધારત તો, અત્યાર સુધી તું કબરમાં પહોંચી ગયો હોત. તારી માતા માથું અફાડી રહી હોત અને સફેદ ગલીમાંની તારી જાનેમનનો સુંદર ચહેરો લોહીલુહાણ થઈ ગયો હોત. ગોદીમાંના તારા મિત્રો જેલમાં સબડી રહ્યા હોત. તારૂં ઘર આગ વિનાના ધુમાડાથી બળતું ખંડેર હોત અને હું અંગારાઓ પરથી નીચે ઉતરતો હોત. સમજાય છે તને?'

અરબાઝે ધીરજપૂર્વક માથું ધુણાવ્યું. 'મને માફ કરી દો, દાદા. મેં જે કર્યું એ કરવા કરતાં મારે તમારી પાસે આવવું જોઈતું હતું,' તેણે કહ્યું.

'દીકરા, એક વાત સમજી લે જે,' અબ્દુલ દાદાએ કહ્યું. 'ફરિયાદ કરવામાં કોઈ મજા નથી. ઘણીવાર માણસે દુનિયાને દેખાડી દેવું પડે છે કે તેનામાં પણ દમ છે! તેં એ કરી દેખાડ્યું.' તેણે અચાનક જ ઉમેર્યું, 'તું મારી સાથે આવી ને કામ કરવા માગે છે?'

'હા દાદા,' અરબાઝે જવાબ આપ્યો. 'એનાથી વધુ મને કશું જ જોઈતું નથી.'

'હમીદ અને મુસ્તફાને બોલાવ,' અબ્દુલ દાદએ પોતાના એક બૉડીગાર્ડને કહ્યું. થોડી જ મિનિટોમાં એ બે જણ તેની સામે હતા.

'આ મારા સૌથી વિશ્વાસુ માણસો છે,' દાદાએ કહ્યું. 'તેમને યોગ્ય માન આપજે અને તેઓ તને એ બધું જ શીખવશે, જે જાણવા જેવું છે.'

'જરૂર દાદા,' શહેરના ગેરકાયદે શરાબના વેપાર, જુગાર, દાણચોરી, જમીન પચાવી પાડવી, ડ્રગ્સ, ખંડણી, વેશ્યા વ્યવસાય અને સોપારી લઈ હત્યા કરવાના ધંધા માટે જવાબદાર એવા બે માણસો તરફ જોતાં અરબાઝે કહ્યું.

હમીદ ચાળીસીમાં પહોંચેલો ભરાવદાર માણસ હતો. તેના ચહેરાની એક તરફ ઘાની સફેદ નિશાની હતી. વાર્તા એવી હતી કે તેને મારી નાખવા માટે તૈયાર કરાયેલી એક વેશ્યાએ તેનો ગાલ ચીરી નાખ્યો હતો. હમીદ દાદાના દાણચોરી, જમીન પચાવી પાડવી તથા ખંડણી જેવા ધંધા સંભાળતો હતો. પોતાના બૉસ પ્રત્યે હાડોહાડ વફાદાર અને તરત જ ગુસ્સે થઈ જતા હમીદની મૂછ જાડી અને ભરાવદાર હતી, તેનો ઉપરનો હોઠ ખેંચાયેલો હોવાથી તે ગુસ્સે ભરાતો ત્યારે તેની મૂછ કંપવા લાગતી. ચારમિનાર સિગારેટના બંધાણી હમીદના દાંત ગંદા કહી શકાય એ હદે કથ્થઈ રંગના હતા.

મુસ્તફા યુવાન હતો- આશરે પાંત્રીસની આસપાસનો. તે લાંબો, પાતળો યુવાન હતો જેના માથાના વાળ જલ્દી ખરવા લાગ્યા હતા. પોતાના માથાના ખરતા વાળને કારણે થનારી મજાકભરી ટિપ્પણીઓથી બચવા તેણે આખું માથું મૂંડાવી નાખ્યું હતું. દાદાના જુગાર અને ગેરકાયદે શરાબના ધંધાનું સંચાલન મુસ્તફા કરતો.

'આ મુસ્તફા છે,' અબ્દુલ દાદાએ અરબાઝને કહ્યું. 'એ મટકાનું કામકાજ સંભાળે છે. તેની સાથે જા અને ધંધાની બારીકી શીખ.'

'જી દાદા,' મુસ્તફાની પાછળ પાછળ બહાર નીકળતાં અરબાઝે કહ્યું.

'કોઈ દેખીતા કારણ વિનાનું તારૂં ભારત ભ્રમણ પૂરું થઈ ગયું હોય તો, આપણે બિઝનેસની યોજનાને અંતિમ સ્વરૂપ આપવા માટેનો વિચાર કરીએ?' ખીજવાઈ ગયેલા જોયદીપે એક મહિના બાદ પૂછ્યું.

અરવિંદે ટિનટિનની સાહસકથાઓની કૉમિક બુક એક તરફ મૂકી. તેનું શીર્ષક હતું કિંગ ઓટ્ટોકાર્સ સૅપ્ટર (રાજા ઓટ્ટોકારનો રાજદંડ). અરવિંદને આમ તો વાંચનમાં ક્યારેય રસ નહોતો, પણ કૉમિક બુકની વાત જ જુદી હતી. અંગ્રેજી સાહિત્યનાં તેના શિક્ષિકા મિસિસ ફૉન્સેકા અત્યારે તેને આ કૉમિક વાચતા જોઈ લે તો તેઓ છળી જ મરે.

'ચોક્કસપણે,' ઉત્સાહથી તરવરતા અરવિંદે કહ્યું. 'આ રહી યોજના. આપણે ભારતમાં ખાણમાંથી સોનું કાઢવાના છીએ.'

'સોનાની ખાણ? આપણી પાસે તેના માટે પૂરતાં નાણાં નથી!' થૂંક ઉડાડતાં ઉડાડતાં અતિ ઉતાવળે જોયદીપે કહ્યું.

'આપણી પાસે ચોક્કસપણે છે જ,' અરવિંદે જવાબ આપ્યો. 'યુનાઈટેડ ફેડરેશન બૅન્કના ચેરમેને મને જરૂરી આર્થિક સાધનોની બાંહેધરી આપી છે.'

'પણ... પણ... ખાણકામ જ શા માટે?'

'એમાં એવું છે ને, જોયદીપ, ભારતમાં સોનાના નોંધપાત્ર પ્રાપ્તિસ્થાન છે પણ ખાણકામ દ્વારા સોનું કાઢતા દેશોની યાદીમાં ભારત ક્યાંય નથી. આપણે આ બધું બદલી નાખશું'

'પણ ખાણકામ એ ખર્ચાળ કામ નથી?'

'સાચી વાત છે. આ કારણસર જ આપણને ખાણ ખાતાનાં પ્રધાનની મદદની થોડી વધુ જરૂર પડશે.'

'કે....વા... - પ્ર..... પ્રકારની મ - મદદ?' જોયદીપ થોડો તોતડાયો.

'આરપી- રિકોનિઝન્સ પરમિટ - ત્રણ વર્ષ માટે જારી કરવામાં પ્રધાન આપણી મદદ કરશે. જિયોલૉજિકલ સોસાયટી ઑફ ઈન્ડિયાના હાલના અભ્યાસના આધારે આપણે આરપી માટે અરજી કરશું. આરપી આપણને સંબંધિત વિસ્તારોમાં સંશોધન કરવાના હક્કો આપશે.'

'અને પછી?' જોયદીપે પૂછ્યું.

'જો, પ્રાથમિક સંશોધન બાદ, આપણે એવા ક્ષેત્રો શોધી કાઢ્યા જ્યાં સોનું હોવાની શક્યતા હોય,તો આપણે પ્રૉસ્પૅક્ટિંગ લાઈસન્સ માટે અરજી કરશું. આ લાઈસન્સ એ ક્ષેત્રમાં સંપૂર્ણ ડ્રીલિંગની મંજૂરી આપે છે,' અરવિંદે સમજાવ્યું.

'અને પછી?' પ્રશ્નો પૂછવાની એક ચોક્કસ પૅટર્નને અનુસરતાં જોયદીપે પૂછ્યું.

'ડ્રીલિંગ દ્વારા મળેલા પથ્થરના નમૂનાનું પૃથ્થકરણ કરવામાં આવશે, જેથી એવા ક્ષેત્રોને ઓળખી શકાય જ્યાં સોનું હોવાની શક્યતા ઊંચી હોય. ત્યાર બાદ, આપણે તે પ્રમાણે, માઈનિંગ લાઈસન્સ માટે અરજી કરશું.'

'પણ આ બધામાં તો વર્ષો લાગી જાય એમ છે! આ કામમાં વપરાનારા માનવબળ, ટેક્નોલૉજી અને મૂડીને લગતા ખર્ચનો વિચાર તે કર્યો છે.' જોયદીપે દલીલ કરી.

'તારી વાત સાવ સાચી છે,' અરવિંદે સહમત થતાં કહ્યું. 'આ કારણસર જ આપણને ખાણ ખરીદવા માટે સંભવિત ખરીદદારની જરૂર પડશે. કોઈ એવું જે આપણને બહુ વહેલા ખરીદી લે.'

'ખાણકામ માટેનું લાઈસન્સ ટ્રાન્સફર કરી શકાય છે?' જોયદીપે પૂછ્યું.

'ના,' અરવિંદે જવાબ આપ્યો. 'આ કારણથી જ આરપી શૅલ કંપનીના નામે જારી કરવામાં આવશે. પછીથી આપણે એ કંપનીના શૅર્સ ખરીદદારને ટ્રાન્સફર કરી દઈશું.'

'આ બધા લોકોને તું કઈ રીતે જાણે છે?' ખૂબ જ ગૂંચવાઈ ગયેલા જોયદીપે પૂછ્યું. 'બૅન્ક લોન વિશે તેં યુનાઈટેડ ફેડરેશન બૅન્કના ચેરમેન સાથે વાત કરી લીધી હોય એવું લાગે છે. તે આરપી માટે ખાણ ખાતાનાં પ્રધાન પાસેથી મંજૂરી મેળવી લીધી લાગે છે. તેં તો શૅલ કંપનીના સંભવિત ભાવિ ખરીદદારની ઓળખ પણ કરી લીધી છે, કઈ રીતે અરવિંદ? *કઈ રીતે?*'

'તું જે પ્રવાસ ખર્ચની વિરુદ્ધ હતો એ ખર્ચ કરી ને,' અરવિંદે જવાબ આપ્યો. અરવિંદે પોતાના મિત્ર તરફ જોયું અને હસ્યો.

જોયદીપ મૂંઝાયેલો લાગતો હતો. આથી અરવિંદે સમજાવ્યું

'સાચું કહું તો, મેં ટ્રાવેલ એજન્ટને એ શોધી કાઢલા કહ્યું હતું કે યુનાઈટેડ ફેડરેશન બૅન્કના ચેરમેન મિ. દેશમુખ , બૉમ્બેથી ક્યારે પ્રવાસ કરવાના છે. મેં તેને એ પણ શોધી કાઢવા કહ્યું હતું કે ખાણ ખાતાનાં પ્રધાન મિસિસ શર્મા, દિલ્હીની બહાર ક્યારે પ્રવાસ કરવાનાં છે. છેલ્લે, મેં તેને એ તપાસ કરવા કહ્યું હતું કે મદ્રાસની રાવ એન્ટરપ્રાઈઝના વંશજ મિ. રાવ મદ્રાસથી ક્યારે પ્રવાસ કરવાના છે.'

જોયદીપે આ માહિતી પચાવવાનો પ્રયાસ કર્યો.

'મને એ વાતની પાકી ખાતરી હતી કે મેં આ બધી વ્યક્તિઓને મળવાનો પ્રયાસ કર્યો હોત તો, તેમનામાંના એકેયની એપોઈન્ટમેન્ટ મને મળી શકી ન હોત,' અરવિંદે વાત આગળ વધારી. 'આથી મેં મારાથી થઈ શકે એવું એ પછીનું સૌથી શ્રેષ્ઠ કામ કર્યું. મેં એ વાતની વ્યવસ્થા કરી લીધે કે તેઓ જે ફ્લાઈટ્સમાં પ્રવાસ કરી રહ્યા હોય, તેમાં તેમની બાજુની બેઠક મને મળે. નસીબજોગે, એરવેઝ ઈન્ડિયા, ભારત એરવેઝ, હિમાલયન એવિએશન, કલિંગા એરલાઈન્સ, ઈન્ડિયન નેશનલ એરવેઝ અને એર સર્વિસીસ સહિતની બધી જ આંતરદેશીય એરલાઈન્સ, એકમાત્ર કંપની ઈન્ડિયન એરલાઈન્સમાં વિલિન થઈ ગઈ છે. આથી મારા ટ્રાવેલ એજન્ટે માત્ર ઈન્ડિયન એરલાઈન્સના બૂકિંગ પર નજર રાખવાનું જ કામ કરવાનું હતું.'

'તેં ટ્રાવેલ એજન્ટને પૂછ્યું હતું કે એરપૉર્ટ સ્ટેશન મેનજરનું ધ્યાન રાખવામાં આવ્યું છે ને. એ બધું શું હતું?' જોયદીપે પૂછ્યું.

'ઈન્ડિયન એરલાઈન્સનો સ્ટેશન મેનેજર એ દિવસની ફ્લાઈટ્સની બેઠક ફાળવણી નક્કી કરે છે,' અરવિંદે જવાબ આપ્યો. 'મારા ટાર્ગેટની બાજુની બેઠક મને ફાળવવામાં આવે એ ખૂબ જ જરૂરી હતું. આથી મેં મારા એજન્ટને વધારાનું બે ટકા કમિશન આપ્યું હતું! હવે તેં મિ, રાવ સામેના કોર્ટ કેસ અંગે શોધી કાઢ્યું?'

'હા,' જોયદીપે જવાબ આપ્યો. 'મેં થોડુંક સંશોધન કર્યું. તેઓ એ કેસ હારી ગયા, કેમ કે સામેના પક્ષે અહીંની કલકત્તાની ખૂબ જ બાહોશ એવી એક લો ફર્મની સેવાઓ લીધી હતી.'

'એ લો ફર્મનું નામ શું છે?' અરવિંદે પૂછ્યું.

'તેઓ જે કેસ હારી ગયા એ વિશે તારે નથી જાણવું?'

'ના, એ મહત્વનું નથી. મારે માત્ર એ ફર્મનું નામ જાણવું છે જેણે તેમને હરાવવામાં સક્રિય ભૂમિકા ભજવી હતી,' અરવિંદે જવાબ આપ્યો.

'ડિગ્બી એન્ડ દસ્તુર,' જોયદીપે જવાબ આપ્યો. અરવિંદે મનોમન આ બાબત નોંધી લીધી.

'તો સોનાની ખાણ મેળવવા માટે તું સિરિયસ છે?' જોયદીપે પૂછ્યું.

'એટલે જ તો ખાણને ઈંગ્લિશમાં માઈન કહે છે. અને માઈનનો બીજો એક અર્થ થાય છે મારું,' અરવિંદ હસી પડ્યો.

પોતાની સામે ઊભેલા માણસ તરફ અબ્દુલ દાદાએ જોયું. તે સહેજ ધ્રૂજી રહ્યો હતો અને તેના હોઠ ફાટેલા હોય એવા લાગતા હતા. પોતાના ટેબલ સામે મુલાકાતીઓ માટે મુકાયેલી અનેક ખુરશીઓમાંની એક પર તેને બેસાડવા દાદાએ તરત જ અરબાઝને કહ્યું.

'ઠંડી રુહ અફ્ઝાની વ્યવસ્થા કર, હમીદ,' એ માણસ દાદાની પાછળ ઊભેલા બે બે હટ્ટાકટ્ટા બૉડીગાર્ડ તરફ ફાટી આંખે જોતાં-જોતાં નીચે બેસી રહ્યો હતો ત્યારે દાદાએ કહ્યું.

'જરાય ગભરાવાની જરૂર નથી,' એ માણસ આભારવશ થઈ મીઠા શરબતનો ઘૂંટડો ભરી રહ્યો હતો ત્યારે દાદાએ ખૂબ જ નરમાશથી કહ્યું. 'હું તમારી મદદ કરવા માટે જ અહીં છું.'

દાદા આ મુલાકાતીને નિરાંતવો કરી રહ્યા હતા ત્યારે અરબાઝ અને હમીદ એક તરફ ઊભા રહી ગયા. મૌનભરી કેટલીક ક્ષણો બાદ, એ વૃદ્ધ માણસે અવાજમાં કંપ સાથે બોલવાની શરૂઆત કરી. 'દાદા, હું તમારી પાસે આવ્યો છું કેમ કે હું બીજા કોઈ પાસે જઈ શકું એમ નથી.'

અબ્દુલ દાદાએ માથું ધુણાવ્યું. 'હું અહીં તમારી સમસ્યાઓ સૂલઝાવવા જ બેઠો છું,' દાદાએ કહ્યું. 'બોલો.'

'મારા દીકરાએ લાલબાગમાં મીઠાઈ વેચવાની એક નાનકડી દુકાન શરૂ કરી હતી,' એ માણસે શરૂઆત કરી. 'આર્થિક રીતે તેની મદદ કરી શકવાની કોઈ સ્થિતિમાં હું નહોતો અને મારા દીકરાએ મદદ માટે ઊછીના નાણાં આપનારાઓ પાસે જવા સિવાય કોઈ છૂટકો નહોતો. નાણાં આપવાની તેમની શરતો જોહૂકમીભરી હતી, પણ મારા દીકરા પાસે બીજો કોઈ વિકલ્પ પણ નહોતો.'

'આગળ કહો,' દાદાએ તેમને સાંત્વન આપતા કહ્યું.

'અમે નાણાં ચૂકવી શક્યા નહીં, એટલે તેમણે ધાકધમકી આપવાની શરૂઆત કરી. એટલું જ નહીં તેમણે બે વાર મારા દીકરાને માર પણ માર્યો. હું નિવૃત્ત મેજિસ્ટ્રેટ છું અને મારા ઘણા મિત્રો હજી પણ વગદાર સ્થાનો પર છે. મેં એમનો પણ સંપર્ક કર્યો.'

'અને?' દાદાએ પૂછ્યું.

'તેમણે એ નાણાં ધીરનારાઓની પોલીસ દ્વારા પૂછપરછ પણ કરાવી. પણ એનાથી તો વાત વધુ વણસી. ગઈકાલથી,મારો દસ વર્ષનો પૌત્ર, પ્રસાદ

શાળામાંથી ગૂમ છે. પોલીસ આ બાબતમાં સાવ લાચાર છે અને બીજું કોઈ મદદ કરી શકે એમ નથી,' ગાલ પરથી વહેતાં આંસું સાથે માણસે કહ્યું.

'તમે પોલીસને જણાવ્યું કે તમને કોના પર શંકા છે?' દાદાએ પૂછ્યું.

'હા, પણ તેમનું કહેવું છે કે બૉમ્બે બહુ મોટું શહેર છે,' એ લાચાર માણસે કહ્યું. 'ઘણા પોલીસવાળા તેના કાયમી પગાર પર છે. દાદા, અલ્લાહને ખાતર મારી મદદ કરવાની મહેરબાની કરો. એ નાના છોકરાએ કોઈનું કશું જ બગાડ્યું નથી. પોતાના પિતાની ભૂલનો બદલો તેણે શા માટે ચૂકવવો જોઈએ?'

'હમીદ, આ સજ્જન પાસેથી એ નાણાં ધીરનારનું નામ લઈ લે,' દાદાએ કહ્યું. હમીદે તરત જ તેમના કહ્યા પ્રમાણે કર્યું.

'ચિંતા ન કરતા, તમારી સમસ્યા ઉકેલાઈ જશે,' દાદએ કહ્યું.

'હું હંમેશ માટે તમારો ઋણી છું, દાદા,' મુલાકાતીએ કહ્યું.

'હા, તમે છો,' દાદાએ સહજતાથી કહ્યું.

બે માણસોને ગોદામમાંથી નીકળતા જોઈ હમીદે શાંત રહેવાનો ઈશારો કરતાં, પોતાની આંગળી હોઠ સુધી લઈ ગયો. તેઓ ડાબે વળ્યા ત્યારે દરવાજાને તાળું મારવાની વધારાની તકેદારી તેમણે લીધી હતી. પૂરેપૂરી શક્યતા હતી કે અહીં જ એ નાનો છોકરો હોઈ શકે. આ કામ માટે પસંદ કરેલા બે માણસો - અરબાઝ અને અને રીઢા કહી શકાય એવા ચિકનાને હમીદે ઈશારત કરી

ચિકના પોતાની જગ્યાએથી કૂદીને બહાર આવ્યો, તેના હાથમાં ભારેખમ દેશી કટ્ટો હતો, તેણે એ કટ્ટાનો પાછળનો ભાગ નાણાં ધીરનારના માથા પર જોરથી ફટકાર્યો. ધીરધારના સાગરિતે પોતાની ગન ખેંચી કાઢવા હાથ લંબાવ્યો, પણ હજી તો ત્યાં પહોંચે એ પહેલા જ અરબાઝે તેના મોઢા પર સામેની તરફથી એક જોરદાર ફટકો માર્યો. તે બેશુદ્ધ થઈ ને જમીન પર પડ્યો, તેના હોઠના ખૂણેથી લોહી વહી રહ્યું હતું.

ચિકનાએ પોતાની ગન ધીરધારના લમણે મૂકી અને હમીદ બબડ્યો, 'દાદાએ મને છોકરાને લાવવા મોકલ્યો છે. મારી સાથે કોઈ ચાલાકી કરવાની કોશિશ કરતો નહીં. પ્રસાદ ક્યાં છે?'

'તું શું કહી રહ્યો છે, આ બધા વિશે હું કંઈ પણ જાણતો નથી,' ધીરધારે, હમણાં જે કંઈ બન્યું એની કોઈ અસર પોતાના પર થઈ ન હોય એ રીતે બેફીકરાઈપૂર્વક કહ્યું.

હમીદે અરબાઝને જોઈ માથું હલાવ્યું. અરબાઝે પોતાની જરૂરિયાત મુજબ ખાસ બનાવડાવેલો હથોડો બહાર કાઢ્યો અને પેલા માણસને તેણે ગોદામના દરવાજા સરસો ચાંપી દીધો.

એ માણસનો ડાબો હાથ દરવાજાની સામે પકડી રાખી, તેણે હથોડાને પૂરા બળથી તેની પહેલી આંગળી પર ઝીંકી દીધો. એ માણસ વેદનાથી બરાડી ઉઠ્યો.

'મેં તો હજી તારા ડાબા હાથની એક આંગળીથી શરૂઆત કરી છે,' અરબાઝે કહ્યું. 'હું તારી પાંચે-પાંચ આંગળીઓ છૂંદી નાખીશ અને હાડકાં તૂટવાના અવાજની મજા લઈશ. એ પછી હું તારા જમણા હાથની એક-એક આંગળી એ રીતે જ તોડીશ. ચાલ તૈયાર થઈ જા... હરામખોર.'

બરાબર અડધા કલાક બાદ , અપહૃત પ્રસાદ તેના માતા-પિતા અને દાદાના હાથમાં હતો.

એ દિવસે અરબાઝને સમજાયું કે અબ્દુલ દાદા હોવું એટલે શું.

'મારે ખાતામાંની બધી રકમ રોકડમાં કઢાવવી છે,' અરવિંદે કહ્યું.

'અમારા ચાલુ ખાતામાં 94,516 રૂપિયા છે એવું મને લાગે છે.'

ટેલર લગભગ પોતાની ખુરશી પરથી પડી ગઈ તેના નાક પર ઝૂલતા ચશ્મા નીચે સરી પડ્યા હતા. સારા નસીબે ચશ્મા તેના ગળાની આસપાસ એક ચેન સાથે લટકેલા હતા.

'પણ - પણ- તમારે તમારા ચાલુ ખાતામાં મિનિમમ બૅલેન્સ રાખવી પડે, સર,' એ મહિલાએ દલીલ કરી.

'ઓછામાં ઓછું કેટલી બૅલેન્સ રાખવી જરૂરી છે?' અરવિંદે પૂછ્યું.

'એક હજાર રૂપિયા,' ટેલરે જવાબ આપ્યો.

'સારું. ખાતમાં એક હજાર રૂપિયા રાખો અને મને 93,516 રૂપિયા આપો,' અરવિંદે કહ્યું.

નારાજ દેખાતી એ મહિલાએ રોકડ ગણી અને પાસબુક પર સહી લીધા બાદ અરવિંદને આપી.

ટેલરની પાછળ દીવાલ પર લટકતાં કેલેન્ડર પર અરવિંદે વધુ એક વાર નજર નાખી. મિ. રાવ હજી કલકત્તામાં જ હશે. એક મહિનો હજી પૂરો થયો નહોતો.

અરવિંદે રોકડ રકમ એક બ્રિફકેસમાં ભરી અને બૅન્કના દરવાજા પાસે રાહ જોઈ રહેલા જોયદીપને મળ્યો અને તેઓ ગલીના છેવાડે આવેલી એક દુકાન તરફ ચાલતાં ગયા.

વેપારી તેની જ રાહ જોઈ રહ્યો હતો. ‘આજે સોનાનો ભાવ દસ ગ્રામ દીઠ 111.87 રૂપિયા છે. તમારી પાસે કેટલાં છે?’ એ માણસે પૂછ્યું.

‘મારી પાસે 93,516 રૂપિયા છે,’ અરવિંદે જવાબ આપ્યો.

‘એનો અર્થ એ થયો કે તમે 8,395 ગ્રામ સોનું લઈ શકો છો,’ એ માણસે બે શ્વાસની વચ્ચે સિસોટી વગાડતા કહ્યું. ‘તમને આ સોનું બિસ્કિટ કે પાટ રુપે નથી જોઈતું, પાકું ને?’

‘ના, મને કાચા ગંઠા રૂપે જ જોઈએ છે. શક્ય હોય તો ફ્રેર-મૅશના આકારમાં. પ્રીમિયમ કેટલું છે?’

‘હાજર ભાવ પર વીસ ટકા,’ માણસે, ગંઠા અરવિંદને નિરીક્ષણ માટે આપતા તરકટી સ્વરે કહ્યું.

‘આપણે દસ ટકા નક્કી કર્યા હતા,’ વજન, આકાર અને રંગની ચકાસણી કરતા અને ગંઠા પાછા આપતા અરવિંદે કહ્યું.

‘સાચી વાત છે, પણ મને લાગ્યું કે તમને શુદ્ધતાનું સ્તર નીચું જોઈએ છે. આ બધા તો વીસથી બાવીસ કૅરેટની રેન્જમાં છે.’

‘દસ ટકા - નહીં તર હું બૅન્કમાં જઈ મારા પૈસા પાછા જમા કરાવી દઈશ,’ અરવિંદે જરાય ખચકાયા વિના કહ્યું.

‘પંદર ટકા, મને નુકસાન થાય એવું તો તમે નહીં જ ઈચ્છતા હો?’ સોનાના વેપારીએ કહ્યું.

‘કેમ કે, તમે મને ગમો છો, હું તમને 11 ટકા આપીશ. એનાથી જરાય વધારે નહીં,’ અરવિંદે કહ્યું.

અગિયાર મિનિટ અને બાર ટકા બાદ, અરવિંદ અને જોયદીપ આઠ કિલો કરતાં વધુ વજનના સોનાના ગંઠા ભરેલી બ્રિફકેસ લઈ દુકાનમાંથી નીકળ્યા.

નહેરુ રોડ અને એસ્પ્લેનેડ રૉ જ્યાં મળતા હતા એ જંક્શન પર બૅગે દગો આપ્યો. સોનાના આઠ કિલો જેટલા ગંઠા બૅગમાંથી બહાર પડીને આખા રસ્તા પર વેરાઈ ગયા.

જોયદીપ પાગલની જેમ ટ્રાફિક રોકવા માટે હાથ હલાવી રહ્યો હતો ત્યારે અરવિંદ રસ્તા પર વેરાઈ ગયેલા ગંઠા વીણી-વીણી ને પાછા બૅગમાં ભરવાનો પ્રયાસ કરી રહ્યો હતો.

પણ ત્યાં સુધી બહુ મોડું થઈ ગયું હતું. રસ્તા પરથી પસાર થતી દરેક જણ વેરાયેલા એ સોનાને ઉપાડવાના પ્રયાસોમાં લાગી ગયો હતો.

કલકત્તામાં સોનાની દોડ શરૂ થઈ ગઈ હતી.

શિવડીમાં એક નાનકડી ઑફિસમાંથી, મુસ્તફા અઠવાડિયાના સાત દિવસ, ધંધો ચલાવતો હતો. તારદેવ, ભાયખલા, મઝગાંવ, રે રોડ, લાલબાગ, પરેલ, નાયગાંવ, શિવડી, વરલી અને પ્રભાદેવી જેવા મિલ વિસ્તારમાં તેના માણસો મટકાના અડ્ડા ચલાવતા હતા,જેથી આસપાસની ચાલમાં રહેતા મિલ-કામદારોને આસાનીથી દાવ લગાડવાનું સહુલિયતભર્યું પડે.

મુસ્તફાનો પ્રવાસ રસપ્રદ હતો. કચ્છના એક કોળીના ઘરે જન્મેલો મુસ્તફા, સ્થળાંતરીત તરીકે બૉમ્બે આવ્યો હતો, અને શહેરના અઢી લાખ ટેક્સ્ટાઈલ મિલ કામદારોમાં જોડાઈ ગયો હતો. શોખ ખાતર તેણે કપાસના ઉઘડતા તથા બંધ થતાં ભાવ પર સટ્ટો લેવાનું શરૂ કર્યું હતું. તેણે ક્યારેય વિચાર્યું નહોતું કે આ બાબત એટલી હદે ફેલાઈ જશે જે બધાને પોતાના ભરડામાં લઈ લેશે.

કપાસના ઉઘડતા અને બંધ થતાં ભાવ શિવડી ખાતેના બૉમ્બે કૉટન એક્સચેન્જને ન્યૂ યૉર્ક કૉટન એક્સચેન્જથી ટેલિગ્રામ દ્વારા અઠવાડિયાના પાંચ દિવસ, દિવસમાં બે વાર મળતા હતા. મુસ્તફા માટે આ સમયપત્રકનો અર્થ હતો, સોમવારથી શુક્રવાર દરમિયાન સટ્ટો રમી શકાતો.

શિવડીમાંની મુસ્તફાની ઑફિસ રાત્રે નવ વાગ્યે અને મધરાતે મિલ-કામદારોથી ગીચોગીચ ભરાયેલી રહેતી, કેમ કે ત્યારે ન્યૂ યૉર્કથી કપાસના ભાવ જાહેર થતાં અને સટ્ટાનું વલણ ચૂકવવામાં આવતું, આમાંના અનેક કામદારો તો અહીં પહોંચવા માટે લાંબું અંતર પગપાળા કાપીને આવ્યા હતા.

પછી એક દિવસ, અબ્દુલ દાદા મુસ્તફાને મળવા આવ્યો. દાદાએ આ નવા વળગણ વિશે પોતાના માણસો પાસેથી સાંભળ્યું હતું અને તેણે નક્કી કર્યું હતું કે આ કામનો હિસ્સો બનવું જોઈએ. તેણે મુસ્તફા સામે એવી ઑફર મુકી જે તે નકારી શકે તેમ નહોતો.

તેણે મુસ્તફાને પોતાના ધંધાનું સ્વરૂપ બદલી નાખવાની સલાહ આપતાં તેને ગંજીફાનાં પત્તાં પર સટ્ટો લેવાનું શરૂ કરવા કહ્યું... કપાસના ભાવના

બદલે માટલામાંથી કાઢવામાં આવેલા પત્તાં પર રમાતા આ સટ્ટાને મટકાનું નામ મળ્યું. આ એક સીધા-સરળ ફેરફાર દ્વારા, હવે અઠવાડિયાના સાતે સાત દિવસ સટ્ટો રમાડવાનું શક્ય હતું. આને કારણે ધંધો 40 ટકા વધવાનો હતો.

અબ્દુલ દાદાએ મુસ્તફાને પોતાની દુકાનો, ગોદામો તથા માણસો આપ્યા હતા, જેથી તેના સટ્ટાની હાજરી 200 સ્થળોએ ફેલાઈ શકે. આને કારણે લોકો માટે પોતાના ઘર કે ફેક્ટરીની નજીકમાં જ દાવ લગાડવાનું સરળ થઈ પડ્યું. આને પગલે ધંધો દસ ગણો વધવાનો હતો. બધા જ લગાડેલા દાવ પર મુસ્તફાએ 10 ટકા કમિશન રાખવાનું હતું અને એ રકમમાંના 65 ટકા હિસ્સો અબ્દુલ દાદા સાથે વહેંચવાનો હતો. મુસ્તફા જાણતો હતો કે, અબ્દુલ દાદા એવી વ્યક્તિ નહોતી જેની સાથે કોઈ સોદાબાજી કરી શકે.

મટકાનો સટ્ટો કઈ રીતે ચાલે છે, એ અરબાઝની સમજાવવાની શરૂઆત મુસ્તફાએ કરી. એ બંને બેઠા હતા ત્યાં તેમની વચ્ચે ચાવાળા છોકરાએ તાંબાના રંગની વધુ સાકરવાળી કટિંગ-ચાના બે ગ્લાસ મુક્યા. મુસ્તફાએ મોટા અવાજે ચાનો સબડકો લીધો અને પછી પ્રવચન શરૂ કર્યું.

'શૂન્યથી નવની વચ્ચેના કોઈ પણ ત્રણ અંક પસંદ કર,' તેણે કહ્યું.

અરબાઝે આના પર વિચાર કર્યો અને કહ્યું,' પાંચ- નવ - ત્રણ.'

'સરસ. હવે આ ત્રણ આંકડાનો સરવાળો કર. શું જવાબ મળ્યો?'

'સત્તર.'

'તારા જવાબનો છેલ્લો આંકડો શું છે?'

'સાત.'

'આમ પહેલો ડ્રો 593 તરીકે ઓળખાશે અને સાતનો આંકડો તેનું પ્રતિનિધિત્વ કરશે. આને ઓપનિંગ ડ્રો કહે છે. હવે શૂન્યથી નવ વચ્ચેના બીજા કોઈ ત્રણ આંકડા પસંદ કર.'

'સાત-એક-આઠ,' અરબાઝે જવાબ આપ્યો.

'હવે આ ત્રણ આંકડાનો સરવાળો કર. શું જવાબ મળ્યો?'

'સોળ.'

'તારા જવાબનો છેલ્લો આંકડો શું છે?'

'છ.'

'આમ બીજો ડ્રો 718 તરીકે ઓળખાશે અને છનો આંકડો તેનું પ્રતિનિધિત્વ કરશે. આને ક્લોઝિંગ ડ્રો કહે છે,' મુસ્તફાએ સમજાવ્યું.

મુસ્તફા બોલી રહ્યો હતો અને અરબાઝ આ બધું નોંધી રહ્યો હતો.

'લોકો આ ત્રણેય પરિણામો પર વિવિધ દાવ લગાડે છે. લોકો ઓપનિંગ અથવા ક્લોઝિંગના ત્રણ અંકના આંકડા પર દાવ લગાડે છે, આ ઉદાહરણમાં આ આંકડા 593 અને 718 છે. તેઓ એપનિંગ અને ક્લોઝિંગના પ્રતિનિધિ આંકડા પર પણ દાવ લગાડે છે, આ ઉદાહરણમાં એ આંકડો છે સાત અને છ. તેઓ ઓપનિંગ અને ક્લોઝિંગના પ્રતિનિધિ આંકડાને સંયુક્ત કરીને પણ દાવ લગાડે છે, આ ઉદાહરણમાં 76. છેલ્લે, તેઓ ઓપનિંગ અને ક્લોઝિંગના આંકડાના સરવાળા પર પણ દાવ લગાડે છે, આ કિસ્સામાં સત્તર અને સોળ. આમ, તમારા જીતવાની શક્યતા 9:1થી લઈને 999:1 જેટલી હોય છે.'

અરબાઝ સાંભળી રહ્યો હતો, ત્યારે તેના મગજમાં વિચાર આવ્યો, કે કાશ, શાળામાં મિ. ડિસોઝા ગણિત ભણાવતા ત્યારે તેણે તેમાં વધુ ધ્યાન આપ્યું હોત.

મુસ્તફાનો વર્ગ પૂરો થયો, અરબાઝ ઊભો થયો અને પોતાના તમિલ બ્રાહ્મણ મિત્રની શોધમાં ઉપડી ગયો જેને આ બધું જ બરાબર સમજાય એમ હતું.

'મુસ્તફાભાઈ, હું તમને મુરલી સાથે મેળવવા માગું છું,' અરબાઝે કહ્યું.

મુસ્તફાએ ઉપર ટપકે ડોકું ધુણાવ્યું અને પોતાનો ચોપડો ચીતરવામાં મશગૂલ થઈ ગયો. ગઈકાલના દાવની રકમ, વલણ (જીતનારને ચુકવાયેલી રકમ) તથા નફાનો હિસાબ અબ્દુલ દાદાને બપોર સુધી પહોંચે એ જરૂરી હતું.

'હું ઉતાવળમાં છું,' મુસ્તફાએ કહ્યું. 'દાદા આપણને બંનેને આજે મળવા માગે છે.'

'હું મુરલીને સાથે લાવી શકું?' અરબાઝે પૂછ્યું. 'એ મારો સ્કૂલનો જૂનો મિત્ર છે. અમે રોઝરી હાઈસ્કૂલમાં સાથે ભણતા હતા.'

મુસ્તફાએ મુરલી તરફ જોયું. તે પાતળા સમજો ને કે સૂકલકડી તમિલ યુવાનના કપાળ પર ચંદનનો આડો ટીકો હતો.

'અજાણ્યા લોકોને મળવું દાદાને પસંદ નથી,' મુસ્તફાએ તોછડાઈપૂર્વક કહ્યું.

'પ્લીઝ, મુસ્તફાભાઈ,' અરબાઝે વિનંતી કરી. 'માત્ર થોડી મિનિટો માટે. આ બહુ જ મહત્વની બાબત હોઈ શકે છે.'

મુસ્તફા કૂણો પડ્યો. તે જાણતો હતો કે કોઈ અજાણ્યાને જોઈને દાદા પોતાનો પિત્તો ગુમાવી બેસતા હતા. *પણ હું અરબાઝને બચાવવાનો વિચાર શા માટે કરી રહ્યો છું?* તેણે પોતાની જાતને પૂછ્યું.

તેઓ ત્રણે ય ઓસ્ટિન એ40માં બેઠા. એન્જિન ચાલુ કરવાના કેટલાક અસફળ પ્રયાસો બાદ કારમાં જાણે કે એકાએક જીવનનો સંચાર થયો.

અબ્દુલ દાદાના બાન્દરા ખાતેના ઘરે પહોંચ્યા બાદ, આ ત્રણેયને ડોનના વિશાળ બાથરૂમમાં દોરી જવાયા. દાદા આરસના સંકોચાયેલા બાથટબની અંદર હતો, તે 555 સિગારેટ ફૂંકી રહ્યો હતો જ્યારે બીજી તરફ સુગંધી ફોમ બાથમાંથી ઉઠતા પરપોટા હવામાં તરી રહ્યા હતા. ગુલાબી બેલ-બૉટમ અને મૅચિંગ ટૉપ પહેરેલી એક યુવતી દાદાના પગ પાસે સ્ટૂલ પર બેઠી હતી અને તેમના પગના નખને પૉલિશ કરી રહી હતી.

'આ છોકરો કોણ છે?' મુરલીને જોતાં જ દાદાએ મુસ્તફાને પૂછ્યું.

'દાદા, એનું નામ મુરલી છે, અને તે ગણિતનો વિદ્વાન - અસાધારણ પ્રતિભા ધરાવે છે,' અરબાઝે જવાબ આપ્યો. 'તમને મળવા માટે તેને લાવવાનો આગ્રહ મેં જ કર્યો હતો. એ શાળામાં મારી સાથે ભણતો હતો.'

'અને તેને મળવામાં મને શો રસ હોઈ શકે છે? તારામાં જરાય અક્કલ છે કે નહીં?' અબ્દુલ દાદાએ પેલી યુવતીને ત્યાંથી ગાયબ થઈ જવાનો ઈશારો કરતા પૂછ્યું.

'કેમ કે મને લાગે છે કે આપણે મટકાનો આપણો રોજનો કુલ વકરો જેમનો તેમ રાખી નફાને ત્રણ ગણો કરી શકીએ છીએ.' અબ્દુલ દાદાના ગુસ્સાને અવગણતા અરબાઝે જવાબ આપ્યો.

'તો તારૂં કહેવું એમ છે કે આ છોકરો જાદુગર છે, હં?' નફો ત્રણ ગણો થઈ શકે એ સાંભળતા જ થોડા કૂણા પડેલા અબ્દુલે પૂછ્યું. '9867 ભાગ્યા ચોંત્રીસ કેટલા થાય?' તેણે લગભગ ભસતાં કહ્યું.

'290.2058..... તમને કેટલા દશાંશ સુધી જવાબ જોઈએ છે?'

એ પછી દાદાએ કેટલાક આંકડાઓનો ગુણાકાર કરવાનો પડકાર મુરલી સામે ફેંક્યો. '7,686,369,774,870 ગુણ્યા 2,465,099,745,779 કેટલા થાય?'

મુરલીએ આંકડો લખી લીધો પણ ગુણાકાર મગજમાં જ કર્યો. 'જવાબ છે 18,947,668.177,995,400,000,000,000.' મુરલીએ બત્રીસ સેકન્ડમાં જવાબ આપ્યો.

'આ તો કંઈ નથી દાદા,' અરબાઝે કહ્યું. 'હું ક્યારેય વર્ગમૂળ પણ કાઢી શકતો નહોતો, ત્યારે આ છોકરો મગજમાં જ સત્તર વર્ગમૂળ સુધીની ગણતરી કરી લેતો!'

'તો તારા મિત્રના મગજમાં એવું શું છે જેનાથી એને લાગે છે કે આપણા ધંધાનો નફો ત્રણ ગણો થઈ શકે છે?' અબ્દુલ દાદાએ પૂછ્યું.

અરબાઝે મુરલીને જોઈ ઈશારો કર્યો. એ યુવાન છોકરાએ પોતાના શર્ટના ખિસ્સામાંથી ઘડી કરેલો કાગળ બહાર કાઢ્યો અને વાંચવાની શરૂઆત કરી.

'અત્યારે, સિંગલ અંકની સાચી આગાહી કરનારને એકની સામે દસનું વલણ આપણે ચૂકવીએ છીએ,' મુરલીએ ખચકાટ સાથે શરૂઆત કરી. 'સિંગલ અંકની આગાહીની સંભાવના દસમાં એક હોવાનું ધ્યાનમાં લેતા, આપણે રૂપિયા સામે આઠ રૂપિયાનું ચૂકવણું રાખવું જોઈએ. આવું કરવાથી લાંબા ગાળે આપણે વધુ નાણાં બનાવી શકશું.'

'આગળ બોલ,' આબ્દુલ દાદાએ કહ્યું, નફામાં વધારો થવાના સૂચનથી તેના કાન ઊભા થઈ ગયા હતા.

'સાચી આગાહીની શક્યતા સોમાં એક હોવાની સામે બે અંકની આગાહી માટેનું વળતર એક રૂપિયા સામે સત્તર રૂપિયા હોવું જોઈએ. જોખમી શક્યતાઓ સામે ચૂકવણીની રકમ ક્રમશઃ ઘટાડતા જઈ ને આપણે વધુ કમાણી કર શકીએ છીએ,' મુરલીએ વાત આગળ વધારી.

'મને આ છોકરાનો અવાજ ગમે છે,' અબ્દુલ દાદાએ કહ્યું, હવે તે ભયંકરપણે ખુશ હતો.

'એટલું જ નહીં, એક, બે અને ત્રણ અંક સાથે, એવા આંકડા માટે આપણે ચૂકવણીની રકમ ઘટાડી શકીએ છીએ જેની આગાહી બહુ ઊંચા પ્રમાણમાં વારંવાર થતી હોય. દાખલા તરીકે, સાત, અગિયાર, 108 અને 786, જેવા આંકડા પન્ટરો દ્વારા આવર્તન વર્ગીકરણ મુજબ નિયમિત રીતે પસંદ કરવામાં આવે છે. આ બધા આંકડા નસીબવંત અથવા પવિત્ર માનવામાં આવે છે. તેમના પર ચૂકવણીની રકમ આપણે ઘટાડી દઈએ.'

'ટ્રિપલ માટે શું થશે?' મુસ્તફાએ પૂછ્યું, મુરલીના મને-બધું-જ-ખબર-છે અભિગમથી હવે મુસ્તફા ચીડાવા લાગ્યો હતો.

'ત્રણ અંકમાં જીતની શક્યતા એક હજારમાં એક હોવાથી, તેના પરનું વળતર નોંધપાત્ર રીતે ઓછું, સમજો ને કે એક રૂપિયા સામે 250 રૂપિયા જેટલું હોવું જોઈએ.'

'અને આખી આગાહી માટે?' અબ્દુલે પૂછ્યું.

'અહીં જીતની શક્યતા દસ લાખમાં એકની છે. આથી એક રૂપિયા સામે 10,000નું ચૂકવણું બરાબર છે,' મુરલીએ જવાબ આપ્યો. 'જીત માટેની રકમ મોટી જણાતી હોય ત્યારે જીતવાની શક્યતા કેટલી છે એ બાબત તરફ કોઈનું ધ્યાન જતું નથી.'

'થેન્ક્સ મુરલી, તું બહાર મારી રાહ જોઈશ?' અરબાઝે પૂછ્યું. મુરલી આરસપહાણના બાથરૂમની બહાર જતો રહ્યો.

'મને તારા પર ગર્વ છે અરબાઝ,' અબ્દુલ દાદાએ કહ્યું. 'હજી તો તને ધંધામાં માંડ બે-ચાર દિવસ થયા છે અને તું અત્યારથી જ મને વધુ પૈસાદાર બનાવવાના રસ્તા શોધી રહ્યો છે. મુસ્તફા, આ મદ્રાસી *લુંગીવાળો* જેમ કહે છે એમ આપણે કરીએ. તેને પગાર પર રાખી લે જેથી એ તને ચૂકવણીની રકમમાં સતત ફેરફાર સૂચવતો રહે. '

'જી, દાદા,' મુસ્તફાએ કહ્યું, થોડી વાર પહેલા બનેલા ઘટનાક્રમથી જો કે તે સાવ હતપ્રભ થઈ ગયો હતો.

'ચાલ અરબાઝ, શિવડી પાછા જઈએ.'

'ઊભો રહે,' અબ્દુલ દાદાએ કહ્યું. 'મુસ્તફા, તું જા. પેલા લુંગીવાળાને તારી સાથે લઈ જજે. અરબાઝ અહીં જ રહેશે. મારે એની ખબર લેવી છે.'

મુસ્તફા આ બે માણસોને એકલો છોડી ને જતો રહ્યો. તે સ્પષ્ટપણે નારાજ દેખાઈ રહ્યો હતો.

અબ્દુલ દાદાએ સૌમ્યતાથી વાત શરૂ કરી. 'તમારો શત્રુ તમારી ચતુરાઈ કરતાં તમારી મૂર્ખામી વિશે વધુ પડતો અંદાજ બાંધી લે એ હંમેશા સારૂં હોય છે. ભવિષ્યમાં, કોઈ પણ માણસને, મુસ્તફા અને હમીદ સહિતના, તારાથી ભય કે જોખમ છે એવી લાગણી થવા દેતો નહીં તારી પાસે કોઈ નવો આઈડિયા હોય તો એ વિશે તારે મને એકલામાં મળીને જણાવવું.'

'ભલે દાદા,' અરબાઝે જવાબ આપ્યો.

'જીત બાદ વ્યક્તિએ પોતાના ચાકા-છરીની ધાર કાઢી લેવી એ સારો વિચાર ગણાય છે,' ટબમાંથી બહાર નીકળતા તથા ગુલાબી કપડાંવાળી છોકરીને ઈશારો કરતા, ડૉને જવાબ આપ્યો. 'ગમે તે હોય, તારૂં કામ મને ગમ્યું. આજથી તું સીધો મારા સંપર્કમાં રહીશ અને હંમેશા મારી પડખે રહીશ.'

સોનાના ગંઠા પ્રકરણ વિશે ધસ્ટેટમેનમાં અહેવાલ છપાયો હતો.

નહેરુ રોડ અને એસ્પ્લેનેડ રૉના વ્યસ્ત મુખ્ય રસ્તા પર સોનાના ગાંઠાનો બહુ મોટો જથો અકસ્માતે વેરાઈ ગયો હતો. આ ગાંઠાના માલિક શ્રીમાન અરવિંદ બગડિયાએ આ સંવાદદાતાને જણાવ્યું હતું કે, તેઓ સૅફ ડિપૉઝિટ વૉલ્ટ તરફ જઈ રહ્યા હતા ત્યારે તેમની સૂટકેસ તૂટી ગઈ હતી. સૂત્રોના જણાવ્યા મુજબ શ્રી બગડિયા સોનાના સંશોધન સાથે સંકળાયેલા છે તથા હાલ છ સાઈટ્સ પર સંશોધન ચાલી રહ્યું છે. જો કે, શ્રી બગડિયા પોતાના કુલ જથામાંથી અડધો માલ પાછો મેળવવામાં સફળ રહ્યા હતા તથા બાકીનો માલ રસ્તા પરથી પસાર થતાં લોકો દ્વારા તફડાવી લેવામાં આવ્યો હતો.

બ્રિજમોહનલાલનો ગુસ્સો સાતમા આસમાને હતો.

'તને જે નુકસાન થયું છે,તેનો તને કંઈ અંદાજો છે? તારૂં મગજ તો ઠેકાણે છે ને? ધંધા વિશે તને મેં આ શીખવ્યું હતું? તને સમજાય છે ખરું કે આવકવેરા ખાતાવાળા આપણી શું વલે કરશે?'

અરવિંદે પોતાના પિતાના મહેણાં-ટોણાં ખૂબ જ ધીરજપૂર્વક સાંભળી લીધાં પણ તે સતત ટેબલ પરના કાળા ડબલાં જેવા ફોનને તાકી રહ્યો હતો.

'તું મારૂં કહ્યું સાંભળતો કેમ નથી?' તેના પિતાએ માગણી કરી. 'આ ફોનમાં એવું તે શું દાટ્યું છે કે તું એની સામે જ જોયા કરે છે.'

અરવિંદ શાંત અને સ્વસ્થ રહ્યો. તેણે મનોમન એકસોથી ઊંધી ગણતરી કરવાની શરૂઆત કરી. તે તોંતેર પર પહોંચ્યો ત્યાં જ ફોનની ઘંટડી વાગી.

'બી. રવિ એન્ડ આઈ. ડાગા,' પોતે કંપનીનો સ્વીચબૉર્ડ ઑપરેટર હોય એ અદાથી ફોન ઊંચકી, જાહેરાત કરતો હોય એવા સ્વરે તે બોલ્યો. 'મિ. બગડિયા? મને લાગે છે કે તેઓ મીટિંગ માટે બહાર ગયા છે, પણ તેઓ દસેક મિનિટમાં પાછા આવી જવા જોઈએ. તમારે તેમની માટે મને કોઈ

સંદેશ આપવો છે, સર?' અરવિંદે આગળ ચલાવ્યું. 'હં હં, ગ્રેટ ઈસ્ટર્ન હોટેલ, હા. કેટલા વાગ્યે? બપોરે? ચોક્કસ, સર. હું તમારો સંદેશ તેમને પહોંચાડી દઈશ.'

'આ બધું શું હતું?' હજી પણ ખૂબ જ નારાજ દેખાતા, બ્રિજમોહનલાલે પૂછ્યું.

'હું તમને પછી કહીશ,' બહાર નીકળવા માટે લગભગ દોડી રહેલા અરવિંદે કહ્યું. પગે ચાલીને બાવીસ મિનિટ બાદ તે ડેલહાઉઝી સ્ક્વૅર પરની ગ્રેટ ઈસ્ટર્ન હોટેલ પર પહોંચ્યો. બપોરના બાર વાગ્યા હતા, તે બરાબર સમય પર પહોંચી ગયો હતો.

કાંડા ઘડિયાળે બાર વાગીને પાંચ મિનિટનો સમય દેખાડ્યો ત્યાં સુધી અરવિંદે રાહ જોઈ. પછી તે અંદર પ્રવેશ્યો.

1840માં સ્થપાયેલી ગ્રેટ ઈસ્ટર્ન હોટેલ જ્વેલ ઑફ ધ ઈસ્ટ તરીકે જાણીતી હતી. ઈંગ્લિશમેન કટાક્ષમાં કહેતા કે કોઈ માણસ હોટેલના એક છેડેથી પ્રવેશી ને સંપૂર્ણ કપડાં, લગ્નમાં આપવાની ભેટ, અથવા બગીચા માટે બિયારણ ખરીદી, મસ્ત મજાનું ભોજન લઈ, એક મોટો પૅગ ચઢાવી ને, અને જો બાર પર સર્વ કરનારી છોકરીની હા હોય તો, તેની સાથે લગ્ન કરવાનો કોલ લઈ -દઈ તે બીજા છેડેથી બહાર નીકળી શકતો.

અરવિંદ અહીં પરણવા આવ્યો નહોતો, જો કે પૈસા તો અહીં પણ અગ્રક્રમે હતા.

ચામડાની કુશાંદે આર્મચૅરમાં તે ગોઠવાયો ત્યાં જ એક યુવાન અને દેખાવે આકર્ષક દક્ષિણ ભારતીય ગૃહસ્થ બરાબર ઈસ્ત્રી કરેલા સૂટમાં સજ્જ થઈ તેની પાસે આવ્યો. 'તમને ફરી વાર મળીને આનંદ થયો મિ. બગડિયા. સમય ઓછો હોવા છતાં મને મળવા માટે અહીં સુધી આવવા બદ્દલ આપનો આભાર,' તેણે કહ્યું.

'એ જ રીતે, મિ. રાવ,' તેના અત્યંત સુંદર રીતે મેનિક્યોર કરેલા હાથ સાથે હસ્તધૂનન કરવા માટે ઊભા થતાં અરવિંદે કહ્યું 'મદ્રાસની ફ્લાઈટમાં તમારી સાથે વાત કરવાનો બહુ આનંદ આવ્યો.'

'તમે તો આજે સમાચારમાં ચમક્યા છો, આઈ સી,' યુવાન ઉદ્યોગપતિએ અત્યંત સુઘડ ઉચ્ચાર સાથે કહ્યું. ઈટોન અને ઑક્સફર્ડનો આ કમાલ હતો.

'એ મારી મૂર્ખામી હતી,' અરવિંદે શરૂઆત કરી.

'તો, મને તમારા ખાણકામના વ્યવસાય વિશે વધુ જણાવશો,' મિ. વિજય રાવે પૂછ્યું.

'અમે અનેક ક્ષેત્રોમાં ખાણકામ કરી રહ્યા છીએ - છ જગ્યાએ કામ ચાલુ છે. અમે અત્યંત આશાવાદી છીએ કે આમાંની અડધોઅડધ જગ્યાએ અમને ટન દીઠ ત્રણથી ચાર ગ્રામના દરજ્જાની ઉપજ મળશે.' અરવિંદે સમજાવ્યું.

'ચાલો હવે, તમે વધુ પડતા વિનમ્ર છો,' મિ. રાવ હસી પડ્યા. 'હાલ, ભારતમાં સોનાની માત્ર બે જ સક્રિય ખાણો છે - હટ્ટી અને કોલાર. અને તમારાથી રસ્તા પર જે વેરાયું તેના આધારે કયાસ કાઢીએ તો, હું કહીશ કે તમારો બિઝનેસ સંપૂર્ણપણે સક્રિય છે.'

પોતે જાણે કે અસ્વસ્થ થઈ ગયો હોય એવો બેચેનીભર્યો દેખાવ અરવિંદે કર્યો. કોઈ ષડ્યંત્રમાં સંડોવાયેલા હોય એ રીતે તે આગળની તરફ ઝૂક્યો. 'એ તો સદનસીબે મળી આવેલી શોધ હતી. ખાણકામ શરૂ થાય અને સોનું મળી આવે આ બે વચ્ચે દાયકાઓ વીતી જતા હોય છે. મિ, રાવ સોનું શોધી કાઢવાનો ખર્ચ બહુ મોટો હોય છે. તેમાં ભૌગોલિક સર્વેક્ષણો, સૅમ્પલિંગ, પૃથ્થકરણ તથા ડ્રિલિંગનો સમાવેશ થાય છે. સાચું કહું, તો હું આ ધંધામાં ગળા સુધી આવી ગયો છું, સર.'

'એટલે જ તો મેં તમને ફોન કર્યો,' મિ. રાવે કહ્યું. 'તમે ઈચ્છતા હો તો, હું તમારી આર્થિક મુશ્કેલીઓ એક ઝાટકે દૂર કરી શકું એમ છું.'

'ખરેખર? કઈ રીતે?' અરવિંદે નિર્દોષતાપૂર્વક પૂછ્યું.

'હું તમારી પાસેથી બધી જ છ ખાણો કસેલી કિંમતે ખરીદવા તૈયાર છું,' યુવાન બિઝનેસમેને જવાબ આપ્યો.

'પણ અમારી પાસે હજી ખાણકામ માટેના હક્કો નથી. અમારી પાસે છ જગ્યાઓ માટે માત્ર રિકોનિઝન્સ પરમિટ જ છે. આ જગ્યાઓમાંથી કંઈ ઉપજશે કે કેમ એની કોઈ ગેરન્ટી નથી. અમારી પાસે જે હક્કો જ નથી એ તમને વેચવા એ મને અયોગ્ય લાગે છે.

'એ મને નક્કી કરવા દો.' વિજય રાવે કહ્યું. 'તમામ છ જગ્યાઓ માટે હું તમને રૂપિયા પાંચ લાખનો ચેક આપવા માગું છું. હું ધારું છું કે તમારી પાસે શેલ કંપની છે અને શેલ કંપનીના શૅર્સ તમે વેચી શકો છો?'

'ઓ, હા સર. અને તમારી ઑફર પણ ખૂબ જ મોટા દિલની છે. પણ એટલું જ છે કે-'

'શી તકલીફ છે? મારી ઑફરમાં કંઈ કમી છે?' પોતાનાં ભવાં ઊંચા કરતાં મિ. રાવે પૂછ્યું.

'ના, જરાય નહીં. એટલું જ કે મારા સૉલિસિટર્સનું માનવું છે કે તેમની પાસે 15 લાખની આસપાસની ઑફર્સ છે. તમે મારી સાથે જે ઉદારતાથી વર્ત્યા છો, એ જોતાં આ વાત તમને કરતા પણ મને સંકોચ થાય છે.'

'તમારા વકીલોને શું ખબર પડે ? એ લોકો જો એટલા જ હોંશિયાર હોત તો તેઓ પણ બિઝનેસ કરતા હોત,' વિજય રાવે ગુસ્સામાં કહ્યું. 'તમારા સૉલિસલિટર્સ કોણ છે?'

'ડિગ્બી એન્ડ દસ્તુર,' અરવિંદે ઠાવકાઈથી જવાબ આપ્યો.

અરવિંદે નોંધ્યું કે મિ. રાવ થોડાક ખચકાયા છે. આ નામ સાંભળી તેઓ જરાક અસ્વસ્થ થયા હોવાનું સ્પષ્ટ જણાતું હતું. ડિગ્બી એન્ડ દસ્તુર કલકત્તાની સૌથી જૂની લૉ ફર્મમાંથી એક હતી, 1893માં ઈંગ્લિશમેન, મિ. જે. એલ. ડિગ્બી અને પારસી સજ્જન મિ. જી.સી.દસ્તુર વચ્ચે ભાગીદારી તરીકે તેની સ્થાપના થઈ હતી. આ ફર્મનું નામ ખાસ્સું નોંધપાત્ર હતું. સૌથી મહત્વની બાબત એટલે આ ફર્મે હાલમાં જ રાવના વકીલોને હંફાવી દીધા હતા.

'હું તમને આ ક્ષણે જ ચેકથી દસ લાખ રૂપિયા ચૂકવવા તૈયાર છું, જો તેની સામે તમે મને એ વચન આપતા હો કે તમે આ સોદાની શરતોની ચર્ચા કરવા વકીલો પાસે નહીં જાવ,' મિ.રાવે કહ્યું.

'તમારી ઑફરમાં થોડો વધારો કરવાની વિનંતી હું તમને કરી શકું?' અરવિંદે પૂછ્યું.

'હું આટલું જ કરી શકું એમ છું. હું તમને દસ લાખ ચેકથી આપીશ. વધુમાં, હું આલ્બર્ટ મિલ્સ નામની કંપનીમાંના મારા શૅર્સ પણ તમને આપીશ. એ બૉમ્બેમાં ટેક્સ્ટાઈલનું ઉત્પાદન કરતું એકમ છે અને મારા માટે એ બહુ ઉપોયગનું નથી.'

'પણ...' અરવિંદે શરૂઆત કરી.

'પણ-બણ કંઈ નહીં, મિ. બગડિયા. આપણો સોદો પાકો છે કે નહીં?'

પ્રસ્તાવ વિશે વિચાર કરતી વખતે અરવિંદનું મોઢું બગાડ્યું. ધારો કે આલ્બર્ટ મિલ્સના શૅર્સ સાવ નકામા હોય તો પણ તેની પાસે દસ લાખ રૂપિયા તો હશે જ. બે મિનિટ બાદ તેણે યુવાન રાવની આંખ સાથે આંખ મેળવી અને કહ્યું, 'તમારી વાટાઘાટ કરવાની રીત બહુ જ કઠોર છે, સર, અને હું જે કરવા

જઈ રહ્યો છું એનાથી મારા પિતા મારા પર બહુ ગુસ્સે થવાના છે, પણ મારો અંતરાત્મા મને તમારી વાત સ્વીકારવા કહે છે. આથી મારો જવાબ છે "હા". '

મિ.રાવે પોતાના જેકેટની અંદરના ખિસ્સામાંથી ચેકબુક કાઢી અને તેના એક પાના પર કશું ક લખ્યું. પછી તેમણે વેઈટરને એક કાગળ લાવવા કહ્યું. તેમણે એક પાનાનો સરળ કરાર લોંગહેન્ડમાં લખી નાખ્યો, તેના પર એક નજર કરી અને અરવિંદની મંજૂરી માટે એ કાગળ આગળ કર્યો.

અરવિંદે તેના પર સહી કરી અને આભારવશ થઈ મિ.રાવનો ચેક સ્વીકાર્યો.

'આલ્બર્ટ મિલ્સના શૅર્સ તમને મારી મદ્રાસ ઑફિસથી ટપાલ દ્વારા મળી જશે.' મિ.રાવે ઊભા થતાં કહ્યું.

મિ. રાવ સાથે હાથ મિલાવતી વખતે અરવિંદે પોતાની જાતને સામાન્યપણે શ્વાસ સેવાની ફરજ પાડી. હોટેલમાંથી બહાર નીકળ્યો ત્યાં સુધી તેણે ઊંડા શ્વાસ લેવાનું ચાલુ રાખ્યું.

હોટેલથી સુરક્ષિત અંતરે પહોંચ્યા બાદ જ તેણે આનંદનો ઉચ્છ્વાસ છોડ્યો.

ઉડિપી હોટેલમાં બેસી રહેલાં બે યુવાનોને વેઈટર જોઈ રહ્યો હતો. ડોસા, ઈડલી, મેદુ વડાંની પ્લેટો તથા ગરમાગરમ *સાંભાર* સાથે ફિલ્ટર *કાપી* તેમના ટેબલ પર ગોઠવાયેલા હતા.

બંને જણ ભોજન પર અકરાંતિયાની જેમ તૂટી પડ્યા હતા.

'મને તે આ નોકરી શા માટે અપાવી અરબાઝ?' મુરલીએ ડોસાના ટુકડાને સાંભારમાં ડૂબાડતાં પૂછ્યું.

'સરળ છે મુરલી. હું મારા મિત્રોનું પૂરું ધ્યાન રાખું છું. મને ખબર હતી કે તને નોકરીની જરૂર છે.,' પોતાની સામેના કટોરામાંનો સાંભાર સીધે જ મોઢે માંડી સબડકો લેતાં અરબાઝે કહ્યું.

'આ એકમાત્ર કારણ હતું?' મુરલીએ પૂછ્યું.

અરબાઝ હસી પડ્યો. 'મુસ્તફા અને અબ્દુલ દાદા વચ્ચેનો સોદો એ છે કે લગાડેલા બધા દાવ પર મુસ્તફાએ દસ ટકા કમિશન કાપી લેવું અને એમાંથી 65 ટકા રકમ અબ્દુલ દાદાને પહોંચતી કરવી. મને લાગે છે કે તે આમાં ઘાલમેલ કરી ઉપરની વધુ મલાઈ ખાઈ જાય છે. હું ઈચ્છું છું કે તું આ વિશે મને માહિતગાર રાખે,' તેણે કહ્યું.

બંને મિત્રોએ કૉફી ભરેલા સ્ટીલના ટમ્બલરને ચીયર્સની અદામાં એકમેક સાથે ભટકાવ્યા. લાંબી અને ફળદાયી ભાગીદારીની આ શરૂઆત હતી.

'મારે દસ લાખનો આ ચેક જમા કરાવવો છે.' અરવિંદે કહ્યું. 'મારા ખ્યાલથી અમારા ચાલુ ખાતામાં ફક્ત એક હજાર રૂપિયા જ છે.'

ટેલર વધુ એક વાર ખુરશી પરથી લગભગ પડતં પડતાં રહી ગઈ. સદનસીબે, આ વખતે તેના નાકની દાંડી પરના ચશ્માંને સુરક્ષા માટેની દોરીની જરૂર ન પડી.

આ માણસ પાગલ લાગે છે. એક દિવસ પહેલા ખાતામાંની બધી રકમ તેણે કાઢી લીધી અને હવે બીજા જ દિવસે દસ ગણી રકમ પાછી ખાતામાં ભરી રહ્યો છે.

'જી સર,' ટેલરે કહ્યું. 'હું હમણાં જ બ્રાન્ચ મેનેજરને બોલાવી લાવું છું. તમે ચા પીશો સર?'

પૈસા દરેક વ્યક્તિને અને દરેક ચીજને બદલી નાખે છે, અરવિંદે વિચાર્યું.

કામ થઈ ગયું, રિસેપ્શન એરિયામાં બેઠેલા જોયદીપ તરફ અરવિંદ ગયો. 'મને લાગે છે કે, પોતાના રોકાણ પર 1,000 ટકાના વળતરથી આપણા રોકાણકારો બહુ જ ખુશ થઈ જશે, તને શું લાગે છે?'

જોયદીપ હસી પડ્યો. 'મને ખબર નહોતી કે રસ્તા પર ઈરાદાપૂર્વક સોનું વેરવાની તારી યોજના હતી, અરવિંદ. મને તો ગભરાટ છૂટી ગયો હતો!'

'મેં તકેદારી રાખી હતી કે સોનું બરાબર નહેરુ રોડ અને એસ્પ્લેનેડ રોના જંકશન પર જ વેરાય કેમ કે ધ સ્ટેટ્સમેનની તંત્રી ખાતાની ઑફિસ ત્યાં જ છે. મને ખબર હતી કે ત્યાં આસપાસ કોઈ પત્રકાર હશે જ. મારો અંદાજો સાચો પડ્યો.'

'તેં સોનાની ખાણ વેચી નાખી, એનાથી મને આનંદ થયો, અરવિંદ,' જોયદીપે મૃદુ સ્વરે કહ્યું.

'કેમ?' અરવિંદે પૂછ્યું.

'કેમ કે તારે સ્ટીલ બનાવવું જોઈએ સોનું નહીં,' જોયદીપે જવાબ આપ્યો.

'કેમ?' અરવિંદે પૂછ્યું.

'કેમ કે તારી નસો સ્ટીલની છે, મારા દોસ્ત.'

પરોમિતાએ તેને સાવ અચાનક જ મળવા બોલાવ્યો હતો. અરવિંદ સોનાની ખાણના ધંધામાં એ હદે ગૂંથાઈ ગયો હતો કે, છેલ્લા કેટલાય અઠવાડિયાઓથી તેણે ભાગ્યે જ પરોમિતા સાથે સમય વીતાવ્યો હતો.

પોતાની હાલની સફળતા જોતાં, અરવિંદે ભપકાદાર ઉજવણી કરવાનું નક્કી કર્યું હતું. 'ચાલ આપણે ડીનર માટે મોકામ્બોમાં જઈએ,' તેણે પરોમિતાને કહ્યું. મોકામ્બો કલકત્તાની ફ્રી સ્કૂલ સ્ટ્રીટ પર આવેલી હતી. ટ્રિન્કાઝ, સ્કાય રૂમ, બ્લુ ફૉક્સ અને મુલા રૂશ જેવાં વિચિત્ર નામ ધરાવતી પ્રખ્યાત રેસ્ટારાં અને નાઈટ ક્લબ્ઝ ધરાવતા પાર્ક સ્ટ્રીટનાં એક કિલોમીટર લાંબા ફેશનેબલ પટ્ટાની લગોલગ જ તે હતી. રાત પડતાં જ, મોંઘીદાટ ગાડીઓની આ ગલીમાં કતાર લાગી જતી અને ડીનર જેકેટ્સમાં સુંદર રીતે સજ્જ ગૃહસ્થો, અને કિંમતી હૅન્ડબૅગ હાથમાં પકડેલી માનુનીઓ કતારબંધ ઊભેલી ક્લબ્ઝમાંની કોઈમાં પણ પ્રવેશતાં હતાં અને સંગીત અથવા લાઈવ બૅન્ડ, જેમાં મોટા ભાગે ગોરા ઍંગ્લો-ઈન્ડિયનોનો દબદબો હતો, તેના તાલે ફૉક્સટ્રૉટ અથવા ચા ચા કરતા સાંજ વિતાવતા હતા.

પરોમિતા જો કે અરવિંદના સૂચનથી બહુ ઉત્સાહિત હોય એવું લાગતું નહોતું. 'એના કરતાં આપણે સામાન્ય રીતે મળીએ તો,' અરવિંદ તેની વાત અધવચ્ચેથી કાપે એ પહેલા તેણે શરૂઆત કરી. અંતે, તો પરોમિતાને અરવિંદની યોજના પ્રમાણે જ જવું પડ્યું.

'તેં સમાચાર સાંભળ્યા?' તેઓ બેસી ગયાં બાદ પરોમિતાએ પૂછ્યું. 'ભારતીય સેનાએ આજે ગોવાને મુક્ત કરાવ્યું. આ અભિયાનને તેમણે ઑપરેશન વિજય એવું નામ આપ્યું હતું. 1961માં આપણે 450 વર્ષના પોર્ટુગીઝ શાસનનો અંત આણ્યો.'

'એની ચિંતા મારે શા માટે કરવી જોઈએ?' અરવિંદે પૂછ્યું. 'વિદેશી સત્તાઓને ભારતીય સેના સામે સમર્પણ કરવા દે. આ ક્ષણે હું તો માત્ર એટલું જ વિચારી શકું છું, કે હું તારી સામે સમર્પણ કરવા માગું છું.'

અદભુત સૌંદર્યની સમ્રાજ્ઞી પરોમિતાએ અપ્સરા જેવું પોતાનું સ્મિત રેલાવ્યું. જાણે કે દિલ પર એકાએક તીર આવી ને લાગ્યું હોય એવો અભિનય અરવિંદે કર્યો. અને બંને હસી પડ્યા.

માદક અવાજમાં ગાઈ રહેલી ગાયિકાને પાંચ પીસના ઑર્કેસ્ટ્રાનો સાથ મળી રહ્યો હતો અને રેસ્ટોરાંમાં પ્રવૃત્તિઓનો ધમધમાટ હતો. જર્મન આર્કિટેક્ટે આ

રેસ્ટોરાંના ઈન્ટિરિયરની સજાવટ કરી હતી, ઈટાલિયન શૅફે મેનુ તૈયાર કર્યું હતું, અને ગાયકોએ જે વસ્ત્રો પહેર્યા હતા તે એક બ્રિટિશ ડિઝાઈનરે ડિઝાઈન કર્યા હતા. ડાન્સ ફ્લૉર બૅલ્જિયમથી આયાત કરાયેલા રીએન્ફોર્સ્ડ કાચમાંથી બનાવવામાં આવ્યું હતું, અને તેની નીચે રંગબેરંગી સાયકાડેલિક લાઈટો ગોઠવેલી હતી. આ રેસ્ટોરાંમાં જો કંઈ ભારતીય હોય, તો એ હતા તેમાં બેઠેલા લોકો.

અરવિંદે વ્હિસ્કીનો ઘૂંટડો ભર્યો અને પૂછ્યું, 'હું તને કંઈ કહી શકું?'

'ચોક્કસ,' પરોમિતાએ વાઈનની ચુસ્કી ભરતા કહ્યું.

'મેં જોયેલા સ્મિતમાંથી તારૂં સ્મિત સૌથી સુંદર છે,' તેમના નિયમના ભાગરૂપે અરવિંદે કહ્યું.

'હવે હું તને કંઈક કહી શકું છું?' એકાએકા ગંભીર થઈ જતાં પરોમિતાએ પૂછ્યું.

'જરૂર,' અરવિંદે કહ્યું.

'અરવિંદ, હું બૉમ્બે શિફ્ટ થઈ રહી છું.'

'તું મને છોડી ને શા માટે જઈ રહી છે?' અરવિંદે પૂછ્યું. તેના અવાજમાંથી આનંદ સદંતરપણે નીતરી ગયો હતો.

'હું તને છોડી નથી રહી, અરવિંદ,' પરોમિતાએ ધીરજપૂર્વક તેને ફરીથી ખાતરી આપતા કહ્યું. 'હું તો માત્ર કલકત્તા છોડી ને જઈ રહી છું. મારી પાસે કોઈ વિકલ્પ જ નથી - મારા પિતાની બદલી બૉમ્બે થઈ ગઈ છે. મારા માતા-પિતા શિફ્ટ થઈ રહ્યા છે.'

'પણ તારે એ લોકો સાથે જવાની શી જરૂર છે?' અરવિંદે ગેરવાજબી રીતે પૂછ્યું.

'અને હું ક્યાં રહીશ?' પરોમિતાએ પૂછ્યું. 'તું ઓગણીસ વર્ષનો છે અરવિંદ. હા, એ વાત સાચી છે કે તે અઢળક નાણાં બનાવ્યાં છે, પણ મારી પરિસ્થિતિ એવી નથી. હું રૂઢિચુસ્ત બંગાળી પરિવારમાંથી આવું છું અને મારા લગ્ન ન થઈ જાય ત્યાં સુધી હું મારા માતા-પિતા સાથે જ રહીશ.'

'પણ આપણે પરણી શકીએ છીએ,' અરવિંદે દલીલ કરી. 'હું હમણાં જ તારા ઘરે આવું છું અને તારા પિતા પાસે તારા માટે માગું નાખું છું. એ પછી આપણે મારા ઘરમાં રહી શકશું. લે ઉકેલાઈ ગઈ મુશ્કેલી.'

પરોમિતાએ અરવિંદ તરફ ભીની આંખોએ જોયું અને પોતાનું માથું ધુણાવ્યું. 'એ નહીં થાય, અરવિંદ,' તેણે કહ્યું.

'શા માટે? તને અહીં રાખવા માટે હું શું કરી શકું, મને કહે,' અરવિંદે લગભગ કાકલૂદીભર્યા સ્વરે કહ્યું. 'તું અહીં રોકાઈ જાય એ માટે, હું મારાથી શક્ય હોય એ બધું જ અને કંઈ પણ કરી શકું છું.'

અસ્વસ્થ કરી નાખે તેવી શાંતિ તેમની વચ્ચે છવાઈ ગઈ હતી. એ પછી પરોમિતાએ ખચકાટ સાથે શરૂઆત કરી. 'મારા મામા પિનાકિન દાસ બૉમ્બેના જાણીતા ફિલ્મ દિગ્દર્શક છે. તેમણે મારી માતા સાથે વાત કરી... '

'શેના વિશે?' અરવિંદે જવાબ માગતો સવાલ પૂછ્યો.

'તેઓ એક ફિલ્મ બનાવી રહ્યા છે અને તેના માટે તેમને નવા ચહેરાની જરૂર છે,' પરોમિતાએ કહ્યું. 'એ ભૂમિકા માટે તેમણે મને સ્ક્રીનટેસ્ટની ઑફર આપી છે.'

'તો તું એક મૂરખ જેવી ફિલ્મ માટે મને છોડી જવા માગે છે?' અરવિંદે પીડા સાથે પૂછ્યું.

'સમજવાની કોશિશ કર અરવિંદ. હું તને ચાહું છું પણ તું મારા માટે પરિસ્થિતિ વધુ મુશ્કેલ બનાવી રહ્યો છે....'

અરવિંદ ઊભો થયો અને પોતાનું પાકિટ કાઢી બિલ ચૂકવવા માટે પૂરતી હોય તેના કરતાં ખાસ્સી મોટી રકમ ટેબલ પર મૂકી.

'તું ક્યાં જઈ રહ્યો છે?' પરોમિતાએ પૂછ્યું ત્યારે આંખમાંથી વહેતાં આંસુ તેના ગાલ પર સરી રહ્યા હતા.

'કોઈને પ્રેમ કરવા કરતાં વધુ ખરાબ શું હોઈ શકે છે, એ તું જાણે છે પરોમિતા?' અરવિંદે પૂછ્યું, તેના હોઠમાંથી નીકળતો દરેક શબ્દ પ્રેમ, ક્રોધાવેશ, ખિજવાટ અને ખેદનું મિશ્રણ હતું.

'શું?' પરોમિતાએ પૂછ્યું.

'તે એ કે સામી વ્યક્તિ શરૂઆતથી જ તમને પ્રેમ નહોતી કરતી,' અરવિંદે પીઠ ફેરવીને મોકામ્બોની બહાર નીકળતાં નીકળતાં કહ્યું, એ વખતે જળપરી જેવા વસ્ત્રોમાં સજ્જ ગાયિકાએ શિરેલ્સનું ગીત *'વિલ યુ સ્ટિલ લવ મી ટુમૉરો'* ઉપાડ્યું.

અઠવાડિયામાં એકવાર રાબેતા મુજબ ચર્ચગેટ ખાતેની એમ્બેસેડર હોટેલની મુલાકાત લેવી એ અબ્દુલ દાદા માટે મોજમજાનો એક અનિવાર્ય ભાગ હતો.

આ હોટેલને જરૂર હોય એવી ચીજવસ્તુઓ અબ્દુલ દાદાના માણસો અવારનવાર દાણચોરી દ્વારા લાવી આપતા અને આથી હોટેલના ગ્રીક માલિક, જૅક વૉયેન્ટઝિસ, દાદાનો મિત્ર બની ગયો હતો. જૅક હંમેશા અતિ સુંદર કહી શકાય એવી સ્ત્રી સાથે દેખાતો અને એક મોટી હવાના સિગાર તેના દાંત વચ્ચે મજબૂતીથી પકડેલી જોવા મળતી. એ જ વર્ષે અસાધારણપણે સુંદર કહી શકાય એવી બે સ્ત્રીઓના માનમાં પીણાંનો જામ ઊંચો કરતો તે જોવા મળ્યો હતો. આ બે મહિલાઓ એટલે મહારાણી ગાયત્રી દેવી અને ભારતની મુલાકાતે આવેલાં જેકી કેનેડી.

એમ્બેસેડરની રેસ્ટેરાં શહેરના ઉચ્ચભ્રૂ વર્ગ માટે ચોક્કસ જવું જ પડે એવા સ્થળોમાંની એક હતી. એ રેસ્ટોરાંનું નામ હતું ધ અધર રૂમ. ત્યાં પ્રવેશ મેળવવા માટે વ્યક્તિએ કાળી ટાઈમાં સજ્જ હોવું અનિવાર્ય હતું. આ અત્યંત જરૂરી શરત હતી. બીજી શરત એ હતી કે જૅક વૉયેન્ટઝિસને તમે ગમતા હોવા જોઈએ. અબ્દુલ દાદા જૅકની યાદીમાં હંમેશા ટોચના સ્થાને રહેતો.

ચાર જણનું વૃંદ ધરાવતા જેઝ બૅન્ડનું સંચાલન ટોની પિન્ટોના હાથમાં હતું, તેની વ્યવસ્થા અત્યંત સુઘડ અને સરસ હતી. ભોજનના રસિયાઓ સિરલોન સ્ટીક, લૅમ્બ ચૉપ્સ અથવા ધીમા તાપે બફાયેલી ઑક્સ ટન્ગ (બળદની જીભ)ની જયાફત માણતા ત્યારે સંગીત રેલાયા કરતું. એમ તો બૉમ્બેમાં એ વખતે બૉમ્બેલીઝ, રાંદેવૂઝ, એસ્ટેરિયાઝ વેનિસ અને રિટ્ઝની લિટલ હટ પણ તેની બરોબરીમાં આવી શકે એવી સારી રેસ્ટોરાંઝ હતી પણ એક માત્ર રેસ્ટોરાં જ્યાં અબ્દુલ દાદા વારંવાર જતાં તે એટલે ધ અધર રૂમ.

એ સાંજે અબ્દુલ પોતાની કાળી મર્સિડિઝ - બૅન્ઝ પૉન્ટૉન ડબલ્યુ128માં એમ્બેસેડર તરફ જવા નીકળ્યો હતો. તેનો એક બૉડીગાર્ડ આગળની સીટમાં બેઠો હતો, જ્યારે ડૉન પોતાની રખાતના સાથે પાછળ બેઠો હતો. તેણે કાળા રંગની સાડી પહેરી હતી, તેના પર સોલિટેર હીરાનો હાર શોભતો હતો. તેના વાળ ઊભા અંબોડામાં બાંધેલા હતા જેને કારણે તે અબ્દુલ જેટલી જ ઊંચી લાગતી હતી, બૉલીવૂડમાં તેનો સિતારો સર્વોચ્ચ શિખરે હતો ત્યારે લાખો લોકોના દિલ પર આ ચહેરાનું રાજ હતું.

દાદાની મર્સિડિઝ-બૅન્ઝની પાછળ ખૂલ્લી બૅબી હિન્દુસ્તાન કાર આવી રહી હતી. આ બીજી કારમાં અરબાઝ સાથે વધુ એક બૉડીગાર્ડ હતો.

દાદાની કાર ચર્ચગેટ પાસે પહોંચી ત્યાં જ કારના ડ્રાઈવરે હૉર્ન વગાડ્યો, કેમ કે તેનો રસ્તો,બૉમ્બેની ઓળખ સમી ઘોડાગાડી - વિક્ટોરિયાએ રોકી રાખ્યો હતો. અચાનક જ ગોળીઓનો વરસાદ વરસવા લાગ્યો કેમ કે વિક્ટોરિયામાં બેઠેલા બે માણસોએ અબ્દુલની કાર પર અંધાધૂંધ ગોળીબાર શરૂ કર્યો હતો. ગોળી કારને લાગતા જ વિન્ડસ્ક્રીનનો કાચ ધડાકા સાથે હજારો કરચોમાં વિખેરાઈ ગયો. મર્સિડિઝ-બૅન્ઝની આગળની સીટ પર બેઠેલા ડ્રાઈવર અને બૉડીગાર્ડ, તરત જ મૃત્યુ પામ્યા. તેમની પાસેના કટ્ટા થી તેઓ એ રાત્રે એકેય વાર ગોળી છોડી શક્યા નહોતા.

પાછળની કારમાં બેઠેલા અરબાઝ અને બીજો બૉડીગાર્ડ, બહાર ધસી આવ્યા અને સરકતાં મર્સિડિઝ તરફ પહોંચ્યા. અરબાઝના હાથમાં રિવૉલ્વર હતી, જેને તે પોતાની પાસે હંમેશા રાખે એવો અબ્દુલ દાદાનો આગ્રહ હતો. અબ્દુલની કારના ડાબા દરવાજા તરફ પહોંચી ને તેણે દરવાજો ખોલ્યો. તેણે જોયું કે કારની અંદર બધું જ લોહી અને કાચની કરચોથી ખરડાયેલું હતું. દાદાની સુંદર રખાતને સીધી છાતીમાં જ ગોળી લાગી હતી અને તે ત્યાં જ ઢગલો થઈ ગઈ હતી અને તેનું પ્રાણપંખેરું ઊડી ગયું હતું. દાદા સમજદારીપૂર્વક આગળની તથા પાછળની સીટ વચ્ચેની જગ્યામાં ટૂંટિયું વાળીને પડ્યો હતો. એક ગોળી તેના ડાબા ખભા પર છરકો કરીને નીકળી ગઈ હતી અને ત્યાંથી લોહી વહી ને સ્ટાર્ચ કરેલા તેના સફેદ શર્ટની આગળની બાજુ પહોંચીને રક્તવર્ણના કમરબંધ સાથે એકરૂપ થઈ રહ્યું હતું.

શૂટરોએ ફરીથી ગોળીઓ ભરી અને અરબાઝ તથા બીજા બૉડીગાર્ડનું નિશાન લઈ ગોળીબાર કરવાની શરૂઆત કરી. અબ્દુલ દાદાને બહાર ખેંચી કાઢવા અરબાઝે દરવાજાનો ઉપયોગ ઢાલ તરીકે કર્યો. 'મારી ચિંતા છોડ દીકરા,' દાદાએ કહ્યું. 'તું જઈ ને આ લોકોને પાઠ ભણાવ. મારે આવતીકાલે સવારના નાસ્તામાં તેમનું કાળજું જોઈએ છે.'

અરબાઝે બીજા બૉડીગાર્ડને કહ્યું, 'દાદાને બહાર કાઢ અને આપણી કારમાં છોડી આવ. હું જઈને દાદાનો નાસ્તો લઈ આવું છું, ત્યાં સુધી તું આ ભડવાઓને વ્યસ્ત રાખ.'

અરબાઝ ઝડપથી મર્સિડિઝની નીચે સરકી ગયો અને તેણે પોતાની જાતને રસ્તા પર આગળની તરફ ખેંચવાની શરૂઆત કરી. શૂટર્સ હવે બીજા

બૉડીગાર્ડ અને દાદાને નિશાન બનાવી રહ્યા હતા. બૉડીગાર્ડે પોતાની જાતને દાદાની આસપાસ વીંટાળી દીધી હતી અને એક હાથથી દો - *નાલિયા*, ડબલ બૅરલની શૉટગનથી તે ફાયરિંગ કરી રહ્યો હતો.

અરબાઝે પોતાની જાતને કારની સામેની તરફથી બહાર કાઢી અને સિફતપૂર્વક વિક્ટોરિયાની નીચે સરકી ગયો., વિક્ટોરિયાનો પાછળનો ભાગ મર્સિડિઝના બમ્પરને સ્પર્શી રહ્યો હતો. તેણે મનોમન પ્રાર્થના કરી કે વિક્ટોરિયામાંના માણસોએ તેને ન જોયો હોય તો સારું જેથી તે તેમને ચોંકાવી શકશે.

ઘોડાના પાછળના પગ તરફથી બહાર નીકળી ને તેણે વિક્ટોરિયાના ચાલકનું નિશાન લીધું અને ગોળી છોડી, નિશાન બરાબર સધાયું હતું, ચાલકના કપાળમાં મોટું લાલ કાણું પડ્યું અને તે એક તરફ ઢળી પડ્યો. સાવ એકાએક જ, ઘોડો હણહણ્યો અને પાગલ થઈ ગયો હોય એમ પૂરપાટ દોડવા લાગ્યો. વિક્ટોરિયાએ આગળની તરફ લથડિયું ખાધું અને અરબાઝે ઝડપથી એ પ્લૅટફૉર્મ પકડી લીધું જેના પર આ ઘોડાગાડીનો બિલ્લા નંબર લખેલો હોય છે. તેણે પોતાની જાતને વિક્ટોરિયાના ચાલકની બેઠક પર ખેંચી લીધી, ઘોડાના પાછલા પગના પ્રહારથી તે જરાક માટે બચી ગયો હતો.

વિક્ટોરિ.યાની અંદર બે માણસો અને અનેક બંદૂકો હતી. ઘોડાગાડી ચાલવા લાગી ત્યારે માણસોએ પાછળ ફરીને જોયું, પણ અરબાઝે એક માણસના ગળા પર નિશાન લઈ ગોળી છોડી. ગોળીના ઝટકાથી એ માણસ પાછળની તરફ લથડ્યો. બીજો માણસ, જે બટકો અને ભારેખમ શરીર ધરાવતો હતો તથા ઘેરા રંગના હોઠ અને બાવડા પર છૂંદણું ત્રોફાવેલું હતું, તેણે અરબાઝનું નિશાન તાક્યું, પણ હવે અંકુશ બહાર થઈ ચૂકેલી ઘોડાગાડીના ઝટકાને કારણે તે હચમચી ગયો, વધારાની આ કેટલીક ક્ષણોએ અરબાઝને ઘોડાગાડીમાં કૂદી પડવાનો સમય આપ્યો. સ્થૂળકાય માણસના હાથમાંની બંદુકમાંથી વછૂટેલી ગોળી આડી ફંટાઈ ગઈ. ત્યાં સુધીમાં અરબાઝે પોતાની બંદૂકમાંથી ગોળી છોડી. એ સીધી જ પેલા જાડિયાના જમણા હાથમાં લાગી અને વેદનાને કારણે એ બરાડી ઉઠ્યો.

અરબાઝે પોતાની રિવૉલ્વર એ માણસના માથા પર ફટકારી પણ આ માણસે ડાબા હાથથી ઉપરથી અરબાઝને ફટકો માર્યો. આ ફટકા માટે તે તૈયાર નહોતો. અરબાઝને ચક્કર જેવું લાગ્યું પણ તેણે પોતાની જાતને ધ્યાન કેન્દ્રિત કરવાની ફરજ પાડી. અને પોતાની બંદૂકમાંથી બીજી વાર ગોળી

છોડી. આ નિશાન ઈરાદાપૂર્વક તાકેલું હતું. એ માણસનો ડાબો હાથ ભાંગી ગયો. *જો મા, મારા હાથ નથી!*

તદ્દન, અશક્ત થઈ ગયેલા એ માણસે અરબાઝ પર માથા વડે હુમલો કરવાની કોશિશ કરી પણ અરબાઝે રિવૉલ્વરનું હૅન્ડલ તેના માથા પર ફટકારી દીધું, એ પછી તેણે રિવૉલ્વરનું નાળચું તેના મોઢામાં ખોસી દીધું અને બોલ્યો, 'તારી પાસે ત્રણ સેકન્ડ છે, જેમાં તારે મને કહેવાનું છે કે તને કોણે મોકલ્યો છે.'

અરબાઝે મોટેથી ગણવાની શરૂઆત કરી. 'એક... બે... ત્ર-' પણ એ માણસના મોંમાંથી રૂંધાયેલો અવાજ આવ્યો. 'મહેરબાની કરી ને ગોળી નહીં ચ-ચલાવતો!'

અરબાઝે તેના મોઢામાંથી નાળચું બહાર કાઢ્યું. 'રંગરાજન પિ -પિ -પિલ્લાઈ,' જાડા માણસે કહ્યું.

'રંગરાજન પિલ્લાઈએ આ કામનો આદેશ આપ્યો હતો?' અરબાઝે પૂછ્યું. પિલ્લાઈ બૉમ્બેનો હિન્દુ ડૉન હતો. અંડરવર્લ્ડમાં પણ, ધર્મ અને જ્ઞાતિના આધારે વાડાબંધી હતી. અબ્દુલ દાદા બૉમ્બેનો મુસ્લિમ ડૉન હતો આથી સંતુલન જાળવવા માટે હિન્દુઓની તરફથી પણ કોઈ હોવું જોઈએ ને. આ સંતુલન એટલે રંગરાજન પિલ્લાઈ.

'હ-હ-હા,' થોથવાતા એ જાડા માણસે કહ્યું.

'શા માટે?' અરબાઝે જાણવા માગ્યું. 'તું જો મને આખી વાત નહીં કહે તો તારું ભેજું ઉડાડી દેતાં હું જરાય અચકાઈશ નહીં.'

'અબ્દુલ દાદાએ તને માફ કરી દીધા બાદ યુસુફની પત્નીએ પિલ્લાઈ સામે આજીજી કરી. તેને એ વાતનો ગુસ્સો હતો કે યુસુફની હત્યાનો બદલો લેવાયો નહોતો.'

'હું તને જીવતો જવા દઉં છું,' હવે અંકુશ બહાર થઈ ગયેલા ઘોડા પર નિશાન તાકી અરબાઝે ગોળી છોડી. પલાણનું બક્કલ એ પ્રાણીના શરીરમાં ખૂંચી ગયું હતું અને આને કારણે અસહ્ય વેદનાથી તે વ્યાકુળ થઈ ગયો હતો. ઘોડો રસ્તા પર ઢગલો થઈને પડ્યો, જેને કારણે ઘોડાગાડી જમીન પરથી ઊંચકાઈ.

અરબાઝ ઘોડાગાડી પરથી કૂદી પડ્યો. 'આશા રાખું છું કે આર્થર રોડ જેલમાં તારા મુકામનો આનંદ તું માણી શકીશ. ખાખી કપડાવાળા અમારા મિત્રો હમણા જ અહીં આવી પહોંચશે.'

'હમણાં અહીં શું થઈ ગયું?' અબ્દુલ દાદાની સામે ઊભા રહી ને અરબાઝે પૂછ્યું. દાદાના બંને બૉડીગાર્ડ હયાત નહોતા - શૂટઆઉટમાં તેમનું મોત થયું હતું.

વૉર્ડન રોડ ખાતે રહેતા દાદાનો પર્સનલ ફિઝિશિયનને બોલાવી લેવાયો હતો. તેણે ટીટેનસનું ઈન્જેક્શન આપ્યું તથા અબ્દુલ દાદાના ખભા પરનો ઘા સાફ કરી તેના પર પાટાપીંડી કરી આપી. હમીદ અને મુસ્તફાને પણ બોલાવી લેવાયા હતા.

'આ બહુ જૂની વાર્તા છે,' દાદાએ જવાબ આપ્યો. 'આ નાટક અનેક અંકોનું છે. હમીદ, અરબાઝને વાર્તા કહે.'

'પિલ્લાઈ મદ્રાસનો છે અને લગભગ એકાદ દાયકા પહેલા તે બૉમ્બે આવ્યો હતો,' હમીદે અરબાઝને કહ્યું, તેની મૂછ ગુસ્સામાં હલબલી રહી હતી. 'તેણે રેલવે સ્ટેશન પર કૂલી તરીકે શરૂઆત કરી પણ પછી હલકી જાતનો દારૂ બનાવનારાઓની ગેંગના સંપર્કમાં તે આવ્યો. તેણે માટુંગા અને ચેમ્બુર વિસ્તારમાં પહેલા દારૂ અને પછી કેફી દ્રવ્યોની હેરફેર કરવાની શરૂઆત કરી. આ વિસ્તારોમાં દક્ષિણ ભારતથી સ્થળાંતરિત થઈ ને આવેલા લોકોનું વર્ચસ્ હતું. તેના ધંધાને કારણે તે આપણી સાથે સીધા સંઘર્ષમાં આવ્યો.'

'મેં તેનું ઢીમ ઢાળવાનો પ્રયાસ કર્યો હતો,' પોતાની વ્હિસ્કીની ચુસ્કી ભરતા અબ્દુલ દાદાએ સમજાવ્યું. 'આ પ્રયાસ એ પછી કડવા ગેંગવૉરમાં પરિણમ્યો'

'એ પછી શું થયું?' અરબાઝે પૂછ્યું.

'બંને પક્ષોને એ સમજાઈ ગયું કે, આ રક્તપાતનો કોઈ અર્થ નથી,' હમીદે જવાબ આપ્યો. 'અમે મળ્યા અને વિસ્તારો તથા ધંધાના ક્ષેત્રોની વહેંચણી કરી લીધી. ગેરકાયદે દારૂ, જુગાર, દાણચોરી, જમીન પચાવી પાડવી અને સોપારી લઈ હત્યા કરવી જેવા ક્ષેત્રો પર આપણું વર્ચસ્ છે. ઉમરખાડી, ચકલા માર્કેટ, નળ બજાર, કામાઠીપુરા અને ચોર બજાર જેવા વિસ્તારોમાં આપણો દબદબો છે. પિલ્લાઈની તાકાત કેફી દ્રવ્યો, ખંડણી અને વેશ્યા વ્યવસાયમાં છે અને ભૌગોલિક દષ્ટિએ, તેના વિસ્તારો છે માટુંગા, ચેમ્બુર, ધારાવી અને મુલુન્ડ. અમે એકબીજાની સાથે સમાંતર સહજીવન સ્વીકારી લીધું હતું. આમ અમારી વચ્ચે કેટલીક શરતો સાથે સમાધાન થયું હતું.'

'તો પછી આ હુમલો શા માટે?' મુસ્તફાએ પૂછ્યું. 'યુસુફની પત્નીની ફરિયાદ પર આવું કામ કરી બૉમ્બેમાં થયેલા સમાધાનનો નાશ કરવાનું જોખમ પિલ્લાઈ શા માટે ઉપાડે?'

'બૉમ્બે પર આજકાલ કોઈ સરકારનું શાસન નથી. ચીન સામેના કમનસીબ યુદ્ધે સરકારી તંત્ર પર અનેક ગંભીર મર્યાદાઓ મુકી દીધી છે,' અબ્દુલ દાદાએ કહ્યું. 'ઘણી વાર મને લાગે છે કે યુદ્ધના મોરચે પહોંચી જાઉં અને ચીનાઓને જાતે જ ગોળીએ દઈ દઉં. એ લોકોએ આપણી બહુ બૂરી વલે કરી છે.'

'પરિણામ,' ચર્ચાના મૂળ મુદ્દા પર પાછા ફરતા, હમીદે સમજાવ્યું, 'એ આવ્યું કે, અડધું બૉમ્બે અબ્દુલ દાદાની હકૂમત હેઠળ ચાલે છે અને બીજો અડધો હિસ્સો પિલ્લાઈના નિર્દેશો પર ચાલે છે. દાદાનો શબ્દ મુસ્લિમોમાં કાયદા જેવું મહત્વ રાખે છે તો હિન્દુઓમાં પિલ્લાઈના શબ્દોની એવી જ મહત્તા છે, જો કે બંને ગેંગમાં આ બંને કોમના લોકો છે. જે રીતે દાદા ગણેશ મંડળોને નાણાં આપે છે, એમ પિલ્લાઈ દરરોજ માહિમ દરગાહ પર હજારો મુસ્લિમોને જમાડે છે. આ હુમલો એ વાતનો સપષ્ટ સંકેત છે કે, પિલ્લાઈને હવે અડધા શહેરનો ડૉન બની રહેવામાં રસ નથી, તેને આખું શહેર જોઈએ છે.'

'મારૂં સૂચન છે કે આપણે પિલ્લાઈ તથા તેના સાગરિતોનો વીણી વીણી ને હંમેશ માટે સફાયો કરી નાખવો જોઈએ,' મુસ્તફાએ કહ્યું. 'તમે ફક્ત હુકમ કરો દાદા, અને અમે તેમનો સફાયો કરી નાખશું.'

'તારા ગુસ્સા પર અંકુશ રાખતા શીખ, મુસ્તફા,' અબ્દુલ દાદાએ ઠપકો આપતા કહ્યું. અરબાઝ તરફ ફરતા દાદાએ પૂછ્યું, 'તને શું લાગે છે?'

'તમારા પરનો આ હુમલો નિષ્ફળ જવાથી, તેઓ અત્યારે સંપૂર્ણપણે સજાગ હશે,' અરબાઝે જવાબ આપ્યો. 'પિલ્લાઈની પાછળ પડવા માટે આ સમય બરાબર નથી.'

અબ્દુલ દાદાએ સ્મિત કર્યું. તેણે જોયું કે આ યુવાનમાં જે ગુણ છે એ તેના અન્ય માણસોમાં નથી. વિચારવાની, કારણ શોધી કાઢવાની અને તેનું પૃથ્થકરણ કરવાની ક્ષમતા.

'તમે આની મૂર્ખાઈભરી વાત શા માટે સાંભળી લો છો?' હમીદે પૂછ્યું. 'આપણી દુનિયા કઈ રીતે ચાલે છે એના વિશે અરબાઝને કશી જ ખબર નથી. દાદા, તમે જો બદલો નહીં લો, તો તમારૂં માન ઓછું થઈ જશે. લોકો એમ સમજવા માંડશે કે આપણે પિલ્લાઈથી ગભરાઈ ગયા છીએ.'

અબ્દુલ દાદા શાંત હતો. તેણે વ્હિસ્કીનો વધુ એક ઘૂંટડો ભર્યો, અને પોતાનો ગ્લાસ ખાલી કરી નાખ્યો. પછી તેણે પોતાના માણસો તરફ જોયું.

'એકાદ-બે દિવસ માટે આપણે કશું જ નહીં કરીએ. મેં જે સ્ત્રીને ખોઈ છે, એના માતમ માટે મને થોડો સમય જોઈએ છે. બહુ સારી સ્ત્રી હતી. તેણે મારી બધી જરૂરિયાતોનું ધ્યાન રાખ્યું જે મારી નકામી હરામખોર પત્નીએ રાખ્યું નહોતું. મને વિચારવા માટે પણ સમયની જરૂર છે,' તેણે બધાને ત્યાંથી જતા રહેવાનો હુકમ આપતા કહ્યું.

બધા જતાં રહ્યા એ પછી અરબાઝને બોલાવવામાં આવ્યો. 'તું તારી રીતે એકલો જ આ જવાબદારીને અંજામ આપી શકીશ?' અબ્દુલ દાદાએ પૂછ્યું.

અરબાઝ જરાય ખચકાયો નહીં. 'હા, હું કરી શકીશ. મને વિશ્વાસ છે કે, આ બાબતને ખૂલ્લી લડાઈનું સ્વરૂપ આપ્યા વિના પણ આપણે તેને અંજામ આપી શકીએ છીએ.'

'આ નિર્ણય માટે મને પસ્તાવો થાય નહીં , એનું ધ્યાન રાખજે,' અબ્દુલ દાદાએ કહ્યું. 'તારી યોજના વિશે તું મારા સિવાય કોઈ બીજા સાથે ચર્ચા નહીં કરે.'

અરબાઝે હકારમાં ડોકું ધુણાવ્યું.

અરબાઝે વધુ એક વાર રેસ્ટોરાં પર નજર કરી. તેણે નોંધ્યું કે, કાર અહીં આવી ને થોભતી, બારીનો કાચ નીચે જતો અને રસ્તાની ધાર પર રાહ જોતા ઊભેલા, રેસ્ટોરાંના મેનેજરને અંદરથી રોકડ રકમ અપાતી. દરેક રેસ્ટોરાંની બહાર પોતાના હવે પછીના ભોજનની રાહ જોતાં ભૂખ્યા લોકોની બે-કે ત્રણ હરોળ જોવા મળતી હતી. કોઈ પણ પ્રકારના અપવાદ વિના, દરેક માણસ ગંદો, ભૂખ્યો અને દયા ઉપજે એવો હતો. સખાવતી કાર્ય માટે આ દૃશ્ય એકદમ બંધબેસતી જાહેરાત જેવું હતું. રેસ્ટોરાંની અંદર પીળા રંગની મટનની વાનગીનો રસો મોટા દેગડામાં ઉકળ્યા કરતો, જ્યારે બહાર કોઈકના તરફથી મળતા દાનની રાહ જોતાં ભૂખ્યા લોકોના પેટમાં ઘૂરકાટ થયા કરતો.

માહિમની વરધી રેસ્ટોરાં ખરેખર અજબ હતી. દુનિયામાં ક્યાંય એવી રેસ્ટોરાં મળવી મુશ્કેલ હશે જે માત્ર કુપોષિત લોકો માટે ચાલતી હોય. આ રેસ્ટોરાંનું અંતિમ ધ્યેય સખાવત હોવા છતાં આ ધંધો સારો ઓવો નફો રળી આપનારો હતો. મકદુમ અલી માહિમીની દરગાહ તરફ જતાં મુખ્ય રસ્તાની એક તરફ આવેલી આ ભોજનશાળાઓ ભૂખ્યાઓની ક્ષુધાશાંતિના કેન્દ્રો

હતા. વાસ્તવમાં, આખા માહિમ વિસ્તારને તેનું નામ ચૌદમી સદીના આ સંતના નામ પરથી જ મળ્યું હતું.

અરબાઝ રખડી રહ્યો હતો ત્યારે માહિમ એક અતિ મહત્વના વાર્ષિક પ્રસંગ માટે સજ્જ થઈ રહ્યું હતું. એક અઠવાડિયા બાદ યોજાનારા, દસ દિવસના વાર્ષિક માહિમ મેળા દરમિયાન, લાખો આસ્થાળુઓ આ દરગાહની મુલાકાત લેવાના હતા. એક વિશાળ સરઘસ માહિમ પોલીસ સ્ટેશન, જે મકદૂમ અલી માહિમીના મૂળ ઘરની જગ્યા હોવાનું માનવામાં આવે છે, ત્યાંથી શરૂ થતું હતું. મુંબઈના બે પોલીસ સ્ટેશનમાંથી બે પોલીસ અધિકારીઓ પસંદગી કરવામાં આવતી હતી. આ અધિકારીઓ ફૂલોની ચાદર સંતની મજાર પર અર્પણ કરે એવી પરંપરા હતી.

આ દસ દિવસના મેળા દરમિયાન, બધી જ વરઘી રેસ્ટોરાંને રંગરાજન પિલ્લાઈ તરફથી નાણાં પહોંચી જતાં. કોઈપણ ભૂખ્યા માણસ, સ્ત્રી કે બાળકને અહીંથી પાછા કાઢવામાં આવતા નહીં. આ દસ દિવસ દરમિયાન કોઈ પણ ભૂખ્યા માણસને અહીંથી પસાર થતી કાર સામે હાથ લાંબો કર્યા વિના ભોજન મળી રહેતું.

પરસ્પર સહિષ્ણુતાના આશ્ચર્યનજક કાર્યરુપે, પિલ્લાઈ પણ મજાર પર ચાદર ચડાવતો, એ વખતે તેના કટ્ટર શત્રુ ગણાતા પોલીસો પણ ત્યાં હાજર હોવા છતાં તેઓ આ દશ્ય જોઈ રહેતા. એક નિરીક્ષકે કટાક્ષમાં નોંધ્યું હતું કે પોલીસ અને ગેંગસ્ટર વચ્ચેની લડાઈ બીજું કશું જ નહીં પણ બિચારી ગરીબ જનતા માટે કરાયેલું પૂર્વનિયોજીત નાટક માત્ર રહેતું. પરદા પાછળ આ બધા એક જ હતા.

માહિમ બજાર તરફ ચાલતાં-ચાલતાં અરબાઝે ફોર સ્કવૅર સિગારેટ સળગાવી. આ વિસ્તારની રેસ્ટોરાંને માંસ પહોંચાડતી દુકાનોની તેણે મુલાકાત લીધી. આ દુકાનોને દેવનારના કતલખાનામાંથી મોટા ટ્રકમાં તેમનો જથો મળી રહેતો, આ દુકાનો માંસને રેસ્ટોરાં સુધી પહોંચાડવા ત્રણ પૈડાંના નાના ડિલિવરી વાહનોનો ઉપયોગ કરતી.

અરબાઝના મગજમાં એક યોજનાએ આકાર લેવાની શરૂઆત થઈ ગઈ હતી. તેણે ટેક્સી પકડી ત્યારે તેના ચહેરા પર સ્મિત હતું. તેનું એ પછીનું ગંતવ્ય સ્થાન હતું કે. રુસ્તમ, જ્યાં જઈ તે આઈસ્ક્રીમ સૅન્ડવિચ ખાવાનો હતો. એ પછી, ધોબી તળાવ ખાતેની પીપલ્સ ફ્રી લાયબ્રેરીમાં તે થોડો સમય વીતાવવાનો હતો.

કવ્વાલો ઊંચા સાદે પરવરદિગાર અને સંત માહિમીના માનમાં કવ્વાલીઓ ગાઈ રહ્યા હતા. માહિમનો દરિયા કિનારો ફજેતફાળકો અને રમકડાંની નાની ટ્રેન જેવી ચીજોને કારણે મેળાના મેદાનમાં ફેરવાઈ ગયો હતો. પસાર થતાં લોકો યુવાન છોકરાઓને અંગકસરતના ખેલ કરતા જોઈ રહ્યા હતા, તો ફૂગ્ગાવાળા, રમકડાં વેચનારાઓ અને કુલ્ફીવાળા બાળકો તથા તેમના વાલીઓનું ધ્યાન પોતાની તરફ ખેંચવાનો પ્રયાસ કરી રહ્યા હતા.

માહિમી બાબાની મજાર માટેના ચંદનનો લેપ અને ચાદરને પોતાના ગંતવ્ય સ્થળે પહોંચતા સાત કલાક લાગ્યા હતા. મકદૂમ અલી માહિમીની દરગાહ માહિમના સૌથી ગીચ વિસ્તારમાં સ્થિત હતી. આ ચોક્કસ દિવસે, કોઈ વ્યક્તિ માટે અહીં પોતાની મરજીથી આગળ વધવું મુશ્કેલ હતું, ચાલવું ત્યારે જ શક્ય હતું જ્યારે આસપાસના લોકો ચાલતા. પોલીસ બૅન્ડ અને સેંકડો લોકો સાથે, માહિમ પોલીસ સ્ટેશનના એક સબ-ઈન્સ્પેક્ટરે સંતની મજાર પર ચંદનનો લેપ લગાડ્યો, તથા અન્ય અધિકારીઓ સાથે મળીને તેના પર ચાદર ચઢાવી.

ત્યાં હાજર લોકોમાં ચર્ચા હતી કે આ મહત્ત્વની વિધિમાં પોલીસને આટલી આગળ પડતી ભૂમિકા શા માટે સોંપવામાં આવતી હતી. કેટલાકનો દાવો હતો કે મકદૂમી બાબા મરણપથારીએ હતા ત્યારે એક સિપાઈએ તેમને પાણી પાયું હતું. અન્યોનું માનવું હતું કે આ સંતે પોલીસને એક ગૂંચવણભર્યો કેસ ઉકેલવામાં મદદ કરી હતી અને ત્યારથી જ કાયદાના લાંબા હાથ કાયમ માટે તેમના ઋણી થઈ ગયા હતા.

હવે પછીનો હાઈ-પ્રૉફાઈલ મુલાકાતી હતો રંગરાજન પિલ્લાઈ. અડધી બાંયનું કડક સફેદ શર્ટ અને એવી જ સફેદ ધોતી પહેરેલા એ ગેંગસ્ટરના કપાળ પર ભ્રમરોની વચ્ચોવચ, નાકની શરૂઆત થાય તેની જરાક ઉપર ચંદનનો ટીકો હતો. તેના ગળાની આસપાસ સોનાની નક્કર ચેન હતી, જેમાં વેંકટેશ્વરનું લૉકેટ લટકતું હતું. તેની સુરક્ષા વ્યવસ્થા સ્પષ્ટ દેખાતી નહોતી છતાંય, ગરદી વચ્ચે અનેક પઠ્ઠાઓ હતા, જેમની પાસે રિવૉલ્વર અને પિસ્તોલ હતી. પોલીસની ભારે હાજરીને કારણે તેમણે પિલ્લાઈથી થોડું અંતર જાળવી રાખ્યું હતું.

પિલ્લાઈની પાછળ એક ફકીર ઊભો હતો. તેના માથા પર લીલો સાફો હતો. તેની સફેદ દાઢી ગળા સુધી પહોંચતી હતી. તેણે ગંદો સફેદ કૂરતો પહેર્યો હતો, તેના પર કાળી બંડી અને નીચે બ્રાઉન રંગની લૂંગી હતી. તેના ખભાની આસપાસ એક લીલો કામળો હતો, જેના પર પવિત્ર કુરાનની પ્રથમ

આયત ભરતકામ દ્વારા લખેલી હતી. તેના ગળાની આસપાસ અનેક ચેનો હતી, જેના પર મોતીઓ અને તાવીઝો લટકી રહ્યા હતા. તેના એક હાથમાં ગરમ અંગારો ભરેલું ધૂપિયું અને પાંદડાં હતાં, જેને ધૂપિયામાં નાખવાથી મીઠી સુગંધ વહેતી હતી. અને તેના બીજા હાથમાં મોરપીંછની સાવરણી હતી.

પિલ્લાઈની હાજરી લગભગ ચુંબકીય હતી. એ તો જાણીતી વાત હતી કે પોલીસ અધિકારીઓ, કસ્ટમ્સખાતાના ઑફિસર્સ તથા પાલિકાના સત્તાવાળાઓ તેના પગારદાર હતા. અબ્દુલ દાદાનો દાણચોરીનો ધંધો શહેરની સત્તાવાર ગોદીઓની આસપાસ કેન્દ્રિત હતો, એનાથી વિપરિત પિલ્લાઈની કેફી દ્રવ્યોની ટોળકીઓ શિવડી-વડાલાના મેનગ્રોવ્ઝ, વરસોવા, વરલી, ગોરાઈ, માહિમ અને સુદૂરના એવા રત્નાગિરીની લૅન્ડિંગ સાઈટ્સ પર સક્રિય હતી. એવો કોઈ વિવાદ નહોતો જેમાં એક વાર રંગરાજન પિલ્લાઈ મધ્યસ્થ બન્યા બાદ તેને ઉકેલી શકાય નહીં. આ વિસ્તારોમાં જમીનનો એવો કોઈ ટુકડો નહોતો, જેનો વિકાસ થવો જોઈએ એવો નિર્ણય રંગરાજન પિલ્લાઈએ લીધા બાદ તેનો વિકાસ ન થઈ શકે. રંગરાજન પિલ્લાઈ ઈચ્છે કે કોઈ પોલીસ અધિકારીની બદલી થવી જોઈએ એ પછી એવો કોઈ પોલીસ અધિકારી નહોતો જેની બદલી ન થઈ શકે.

ચાદર ચઢાવ્યા બાદ પિલ્લાઈએ હાથ જોડ્યાં અને ઝૂકીને પ્રણામ કર્યા, પહેલા મજારને અને પછી પેલા ફકીરને. એ પવિત્ર પુરુષે પોતાના હાથમાંની મોરપિંછની સાવરણી તેના બંને ખભા પર હળવેકથી ફટકારીને આશીર્વાદ આપ્યા.

પાછળ ફરતાં, પિલ્લાઈએ ચપટી વગાડી. હજારો ગરીબ અને દુખિયાઓને જમાડવાનું શરૂ કરવામાં આવે એ માટેનો આ ઈશારો હતો. પિલ્લાઈ દરગાહમાંથી બહાર આવ્યો અને નક્કી કરેલી રેસ્ટોરાં તરફ જવા નીકળ્યો, જ્યાં ભૂખી આંખો ધરાવતી મેદનીમાંના કેટલાકને તે પોતાના હાથે મટન કરીનું ભોજન પીરસશે. *આ ચીટકુ ફકીરને મારી પાસેથી થોડા વધુ પૈસા જોઈતા હોય એવું લાગે છે,* પિલ્લાઈએ મનોમન વિચાર્યું. *ધર્મ આજકાલ ધંધો બની ગયો છે.*

'તારા પર હજારો આશીર્વાદ વરસે,' પિલ્લાઈ પાસેથી પ્રથમ ભોજન મળ્યા બાદ દાંત વગરના એક વૃદ્ધે કહ્યું. પિલ્લાઈએ પરોપકારભર્યું સ્મિત કર્યું અને જવાબ આપ્યો, 'મારા સાહેબ, હું તમારા આશીર્વાદ માટે જ જીવું છું.' પોતાની પ્લેટ સાથે ત્યાંથી સરકી રહેલા પેલા વૃદ્ધને પણ ફકીરે આશીર્વાદ આપ્યા.

એ પછીની વ્યક્તિ જાણે કે હાડકાનું માળખું જ હતી. તેની પાંસળીઓ ચામડીની નીચેથી વિચિત્રપણે બહાર ધસી આવવા મથી રહી હોય એવું તેને જોતાં લાગતું હતું. પિલ્લાઈએ ભાત તથા મટન કરીનો થોડો વધુ હિસ્સો તેની થાળીમાં પીરસ્યો. એ માણસે ગરમાગરમ ભોજન તરફ જોયું, તેની દૃષ્ટિ એવી હતી જાણે કે થાળીમાં શું છે તે ઓળખવામાં તે અસમર્થ હોય. કેટલાય દિવસથી તેને સરખું ખાવા મળ્યું હોય એવું લાગતું નહોતું. તેણે કોઈ જનાવરની જેમ થાળીમાં સીધું મોઢું જ ઘાલી દીધું. ફકીરે આ હાડપિંજર જેવા માણસને પણ આશીર્વાદ આપ્યા, જો કે તેને આ બધાથી કોઈ ફરક પડતો નહોતો.

ભોજન પીરસાવાની રાહ જોનારાઓની કતાર ખાસ્સી લાંબી હતી. એકાએક જ, કોઈએ બૂમ પાડી. જેને સૌથી પહેલા ભોજન પીરસવામાં આવ્યું હતું એ દાંત વગરના માણસનો એ અવાજ હતો. ' આ મટન નથી! આ તો ડુક્કરનું માંસ છે! આ હરામ છે!' હાડપિંજર જેવા માણસે પણ ખાવાનું બંધ કરી દીધું. તેણે પિલ્લાઈ તરફ આક્ષેપભરી નજરે જોયું. તેણે અચાનક જ ગુસ્સામાં પિલ્લાઈ તરફ થાળી ફેંકી, પિલ્લાઈનું સ્ટાર્ચ કરેલું સફેદ શર્ટ તેલવાળા રસાથી ખરડાઈ ગયું. 'એક હિન્દુ પાસેથી આપણે બીજી અપેક્ષા પણ શું રાખી શકીએ? તું અહીં અમને જમાડવા નહીં અમને અભડાવવા જ આવ્યો છે!'

પિલ્લાઈની આસપાસ ટોળું જમા થઈ ગયું. તેના માણસોએ તેના સુધી પહોંચવા માટેનો પ્રયાસ કર્યો પણ તેણે તેમને પોતાનાથી થોડું અંતર જાળવવા કહ્યું હોવાથી તેઓ ઊંઘતા ઝડપાઈ ગયા હતા. તેમાંના એકે ટોળાને વિખેરવા માટે ગોળી છોડી પણ એની વિપરિત અસર થઈ. 'હિન્દુ ડુક્કર!' એક માણસ બરાડ્યો. 'આપણને અભડાવવા માટે જ તેણે ઈરાદાપૂર્વક આ ખવડાવ્યું છે,' બીજા માણસે ઘાંટો પાડ્યો. થોડી જ ક્ષણોમાં ટોળું હિંસક બની ગયું અને શક્તિશાળી ડૉન પિલ્લાઈ અચાનક જ લોકોનો માર ખાઈ રહ્યો હતો. લોકોના મારથી પિલ્લાઈનું રક્ષણ કરવા, ફકીર તેની ફરતે વીંટળાઈ વળ્યો અને તેને પકડી રાખ્યો હતો.

પોલીસે પણ પિલ્લાઈ સુધી પહોંચવાના પોતાનાથી બનતા શ્રેષ્ઠ પ્રયાસો કર્યા. તેમણે લાઠીઓ વીંઝી ને ભીડમાંથી રસ્તો કર્યો પણ તેઓ વચ્ચે પહોંચ્યા ત્યાં સુધીમાં તો, છાતી પર છરી ભોંકાવાના જખમને કારણે પિલ્લાઈનું મોત થઈ ગયું હતું.

ફકીર ત્યાંથી ગાયબ હતો.

'અદભુત પ્લાન, અને તેનું અમલ પણ કુશળતાપૂર્વક કરાયું હતું! મને તારા પર ગર્વ છે, મારા બચ્ચા,' અબ્દુલ દાદા બોલી રહ્યો હતો ત્યારે હમીદ અને મુસ્તફા જોઈ રહ્યા હતા. 'મોટા ભાગના શીખાઉ લોકો નાના નિશાનથી શરૂ કરે છે અને મારી પાસે એક એવો નવો નિશાળિયો છે જેણે સીધું જ સૌથી મોટું નિશાન સર કર્યું છે!'

'એ તો આપણે જૂની સ્ટાઈલમાં કર્યું હોત તે પણ સફળ થયા હોત,' મુસ્તફાએ રોષમાં કહ્યું. 'એ માટે આ બધી નૌટંકી કરવાની શી જરૂર હતી?'

હરામખોર, ચુતિયા... મેં તારૂં કામ કર્યું અને હવે એ કામ સારી રીતે કરવા બદ્દલ તું પાછો મને જ ગુનેગાર ઠેરવતો હોય એવી વાત કરે છે , અરબાઝે મનમાં વિચાર્યું પણ તે કશું જ બોલ્યો નહીં.

'પિલ્લાઈના માણસો ભયંકર ગુસ્સે ભરાયેલા છે,' હમીદે કહ્યું. 'આપણે તેમના જોરદાર પ્રતિકાર માટે તૈયાર રહેવું જોઈએ.'

'માથું જ્યારે ધડથી અલગ કરી દેવામાં આવે છે ત્યારે શરીર મરી જાય છે,' અબ્દુલ દાદાએ જવાબ આપ્યો. 'આ છોકરાની ભૂલો કાઢવા કરતાં, તેણે સારી રીતે પાર પાડેલા કામ માટે આપણે તેને અભિનંદન આપવા જોઈએ. આવ અરબાઝ, અમને બધાને ફરી વાર કહે કે તેં તેને કઈ રીતે માર્યો.'

અરબાઝ અસ્વસ્થ હતો. તે જાણતો હતો કે દાદાના તેની માટે વધેલા માનથી ન તો હમીદ ખુશ હતો અને ન તો મુસ્તફા. તેણે મૌન જાળવી રાખ્યું પણ અબ્દુલ દાદાએ તેને વારંવાર આગ્રહ કર્યો.

આખરે તે બોલ્યો. 'હું જાણતો હતો કે આપણે પિલ્લાઈને ત્યારે જ મારી શકશું જ્યારે તેનું સુરક્ષા કવચ ઓછું હોય.. માહિમનો મેળો આ માટે બરાબર તક હતી. મેં રેસ્ટોરાંના રસોઈયાને લાંચ આપી ને ફોડી લીધો અને માંસનો સપ્લાયર બદલવા કહ્યું. એક વાર, આ કામ થઈ ગયું એ પછી મટનની જગ્યાએ ડુક્કરનું માંસ મુકવાનું સાવ સરળ થઈ ગયું. એ પછી મારે માત્ર એક થ્રી-વ્હીલરની જરૂર હતી, જે દેવનારથી માંસ ઉપાડી ને રેસ્ટોરાં સુધી પહોંચાડે. કાપી ને ટુકડા કરેલા માંસમાંથી કયું મટન છે અને કયું ડુક્કરનું માંસ એ રસોઈયો કોઈ રીતે કહી શકે નહીં- કેમ કે આ માંસના ટુકડા એવા હોય છે જેને આવી રેસ્ટોરાં સિવાય બીજું કોઈ હાથ પણ ન અડાડે. આ રસોઈયાઓના હાથમાં જે કંઈ આવે એ તેઓ દેગડામાં પધરાવી દેતા હોય છે.'

'આ તો થઈ મૂળ યોજના,' અબ્દુલે અટ્ટહાસ્ય કરતા કહ્યું.

'હું જાણતો હતો કે પિલ્લાઈની નજીક કોઈ જઈ શકે તો એમ હોય તો એ કોઈ ફકીર જ,' અરબાઝે વાત આગળ વધારી.'કોઈ ફકીરના વસ્ત્રોની જેમ મેં ઈરાદાપૂર્વક બંડી પહેરી હતી. એની જરૂર હતી કેમ કે મારે તેની અંદર મારું રામપુરી ચાકુ સંતાડવાનું હતું. પિલ્લાઈ પોતાની સર્વધર્મ સમભાવની ઈમેજને લઈને ખૂબ જ સભાન છે અને ખાસ કરી ને કોઈ ધાર્મિક વ્યક્તિ તેની પાસે આવે તો તેની સાથે,તે બહુ માનપૂર્વક વર્તતો.'

'તને આ વાતની જાણ કઈ રીતે થઈ?' દાદાએ પૂછ્યું.

'ધોબી તળાવની પીપલ્સ ફ્રી લાયબ્રેરીમાં, છાપાઓમાં પિલ્લાઈ વિશેના લેખો-સમાચારો વાંચવામાં મેં અનેક કલાકો વીતાવ્યા છે. એ બધામાં પિલ્લાઈ વિશેની અઢળક માહિતી હતી.'

દાદા આ વખતે વધુ ઊંચા સાદે હસ્યો. 'મેં ક્યારેય વિચાર્યું નહોતું કે મારી પાસે એવા માણસો પણ હશે જેઓ ખરેખર જાણે છે કે કઈ રીતે વાંચવું જોઈએ! આવતી કાલે સવારે મને *ટાઈમ્સ ઑફ ઈન્ડિયા* મળે એ વાતની તકેદારી રાખજે,' દાદાએ અરબાઝને કહ્યું.

'કેમ દાદા? તમે તો ક્યારેય છાપું વાચતા નથી,' અરબાઝએ કહ્યું.

'હા. પણ એ *હરામખોર* પિલ્લાઈની મરણનોંધ વાંચવાનો આનંદ મારે લેવો છે.'

અરબાઝ પોતાના ઘરમાં પ્રવેશ્યો - કોલાબામાં આવેલું નાનકડું બે બેડરૂમનું આરામદાયક ઘર હતું. સામાજિક દૃષ્ટિએ તેની પ્રગતિ એકધારી હતી અને કોઈપણ રીતે ધીમી પણ કહી શકાય એવી નહોતી. સૌથી પહેલા, તેણે વપરાયેલું બજાજ સ્કૂટર વસાવ્યું, એ પછી ખખડી ગયેલી મૉરિસ માઈનોર, અને એ પછી ડોજ કિંગસવે - અને એ પછી નવો ફ્લૅટ. તેને લાડ લડાવવામાં અબ્દુલ દાદાને આનંદ આવતો, મોજમજા માટે તે તેને વધારાની પૉકેટમની પણ આપતો. અરબાઝની ફોર સ્કવેર સિગારેટની જગ્યા હવે ડનહિલે લઈ લીધી હતી.

કંઈક સારૂં રંધાઈ રહ્યું હોવાની સોડમ તેને આવી. તેની અમ્મીની જાણીતી ચિકન બિરયાની હતી. તે બિલ્લી પગલે રસોડામાં પ્રવેશ્યો અને કાંદાને સાંતળવામાં વ્યસ્ત અમ્મીને પાછળથી વળગી પડ્યો. તેણે પોતાની વૃદ્ધ માતાને ચોંકાવી દીધી હતી. અમ્મીએ પાછળ ફરીને અરબાઝને હળવેથી

થપાટ મારી 'હમણા હું દાઝતાં-દાઝતાં જરાક માટે રહી ગઈ,' શબાનાએ ખોટો ગુસ્સો કરતા કહ્યું.

'પણ તું દાઝી તો નહીં ને,' અરબાઝે કહ્યું ત્યારે તેના પેટમાં બિલાડા બોલી રહ્યા હતા. 'અમ્મી, મને બેહદ ભૂખ લાગી છે!'

'જા જઈ ને હાથ ધો અને ડાઈનિંગ ટેબલ પર જઈ ને બેસ,' શબાનાએ કહ્યું. 'હું તારૂં ભોજન લઈ ને આવી જ રહી છું.'

અરબાઝે પોતાની ગન રસોડાના પ્લેટફૉર્મ પર મુકી અને એક ચમચો ઉપાડી અધીરાઈપૂર્વક બિરિયાનીના દેગડામાંથી થોડીક બિરયાની કાઢી.

'આ ચીજ મને મારા રસોડામાં ન જોઈએ,' તેની માતાએ દૃઢ સ્વરે કહ્યું. અરબાઝે તરત જ ગન ઉપાડી લીધી અને ચામડાના તેના કવરમાં મુકી દીધી અને અમ્મીના કપાળ પર એક હળવું ચુંબન કર્યું.

'આ હવે મારા જીવનનો હિસ્સો છે, અમ્મી,' તેણે કહ્યું. 'અબ્દુલ દાદા મને આના વિના ક્યાંય જવા દેતા નથી.'

'હું આશા રાખું છું કે અલ્લાહ તારી રક્ષા કરે, મારા વ્હાલા અરબાઝ,' શબાનાએ કહ્યું. 'મને આખો વખત તારી ચિંતા થયા કરે છે. મેં તારા અબ્બુને ગુમાવ્યા છે હવે હું તને પણ ગુમાવવા નથી માગતી.'

અબ્દુલ દાદાની ગેંગમાં પોતાની નવી ભૂમિકાને અમ્મી સ્વીકારે એ માટેના પ્રયાસો ખૂબ જ મુશ્કેલ હતા. અરબાઝનો બાપ, અયુબ નૈતિક દૃષ્ટિએ હંમેશા જ એકદમ સીધો હતો તથા આને કારણે છેક ગરીબીના સ્તરે જીવન જીવવું પડ્યું હોવા છતાં શબાનાને તેનો આ ગુણ ગમતો હતો.

પોતાની માતાના ગળે વાત ઉતારવા, અરબાઝે લુચ્ચાઈપૂર્વક યોજના ઘડી હતી અને અમ્મીને લઈ ને હાજી અલીની દરગાહ પર ગયો હતો. લાંચ આપી ને તૈયાર કરાયેલો ફકીર તેમને દરગાહ પર મળ્યો હતો, આ એ જ ફકીર હતો જેણે પછીથી અરબાઝને ફકીરના કપડાં પૂરાં પાડ્યાં હતાં અને તેણે આગાહી કરી હતી કે અરબાઝ જો અબ્દુલ નામના કોઈ માણસ સાથે કામ કરશે તો. તે ખૂબ જ ઊંચા સ્તરે પહોંચી જશે. એ પછીનું બધું તો બહુ સરળ હતું.

શબાના પાણીના માટલા સુધી ગઈ અને તેના ઉપરનું ઢાંકણ હટાવ્યું. માટલામાં ડોકિયું કરતા તેણે તળિયે રહેલું તાંબાનું કડું બહાર કાઢ્યું.

'આ તારી પાસે રાખ,' લીલી કાટનું થર ધરાવતું કડું આપતા તેણે કહ્યું.

'કેમ?' અરબાઝે પૂછ્યું.

'તારી પિસ્તોલ કરતાં કદાચ આ તારી વધુ રક્ષા કરશે,' શબાનાએ કહ્યું. 'હવે પછી તારે કોઈ વાત મારા ગળે ઉતારવા માટે બનાવટી ફકીરની પણ જરૂર નહીં પડે.'

તેઓ ચૌરંગી રોડ પરની નવી ઑફિસમાં હતા. સોનાની ખાણના સોદાએ તેમને વૈભવી વિસ્તારમાં પહોંચાડી દીધા હતા. જોયદીપ અને અરવિંદ સિવાય હવે તેમના પગારપત્રક પર વધુ ત્રણ કર્મચારીઓ હતા - એક એકાઉન્ટન્ટ, એક રિસૅપ્શનિસ્ટ અને એક ટાઈપિસ્ટ.

ટાઈપિસ્ટ હિલ્ડા ફૉન્સેકા નામની યુવતી હતી. હિલ્ડા તેમનાં જૂનાં અંગ્રેજી શિક્ષિકાની દીકરી હતી. મિસિસ ફૉન્સેકાએ અરવિંદ સાથે ફોન પર વાત કરી હતી, જો કે તેની પાસેથી આ મદદ માગતી વખતે તેઓ થોડી શરમ અનુભવી રહ્યાં હતાં. અરવિંદે તેમને તરત જ હળવાં બનાવી દીધાં હતાં.

'હું તમારા વર્ગમાં મારો હિસાબ પૂરો કરતો હતો ત્યારે તમે ક્યારેય મારી નોટબૂક જપ્ત કરી હતી?' તેણે તેમને પૂછ્યું હતું.

'ના,' શિક્ષિકાએ કહ્યું.

'આશા રાખું છું કે, તમારી દીકરી પણ એટલી જ સમજદાર હશે,' અરવિંદે મજાકમાં કહ્યું હતું. 'અને હું આશા રાખું છું કે તે મારા પર બૂમ બરાડા પણ નહીં પાડે!'

'અરવિંદ, તેં સમાચાર સાંભળ્યા?' અરવિંદની વિચારતંદ્રા તોડતા, જોયદીપે પૂછ્યું.

'શું?' અરવિંદે પૂછ્યું.

'નહેરુનું અવસાન થયું છે,' જોયદીપે ગમગીન સ્વરે કહ્યું.

અરવિંદ ઉદાસ થયો પણ તેને આશ્ચર્ય થયું નહીં. સિનો- ભારત યુદ્ધમાં રકાસ થયા બાદ વડા પ્રધાનના સ્વાસ્થયમાં બગાડો થવાનું વધ્યું હતું. 1963નો મોટા ભાગનો સમય તેમણે તંદુરસ્તી પાછી મેળવવા માટે કાશમીરમાં વિતાવ્યો હતો.

'તેમનું અવસાન કઈ રીતે થયું?' અરવિંદે પૂછ્યું.

'દહેરાદૂનથી તેઓ દિલ્હી પાછા ફર્યા હતા. આખી રાત ઊંઘ્યા હોવા છતાં સવારે ઉઠતાં જ તેમણે પીઠના તીવ્ર દુખાવાની ફરિયાદ કરી હતી. ડૉક્ટર આવ્યા પણ નહેરુ ફસડાઈ પડ્યા હતા. એ પછી થોડી વારમાં જ તેમનું નિધન થયું. હૃદય રોગનો હુમલો આવ્યો હતો.'

એ પછીના દિવસે, પૃષ્ઠભૂમાં રઘુપતિ રાઘવ રાજારામના જાપ સાથે, જવાહરલાલ નહેરુનો તિરંગામાં લપેટાયેલા મૃતદેહ, લોકોના અંતિમ દર્શન માટે મુકાયો હતો. એ જ દિવસે મોડેથી, યમુના નદીના તીરે આવેલા શાંતિવનમાં તેમના મૃતદેહને હિન્દુ વિધિથી અગ્નિદાહ અપાયો હતો. આ સાથે એક યુગનો અંત આવ્યો હતો,

'હવે સત્તા પરિવર્તન થશે,' અખબાર વાંચતા અરવિંદે હળવેથી કહ્યું.

'તારો મતલબ છે ઈન્દિરા ગાંધી?' જોયદીપે પૂછ્યું.

'એવી શક્યતા ઓછી છે,' અરવિંદે કહ્યું. 'કામરાજ એ સિંહાસન પાછળની સત્તા છે. મારો અંદાજ એવો છે કે તેઓ લાલ બહાદુર શાસ્ત્રીનું નામ આગળ કરશે, જેથી સાચા દાવેદાર, મોરારજી દેસાઈનું નામ હાંસિયામાં ધકેલાઈ જાય.'

'આ બાબત આપણને કઈ રીતે ચિંતા કરાવે એમ છે?' જોયદીપે પૂછ્યું.

'આ ક્ષણ ગહન પરિવર્તનની છે. મોટું રાજકીય પરિવર્તન પોતાની સાથે આર્થિક પરિવર્તન પણ લાવે છે. આપણે આ ક્ષણ સાથે આવેલી તકને ઝડપી લેવી જોઈએ.'

અરવિંદ થોડી ક્ષણો માટે વિચારોમાં ખોવાઈ ગયો હતો. એ પછી તેણે પોતાના જૂના અને વિશ્વાસુ શૅરદલાલ દીપાંકર દા સાથે વાત કરવા ફોન ઉપાડ્યો.

'*નોમોશ્કાર*, દીપાંકર દા,' અરવિંદે કહ્યું. 'ભારતમાં હાલ ખાતર અને જંતુનાશક બનાવતી શ્રેષ્ઠતમ કંપનીઓ કઈ છે?'

દસ મિનિટ બાદ, તેણે ફોન મુક્યો. 'તું શું વિચારી રહ્યો છે?' જોયદીપે પૂછ્યું.

'શાસ્ત્રી નહેરુ કરતાં સાવ જુદા છે,' અરવિંદે જવાબ આપ્યો. 'તેઓ સમાજવાદી છે પણ એ વિશે તેઓ હઠાગ્રહી નથી. તું જો જે, આ માણસ ભારતના અનાજ ઉત્પાદનમાં મૂલગ્રાહી પરિવર્તન લાવશે. ખેતી માટે જરૂરી એવી દરેક સામગ્રીની માગ વધશે. આ જ સમય છે, આવી કંપનીઓમાં રોકાણની શરૂઆત કરવાનો.'

'અરવિંદ, દીપંકર દાએ ફોન કર્યો હતો,' જોયદીપે કહ્યું. 'ખાતર તથા જંતુનાશક બનાવતી વિવિધ કંપનીઓમાં તારા વતી રોકાણ કરતી વખતે, તેમના ધ્યાનમાં ખાદ્ય તેલનું એક એકમ આવ્યું હતું. આ એકમ સંપૂર્ણ વેચાણ માટે આવ્યું છે.'

'કેમ?' અરવિંદે પૂછ્યું.

'એમાં થયું છે એવું કે, કંપનીમાંથી મેનેજમેન્ટે જ નાણાની ઉચાપત કરી છે. બૅન્ક તેમને વર્કિંગ કૅપિટલ આપવા તૈયાર નથી. કેમ કે તેમની પાસે આની સામે દેખાડવા માટે સ્ટૉક ઈન હૅન્ડ નથી.'

અરવિંદે કોઈક ને ફોન કર્યો. જોયદીપ તેમની વચ્ચેની વાતચીતનાં કેટલાંક અંશ જ સાંભળી શક્યો. 'મિ. સંપત તેજપાલ... નિકાસ જવાબદારીઓ... ખાદ્ય તેલના દરો...'

અરવિંદે ફોન મુક્યો અને તે જોયદીપ તરફ વળ્યો. 'આ ફૅક્ટરી ક્યાં આવેલી છે? દીપંકર દા આપણને ત્યાં મળે એવું કર.'

એકાદ કલાક બાદ, અરવિંદ, જોયદીપ અને દીપંકર દા ભારત ઍડિબલ ઑઈલ્સની ફૅક્ટરીના પ્રાંગણમાં હતા. ફૅક્ટરી મેનેજર તેમને એ જગ્યા દેખાડવા લઈ ગયો.

કંપનીની શરૂઆત ખાદ્ય તેલનો વેપાર કરતી પેઢી તરીકે થઈ હતી તથા આગળ જતાં તેનો વિકાસ તેલીબિયાં કચરવાનું કામ કરતી કંપની તરીકે થયો હતો અને અંતે તે એકીકૃત ખાદ્ય તેલ ઉત્પાદક એકમ બની ગઈ હતી. સ્થાપકના માર્ગદર્શન હેઠળ, કંપનીએ કોપરું, સોયા બીન, મગફળી, રાઈ, તલ તથા કપાસિયાં જેવાં તેલીબિયાં કચરીને તેલ કાઢવાના અત્યાધુનિક પ્લાન્ટની શરૂઆત કરી હતી. આ વિસ્તૃત ફૅક્ટરીની જગ્યામાં સૌથી ધ્યાન ખેંચનારી કોઈ બાબત એટલે તેલનો સંગ્રહ કરવા માટેની અંતહીન ટાંકીઓની હરોળ. અંતિમ ઉત્પાદનનો સંગ્રહ આ વિશાળકાય માળખાઓમાં કરવામાં આવતો હતો.

'આ પ્લાન્ટ તો ખાસ્સો મૉડર્ન લાગે છે,' અરવિંદે ટિપ્પણી કરી. 'તો પછી એવું તે શું થયું? કંપની આર્થિક ભીંસમાં શા માટે છે?'

દીપંકર દા બોલ્યા, 'કંપનીની સ્થાપના પિતા દ્વારા કરવામાં આવી હતી, પણ દીકરાઓને એમાં ઝાઝો રસ નહોતો. તેમના અવસાન બાદ, એ લોકોએ ધંધામાંથી રોકડનો ઉપાડ કરવાનું શરૂ કરી દીધું, આને કારણે લોન અને જમાનત પેટે રાખવાની અસક્યામતો વચ્ચેનું સંતુલન ખોરવાયું. હવે બૅન્કો ક્રૅડિટ વધારવાની ના પાડે છે. કંપનીને કોઈ એવાની જરૂર છે, જે તેમાં રોકડનો પ્રવાહ વધારે. આવી છે આ કંપનીની કથા.'

ફૅક્ટરી મેનેજર તેમને સીડી દ્વારા એક ટાંકીની ઉપર લઈ ગયો. ટાંકી ઉપરનું સબમરિન જેવું ઢાંકણું ખોલાતા, તેમણે અંદર ડોકિયું કર્યું. ટાંકી ખાલી હતી.

'બૅન્કના રેકોર્ડ મુજબ, આ ટાંકીમાં હજારો કિલોલીટર મગફળીનું તેલ હોવું જોઈએ,' દીપંકર દાએ કહ્યું. 'તમે જોઈ શકો છો કે, આમાં તળિયે થોડાક ઈંચ તેલ સિવાય કશું જ નથી.'

'હું બૅન્કને ક્રૅડિટ વધારવા માટે તૈયાર કરી લઉં તો શું થાય?' અરવિંદે પૂછ્યું.

'વણચૂકવાયેલી બૅન્ક લોન જોતાં તમે આ ફૅક્ટરીને સાવ ચણા-મમરા જેવા ભાવે ખરીદી શકશો,' દીપંકર દાએ કહ્યું. 'અને તમે જો બૅન્કને નાણાંનો પ્રવાહ ફરી શરૂ કરવા તૈયાર કરી લેશો, તો બધું જ ફરી પાછું પૂર્વવત્ થતાં વાર નહીં લાગે.'

'માલિકને કહી દો કે હું ફૅક્ટરી ખરીદવા તૈયાર છું,' અરવિંદે કહ્યું. 'એ માટેના જરૂરી દસ્તાવેજો બનાવવાની શરૂઆત કરી દો. વધુ એક વાત...'

'મશીનો. કોઈ પણ પ્રકારના કાચા માલ વિના મશીનો ચલાવી શકાય એમ છે?'

'ભારત એડિબલ ઑઈલ્સને કઈ બૅન્ક વર્કિંગ કૅપિટલ પૂરી પાડે છે?' બૅલેન્સ શિટનો અભ્યાસ કરતાં અરવિંદે પૂછ્યું.

'સેન્ટ્રલ કમર્શિયલ બૅન્ક,' જોયદીપે જવાબ આપ્યો.

'તેઓ સમયાંતરે સ્ટૉક ઑડિટ લેતાં નહોતા?' અરવિંદે પૂછ્યું.

'મેં કરેલી પૂછપરછથી જાણવા મળ્યું કે, બૅન્ક મેનેજરની તેમની સાથે સાંઠગાંઠ હતી,' જોયદીપે કહ્યું. 'ઉડાઉ દીકરાઓ બૅન્કની લોન ચુકવવાને બદલે માલ વેચી રહ્યા હતા ત્યારે તેણે આંખ આડા કાન કર્યા.'

અરવિંદે બૅલેન્સ શિટ એક તરફ મુકી અને *એન્સાયક્લોપીડિયા ઑફ કેમિકલ પ્રૉસેસિંગ એન્ડ ડિઝાઈન* શીર્ષક ધરાવતું પુસ્તક ઉપાડ્યું.

'તું શું શોધી રહ્યો છે?' જોયદીપે પૂછ્યું.

'કંપની કયા કયા તેલનું ઉત્પાદન કરે છે?' જોયદીપના પ્રશ્નને અવગણતા અરવિંદે સવાલ કર્યો.

જોયદીપે નિસાસો નાખ્યો. 'કોપરું, સોયા બીન, મગફળી, રાઈ, તલ અને કપાસિયાં.'

'મારા માટે તારે કેટલીક નોંધો તૈયાર કરવાની છે, જોયદીપ,' પુસ્તકમાંથી વાંચતાં અરવિંદે, વિનંતી કરી. 'ત્રીસ ડિગ્રી સેલ્શિયસે કોપરેલ તેલની વિશિષ્ટ ઘનતા 0.915 અને 0.920ની વચ્ચે હોય છે.'

જોયદીપે નિષ્ઠાપૂર્વક આ આંકડા નોંધી લીધા.

'ત્રીસ ડિગ્રી સેલ્શિયસે સોયા બીન તેલની વિશિષ્ટ ઘનતા 0.915 અને 0.920ની વચ્ચે હોય છે.'

જોયદીપે વધુ એક નોંધ કરી.

'ત્રીસ ડિગ્રી સેલ્શિયસે મગફળીના તેલની વિશિષ્ટ ઘનતા 0.909 અને 0.913ની વચ્ચે હોય છે.'

જોયદીપે નોંધ કરી.

'અને ત્રીસ ડિગ્રી સેલ્શિયસે કપાસિયાંના તેલની વિશિષ્ટ ઘનતા 0.910 અને 0.920ની વચ્ચે હોય છે.'

'અરવિંદ, આ બધું શું છે?' ખીજવાઈ ગયેલા જોયદીપે, પેન અને પેડ નીચે મુકતા પૂછ્યું.

'આ ઘનતા વિશેની બાબત છે,' અરવિંદે લુચ્ચું સ્મિત કરતા કહ્યું. 'તને હજી વધુ સ્પષ્ટતાની જરૂર છે?'

'ઑડિટ માટે બૅન્કે કહ્યું છે?' પોતે વાંચી રહ્યો હતો એ *ઈન્દ્રજાલ* કૉમિક બુકને કોરાણે મૂકતાં, અરવિંદે પૂછ્યું. આજકાલ તેણે *ટિનટિન*ને છોડી દઈ *ઈન્દ્રજાલ* વાંચવાનું શરૂ કર્યું હતું. તેણે જ્યારથી *ઈન્દ્રજાલ*નું ચોંસઠ રૂપિયાનું વાર્ષિક લવાજમ ભર્યું હતું, ત્યારથી તેને, લી ફૉલ્કે રચેલા રહસ્યમય પાત્ર, *ધ ફૅન્ટમ*ની વાર્તા ધરાવતી અઠવાડિક કૉમિક મળવા માંડી હતી. પૃષ્ઠભૂમાં બીટલ્સની વિનાઈલમાંનું *'અ હાર્ડ ડેઝ નાઈટ'* ગીત વાગી રહ્યું હતું.

જોયદીપે હકારમાં ડોકું ધુણાવ્યું. 'એ લોકો જાણે છે કે તું હવે કંપનીનો માલિક છે. જે લોનની રકમના નામનું નાહી નાખેલું તે પાછી મળે એવી શક્યતા જાગતા તેઓ એકદમ ગેલમાં આવી ગયા છે.'

'સરસ. ફૅક્ટરીમાંની ટાંકીઓની સ્ટૉરેજ ક્ષમતા શું છે?' અરવિંદે પૂછ્યું.

'આશરે એક હજાર ટન,' જોયદીપે કહ્યું. 'આપણા દેશમાંની સૌથી મોટી સ્ટૉરેજ ક્ષમતાઓમાંની આ એક છે.'

'ફૅક્ટરીને પાણીનો નિયમિત પુરવઠો મળે છે?' અરવિંદે પૂછ્યું.

'હા,' જોયદીપે જવાબ આપ્યો. 'ફેક્ટરી હુગલી નદીના કાંઠા પર જ છે. અહીં પાણીની કોઈ તકલીફ નથી.'

'બહુ સરસ, જોયદીપ. સાઈટ પરના ઈન્ડસ્ટ્રિયલ વોટર પમ્પની ક્ષમતા કેટલી છે?'

'એ મારે શોધવું પડશે,' માથું ખંજવાળતા જોયદીપે કહ્યું. 'બૅન્કને હું શું કહું?'

'પમ્પની ક્ષમતા કેટલી છે એ શોધી કાઢ એ પછી હું તને કહીશ કે આપણે બૅન્કવાળાઓને ક્યારે મળી શકશું,' અરવિંદે જવાબ આપ્યો.

થોડીક મિનિટો બાદ, અરવિંદને જોઈતી માહિતી જોયદીપ પાસે હતી. 'પમ્પ હાઉસમાં જર્મન બનાવટનું મશીન છે. દર મિનિટે પાંચસો લીટર પાણી ખેંચવાની તેની ક્ષમતા છે.'

અરવિંદે કેટલીક ગણતરીઓ કરી. 'અત્યારથી આડત્રીસ કલાક પછી મીટિંગ હોય તો કશો જ વાંધો નથી. નક્કી કરી નાખ મીટિંગ.'

તે થોભ્યો. 'અને, મેં જે કહ્યું છે એ પ્રમાણે કરવા પ્રોડક્શન મેનેજરને કહી દેજે,' અરવિંદે કહ્યું. 'અને આજે જ યુનાઈટેડ ફેડરેશન બૅન્કમાં કંપનીના નામનું નવું ખાતું ખોલાવી નાખજે. એ ખાતામાં થોડા લાખ રૂપિયા ટ્રાન્સફર કરી દે જે અને એ જ દિવસે પાછા પણ કઢાવી લેજે. આવતી કાલે પણ આ પ્રક્રિયાનું પુનરાવર્તન કરજે.'

'ચોક્કસ. તારા મગજમાં શું ચાલી રહ્યું છે એ સમજાવવાની દરકાર કરીશ?' જોયદીપે પૂછ્યું.

'તો આપણે આ કરવાના છીએ....' અરવિંદે શરૂઆત કરી.

સેન્ટ્રલ કમર્શિયલ બૅન્કના અધિકારીઓને મેનેજિંગ ડિરેક્ટરની કૅબિનમાં દોરી જવાયા. અરવિંદ લાકડાની પેનલ ધરાવતી ઑફિસમાં સાવ નિરાંતે બેઠો હોય એવું દેખાતું હતું.

એકમેકના પરિચય બાદ તેણે કામની વાત શરૂ કરી.

'તમે આ કંપની ખરીદી એનાથી અમને આશ્ચર્ય થયું, સર,' તેલથી ચપોચપ વાળ ધરાવતા એક્ઝિક્યુટિવે કહ્યું. *ખાદ્ય તેલની કંપની સાથેના વ્યવહાર માટે આ માણસ પરફેક્ટ છે,* અરવિંદે વિચાર્યું. તેણે મનોમન આ અધિકારીનું નામ પાડ્યું મિસ્ટર તેલિયા.

'કંપનીની બધી અસક્યામતો બૅન્ક પાસે ગીરવે પડી છે અને અમારા બૉર્ડે આ લોન પાછી લઈ લેવાનો નિર્ણય લીધો છે,' મિસ્ટર તેલિયાએ કહ્યું. 'કંપની લોન ચુકવવા સમર્થ ન હોય તો, અમે મિલકતોની લીલામી કરશું.'

'ત્રણ વર્ષ વાટ જોયા બાદ તમે મિલકતોની લીલામીનો નિર્ણય લીધો છે, એનાથી મને પણ એટલું જ આશ્ચર્ય થયું છે,' અરવિંદે સરળતાથી જવાબ આપ્યો. 'તમે જાણો છો કે લીલામીમાંથી જે મળશે એ તો લોનની રકમનો બહુ નાનો હિસ્સો હશે. તમે અત્યારે લોનની ઉઘરાણી કરી રહ્યા છો કેમ કે તમે જાણો છો કે નવી મેનેજમેન્ટ પાસે લોન ચુકવવા માટે આર્થિક સાધનો છે.. હું આને કપટ કહું છું.'

'ના, ના, સર. અમે તમારી સાથે ઉષ્માભર્યા સંબંધો જાળવી રાખવા માગીએ છીએ,' મિસ્ટર તેલિયાએ ઉતાવળે કહ્યું

'તમે નોંધ્યું જ હશે કે મારી ફૅક્ટરી અત્યારે પૂર્ણ ક્ષમતાએ ઉત્પાદન આપી રહી છે,' અરવિંદે કહ્યું.

મિસ્ટર તેલિયાએ માથું ધુણાવ્યું. 'મશીનના ધમધમાટનો અવાજ ફરી પાછો સાંભળવો એ આનંદ આપનારી વાત છે,' તેણે અરવિંદને કહ્યું.

'જોયદીપ, તેમને બૅન્ક સ્ટેટમેન્ટ દેખાડ,' અરવિંદે કહ્યું. જોયદીપે બૅન્કના અધિકારીઓ સામે સ્ટેટમેન્ટ મુક્યું.

'આ સ્ટેટમેન્ટથી તમે જોયું હશે કે હું કંપનીમાં ભંડોળ લાવ્યો છું. આ રકમ કાચા માલના સપ્લાયરોને ચુકવવામાં આવી છે. ગ્રાહકો તરફથી પણ નાણાં આવ્યા છે. ફરીવાર, તેનો ઉપયોગ કાચા માલની ખરીદી માટે કરાયો છે. રોકડનો પ્રવાહ ફરી ચાલુ થઈ ગયો છે,' અરવિંદે કહ્યું.

બૅન્કના અધિકારીઓ ધ્યાનપૂર્વક સાંભળી રહ્યા હતા.

'હવે તમે જો મારી સાથે આવવાનું કષ્ટ કરશો તો, હું તમને કંઈક દેખાડવા માગું છું,' અરવિંદે કહ્યું. તે ઊભો થયો અને બૅન્કના અધિકારીઓ પણ તેને અનુસર્યા.

સ્ટૉરેજ ટાંકીઓની દિશામાં તેઓ ગયા અને અરવિંદ પ્રથમ ટાંકીની સીડી પર ચડ્યો. બૅન્ક અધિકારીઓ પણ તેની પાછળ ઉપર ચડ્યા. તેણે ટાંકીનું ઢાંકણું ખોલ્યું અને બૅન્ક અધિકારીઓને અંદર ડોકિયું કરવા કહ્યું. ટાંકી છેક ઉપર સુધી તેલથી છલોછલ ભરેલી હતી.

'જુઓ, ચુસ્ત ઉત્પાદન સમયપત્રક શું કરી શકે છે?' અરવિંદે પૂછ્યું. તેણે તેમને એ પછીની ટાંકી સુધી આવવા કહ્યું. આ ટાંકી પણ છલોછલ હતી.

'મારું સૂચન છે કે તમે તમારા ઑડિટર્સને બધી જ ટાંકીઓની ચકાસણી કરવાની મંજૂરી આપો,' અરવિંદે કહ્યું. 'મારી પાસે 11,36,000 લીટર રિફાઈન્ડ તેલ છે. આજની તારીખમાં, તમારી લોનની ચુકવણી કરવા પૂરતો હોય એટલો ક્લોઝિંગ સ્ટૉક મારી પાસે છે.'

મિસ્ટર તેલિયાની બોલતી બંધ થઈ ગઈ હતી.

'આમ છતાં ય, તમારે જો મિલકતની લીલામી જ કરવી હોય તો, તમારું સ્વાગત છે. મારી અન્ય કંપનીઓમાંની કોઈપણ દ્વારા આ મિલકતોને સાવ નજીવા ભાવે ખરીદી લેવામાં મને આનંદ થશે. મને લાગે છે કે લીલામીમાં તમને એક રૂપિયા સામે માંડ ત્રીસ પૈસા જ મળશે.'

'મને ખબર નથી તેં આ કઈ રીતે કર્યું, અરવિંદ, પણ લોનની મુદ્દત અને શરતો પર નવેસરથી વાટાઘાટ કરવા બૅન્ક તૈયાર છે,' જોયદીપે ઉત્સાહિત સ્વરમાં કહ્યું.

'મને ખબર હતી એ લોકો જરૂર તૈયાર થશે,' અરવિંદે કહ્યું.

'લેણા નીકળતી વ્યાજની રકમમાં તેઓ થોડીક કપાત કરવા તૈયાર છે,' જોયદીપે કહ્યું. 'તેમને ચુકવવાની થતી રકમ પચીસ ટકા જેટલી ઓછી થઈ ગઈ છે! તેઓ તારા છટકામાં ફસાશે એવું તને શેના પરથી લાગ્યું?'

'સરળ છે. ફૅક્ટરીની સ્ટૉરેજ ક્ષમતા એક હજાર ટન જેટલી છે. મેં નોંધ્યું હતું કે દરેક ટાંકીમાં તળિયે થોડાક ઈંચ તેલ હતું. તેલની વિશિષ્ટ ઘનતા પાણી કરતાં ઓછી હોય છે. આને કારણે જ તેલ પાણીની ઉપર તરે છે. મારે બસ એટલું જ કરવાનું હતું કે ટાંકીને પાણીથી ભરી દેવાની હતી અને તેને કારણે જોનારને એવું લાગે કે ટાંકીઓ તેલથી છલોછલ છે!'

'પણ આડત્રીસ કલાકનો ઈંતજાર શા માટે?' જોયદીપે પૂછ્યું.

'કેમ કે ફૅક્ટરીમાંનો પાણીનો પમ્પ દર મિનિટે પાંચસો લીટર પાણી ખેંચી શકે એમ હતો. આપણને એક હજાર ટન અથવા આશરે 11,36,000 લિટર પાણી ખેંચવાની જરૂર હતી. કરી લે ગુણાકાર. ટાંકીઓ ભરાતાં અંદાજે આડત્રીસ કલાક લાગ્યા હોત.'

'તેં બહુ મોટું જોખમ ઉપાડ્યું,' જોયદીપે કહ્યું. 'તેમણે જો નીચેના આઉટલેટ્સમાંથી સેમ્પલ ચકાસ્યા હોત તો તેમને ખબર પડી ગઈ હોત કે ટાંકીમાં પાણી છે.'

'એ કારણસર જ નાણાનો પ્રવાહ અને આવકજાવક દેખાડતા બૅન્ક એકાઉન્ટ તેમને દેખાડવા જરૂરી હતા,' અરવિંદે કહ્યું. 'કાચો માલ ન હોવા છતાં મશીનો ચાલી રહ્યા હતા, એ બાબત પણ મહત્ત્વની ઠરી. એના કારણે તેમના પર ધારી અસર થઈ.'

બંને મિત્રો એકબીજા સામે હસ્યા. 'હવે શું?' જોયદીપે પૂછ્યું.

'હિલ્ડાને કહે કે અમદાવાદમાં મિ. સંપત તેજપાલને પીપી કોલ બૂક કરે. તેની પાસે નંબર છે.'

'એ કોણ છે?' જોયદીપે પૂછ્યું.

'ખાદ્ય તેલનો દેશનો સૌથી મોટો નિકાસકાર,' અરવિંદે જવાબ આપ્યો. 'ગયા વર્ષે આપણા દેશે 77,000 ટન મગફળીના તેલની નિકાસ કરી હતી, પણ આ વર્ષે તેમાં ખેંચ છે. તેના ટન દીઠ ભાવ 1700 રૂપિયાની આસપાસ બોલાતા હતા પણ અત્યારે આ આંકડો 2300ની આસપાસ પહોંચી ગયો છે. ખાદ્ય તેલના ઉત્પાદન માટે આ અદભુત પણ નિકાસકારો માટે ખરાબ સમય છે. તેમણે સપ્લાયના એવા કરારો પર સહી કરી છે જેને પહોંચી વળવાનું તેમના માટે શક્ય નથી.'

'તું તેમને તેલ વેચવાનો છે?' જોયદીપે પૂછ્યું.

અરવિંદે સ્મિત કર્યું. 'જોયદીપ, ગઈકાલે ટૉકિયો ઓલિમ્પિકમાં શું થયું?'

'ભારતીય હૉકી ટીમે સુવર્ણ ચંદ્રક જીત્યો,' જોયદીપે ગર્વથી કહ્યું.

'મેં પણ ગઈકાલે એવું જ કર્યું, હું પણ સુવર્ણ ચંદ્રક જીત્યો,' અરવિંદે જવાબ આપ્યો.

'કઈ રીતે?' જોયદીપે પૂછ્યું.

'મેં જે ભાવમાં ફૅક્ટરી ખરીદી હતી, તેની ત્રણ ગણી કિંમતે મેં તે મિ.સંપત તેજપાલને વેચી નાખી છે.'

'તું 200 ટકા કમાયો? આ તો બહુ મોટી રકમ કહેવાય, અરવિંદ!' જોયદીપે આશ્ચર્ય વ્યક્ત કર્યું.

બોલતા પહેલા અરવિંદે એક ક્ષણ વિચાર કર્યો. 'તને ખબર છે જોયદીપ, આપણે બિઝનેસની જ્યારે શરૂઆત જ કરી હતી, મને લાગતું હતું કે જીવનમાં પૈસો જ એકમાત્ર સૌથી મહત્ત્વની બાબત છે. એ ઘણા વર્ષો પહેલાની વાત છે.'

'અને હવે?' જોયદીપે પૂછ્યું.

'હવે હું જાણું છું કે આ વાત સાચી છે.'

સ્થળ હતું જૂહુની હોરાઈઝન હોટલ. આ હોટેલના બૉલરૂમનો ઉપયોગ અસંખ્ય વખત થયો હતો. એ વર્ષે બની હોય એવી દસ ફિલ્મો કોઈ વ્યક્તિ જુએ તો તેને સમજતાં વાર ન લાગે કે મારામારી, નૃત્ય, ગીતો અને ડ્રામા જેવા દશ્યો માટે ઉપયોગમાં લેવાયેલી રૂમો હોટેલ હોરાઈઝનની જ હતી. અભિનેતાઓ અને અભિનેત્રીઓ બદલાતા, તેમના કૉસ્ચ્યુમ્સ બદલાતા પણ રૂમ બદલાતી નહીં. તેની છત ફૂલો અને પાંદડીઓ દર્શાવતા પ્લાસ્ટરવર્કથી શણગારેલી હતી. નિસ્તેજ લીલી દીવાલો પર સ્ટુકોના સફેદ મોર હતા જાજમ પાથરેલી ફરસ પર નાચતી સુંદર યુવતીઓની બાવલાં ગોઠવેલાં હતાં.

પરોમિતા બ્લુ રંગની જોર્જેટની સાડી તથા સ્લીવલેસ બ્લાઉઝમાં મીનાકુમારી જેટલી જ જાજરમાન દેખાતી હતી. પોતાના ગળામાંની સેરની વચ્ચે લટકતાં વિશિષ્ટ કહી શકાય એવા માણેકના પૅન્ડન્ટ સાથે શૂન્યમનસ્ક થઈ તે રમી રહી હતી ત્યારે તેના લાંબા રેશમી વાળ તેના નિતંબને નાનકડા જલધોધની જેમ આવરી લેતા હતા. તે સંપૂર્ણતાનું મૂર્તિમંત ચિત્ર હતી. તે સ્મિત કરતી ત્યારે તેની આસપાસનું વિશ્વ પણ જાણે કે ખુશ થઈ ને ઉજવણી કરતું. તે ઉદાસ રહેતી ત્યારે દુનિયા અત્યંત ગંભીરપણે તેને દિલાસો આપવા માટે પ્રવૃત્ત થઈ જતી, જેથી તે ફરીથી સ્મિત કરે.

લાઈટિંગ વિભાગના સભ્યો રૂમમાં કેબલ્સ સરકાવતા હતા ત્યારે ફિલ્મના દિગ્દર્શક, પિનાકિન દેબ, એક પછી એક સિગારેટ સળગાવી ને ફૂંકી રહ્યા હતા. પિનાકિન દાએ પોતાની જાતને કેમેરાની પાછળ ગોઠવી હતી, તેણે કેમેરામેનને પણ એક તરફ હટાવી દીધો હતો, જેથી પોતે જોઈ શકે કે પોતાના પ્રયત્નોનું ધાર્યું પરિણામ આવતું હતું કે નહીં.

'મને તેના મોઢા પર વધુ સૂર્યપ્રકાશની જરૂર હતી,' તેણે બરાડો પાડ્યો અને નર્વસ દેખાતા બે છોકરાઓએ સનલાઈટ રિફ્લેક્ટર્સને બારી પાસે ગોઠવ્યા. પિનાકિન દાનો મિજાજ બહુ ઉગ્ર હતો અને તેની જરૂરિયાત પ્રમાણે કામ ન કરનાર ક્રૂના સભ્યોને તમાચો ઝીંકી દેતા પણ તે અચકાતો નહીં. દરેક જણ તેના આ ઉગ્રપણાને તેના કલાત્મક પરિપૂર્ણતાના આગ્રહ સાથે જોડતા

હતા, પણ અંદરના લોકો જાણતા હતા કે આ આલ્કોહૉલની અસર હતી. મોટા પ્રમાણમાં લેવાતા આલ્કોહૉલની. અરબાઝ એક ખૂણામાં બેસી આ બધી કાર્યવાહી થોડી ગમ્મત સાથે જોઈ રહ્યો હતો. ફિલ્મ સમયપત્રક મુજબ શૂટ થઈ રહી છે કે નહીં તેની તપાસ કરવા અબ્દુલ દાદએ તેને મોકલ્યો હતો.

અબ્દુલ દાદાની વર્તમાન રખાત, અન્જુમ આઝાદ, કાશ્મીરની સુંદર ગઝલ ગાયિકા હતી. તેના વાળનો શેડ તેજસ્વી ભૂરા રંગનો હતો જે તેના ચિનાઈ માટી જેવા વાનને જાણે કે ફ્રેમમાં મઢી લેતો હતો. જ્યારે પણ તે હસતી ત્યારે નીલમ જેવી તેની લીલી આંખોમાં એક અલગ જ પ્રકારની મસ્તીભરી ચમક જોવા મળતી. એક તેના નસીબને બાદ કરતાં બીજું બધું જ તેની તરફેણમાં હતું. તેણે ફિલ્મોમાં પ્રવેશવાનો પણ પ્રયાસ કર્યો હતો, પણ ત્યાંય તેને કોઈ મોટી સફળતા મળી નહોતી. હવે તેની ઈચ્છા હતી કે અબ્દુલ દાદા તેના માટે એક ફિલ્મ ફાઈનાન્સ કરે.

'હું ફિલ્મ વિશે કશું જ જાણતો નથી,' અબ્દુલે કહ્યું હતું.

'અને જે પણ જાણવા જેવું છે એ બધું જ હું જાણું છું. આપણે શશી કપૂર અને પ્રાણને સાઈન કરી લીધા છે. પિનાકિનની ભાણેજ મુખ્ય ભૂમિકામાં છે. તમે આમાંથી સારા એવા પૈસા બનાવી શકશો,' તેણે અબ્દુલની પેન્ટની ચેન ખોલતાં અને પોતાની આંગળીઓ અંદર સરકાવી અંદર ફૂલી રહેલા ભાગ સાથે રમતાં કહ્યું. અબ્દુલ દાદાએ આ ફિલ્મને ફાઈનાન્સ કરવાની હા પાડી તે પહેલા આ ચર્ચા માંડ પાંચેક મિનિટ કરતાં ઓછા સમય માટે ચાલી હશે.

'બધા તૈયાર?' પિનાકિને બૂમ પાડી. 'લાઈટ્સ, કેમેરા એ-એ-ન્ડ... એક્શન!' પરોમિતાએ સંવાદ બોલવાની શરૂઆત કરી ત્યારે કેમેરાની ઘરઘરાટીના અવાજ સિવાય બીજો કોઈ અવાજ ત્યાં નહોતો.

'કટ!' પિનાકિને ઘાંટો પાડ્યો. હમણા જ ગાળ બોલાશે એ લગભગ તય હતું અને તેની ટીમ આ માટે તૈયાર પણ હતી.

'*ચુદીર પોલા!*' બધાની અપેક્ષા કરતાં વધુ ઉપર જઈ, લાઈટિંગ સુપરવાઈઝર તરફ જોતાં તે તાડુક્યો. બંગાલીમાં પોતાના માટે વેશ્યાના દીકરાનું સંબોધન કરાયું હોવા છતાં એ બિચારો માણસ શાંત રહ્યો. અરબાઝે સ્મિત કર્યું. હવે તેને સમજાયું કે આ ક્ષેત્રને મનોરંજન ઉદ્યોગ એવું નામ શા માટે અપાયું હતું. અહીં જે કંઈ થઈ રહ્યું હતું એ બેશક મનોરંજક હતું.

'મેં તને કહ્યું હતું ને કે મને સૂર્યપ્રકાશ તેના ચહેરા પર જોઈએ છે, *ચુદીર ભાઈ!* ' વાંકુ મોઢું કરી પિનાકિને કહ્યું. લાઈટિંગ સુપરવાઈઝરે તરત જ રિફ્લેક્ટર્સની ગોઠવણ ફરીથી કરી ત્યારે તેના મનમાં વિચાર ચાલી રહ્યો હતો કે એક વેશ્યાના દીકરામાંથી તે બીજી વેશ્યાનો ભાઈ કઈ રીતે બની ગયો.

'બધા તૈયાર?' પિનાકિને ફરીથી બૂમ પાડી. 'લાઈટ્સ, કેમેરા એન્ડ... એક્શન!' પરોમિતાએ બોલવાની શરૂઆત કરતાં જ કેમેરાએ ઘરઘરાટી કરી મુકી.

એ દિવસે અરબાઝે તેના તરફ એકસોમી વખત જોયું અને આ અત્યંત મોહક સ્ત્રી સાથેની સરખામણીમાં ફૈઝા ફીકી પડતી હોવાની લાગણી માટે તેને અપરાધની ભાવના થઈ. પરોમિતાનો સમી સાંજ જેવો વાન, ઊંડી સુસ્ત આંખો, રેતીની ઘડિયાળ જેવી દેહયષ્ટિ અને જ્યારે પણ તે હસતી ત્યારે પડતા ખંજન, આ બધું જ અરબાઝને પાગલ કરી રહ્યું હતું.

અરબાઝે તેના પરથી નજર હટાવી પોતાની જાતને અન્યોને જોવાની ફરજ પાડી. *તેના જેવી અભિનેત્રી કોઈ ફિલ્મસ્ટાર સાથે જ શોભે, મારા જેવા મુફલિસ સાથે નહીં,* તેણે પોતાની જાત સાથે જ દલીલ કરી. તે સાચો હતો. સમાચાર એવા હતા કે એક ઊભરતા સિતારા સાથે તેનું પ્રેમ પ્રકરણ ચાલી રહ્યું હતું.

પોતાના દર વખતના અડ્ડા પર બંને જણ મળ્યા. ગરમાગરમ સાંભાર અને ચટણી સાથેની ઈડલીની પ્લેટો તેમની સામે આવી. તેને બંનેએ ન્યાય આપ્યો.

ભારતમાં તહેવારનો માહોલ હતો. ભારત-પાક યુદ્ધ પૂરું થઈ ગયું હતું. પાકિસ્તાને 1965માં કાશ્મીરમાં લોકો તથા સામાન ઘુસાડવાની શરૂઆત કરી હતી ભારત સામે બદઈરાદો ધરાવતા પાકિસ્તાને ભારતમાં વિપ્લવ ફેલાવવાના આશયે, ઑપરેશન જિબ્રાલ્ટર શરૂ કર્યું, તેના પગલે આ યુદ્ધના પગરણ થયા હતા. લાલ બહાદુર શાસ્ત્રીએ પશ્ચિમ પાકિસ્તાન પર પૂર્ણ સ્વરૂપનો લશ્કરી હુમલો કરી વળતો જવાબ આપ્યો હતો. સત્તર દિવસના એ યુદ્ધે બંને તરફના હજારો લોકોના જીવ લીધા હતા અને શસ્ત્રવિરામ દ્વારા તેનો અંત આવ્યો હતો.

'તું સાચો હતો,' મુરલીએ મોટા અવાજ સાથે સાંભારનો સબડકો બોલાવતા કહ્યું.

'તારી પાસે શું માહિતી છે?' દૂધવાળી મીઠી કૉફીનો ઘૂંટડો ભરતા અરબાઝે પૂછ્યું.

'લગાડવામાં આવેલા બધા દાવ પર મુસ્તફાએ દસ ટકા કમિશન કાપી લેવું અને એમાંથી 65 ટકા રકમ અબ્દુલ દાદાને પહોંચતી કરવી જોઈએ. પણ તે બૅટિંગ રજિસ્ટરમાં જે રકમની નોંધણી કરે છે, એ ઘણી ઓછી હોય છે. દાદાને તો ખરી રકમનો માંડ અડધો હિસ્સો જ મળે છે,' મુરલીએ સમજાવ્યું.

અરબાઝે ડોકું ધુણાવ્યું. 'મને ખબર હતી. આ પૈસાનું તે શું કરે છે? ક્યાં જાય છે તેના આ પૈસા?'

'સાઈડમાં તે એક રસપ્રદ ધંધો ધરાવે છે,' મુરલીએ કહ્યું. 'રોયલ વેસ્ટર્ન ઈન્ડિયા ટર્ફ ક્લબમાં યોજાતી ઘોડાની રેસ માટે તે બૂકીઓને ભાડે લે છે. કાયદાની મંજૂરી ન હોવા છતાં આ લોકો ફોન પર ઑફ્ફ-ધ-ટર્ફ દાવ સ્વીકારે છે.'

'કોઈ અંદાજ કેટલા બૂકીઓ આમાં સંડોવાયેલા હશે?' અરબાઝે પૂછ્યું.

'ઘણા બધા,' મુરલીએ કહ્યું. 'તેઓ દિવસના ત્રણથી ચાર લાખ રૂપિયા જેવી રકમનો દાવ લેતા હોય તો પણ મને આશ્ચર્ય નહીં થાય.'

અરબાઝે સીટી વગાડી. 'આ તો ઘણા બધા પૈસા કહેવાય,' તેણે કહ્યું. 'દેખીતી વાત છે કે, મલાઈ તારવીને તેણે પોતાની જાતને મજબૂત કરી લીધો છે.'

'હવે તું શું કરીશ?' મુરલીએ પૂછ્યું. 'દાદાને જણાવીશ?'

'અત્યારે તો આ વાત આપણી વચ્ચે જ રાખીએ, મુરલી. મને લાગે છે કે, મારે કોઈ એવો રસ્તો શોધવો પડશે જેથી આ હરામખોરને એવો પાઠ મળે જે એ ક્યારેય ભૂલે નહીં!'

'દાદા, મારી પાસે એક આઈડિયા છે,' અરબાઝએ કહ્યું.

'શું?' દાદએ પૂછ્યું.

તેઓ વરલીના સરદાર વલ્લભભાઈ પટેલ સ્ટેડિયમમાં કુસ્તીની મૅચમાં બેઠા હતા. દારા સિંહ પોતાના હંગેરિયન પ્રતિસ્પર્ધી, કિંગ કોંગ સાથે લડી રહ્યો હતો. સ્ટેડિયમ ખીચોખીચ ભરાયેલું હતું પણ સારામાં સારી બેઠકો અબ્દુલ દાદા તથા તેમના સુરક્ષા વર્તુળ માટે ફાળવવામાં આવી હતી.

'ઘોડા વિશેનો આ આઈડિયા છે,' અરબાઝે કહ્યું.

'ઘોડા?' દાદાએ પૂછ્યું.

મેદની પાગલ થઈ રહી હતી. 130 કિલો વજન ધરાવતા દારા સિંહે, 200 કિલોથી વધુ વજન ધરાવતા કિંગ કોંગને પોતાના માથાની ઉપર તરફ ઊંચકી લીધો હતો અને તે તેને ગોળ ગોળ ફેરવી રહ્યા હતા.

અબ્દુલ દાદાએ મોટેથી અટ્ટહાસ્ય કર્યું. 'મજા આવી ગઈ. દારા સિંહ માત્ર કુસ્તીબાજ નહીં, શોમેન પણ છે.'

કિંગ કોંગ રેફરી તરફ જોઈને ચીસો પાડી રહ્યો હતો. પ્રતિસ્પર્ધીને આ રીતે ગોળ ગોળ ફેરવવો એ માન્ય નિયમોનો ભાગ નહોતો. દારા સિંહના વિજયના પ્રદર્શનને અટકાવવા રેફરી દોડ્યો. પણ હજી તો તે મધ્યસ્થી કરે એ પહેલા જ, દારા સિંહે કિંગ કોંગને રિંગની બહાર ફેંકી દીધો. મેદનીથી માંડ થોડા ફૂટના અંતરે તે જઈ પડ્યો.

'અંઅંઅં, ઘોડા વિશે, દાદા,' અરબાઝે પૂછ્યું.

'બોલ,' પોતાની નજર સામેના ધ્યાનાકર્ષક ભવ્ય દશ્ય પરથી માંડ માંડ નજર હટાવતા દાદાએ અરબાઝને કહ્યું.

'રોયલ વેસ્ટર્ન ઈન્ડિયા ટર્ફ ક્લબ, જે આ કુસ્તીના મેદાનની સીમા પર છે, એ આજકાલ બહુ લોકપ્રિય થઈ રહ્યું છે,' અરબાઝે કહ્યું. 'મને લાગે છે કે તમારી માલિકીનો એક ઘોડો હોવો જોઈએ.'

'તારા ફળદ્રુપ ભેજામાં શું ખીચડી રંધાઈ રહી છે?' દારા સિંહ વિજેતા જહેર કરાઈ રહ્યો હતો ત્યારે દાદાએ કહ્યું.

'પ્રથમ ઈન્ડિયન ઈન્વિટેશનલ કપ ગયા વર્ષે મહાલક્ષ્મીમાં યોજાયો હતો. આ વર્ષે, ઈન્ડિયન ફિલીસ ટ્રિપલ ક્રાઉન યોજાવાનો છે. આ સાહસ નફાકારક ઠરી શકે એમ છે.'

'એના માટે તને શેની જરૂર છે?' દાદાએ સ્મિત સાથે પૂછ્યું.

'થોડીક પ્રારંભિક મૂડી તથા તમારા તરફથી સંપૂર્ણ ગુપ્તતા અને ટેકો,' અરબાઝે જવાબ આપ્યો.

'ઠીક છે,' દાદાએ કહ્યું. 'પણ એક વાત યાદ રાખજે.'

'શું?'

'મને પૈસા બનાવવા ગમે છે પણ એ ખોવા પડે એ બાબતથી મને એનાથી પણ વધારે નફરત છે.'

ઘોડાની લાદની ગંધથી છવાયેલા તબેલાની અંદર તે ઊભો હતો. આ ક્ષણે કોઈપણ બાબત અરબાઝને હેરાન કરી શકે એમ નહોતી. તેના માટે ઘોડાના લાદની આ ગંધ કોઈ મોંઘાદાટ અત્તરની મહેક કરતાં ઓછી મૂલ્યવાન નહોતી.

'રાઈડિંગ હૂડ તૈયાર છે?' અરબાઝે પૂછ્યું.

બૉમ્બેમાં ઓછા જાણીતા ટ્રેઈનર, સંતોષે ડોકું હલાવ્યું. આ ઘોડો ક્યારેય જીત્યો નહોતો અને તે અરબાઝ આ વાતથી વાકેફ હતો. જૉકી, રૂસ્તમ, પણ બે વર્ષ કરતાં વધુ સમયથી એક પણ રેસ જીત્યો નહોતો. રેસિંગ સર્કિટમાં આ ઘોડો અને જૉકીને લઈને અનેક રમૂજો ચાલતી હતી.

'સરસ,' અરબાઝે કહ્યું. આ યોજના પર તે ત્રણ મહિના કરતાં વધુ સમયથી કામ કરી રહ્યો હતો. હવે પછીના કેટલાક દિવસોમાં એ વાત નક્કી થવાની હતી કે તેના પ્રયત્નો ફળીભૂત થશે કે નહીં.

તેણે રેસના ઘોડાને ટ્રેઈનિંગ આપતા બે જણની ભરતી કરી હતીઃ સંતોષ તાવડે, જે બૉમ્બેમાં હતો, અને રાજન ઢોબળે, જે પૂનામાં હતો.

સંતોષને ચળકતા બદામી રંગનો રેસનો ઘોડો આપવામાં આવ્યો હતો, જેનામાં કેટલાક અંશે મર્યાદિત ક્ષમતાઓ હતી. દસ્તાવેજોમાં આ ઘોડાની ઓળખ રાઈડિંગ હૂડ તરીકે આપવામાં આવી હતી. પણ બીજો એક ઘોડો, જેનું નામ પણ રાઈડિંગ હૂડ હતું - તથા તેનો રંગ પણ ચળકતો બદામી હતો- તેને પૂનામાં રાજન ઢોબળે પૂરી તકેદારી સાથે ટ્રેઈનિંગ આપી રહ્યો હતો.

'રાઈડિંગ હૂડને ઈન્ડિયન ડરબીમાં ઉતાર,' ત્યાંથી નીકળવા માટે ઊભાં થતાં અરબાઝે સંતોષને કહ્યું. 'જોઈએ તો ખરા કે આપણે કેવું કરીએ છીએ.'

મુરલી તબેલાની બહાર રાહ જોઈ રહ્યો હતો. 'મને ફોન સુધી લઈ જા,' અરબાઝે નિર્દેશ આપ્યો. બૅટિંગ બૂથ નજીકના એક માત્ર પબ્લિક ફોન બૉક્સ પાસે મુરલી તેને દોરી ગયો.

'સામાન્યપણે રેસ દરમિયાન મુસ્તફાના માણસો આ બૂથ પર અડિંગો જમાવી રાખતા હોય છે. એક માણસ ત્યાંથી નીકળે એટલે કતારમાં ઊભેલો બીજો માણસ પણ મુસ્તફાનો જ હોય. પોતાના બૂકીઓ સાથે સંપર્કમાં રહેવા તેઓ આ ફોનનો ઉપયોગ કરે છે.'

અરબાઝ હસી પડ્યો. હવે ખરી મજા આવશે.

અરબાઝ અબ્દુલ દાદાના બાન્દરા સ્થિત ઘરે હતો. તેણે ફોન ઉપાડ્યો અને 180 નંબર ડાયલ કર્યો. સામા છેડેથી ઑપરેટરનો સાવ નીરસ અવાજ આવ્યો, 'ટ્રન્ક કૉલ બૂકિંગ.'

'મારે પૂનાને પીપી કૉલ કરવો છે,' અરબાઝે કહ્યું. અન્ય શહેરમાંની કોઈ વ્યક્તિ સુધી પહોંચવા માટે ઑપરેટરની મદદથી કરાતો પર્સન-ટુ-પર્સન અથવા પીપી કૉલ એકમાત્ર માર્ગ હતો.

'ફોન નંબર?' ઓપરેટરે પૂછ્યું.

'નંબર છે 60428,' અરબાઝે જવાબ આપ્યો. પૂનાના પાંચ આંકડાના નંબર યાદ રાખવાનું પ્રમાણમાં સહેલું હતું.

'પીપી કોણ છે?' ઑપરેટરે પોતાના કંટાળાજનક અવાજમાં પૂછ્યું. એવું લાગતું હતું કે, મોટા ભાગના ઑપરેટર્સ એ ભૂલી જતા હતા કે પીપીનો અર્થ હતો પર્સન-ટુ-પર્સન. આથી આ સવાલ પૂછીને તેઓ ખરેખર તો પૂછતા હતા કે, 'પર્સન-ટુ-પર્સન કોણ છે?' જેનો દેખીતી રીતે, કશો જ અર્થ નીકળતો નહોતો. આ સાવ વાહિયાત રીત હતી. *આ સાંભળવામાં એવું લાગતું હતું કે જો તમે મને તમારી પીપી દેખાડશો. તો હું તમને મારી પીપી દેખાડીશ*

'રાજન ઢોબળે,' અરબાઝે રિસીવર નીચે મૂકતા, જવાબ આપ્યો.

એકાદ કલાક બાદ ફોનની ઘંટડી રણકી. બૉમ્બે અને પૂનાના ઑપરેટરોએ કૉલ જોડી દીધો હતો. 'તમારી પાસે છ મિનિટ છે,' ઑપરેટરે શુષ્કપણે કહ્યું.

'હેલો? રાજન?' અરબાઝે પૂછ્યું. 'ઓહ! સરસ. તારે ઘોડાને પૂનાથી બૉમ્બે લાવવાનો છે, મેં ટ્રકની વ્યવસ્થા કરી છે. મહાલક્ષ્મી રેસકૉર્સનો વૉચમેન ટ્રક અંગેની માહિતી રજિસ્ટરમાં નોંધ્યા વિના ટ્રકને અંદર જવા દેશે. મેં એ બાબતની તકેદારી રાખી છે. અને હા, ડ્રાઈવર જાણે છે કે તેણે બૉમ્બેના ઘોડાને પૂના લઈ જવાનો છે.'

'હવે શું?' અબ્દુલ દાદાએ પૂછ્યું, તેની આંખો ચમકી રહી હતી. તેણે પોતાના બંને નવા બૉડી ગાર્ડને રૂમની બહાર જવાનો ઈશારો કર્યો. અરબાઝે પોતે તેમને દાદા માટે ચૂંટી કાઢ્યા હતા.

'અત્યારે મહાલક્ષ્મી ઘોડારમાં જે ઘોડો છે, તેની સાથે પૂનામાંના ઘોડાની અદલાબદલી કરવામાં આવશે,' અરબાઝે કહ્યું.

'અને પછી?' દાદાએ પૂછ્યું. સારી યોજનાઓ દાદાને ગમતી.

'અનેક દાવ લગાડવા માટે મેં મુરલી સાથે વ્યવસ્થા કરી છે, પણ આપણે સાવચેત રહેવું પડશે. જો કોઈ ચોક્કસ ઘોડામાં વધારે પડતો રસ લેવાતો દેખાય, તો બૂકીઓને શંકા જાય છે.'

'આવું ન થાય એ માટે આપણે શું કરવાના છીએ?'

'આ રેસમાં બે ઓછી ક્ષમતાના ઘોડાઓને પણ મેં ઉતાર્યા છે - બલ્ડી મૅરી અને સ્નૉ વ્હાઈટ. રાઈડિંગ હૂડ જે રેસમાં દોડવાનો છે, એના દસ મિનિટ પહેલાની રેસમાં બલ્ડી મૅરી ઉતરશે. રાઈડિંગ હૂડની રેસ યોજાયાની દસ મિનિટ બાદ યોજાનારી રેસમાં સ્નૉ વ્હાઈટ ઉતરશે. મેં મુરલીને માત્ર એક્યુમ્યુલેટર દાવ લગાડવા જ કહ્યું છે. બ્લડી મૅરી અને સ્નૉ વ્હાઈટ બંનેને પોતપોતાની રેસ પહેલા છેલ્લી ઘડીએ હટાવી લેવાશે.'

અરબાઝની ચતુરાઈ પર અબ્દુલ દાદા આશ્ચર્યચકિત થઈ ગયો. એક્યુમ્યુલેટર દાવ એક કરતાં વધુ રેસ પર લગાડવામાં આવેલા દાવ હતા. અનેક રેસમાંના, દરેકમાં ઘોડાઓની જીત અથવા તેઓ કયા સ્થાને રહેશે એ અંગેની પસંદગી તેમાં કરવામાં આવતી. પરિણામે, અરબાઝે રાઈડિંગ હૂડના ભવિષ્યને અન્ય ઘોડાઓ સાથે જોડી દઈને બહુ મોટા દાવ લગાડ્યા હતા. અલબત, બીજા બે ઘોડાઓને માત્ર મારણ તરીકે ઉતારાયા હતા - એવું મારણ જેને છેલ્લી મિનિટે હટાવી લેવાનું હતું અને આ હતી બૂકીઓને કશુંક રંધાયાની ગંધથી દૂર રાખવાની યોજના.

મુરલીના પન્ટરો જાણતા હતા કે બીજા બે ઘોડાઓ રેસમાં દોડવાના નથી. આથી, એક્યુમ્યુલેટર દાવ તરીકે લગાડવામાં આવેલા બધા પૈસા રાઈડિંગ હૂડ પર જ લાગી જવાના હતા.

અરબાઝે ફરીવાર ફોન ઉપાડ્યો. આ વખતે તેને ટ્રન્ક કૉલ જોડવાની જરૂર નહોતી. તેણે એક લૉકલ કૉલ જોડ્યો.

'હેલો? સંતોષ? યાર, એ વાતની તકેદારી રાખજે કે પૂનાથી આવનારા ઘોડા પર તું સાબુની કરચો ઘસે.'

સંતોષે કંઈક કહ્યું. એ પછી અરબાઝે શરૂઆત કરી.

'મને ખબર છે. પણ મુસ્તફાના માણસો બધા જ ઘોડાઓને તપાસશે. આપણે એવું દેખાડવું છે કે રાઈડિંગ હૂડને ખૂબ પરસેવો વળી રહ્યો છે. તને સમજાયું ને? સરસ. યાદ રાખીને આ કામ કરજે.'

તે વિચારવા માટે રોકાયો. 'હજી એક વાત, સંતોષ. આપણા જોકી આદિલને કહેજે કે, તે એવો ડોળ કરે કે જાણે તેને ઘોડા પર સવાર થવામાં મુશ્કેલી પડી રહી છે. આને કારણે બૂકીઓ ભાવનું અંતર વધારવા પ્રેરાશે.'

'લાગે છે કે તેં બધું જ પહેલેથી વિચારી રાખ્યું છે,' અબ્દુલે નિરીક્ષણ કર્યું. 'તેં અત્યાર સુધીમાં ઘોડાઓ, ટ્રેઈનરો, જોકીઓ અને દાવ લગાડવામાં મારા પાંચ લાખ રૂપિયા ખર્ચી નાખ્યા છે. હું આશા રાખું છું કે આ ધંધો લાભદાયક સાબિત થાય. હું એ પણ આશા રાખું છું કે તારા અત્યારના જોકી કરતાં આ આદિલ સારો હોય.'

'કોલ અને અખબારોમાં જે જોકીનું નામ છે એ રુસ્તમ છે. છેલ્લા બે વર્ષમાં તે એક પણ રેસ જીત્યો નથી. પણ રુસ્તમ છેલ્લી ઘડીએ પોતાને બીમાર જાહેર કરશે અને આદિલ તેની જગ્યા લઈ લેશે. તે બેંગ્લોરનો ટોચનો એમ્યોર છે પણ પૂનામાં તેણે અનેકવાર ખરા રાઈડિંગ હૂડની સવારી કરી છે.'

'મેં સીધેસીધો જ મુસ્તફાને પતાવી નાખ્યો હોત,' અબ્દુલ દાદાએ કહ્યું. 'આ બધી પળોજણમાં પડવાનો શો અર્થ?'

'કેમ કે આપણે એને ત્યાં મારવાના છીએ, જ્યાં માર પડવાથી તેને સૌથી વધુ તકલીફ થવાની છે,' અરબાઝે કહ્યું.

અરબાઝ ધીરજપૂર્વક મેમ્બર્સ માટેના એન્કલોઝરમાં બેઠો હતો, તે જે એકમાત્ર રેસ માટે ત્યાં આવ્યો હતો તેના પર પોતાની આંખો પર દૂરબીન લગાડીને નજર રાખી તે બેઠો હતો. શિફોનની સાડી પહેરેલી અને અત્તરના પમરાટથી મઘમઘતી માનુનીઓ અને સ્ટ્રો હેટ્સમાં સજ્જ તથા દેખાવે આકર્ષક અને સુઘડ એવા જેન્ટલમેનની તેણે અવગણના કરી.

થોડી મિનિટો પહેલા જ તેના માણસોએ ટેલિફોન બૉક્સની ફોન લાઈન કાપી નાખી હતી. હવે મુસ્તફાની ટોળકી પાસે એકમેકનો સંપર્ક કરવાનું કોઈ માધ્યમ બચ્યું નહોતું.

રેસ શરૂ થઈ ત્યાં સુધીમાં, રાઈડિંગ હૂડ, સ્નો વ્હાઈટ અને બ્લડી મૅરી પર દાવ પેટે ત્રણ લાખ રૂપિયા લાગી ચૂક્યા હતા. આ બધા દાવ લાંબા હતા અને જો રાઈડિંગ હૂડ જીતે તો તેની ચૂકવણીની રકમ બહુ મોટી થઈ જતી હતી.

ઉદઘોષકના શબ્દો ઘોડા કરતાં પણ ઝડપથી દોડી રહ્યા હતા.

તેઓ બધા તૈયાર છે. અને, લો બધા જ દોડી પડ્યા... શું જોરદાર શરૂઆત છે!

પહેલા નંબર પર છે ગોલ્ડન બિસ્કિટ. વાહ શું તેની ગતિ છે. આ એવી વછેરી છે જેને પોતાની દોડ બહારની તરફ દોડવી ગમે છે. કિટ કેટ તેની પાછળ બહુ નજીક છે અને કદાચ તે સૌથી આગળ થઈ જશે...

મિસ્ટિક મૅજિક તેની પાછળ ત્રીજા ક્રમે છે...

જૉકીએ કોઈક રીતે ગોલ્ડન બિસ્કિટની પાછળ પહોંચવાનો રસ્તો શોધી કાઢવો રહ્યો અને પાછળથી કોઈક રીતે આગળ આવવાની તજવીજ કરવી રહી. આહ, અહીં આપણે શું જોઈ રહ્યા છીએ? રાઈડિંગ હૂડ ઝડપ વધારી આગળ આવી રહ્યો છે.

તેના પર આદિલ તારાપોરવાલા સવાર છે કેમ કે તેનો નિયમિત જૉકી રુસ્તમ શ્રોફ છેલ્લી ઘડીએ બીમાર થઈ ગયો હતો. બદલાયેલો જૉકી આ પરિવર્તન લઈ આવ્યો હોય એવું લાગે છે....

આ ક્ષણે તો મેદાન બધા માટે જ ખાસ્સું મોકળું જણાય છે. અંદરની તરફની રેઈલમાં જેટલું ઊંડાણ છે એટલું જ ઊંડાણ બહારની તરફની રેઈલમાં પણ હોય એવું જણાય છે. અને તમે જાણો છો શું? રાઈડિંગ હૂડ આ રેસનો પૅસસેટર બની રહ્યો હોય એવું લાગે છે.

ગોલ્ડન બિસ્કિટ હજી પણ આગળ છે... મિસ્ટિક મૅજિક પાછળ, ચોથા સ્થાન પર ધકેલાઈ ગયો છે.

રાઈડિંગ હૂડ પર એકની સામે ચાળીસનો ભાવ હતો જ્યારે ગોલ્ડન બિસ્કિટ રેસ જીતવા માટે ફૅવરિટ હતો...

અને રાઈડિંગ હૂડ તો આજે એક્સ્પ્રેસ ટ્રેનની જેમ દોડી રહ્યો છે, દરેક ડાફ સાથે તે અંતર ઘટાડી રહ્યો છે....

અને રાઈડિંગ હૂડ આગળ નીકળી રહ્યો છે... અને લો રાઈડિંહ હૂડ જીતી ગયો! પ્રભાવશાળી શૈલીમાં.... એકની સામે ચાળીસના મોઢામાં પાણી આવી જાય એવા ભાવ સાથે ....

અરબાઝ ચૂપચાપ મેમ્બરો માટેના એન્ક્લૉઝરમાંથી નીકળી ગયો. બદલો એવી બાબત હતી, જેનો આનંદ એકલામાં લેવો જોઈએ.

'તમે સમાચાર સાંભળ્યા?' અરબાઝે પૂછ્યું.

'કયા સમાચાર?' અબ્દુલ દાદાએ પૂછ્યું.

'ગઈકાલે રાત્રે મુસ્તફાએ આત્મહત્યા કરી લીધી,' અરબાઝે કહ્યું. 'રેસના વલણની ચૂકવણી પેટે તેને એક કરોડ કરતાં વધુની રકમ આપવાની આવતા તેણે પોતાના મોઢામાં રિવૉલ્વર નાખી અને ગોળી ચલાવી. કહેવાય છેકે તેનું મગજ ઊડી ને પાછળની દીવાલ પર અફડાયું હતું.'

અબ્દુલ દાદા શાંત હતા. 'સમજને કે મેં એને લગભગ દત્તક લઈ લીધો હતો, અરબાઝ. હું તેને મારા દીકરાની જેમ રાખતો હતો. મેં ક્યારેય વિચાર્યું નહોતું કે તે આવું કરશે.'

અરબાઝે આ વૃદ્ધ માણસને ક્યારેય લાગણીશીલ થતાં જોયો નહોતો.

ભારત માટે પણ એ ખરાબ દિવસ હતો. પાકિસ્તાનના અયુબ ખાન સાથે શસ્ત્રવિરામની સંધિ પર હસ્તાક્ષર કરવા વડા પ્રધાન લાલ બહાદુર શાસ્ત્રી તાશ્કંદ ગયા હતા અને બીજા દિવસે જ રહસ્યમય સંજોગોમાં તેમનું મોત થયું હતું.

'દાદા, ચાલો તાજ જઈએ. મેં સાંભળ્યું છે કે રીટા ફારિયા ત્યાં આવવાની છે,' એ વૃદ્ધને ખુશ કરવાના મરણિયો પ્રયાસ કરતા અરબાઝે કહ્યું.

'એ કોણ છે?' દાદાએ પૂછ્યું.

'રીટા મિસ બૉમ્બેનો અને ઈવ્સ વીકલી મિસ ઈન્ડિયાનો તાજ જીતી છે. મિસ વર્લ્ડ 1966 પણ તે જ જીતવાની છે એવી વાતો છે. તેને મળવું એ કદાચ તમારી ઉદાસીનો ઉપાય બની જાય.' અરબાઝે કહ્યું.

'જીવનમાં દરેક બાબતનો ઉપાય છે વ્હાલા અરબાઝ,' વૃદ્ધ અબ્દુલે કહ્યું. 'એને મોત કહેવાય છે.'

'તમે જો તાજ જવાની ના પાડતા હો તો આપણે બ્રીચ કૅન્ડી જઈએ અને બૉમ્બેલીઝમાં તમારી મનપસંદ કેકની સ્લાઈસની જયાફત ઉડાડીએ,' અરબાઝે કહ્યું.

'ચાલ, જઈએ,' આખરે અબ્દુલે માની જતાં ભારપૂર્વક કહ્યું.

'શું થયું તમારો વિચાર કેમ બદલાઈ ગયો?' અરબાઝે પૂછ્યું.

'મને મારી કેક તો આજે મળી જ ગઈ. ચાલ, હવે હું એ ખાઈ પણ લઉં.'

અરવિંદ અને જોયદીપ વિક્ટોરિયા મેમોરિયલ નજીકના *પુચકાવાળા* પાસે હતા.

'તું વારંવાર અહીં જ શા માટે આવે છે?' જોયદીપે પૂછ્યું.

'કેમ કે, અહીં જે સોદો મળે છે એ અજોડ છે! એક રૂપિયામાં બત્રીસ પુચકા. વળી, ન તો તારી કે ન તો મારી કોઈ ગર્લફ્રેન્ડ છે. આપણે એકબીજા

સાથે ચોંટી ગયા છીએ,' પોતાના મોઢામાં વધુ એક પુચકા મુકતાં તે બોલ્યો. પુચકા મોઢામાં જતાં જ અધકચરા છૂંદેલા બટાટા, ખજૂર અને કાચી કેરીના માવાના બનેલા મસાલા સાથેના ફૂદીનો, લીબું અને આમલીના પાણીએ તેના મોંની અંદર સ્વાદની જાણે કે રમઝટ જમાવી દીધી હતી.

અરવિંદને પૂરેપૂરી ખાતરી થઈ ગઈ હતી કે પુચકા એટલે *ગોલગપ્પા* અથવા *પાણીપૂરી* તો નહીં જ. અદભુત, મસ્ત રીતે તળેલા ગોળાકારમાં બટાટા અને ચણાનું તમતમતું મિશ્રણ, આમલીના પાણીમાં ડૂબાડીને અપાતા પુચકા તેના બંને પિતરાઈ કરતાં સદંતર અલગ હતા.

પુચકાની ખરી કદરદાની કરવી હોય તો, વ્યક્તિએ એક આખેઆખો પુચકા મોઢામાં મુકવો પડે, એમાંની એકે ય ચીજ બહાર ન પડે એની તકેદારી સાથે. જો તમે આવું કરી શકો તો જ તમે તેના સ્વાદના પરમ આનંદને પામી શકો.

'તો તું શેની ચર્ચા કરવા માગે છે?' જોયદીપે પૂછ્યું.

'તાશકંદમાં લાલ બહાદુર શાસ્ત્રીના અવસાનનો અર્થ એ થયો કે ટોચના પદ માટે વધુ એક વાર ખેંચતાણ થશે,' અરવિંદે કહ્યું.

'અવસાન? તારો કહેવાનો અર્થ છે હત્યા!' જોયદીપે તેને મનમાં રોષ સાથે સુધાર્યો.

લાલ બહાદુર શાસ્ત્રીનો મૃતદેહનો રંગ વાદળી થઈ ગયો હતો. આ અંગેનું સત્તાવાર સ્પષ્ટીકરણ એ આપવામાં આવ્યું હતું કે તેમના મૃતદેહને ખાસ લેપ લગાડવામાં આવ્યો હતો, પણ બહુ ઓછા લોકોને આ વાત પર વિશ્વાસ હતો. દેશ માટે એ માનવું મુશ્કેલ થઈ પડ્યું હતું કે આ નાજુક જણાતા વડા પ્રધાન જેમણે યુદ્ધમાં અયુબ ખાનનું નાક કાપી લીધું હતું, તેઓ એક એકાંત રશિયન બંગલામાં હૃદય રોગના હુમલાને કારણે મૃત્યુ પામ્યા હતા. રાજધાનીમાં, અફવાઓનું બજાર ગરમ હતું, પોતાના મિત્ર-પક્ષ પાકિસ્તાનને સમર્થન આપવા સીઆઈએએ શાસ્ત્રીજીને મોતને ઘાટ ઉતાર્યા હતા.

'મને લાગે છે કે મારે દીપંકર દા સાથે વાત કરવી જોઈએ,' અરવિંદે કહ્યું.

'કેમ?' જોયદીપે પૂછ્યું.

'શાસ્ત્રી મૃત્યુ પામ્યા છે, એનો અર્થ એ થયો કે ઈન્દિરા ગાંધીનો માર્ગ હવે મોકળો થઈ ગયો છે. મોરારજી દેસાઈ વડા પ્રધાન બને એના કરતાં ઈન્દિરાને આ પદ મળે એ કામરાજ વધુ પસંદ કરશે. તું જોજે, મોરારજી દેસાઈને આ વખતે પણ હાંસિયામાં ધકેલી દેવાશે.'

'તો?' જોયદીપે પૂછ્યું.

'ડાબેરી ઝોક ધરાવતી દેશની તમામ શક્તિઓને એક સાથે લાવવાની ઈન્દિરાજીને જરૂર પડશે. મારા પૉર્ટફૉલિયોમાં ભારતીય બૅન્કોના શૅર હોય તો મારે એ વેચી નાખવા પડશે. મને ખબર છે તેઓ ગમે ત્યારે બૅન્કોનું રાષ્ટ્રીયકરણ કરી નાખશે.'

'તો હવે આપણા ધંધાની વ્યૂહરચના શું હોવી જોઈએ?' જોયદીપે પૂછ્યું.

'મને લાગે છે કે આપણને વધુ એક મોટા સોદાની જરૂર છે,' અરવિંદે જવાબ આપ્યો. 'મારે બૉમ્બે જવું જોઈએ.'

'પરોમિતાને મળવા?' જોયદીપે પૂછ્યું, જો કે તરત જ તેને ખ્યાલ આવ્યો કે આ નામનો ઉલ્લેખ કરીને તેણે બહુ મોટી ભૂલ કરી છે. તેમના સંબંધ વિચ્છેદન બાદ અરવિંદે એ વાતનો સ્વીકાર ક્યારેય કર્યો નહોતો કે તેના જવાથી પોતાના પર કોઈ અસર પડી છે. તે પોતાના સામાન્ય ઉત્સાહ કરતાં બમણા જોશ સાથે કામ પર તૂટી પડ્યો હતો. આ બધું સામાન્ય તો નહોતું જ.

'ના,' અરવિંદે કહ્યું. 'મારે કેટલાંક નવાં શોખ વિકસાવવાની જરૂર છે.ગૉલ્ફ અને બૉટની આ માટે સારા વિકલ્પો છે.'

'પણ બૉમ્બે શા માટે?' જોયદીપે પૂછ્યું.

'કેમ કે મારા ટ્રેઈનર ત્યાં રહે છે,' એક પણ ટીપું બહાર પડવા દીધા વિના વધુ એક પુચકા પોતાના મોઢામાં મુકતા, અરવિંદે કહ્યું, 'એટલું જ નહીં, મને લાગે છે કે બૉમ્બેની વેલિંગ્ડન સ્પૉર્ટસ ક્લબની કલકત્તાની ટોલીગંજ ક્લબ સાથે પારસ્પરિક ગોઠવણ છે. હું વેલિંગ્ડન ક્લબનો ઉપયોગ કરી શકીશ કેમ કે મારા પિતા ટોલીના સભ્ય છે.'

જોયદીપે પોતાનું માથું ખંજવાળ્યું અને તેના મગજમાં વિચાર ચાલી રહ્યો હતો કે હવે કઈ નવી યોજના અરવિંદના મગજમાં રંધાઈ રહી હતી. પણ તેણે એ વિચાર પડતો મુક્યો. અરવિંદની યોજનાઓ જોયદીપના મગજના તંત્ર માટે બહુ જ ગૂંચવણભરી હતી.

'હું બૉમ્બેમાં હોઉં ત્યારે , મારા માટે એક કામ કરજે, જોયદીપ,' કાગળની એક ચબરખી પર એક નામ લખતા અરવિંદે કહ્યું.

'હા?' જોયદીપે પૂછ્યું.

'રજિસ્ટ્રાર ઑફ કંપનીઝમાં એક કંપનીની નોંધણી કરાવવાની છે, તેનું નામ હોવું જોઈએ ટ્રેક ટેક્નોલૉજી પ્રાયવેટ લિમિટેડ,' અરવિંદે ચબરખી આપતા કહ્યું.

'વધુ એક વાત,' અરવિંદે કહ્યું.

'હા?' જોયદીપે પૂછ્યું.

'હું ઈચ્છું છું કે, ઈન્ડિયન પેટન્ટ્સ એન્ડ ડિઝાઈન્સ એક્ટ 1911 હેઠળ તું પેટન્ટ માટે અરજી કરે.'

અબ્દુલ દાદાએ ધુમાડાનું વર્તુળ છોડ્યું જે હવામાં ઉડવા લાગ્યું, પણ જેમ જેમ તે ઊંચું ચડતું ગયું તેમ તેમ સ્વચ્છંદ થવા લાગ્યું. અરબાઝ તેને ઓગળતાં જોઈ રહ્યો.

'મને લાગે છે કે આ બહુ જ સરસ તક હોઈ શકે છે, દાદા,' અરબાઝે કહ્યું.

'હું સહમત છું,' દાદાએ કહ્યું. 'પણ આ કામ કઈ રીતે કરીશ?'

'આ શહેરમાં એવા સેંકડો લેણદારો છે, જેમની પાસેથી પૈસા ઉછીના લેનારાઓએ હવે નાણાં પાછાં ચૂકવવાની ના પાડી દીધી છે,' અરબાઝે કહ્યું. 'આવું જ ભાડૂતોની બાબતમાં છે, જેઓ મકાનમાલિકની જગ્યા ખાલી કરવા તૈયાર નથી. આપણે લેણદારો અને મકાનમાલિકોની મદદ કરવા તેમની સાથે ભળી જઈશું.'

'શરતો?' અબ્દુલ દાદાએ પૂછ્યું.

'સહકાર લેવા માટે કશું જ નહીં,' અરબાઝે કહ્યું. 'આ સેવા મફત રહેશે.'

'આ તો સાવ વાહિયાત વાત છે,' અબ્દુલે કહ્યું. 'આપણે ધર્માદા ખાતું ચલાવીએ છીએ?'

'દાદા, એક મિનિટ માટે તમે એક મોટા કોન્સર્ટ હોલની કલ્પના કરો,' અરબાઝે કહ્યું.

'ભલે,' દાદાએ અનિચ્છાએ કહ્યું. 'મને હજી પણ લાગે છે કે આ તુક્કો મૂરખાઈભર્યો છે.'

'હવે કલ્પના કરો કે એ કોન્સર્ટ હોલના બે દરવાજા છે – એક પ્રવેશવા માટે અને બીજો બહાર જવા માટે.'

'ઠીક છે,' એ સ્થળની કલ્પના કરવા માટે દાદાએ પોતાની આંખો મીંચી લીધી.

'હવે કલ્પના કરો કે પ્રવેશદ્વાર પર ટિકિટ તપાસનાર કોઈ નથી,' અરબાઝે કહ્યું. 'એનો અર્થ એ થયો કે, ગમે તે વ્યક્તિ હોલમાં મફતમાં પ્રવેશી શકે છે.'

'તારા આ હોલમાં હજારો લોકો આવશે પણ કમાણીના નામે મીંડું હશે,' અબ્દુલે કહ્યું. 'વાહિયાત.'

'ધીરજ રાખો,' અરબાઝે કહ્યું. 'હવે કલ્પના કરો કે, બહાર નીકળવાના દરવાજા પર, બહાર નીકળવાનો ચાર્જ લેવાય છે... એકસો રૂપિયા.'

અબ્દુલ ખડખડાટ હસી પડ્યો.

અરવિંદે હરાજીના 'નિયમો અને શરતો' પર વધુ એકવાર નજર કરી. અલીપોર રોડ પરનું એ સુંદર મકાન હતું. અરવિદે તેના માટે બોલી લગાડવાનું મન બનાવી લીધું હતું.

આ હરાજીમાં ભાગ લેવા ઈચ્છનારાઓએ અગાઉથી નામ નોંધાવવા જરૂરી છે. ભાગ લેવા માટે જરૂરી એવી ડિપોઝિટ રકમ છે એક લાખ રૂપિયા.

મિલકત જેમ-છે-જ્યાં-છે એ ધોરણે વેચવામાં આવી રહી છે. બોલી રજૂ કરતા પહેલા, સહભાગીઓએ ખરીદ અને વેચાણ કરાર, લાગુ પડતા કોઈ પૂરક દસ્તાવેજો, વેચાણકર્તાની સ્પષ્ટતા દસ્તાવેજીકરણ, તથા વ્યવહારને લગતા અન્ય તમામ દસ્તાવેજોની સમીક્ષા કરી લેવી.

સહભાગી થનાર દરેકની જવાબદારી છે કે તેઓ, મર્યાદા વિનાની, કાયદાકીય બાબતો, પ્રત્યક્ષ સ્થિતિ, તથા લક્ષણો, પર્યાવરણને લગતી બાબતો, બોજો તથા અન્ય તમામ પાસાં સહિતની મિલકતને લગતી તમામ બાબતોની તપાસ પોતાની જરૂરી તકેદારી સાથે કરે.

મિલકતની લઘુતમ વેચાણ કિંમત, અથવા રિઝર્વ પ્રાઈસ, વેચાણકર્તા દ્વારા નિયત કરવામાં આવી છે. એ રિઝર્વ પ્રાઈસ છે પચાલ લાખ રૂપિયા. રિઝર્વ પ્રાઈસ નીચેની બોલીઓ સ્વીકારવામાં નહીં આવે.

વિજેતા બોલી બોલનારને બોલીની રકમના 10 ટકા રકમ, રોકડ કે ચેક સ્વરૂપે, શરૂઆતમાં ચુકવેલી ભાગ લેવા માટેની ડિપોઝિટની રકમ બાદ કર્યા બાદ, હરાજીની તારીખે 3 વાગ્યા પહેલા જમા કરાવવાની રહેશે.

સર્વોચ્ચ બોલી લગાડનાર જો હરાજીનીની તારીખે નક્કી કરેલી સમયમર્યાદામાં દસ ટકા રકમ જમા કરાવવામાં નિષ્ફળ જશે, તો તેની ભાગ લેવા માટે ચૂકવેલી (પાર્ટિશિપેશન) ડિપોઝિટ) જપ્ત થઈ જશે અને એ પછી બીજા ક્રમની સર્વોચ્ચ બોલી લગાડનારને સૂચિત કરાશે તથા બીજા ક્રમની સર્વોચ્ચ બોલીની 10 ટકા રકમ જમા કરાવવાની તક તેને આપવામાં આવશે.

'પાર્ટિશિપેશન ડિપોઝિટના બે ચેક બનાવ,' અરવિંદે જોયદીપને કહ્યું.

'શા માટે?' જોયદીપે પૂછ્યું. 'બીજું કોણ બોલી લગાડી રહ્યું છે?'

'તું,' અરવિંદે કહ્યું. 'મારા ઉપરાંત.'

'પણ આપણે બંને શા માટે બોલી લગાડી રહ્યા છીએ?' જોયદીપે પૂછ્યું.

'હરાજીમાં સૌથી પહેલો હાથ હું ઊંચો કરીશ. રિઝર્વ પ્રાઈસ કરતાં નીચે કોઈ બોલી લગાડી શકે નહીં, આથી હું પચાસ લાખની બોલી લગાડીશ,' અરવિંદે કહ્યું.

'અને પછી?' જોયદીપે પૂછ્યું.

'તું મારા પછી તરત જ બોલી લગાડીશ,' અરવિંદે કહ્યું. 'તારા પહેલા કોઈને પણ હાથ ઊંચો કરવા દેતો નહીં. આ બાબત બહુ જ મહત્વની છે.'

'શા માટે?'

'કેમ કે તું ત્રણ કરોડની બોલી લગાડીશ,' અરવિંદે કહ્યું.

'આ તો બજાર મૂલ્ય કરતાં અનેક ગણી વધુ કિમત છે!' જોયદીપે ફાટેલા અવાજમાં કહ્યું. 'આટલી ઊંચી કિંમતે ઘર ખરીદવાનો શો અર્થ?'

'કેમ કે, તું જે રકમની બોલી બોલીશ એ ગેરવ્યાજબી હશે અને આ આંકડાની ઉપરની બોલી કોઈ નહીં લગાડે,' અરવિંદે જવાબ આપ્યો. 'તને આસાનીથી વિજેતા બોલી બોલનાર જાહેર કરી દેવાશે.'

'પણ આપણે એ બોલી બજાર ભાવ કરતાં ઘણી ઊંચી કિંમતે જીતશું!' જોયદીપે દલીલ કરી.

'એકવાર તું જીતી જઈશ, એ પછી હરાજી કરનાર તને બોલીની રકમના 10 ટકા બપોરે ત્રણ વાગ્યા સુધીમાં જમા કરાવવા કહેશે. પણ તું એવું નહીં કરે. એક લાખ રૂપિયાની તારી ડિપોઝિટ જપ્ત થઈ જશે.'

'અને પછી?'

'હરાજી કરનારે એ પછી ઘર બીજા ક્રમની સર્વોચ્ચ બોલી લગાડનારને આપવું પડશે.'

*અરવિંદે પ્યાર કરતે જા*ની આઉટડૉર હૉર્ડિંગ જાહેરાત જોઈ. તેનું દિગ્દર્શન પિનાકિન દેબનું હતું અને તેમાં બે નવોદિતો ઝળકવાના હતા.

હીરો કોણ છે એ તરફ અરવિંદે ધ્યાન આપ્યું નહીં. તેની આંખો તો હિરોઈન પર મંડાયેલી હતી.

તેની આંખો આમ પણ હંમેશાં તેના પર જ મંડાયેલી હતી.

તેનું નામ હતું પરોમિતા.

બગડિયા પરિવારનું નવું ઘર તેમના મૂળ ઘર કરતાં બમણા કદનું હતું જો કે તે હજી પણ અલીપોર રોડ પર જ હતું. અરવિંદની સમૃદ્ધિ ડ્રાઈવવેમાં વધુ બે કાર લઈ આવી હતી. એક હતી પ્રીમિયર પદ્મિની – આ ઉપરાંત બ્રિજમોહનલાલે અગાઉ ખરીદેલી એમ્બેસેડર તો ખરી જ. દર અઠવાડિયે ક્લબમાં બ્રિજ રમવા જવા માટે આ કારનો ઉપયોગ અરવિંદની માતા શકુંતલા કરતી. બીજી કાર હતી ઓલ-કૉઈલ સસ્પેન્શન અને વિસ્તૃત વ્હીલબેઝ ધરાવતી જીએમ હૉલ્ડેન, જેનો ઉપયોગ અરવિંદ કરતો.

'તને નથી લાગતું કે હવે તારે લગ્ન કરી લેવા જોઈએ?' શકુંતલા બગડિયાએ એક દિવસ પૂછ્યું. 'આજકાલ તારો મોટા ભાગનો સમય તું અમારાથી દૂર વીતાવે છે.' વાત સાચી હતી, અરવિંદનો પ્રવાસ ખૂબ વધી ગયો હતો. તે હજી ગઈ કાલે જ, નવી શરૂ થયેલી રાજધાની એક્સ્પ્રેસ દ્વારા દિલ્હીથી પાછો ફર્યો હતો. દિલ્હીથી હાવડા સ્ટેશન વચ્ચેનું 1,445 કિલોમીટરનું અંતર આ ટ્રેને માત્ર 17 કલાકમાં પૂરું કર્યું હતું. આવી દરેક ખેપ સાથે, તે પોતાના ખાતામાં થોડાક વધુ લાખ ઉમેરી રહ્યો હતો.

'છોકરાનો જીવ ખાવાનું બંધ કર,' બ્રિજમોહનલાલે પત્નીને કહ્યું, તેઓ એ વાતથી સૂંર્ણપણ વાકેફ હતા કે, પેલી બંગાળી છોકરી સાથેના પ્રેમ પ્રકરણ બાદ અરવિંદ પહેલા જેવો રહ્યો નહોતો.

'ખરૂં કહું તો લગ્નના વિચારને લઈને હું સ્પષ્ટ છું,' કીટલીમાંથી પોતાના કપમાં ચા રેડતાં અરવિંદે કહ્યું. બહુ મોટા કદના સોફા પર બીટલ્સનો લૉગો ધરાવતું ટી શર્ટ પહેરીને આરામથી તે બેઠો હતો. બીટલ્સના ચાર સંગીતકારોએ મહર્ષિ મહેશ યોગીના રિષિકેશ આશ્રમમાં યોજાયેલા ટ્રાન્સેન્ડેન્ટલ મેડિટેશન કેમ્પમાં (ગૂઢ ધ્યાન શિબિર) ભાગ લેવા એકાદ-બે વર્ષ પહેલા ભારત આવ્યા હતા. બીટલ્સનો કટ્ટર ચાહક એવો અરવિંદ પણ આશ્રમમાં યેનકેન પ્રકારે ઘૂસી ગયો હતો. આ ટી શર્ટ જૉન લેનોન તરફથી તેને મળેલી ભેટ હતી.

'તું શું બોલ્યો?' માતાએ પૂછ્યું. તેમના માટે આ જોરદાર ઝટકો હતો. શકુંતલા છેલ્લા બે વર્ષથી લગ્ન માટે રીતસર તેની પાછળ પડી હતી, પણ

અરવિંદ પંડિતો, કાકીઓ-મામીઓ-માસીઓ-ફઈઓ તથા પારિવારિક મિત્રોના એરેન્જ્ડ મેરેજ નેટવર્કમાંથી આવેલાં માગાં કે કન્યાઓ વિશે વાત કરવામાં કે કોઈ છોકરીને મળવા પણ તૈયાર થતો નહોતો.

'મેં કહ્યું કે, લગ્નના વિચારને લઈને હું સ્પષ્ટ છું,' અરવિંદે ચાનો ઘૂંટડો ભરતા કહ્યું. 'તારા મગજમાં કોઈ યોગ્ય છોકરી હોય, તો હું તેને મળવા તૈયાર છું.'

'તારો વિચાર એકાએક બદલાવાનું કારણ?' બ્રિજમોહનલાલે પૂછ્યું.

અરવિંદે પોતે વાંચી રહ્યો હતો એ *અમર ચિત્ર કથા* કૉમિકને એક કોરાણે મુકી. આજકાલ તેણે *ઈન્દ્રજાલ*ને બદલે *અમર ચિત્ર કથા*ને અપનાવી હતી.

'મધુબાલા ગયા વર્ષે ગુજરી ગઈ,' અરવિંદે કટાક્ષમાં જવાબ આપ્યો. 'તેને પરણવાની મારી આશાઓ પણ હવે મરી પરવારી છે.'

'તું સિરિયસ છે દીકરા,' બ્રિજમોહનલાલે કહ્યું.

'લગ્ન એ બીજું કંઈ નહીં પણ બિઝનેસમેન અને ઘરની સંભાળ રાખનાર વચ્ચે કામ માટેની ગોઠવણ છે. હું આવી ગોઠવણ સાથે કામ ચલાવી લઈશ.'

'તું પ્રેમ વગર જ પરણીશ?' તેની માતાએ પૂછ્યું.

'આટલા દિવસ હું લગ્ન વિના પ્રેમનો પ્રયાસ કરવા તૈયાર હતો. તો હવે પ્રેમ વિના લગ્નનો પ્રયાસ કરવામાં ખોટું શું છે?' અરવિંદે પૂછ્યું.

બીજા જ દિવસે, બગડિયાઓએ ગોયલ પરિવારના ઘરની મુલાકાત લીધી. તેઓ પણ બ્રિજમોહનલાલની જેમ શણના વેપારી હતા અને અરવિંદ તથા તેની દીકરીના જન્માક્ષરના મેળાપકમાં 36માંથી બત્રીસ ગુણ મળતા હતા. આ આંકડો ઉત્તમ ગણાતો. *અષ્ટ-કુટ* મેળાપક પદ્ધતિ અંતર્ગત, 31ની ઉપરનો આંકડો ઉત્તમ, એકવીસની ઉપરનો આંકડો સારો, 17ની ઉપર સરેરાશ અને સોળ કરતાં ઓછા ગુણ મળે તો એ અમંગળ ગણાતું.

તેનું નામ હતું અભિલાષા અને તે યોગ્ય રીતે ઉંમરમાં અરવિંદ કરતાં ત્રણ વર્ષ નાની અને ઊંચાઈમાં ત્રણેક ઈંચ નીચી હતી. તેનો પરિવાર બગડિયાઓની જ જ્ઞાતિનો હતો, પણ તેઓ થોડા ગરીબ ગણાતા. તમારી દીકરીને તમારા કરતાં પૈસાપાત્ર હોય એવા ઘરમાં પરણાવો અને વહુ એવા ઘરની લાવો જે તમારા કરતાં ગરીબ પરિવારની હોય., એ જૂનો નિયમ છે.

અક મહિના બાદ *અક્ષય તૃતિયાના* મંગળ દિવસે તેમનાં લગ્નની વિધિ સંપન્ન થઈ. લગ્નના રિસેપ્શનમાં આવેલા મોંઘેરા મહેમાનોમાં એક હતા સર ગ્યાનચંદ સેકસરિયા, જેઓ પોતાની સિંહાસન જેવી વ્હીલચૅર પર બેઠા હતા. દંપત્તિને આશીર્વાદ આપતા સ્મિત સાથે એ વૃદ્ધ અરવિંદના કાનમાં ગણગ્યા, ‘મારો વારો આવે એ પહેલા તારો વારો આવી ગયો.’

પોતે જે એકમાત્ર રાજકારણીને જાણતો હતો એ અટલ બિહારી વાજપેયીને અરવિંદે હસ્તલિખિત પત્ર મોકલ્યો હતો. એ પત્રના વળતા જવાબ રૂપે એક પત્ર આવ્યો જેમાં અરવિંદને અભિનંદન આપવાની સાથે તેમણે એ સમયે કલકત્તા ન આવી શકવાની પોતાની અસમર્થતા વ્યક્ત કરી હતી. જન સંઘના મુખ્ય સચિવ, દિનદયાલ ઉપાધ્યાયના અવસાનને કારણે, જન સંઘના નેતૃત્વની જવાબદારી વાજપેયી પર આવી પડી હતી અને તેમણે હાલમાં જ પાર્ટીના રાષ્ટ્રીય પ્રમુખની જવાબદારી સ્વીકારી હતી.

એ પછીના મુલાકાતી હતા મુનીમજી તારાચંદ અગરવાલ, જેમણે અરવિંદને એકાઉન્ટિંગની બધી યુક્તિ-પ્રયુક્તિઓ શીખવાડી હતી. અરવિંદ અને અભિલાષા એ વૃદ્ધના ચરણસ્પર્શ કરવા ઝૂક્યાં. તેમણે આ બંને આશીર્વાદ આપ્યા અને પછી કહેવત જેવા તેમના શબ્દોમાં બોલ્યા.

‘સુખી લગ્નજીવન માટેના બે નિયમો છે,’ તેમણે શરૂ કર્યું.

‘ખરેખર?’ અરવિંદે પૂછ્યું. ‘કયા?’

‘આ નિયમો કયા છે એ તો કોઈને ય યાદ હોય એવું લાગતું નથી,’ મુનીમજીએ સ્મિત સાથે કહ્યું.

ઓમ ત્ર્યંબકમ્ યજામહે

સુગન્ધિમ પુષ્ટિવર્ધનમ્

644 સીઈ, પ્રયાગ

ઉર્વારૂકમિવ બન્ધનાન્

મૃત્યુોર્મુક્ષીય મામૃતાત્॥

પ્રયાગના નદીકિનારે એકઠી થયેલી વિશાળ મેદનીને ચીની સાધુ જોઈ રહ્યા. સમ્રાટે આનું શું નામ કહ્યું હતું? *કુંભ મેળો?* નામ જે પણ હોય, પણ ઝુઆનઝેંગ તેનાથી અત્યંત પ્રભાવિત થયા હતા. દાનનું આ એટલું વિશાળ કાર્ય હતું, જેને કારણે લાગતું હતું કે સમ્રાટનું ભિક્ષુકમાં રૂપાંતર થઈ ગયું છે.

રાજવી ફરમાન દ્વારા, ભારતના પાંચેય ખંડોના તમામ ગરીબો, નિરાધારો, અનાથો અને કચડાયેલાઓને પ્રયાગમાં સમ્રાટના અતિથિઓ તરીકે આમંત્રણ આપવામાં આવ્યું હતું. પાંચ લાખ કરતાં વધુ લોકો આવ્યા હતા. આ મેળા માટે આવેલા હજારો લોકોને સમ્રાટ દરરોજ જમાડતા હતા..

આગામી પંચોતેર દિવસ, સમ્રાટ હર્ષે પોતાના ખજાનામાંના સંચિત અધિશેષ લોકોમાં વહેંચી હતી. સોનું, કિંમતી રત્નો, અનાજ તથા અન્ય ચીજ-વસ્તુઓ બ્રાહ્મણો, બૌદ્ધો અને ભિક્ષુકોમાં એકસમાનપણે વહેંચવામાં આવી હતી. હર્ષની સખાવત એવી હતી જાણે તેના પંડમાં કોઈએ પ્રવેશ કર્યો હોય. સંરક્ષણ તથા સાર્વજનિક વ્યવસ્થા જાળવવા માટે જેટલા જરૂરી હોય માત્ર એટલા જ ઘોડા, હાથી અને લશ્કરી સરંજામ તેણે રાખ્યો હતો.

'આપવા માટે હવે શું બાકી રહ્યું છે?' સમ્રાટને સામ્રાજ્યની સંપત્તિ લોકોને આપી દેતાં જોઈ ઝુઆંગઝેંગે વિચાર કર્યો. તેમની ઉદારતા જોતાં લાગતું હતું કે, જાણે તેમને કોઈપણ વસ્તુ પ્રત્યે જરા જેટલું પણ જોડાણ જ ન હોય.

જો કે, તેની નિઃસ્પૃહતા આશ્ચર્ય પમાડે એવી નહોતી.

હર્ષ રાજ સિંહાસનનો સત્તાવાર વારસ નહોતો. નસીબના તાનપલટાએ તેને સિંહાસન પર બેસાડી દીધો હતો. દુશ્મન રાજાએ હર્ષના મોટા ભાઈની હત્યા કરી હતી તથા તેની બહેનનું કેદ પકડી હતી. પોતાની બહેનને મુક્ત

કરાવવાના તથા ભાઈની હત્યાનો બદલો લેવાના સંકલ્પ સાથે શરૂ થયેલી શોધ, આખા ઉત્તર ભારત પરના વિજયમાં પરિણમી હતી. હર્ષનું સામ્રાજ્ય હવે બ્રહ્મપુત્રાના મુખત્રિકોણથી કાઠિયાવાડ, અને પંજાબથી નર્મદા નદી સુધી વિસ્તરેલું હતું.

પણ હૃદયથી, હર્ષ અધ્યાત્મ તરફ ઝોક ધરાવતો કવિ અને કળાકાર હતો, વિજયી સમ્રાટ નહીં. હર્ષે કનૌજના સામ્રાજ્યને એવી ગતિશીલ ભૂમિમાં પરિવર્તિત કરી નાખ્યું હતું, જે પોતાના કવિઓ, કળાકારો, સંગીતકારો અને તત્ત્વચિંતકો માટે વિખ્યાત હતું. સમ્રાટે પોતે પણ ત્રણ સંસ્કૃત નાટકો લખ્યાં હતાં.

સૂર્ય-પૂજક તરીકે જન્મેલો હર્ષ, હવે શૈવ પંથ અને બૌદ્ધ ધર્મના સૌથી મોટો આશ્રયદાતા બની ગયો હતો. ગયા વર્ષે જ તેણે પોતાના રાજ્યમાં પ્રાણીઓની કતલ પર પ્રતિબંધ મુકાવ્યો હતો. 10,000 કરતાં વધુ વિદ્યાર્થીઓ અને સાધુઓને સમાવતી નાલંદા વિશ્વવિદ્યાલયનો તે સૌથી ઉદાર મદદકર્તા હતો.

હવે આપવા માટે શું બાકી રહ્યું છે? હર્ષે મનોમન વિચાર કર્યો. તેનું ધ્યાન તરત જ પોતાના વ્યક્તિગત આભૂષણો તથા વસ્ત્રો તરફ ગયું. તેના કંઠહાર, મુગટમાંના મણિ, પહોંચી, બાજુબંધ અને વીંટીઓ પહેલા ગઈ. એ પછી તેનાં વસ્ત્રોનો વારો હતો. આમ પોતાની જાતને નગ્ન અને સાવ દીન બનાવી નાખ્યા બાદ, તેણે સ્મિત કર્યું અને પોતાની બહેનને સાધારણ પણ વાપરેલા વસ્ત્રો આપવા વિનંતી કરી, પોતાની જાતને એ વસ્ત્રોમાં એક સામાન્ય માણસની જેમ વીંટી લીધા બાદ, તેણે પ્રાર્થના કરવા પ્રયાણ કર્યું, અન્યોને ઉપયોગી થઈ શકવાની તક આપવા બદ્દલ સર્વશક્તિમાનનો આભાર માનવા તે જઈ રહ્યો હતો.

ત્યાર બાદ સમ્રાટે પોતાના પ્રજાજનો સાથે વાત કરી.

'કુંભ મેળા સાથે છળ-કપટનો કમનસીબ વારસો સંકળાયેલો છે,' તેણે શરૂઆત કરી. 'આપણા પવિત્ર ધર્મગ્રંથો મુજબ, સમુદ્રમંથન માટે એકમેકને સહકાર આપી રહેલા દેવો અને અસુરો વચ્ચે અમૃતના કુંભ માટે લડાઈ ચાલી રહી હતી.'

ત્યાં નિતાંત શાંતિ છવાઈ ગઈ હતી. પ્રજાને પોતાના શાસક માટે અપાર પ્રેમ અને માન હતું. તેઓ તેના દરેક શબ્દને ઝીલી લેવા તેઓ તત્પર હતા.

'કહેવાય છે કે, વિષ્ણુએ મોહિનીનું રૂપ લીધા બાદ, અસુરો પાસેથી અમૃતનો કુંભ ઝૂંટવીને ભાગી રહ્યા હતા,' હર્ષે આગળ વધાર્યું. 'અસુરો તેમની પાછળ પડ્યા અને વિષ્ણુએ પોતાના ઉડતા વાહન, ગરુડને એ કુંભ આપ્યો. એ પછીના સંઘર્ષમાં, અમૃતની છાલકનાં કેટલાંક ટીપાં ચાર સ્થળે પડ્યાં. એમાંનું એક સ્થળ હતું પ્રયાગ. પંરપરા કહે છે કે, એ મહત્ત્વના દિવસથી, દર ત્રણ વર્ષે કુંભ મેળો યોજાય છે, જેમાં આ ચાર જગ્યાએ વારાફરતી આ આયોજન પાર પડે છે. તેમાં આપણું વહાલું પ્રયાગ સૌથી મહત્ત્વનું છે.'

હર્ષ શ્વાસ લેવા માટે થોભ્યો.

'આપણા સહિયારા ઈતિહાસમાં આ પવિત્ર સ્થળની મહત્તા પર ફરી ફરીને ભાર મુકાયો છે,' હર્ષે કહ્યું. 'હજારો વર્ષ પહેલા, રાજકુમાર ભરત પોતાના ભાઈ રામ, સીતા અને લક્ષ્મણની પાછળ-પાછળ પ્રયાગ આવ્યા હતા, અહીં તેઓ ઋષિ ભારદ્વાજના આશ્રમમાં રહેતાં હતાં. ભરતે રામને પોતાની સાથે અયોધ્યા પાછા ફરવા વિનંતી કરી, પણ તેમણે એ નકારી કાઢી. રામના નામે અયોધ્યા પર રાજ કરવા અનિચ્છાએ ભરત પાછો ફર્યો.'

સમ્રાટે પોતાની દૃષ્ટિ ચીની સાધુ તરફ ફેરવી.

'અનેક સદીઓ બાદ, ગૌતમ બુદ્ધે ધર્મોપદેશ કરવાના ઉદ્દેશ્ય સાથે પ્રયાગની મુલાકાત લીધી હતી. બુદ્ધની ત્રણ સદી બાદ સમ્રાટ અશોક બૌદ્ધ સ્તૂપો બાંધવા માટે અહીં આવ્યા હતા. આપણી સંપત્તિ આધ્યાત્મિક અને ઐતિહાસિક વારસામાં સંઘરાયેલી છે.'

વિશાળ જનમેદનીમાંથી આ વાતને વધાવી લેવા હર્ષઘેલા ઉદગારો અને આનંદની છોળો ઊડી.

ફરીથી વાતનો દોર સાંધતા પહેલા, આ હર્ષનાદ શમે એની રાહ જોતો હર્ષ ઊભો રહ્યો. 'આપણી ધરતી અપાર સમૃદ્ધિની છે પણ આપણે સતર્ક રહેવું જોઈએ કે ક્યાંક આપણી સમૃદ્ધિ જ આપણા માટે અભિશાપ ન બની જાય. આપણે એ વાતની તકેદારી રાખીએ કે આપણે અમૃતના કુંભ માટે ઝઘડો નહીં કરીએ. મારા રાજ્ય પાસે જે કંઈ પણ સંપત્તિ છે, એ મારા લોકોની સેવા માટે છે.'

સમ્રાટના જયજયકારનો ધ્વનિ ચોમેર પડઘાતો હતો.

એ દિવસે મોડેથી મહેલમાં, હર્ષે ઝુઆંગઝેંગને પોતાની સાથે પોતાના ખાનગી ખંડમાં આવવા કહ્યું.

ઝુઆંગઝેંગ કોઈ સામાન્ય સાધુ નહોતા. સીમાની બહાર ન જવાના ચીનના સમ્રાટ તાઈઝોંગના હુકમનો અનાદર કરી, તેમણે છાનીછપની રીતે ચીન છોડ્યું અને પ્રવાસ કરી ભારત આવી પહોંચ્યા હતા. એ પછીના સત્તર વર્ષ તેમણે ઉપખંડનો પ્રવાસ કરવામાં વ્યતીત કર્યા હતા, બૌદ્ધ કેન્દ્રો પર રોકાઈને અભ્યાસ કરવાની સાથે તેઓ પોતાના અનુભવોની પણ કાળક્રમઅનુસાર નોંધ કરતા ગયા.

ચીન પરત ફરતી વખતે, ઝુઆંગઝેંગ હર્ષનો પત્ર પોતાની સાથે લઈ જવાના હતા, જેમાં ચીન સાથે રાજદ્વારી સંબંધો સ્થાપવાની વાત હતી. અને ત્યાર પછીના અનેક વર્ષો તેઓ પવિત્ર બૌદ્ધ ગ્રંથોનો ચીની ભાષામાં અનુવાદ કરવામાં ગાળવાના હતા. આમ ઝુઆંગઝેંગ એક વ્યક્તિમાં વણાઈ ગયેલા સાધુ, વિદ્વાન, મુસાફર અને અનુવાદક હતા.

'હું તમને કશું ક દેખાડવા માગું છું,' સમ્રાટે કહ્યું. 'એ બાબત મારા સૌથી વિશ્વાસુ નાયબ અને નાલંદા વિશ્વવિદ્યાલયના કુલપતિ, મિત્રાવસુના અધિરક્ષણ હેઠળ છે.'

સમ્રાટે તાળી પાડી, અને ચહેરા પર કરચલીઓ ધરાવતા એક સાધુએ પ્રવેશ કર્યો. તેમના હાથમાં રક્તવર્ણ કાપડમાં વીંટાળેલું કશું ક હતું. વૃદ્ધે ધ્યાનપૂર્વક એ પોટલું સમ્રાટની સામેની એક નીચી મેજ પર મૂક્યું અને ગાંઠ ખોલી નાખી.

એ કપડાની અંદર વિશાળકાય અને યત્નપૂર્વક સુંવાળા કરેલા તાડપત્રો હતા, જેને એકસમાન આકારમાં કાપવામાં આવ્યા હતા. દરેક પાંદડાના મધ્યમાં કરેલા છીદ્રમાંથી એક દોરી પસાર થતી હતી, જે આખા સમૂહને સાથે પકડી રાખવાનું કામ પણ કરતી હતી. એક ઉપર અને એક નીચે એમ લાકડાના બે આચ્છાદનોએ આ નાજુક હસ્તપ્રતને સાથે જોડી રાખી હતી. લાકડાના આ દરેક આચ્છાદન પર જેલીફિશની કોતરણી હતી.

કુલપતિએ એ પ્રાચીન ગ્રંથ ખોલ્યો. દરેક પાંદડા પર કંઈક લખાણ હતું. એ તો જોતાં જ સમજાઈ જતું હતું કે દરેક શબ્દ અત્યંત પરિશ્રમપૂર્વક પાંદડા પર કલમની મદદથી લખાયો હતો અને પછી તેના પર દીવાની મેશ ઘસવામાં આવી હતી.

લિપિ વાંચવા માટે ઝુઆંગઝેંગે પોતાની આંખો વધુ ચૂંચવી કરી. તેઓ

નાલંદામાં શીખ્યા હતા તે આ લિપિ નહોતી. હર્ષે સ્મિત કર્યું. 'એ બ્રાહ્મી છે, કુટિલા નહીં,' તેણે સમજાવ્યું. 'આપ એ વાંચી નહીં શકો.'

'તો પછી હે રાજન, આપ મને તે શા માટે દેખાડી રહ્યા છો?' ઝુઆંગઝેંગે પૂછ્યું.

'કેમ કે તમને એ ખબર હોવી જોઈએ કે આ સુવર્ણ યુગના હાર્દમા શું પડ્યું છે,' હર્ષે કહ્યું. કુલપતિ તરફ વળતા તેણે કહ્યું, 'મિત્રાવસુ, તમે આ ગ્રંથનાં કેટલાક પૃષ્ઠો આપણા વિદ્વાન મિત્ર માટે વાંચશો?'

વૃદ્ધે ડોકું ધુણાવ્યું અને વાંચવાની શરૂઆત કરી.''

'સ્વેદન.... મર્દન.... મુચર્ન... ઉત્થાપન... પતન.... રોધન... નિયમન... સંદીપન.....'

પુસ્તક ત્રણ

1970-1980

અબ્દુલ દાદાએ ચાઈનીઝ ડ્રેગન-પ્રિન્ટનો ડ્રેસિંગ ગાઉન પહેર્યો હતો અને પોતાની ઑફિસમાં જાડી ક્યુબન સિગાર ફૂંકી રહ્યો હતો ત્યારે ગુલાબી કપડાં પહેરેલી સ્ત્રી તેના ખભાને માલિશ કરી રહી હતી. તેની સામેના ટેબલ પર સ્પૉન્જ કેક, ચીઝ સ્ટ્રોઝ અને પફ પૅસ્ટ્રીઝની પ્લૅટ્સ પડી હતી. 'આ બધું શું છે?' ખાવાની ચીજો તરફ આંગળી ચીંધતા અરબાઝે પૂછ્યું.

'તેં જેને ઉગારેલો એ નાનો છોકરો તને યાદ છે? અરે, એ જ જેના બાપે મીઠાઈની દુકાન શરૂ કરી હતી અને ઉછીનાં નાણાં આપનારાઓનું દેવું તે ચૂકવી શક્યો નહોતો? એ છોકરાના દાદા. નિવૃત્ત મેજિસ્ટ્રેટે આપણી પાસે મદદ માગવા આવ્યા હતા?'

'હા,' અરબાઝે જવાબ આપ્યો.

'હવે એનો બાપ ફોર્ટમાં મોન્જિનિસની દુકાનમાં કામ કરે છે. હું ચાખી શકું એ માટે તે આ બધું લઈ આવ્યો હતો.'

અરબાઝના ચહેરા પર સ્મિત આવ્યું. એ પરિવારની પ્રગતિ વિશે જાણીને તેને સારું લાગ્યું.

'મેં તેને તેના પૌત્ર માટે થોડાક પૈસા આપ્યા,' અબ્દુલ દાદાએ કહ્યું. 'મારે કઈ લેવી જોઈએ?'

'તમારો મતલબ છે કેક અને પફ પૅસ્ટ્રીઝમાંથી?' અરબાઝે પૂછ્યું.

'ના ચુતિયા. આ વીંટીઓમાંથી!'

અબ્દુલ દાદાના હાથમાં હીરાની બે વીંટીઓ હતી. તે આ બંનેનું નિરીક્ષણ કરી રહ્યો હતો, આમાંથી કઈ તેની પ્રેમિકા, અન્જુમ આઝાદ માટે સારી રહેશે.

'હીરામાં મને ઝાઝી ગતાગમ પડતી નથી,' અરબાઝે જવાબ આપ્યો. 'હું તો જે સસ્તી હશે એ પસંદ કરીશ.'

'તેં સમાચાર સાંભળ્યા?' અરબાઝ કેકનો ટુકડો મોંમાં મૂકી રહ્યો હતો ત્યારે અબ્દુલ દાદાએ પૂછ્યું.

'શું?' કેકથી ભરેલા મોંએ અરબાઝે જવાબ આપ્યો.

'રાજવી પરિવારોને અપાતા સાલિયાણા (પ્રિવી પર્સ) ઈન્દિરા ગાંધીએ બંધ કરી નાખ્યા છે,' દાદાએ કહ્યું. 'મેં તને કહ્યું હતું ને કે આ સરકાર પર વિશ્વાસ મુકાય એમ નથી?'

પ્રિવી પર્સ એ સાલિયાણું (વર્ષાસન) હતું જે ભૂતપૂર્વ દેશી રજવાડાઓને 1947માં ભારત સાથે ભળી જવા માટેની શરત પેટે અપાતું હતું. તેમનું પ્રત્યાર્પણ સુનિશ્ચિત કરી લીધા બાદ, ઈન્દિરા ગાંધીની સરકાર હવે સિફતપૂર્વક એ વચનનો ભંગ કરી રહી હતી.

'મારી અત્યારની સમસ્યાઓ ઘણી મોટી છે,' અરબાઝએ કહ્યું.

અબ્દુલ દાદાએ હીરાની વીંટીમાંથી ઉપર નજર કરી. 'બોલ,' તેણે મસાજ કરી રહેલી સ્ત્રીને બહાર જવાનો ઈશારો કરતા કહ્યું.

'તમે જાણો જ છો કે, શહેરમાં નવો પોલીસ કમિશનર આવ્યો છે,' અરબાઝએ કહ્યું. 'એ આપણા કામને મુશ્કેલ બનાવી રહ્યો છે.'

'કઈ રીતે?' દાદાએ પૂછ્યું.

'શહેરમાં આવી રહેલો દારૂનો જથો તેણે રોકી દીધો છે; મટકાના ત્રણ અડ્ડાઓ પર તેણે દરોડા પાડ્યા છે; ડ્રગ્ઝ પહોંચાડનારા આપણા પાંચ લોકોની તેણે કોલાબા કોઝવેથી ધરપકડ કરી છે; તેણે કહ્યું છે....'

'એમાં શું મોટી વાત છે,' દાદાએ વચ્ચેથી રોકતા કહ્યું. 'દરેક નવો કમિશનર આવે ત્યારે આવા ઉધામા કરે છે. પણ એ પછી તેમને ગલૂડિયાંની જેમ ટ્રેઈન કરવા પડતા હોય છે. આ માટે તું મારા પાંડવોમાંના કોઈનો પણ ઉપયોગ કરી શકે છે.'

ચાવીરૂપ જગ્યાએ બેઠેલા પાંચ લોકોનું અબ્દુલ દાદા હંમેશા પાલનપોષણ કરતો. 'આપણા માટે એ લોકો પાંચ પવિત્ર પુરુષો જેવા છે,' તેણે અગાઉ અરબાઝને સમજાવ્યું હતું. અરબાઝને સમજાઈ ગયું હતું કે આનો અર્થ એ થાય છે કે, પોલીસ, ન્યાયતંત્ર, નગર પાલિકા અને આવકવેરા ખાતામાંના મહત્વના સંપર્કોનું કાયમ માટે ધ્યાન રાખવું. 'પાંચમું કોણ?' અરબાઝએ ત્યારે પૂછ્યું હતું.

'ઈશ્વર,' અબ્દુલ દાદાએ તરત જવાબ આપ્યો હતો.

'આ માણસ સાથે કામ લેવાનું સરળ હોય એમ લાગતું નથી,' અરબાઝે કહ્યું. 'એ હાડોહાડ ઈમાનદાર છે. તેને નાગપુરથી અહીં ટ્રાન્સફર કરાયો છે. મુંબઈની *હવા*એ હજી તેના પર અસર કરી નથી. પોલીસમાંનો તમારો પાંડવ પણ આ માણસથી કંટાળી ગયો છે.'

'દરેક ઈમાનદાર માણસની કેટલીક છૂપી નબળાઈઓ હોય છે,' અબ્દુલ દાદાએ કહ્યું. 'એ નબળાઈઓ શોધી કાઢ.'

'અમે બધું જ તપાસી લીધું છે. એ લાંચ લેતો નથી. એ ન તો ધૂમ્રપાન કરે છે, ન દારૂ પીએ છે કે ન તો જુગારમાં તેને રસ છે.'

'સ્ત્રી?' દાદાએ પૂછ્યું.

'લગ્નને એકવીસ વર્ષ થયા છે અને તે એક જ સ્ત્રીને વફાદાર છે,' અરવિંદે જવાબ આપ્યો. 'કોઈ પ્રેમ પ્રકરણ, રખાત કે વેશ્યાની જરા સરખી ય શક્યતા નથી.'

'આપણે એનું ઢીમ ઢાળી નાખીએ,' ધુમાડાનું એક સંપૂર્ણ વર્તુળ છોડતા અબ્દુલ દાદાએ કહ્યું. અરબાઝે વધુ એક વાર એ વર્તુળને વિસ્તરતાં તથા શૂન્યમાં ઓગળી જતાં જોયા કર્યું.

'આપણા ત્રણ માણસો જેલમાં છે,' અરબાઝે કહ્યું. 'પોલીસ સાથે સીધા સંઘર્ષમાં ઉતરવાનો અર્થ એ છે કે આપણે એ ત્રણેયને પણ ભૂલી જવા પડશે. તમે જ શીખવ્યું છે ને કે રિવૉલ્વર કરતાં વિનમ્રતાથી કરેલી સમજાવટ વધુ બહેતર છે.'

દાદા હસી પડ્યો. 'પણ ઘણી વાર હાથમાં રિવૉલ્વર સાથેની વિનમ્ર સમજાવટ વધુ અસરકારક સાબિત થાય છે,' તેણે કહ્યું. ' આમ છતાં, તું સાચો છે, પોલીસ સાથે સીધા સંઘર્ષમાં ઉતરવાથી કોઈ અર્થ નહીં સરે. હમીદને બોલાવી લે.'

હમીદ અંદર આવ્યો. મુસ્તફાની આત્મહત્યા બાદથી, હમીદે વધુ મહત્ત્વ પ્રાપ્ત કર્યું હતું. રંગરાજન પિલ્લાઈની હત્યા બાદ માટુંગા અને ધારાવીમાં થોડા ઘણા ટેકેદારોને બાદ કરતાં પિલ્લાઈ ગેંગનો લગભગ સફાયો થઈ ગયો હતો. પરિણામે દાદાનો દબદબો હવે વધ્યો હતો. બૉમ્બે હવે સંપૂર્ણપણે તેની જાગીર હતી. એનો અર્થ એ થતો હતો કે ખાસ્સા વિસ્તૃત થયેલા આ સામ્રાજ્ય પર અબ્દુલ દાદાના બે વિશ્વાસુઓ – અરબાઝ અ હમીદનું રાજ હતું. મટકાનો ધંધો હવે મુરલી ચલાવતો હતો, જે દાદા માટે નફો ત્રણ ગણો વધારવામાં સફળ રહ્યો હતો.

'આ માણસને કોઈ શોખ ખરા?' અરબાઝે પૂછ્યું.

'ફક્ત બે, સિક્કા સંગ્રહ અને રાજેશ ખન્નાની ફિલ્મો જોવી,' હમીદે જવાબ આપ્યો. 'પ્રાચીન સિક્કા અંગે તેણે નોંધપાત્ર સંશોધન કર્યું છે અને આ ક્ષેત્રમાં તે નિષ્ણાત જેવો ગણાય છે.'

'રાજેશ ખન્નાના વળગણનું શું?'

'આ સુપરસ્ટારની બધી જ સુપર હિટ ફિલ્મો તેણે જોઈ છે. રાજેશ ખન્નાની બધી ફિલ્મો તે ફર્સ્ટ ડે, ફર્સ્ટ શોમાં જ જુએ છે. તેણે *આરાધના, દો રાસ્તે, કટી પતંગ, આનંદ* અને *અમર પ્રેમ* જેવી દરેક ફિલ્મ પાંચ કરતાં વધુ વાર જોઈ છે.'

'રાજેશ ખન્નાની હવે પછીની મોટી રિલિઝ કઈ છે?' અરબાઝે પૂછ્યું.

'*અંદાઝ*,' હમીદે જવાબ આપ્યો. 'આવતા મહિને રિલિઝ થઈ રહી છે. જો કે, તેમાં રાજેશ ખન્ના માત્ર મહેમાન કલાકાર તરીકે છે.'

'બીજા કલાકારો કોણ છે?' અરબાઝે પૂછ્યું.

'હેમા માલિની, શમ્મી કપૂર અને સિમી ગરેવાલ – સુપર સ્ટાર પોતે તો ખરો જ,' હમીદે જવાબ આપ્યો.

'નિર્માતા?'

'રમેશ સિપ્પી,' હમીદે જવાબ આપ્યો. 'લોકો કહે છે કે ફિલ્મમાં એક ગીત છે *ઝિંદગી એક સફર હૈ સુહાના* જેમાં કિશોર કુમારનું યોડલિંગ છે.'

'કમિશનરને આ ગીત વિશે ખબર છે?' અરબાઝે પૂછ્યું.

'રેડિયો પર અમીન સાયાનીની *બિનાકા ગીતમાલા* તે નિયમિત સાંભળે છે. તેના પર નજર રાખવા માટે તહેનાત કરેલા આપણા માણસો આ એકનું એક ગીત સાંભળીને કંટાળી ગયા છે,' હમીદે કહ્યું.

'રેડિયો પર કોઈ એવું છે, જે રાજેશ ખન્નાની નકલ કરતું હોય?' અરબાઝે પૂછ્યું.

'ચોક્કસ,' હમીદે જવાબ આપ્યો. 'એનું નામ નિરંજન કે એવું કંઈક છે.'

'હમીદ, આ નિરંજન કે એવું કંઈક મને મળે એવું કંઈક કર,' અરબાઝે નિર્દેશ આપ્યો. અબ્દુલ દાદા તરફ વળતા, અરબાઝે પૂછ્યું, 'દાદા, *અંદાઝ*ના પ્રીમિયરની ચાર ટિકિટની તમે વ્યવસ્થા કરી શકશો?'

અબ્દુલ દાદાએ ડોકું ધુણાવ્યું. 'બૉલીવૂડમાં એવું કશું જ નથી જેની વ્યવસ્થા હું ન કરી શકું.'

અરબાઝે સ્મિત કર્યું. અબ્દુલ દાદા તેને જોઈ રહ્યા.

અબ્દુલ દાદા જાણતો હતો કે અરબાઝ સ્મિત કરે તો સમજવું કે બેમાંથી કોઈ એક જ અર્થ થતો. કાં તો તેણે કળા કરી લીધી છે. અથવા તો કળા કરવાનો માર્ગ તેને મળી ગયો છે.

ક્રાફર્ડ માર્કેટની સામેની 1896માં બનેલી ઈમારત ઍંગ્લો-ગૉથિક સ્થાપત્ય શૈલીનું સુંદર ઉદાહરણ હતી. તેની આસપાસ નારિયેળીના વૃક્ષોના ઘેરા આચ્છાદનને કારણે મુખ્ય રસ્તા પરથી આ ઈમારત દેખાતી નહોતી. અંદર પ્રવેશ્યા બાદ, વિક્ટોરિયન શૈલીની અનેક પરસાળોમાંથી પસાર થવું પડતું અને પોલીસ કમિશનરની ઑફિસમાં પહોંચતા પહેલા ભૂતપૂર્વ પોલીસ કમિશનરોના અનેક અનાકર્ષક ચિત્રોની હરોળને ઓળંગવી પડતી.

કમિશનર દુબેની કૅબિન વિશાળ હતી, બહુ મોટા કદનું સાગનું ટેબલ જેના પર કાચ લગાડેલું હતું તે સૌથી ધ્યાનાકર્ષક બાબત હતી. તેની પાછળની દીવાલ પર બૉમ્બે પોલીસનું ચિહ્ન હતું. તેની બાજુના નાના ટેબલ પર ત્રણ ટેલિફોન હતા. એક ચકરડા વગરના ડાયલવાળું હતું, એ તેની સેક્રેટરી સાથેનું ઈન્ટકૉમ હતું. બીજું તેના અને રાજ્યના ગૃહ સચિવ વચ્ચેની હૉટલાઈન હતી. ત્રીજી તેની ડાયરેક્ટ લાઈન હતી.

ત્રીજો ફોન વાગવાની શરૂઆત થઈ. ચકરડાંવાળા મોટા ભાગના ફોનની રિંગ વાગતી ત્યારે આવતો કંટાળો ઉપજાવે એવો અને થોડોક ગભરાવી મુકે એવો તીણો એ અવાજ હતો. દુબેએ ફોન ઉપાડયો.

‘હા?’ તેણે કહ્યું.

‘કમિશનર દુબે બોલો છો?’ રાજેશ ખન્નાના અવાજે પૂછ્યું. દુબે પોતાની ખુરશીમાંથી ઊભો થઈ ગયો. આવું તો તે મુખ્ય પ્રધાન કે ગવર્નરનો ફોન આવે ત્યારે પણ નહોતો કરતો.

આટલા વર્ષો સુધી જે અવાજે તેને પાગલ કરી મુકયો હતો, એ જ અવાજ આજે તેના માટે પૂછી રહ્યો હતો... દુબે માટે!

‘ખરેખર તમે જ બોલો છો કાકા?’ રાજેશ ખન્નાના લાડકા નામને ઉપયોગ કરતા, દુબેએ પૂછ્યું, ઉત્સાહને કારણે તેનો અવાજ કંપી રહ્યો હતો.

બીજા છેડે અવાજ હસી પડ્યો. 'હાં, મૈં હી હૂં, યાર. હું જ છું. મારા પીએએ મને કહ્યું કે તમે મારા ચાહક છો.'

'બહુ મોટો, કાકા!' કમિશનરે ભારપૂર્વક કહ્યું. 'કોણ તમારો ફેન ન હોય? મારી પત્ની અને દીકરીઓ પણ તમારા પાછળ પાગલ છે. અમે તમારી દરેક ફિલ્મ અનેક વખત જોઈએ છીએ. અમે બધા તમને મળવા માટે મરી રહ્યા છીએ! હું તો અત્યારે જ મરી રહ્યો છું!'

'ઝિંદગી ઔર મૌત ઉપરવાલે કે હાથ મેં હૈ,' ફિલ્મ આનંદના લોકપ્રિય સંવાદને ટાંકતા અવાજે કહ્યું. 'જીવન અને મરણ તો માત્ર ઉપરવાળાના હાથમાં જ છે, પણ મેં એક નાનકડી ફેવર માટે તમને ફોન કર્યો છે.'

'સર, તમારો શબ્દ મારા માટે હુકમ સમાન છે,' દુબેએ કહ્યું.

'તમે જાણતા જ હશો કે, મારી નવી ફિલ્મ અંદાઝ ટૂંક સમયમાં રિલિઝ થવાની છે,' અવાજે કહ્યું. 'હું તેમાં મહેમાન કલાકાર તરીકે છું.'

'અમે બધા જ તેની આતુરતાપૂર્વક રાહ જોઈ રહ્યા છીએ,' દુબેએ કહ્યું.

'ફિલ્મનું પ્રીમિયર અપ્સરામાં છે અને તમને કદાચ ખબર હશે કે ગયા વખતે ત્યાં શું થયું હતું?'

દુબેએ પોતાના જીવનમાં ક્યારેય ફિલ્મના પ્રીમિયરમાં હાજરી આપી નહોતી, આથી આ બાબત વિશે તેણે પોતાનું અજ્ઞાન છતું કરી, ગયા વખતે શું થયું હતું તે જણાવવા વિનંતી કરી.

'છોકરીઓ લિપસ્ટિક લગાડીને મારી કાર પર ચુંબનની છાપ છોડવા માગતી હતી. કોઈએ મારી બારી પર પોતાના લોહીથી પ્રેમ સંદેશ લખ્યો હતો. રસ્તાની બંને તરફ જાણે કે માનવ મહેરામણ ઊભરાયો હતો અને સિનેમા હૉલમાં પ્રવેશવું મારા માટે મુશ્કેલ થઈ પડ્યું હતું,' એ પ્રસિદ્ધ અવાજે ફરિયાદના સૂરમાં કહ્યું.

'સર, મારી પાસેથી તમારી શી અપેક્ષા છે?' દુબેએ પૂછ્યું.

'મુખ્ય પ્રધાનને પણ આમંત્રણ મોકલવામાં આવ્યું છે. અને તે છ વાગ્યાનું છે.'

'તો, એમાં કોઈ સમસ્યા છે?' દુબેએ લગભગ કાકલૂદીભર્યા સ્વરે પૂછ્યું.

'હું આશા રાખું છું કે આ ફિલ્મ મારી લાગલગાટ પાંચમી હિટ હશે. મેં મારા જ્યોતિષીની સલાહ લીધી છે અને તેમનો આગ્રહ છે કે પ્રીમિયર સાત વાગ્યે યોજાવું જોઈએ, છ વાગ્યે નહીં.'

'તો તમે મુખ્ય પ્રધાનને મોડા આવવા શા માટે નથી કહેતા?' દુબેએ સૂચવ્યું.

'મેં એવું કર્યું હોત, પણ નવ વાગ્યે તેમની વડા પ્રધાન સાથે બેઠક છે. અમે જો સાત વાગ્યે શરૂ કરીએ, તો તેમણે એક કલાક વહેલા નીકળવું પડશે. તેમણે આગ્રહ કર્યો છે કે ફિલ્મ છ વાગ્યે જ શરૂ કરવામાં આવે. હું બરાબરનો ફસાયો છું.'

'હું સમજી શકું છું, કાકા,' દુબેએ કમિશનરની અદામાં કહ્યું.

'તમે સીએમના કાફલાને અપ્સરા થિયેટર પહોંચતા પહેલા થોડોક મોડો કરાવી શકો તો સારૂં, એવી વિનંતી હું તમને કરવા માગું છું, સમજો ને કે ત્રીસેક મિનિટ માટે? એનાથી સીએમનો અહં ઘવાતો બચશે અને, આ વિસ્તારમાં ટ્રાફિકની સમસ્યા જોતાં તેઓ ત્યાં સાત વાગ્યે જ પહોંચશે.'

'એ તો મુખ્ય પ્રધાન છે. એમને મારાથી કેમ રોકાય?' દુબેએ પૂછ્યું.

'હું કોઈક એવાને જાણું છું, જે કદાચ તમારી મદદ કરી શકશે,' અવાજે કહ્યું. 'તેનું નામ રાની છે.'

'મારે શું કરવાનું રહેશે?' કમિશનરે પૂછ્યું

'હું તમારા, તમારી પત્ની અને તમારી દીકરીઓ માટે આમંત્રણની વ્યવસ્થા કરું છું. પ્લીઝ પ્રીમિયર માટે જરૂર આવજો. તમે બરાબર છ વાગ્યે પહોંચી જજો, જેથી હું તમામ કલાકારો સાથે તમારી ઓળખાણ કરાવી શકું.'

'પણ રાનીનું શું?' કમિશનરે પૂછ્યું.

'એ તમને ટૂંક સમયમાં આવી ને મળશે. તેને પ્લીઝ તમે 500 રૂપિયા આપી દેજો. હું એ તમને પાછા ચૂકવી દઈશ.'

લાલબત્તી ધરાવતી સફેદ એમ્બેસેડર કારમાં મુખ્ય પ્રધાન અને તેમનાં પત્ની ગોઠવાઈ ગયાં હતાં. મુખ્ય પ્રધાનનાં પત્ની રવિવાર માટેની પોતાની સૌથી સરસ સાડીમાં સજ્જ હતાં – લેસની આછા બ્લુ રંગની એ સાડી સાથે છાજે એ માટે પોતાના વાળમાં મોગરાનો ગજરો નાખ્યો હતો. આ પ્રીમિયર માટેની તૈયારીઓમાં તેઓ એકાદ અઠવાડિયાથી વ્યસ્ત હતાં.

પ્રીમિયરમાં હાજરી આપવા માટે મુખ્ય પ્રધાને કેટલીક મહત્વની તથા જરૂરી બાબતોને કોરાણે મુકી હતી. આ બાબતને વ્યાજબી ઠેરવવા તેમણે પોતાના અમલદારોને એમ કહ્યું હતું કે 'સિનેમા ઉદ્યોગને પ્રોત્સાહિત કરવા તથા તેમનો ઉત્સાહ વધારવા' માટે તેમનું જવું જરૂરી હતું. તેમના મુખ્ય સચિવે વિનમ્રતાપૂર્વક ધ્યાન દોર્યું હતું કે, 1913માં દાદા સાહેબ ફાળકેએ ભારતને તેની પ્રથમ ફૂલ-લેંન્ગ્થ ફીચર ફિલ્મ, રાજા હરિશ્ચંદ્ર આપી ત્યારથી જ સિનેમાનો વિકાસ થઈ રહ્યો છે. સીએમએ તેના તરફ કરડી નજરે જોયું અને તેની બોલતી તરત જ બંધ થઈ ગઈ.

પોતાની આગળ એક માત્ર સિંગલ પાયલોટ કાર સાથે આ દંપત્તિ અપ્સરા સિનેમાની દિશામાં નીકળ્યું. ઑપેરા હાઉસ પહોંચતા પહેલા કૅમ્પ્સ કૉર્નરથી હ્યુજીસ રોડ સુધી તેમની કાર ખૂબ ઝડપથી આગળ વધી હતી. કારે લૅમિંગ્ટન રોડ તરફ જવા ડાબો વળાંક લીધો ત્યારે આ ઘટના બની.

હીજડાઓની એક ટોળીએ મુખ્ય પ્રધાનની કારને ઘેરી લીધી. એ નાની ટોળી નહોતી. એવું લાગતું હતું કે જાણે આખી દુનિયાના હીજડા ત્યાં એકઠા થઈ ગયા હતા. એ બધાએ પોતાની આગવી શૈલીમાં કારની બારીના કાચ ઠોકવાની શરૂઆત કરી, સાથે જ તાબોટા પાડતાં પાડતાં અશ્લીલ ગીતો ગાવા લાગ્યા.

પાયલટ કારમાં બેઠેલા બે પોલીસ કર્મચારીઓ મુખ્ય પ્રધાનની કાર માટે રસ્તો મોકળો કરવા પોતાના વાહનમાંથી ઉતર્યા પણ તૃતિયપંથીઓના આટલા મોટા ટોળા સામે આ બે જણ કશું ખાસ કરી શકે એમ નહોતા. દસ લોકોની મુખ્ય ટોળકી જાણે કે વધુ હીજડાઓને આકર્ષિક કરી રહી હતી. થોડી જ મિનિટોમાં આ ટોળી પચાસના ટોળામાં ફેરવાઈ ગઈ હતી.

'અમને અહીંથી બહાર કાઢ!' સીએમ પોતાના ડ્રાઈવર પર બરાડ્યા. શોફર ધર્મનિષ્ઠ માણસ હતો. તેણે સીએમને સમજાવવાનો પ્રયાસ શરૂ કર્યો, રામ જ્યારે અયોધ્યા છોડી ને જઈ રહ્યા હતા, ત્યારે તેમની પાછળ આવી રહેલા તમામ સ્ત્રી અને પુરુષોને તેમણે પરત ફરવા કહ્યું. પણ કિન્નરો તો હજી પણ તેમની પાછળ આવી રહ્યા હતા, કેમ કે તેઓ ન તો સ્ત્રી હતાં, ન પુરુષ. તેમની ભક્તિથી રામ ગદગદ થઈ ગયા, અને તેમને આશીર્વાદ આપવાની શક્તિ તેમણે આપી.

'એમાં ચિંતા કરવા જેવું કશું જ નથી, સાહેબ,' ડ્રાઈવરે કહ્યું. 'આશીર્વાદ આપવાની દિવ્ય પરવાનગી તેમને મળેલી છે.'

એક કિન્નર કારના બૉનેટ પર ચડી ને બિભત્સ નૃત્ય કરી રહ્યો હતો તથા વિન્ડસ્ક્રીનની સામે અંગ-ઉપાંગો હલાવી રહ્યો હતો.

'તું હવે અમને અહીંથી બહાર કાઢે છે કે હું તને આશીર્વાદ આપું?' સીએમ ગુસ્સામાં બરાડી ઉઠ્યા.

મુખ્ય પ્રધાન અને તેમનાં પત્ની પૂરો એક કલાક મોડાં, સાત વાગ્યે અપ્સરા સિનેમા પહોંચ્યાં. તેમના માટે ફાળવવામાં આવેલી પહેલી હરોળની બેઠક સુધી તેમને દોરી જવાયાં ત્યાં સુધીમાં 166 મિનિટની એ ફિલ્મની લગભગ 66 મિનિટ જેટલી વાર્તા વહી ગઈ હતી.

દિગ્દર્શક, નિર્માતા તથા કલાકારોની આખી મંડળી પોતપોતાની બેઠક પર બેસી ગઈ હતી. તેમણે જોયું કે સીએમના વાળ વેરવિખેર હતા અને તેમનાં પત્નીની લેસની બ્લુ રંગની સાડી ચોળાયેલી લાગતી હતી. તેમણે માથામાં નાખેલા ગજરામાંના મોગરાનાં ફૂલો ખરી પડ્યાં હતાં અને આ સુંદર ફૂલો જેમાં ગૂંથાયેલાં હતાં એ દોરો તેમનાં વાળમાં તરત દેખાઈ આવતો હતો.

પોલીસ કમિશનર દુબે બીજી હરોળમાં પોતાના પરિવાર સાથે બેઠા હતા, તેઓ તરત જ સીએમ પાસે પહોંચ્યા. 'સર, બધું બરાબર છે ને? તમે મોડા પડ્યા આથી મને ચિંતા થઈ રહી હતી,' તે આ શબ્દો એટલા મોટેથી બોલ્યો હતો કે આસપાસના અન્ય દર્શકોને પણ ખલેલ પડ્યો.

સીએમ કશુંક એવું બબડ્યા, જે સમજવું મુશ્કેલ હતું અને એ સાંભળતાં જ કમિશનર તરત પોતાની બેઠક પર પહોંચી ગયા.

કમિશનર તો પોતાના પરિવાર સાથે બરાબર છ વાગ્યે અપ્સરા થિયેટર પહોંચી ગયા હતા. તેમને મળેલા આમંત્રણમાં સ્પષ્ટ જણાવાયું હતું કે નિમંત્રિતો પોતાની બેઠક છ વાગ્યે લઈ લે એ જરૂરી હતું. એ વખતે તેને સવાલ થયો હતો કે, ફિલ્મ જો સાત વાગ્યે શરૂ થવાની હોય તો છ વાગ્યાથી બેસી જવાનો અર્થ શો? પણ, કાકાને પ્રશ્ન કરવાનું એનું શું ગજું? કાકાએ તો જાણે તેની સાવ અવગણના જ કરી હોય એવું લાગતું હતું, ન તો તેમણે

તેના પ્રયાસો બદ્દલ આભાર માનવાનો વિવેક દાખવ્યો કે ન તો તેણે ખર્ચેલા પૈસા પાછા આપવાની ચેષ્ટા કરી. કમિશનરે કાકા પાસે જઈ પોતાની ઓળખ આપી ત્યારે એ સુપરસ્ટારે વિનમ્ર સ્મિત કર્યું અને તેની સાથે હાથ મિલાવ્યો. રમૂજી બાબત તો એ થઈ કે જ્યારે કમિશનરે કાકાને જોઈ, ષડયંત્રને યાદ કરતા તેમની તરફ આંખ મિચકારી ત્યારે, કાકાના ચહેરા પર ગૂંચવણના ભાવ આવી ગયા.

વીસ મિનિટ બાદ લાઈટો ચાલુ થઈ. ઈન્ટરવલ પડ્યો હતો. સીએમ બધા સ્ટાર્સને મળ્યા અને રાજ્યને લગતી કેટલીક મહત્વની બાબતોનું કારણ આગળ ધરી ત્યાંથી નીકળવાની રજા માગી. ખરેખર, તો તેની પત્નીએ કહ્યું હતું કે તે ઘરે જવા માગે છે, કેમ કે ફિલ્મની શરૂઆતનો એક કલાકનો હિસ્સો ચૂકી જવાને કારણે તેને વાર્તાની ગડ બેસી રહી નહોતી, આથી તે ઘરે જવા માગતી હતી. સીએમને તેમની કાર સુધી લઈ જવા કમિશનર પણ ઊભા થયા.

જેવા તેઓ થિયેટરની બહાર નીકળ્યા, સીએમની એમ્બેસેડર કાર રસ્તા પરના ફૂટપાથની કિનાર સુધી આવી પહોંચી. કમિશનરે મુખ્ય પ્રધાન અને તેમનાં પત્ની માટે કારનો દરવાજો ખોલ્યો. એકાએક જ, ત્યાં ધાંધલ મચી ગઈ. એ રાની હતી, મુખ્ય પ્રધાનની કારને રોકનાર હીજડાઓની મુખી.

'તેં મને જે રકમ આપી છે એના કરતાં બમણી રકમ આપવાનો સોદો આપણી વચ્ચે થયો હતો,' રાનીએ સો-સોની પાંચ નોટો કમિશનર સામે હલાવતા કહ્યું. 'અમે એ બધું જ કર્યું, જે તેં અમને કરવા કહ્યું હતું, હવે સોદા મુજબ તું તારું વચન પૂરું કેમ નથી કરતો?'

સીએમએ ગુસ્સાભરી નજર કરતા, બિચારા કમિશનરના ચહેરાનો રંગ સાવ ઉતરી ગયો, સીએમની આંખોમાંથી જાણે કે તણખા ઝરી રહ્યા હતા.

કમિશનર દુબેનો કાર્યકાળ બૉમ્બે પોલીસનાના ઈતિહાસમાં નોંધાયેલા સૌથી ટૂંકામાંનો એક હતો.

'તારે હૈદરાબાદ જવાનું છે,' અબ્દુલ દાદાએ અરબાઝને કહ્યું.

'જરૂર, પણ શા માટે?' અરબાઝે પૂછ્યું.

'બંજારા હિલ્સમાં આપણો જમીનનો એક ટુકડો છે – આ મિલકતનું મૂલ્ય બહુ ઊંચું છે,' અબ્દુલે સમજાવ્યું. 'એમાંની કેટલીક જમીન રાજ્ય સરકાર જાહેર ઉપયોગ માટે હસ્તગત કરવા માગે છે.'

'આ મામલાને મારે કઈ રીતે પાર પાડવાનો છે?' અરબાઝે પૂછ્યું.

'મેં એચ.વી.રેડ્ડી સાથે મીટિંગની વ્યવસ્થા કરી છે,' દાદાએ કહ્યું.

'એ કોણ છે?' અરબાઝે પૂછ્યું.

'તેની પહોંચ સીએમ સુધી છે,' દાદાએ કહ્યું.

'આપણે સીએમને લાંચ આપવાના છીએ?'

'એવું કરી શકાય એમ નથી. આપણે માત્ર તેમને વિનંતી કરી શકીએ એમ છીએ. તેઓ કદાચ આપણને આ જમીનની જગ્યાએ કોઈ બીજી જમીન આપવા તૈયાર થઈ જાય. અથવા તો, સરકાર જે જમીન હસ્તગત કરવાની છે, તેના સારા ભાવ અપાવવામાં આપણી મદદ કરે.'

'હૈદરાબાદ આવવા તું તેને કહી શકે?' અરબાઝે પૂછ્યું. સવારે મુરલી સાથે તે સ્થાનિક ઉડિપી રેસ્ટોરાંમાં જ હતો.

'મને પૂરી ખાતરી નથી, પણ જો તું તેને તારી સાથે લઈ જઈશ, તો આ બાબત તારૂં પલડું થોડું ભારે કરી શકે એમ છે,' મુરલીએ કહ્યું. 'લે, એ આવી ગયો.'

એક ઊંચો - પાતળો અને બકરા જેવી દાઢી ધરાવતો યુરોપિયન અંદર આવ્યો. તે જરાય વિચિત્ર લાગતો નહોતો કેમ કે તેણે કૂરતો અને જીન્સ પહેર્યા હતા.

'અરબાઝ, આ છે પિઅર લારક્રોઈક્સ,' મુરલીએ કહ્યું. અરબાઝ અને પિઅરે હસ્તધૂનન કર્યું અને પછી બંને બેઠા અને નાસ્તાનો ઑર્ડર આપ્યો.

'હું ભાષાશાસ્ત્રી તરીકે ઓળખાઉં છું,' પિઅરે સમજાવ્યું.

'ભાષાશાસ્ત્રી કામ શું કરે છે?' અરબાઝે પૂછ્યું.

'હું ભાષાના વ્યાવહારુ અને સૈદ્ધાંતિક પાસાં જેમ કે વ્યાકરણ, વાક્યરચના, અર્થ તથા ધ્વનિશાસ્ત્રનો અભ્યાસ કરૂં છું,' પિઅરે જવાબ આપ્યો. 'હું અહીં આવ્યો છું કેમ કે ભારતમાં સૌથી વધુ સંખ્યામાં જીવંત ભાષાઓ છે.'

'મુરલીએ મને કહ્યું કે તારી કંઈક મુશ્કેલીઓ છે,' અરબાઝે કહ્યું.

'મને ઈન્ડો-ફ્રેન્ચ કાઉન્સિલ તરફથી ગ્રાન્ટ મળવાની હતી,' પિઅરે કહ્યું. 'કમનસીબે, ત્યાંથી આ રકમ આવી નથી. એટલે હવે મારે ફ્રાન્સ પાછા ફરવું પડશે.'

'હું તને એમ કહું કે તને સ્પૉન્સર કરવા હું મારા બૉસને કહી શકું એમ છું, તો?' અરબાઝે પૂછ્યું.

'એ તો બહુ જ અદભુત બાબત હશે,' પિઅરે કહ્યું. પછી તેણે ભ્રમર ચડાવતા કહ્યું. 'એ માટે મારે શું કરવાનું રહેશે?'

'તારે મારી સાથે હૈદરાબાદ આવવું પડશે.'

પિઅર્સ લારક્રોઈક્સ બૉમ્બેથી હૈદરાબાદની ફ્લાઈટમાં અરબાઝની બાજુની બેઠકમાં બેસીને ઊંઘી રહ્યો હતો.

કારાવેલે એરક્રાફ્ટનો સહ-પાયલટ, 26 વર્ષનો યુવાન હતો, અરબાઝે કૉકપીટમાં આવવાની પરવાનગી માગી ત્યારે તેણે અરબાઝ સાથે ટૂંકી વાતચીત કરી હતી. 'દબાણને લગતા અંતરાયોને કારણે હવામાન થોડું ખરાબ છે, પણ આપણને વાંધો નહીં આવે,' તેણે કહ્યું. અરબાઝે તેનું નામ પૂછ્યું, તો તેણે જવાબ આપ્યો કે તેનું નામ રાજીવ ગાંધી હતું.

બેઠકોની બે હરોળની વચ્ચેની જગ્યાની સામેની તરફ, અરબાઝની સામેની બાજુ એક માણસ બેઠો, તે અખબાર વાચવામાં વ્યસ્ત હતો, જેના પર મથાળું હતું 'ઓરિસ્સામાં વાવાઝોડાએ લીધો 10,000નો ભોગ'. સમાચાર મુજબ, પારદ્વીપ નજીક, 30 ઓક્ટોબર, 1971ની વહેલી સવારે એક વાવાઝોડું ઓરિસ્સાના દરિયાકાંઠેથી પસાર થયું હતું, જેના પવનની ગતિ કલાકના 170 કિમી હતી. આ વાવઝોડું પોતાની પાછળ ભયંકર વિનાશ વેરતું ગયું હતું.

'બહુ જ ખરાબ સમાચાર છે,' અરબાઝે સામેના માણસને કહ્યું.

તેણે અખબારમાંથી માથું કાઢ્યું, પોતાની પડખે અરબાઝ તરફ જોયું. 'ખરેખર બહુ જ ખરાબ,' એ માણસે સંમત થતાં કહ્યું. 'દસ હજાર લોકો મૃત્યુ પામ્યા છે અને દસ લાખ કરતાં વધુ બેઘર થઈ ગયા છે.'

'તમે હૈદરાબાદ અવારનવાર જાવ છો?' અરબાઝે પૂછ્યું.

'ના, ક્યારેક જ્યારે બિઝનેસ માટે જવાનું થાય ત્યારે જ,' એ માણસે જવાબ આપ્યો.

‘ત્યાં રહેવા માટે સારી હોટેલ કઈ?’ અરબાઝે પૂછ્યું. ‘હું ત્યાં મુખ્ય પ્રધાનને મળવા જઈ રહ્યો છું, પણ ક્યાં ઉતરવું એની મને સૂઝ પડતી નથી.’

‘હૈદરાબાદ એ બૉમ્બે, દિલ્હી કે કલકત્તા જેવું નથી,’ એ માણસે જવાબ આપ્યો. ‘ત્યાં બહુ સારી કહી શકાય એવી હોટેલો નથી. તમને ફાવે એમ હોય તો, મારી કંપનીના ગેસ્ટ હાઉસમાં તમારી વ્યવસ્થા થઈ શકે છે.’

‘એ તો બહુ સારૂં,’ અરબાઝે કહ્યું. ‘પણ તમે ત્યાં નથી ઉતરવાના? તમને અગવડ પડે એવું મારે નથી કરવું.’

‘હું નિઝામના પરિવારના એક લગ્નમાં હાજરી આપવા જઈ રહ્યો છું,’ એ માણસે કહ્યું. ‘મારા ઉતારાની વ્યવસ્થા છોકરીના પરિવારજનોએ કરી છે, એટલે મને અગવડ પડવાનો સવાલ જ નથી.’

‘હું ખરેખર તમારો ઋણી છું. બાય ધ વે, હું અરબાઝ શેખ છું.’ અરબાઝે હાથ મિલાવવા માટે હાથ લંબાવતા કહ્યું.

‘મારૂં નામ છે અરવિંદ બગડિયા,’ અરબાઝ સાથે હસ્તધૂનન કરતા એ માણસે કહ્યું.

હૈદરાબાદ ઉતરીને બગડિયા ગેસ્ટ હાઉસમાં ઠરીઠામ થયા બાદ, અરબાઝે એચ.વી.રેડ્ડીને ફોન કર્યો, જે તેના જ ફોનની રાહ જોઈ રહ્યો હતો. ‘સીએમ સાથે તમારી મીટિંગ મેં ગોઠવી દીધી છે, પણ બાકીનું બધું તમારે જ કરવું પડશે,’ તેણે અરબાઝને કહ્યું. ‘એમને મારે શું કહેવું, તમે કયા કામ માટે આવો છો?’

અરબાઝે સમજાવ્યું.

અરબાઝ પિઅરને પોતાની સાથે લઈને મીટિંગમાં ગયો હતો. એ પછીના ત્રણ કલાક જમીન, મિલકત, અથવા બિઝનેસની કોઈ ચર્ચા થઈ નહોતી. મુખ્ય પ્રધાન બૌદ્ધિક માણસ હતા, તેઓ ભારતીય સાહિત્યને સમર્પિત હતા. તેલગુ, મરાઠી, હિન્દી, અંગ્રેજી, તમિલ, ઊર્દૂ, કન્નડ, ઓરિયા, સંસ્કૃત, ફ્રેન્ચ તથા સ્પૅનિશ જેવી અનેક ભાષાઓ અસ્ખલિત બોલી શકતા હતા. તેઓ કુલ 17 ભાષાઓ બોલી શકતા, તેલગુ રચના *વેઈપાડાગાલુ*ને હિન્દીમાં અનુવાદિત કરવામાં અને મરાઠી કૃતિ *પણ લક્ષાત કોણ ઘેતો?* નું તેલગુ ભાષાંતર કરવામાં રસ ધરાવતા હતા.

પિઅરથી સીએમ ખાસ્સા પ્રભાવિત થયા હતા અને, એ દિવસની અનેક અપોઈન્ટમેન્ટ્સ રદ કર્યા બાદ, તેને સરકારી ગ્રાન્ટ આપી મદદ કરવાની તૈયારી દેખાડી.

'મને એની જરૂર નથી સર,' પિઅરે કહ્યું. 'અરબાઝે મારી બધી જ આર્થિક જરૂરિયાતોની તકેદારી લીધી છે. આ તો બસ તમારી સાથે શુભેચ્છા મુલાકાત હતી.'

એ પછી તેઓ ત્યાંથી નીકળવા ઊભા થયા. સીએમએ અરબાઝની પીઠ થાબડતાં કહ્યું, 'આમને અહીં લઈ આવવા બદ્દલ આપનો આભાર. આજની બપોર સાબિત્ય સમૃદ્ધ રહી . મારાથી કંઈ મદદ થઈ શકતી હોય તો મારો સંપર્ક કરવામાં અચકાતા નહીં.'

'હવે જ્યારે તમે કહ્યું જ છે સર, તો....' અરબાઝે શરૂઆત કરી.

પોતાની ટાઈ સરખી કરતાં કરતાં અરવિંદે ઓરડા પર નજર ફેરવી. તે ટોલીગંજ ક્લબમાં હતો, આ પ્રતિષ્ઠિત સંસ્થાની સ્થાપના 1895માં થઈ હતી. સેંકડો એકરમાં ફેલાયેલી આ ક્લબની મૂળ જમીન જોન્સન પરિવારની માલિકીનું ગળીનું ખેતર હતું. મુખ્ય ક્લબહાઉસ એક સમયે આ પરિવારનું રહેઠાણ હતું. શરૂઆતમાં આ સ્થળ બ્રિટિશ બૅન્કરો તથા વેપારીઓની મળવાની જગ્યા હતી, હવે તે ભારતીય વેપારીઓ અને ઉદ્યોગપતિઓ માટેની ક્લબમાં પરિવર્તિત થઈ ગઈ હતી અને પરિચીતો તેને 'ટોલી' તરીકે ઓળખતા. આજકાલ, અહીંના સફેદ અને કકરું લીનન બીછાવેલા તથા ચળકતા સિલ્વરવૅરથી સજ્જ સરસ રીતે પાથરેલા ટેબલ પર કલકત્તાના ઉચ્ચ ભ્રૂ વર્ગના ચુનંદા લોકો બેસીને બડા પૅગ અથવા દાર્જિલિંગ ચાયનો આનંદ માણતા જોવા મળતા હતા.

દૂરના એક ટેબલ પર અરવિંદને એ લોકો દેખાયા જેને તે શોધી રહ્યો હતો. એ શણગારેલા ઓરડામાં બેઠેલા એ બંને જણ વ્હીસ્કીની ચુસ્કી લેતાં-લેતાં આવતાં - જતાં લોકોને જોઈ રહ્યા હતા. પહેલો માણસ હતો ઘનશ્યામ દાસ, અગ્રણી ટેક્સ્ટાઈલ માંધાતા જે હવે ફાઈનાન્સર બની ગયો હતો. બીજો હતો રામ લાલ ખૈતાન, તે મર્ચન્ટ બૅન્કર હતો, જે હવે શહેરનો સૌથી પ્રખ્યાત સોદાગર હતો. બંને મહાનુભાવો વયની પચાસીમાં હતા તથા બિઝનેસ સૂટમાં

સજ્જ હતા. જાગતા હોય ત્યારે આ બંને જણ પોતાનો મોટા ભાગનો સમય આ ચોક્કસ ટેબલ પર, સોદાઓ પાર પાડવામાં વિતાવતા. ટોલી લગભગ તેમની ઑફિસ અને બીજા ઘર જેવી હતી. અરવિંદે તેમની તરફ હાથ હલાવ્યો અને તેમના ટેબલની દિશામાં આગળ વધ્યો.

'કેમ છે, માય બૉય?' ઘનશ્યામ દાસે કહ્યું. અરવિંદની સોનાની ખાણ અને ખાદ્ય તેલના સોદા કલકત્તામાં ચર્ચાના ચકડોળે હતા, આથી તેને આટલી આત્મીયતાથી બોલાવવામાં આવ્યો હતો.

'આપના આશીર્વાદથી, બધું જ બરાબર ચાલે છે, સર,' બેસવાનું ન કહેવામાં આવે ત્યાં સુધી સવિનય ઊભા રહી ને અરવિંદે જવાબ આપ્યો.

'આવ અમારી સાથે ડ્રિન્ક લે,' પોતાનો ગ્લાસ ખાલી કરતા રામ લાલ ખૈતાને કહ્યું.

'હું બેસીશ સર, પણ હું કશું જ નહીં લઉં. મંગળવારે હું ઉપવાસ કરું છું,' સારી રીતે ઉછેરવામાં આવેલા સંસ્કારી મારવાડી છોકરા જેવો ચહેરો રજૂ કરતા અરવિંદે કહ્યું.

'તો, તું શેના વિશે વાત કરવા માગે છે?' ઘનશ્યામ દાસે પૂછ્યું.

'વેલ, હું ટ્રાન્સપૉર્ટેશન સિસ્ટમ વિકસાવવાનો વિચાર કરી રહ્યો છું,' અરવિંદે અચકાતાં કહ્યું. ઘનશ્યામ દાસે પોતાની ભરાવદાર ભ્રમરો આશ્ચર્ય સાથે ઊંચી કરી. મૂડીરોકાણ માટે ઑટો સ્પેસનો વિચાર ભાગ્યે જ કરી શકાય એમ હતું. લાઈસન્સ રાજને કારણે ઉત્પાદકે કઈ વસ્તુનું ઉત્પાદન કરવું અને તેનું વેચાણ કઈ કિંમતે કરવું એ અધિકાર ભારત સરકાર હસ્તક રહેતો હતો.

ભારતમાં પ્રથમ મોટરકાર 1898માં બૉમ્બેના રસ્તા પર આવી હતી. 1903 સુધીમાં તો, એક અમેરિકન પેઢીએ શહેરમાં આશરે પચાસેક કાર સાથે પબ્લિક ટેક્સીકૅબ સેવા શરૂ કરી હતી. એ સમયે જ પ્રથમ વિશ્વયુદ્ધ ફાટી નીકળ્યું, આશરે 4000 જેટલાં વાહનો ભારતમાં આયાત કરાયાં હતાં. બે કંપનીઓ, પ્રીમિયર ઑટોમોબઈલ્સ અને હિન્દુસ્તાન મોટર્સે, 40ના દાયકામાં ભારતીય ફૅક્ટરીઓની સ્થાપના કરી હતી. આ ફૅક્ટરીઓ શરૂઆતમાં તો વિવિધ ભાગ એસેમ્બલ કરી કાર તૈયાર કરવાનું કામ કરતી હતી, પણ આગળ જતાં તેમણે ઉત્પાદન શરૂ કર્યું હતું. એ સમયગાળા દરમિયાન, મહિન્દ્રા એન્ડ મહિન્દ્રાએ જીપ સીજે-3એ વાહનનું એસેમ્બ્લિંગ શરૂ કર્યું

હતું. પણ વાસ્તવિક્તા એ હતી કે ઓટોમોબાઈલ ક્ષેત્ર હંમેશા જ સૌથી વધુ નિયમન ધરાવતા ક્ષેત્રોમાંનું એક રહ્યું હતું.

'તું એવા ઉદ્યોગ તરફ શા માટે નજર કરી રહ્યો છે, જેમાં મૂડીની સૌથી વધુ જરૂર પડે છે અને જેમાં સરકારી હસ્તક્ષેપ પારાવાર છે?' ખૈતાને પૂછ્યું.

'હું કેટલાક બ્રિલિયન્ટ લોકો સાથે કામ કરી રહ્યો છું,' અરવિંદે જવાબ આપ્યો. 'અમારૂં માનવું છે કે અમે અનન્ય કહી શકાય એવી ટ્રાન્સપોર્ટ વ્યવસ્થા ઊભી કરી શકશું. તેમાં જરાય ઈંધણની જરૂર નહીં હોય તથા તેને જાળવણની પણ ભાગ્યેજ જરૂર પડશે. સૌથી મહત્વનું એટલે, સરકારને તેની સામે કોઈ જ વાંધો નહીં હોય કેમ કે, તેમાં પહેલા દિવસથી જ બધા ભારતીય ઘટકો વપરાવાના છે. આથી તેની આયાત જરૂરિયાતો શૂન્ય હશે.'

'મને આ પ્રસ્તાવ ખાસ રસપ્રદ લાગતો નથી,' ઘનશ્યામ દાસ બબડ્યા. 'ઊંચું મૂડીરોકાણ અને પરિણામ આવે એ પહેલાનો લાંબો ગાળો. ખરૂં કહું તો મારા પ્રકારની વાત નથી.'

'આ સિસ્ટમ ટ્રેક – ટ્રાન્સપોર્ટ રિપ્લેસમેન્ટ અલ્ટરનેટિવ ફૉર કૉમનવૅલ્થ તરીકે ઓળખા.ય છે. આ સિસ્ટમ ભારત જેવા ભૂતપૂર્વ બ્રિટિશ સંસ્થાનોના સામાન્ય માણસ માટે ઓછા ખર્ચાળ વાહનો વિકસાવવાની છૂટ આપે છે. આ આમ આદમીનું વાહન હશે,' અરવિંદે કહ્યું.

'આમ આદમી માટે ક્યારેય કોઈ વાહન નહીં હોય,' ખૈતાને કહ્યું. 'કાર એ લક્ઝરી છે અને લક્ઝરી પર હંમેશા પૈસાદારોનો જ વિશેષાધિકાર હોય છે.'

'હું સમજું છું, સર,' અરવિંદે ખુરશી પરથી ઉઠતા કહ્યું. 'આપે મારા માટે ફાળવેલા સમય માટે હું આપનો આભારી છું. મારો વિચાર સાંભળવા બદલ આપનો આભાર.'

એ પછીના અઠવાડિયે અરવિંદ ક્લબમાં એક મિત્ર સાથે પ્રવેશ્યો. ઘનશ્યામ દાસ અને રામ લાલ ખૈતાન સામાન્યપણે જે ટેબલ પર બેસતા, તેનાથી થોડા ટેબલ દૂર તેઓ જઈને બેઠા. તેમણે ચા અને સેન્ડવિચનો ઑર્ડર આપ્યો અને કાગળ તથા પૅન્સિલ સાથે હાથના તથા ચહેરાના દેખીતા હાવભાવ સાથે તેમની વચ્ચેની ચર્ચા શરૂ થઈ.

ટોલીમાં વાતાવરણ સામાન્ય હતું પણ કલકત્તાની ગલીઓમાં પરિસ્થિતિ તેનાથી વિપરિત હતી. પૂર્વ પાકિસ્તાનથી હજારો શરણાર્થીઓના ધાડેધાડા 1971ની શરૂઆતથી જ બંગાળમાં ઉતરી રહ્યા હતા. પાકિસ્તાની જનરલ યાહ્યા ખાને શેખ મુજીબુર રહેમાનના દરેક ટેકેદારો પર ભીંસ વધારવાનું નક્કી કર્યું હતું. ઈન્દિરા ગાંધીને 'ધ બિચ' જેવા શબ્દથી નવાજનાર અમેરિકન રાષ્ટ્રપ્રમુખ, રિચર્ડ નિક્સન, યાહ્યાને ટેકો આપવા તેમનાથી બનતી તમામ મદદ કરી રહ્યા હતા.

'તને દેખાય છે પેલો બગડિયાનો છોકરો કોની સાથે છે?' ખૈતાને પૂછ્યું. ઘનશ્યામ દાસે પોતાના વાંચવાના ચશ્મા ઉતાર્યા અને આંખો ચૂંચવી કરી થોડા અંતરે આવેલા ટેબલ તરફ જોવા લાગ્યા.

'એ ડૉ. વેંકટેશ સુબ્રમણ્યમ છે?' ઘનશ્યામ દાસે પૂછ્યું.

'એ જ છે,' ખૈતાને જવાબ આપ્યો. 'તાતા ઈન્સ્ટિટ્યૂટ ઑફ ફન્ડામેન્ટલ રિસર્ચનો જાણીતો વિજ્ઞાની. ઘર્ષણમાં ઘટાડા પરનું તેનું સંશોધન વ્યાવસાયિક વિશ્વમાં કેડી કંડારનારું ગણાય છે.'

'તે અહીં કલકત્તામાં શું કરી રહ્યો છે? તે બૉમ્બેમાં રહે છે ને?' ઘનશ્યામ દાસે પૂછ્યું.

'તે જરૂર આપણા યુવાન મિત્રને મળવા અહીં આવ્યા છે,' ખૈતાને કહ્યું. 'કદાચ પેલા ટ્રાન્સ્પોર્ટ પ્રૉજેક્ટ સાથે તે સંકળાયો હોય એવું લાગે છે?'

અરવિંદ અને ડૉ. સુબ્રમણ્યમ તેમની વિશે વાત કરી રહેલા બે જણથી અજાણ હતા. ડૉ. સુબ્રમણ્યમ તો અનેક વાર હસ્યા પણ હતા.

એકાદ મહિના બાદ, અરવિંદ ક્લબમાં દેખાયો. આ વખતે તેના ટેબલ પર બૉમ્બેનો શૅરદલાલ હતો. આ એ જ દલાલ હતો જેણે કલકત્તામાં બિરલા ગ્રુપ કંપનીને હાલમાં જ બહુ મોટી લોન આપી હતી. તેનું નામ હતું રાકેશ દલાલ. ઊંચો, મોટા અવાજવાળો અને ઉગ્ર, રાકેશ દલાલ ટોલીના સંસ્કારી, અને શિષ્ટ વાતાવરણમાં સાવ અલગ તરી આવતો હતો. અરવિંદ અને રાકેશ બંનેએ ગૉલ્ફ રમવા માટેનાં વસ્ત્રો પહેર્યા હતા, તેમણે હમણાં જ ક્લબના 18 હોલ ધરાવા ગૉલ્ફ કૉર્સમાં રમતનો દોર પૂરો કર્યો હતો. 'તમારી રમત બહુ જ ઘાતકી હતી,' બહુ ખરાબ રીતે હારેલા, અરવિંદે કહ્યું.

વાસ્તવમાં, બાંગ્લાદેશની પરિસ્થિતિને કારણે હાલત વધુ ઘાતકી બની હતી. પશ્ચિમ પાકિસ્તાનના દળો ષડ્યંત્રપૂર્વક સામૂહિક કત્લેઆમ, બળાત્કાર તથા હિન્દુઓનો સફાયો ચલાવી રહ્યા હતા. વધેલી ભીંસના જવાબમાં બાંગ્લાદેશની સ્વતંત્રતાની ઘોષણા ચિત્તાગોંગમાંથી કરાઈ હતી. મુક્તિ બાહિની નામના એક જૂથે પાકિસ્તાની દળો સાથે ગેરીલા યુદ્ધ છેડ્યું હતું, દેખીતી રીતે જ, આ જૂથને ભારતનો ટેકો હતો.

'તું જાણે છે પેલો કોણ છે?' ઘનશ્યામ દાસે પૂછ્યું. બંને જણ અરવિંદના મહેમાનને તાકી રહ્યા હતા.

'રાકેશ દલાલ,' ખૈતાને જવાબ આપ્યો. 'તેણે હમણાં જ દાલમિયા ગ્રુપના ટેકઓવરનો પ્રયાસ કર્યો હતો અને એમાં તેને જોરદાર સફળતા પણ મળી હતી. સારા આઈડિયાઝમાં રોકાણ કરવા માટે તે જાણીતો છે. સમજ ને કે તે આજના સમયનો વાલચંદ હીરાચંદ છે.'

'તને શું લાગે છે અરવિંદ બગડિયા અને તેની વચ્ચે કઈ બાબતમાં સમાનતા છે? તેના ટ્રાન્સપોર્ટ સાહસમાં તે રોકાણ કરવાનો છે?' ઘનશ્યામ દાસે પૂછ્યું. બંને જણ એ પછી અસ્વસ્થ થઈને રાકેશ દલાલને તાકી રહ્યા.

'તને લાગે છે કે બગડિયાના છોકરાના પ્રસ્તાવ પર ધ્યાન ન આપી ને આપણે ભૂલ કરી છે?' ખૈતાન ગણગણ્યા.

ટોલીગંજના બે વૃદ્ધો અરવિંદને ઘેરી રહ્યા હતા ત્યારે તે ક્લબના વરંડામાં બેસીને મિલ્કશેકનો આનંદ માણી રહ્યો હતો.

'હાઉ આર યુ, માય બૉય?' ઘનશ્યામ દાસે પૂછ્યું. તેમનું અભિવાદન કરવા અરવિંદ માનપૂર્વક ઊભો થયો.

'ના, ના, બેસી જા, બેસી જા,' ઘનશ્યામ દાસે કહ્યું. 'અમે તને ડિસ્ટર્બ કરવા નથી માગતા. અમે માત્ર એટલું જ કહેવા માગીએ છીએ કે અમને તારી યોજના વિશે વિચારવાનો મોકો મળ્યો અને અમે વાટાઘાટ માટે તૈયાર છીએ.'

'ખરેખર સર?' અરવિંદે પૂછ્યું. 'એ તો તમારી બહુ મોટી દયા જ કહેવાય. પણ તકલીફ એ છે કે મારી પાસે હવે રોકાણકાર છે.'

બંને જણ બેસવાના આમંત્રણની રાહ જોયા વિના જ બેસી ગયા. ઘનશ્યામ દાસ જાણે કે કોઈક કાવતરું ઘડવાના હોય એ રીતે આગળ ઝૂક્યા. 'તારો

કહેવાનો અર્થ છે રાકેશ દલાલ? ઝડપથી નફો મળતો હોય એવા સોદાઓમાં તેને વધુ રસ છે! એ તારી મેનેજમેન્ટ મીટિંગોમાં પ્રભુત્વ જમાવશે અને તારી હાલત ખરાબ કરી નાખશે.'

'પણ સર,' નેપકિન વડે નજાકતથી આંખના ખૂણા લૂંછતા, અરવિંદે શરૂ કર્યું. 'રાકેશ દલાલને આમાં રસ નથી. એ તો મારી સાથે બસ ગૉલ્ફનો એક રાઉન્ડ રમવા જ આવ્યા હતા...'

'મારી સામે જૂઠ્ઠું બોલે છે, બગડિયા,' ખૈતાને કહ્યું. 'રોકાણ કરવામાં દલાલને રસ ન હોય તો એ કોઈને મળતો પણ નથી... પછી એ ગૉલ્ફના એક રાઉન્ડ માટે જ કેમ ન હોય. અમે તારૂં માર્ગદર્શન કરવા માગીએ છીએ. ગમે તેમ તો ય અમે તારા શુભચિંતકો છીએ!'

'આપના જેવા સલાહકારો મારી પાસે છે એ બાબત મારા માટે આશીર્વાદથી જરાય ઓછી નથી, સર, અરવિંદે કહ્યું. 'એ તો અમે જે ટેક્નોલૉજી પર કામ કરી રહ્યા છીએ એ વિશે હતું.....'

'તારો કહેવાનો અર્થ એ છે કે ડૉ. સુબ્રમણ્યમ સાથે મળી ને તેં જે ટેક્નોલૉજી વિકસાવી છે એ?' ઘનશ્યામ દાસે પૂછ્યું.

'સર, સાચું કહું તો વિરલ વનસ્પતિ અને પ્રાણીસૃષ્ટિમાં તેમને પણ મારી જેમ રસ છે,' અરવિંદે જવાબ આપ્યો. 'આપણી ક્લબમાં અનેક એકરમાં વિવિધ ફૂલો તથા વનસ્પતિ ફેલાયેલી છે, આથી મેં તેમને મારા મહેમાન બનવા કહ્યું હતું.'

'આમ એકાએક તું આટલી બધી ગુપ્તતા ક્યારથી રાખતો થઈ ગયો?' અરવિંદની પીઠ તેની ખુરશી સાથે અઢેલતાં, ખૈતાને પૂછ્યું. 'ચાલ, તારા માટે હું આ થોડું સરળ બનાવું.' પાઘડી પહેરેલા ત્યાંના એક વેઈટરને બોલાવવા તેમણે ચપટી વગાડી.

'મને એક કાગળ અને પેન લાવી આપ,' તેણે આદેશ આપ્યો. 'સેક્રેટરીની ઑફિસમાંથી મને કાર્બન પેપર પણ લાવી આપ.' ખૈતાન ક્લબના ચેરમેન હતા, આથી તેમના કોઈ પણ આદેશની સ્ટાફ દ્વારા અવગણના થઈ શકતી નહીં. પોતે મગાવેલી વસ્તુઓ આવતા જ, ખૈતાને બે કાગળની વચ્ચે કાર્બન પેપર મુક્યો અને તે અરવિંદ સામે ધર્યો. 'તું આ સોદો કઈ શરતો પર કરવા માગે છે એ લખી નાખ. કોઈ વાટાઘાટ નહીં. પૈસા તારા જ છે.'

'સર, હું પૈસા કઈ રીતે લઈ શકું. મને તો ફક્ત તમારા આશીર્વાદની જરૂર છે,' અરવિંદે કહ્યું.

'લખ,' ઘનશ્યામ દાસે મક્કમતાથી કહ્યું.

અરવિંદે નિસાસો નાખ્યો, ખભા ઉલાળ્યા, કાગળ અને પેન લઈને લખવા લાગ્યો:

1971ના ડિસેમ્બરના ઓગણીસમા દિવસે, આ કરાર દ્વારા પક્ષો વચ્ચે એવી સંમતિ સધાય છે કે, ટ્રેક ટેક્નોલૉજી પ્રાયવેટ લિમિટેડ નામની કંપનીના 51 ટકા શૅર, રૂપિયા 2,00,00,000 (રૂપિયા બે કરોડ પૂરા)ના બદલામાં શ્રી. ઘનશ્યામ દાસ અને શ્રી રામ લાલ ખૈતાન વચ્ચે સમાનપણે વહેંચવામાં આવે છે, આ માટેની આગોતરી ચૂકવણી રૂપિયા 1,00,00,000 (રૂપિયા એક કરોડ પૂરા) આ કરાર પર હસ્તાક્ષર કરવાની સાથે ચૂકવવામાં આવશે. ટ્રેક હેઠળ વિચારવામાં આવેલી ટ્રાન્સપૉર્ટેશન સિસ્ટમ ભારતીય રસ્તાઓ પર સંપૂર્ણપણે ચકાસવામાં આવી છે. તે કિફાયતી, ખર્ચની દષ્ટિએ અસરકારક તથા વસ્તુતઃ ઈંધણની જરાય જરૂર વિનાની છે. એટલું જ નહીં, તેને બહુ થોડી જાળવણીની જરૂર પડે છે. આ વાહન માટેના તમામ ભાગો તથા ઘટકોનું ઉત્પાદન ભારતમાં જ કરા.યું છે આમ આ વાહન કોઈપણ પ્રકારના સરકારી પરવાનાના નિયંત્રણ વિના ઉપયોગમાં લઈ શકાય છે. આ શૅરના ખરીદદારો એ બાબત પ્રત્યે સંપૂર્ણપણે સજાગ છે કે શ્રી અરવિંદ બગડિયા ટ્રેક પર પૅટન્ટ અધિકાર ધરાવતા નથી, જો કે એ માટે અરજી કરાઈ છે. ઉપર જણાવેલી બાબત સિવાયની કોઈ પણ બાબત માટે શ્રી અરવિંદ બગડિયા કોઈ દાવાઓ, વાયદાઓ, ખાતરીઓ કે રજૂઆતો કરતા નથી.

'તેના પર સહી કર,' ખૈતાને કહ્યું. અરવિંદે નીચે સહી કરી. 'સર, ખરેખર આ બરાબર નથી. મેં ડૉ. સુબ્રમણ્યમ અને રાકેશને વચન આપ્યું હતું કે....'

'વચનો તો શિશુઓ જેવા હોય છે,' ખૈતાને કહ્યું. 'તેમનું સર્જન સહેલું હોય છે પણ પાળવા મુશ્કેલ હોય છે. ડીયર બૉય, એ લોકોને અમે સંભાળી લઈશું. તું હવે લઘુમતી શૅર્સ સાથે સાયલેન્ટ પાર્ટનર છે.'

ખૈતાને કરાર તરફ નજર કરી અને સ્મિત કર્યું. આ તો બહુ આસાનીથી પતી ગયું. તેણે પોતાની ચેકબૂક કાઢી અને પચાસ લાખ રૂપિયાના ચેક પર સહી કરી. ઘનશ્યામ દાસે પણ એવું જ કર્યું. બંને મહાનુભાવોએ ચેક અરવિંદને સુપરત કર્યો.

‘અમને શૅર સર્ટિફિકેટ અને સહી કરેલા ટ્રાન્સફર ફૉર્મ્સની જરૂર પડશે,’ ખૈતાને કહ્યું.

‘એ તમને આજે મોડેથી પહોંચી જશે,’ અરવિંદે કહ્યું.

‘અમને વાહન ક્યારે જોવા મળશે?’ ઘનશ્યામ દાસે પૂછ્યું.

‘ચકાસણી માટેનું અમારૂં એક વાહન હું આવતી કાલે ક્લબ પર મોકલી આપીશ,’ અરવિંદે કહ્યું. ‘બપોરના ભોજન સમયે – લગભગ સાડા બાર વાગ્યાની આસપાસ?’

ઘનશ્યામ દાસ અને રામ લાલ ખૈતાને શૅમ્પેઈનનો ઑર્ડર આપ્યો હતો. ત્રીજી ખુરશી અરવિંદ માટે ખાલી રાખવામાં આવી હતી. એક જબરદસ્ત બિઝનેસ ડીલની સમાપ્તિની ઉજવણીનો આ આવસર હતો.

1971ના ડિસેમ્બર મહિનામાં એકંદર મિજાજ આનંદી હતો. પાકિસ્તાને ઉત્તર ભારત પર હવાઈ હુમલા શરૂ કર્યા બાદ એ મહિનામાં ભારત બાંગ્લાદેશ યુદ્ધમાં જોડાયું હતું. એ પછી ફાટી નીકળેલું યુદ્ધ – બંગાળના ઉપસાગર અને અરબી સમુદ્ર એમ બે મોરચે લડાયું હતું. 16મી ડિસેમ્બરે, પાકિસ્તાને શરણાગતિ સ્વીકારી હતી. આ યુદ્ધના અંતે એક નવા રાષ્ટ્રનો જન્મ થયો હતો, નવા સ્વતંત્ર થયેલા બાંગ્લાદેશનો. શ્રીમતી ગાંધી વિજયના વીરાંગના તરીકે ઊભર્યાં હતાં.

ટોલીના સૌથી જૂનામાંનો એક વેઈટર તેમના ટેબલ સુધી આવ્યો અને તેમને ખાસ જણાવ્યું કે ટ્રેક કંપનીનો ડ્રાઈવર તેમને દેખાડવા માટેના વાહન સાથે મુખ્ય રસ્તા પર વાટ જોઈ રહ્યો હતો.

‘મુખ્ય રસ્તા પર?’ ખૈતાને પૂછ્યું. ‘તે ક્લબના પ્રાંગણમાં કેમ નથી આવ્યો?’

‘મુખ્ય દરવાજા પરના ગાર્ડને સમજાતું નથી કે તેને અંદર આવવા દેવો કે નહીં,’ વેઈટરે સમજાવ્યું.

‘નોનસેન્સ,’ ખૈતાને કહ્યું. ‘ગાર્ડને કહે કે તેને અંદર આવવા દે. અમે ક્લબના અંદરના પ્રવેશદ્વાર સામેની જગ્યામાં એ વાહનને જોવા માગીએ છીએ.’

આ આદેશની બજાવણી કરવા વેઈટર ઉતાવળે બહાર ગયો.

'અત્યાર સુધી તો બગડિયા આવી જવો જોઈતો હતો ને?' ઘનશ્યામ દાસે પૂછ્યું.

'એ જરૂર ઉજવણી કરી રહ્યો હશે,' ખૈતાને કહ્યું. 'તેણે શૅર્સ અને સહી કરેલાં ટ્રાન્સફર ફૉર્મ્સ મોકલી આપ્યાં છે. તેણે બંને ચેક જમા કરાવી દીધા છે અને તે ક્લીયર પણ થઈ ગયા છે.'

પંદર મિનિટ બાદ, ખૈતાને વેઈટરને પોતાના ટેબલ પાસે બોલાવ્યો. 'વાહન ક્લબના અંદરના પ્રવેશદ્વાર પાસે આવી ગયું ?'

'તે આવી રહ્યું છે, સર,' વેઈટરે કહ્યું. રામ લાલે પોતાના કાંડા પરની સોનાની રૉલેક્સ ટ્યુડૉર ઘડિયાળમાં જોયું. અરવિંદ તેમની સાથે અડધા કલાક પહેલા હોવો જોઈતો હતો. આવી બિનકાર્યક્ષમતા સાથે કંપની કઈ રીતે ચાલશે.

અડધા કલાક બાદ, વાહન આવી ગયું હતું પણ અરવિંદનો કોઈ પત્તો નહોતો. 'ચાલો જઈને જોઈએ તો ખરા,' ઘનશ્યામ દાસે કહ્યું. 'સમજાતું નથી કે આ વાહનને મુખ્ય દરવાજાથી અંદર આવતા આટલો સમય કેમ લાગ્યો.'

બંને જણ ડાઈનિંગ રૂમની બહાર આવ્યા, લૉબીથી થઈ ને તેઓ ક્લબના અંદરના પ્રવેશદ્વાર પર પહોંચ્યા. ત્યાં કોઈ કાર નહોતી, બળદગાડું હતું.

'વાહન ક્યાં છે?' તેમની પાછળ આજ્ઞાંકિતપણે આવેલા વેઈટરને ઘનશ્યામ દાસે પૂછ્યું.

'આ જ તો છે,' વેઈટરે બળદગાડા તરફ આંગળી ચીંધતા કહ્યું.

ગાડાનો ચાલક નીચે ઉતર્યો. તે બ્લુ રંગના ગણવેશમાં સજ્જ હતો, જેના શર્ટના ખિસ્સા પર ટ્રેકનો લૉગો લગાડેલો હતો.

'ગુડ આફ્ટરનૂન સર,' તેણે શરૂઆત કરી. 'ભારતના રસ્તા પર જેની બરાબર ચકાસણી કરાઈ છે એવા આ વાહન વિશે તમને સમજાવવા મિસ્ટર બગડિયાએ મને મોકલ્યો છે. તે કિફાયતી, ખર્ચની દૃષ્ટિએ અસરકારક તથા તેને ઈંધણની જરાય જરૂર પડતી નથી. તેને બહુ થોડી જાળવણીની જરૂર પડે છે. તેના તમામ ભાગો તથા ઘટકોનું ઉત્પાદન ભારતમાં જ કરા.યું છે આમ આ વાહન કોઈપણ પ્રકારના સરકારી પરવાનાના નિયંત્રણ વિના ઉપયોગમાં લઈ શકાય છે...'

ઘનશ્યામ દાસ અને રામ લાલ ખૈતાનના ચહેરા પરનું લોહી ઊડી ગયું હતું.

'અમારી કંપનીએ પેટન્ટ માટે અરજી કરી છે,' ડ્રાઈવરે આગળ ચલાવ્યું. 'આ એક પ્રયોગાત્મક ઓછા વજનનું ગાડું છે. તેમાં હવા ભરેલા ટાયર્સ છે તથા તેની ધરીઓ સ્ટીલની બનેલી છે. મુક્ત હલનચલન માટે તેમાં લો-ફ્રિક્શન બૅરિંગ્સનો ઉપયોગ કરાયો છે. ખેંચવા માટેનો દાંડો સ્ટીલના પાઈપમાંથી બનાવવામાં આવ્યો છે તથા તેની બૉડી પણ હળવા વજનના સ્ટીલના ભાગોથી બનાવવામાં આવ્યું છે.'

ડ્રાઈવરે ગાડાની આસપાસ ચકરાવો લીધો તથા ટ્રેક ટેક્નોલૉજી પ્રાયવેટ લિમિટેડના બે મુખ્ય રોકાણકારોને પૂર્ણ આતિથ્યભાવ સાથે પૂછ્યું, 'સાહેબો, આપ આ વાહનની ટેસ્ટ ડ્રાઈવ લેવા ઈચ્છો છો.'

ડ્રાઈવરના બ્લુ ગણવેશની પાછળની બાજુ કંપનીના નામના TRAC શબ્દો ઊંધા લખેલા હતા.

આને કારણે CART (બળદગાડું) એમ વંચાતું હતું.

અરવિંદ અને જોયદીપ મોટા કદની લેધરની ખુરશીઓમાં બેઠા હતા તેમની આસપાસ બહુ જ સારી રીતે પૉલીશ કરેલા લાકડાના બૂકશેલ્ફ પર કાયદાને લગતા હજારો થોથાં ગોઠવેલાં હતાં. બંને જણ કલકત્તાની સૌથી જૂની લૉ ફર્મ ડિગ્બી એન્ડ દસ્તુરની ઑફિસમાં હતા. આ પેઢીના એક સ્થાપક, જી.સી.દસ્તુરના પૌત્ર મિ. દારાયસ દસ્તુર સાથેની મીટિંગમાં હતા.

'ધારણા મુજબ જ, શ્રી ઘનશ્યામ દાસ અને શ્રી રામ લાલ ખૈતાન તરફથી આપણને લીગલ નૉટિસ મળી છે.' મિ.દસ્તુરે ચહેરા પર મોટા સ્મિત સાથે કહ્યું. 'પ્રમાણિકપણે કહું તો, આ નોટિસ પોકળ ધમકી છે. તેમના પોતાના સૉલિસીટરે પણ તેમને સલાહ આપી જ હશે કે આમાંથી કશું જ નહીં ઉપજે.'

'એ લોકો આપણને કશું જ ન કરી શકે?' જોયદીપે પૂછ્યું.

'મિ, બગડિયાએ જે કરાર પર મિ. દાસ અને મિ. રામ લાલ ખૈતાન સાથે સહી કરી તેનો મુસદ્દો અમે જ તૈયાર કર્યો હતો,' વકીલે કહ્યું. 'મને એ જોઈને આનંદ થયો કે મિ.બગડિયાએ એ મુસદ્દો બરાબર યાદ રાખ્યો અને પોતાના હાથે તેમણે શબ્દશઃ કાગળ પર ઉતાર્યો.'

'એ મુસદ્દો તમે તૈયાર કર્યો હતો?' જોયદીપે અવિશ્વાસ સાથે પૂછ્યું.

'હા,' મિ. દસ્તુરે જવાબ આપ્યો. 'મિ. રાવ સાથેના સોનાની ખાણના સોદા બાદ મિ. બગડિયા મારી પાસે આવ્યા અને તેમણે પ્રમાણિકતાપૂર્વક કબૂલ્યું કે તેમણે મારી સાથે ચર્ચા કર્યા વિના મારી ફર્મનું નામ વાપર્યું હતું. જો કે, તેમને કાયદાકીય સેવાની જરૂર હતી, કેમ કે તેમની પાસેના ખાણના હક્કો મિ. રાવને વેંચવાને કારણે તેમને બહુ મોટી કહી શકાય એવી રકમ મળી હતી. મેં તેમને કહ્યું કે ભવિષ્યમાં તમારે મારી પાસે આવા સોદા *પહેલા* આવવું જરૂરી છે, સોદો થઈ ગયા *પછી* નહીં!'

અરવિંદે સ્મિત કર્યું પણ તે શાંત રહ્યો.

'તો આ કરાર ફૂલપ્રૂફ છે?' જોયદીપે પૂછ્યું.

'એકદમ,' મિ. દસ્તુરે જવાબ આપ્યો. 'ગાડાનું ભારતીય માર્ગો પર વ્યાપક પરિક્ષણ થયું છે, તે કિફાયતી અને ખર્ચની દષ્ટિએ અસરકારક છે. તેને બળદના ચારા સિવાય વસ્તુતઃ જરા પણ ઈંધણની જરૂર પડતી નથી. તેને બહુ થોડી જાળવણીની જરૂર પડે છે, એ વાસ્તવિક્તા અંગે કોઈ વાદ-વિવાદ ન હોઈ શકે. તેના તમામ ભાગો તથા ઘટકોનું ઉત્પાદન ખરેખર ભારતમાં જ કરાયું છે. બળદ ગાડાના ઉત્પાદન માટે કોઈ સરકારી લાઈસન્સની જરૂર પડતી નથી.'

'પણ પેટન્ટનું શું?' જોયદીપે પૂછ્યું.

'એવી પૂરેપૂરી શક્યતા છે કે કન્ટ્રોલર-જનરલ ઑફ પેટન્ટ ડિઝાઈન્સ એન્ડ ટ્રેડમાર્કસ કદાચ એ આધાર પર કંપનીની પેટન્ટ માટેની અરજી રદ કરી નાખશે કે આ નવી ટેક્નલૉજી નથી, પણ કરારમાં સ્પષ્ટ જણાવવામાં આવ્યું છે કે ખરીદદારો એ બાબત અંગે સંપૂર્ણપણે માહિતગાર છે કે મિ. અરવિંદ બગડિયા ટ્રેક પર પેટન્ટ ધરાવતા નથી અને એ માટે અરજી કરાઈ છે. કરારની છેલ્લી લાઈન તો એકદમ સજ્જડ છે- *ઉપર જણાવેલી બાબત સિવાયની કોઈ પણ બાબત માટે શ્રી અરવિંદ બગડિયા કોઈ દાવાઓ, વાયદાઓ, ખાતરીઓ કે રજૂઆતો કરતા નથી.* બંને દિગ્ગજો ભલે આ મામલાને કૉર્ટમાં લઈ જતા. પહેલા જ દિવસે આ કેસ ફેંકાઈ જવાના વિચારનો આસ્વાદ લેવાનો મને આનંદ આવે છે!' મિ, દસ્તુરે ગર્જના કરી.

અરવિંદ પોતાની ભૂતપૂર્વ શિક્ષણ સંસ્થામાં પ્રવેશ્યો અને જૂની યાદોનું ઘોડાપૂર ઉમટી પડ્યું. વિશાળ કોરિન્થિયન શૈલીના થાંભલાથી ઘેરાયેલા ગોળાકાર ચૅપલમાં તે પ્રવેશ્યો અને ફાઉન્ડર્સ ડે મેડલ વિજેતાઓનાં નામ ધરાવતા ઓનર્સ બૉર્ડસને જોવા લાગ્યો. આમાંના એકેય બૉર્ડ પર તેનું નામ નહોતું. પણ આ ઓનર્સ બૉર્ડ પર જે છોકરાઓનાં નામ દેખાતાં હતાં, તેમનાં નામ સામાન્યપણે વિશાળ બિઝનેસ એન્ટરપ્રાઈઝીસના બૉર્ડ્સ પર જોવાં મળતાં નહોતાં.

ચૅપલની બાજુમાં સુંદર લાયબ્રેરી હતી. મુખ્ય ઈમારતમાં વર્ગોની હારમાળા હતી તથા ટોચના માળે ડોરમેટરીઝ હતી. અરવિંદ વળ્યો અને ઈમારતની પશ્ચિમ પાંખ તરફ ચાલ્યો, અહીંથી દાદરો ચડ્યા બાદ તે પ્રિન્સિપાલની ઑફિસ આવી ત્યાં સુથી ચાલતો રહ્યો.

બહારની ઑફિસમાં સેક્રેટરી મિસ મૅથ્યુ તેની રાહ જોઈ રહ્યાં હતાં. તેઓ જ તેને પ્રિન્સિપાલની ઑફિસમાં દોરી ગયાં. 'અરવિંદ, માય બૉય, તને જોઈને આનંદ થયો,' અરવિંદ સાથે હસ્તધૂનન કરવા પોતાના ટેબલની પાછળથી બહાર નીકળી આગળની તરફ આવતાં, ફાધર એન્થોનીએ કહ્યું.

'તમને જોઈને પણ આનંદ થયો, ફાધર,' અરવિંદે કહ્યું. 'ન તો તમે બદલાયા છો ન સ્કૂલ બદલાઈ છે. અહીં આવ્યા બાદ દરેક પગલું જાણે ભૂતકાળની ગલીઓમાં ચાલતો હોઉં એવું લાગ્યું.'

'તારા માતા-પિતા કેમ છે?' ફાધર એન્થોનીએ પૂછ્યું. 'અને તારી પત્ની, અભિલાષા?'

'ઈશ્વરની કૃપાથી, બધા જ સરસ છે,' અરવિદે જવાબ આપ્યો. 'અને ચોક્કસ એ જ કારણસર હું અહીં આવ્યો છું.'

'ભૂતપૂર્વ વિદ્યાર્થીઓ મને આવી ને ત્યારે જ મળે છે જ્યારે તેમના સંતાનોને શાળામાં એડમિશનની જરૂર હોય છે,' ફાધર એન્થોનીએ કહ્યું.

'વેલ, એવું જ હોય તો, હું એમાં અપવાદ છું. હું સીપીસી માટે આવ્યો છું,,' અરવિંદે કહ્યું.

'સીપીસી?' મૂઝાઈ ગયેલા ફાધરે પૂછ્યું.

'કેથિક પોલ ચાર્ટર,' અરવિંદે કહ્યું.

'આહ!' પ્રિન્સિપાલે માથું ધુણાવતા કહ્યું. સર કેથિક પોલ ચાર્ટર 1856થી 1863 સુધી લા માર્ટિનિઅરમાં વિદ્યાર્થી હતો. આગળ જતાં તે હોંગ કોંગનો

ખૂબ જ ધનવાન અને પ્રતિષ્ઠિત બૅન્કર બન્યો. જ્યારે લા માર્ટિનિઅર આર્થિક મુશ્કેલીમાં હતી તથા તેને બંધ કરવી પડે એવી પરિસ્થિતિ નિર્માણ થયેલી, ત્યારે તેણે આર્થિક મદદ પૂરી પાડી હતી, તેના આ દાનને કારણે સ્કૂલ બચી ગઈ હતી. આભારવશ સ્કૂલે ચાર્ટરનું નામ સ્કૂલની પ્રાર્થનામાં ઉમેર્યું હતું અને તેના માનમાં એક વાર્ષિક રજા પણ શરૂ કરી હતી.

'હું દાન આપવાની ઈચ્છા રાખું છું,' અરવિંદે કહ્યું.

'હું મિસ મૅથ્યુને દાન પેટી લાવવા કહું છું,' ફાધર એન્થોનીએ કહ્યું.

'એ કદાચ દાન પેટીમાં નહીં સમાય,' બહુ મોટી રકમનો ચેક અરવિંદે દિગ્મૂઢ થઈ ગયેલા પ્રિન્સિપાલના હાથમાં આપતા કહ્યું.

*લવ સ્ટોરી*નું પાનું ફેરવતાં અભિલાષાએ નિસાસો નાખ્યો. ગયા વર્ષે જ આ નવલકથા લખવા બદ્દલ અભિલાષાએ મનોમન એરિક સીગલનો આભાર માન્યો. તેમાંની કેટલીક પંક્તિઓએ તેની આંખોમાં આંસું લાવી દીધાં હતાં.

અન્યથા કંટાળાજનક કહી શકાય એવા તેના જીવનમાં વાંચનને કારણે પ્રવૃત્તિ જેવું લાગતું હતું. અરવિંદનો મિત્ર અને મેનેજર, જોયદીપ પણ વાંચનનો શોખીન હતો અને તેઓ નિયમિતપણે એકબીજા સાથે પુસ્તકોની અદલાબદલી કરતા. અરવિંદ તો કામમાં એટલી હદે પરોવાયેલો રહેતો કે તેની પાસે અભિલાષા માટે સમય જ નહોતો. રાતનું ભોજન પણ તેઓ અલગ અલગ જ લેતાં કેમ કે અરવિંદને કામને કારણે અચૂકપણે બહુ મોડું થઈ જતું. મહિનામાં બે અઠવાડિયા તો તે પ્રવાસને કારણે કલકત્તાની બહાર જ રહેતો.

અરવિંદની ગેરહાજરીનું વળતર વાળવા શરૂઆતમાં અભિલાષાએ પોતાની સખીઓને અવારનવાર મળવાનો નિયમ રાખ્યો હતો. થોડા જ સમયમાં આ બાબત પણ કંટાળાજનક બની ગઈ હતી ક્ષુલ્લક નિંદા-કૂથલીઓ પણ કોઈ કેટલી પચાવી શકે? તેણે પોતાનાં સાસુ, શકુંતલા સાથે વિવિધ મંદિરોની મુલાકાત લેવાનું શરૂ કર્યું, પણ તરત જ તેને સમજાઈ ગયું કે ધાર્મિક વાતાવરણમાં જઈને કંટાળવા કરતાં મોત વ્હાલું કરી લેવું વધુ સરળ હતું. ધાર્મિક સ્થળોની મુલાકાત લેવી અને તરત જ 'ખાસ' દરે નવી વિધિઓ

સૂચવી દેતા, લાલચુ પંડિતોને મળવું, આ બધું આધ્યાત્મિક પરિપૂર્ણતાના તેના વિચારમાં બંધબેસે એવું નહોતું.

સગપણ થયું એ પૂર્વે તે શરૂઆતમાં અરવિંદને મળી હતી, ત્યારે તેણે કહ્યું હતું કે,'લગ્ન એ ભાગીદારી છે. હું બિઝનેસ સંભાળીશ અને તું ઘર સંભાળજે.'

'પ્રેમનું શું?' તેણે પૂછ્યું હતું.

'પ્રેમ એ તો વધારાનો વિકલ્પ છે,' તેણે સાવ લાગણીવિહિન થઈને જવાબ આપ્યો હતો.'આપણે નસીબદાર હોઈશું તો, એ બૉનસ તરીકે આવશે.' એ બૉનસે આજની તારીખ સુધી દેખા દીધી નહોતી. એ વખતે તેણે આ નિવેદનના પરિણામો વિશે વિચાર નહોતો કર્યો. અને પછી તેને આ બાબત સમજાઈ હતી. આ સમસ્યાનો ઉકેલ બહુ જ સરળ હતો.

બાળકો.

ઓરડાને ઠંડકભર્યો કરવા અભિલાષાએ વૉલ્ટાસ વિન્ડો એર-કન્ડિશનરને એક કલાક પહેલા જ ચાલુ કરી નાખ્યું હતું. લાઈટો બંધ કરી નાખી હતી અને કૉટનનું નવું નક્કોર ઓછાડ બીછાવી તેણે પલંગ તૈયાર કરી રાખ્યો હતો. પલંગ પર યુ ડી કૉલોન છાંટી રાખ્યું હતું અને બાજુના કૉફી ટેબલ પર ફ્રેન્ચ વાઈનની બોટલ હતી, જે તેણે તેમના બૂટલેગર પાસેથી એ જ દિવસે મેળવી હતી, આ બોટલ સાથે તાજાં ગ્લેડિઓલીની ફૂલદાની પણ હતી. બોટલની બાજુમાં બે ચમકદાર ફ્લૂટ ગ્લાસ પણ આમંત્રણ આપતા હોય એ રીતે મૂકી રાખ્યા હતા.

એ પછી તેણે શાવર લીધું અને સાદી બ્લુ સાડી પહેરી તથા તેના પાતળા હાથ દેખાય એવું સ્લીવલેસ બ્લાઉઝ પહેર્યું. તેના ગળાની આસપાસ મોતીની માળા હતી. પોતાના વાળમાં તેણે જોરપૂર્વક બ્રશ ફેરવ્યું અને લિપસ્ટિક, બ્લશ અને આઈ શૅડો પણ લગાડ્યું. આમાં કશો જ અતિરેક નહોતો. અભિલાષા સુંદર દેખાઈ રહી હતી.

અરવિંદ ઘરે આવવા માટે નીકળી ગયો હતો. ઑફિસથી નીકળ્યો એ પૂર્વે તેણે તેની સાથે વાત કરી હતી. પોતાના કાંડા પરના નાજુક ઘડિયાળ પર તેણે નજર કરી. સાંજના આઠ વાગ્યા હતા. અરવવિંદ સાથે તેની વાત છ વાગ્યે

થઈ હતી. ઘરે પહોંચવામાં બે કલાક કઈ રીતે લાગી શકે? એ જાણતો હતો કે આજે તેમના લગ્નની વર્ષગાંઠ હતી. તે બેડરૂમના કાઉચ પર બેસી ગઈ અને સમયને મારવા તેણે *લવ સ્ટોરી* ઉપાડી, જો કે સમયને મારવા કરતાં અરવિંદને જ મારવાનું તેને મન થઈ આવ્યું.

તેણે પોતાની માટે વાઈનનો ગ્લાસ ભર્યો અને તે પૃષ્ઠ ક્રમાંક 66 પર પહોંચી ત્યાં સુધીમાં તો તેણે આખો ગ્લાસ ખાલી કરી નાખ્યો હતો. 150મા પાના પર પહોંચતા-પહોંચતા તો ત્રણ ગ્લાસ ખાલી થઈ ગયા હતા. આંખમાં આંસું સાથે તે છેલ્લા પાના પર પહોંચી.

'ઓલિવર,' મારા પિતાએ ઉતાવળે કહ્યું. 'મારે મદદ કરવી છે.'

'જેનીનું અવસાન થઈ ગયું છે,' મેં તેમને કહ્યું.

'આય એમ સૉરી,' તેમણે દિગ્મૂઢ થઈ ધીમા સ્વરે કહ્યું.

શા માટે એ જાણ્યા વિના, હવે મૃત્યુ પામેલી એ સુંદર છોકરી પાસેથી બહુ પહેલા હું જે શીખ્યો હતો તેનું મેં પુર્નરુચ્ચારણ કર્યું. 'પ્રેમનો અર્થ થાય છે કે તમે દિલગીર છો એવું ક્યારેય ન કહેવું.'

અને પછી મેં એ કર્યું જે તેની હયાતીમાં ક્યારેય નહોતું કર્યું, તેની બાથમાં થોડો ઘણો ભીંસાયો. હું રડી પડ્યો.

અભિલાષા રડતાં-રડતાં ઊંઘી ગઈ, ઓલિવરના તૂટેલાં દિલનો અફસોસ તેને નહોતો, પોતાના ભાંગેલા હૃદયની વ્યથા પણ તેમાં હતી. ત્રણ કલાક બાદ તે જાગી ત્યાં સુધી અરવિંદ આવ્યો નહોતો.

હોટેલ હોરાઈઝનમાં પોતાના માટે બૂક કરાવવામાં આવેલા રૂમમાં પરોમિતાએ પ્રવેશ કર્યો. આ રૂમ ડ્રેસિંગરૂમ, આરામ કરવાનો ખંડ, મેક-અપ સ્ટેશન અને હેરડ્રેસિંગ પાર્લર જેવા વિવિધ કામમાં આવતો હતો. તે થાકી ગઈ હતી. સવારે સાત વાગ્યે શૂટિંગ શરૂ થયું હતું. તેણે પોતાની ઘડિયાળ તરફ જોયું. અત્યારે સાંજના સવા આઠ વાગ્યા હતા. અગિયાર કલાકથી તેઓ શૂટિંગ કરી રહ્યા હતા. આમ છતાં ય પરોમિતાને કોઈ ફરિયાદ નહોતી.

એ વર્ષે જ, સુંદર મીનાકુમારી સિરોસિસને કારણે મૃત્યુ પામી હતી. તેનાં મોતના સમયે તેની આર્થિક સ્થિતિ, તે જન્મી ત્યારે તેના માતા-પિતાની ગરીબી કરતાં જરાય જુદી નહોતી. હૉસ્પિટલનું બિલ ચૂકવવા જેટલાં પૈસા પણ તેની

પાસે નહોતા. પ્રસિદ્ધિ અને પ્રારબ્ધના ક્ષણભંગુરપણાનો એ ભયાવહ પુરાવો હતો. પરોમિતાએ મીનાકુમારી જેટલી પ્રસિદ્ધિ મેળવી નહોતી, પણ પિનાકિન દેબ સાથે તેણે કરેલી ત્રણ ફિલ્મોએ બહુ ખરાબ દેખાવ પણ નહોતો કર્યો.

ડ્રેસિંગ ટેબલ સામેના સ્ટૂલ પર તે બેઠી અને રૂનાં પૂમડાંથી ખૂબ જ પરિશ્રમપૂર્વક ચહેરા પરનો મેક-અપ દૂર કર્યો. રૂમમાં એર-કન્ડિશનિંગ હોવાથી તેને સારૂ લાગ્યું. પિનાકિને બૉલરૂમનું એસી એકમ બંધ કરાવી નાખ્યું હતું કેમ કે તેનો અવાજ બહુ મોટો હતો. પરોમિતાએ પોતાનાં કપડાં કાઢી નાખ્યાં અને શાવર લેવા બાથરૂમમાં ગઈ. પાંચ મિનિટ બાદ તેણે પોતાની આસપાસ ટુવાલ વીંટાળ્યો અને રૂમમાં પાછી ફરી.

એ સ્પેશિયલ રૂમ હતો, તેમાં ટેલિવિઝન સેટ લગાડેલો હતો. તેમાં ઈન્ડોર એન્ટેના અને મોટા મોટા બટન હતા, પણ 1972માં આના જેવું અદ્યતન બીજું કશું જ નહોતું. વરલીમાં દૂરદર્શન કેન્દ્રની સ્થાપના કરવામાં આવી હતી અને બૉમ્બેના રહેવાસીઓ માટે આ કેન્દ્રએ થોડાક કલાકનું બ્લેક એન્ડ વ્હાઈટ પ્રસારણ શરૂ કર્યું હતું. પરોમિતાએ ટીવી ચાલુ કરવાનો વિચાર કર્યો પણ તેને ખબર પડી કે પિનાકિન તેની રૂમમાં હતો ત્યારે તે ભયથી થીજી ગઈ.

'તમે અહીં શું કરી રહ્યા છો, મામા?' તેણે પોતાની માતાના ભાઈને પૂછ્યું.

'મેં તને પ્રખ્યાત બનાવી છે,' તેનાં સ્તનો તરફ જોતાં પિનાકિને કહ્યું. 'હું એ વાતની પણ તકેદારી રાખીશ કે તને બીજા દિગ્દર્શકોની ફિલ્મોમાં પણ કામ મળે.'

'થેન્ક યુ, મામા,' તેણે પોતાના શરીરની આસપાસ ટુવાલને જોરથી ખેંચતાં, અસ્વસ્થતાપૂર્વક કહ્યું. 'એ માટે હું તમારી આભારી છું.'

'કેટલી આભારી?' તેની પાછળ જઈ તેના ભીના ખભા પર હાથ રાખતા તેણે પૂછ્યું. પરોમિતાથી આપોઆપ જ હચમચી જવાયું અને તેના સ્પર્શથી દૂર થવા તથા પલંગ પરના ડ્રેસિંગ ગાઉન સુધી પહોંચવા તેણે થોડાક ડગલાં ભર્યાં.

હજી તો તે પાછળ ફરે અને પિનાકિનને બહાર જતા રહેવા કહે એ પહેલા, તેણે તેને પાછળથી પકડી લીધી, તેના શરીર પરનો ટુવાલ ખેંચી લીધો અને ખેંચીને તેને પલંગ પર પાડી. તેણે તેને ચુંબન કરવાની કોશિશ કરી પણ પરોમિતાએ તેને એવું કરવા દીધું નહીં. હતાશ થયેલા પિનાકિને, પોતાનો હાથ તેના મોઢા પર ઢાંકી દીધો જેથી તે બૂમ પાડી શકે નહીં અને ઝડપથી

તેણે ટુવાલથી તેનું મોઢું બંધ કરી દીધું. એ પછી તે પાછળ વળ્યો અને ડ્રેસિંગ ગાઉનના પટ્ટાથી તેના હાથ બાંધી દીધા.

વધુ એક વાર તેણે પરોમિતાને પોતાની તરફ ફેરવી અને તેનાં સ્તનો પોતાના હાથમાં લીધાં. પરોમિતા ધ્રૂજી ઊઠી, 'ના, પ્લીઝ...' તેણે પોતાના મામા સામે કાકલૂદી કરી, પણ શબ્દો નીકળ્યા જ નહીં, તેના મોઢામાંના ડૂચાને કારણે રુંધાયેલા અવાજો જ બહાર આવ્યા. તેણે પોતાનું પેન્ટ ખોલી નાખ્યું અને તેના શરીરમાં હિંસક રીતે પ્રવેશતા પહેલા તેના પર ચડી બેઠો.

પરોમિતાએ સંઘર્ષ કર્યો પણ તેનો કોઈ ફાયદો થયો નહીં. 'વાહ મારી વ્હાલી, હજી થોડો વધુ સંઘર્ષ કર. મને આ બહુ જ ગમે છે,' પિનાકિને તેની સાથે હિંસકપણે જબરજસ્તી કરતા કહ્યું. પરોમિતાની આંખ આ આંતકને કારણે વિસ્ફારિત થઈ ગઈ પણ તેની દૃષ્ટિ ઝાંખી થઈ ગઈ હોય એવું લાગતું હતું. તેને સમજાયું કે તેની આંખમાં ધસી આવેલા આંસુને કારણે તેની દૃષ્ટિ ધૂંધળી થઈ ગઈ હતી.

વીસ મિનિટ બાદ બધું જ પતી ગયું હતું. 'આ વિશેનો હરફ પણ તે કોઈની સામે ઉચ્ચાર્યો છે, તો તારી કારકિર્દી ખતમ થઈ જશે. તને વેશ્યા સિવાયનું કોઈ કામ ક્યાંય નહીં મળે. સમજાયું તને?'

અરબાઝ તેની કાર હોટેલ હોરાઈઝન તરફ હંકારી રહ્યો હતો. દાદાએ તેને સૂચવ્યું હતું કે, તે ત્યાં જઈને પિનાકિન સાથે વાત કરે. પ્રોડક્શન બજેટમાં જેના વિશે સમજ આપવામાં ન આવી હોય એવા ખર્ચનું પ્રમાણ આજકાલ રહસ્યમય રીતે વધી રહ્યું હતું. પિનાકિન દિગ્દર્શિત અને નિર્મિત ત્રણ ફિલ્મોએ પણ ખાસ ઉજળો દેખાવ કર્યો નહોતો અને તેમાંની એક તો સદંતર નિષ્ફળ રહી હતી.

અચાનક જ, અરબાઝે એક માનવઆકૃતિ જોઈ, જેને તે ઓળખતો હતો. એ પરોમિતા હતી! તેણે કૉટનની ગુલાબી સાડી પહેરી હતી પણ તેના વાળ અસ્તવ્યસ્ત હતા અને તેણે કાળા સનગ્લાસીસ પહેર્યા હતા. તે ધીમી ગતિએ શરીરને આગળ ઝૂકાવીને ચાલી રહી હતી, જાણે કે પોતાનું માથું ઈરાદાપૂર્વક ઝૂકાવીને ચાલી રહી હોય.

તેણે ગાડીને તેની નજીક રોકી અને કહ્યું. 'એક્સક્યુઝ મી, પરોમિતાજી, હું તમને ક્યાંય ડ્રોપ કરી શકું છું?'

અરબાઝ તરફ થોડીક વાર સુધી જોયા બાદ તે બોલી, 'મને એકલી છોડી દો. આય એમ ફાઈન. હું ટેક્સી લઈ લઈશ.'

અરબાઝે મનોમન ધીમી સીટી વગાડી. *આ સ્ત્રીનો મિજાજ બહુ ભારે છે,* તેણે વિચાર્યું. *જવા દે.* તેણે કારને પાછી ગીયરમાં નાખી અને હંકારવાની શરૂઆત કરી. તેનું ધ્યાન રીયર-વ્યૂ મિરરમાં ગયું તો તેને દેખાયું કે ટેક્સી-સ્ટૅન્ડ પર પહોંચે એ પહેલા જ પરોમિતા ફૂટપાથ પર ફસડાઈ પડી હતી.

તેણે તરત જ કાર રોકી, બહાર નીકળ્યો અને દોડીને તેના તરફ ગયો. અરબાઝ તેની બાજુમાં ઘૂંટણ ટેકવીને બેસી ગયો. ત્યારે તેણે જોયું કે તેની સાડી પર લોહી અને તેના ચહેરા પર આંસું હતા. *શીટ્! હું ખરેખર ગમાર છું,* તેણે વિચાર્યું. *કોઈકે તેની સાથે બહુ ખરાબ વર્તન કર્યું છે.*

'તમે ક્યાં રહો છો?' તેણે પૂછ્યું. 'ચાલો હું તમને ત્યાં ડ્રોપ કરી દઉં. તમે ચાલી શકો એવી હાલતમાં નથી.'

'ના... ના... હું આ હાલતમાં ઘરે જઈ શકું નહીં,' તેણે થોથવાતાં કહ્યું. 'હું બરાબર થઈ જઈશ. મને એકલી છોડી દો હું મારી મેળે પહોંચી જઈશ.' તેની આંખોમાંથી આંસુની ધારા વહીને ગાલ પર પહોંચી રહી હતી.

'હું તમને એકલાં છોડી ને જવાનો નથી,' અરબાઝે કહ્યું. 'અને તમે મને એ પણ કહો કે કયા હરામખોરે તમારી આવી હાલત કરી છે. ત્યાં સુધી, હું તમને મારા ઘરે મારી માતા પાસે લઈ જાઉં છું. એ બધું બરાબર કરી દેશે.'

પરોમિતા કંપી ઊઠી. કોઈ પુરુષ પર ફરી વાર વિશ્વાસ મુકવાની સ્થિતિમાં તો તે જરાય નહોતી. *આ માણસ પણ મારી સાથે એવું જ કરવા માગતો હશે તો?*

'મને ખબર છે, તમે શું વિચારી રહ્યાં છો,' અરબાઝે સૌમ્યતાથી કહ્યું. 'પ્લીઝ મારા પર વિશ્વાસ રાખો. હું કોઈને ય તમને નુકસાન પહોંચાડવા નહીં દઉં.'

હજી તો પરોમિતા કંઈ જવાબ આપે એ પહેલા જ તેણે તેને પોતાના હાથમાં ઉંચકી લીધી અને કારની પાછળની સીટમાં સૂવડાવી દીધી અને પછી તેણે કારને પોતાના કોલાબાના ફ્લૅટ તરફ મારી મૂકી.

બેડરૂમમાં પલંગ પર બેસી ચા પી રહેલી એ બિચારી યુવતીને શબાના જોઈ રહી હતી. તેનાં કપડાં બદલવામાં તથા તેને સ્વચ્છ કરતા શબાનાને એક કલાક લાગ્યો હતો. પોલીસને જાણ કરવાનો કોઈ અર્થ નહોતો. કાયદા સ્ત્રીની વિરુદ્ધ જાય એવા હતા અને પોલીસના બિનસંવેદનશીલ હાથમાં આ મામલો સોંપવાનો અર્થ હતો, કે પરોમિતાને વધુ અપમાનજનક સ્થિતિમાં મુકવી.

1972ના એ વર્ષે, મહારાષ્ટ્રના ચંદ્રપુરની સોળ વર્ષની એક આદિવાસી કન્યાને તેનાં જ સંબંધીઓ ઢસડીને પોલીસ સ્ટેશન લઈ ગયા હતા કેમ કે તે પોતાના પ્રેમી સાથે ભાગી જવાની તૈયારીમાં હતી. તેનું નિવેદન નોંધવાને બદલે, એ દિવસે ફરજ પરના બે પોલીસ કર્મચારીઓએ તેના પર બળાત્કાર કર્યો, એ સમયે તેના સંબંધીઓ આત્મસંતુષ્ટિના ભાવ સાથે બહાર બેઠા હતા.

શબાનાએ પરોમિતાનો હાથ પોતાના હાથમાં લીધો અને તેને શાંત કરવાનો પ્રયાસ કર્યો. તેણે આ યુવતીને નવી સાડી આપી હતી અને લોહીથી ખરડાયેલી સાડીને ગરમ પાણીની ડોલમાં નાખી દીધી હતી. શબાનાને દીકરી નહોતી, પણ તેને વિચાર આવ્યો કે જો તેને દીકરી હોત અને તેની સાથે કોઈએ બળાત્કાર કર્યો હોત તો તેને કેવું લાગ્યું હોત. લાચારી તથા ઘોર હતાશાની જબરજસ્ત લાગણી અનુભવવાનો પ્રયાસ તેણે કરી જોયો.

આદિવાસી છોકરીના કેસમાં, સેશન્સ જજે ચુકાદો આપતા નોંધ્યું હતું કે, પોતાના પ્રેમી સાથે આ કન્યા ભાગી જવાની તૈયારીમાં હતી એનો અર્થ એ થાય છે કે આ છોકરી સેક્સથી ટેવાયેલી હતી. અને આવું હોવાથી, તેના પર બળાત્કાર થઈ જ શકે નહીં. ગજબનો તર્ક હતો! હાઈ કોર્ટે આ ચુકાદાને ઉલટાવ્યો હતો તથા પોલીસ કર્મચારીઓને છ વર્ષ કેદની સજા ફટકારી હતી, પણ સર્વોચ્ચ અદાલતે આ ચુકાદાને ફરી ઉલટાવી દીધો હતો. કેમ કે છોકરીએ બૂમાબૂમ કરી નહોતી, આથી તેણે આ બંને પોલીસ કર્મચારીઓને પોતાની સાથે શારીરિક સંબંધ બાંધવાની મંજૂરી આપી હશે, એવું ન્યાયાધીશોને લાગ્યું હતું.

દરવાજા પર ટકોરો પડ્યો. શબાનાએ દરવાજો ખોલ્યો અને બહાર અરબાઝ ઊભેલો દેખાયો. 'હવે તેને કેમ છે?' તેણે પૂછ્યું.

'તેની સાથે જે કંઈ થયું એના આઘાતમાંથી બહાર આવવાનો પ્રયાસ કરી રહી છે,' શબાનાએ સમજાવ્યું. 'સદનસીબે, તેના ઘા જલ્દી જ રુઝાઈ જશે. જો કે તેના મન પરના ઘા રુઝાશે કે કેમ એ વિશે મને શંકા છે.'

અરબાઝ બૅડરૂમમાં પ્રવેશ્યો. 'મારે એ જાણવું છે કે તમારી સાથે આ કોણે કર્યું.' અરબાઝે પૂછ્યું.

પરોમિતા ફરી વાર રડી પડી.

'બંધ કર, અરબાઝ,' તેની અમ્મીએ કહ્યું. 'આ બધા માટે તે અત્યારે હજી તૈયાર નથી.'

અરબાઝ પલંગની બાજુમાં ઘૂંટણિયે બેઠો. તે ધીમા સ્વરે બોલ્યો, 'હું તમને વચન આપું છું કે આ બાબત હું સમજદારીપૂર્વક સંભાળી લઈશ. આ વાતની જાણ પોલીસ કે તારા માતા-પિતાને ક્યારેય નહીં થાય. હવે મને કહે કોણ હતો એ?'

અરબાઝ પહેલા અબ્દુલ દાદાને મળ્યો. 'એ હરામીએ પોતાની જ ભાણી પર જ બળાત્કાર કર્યો,' અરબાઝે સમજાવ્યું.

અબ્દુલ દાદાએ બધું જ ધીરજપૂર્વક સાંભળી લીધું. 'હમીદને તારી સાથે લઈ જા. જે જરૂરી હોય એ કર,' તેણે કહ્યું હતું.

'પણ તેના પર તમારા પૈસા લાગેલા છે,' અરબાઝે કહ્યું.

'દિગ્દર્શક તો ભાડૂતી માણસ ગણાય. હું કોઈ બીજા જોકરને આ કામ માટે ભાડે રાખી લઈશ. પણ તું જે કરવા માગે છે એ ખોટા કામનો બદલો લેવાનું કામ છે. આ બાબતની આડે પૈસા આવી ન શકે. હવે જા!'

અરબાઝ અને હમીદ કારમાં બેઠા અને તેમણે કાર જૂહુ તરફ હંકારી મૂકી. તેઓ પિનાકિનના ઘરે પહોંચ્યા ત્યારે ઘરમાં શાંતિ હતી. એ હરામી દારૂ પીને ઊંઘી ગયો હતો.

બહાર બેઠેલા વૉચમેનને તો હમીદે તરત જ સીધો કરી નાખ્યો. તેના હાથ-પગ ઝડપથી બાંધી દીધા બાદ મોઢામાં ડૂચો મારી તેને ત્યાં દરવાજા પાસે જ પડ્યો રહેવા દીધો. એ પછી એ બંને જણ મુખ્ય દરવાજાની દિશામાં ગયા. વૉચમેનના બાંકડાનો ઉપયોગ કરી તેમણે એક જ મિનિટમાં દરવાજો તોડી પાડ્યો.

નીચેથી ધાંધલનો અવાજ સાંભળતાં જ ધોતી અને કૂરતો પહેરેલો પિનાકિન દોડતો દાદરા ઉતરીને નીચે આવ્યો. ઝાલરવાળું નાઈટગાઉન પહેરેલી તેની પત્ની, પગથિયાંની ટોચે ઊભી રહી મદદ માટે બૂમાબૂમ કરી રહી હતી.

રસોડામાંથી એક યુવાન નોકર બહાર આવ્યો પણ હમીદના એક જોરદાર ફટકાએ તેને ભોંયભેગો કરી નાખ્યો. અરબાઝ પિનાકિન તરફ ધસી ગયો અને તેણે ફિલ્મ દિગ્દર્શકના મોઢા પર એક જોરદાર મુક્કો લગાવી દીધો. પિનાકિન જમીન પર ફસડાઈ પડ્યો, અને તેના મોઢામાંથી લોહી અને દાંતનો જાણે કે ફૂવારો ઉડ્યો.

પિનાકિનની પત્ની બેબાકળી થઈ ગઈ હતી અને મદદ માટે મોટેથી બૂમ-બરાડા પાડી રહી હતી. 'આને ચૂપ કરાવ,' પિનાકિનના હાથ તેની પીઠ પાછળ બાંધતા અને તેના મોઢામાં ચીંદીનો ટુકડો ખોસતાં અરબાઝે કહ્યું.

એક સાથે બબ્બે પગથિયાં ચડતો હમીદ મિસિસ દેબ સુધી પહોંચ્યો. તેણે આ મહિલાને ખભાથી પકડી અને જનૂનપૂર્વક તેને હલબલાવ્યા બાદ તેના કાનમાં બબડ્યો, 'તારા પતિએ એક સ્ત્રી સાથે જબરજસ્તી કરી છે. તેણે એ બિચારી પર પશુની જેમ બળાત્કાર કર્યો છે. હજી પણ તું તેને બચાવવા માગે છે?'

પિનાકિનની પત્ની એકાએક જ શાંત થઈ ગઈ અને તેણે બૂમાબૂમ કરવાનું બંધ કર્યું. એ પછીની કેટલીક ક્ષણોમાં હમીદ અને મિસિસ દેબ કશું જ બોલ્યા વિના માત્ર એકબીજાને તાકી રહ્યા. પછી એ સ્ત્રી બોલી, 'આ હરામી હવે તમારો છે. તમે મારા ઘરનો દરવાજો તોડી નાખ્યો છે એટલે જતાં-જતાં વૉચમેનને છોડી દેજો.'

અરબાઝ અને હમીદે પિનાકિનને કારની ડીકીમાં નાખ્યો અને કાર હંકારી મૂકી. એકાદ કલાક બાદ તેમણે ડીકી ખોલી. વસઈની ખાડીની લગોલગ આવેલા અવાવરૂ પટ્ટા પર તેઓ પહોંચી ગયા હતા. અબ્દુલ દાદાની ગેંગના બે માણસો ત્યાં તેમની રાહ જોઈ રહ્યા હતા. તેમાંનો એક ચિકના હતો જેણે અગાઉ અરબાઝ સાથે મળીને અપહૃત બાળકને છોડાવ્યો હતો.

'બધું તૈયાર છે?' અરબાઝે પૂછ્યું.

'હા, અરબાઝભાઈ,' ચિકનાએ જવાબ આપ્યો. 'તમે એક નજર નાખી લો.'

માંસ શેકવા માટેનો જરા વધુ પડતો મોટો ચૂલો ત્યાં બનાવવામાં આવ્યો હતો. સદંતર દિગ્મૂઢ થઈ ગયેલા પિનાકિનને ખેંચીને બહાર કાઢવામાં આવ્યો, અરબાઝે તેને સાવ નાગો કરી નાખવા કહ્યું.

પિનાકિનની આંખમાંનો ભય જોઈ શકાતો હતો, પણ તેના મોઢામાંના ડૂચાને કારણે તે ન તો કાકલૂદી કરી શકે એમ હતો કે ન તો બૂમ પાડી શકે એવી સ્થિતિમાં હતો.

'તેં એની સાથે પશુ જેવું વર્તન કર્યું હતું, બરાબર ને?' અરબાઝે કહ્યું. 'તેના હાથ સળિયા સાથે બાંધી દે અને તેના પગનાં તળિયે અને હાથની હથેળીઓમાં થોડુંક ઘી ચોપડ.'

'કેમ?' હમીદે જિજ્ઞાસાપૂર્વક પૂછ્યું. ત્યારે તેના હોઠના એક ખૂણે ચારમિનાર સિગારેટ ઝૂલી રહી હતી.

'હમણા જ ખબર પડી જશે,' પિનાકિનને ચૂલા પરના સળિયા સાથે હાથ અને પગથી બંધાતો જોઈ રહેલા અરબાઝે કહ્યું. તેના ઉઘાડા કૂલા જમીન તરફ હતા.

અરબાઝ તેની તરફ ગયો અને તેના મોઢામાંનો ડૂચો ખેંચી કાઢ્યો.

'ના, પ્લીઝ....' પિનાકિન ધીમેથી બબડ્યો.

'તેણે પણ આ રીતે જ આજીજી કરી હતી ને?' અરબાઝે પૂછ્યું.

પિનાકિનનો સંઘર્ષ ચાલુ હતો, પોતાના શરીરને હચમચાવીને ચૂલા પરના સળિયાની આ બનાવટ તોડી પાડવાના તેના પ્રયાસો હતો. 'વાહ મારી વ્હાલી, હજી થોડો વધુ સંઘર્ષ કર. મને આ બહુ જ ગમે છે,' અરબાઝે કહ્યું. 'આવું જ બોલ્યો હતો ને તું?'

'અમે તૈયાર છીએ,' અત્યાર સુધી પિનાકિનની નીચે લાકડાં અને કોલસાં ગોઠવવામાં વ્યસ્ત ચિકનાએ એકાએક કહ્યું.

અરબાઝે ડિઝલની બાટલી ઉપાડી અને થોડુંક ડીઝલ લાકડા પર છાંટ્યું. એ પછી તેણે દીવાસળી સળગાવી અને તે લાકડા પર ફેંકી. લાકડા અને કોલસાએ તરત જ આગ પકડી લીધી, આગના પ્રથમ લબકારાએ પિનાકિનની ચામડીને બાળવાની શરૂઆત કરી.

તે બરાડી ઉઠ્યો.

'વાહ, તું બૂમ પાડે છે, ત્યારે મને બહુ મજા પડે છે,' અરબાઝે કહ્યું. 'આ તો કંઈ નથી, જ્વાળા તારા હાથ અને પગ સુધી પહોંચે તેની રાહ જો. હાથ-પગ હમણાં જ સળગી ઉઠશે. આહ, શેકાવાની સુગંધ. ઓહ, હું ભૂલી ગયો. તું તો ડુક્કર છે અને મારા માટે ડુક્કર હરામ છે....કંઈ વાંધો નહીં, ચિકના તું તો ગોવાનો હિન્દુ છે ને. તને તો શેકેલું પોર્ક (ડુક્કરનું માંસ) ભાવતું જ હશે, બરાબર ને ચિકના?'

1974નું વર્ષ મુશ્કેલ સાબિત થયું હતું. પૂર્વમાં, ઈન્દિરા ગાંધીના સૌથી ઉગ્ર ટીકાકાર, જયપ્રકાશ નારાયણે 'સંપૂર્ણ ક્રાંતિ'નું બ્યુગલ ફૂંક્યું હતું. પશ્ચિમમાં, ગુજરાતમાં નવ નિર્માણ આંદોલનમાં 100 લોકોનાં મોત થયાં હતાં, 3000 જેટલાં લોકો ઈજાગ્રસ્ત થયા હતા અને 8,000ની ધરપકડ કરાઈ હતી. આ રાજકીય અનિશ્ચિતતાને વેપારી સમુદાય ભયંકર ઉત્પાતના અણસાર તરીકે જોઈ રહ્યો હતો.

'આપણને વેચાણલક્ષી મિજાજ ધરાવતા અને ડાયનેમિક ચિફ એક્ઝિક્યુટિવની જરૂર છે,' પડકારોનો સામનો કરવાનું જેને ગમતું હોય એવા કોઈકની અત્યારના બિઝનેસના માહોલને જરૂર હોવાનું સમજાતા, અરવિંદે જોયદીપને કહ્યું.

'કેમ?' જોયદીપે પૂછ્યું, 'આપણી પાસે વેચવા માટે ક્યાં કંઈ છે જ. હજી તો આપણે બિઝનેસ ચલાવીએ એ પહેલા તો તું તેને જ વેચી નાખે છે.'

'એટલે જ. આપણે વેચીએ છીએ. તને અને મને કોઈક એવાની જરૂર છે જે એ વાતની તકેદારી રાખે કે સોદાઓ જલ્દીથી પાર પડે. કેમ કે હું ચેરમેન છું અને તું વાઈસ-ચેરમેન.... '

'હું ક્યારથી વાઈસ-ચેરમેન બની ગયો?' જોયદીપે પૂછ્યું.

'બસ આ ક્ષણથી જ,' અરવિંદે સ્મિત સાથે જવાબ આપ્યો. 'મેં તને અનેક વાર કહ્યું હતું કે તું પરણી જા, પણ એવું કરવામાં તું નિષ્ફળ રહ્યો છે. મને લાગે છે કે મોટું પદ તને પત્ની અપાવશે!

બંને મિત્રો હસી પડ્યા. 'તો હવે આપણને નવા ચિફ એક્ઝિક્યુટિવની જરૂર છે,' અરવિંદે કહ્યું.

આ પદ માટે એ પછીના અઠવાડિયામાં ઉમેદવારોના ઈન્ટરવ્યુ ગોઠવવામાં આવ્યા, કંપનીની ચૌરંગી રોડ ખાતેની ઑફિસના કોન્ફરન્સ રૂમમાં અરવિંદ અને જોયદીપ આ ઈન્ટરવ્યુ લઈ રહ્યા હતા.

પહેલો ઉમેદવાર અંદર આવ્યો.

પોતાના ખિસ્સામાંથી પેન કાઢી અરવિંદે ટેબલ પર મુકી અને ઉમેદવારને કહ્યું, 'આ પેન તારે મને વેંચવાની છે.'

એ બિચારા ઉમેદવારના ચહેરા પર શરૂઆતમાં થોડીક ચિંતા દેખાઈ. પણ પછી તેણે ખચકાટ સાથે શરૂ કર્યું: 'આ બહુ સરસ પેન છે. તેનાથી બહુ જ સારી રીતે લખાય છે અને દેખાવમાં પણ આ પેન

બહુ જ સુંદર છે. તેને પકડવી સહેલી છે અને તેમાં શાહી ભરવી પણ સરળ છે.'

'થેન્ક યુ,' અરવિંદે કહ્યું.

'આપણને જોઈએ છે એવો આ માણસ નથી,' ઉમેદવાર બહાર નીકળ્યો કે તરત જ તેણે જોયદીપને કહ્યું.

બીજો ઉમેદવાર અંદર આવ્યો. ટેબલ પરથી પેન ઉપાડીને અરવિંદે ઉમેદવાર સામે મૂકી અને કહ્યું, 'આ તારે મને વેંચવાની છે.'

આ ઉમેદવારે આત્મવિશ્વાસપૂર્વક શરૂઆત કરીઃ 'તમારે મહત્ત્વની બાબતો યાદ રાખવાની હોય છે? તમારે એવી બાબતોને નોંધી રાખવી પડે છે જે અન્યથા ભૂલાઈ જાય? આ માટે તમને કોઈ એવા સાધનની જરૂર છે, જે તમને મદદરૂપ થાય? તો આ રહી એ પેન જે તમારા કામની છે.'

અરવિંદે તેના આ પ્રયાસ વિશે વિચાર કર્યો અને પછી કહ્યું, 'તારો પ્રયાસ સારો હતો પણ મને શ્રેષ્ઠની જરૂર છે. આવવા બદ્દલ તમારો આભાર.'

ત્રીજો ઉમેદવાર પ્રવેશ્યો. અરવિંદે પેન હાથમાં પકડી અને પોતાની વાતને દોહરાવી. 'આ પેન તારે મને વેચવાની છે.'

ઉમેદવારે એક મિનિટ માટે વિચાર કર્યો.

પોતાની સાથે લાવેલી બૅગમાંથી તેણે ચેકબૂક કાઢી. તેણે એ પેનનો ઉપયોગ કરી ચેક પર સહી કરી અને રકમ ભર્યા વિનાનો ચેક તેણે અરવિંદના હાથમાં આપ્યો. પેન પોતાના ખિસ્સામાં મૂકતા તે બોલ્યો, 'આ પેન અત્યારે તમારી પાસે હોત તો કેટલું સારૂં થાત ને?'

અરવિંદે સ્મિત કર્યું. તેને જોઈતો માણસ મળી ગયો હતો.

સત્યપાલ મિત્તલ.

સત્યપાલ મિત્તલ પટણામાં એક ગરીબ પરિવારમાં જન્મ્યો હતો. તેના પિતા ભંગાર સામાન ખરીદવાનો ધંધો કરતા – તેઓ *પસ્તીવાળા* હતા. આ પરિવાર એટલો ગરીબ હતો કે સત્યપાલના ઘરમાં વીજળી પણ નહોતી.

કેરોસીનના દીવાના અજવાળામાં સત્યપાલ ભણતો, એ દીવામાંથી નીકળતા ધુમાડાને કારણે તેની આંખોમાં પાણી આવી જતાં.

પોતાના અને પોતાના વર્ગમિત્રોના ઘરમાં જે તફાવત હતો એ સત્યપાલે નોંધ્યું. એક તેનું જ ઘર એવું હતું જ્યાં વીજળીના બલ્બ નહોતા. તેણે સંકોચ સાથે પોતાના પિતાને પૂછ્યું કે. તેઓ વીજળીનો બલ્બ લાવી શકે છે. સત્યપાલની વિનંતીને ઠુકરાવી દેવાને બદલે, તેના પિતાએ તેને સખત મહેનત કરવા કહ્યું, જેથી એક દિવસ તે પોતાની મેળે જ ઘર માટે વીજળીના બલ્બ લાવી શકે.

શ્રી વિષ્ણુ મહાદેવ વિદ્યાલયમાં તે ભણતો હતો અને શાળામાં પ્રથમ આવનાર વિદ્યાર્થીને શાળા તરફથી સો રૂપિયાની પ્રતીક શિષ્યવૃત્તિ મળતી. પાંચમા ધોરણથી શરૂ કરી દર વર્ષે સત્યપાલે આ શિષ્યવૃત્તિ મેળવી, અને અંતે તેની પાસે 300 રૂપિયા જમા થઈ ગયા. એ પછી તે બજારમાં ગયો અને બલ્બ તથા ટેબલ ફેન ખરીદી લાવ્યો. આ ક્ષણ તેના પિતા માટે પણ અત્યંત ગર્વની હતી.

એ દિવસે, તેના પિતા નાનકડા સત્યપાલને પટણામાં યોજાઈ રહેલી જીવન પ્રકાશની સભામાં લઈ ગયા. 'બાબા, આપણે ત્યાં શા માટે જઈ રહ્યા છીએ?' સત્યાપાલે પૂછ્યું.

'કેમ કે હું જોઈ શકું છું કે તું જીવનમાં ખૂબ સફળ થવાનો છે,' તેના પિતાએ કહ્યું.

'જો હું સફળ થવાનો હોઉં તો મારે જીવન પ્રકાશની શી જરૂર છે?' સત્યપાલે પૂછ્યું

'કેમ કે સફળતા સાથે કામ લેવું એ નિષ્ફળતા સાથે કામ લેવા કરતાં મુશ્કેલ છે,' તેના પિતાએ સમજદારીપૂર્વક જવાબ આપ્યો.

'આપણું નવું સાહસ શું હોવું જોઈએ?' અરવિંદે પૂછ્યું. 'મને લાગે છે કે આપણે કંઈક એવું કરવું જોઈએ જે સત્યપાલના અદભુત સેલ્સમેનશિપ અને પીઆર કૌશલ્યને ઊંચે લઈ જાય.'

જોયદીપ કંઈક બોલવા માટે મોઢું ખોલવા જઈ રહ્યો હતો, પણ હજી તો તે કંઈ બોલે એ પહેલા સત્યપાલે તક ઝડપી લીધી, 'આપણે લાઈસન્સ બૅન્ક શા માટે નથી બનાવતા?'

'આ વળી કઈ બલાનું નામ છે?' જોયદીપે પૂછ્યું.

'તમે જાણો જ છો કે, ભારતમાં, આપણે જેને યોજનાબદ્ધ અર્થતંત્ર કહીએ છીએ, એ સિસ્ટમ પ્રર્વતે છે,' સત્યપાલે કહ્યું. 'અર્થતંત્રનાં દરેક પાસાં પર આપણી સરકારનું નિયંત્રણ છે. આયોજન પંચે તકેદારી રાખી છે કે કોઈ વ્યક્તિ ઉત્પાદન એકમ શરૂ કરે એ પહેલા તેને લાઈસન્સ, પરવાનગીઓ અને નિયમનોના ગૂંચવણભર્યાં જાળામાંથી પસાર થવું પડે.'

'તો?' જોયદીપે પૂછ્યું.

'કેટલાક કિસ્સાઓમાં વ્યક્તિએ એંસી જેટલી સરકારી એજન્સીઓને સંતુષ્ટ કરવાની આવે છે. આમાં દરેક વખતે, લાએઝન, લાગવગ અને લાંચ-રુશ્વત તો જાણે પ્રક્રિયાનો ભાગ જ બની ગઈ છે.'

'તારા મગજમાં શું ચાલી રહ્યું છે?' અરવિંદે પૂછ્યું.

'તમે જો તમારા સંપર્કોનો ઉપયોગ કરી વિવિધ કંપનીઓની ભાવિ યોજનાઓ વિશે માહિતી મેળવી શકતા હો તો, એ અંગે આપણે જરૂરી ગ્રાઉન્ડ વર્ક અગાઉથી જ કરી શકીએ એમ છીએ,' સત્યપાલે કહ્યું.

'પણ એનાથી આપણને શો ફાયદો થશે?' જોયદીપે પૂછ્યું.

'બહુ જ સરળ છે,' સત્યપાલના બદલે અરવિંદે જવાબ આપ્યો. 'ધારી લે કે, કેચઅપ અને જામ બનાવતી કંપની કિસાન, હવે સ્કવૉશ અથવા ટીનબંધ ફૂડના ક્ષેત્રમાં પ્રવેશવા માગે છે. હું સત્યપાલને આ બાબતની માહિતી આપી રાખું છું. એ પછી તે મંત્રાલયો અને અમલદારોના ચક્કર કાપીને સ્પેશિયલ-પર્પઝ-કંપનીની તરફેણમાં લાઈસન્સ મેળવી લેશે.'

'કિસાન આવું પોતાની મેળે શા માટે નહીં કરે?' જોયદીપે પૂછ્યું.

'બે કારણો,' સત્યપાલે કહ્યું. 'એકઃ ભાગદોડ કરવામાં આપણે અનેક મહિનાનું રોકાણ કર્યું હશે. આપણી સ્પેશિયલ-પર્પઝ-કંપની ખરીદી લેવાનું તેમના માટે સરળ થઈ પડશે કેમ કે આનાથી તેમનો સમય બચશે અને હાડમારીનો સામનો પણ નહીં કરવો પડે.'

'અને?' જોયદીપે પૂછ્યું.

'બેઃ દર વર્ષે સ્કવૉશની 50,000 બૉટલના ઉત્પાદનનું લાઈસન્સ એક કંપનીને જારી કરવામાં આવ્યા બાદ, ઉપસિદ્ધાંત એ છે કે, બીજી કંપની આ લાઈસન્સ માટે અરજી કરી શકે નહીં. સરકાર ઈચ્છે છે કે રાષ્ટ્રીય સાધનોનો ઉપયોગ કોઈપણ જાતના બગાડ વિના થાય.'

'પરિણામે, આપણે લાઈસન્સની એવી બૅન્ક ઊભી કરી શકશું, જ્યાંથી સેકન્ડરી માર્કેટમાં રસ ધરાવતા ઉત્પાદકો પ્રીમિયમ ચૂકવીને લાઈસન્સ ખરીદી શકે,' સત્યપાલની વાતનો અનુવાદ કરતો હોય એ રીતે અરવિંદે કહ્યું.

'આ માટે મારે દિલ્હીમાં ધામો નાખવો પડશે,' સત્યપાલે નોંધ્યું.

'તારા માટે આપણે ભાડાની જગ્યા લેવી પડશે,' જોયદીપે કહ્યું.

'એની જરૂર નહીં પડે,' સત્યપાલે જવાબ આપ્યો. 'પહાડગંજમાં હોટેલ વિકાસ નામની એક નાનકડી જગ્યા છે. હું ત્યાં રહીશ. એ જગ્યા સસ્તી છે.'

'તને પૂરી ખાતરી છે ને કે તને ત્યાં વાંધો નહીં આવે?' અરવિંદે પૂછ્યું.

'એકદમ,' સત્યપાલે જવાબ આપ્યો. 'ત્યાં નાકા પર બહુ સરસ *પરાઠાવાળો* છે, અને એના કરતાં ય સ્વાદિષ્ટ *દહીં ભલ્લાવાળો* તેની બાજુમાં જ છે અને થોડા અંતરે *બરફી* વેચનારો પણ બેસે છે. બધું જ બરાબર છે. હું એકાદ મહિના પહેલા જ ત્યાં રહ્યો હતો.'

'ત્યાં તું શું કરતો હતો?' અરવિંદે પૂછ્યું.

'હું જીવન પ્રકાશનો અનુ.યાયી છું. પહાડગંજના વિશાળ મેદાનમાં સંસ્થાની આધ્યાત્મિક સભાઓનું આયોજન થાય છે.'

સત્યપાલે પોતાના વૉલેટમાંથી એક ફોટો કાઢ્યો અને અરવિંદને આપ્યો. 'જીવન પ્રકાશની એક શિબિર વખતનો આ મારો ફોટો છે.'

'તારી બાજુમાં ઊભેલો આ અમેરિકન હિપ્પી કોણ છે?' અરવિંદે પૂછ્યું.

'ઓહ, એ તો નૈનિતાલ પાસેના કોઈ નીમ કરોલી બાબા નામના ગુરુની તલાશમાં નીકળેલો કોઈ માણસ હતો. એનું નામ સ્ટીવ જૉબ્સ કે એવું કંઈક હતું. અમે બંને એક જ હોટેલમાં ઉતર્યા હતા અને એ તો અમસ્તો જ મારી સાથે સભામાં આવ્યો હતો.'

'કાયદેસર હોય એવા અમુક ધંધા કરવા વિશે આપણે વિચારવું જોઈએ,' મુરલીએ કહ્યું.

અબ્દુલ દાદા, અરબાઝ અને હમીદ એ રેસ્ટોરાંના પ્રખ્યાત ચિકન મખ્ખનવાલા ખાતાં-ખાતાં રોકાઈ ગયા. હાલમાં જ ખૂલેલી ઓબેરોય શેરટોન

હોટેલના કૉફીશૉપ, સમરકંદમાં તેઓ હતા. અબ્દુલ દાદા અહીં પ્રવેશ્યો ત્યારે જમી રહેલા અનેક લોકો તેની તરફ તાકતા રહી ગયા હતા. તેને ટેબલ ફાળવવા તથા ખુરશી ખેંચી આપવા સ્ટાફે દોડાદોડી કરી મૂકી હતી. મરવાની પ્રબળ ઈચ્છા હોય તો જ અબ્દુલ દાદાને નારાજ કરવા, એવી વાયકા હતી.
'શા માટે?' અરબાઝે પૂછ્યું.

'એ બાબત આપણને થોડીક રાહત આપશે,' મુરલીએ જવાબ આપ્યો. 'ઈન્દિરા ગાંધી હવે દેશનાં સર્વોચ્ચ સરમુખત્યાર છે. કટોકટી હજી રહેશે. સરકારે કોફેપોસા – કન્ઝર્વેશન ઑફ ફૉરેન એક્સ્ચેન્જ એન્ડ પ્રીવૅન્શન ઑફ સ્મગ્લિંગ એક્ટિવિટિઝ એક્ટ પસાર કર્યો છે. આ કાયદો તંત્રને વિસ્તૃત સત્તા આપે છે, જે અંતર્ગત સ્મગ્લિંગમાં સંડોવાયેલા હોવાની આશંકાના આધારે કોઈ પણ વ્યક્તિની તેઓ અટક કરી શકે છે. હવે સમય આવી ગયો છે કે આપણા ધંધાના ખરા ચહેરા પર સન્માનજનક મુખવટો પહેરી લઈએ.'

'મને તો આ કટોકટી બહુ જ ગમે છે,' મખ્ખનવાલામાં નાન ઝબકોળતાં અરબાઝે કહ્યું. 'ટ્રેનો સમયસર દોડે છે અને લોકો સખત મહેનત કરતા હોય એવું લાગે છે. લોકોને સક્રિય અને કારમ કરતા કરવા કરવા કોઈક મોટા ડૉઝની અવારનવાર જરૂર પડે છે. અને ભારતે પોતાનો વિસ્તાર પણ વધાર્યો છે. આખરે, સિક્કિમનો સમાવેશ ભારતના રાજ્ય તરીકે થયો છે.'

ભારતીય બંધારણની કલમ 352 (1) અંતર્ગત 'આંતરિક અશાંતિનું' કારણ આપી ઈન્દિરા ગાંધીએ રાષ્ટ્રપતિ ફખરુદ્દીન અલી અહેમદને કટોકટીની જાહેરાત કરવાની ફરજ પાડી હતી. આ હુકમે વડાં પ્રધાનના હાથમાં અનેક સત્તાનો દોર આપી દીધો હતો જેમ કે, હુકમનામા દ્વારા રાજ ચલાવવાની સત્તા, ચૂંટણીઓ મોકૂફ રાખવી, નાગરી સ્વતંત્રતા પર નિયંત્રણ મુકવો, રાજકીય પ્રતિસ્પર્ધીઓને જેલમાં નાખવા તથા પ્રેસ પર સેન્સરશિપ લાદવી. ધ ઈન્ડિયન એક્સ્પ્રેસ અને સ્ટેટ્સમેને તેમના મુખ્ય તંત્રીલેખની જગ્યા વિરોધ પ્રદર્શનના ભાગ રૂપે કોરી છોડી દીધી હતી.

'એ બધું બરાબર છે, પણ તેના દીકરા- સંજયે એક ટુકડી બનાવી છે, એ લોકો પુરુષોને ભેગા કરે છે અને જબરજસ્તી તેમની વીર્યનળીને બંધ કરાવવાનું ઑપરેશન કરાવી દે છે!' હમીદે કહ્યું. 'જો કે, સરકાર આ બાબતને નકારે છે.'

'તો પછી આ વાત સાચી જ હશે,' અરબાઝે ટીખળમાં કહ્યું. 'જે પ્રકારના હરામીઓ આપણા દેશમાં છે, એ જોતાં આ વિચાર કદાચ જરાય ખોટો નથી!' અરબાઝ ફિલ્મ દિગ્દર્શક પિનાકિન દેબનો વિચાર કરી રહ્યો હતો.

'આપણે કેવા પ્રકારના ધંધામાં પડવું જોઈએ?' અબ્દુલ દાદાએ વાતને મૂળ મુદ્દા પર પાછી લાવતા પૂછ્યું.

'થોડી વધુ ફિલ્મોને આપણે યોગ્ય રીતે ફાઈનાન્સ કરવી જોઈએ... રિયલ એસ્ટેટ ક્ષેત્રમાં આપણો દબદબો જોતાં આપણે કેટલીક હોટેલો વિશે પણ વિચારી શકીએ છીએ... જુગારમાં પણ આપણે સક્રિય છીએ, એ જોતાં બૉમ્બે સ્ટૉક એક્સ્ચેન્જમાં કાયદાકીય રીતે રોકાણનો પણ વિચાર થઈ શકે છે,' મુરલીએ પોતાના શાકાહારી વિકલ્પ વેજિટેબલ મખ્ખનવાલાને એક તરફ સરકાવતા જવાબ આપ્યો.

'અને ટેક્સ ચૂકવવાનો?' હમીદે પૂછ્યું. તેના શ્વાસમાંની ચારમિનાર સિગારેટની વાસ ટેબલ પર બેઠેલા બધા સુધી પહોંચી. 'આપણે આ ચુતિયા જેવી વાત શા માટે સાંભળી રહ્યા છીએ, દાદા? આપણો ધંધો જેમ છે એમ જ સારો છે. આપણે બીકણ બિલાડીની જેમ શા માટે વર્તી રહ્યા છીએ?'

અબ્દુલ દાદાએ હમીદની અવગણના કરી. 'બિઝનેસમાં પડવાનો આ ઉદ્યમ મારી મદદ કઈ રીતે કરશે?' પોતાની પ્લેટમાંના ચિકન મખ્ખનવાલાના રસાને નાનના છેલ્લા ટુકડાથી લૂંછી રહેલા અબ્દુલ દાદાએ પૂછ્યું.

'અનેક રીતે,' મુરલીએ જવાબ આપ્યો. 'તમારી વિદેશ યાત્રાઓ વ્યાજબી ઠેરવી શકાશે. તમારી પાસે આવકનો એવો પ્રવાહ હશે જે તમને સત્તાવાર રીતે ધંધો કરવામાં તથા રોકાણ કરવામાં ઉપયોગી થશે. સમયાંતરે અને તમારી જરૂરિયાત મુજબ, તમે કાળી કમાણીને ધોળી અને ધોળી કમાણીને કાળીમાં ફેરવી શકશો.'

'તો મારે કઈ રીતે શરૂ કરવું, તારું શું સૂચન છે?' પોતાની આંગળીઓ પર રહી ગયેલા રસાને ચાટતાં અબ્દુલ દાદાએ પૂછ્યું.

'આપણે એક કંપનીની સ્થાપના કરીએ જેમાં તમે એકમાત્ર શૅરધારક હો,' મુરલીએ સૂચવ્યું. 'લાભદાયક તકોમાં રોકાણ કરવા માટે આ કંપની આપણું વાહન બની શકશે. કંપનીના નામ માટે કોઈ સૂચન?'

'ધંદા હૉલ્ડિંગ્સ પ્રાયવેટ લિમિટેડ,' અરબાઝે કહ્યું. 'કાળું કે સફેદ, ટેક્સ ભરીને અને ટેક્સ વિનાનું... આ બધું અંતે તો ધંધો જ છે ને.'

મુરલી ઐય્યર પોતાના હાથ માથાની ઉપર લઈ ગયો અને આળસ મરડી, પાંચ કલાક એક જ ખુરશી પર બેસી રહેવાને કારણે તે થાકી ગયો હતો. આ પાંચ કલાક દરમિયાન યુનાઈટેડ ફેડરેશન બૅન્કના એક વિશ્લેષકે તેને બૉમ્બે, દિલ્હી, કલકત્તા અને મદ્રાસની 30 જેટલી વિવિધ કંપનીઓની બેલેન્સ શીટ દેખાડી હતી.

મુરલીની પસંદગી બહુ ચોક્કસ હતી, 'માલિક-સંચાલિત એવી કંપની જે, પહેલી પેઢીના ઉદ્યોગ સાહસિક દ્વારા ચલાવાતી હોય. મને એવી કંપનીની બેલેન્સ શીટ દેખાડો, જેમને નાણાં ધીરવામાં તમને જરાય ખચકાટ ન હોય. આજથી વીસ વર્ષ બાદ જે બિઝનેસની બહુ વિશાળ થવાની શક્તા હોય એ વિશે મને જણાવો.'

યુનાઈટેડ ફેડરેશન બૅન્કના ચેરમેન, શ્રી. કિશોર દેશમુખ પર અબ્દુલ દાદાના અનેક ઉપકાર હતા. અબ્દુલ દાદાએ મધ્યસ્થી ન કરી હોત તો, યુએફબી બૅન્કના કર્મચારી યુનિયનની હડતાળે બૅન્કને સાવ પંગુ કરી નાખી હોત. આમ પણ બૅન્કિંગની દુનિયાનો સિદ્ધાંત છે, દરેક ક્રેડિટની સામે ડેબિટ હોવું જોઈએ. આથી અબ્દુલ દાદાનો ફોન આવતા જ, દેશમુખે પોતાનો સૌથી શ્રેષ્ઠ આર્થિક વિશ્લેષક મિ. મુરલી ઐય્યર માટે ફાળવ્યો હતો.

'પાર્લે એક્સ્પૉર્ટ્સ,' મુરલીએ કહ્યું. 'ભારતીય કોલા બનાવવાની દિશામાં તેઓ કામ કરી રહ્યા છે.'

'ચૌહાણ પરિવારની તેના પર ખાનગી માલિકી છે, બહારની કોઈ વ્યક્તિ પાસે કંપનીના શૅર નથી,' વિશ્લેષકે જવાબ આપ્યો.

'વિમલ,' મુરલીએ કહ્યું.

'તમારો કહેવાનો મતલબ છે રિલાયન્સ,' વિશ્લેષકે કહ્યું. 'તેઓ ટૂંક સમયમાં જ શૅરબજારમાં પ્રવેશવાના છે. આઈપીઓ દરમિયાન અમે તમારા માટે તેમનાં શૅર્સનો મોટો હિસ્સો ખરીદી લઈશું.'

'ગોદરેજ,' મુરલીએ કહ્યું.

'ગોદરેજ પરિવારની માલિકીની કંપની. પહેલી પેઢીના ઉદ્યોગ સાહસિકના તમારા માપદંડમાં બેસતી નથી. આ કંપનીની સ્થાપના 1897માં થઈ હતી.'

'ઈમામી,' મુરલીએ કહ્યું.

'સારો વિકલ્પ,' વિશ્લેષકે કહ્યું. 'પહેલી પેઢીના ઉદ્યોગ સાહસિક એવા બે જણે બિરલા ગ્રુપ છોડ્યા બાદ આ કંપનીની સ્થાપના કરી છે. તેઓ વધુ એક આયુર્વેદિક કંપની હસ્તગત કરવાની પ્રક્રિયામાં છે. તેમને નાણાંની જરૂર પડશે, હું તેમની સાથે વાટાઘાટો શરૂ કરું છું.'

'ક્વોલિટી,' મુરલીએ કહ્યું. 'આઈસ્ક્રીમ બનાવનારાઓ.'

'1940માં લાંબા પરિવારે શરૂ કરી હતી. નવી પેઢીએ હમણાં જ ધંધામાં પ્રવેશ કર્યો છે. વધુ માહિતી હું મેળવી લઈશ.'

'નિરુલા?' મુરલીએ પૂછ્યું.

'દિલ્હીની ફાસ્ટફૂડ કંપની? તેમને નાણાંની જરૂર નથી. કોનોટ પ્લૅસ ખાતેની એક જ દુકાન તેમને ધૂમ કમાણી કરાવે છે. પણ હું વધુ માહિતી શોધી કાઢીશ.'

'બીજું કંઈ?' મુરલીએ પૂછ્યું.

'તમે બ્રેઈડ વિશે સાંભળ્યું છે?' વિશ્લેષકે પૂછ્યું.

'ના, કોણ છે આ લોકો?' મુરલીએ પૂછ્યું.

'બી. રવિ અને આઈ. ડાગાના પ્રથમ અક્ષરોને લઈને આ નામ બનાવાયું છે. ખાણકામ, ખાદ્ય તેલ, હોટેલ્સ, ગ્રાહક ઉપયોગી ચીજો તથા કૉમોડિટી સટ્ટા જેવા સાહસોમાં કંપનીએ રોકાણ કર્યું છે. તેના વિશે ઝાઝી વાત થતી નથી. બહુ જ લો-પ્રૉફાઈલ છે, પણ તેમને મળેલા વળતરનું પ્રમાણ ખાસ્સું ઊંચું છે.'

અરબાઝ ઘરના દરવાજાની સામે નર્વસપણે ઊભો હતો. દરવાજા પરની નેમપ્લેટ પર કે.સી.બેનરજીનું નામ વંચાતું હતું, નેપીયન્સ સી રોડ પરના હૈદરાબાદ એસ્ટેટમાં આ ઘર હતું. દસ એકરની આ એસ્ટેટ એક સમયે સંપૂર્ણપણે હૈદરાબાદના નિઝામની માલિકીની હતી., પણ એ પછી શુષ્ક અને નબળી જાળવણીવાળા સરકારી ક્વાર્ટર્સની હારમાળામાં તબદિલ થઈ ગઈ હતી.

ઘટનાને હવે અનેક મહિના વીતી ગયા હતા. પરોમિતાએ હંગામી ધોરણે પોતાની જાતને ફિલ્મોમાંથી ખેંચી લીધી હતી, તો અબ્દુલ દાદાએ પોતાના માટે બીજો દિગ્દર્શક શોધી લીધો હતો. આ સમયગાળો તેના માટે અનુકુળ હતો. એ ઘટનાના આઘાતમાંથી બહાર આવવા તેને સમયની જરૂર હતી. એ ભયંકર દિવસનો માનસિક આઘાત સહન કરવો અત્યંત મુશ્કેલ હતો. તેને એક જ વિચાર આવતો કે, પોતાની સાથે જે કંઈ થયું એ વિશે તે પોતાના માતા-પિતાને ક્યારેય જણાવી શકશે ખરી. ‘તારા ભાઈએ મારી સાથે બળાત્કાર કર્યો અને મેં અંડરવર્લ્ડમાંના કોઈકને આ વાત કરી અને તેણે મારા માટે તેને મારી નાખ્યો... ’ પોતાની માતાને તે કઈ રીતે આ કહી શકવાની હતી.

બૉલીવૂડની પોતાની કમાણીમાંથી બાન્દરામાં તેણે ખરીદેલો ફ્લૅટ બંધ પડ્યો હતો. એકલી રહેવાનો વિચાર પણ તેને કંપાવી જતો હતો. હૈદરાબાદ એસ્ટેટમાંના માતા-પિતાના ઘરમાં તે રહેવા આવી ગઈ હતી.

પિનાકિનનો મૃતદેહ ક્યારેય મળ્યો જ નહીં. પોલીસની ફાઈલમાં તેનો કેસ હજી પણ મિસિંગ પર્સન તરીકે જ નોંધાયેલો હતો. અરબાઝે ઊંડો શ્વાસ લીધો અને ડૉરબૅલ વગાડી, તે આશા રાખી રહ્યો હતો કે પરોમિતા જ દરવાજો ખોલે તો સારૂં.

તેના નસીબ સારા હતા. દરવાજો પરોમિતાએ જ ખોલ્યો પણ અરબાઝને જોતાં જ તે આશ્ચર્યચકિત થઈ ગઈ. ‘અરબાઝ તું? અહીં? મારી મમ્મી ઘરમાં છે!’ તે ધીમેથી ગણગણી.

‘રિલેક્સ. હું જાઉં છું. તને મળવું મારા માટે જરૂરી છે. હું ફોન કરું છું ત્યારે તારી મમ્મી જેવા અવાજવાળું કોઈક ફોન ઉપાડે છે,’ અરબાઝે કહ્યું.

‘કોણ છે, પરોમિતા?’ અંદરથી તેની મમ્મીનો અવાજ આવ્યો.

‘કોઈક સર્વે કરી રહ્યું છે, મા,’ પરોમિતાએ જવાબ આપ્યો ત્યારે, તેના હોઠ પર આછું સ્મિત રમી રહ્યું હતું.

‘તું મને મળીશ? ’ અરબાઝે પૂછ્યું.

‘હા, હું મળીશ,’ પરોમિતાએ જવાબ આપ્યો. ‘પણ અત્યારે પ્લીઝ...જા.’

‘ક્યારે? ’ અરબાઝે પૂછ્યું.

‘આવતી કાલે... જા.’

'હું તાજના કૉફીશૉપ, શામિયાનામાં તારી વાટ જોઈશ આવતી કાલે – શુક્રવારે – સાંજે પાંચ વાગ્યે,' પરોમિતાની મમ્મીને આવતી જોઈ એ જ ક્ષણે ઝડપથી દાદરા ઉતરી જવા માટે તીવ્ર ગતિથી વળતાં અરબાઝે કહ્યું.

અરબાઝ અને પરોમિતા શામિયાનામાં બારી પાસેના ટેબલ પર બેઠાં હતાં. હજી થોડા વર્ષો પહેલા જ આ કૉફીશૉપ શરૂ થયું હતું અને બહુ ટૂંકા ગાળામાં જ તે બૉમ્બેના ખાસ સ્થળોમાંનું એક બની ગયું હતું. તેની સજાવટ સાવ નવી રીતે કરાઈ હતી, જેમાં ગુજરાતી લટકણિયાઓનો ઉપયોગ ચંદરવા તરીકે કરાયો હતો, જેથી તંબુ – અથવા શામિયાના જેવો દેખાવ ઊભો કરી શકાય. ચંદરવાને ટેકો આપવા માટે ઘેરા મરુન રંગના થાંભલાનો ઉપયોગ કરાયો હતો. અન્ય રેસ્ટોરાંઓ જ્યાં પાશ્ચાત્ય દેખાવ ધરાવતી હતી ત્યાં શામિયાનાના મેનુમાં પાઉં ભાજી, ગોવા ફિશ કરી અને મસાલા ડોસા જેવી વાનગીઓની ભરમાર હતી.

'તું આવી એ મને ગમ્યું,' કેપેચિનોમાં સાકરના અનેક ગાંગડા નાખીને કપમાં ચમચી હલાવતાં અરબાઝે કહ્યું.

પરોમિતાએ સ્મિત કર્યું. 'તેં જે કંઈ કર્યું એ માટે હું પૂરેપૂરો આભાર માની શકી નથી,' તેણે કહ્યું. 'મારા પર તારા જે ઉપકાર છે, તેનો બદલો હું ક્યારેય નહીં વાળી શકું.'

'તારે કોઈ બદલો વાળવાનો નથી,' અરબાઝે કહ્યું. 'આમ છતાં, મારે તારી સામે એક કબૂલાત કરવી છે...'

'શું? ' પરોમિતાએ પૂછ્યું.

'જ્યારથી મેં તને જોઈ છે, હું તારા તરફ બહુ તીવ્રતાથી ખેંચાતો રહ્યો છું,' અરબાઝે અચકાતાં શરૂઆત કરી. 'મને એ વાતની પૂરી ખાતરી નથી કે આ શું છે અને તારી પરિસ્થિતિ જોતાં તું કદાચ મને ના પણ પાડી દઈશ... પણ મને તારો મિત્ર બની રહેવાનું ગમશે.'

'મને પણ એ જ ગમશે,' કોકા-કોલા અને વેનિલા આઈસ્ક્રીમના સંયોજન સમી શામિયાનાની વિખ્યાત કોલા ફ્લોટની ચુસ્કી ભરતા પરોમિતાએ કહ્યું.

ખાખી વરદીધારી બે પોલીસ અધિકારીઓએ અરબાઝ જ્યાં બેઠો હતો એ ટેબલ તરફ આવી રહ્યા હતા આને કારણે રેસ્ટોરાંમાં થોડોક ખળભળાટ

મચ્યો. તેમાંનો એક ડેપ્યુટી પોલીસ કમિશનર સાવંત હતો; અને બીજો હતો સબ-ઈન્સ્પેક્ટર વાઘમારે.

'અરબાઝ શેખ?' ડીસીપી સાવંતે પૂછ્યું.

'હા?' જોરથી ધબકી રહેલા દિલે અરબાઝે કહ્યું.

'હું તારી ધરપકડ કરવા આવ્યો છું.' સાવંતે કહ્યું.

'તમારી પાસે વૉરન્ટ છે?' અરબાઝે પૂછ્યું.

'તારો ગુનો એવો છે કે અમને વૉરન્ટની જરૂર નથી,' સાવંતે કહ્યું.

'મારા પર શેનો આરોપ છે?' અરબાઝે પૂછ્યું.

'હત્યા,' સાવંતે કહ્યું.

ત્યાંથી થોડાક ટેબલ દૂર સાદાં કપડાંમાં એક વરિષ્ઠ પોલીસ અધિકારી બેઠો હતો. પોતાની કારકિર્દીની મા-બહેન એક કરી નાખનાર માણસની ધરપકડ થતી જોઈ તેના ચહેરા પર હાસ્ય આવી ગયું. તેનું નામ હતું દુબે. *બદલો કેટલો મીઠો હોય છે*, કોક-ફ્લોટની ચુસ્કી લેતાં ભૂતપૂર્વ કમિશનર દુબેએ વિચાર્યું.

અરબાઝને પોલીસ જીપમાં આર્થર રોડ જેલ લઈ જવાયો અને ઈન્ડિયાન પીનલ કૉડની કલમ 302 હત્યા માટે અને 307 હત્યાના પ્રયાસ હેઠળ તેના પર ગુનો નોંધવામાં આવ્યો.

પરોમિતા ત્યાંથી જવા તૈયાર નહોતી. તેણે તેને ટેક્સી પકડી ઘરે જવા દબાણ કર્યું તથા શાંત રહેવા જણાવ્યું. બહાર નીકળ્યા બાદ હું તારો સંપર્ક કરીશ એમ પણ તેણે કહ્યું.

'તારા કપડાં કાઢ,' સબ-ઈન્સ્પેક્ટર વાઘમારેએ અરબાઝને કહ્યું.

'શા માટે?' અરબાઝએ પૂછ્યું. જવાબમાં એક જોરદાર તમાચો તેને મળ્યો.

'હું કંઈ ટૂર ગાઈડ નથી, જે તને બધું જ સમજાવશે,' વાઘમારેએ કહ્યું, તેના શ્વાસમાં પાન અને તંબાકુની ગંધ આવી રહી હતી. 'અમારે તને ડ્રગ્ઝ, ચાકુ, ગન જેવી ચીજો માટે તપાસવો પડશે.'

અરબાઝે પોતાનાં બધાં કપડાં ઉતાર્યાં અને એક મેડિકલ સુપરવાઈઝરે તેને કેવિટી- સર્ચ કર્યો. સુપરવાઈઝર અરબાઝના ગુદામાર્ગની તપાસ

કરી રહ્યો હતો ત્યારે સબ-ઈન્સ્પેક્ટર તેમાંથી ક્રૂર આનંદ લઈ રહ્યો હોય એવું લાગતું હતું. આ તપાસણી પત્યા બાદ, અરબાઝને તેનાં કપડાં પાછાં આપવામાં આવ્યાં. તેની પાસેની બીજી ચીજો – ઘડિયાળ, પર્સ, રોકડ, પટ્ટો અને પેન લઈ લેવાઈ અને એક રજિસ્ટરમાં આ બધાની નોંધ કરાયા બાદ તેના પર તેની સહી લેવાઈ.

'આને બેરેક આઠમાં લઈ જાવ,' સબ-ઈન્સ્પેક્ટરે વૉર્ડનને કહ્યું. અરબાઝે આ બેરેક વિશે સાંભળ્યું હતું. ડ્રગના બંધાણીઓ, કચરો વીણનારાઓ, ભિખારીઓ અને બળાત્કારીઓને સમાન્યપણે ત્યાં રખાતા. આર્થર રોડ જેલમાં કેદીઓ રાખવાની સત્તાવાર ક્ષમતા તો 800 હતી, પણ સામાન્યપણે ત્યાં 3000 કરતાં વધુ કેદીઓ રહેતા.

અપેક્ષા મુજબ જ બેરેકમાં વધારે પડતા લોકો હતા. પોતાની પાછળનો દરવાજો બંધ થતાં જ અરબાઝ ચાલતો એક ખૂણામાં ગયો અને બેસી ગયો.

'એ *મારી* જગ્યા છે. ત્યાંથી દૂર ખસ,' કદાવર બાંધાના એક માણસે કહ્યું. તેનું કદ અરબાઝ કરતાં બમણું હતું અને તેના શરીરમાંથી ભયંકર દુર્ગંધ આવતી હતી – વાસી પેશાબની એ દુર્ગંધ હતી.

'જા અહીંથી. મારૂં માથું ન ખા,' અરબાઝે કહ્યું. એ કદાવરે ઘુરકાટ કર્યો અને અરબાઝને ખભેથી પકડી ને તેને ઉપર ઊંચકી લઈ જીવનભર યાદ રહી જાય એવો મેથીપાક ચખાડવા આગળ વધ્યો. પણ હજી તો આવું કંઈ થાય એ પહેલા જ, અરબાઝે પોતાનો જમણો હાથ કદાવરના મોટા શિશ્ન પર પૂરા બળ સાથે ફટકાર્યો. પીડાને કારણે કદાવર બેવળ વળી ગયો, આને કારણે અરબાઝને ઊભા થઈ પાછળથી તેના વૃષણ પર જોરદાર લાત મારવા જેટલો સમય મળી ગયો. અત્યાર સુધીમાં બધા જ કેદીઓ કદાવરની આસપાસ ટોળે વળી ગયા હતા, કદાવર બે પગ વચ્ચે હાથ દાબીને આડો પડ્યો હતો. *ઈકબાલની ટ્રેનિંગ આખરે કામ લાગી*, અરબાઝે વિચાર્યું.

અરબાઝ વાંકો વળ્યો અને કદાવરના કાનમાં બબડ્યો, 'તેં મારી સામે જોયું પણ છે ને તો હું તને મારી નાખીશ. તેં મને હાથ લગાડ્યો, તો હું તને જીવતો નહીં છોડું. મારી સાથે કંઈ ગરબડ કરવાની કોશિશ કરી છે, તો હું તને ચીરી નાખીશ. સમજાયું, ચુતિયા? અને જો આ પણ ન સમજાયું હોય તો હું તારો જીવ લઈ લઈશ.'

ઊભા થતાં અરબાઝે બધા કેદીઓને સંબોધતા કહ્યું, 'હું અરબાઝ શેખ છું. અબ્દુલ દાદાનો જમણો હાથ. કોઈએ પણ, હું ફરી વાર કહું છું, અહીં, જેને પોતાની જિંદગી વહાલી હોય એવા *કોઈએ પણ* મારી સાથે માથાકૂટ કરવી નહીં.'

'તને મળવા કોઈક આવ્યું છે,' વૉર્ડને બૂમ પાડી. તે અરબાઝ તરફ આંગળી ચીંધી રહ્યો હતો.

અરબાઝ તેની પાછળ જેલ સુપ્રીન્ટેન્ડન્ટની ઑફિસમાં ગયો. સુપ્રીન્ટેન્ડન્ટ સાથે અબ્દુલ દાદા અને બીજો એક માણસ બેઠો હતો.

'બેસ,' સુપ્રીન્ટેન્ડન્ટે કહ્યું. મુલાકાતીઓ માટેની ત્રીજી ખુરશીમાં અરબાઝ બેઠો. 'અત્યારે તું મને કે કોઈ બીજાને સત્તાવારપણે મળી શકે નહીં. તું પોલીસ કસ્ટડીમાં છે, ન્યાયાલીન હિરાસતમાં નહીં. આ બિનસત્તાવાર મુલાકાત છે.'

'તને ફસાવવામાં આવ્યો છે. આપણે મોકળાશપૂર્વક વાત કરી શકીએ છીએ. સુપ્રીન્ટેન્ડન્ટ મારા જૂના મિત્ર છે.'

'મને કોણે ફસાવ્યો?' અરબાઝે આશ્ચર્યના ભાવ સાથે પૂછ્યું.

અબ્દુલ દાદાએ સીધું જ અરબાઝની આંખમાં જોયું અને બોલ્યો, 'હમીદ.'

'પણ શા માટે?' અરબાઝે પૂછ્યું.

'મુસ્તફાના મોત બાદની નવી વ્યવસ્થાથી તે ક્યારેય ઝાઝો ખુશ નહોતો. તેને હંમેશા એમ જ લાગતું હતું કે, તે એની જગ્યા પચાવી પાડી છે. એમાં જો કે થોડીક ભૂલ મારી પણ છે. તું પેલા કૂતરા, પિનાકિનની દેબની પાછળ ગયો ત્યારે મારે તેને તારી સાથે મોકલવો નહોતો જોઈતો.'

'તો હવે શું?' અરબાઝે પૂછ્યું.

'મારી સાથે મિ. દારાયસ છે, તેઓ ભારતાના શ્રેષ્ઠ વકીલોમાંના એક છે. મુરલીની વિનંતી પર તેઓ કલકત્તાથી અહીં આવ્યા છે. તને મુક્ત કરાવવા માટે જરૂરી હશે એ બધું જ તેઓ કરી છૂટશે.'

'મારે અહીં કેટલો સમય રહેવું પડશે?' અરબાઝે પૂછ્યું.

'ચિંતા ન કર, દીકરા,' સુપ્રીન્ટેન્ડન્ટે કહ્યું. 'હું એ વાતની વ્યવસ્થા કરી દઈશ કે તને ચાદર, ચા, સારું ભોજન અને ગંજીફો મળી રહે – આ બધું જ તારી બેરેકના વૉર્ડનને ભારે લાંચ ચૂકવ્યા વિના મળી રહેશે.'

'સુપ્રીન્ટેન્ડન્ટ,' અબ્દુલ દાદાએ કહ્યું. 'પ્લીઝ તેને મોટી વયનાઓ માટેની - બુઢ્ઢા બેરેકમાં શિફ્ટ કરી દેજો. એ જગ્યા પ્રમાણમાં સાફ તથા સુરક્ષિત

હોય છે. એટલું જ નહીં, એક કેદીને તેના નોકર તરીકે તેની સાથે રાખજો. હું તમને એની ફી ચૂકવી દઈશ. આ નર્કાગારના ટોયલેટ હંમેશા ઊભરાતા હોય છે. અરબાઝ તેનો ઉપયોગ કરવાનો હોય એ પહેલા તેની પણ સફાઈ કરાવી દેજો. અને તે આ બેરેકમાં જાય એ પહેલા લોહી ચૂસનારા માંકડને ભગાવવા માટે ત્યાં ધૂણી પણ કરજો'

'હા, દાદા. હું એ બધું જોઈ લઈશ,' સુપ્રીન્ટેન્ડન્ટે કહ્યું.

'પણ હું બહાર ક્યારે નીકળીશ?' સાફ-સફાઈ અંગેની સૂચનાઓને અવગણતાં અરબાઝે પૂછ્યું.

'તારી ધરપકડ આઈપીસીની બિન-જામીનપાત્ર કલમ હેઠળ કરાઈ છે,' મિ, દસ્તુરે સમજાવ્યું. 'પહેલા તો પોલીસ કસ્ટડીમાંથી બહાર લાવી તને ન્યાયાલયીન કસ્ટડી મળે એવું કરવાની જરૂર પડશે, જેથી તારી પૂછપરછ ન થઈ શકે. એ પછી આપણે મેજિસ્ટ્રેટ સામે તારા જામીન માટે અરજી કરવાની રહેશે.'

'પણ હું બહાર ક્યારે નીકળીશ?' અરબાઝે દોહરાવ્યું.

'તેમની પાસે હમીદની વિસ્તૃત કબૂલાત છે. આ મામલો બહુ ગૂંચવણભર્યો નથી પણ તારે મારાં સૂચનોનું બરાબર પાલન કરવું પડશે,' મિ. દસ્તુરે કહ્યું.

ખાખી કાગળમાં વીંટાળેલું નોટોનું બંડલ અબ્દુલ દાદાએ ચૂપચાપ મિ.દસ્તુરના ખોળામાં મૂક્યું. આ રકમ તેની સામાન્ય ફી કરતાં ચાર ગણી વધુ હતી.

'તો અરબાઝ ક્યારે બહાર નીકળશે?' અબ્દુલ દાદાએ પૂછ્યું.

'એક જ દિવસમાં, મારા મગજમાં જે છે તે કરવા અરબાઝ તૈયાર થાય તો,' મિ. દસ્તુરે કહ્યું.

'તમે જે કહેશો એ કરવા હું તૈયાર છું,'અરબાઝે કહ્યું.

'સૌથી પહેલા, તો તારી ધરપકડ વખતે પોલીસ સાથે થયેલી તારી વાતચીત તું મને અક્ષરસઃ જણાવ,' મિ. દસ્તુરે કહ્યું. શામિયાનામાં થયેલા ઘટનાક્રમને અરબાઝે દસ મિનિટમાં વર્ણવ્યો.

મિ. દસ્તુરે ધ્યાનપૂર્વક કેટલાંક મુદ્દા ટપકાવી લીધાં.

એ પછી તેણે અબ્દુલ દાદાને પૂછ્યું, 'તમે મેજિસ્ટ્રેટને જાણો છો? એ જેની સામે આવતી કાલે- શનિવારે અરબાઝને રજૂ કરવામાં આવશે?'

'એ માણસ વધુ પડતો ઈમાનદાર છે,' અબ્દુલે કહ્યું. 'તમારો પૂછવાનો અર્થ જો એ જ હોય તો.'

'એવું જ હોય તો, રવિવાર માટે ડ્યૂટી મેજિસ્ટ્રેટ કોણ છે એ તમે જાણો છો?' તેણે અબ્દુલને પૂછ્યું.

'હા, પણ અરબાઝની મેટર તેની સામે નહીં આવે. આમ પણ, એ માણસ મૂરખનો જામ છે. એને બસ રમી રમ્યા કરવાનું જ ગમે છે,' દાદાએ જવાબ આપ્યો.

સુપ્રીન્ટેન્ડન્ટ તરફ ફરતા મિ. દસ્તુરે પૂછ્યું, 'તમારી પાસે કોઈ એવી જગ્યા છે, જ્યાં અરબાઝ સંતાઈ શકે?'

હંગામી નોકરે તેને જગાડ્યો ત્યારે અડધી રાત કરતાં વધુ સમય વીતી ગયો હતો. 'સુપ્રીન્ટેન્ડન્ટે તમને બોલાવ્યા છે.'

અરબાઝ ચૂપચાપ સુપ્રીન્ટેન્ડન્ટની ઑફિસ તરફ ચાલ્યો. ઑફિસમાં હવે તેઓ બંને જ હતા. દરવાજો બંધ કરતા સુપ્રીન્ટેન્ડન્ટે પૂછ્યું, 'તું તૈયાર છે?'

'હા,' અરબાઝે ખુરશી પર બેસતાં હાંફ ચડી હોય એવા અવાજે કહ્યું.

સુપ્રીન્ટેન્ડન્ટે એક જોરદાર મુક્કો અરબાઝના ચહેરા પર જડી દીધો.

'શિટ!' અરબાઝ હાંફતા સ્વરે બોલ્યો. 'આટલા જોરથી મારવાની જરૂર હતી?'

'આ બધું સાચું લાગે એ માટે આપણે આવું કરવું જરૂરી હતું,' સુપ્રીન્ટેન્ડન્ટે કહ્યું. 'મને તારી આંખ જોવા દે. સરસ. ચાલ હવે તારું શર્ટ કાઢી નાખ.'

અરબાઝે બેઠા રહીને જ પોતાનું શર્ટ કાઢી નાખ્યું.

સુપ્રીન્ટેન્ડન્ડન્ટે ચાલુ કરેલી ઈસ્ત્રી પોતાના હાથમાં લીધી અને અરબાઝને ઝૂકવા કહ્યું, જેથી તે અરબાઝની પીઠ સુધી પહોંચી શકે. 'થોડીક તકલીફ થશે, પણ હું ત્રણ સેકન્ડ કરતાં ઓછા સમય માટે જ રાખીશ. એટલું તો બહુ થઈ રહેશે,' સુપ્રીન્ટેન્ડન્ટે કહ્યું.

'જેલની સજા જેટલી તકલીફ તો એ નહીં જ આપે,' અરબાઝે દાંત કચકચાવતાં કહ્યું. થોડીક સેકન્ડો માટે ગરમાગરમ ઈસ્ત્રી તેની પીઠ પર ચાંપવામાં આવી ત્યારે તેને ચીસ પાડી ઊઠવાનું મન થયું.

ખુરશી પરથી ઊભો થયો ત્યારે તેને થોડીક નબળાઈ જેવું લાગ્યું. શર્ટ પહેરવામાં સુપ્રીન્ટેન્ડન્ટે તેની મદદ કરી. શર્ટનું કપડું ઈસ્ત્રીના ઘા પર ઘસાયું ત્યારે અરબાઝને તકલીફ થઈ.

'હવે શું?' અરબાઝે પૂછ્યું.

'તારે આઠ વાગ્યા સુધી સંતાઈ રહેવું પડશે.'

'ક્યાં?'

'અહીં મારી ઑફિસમાં. ઑફિસ બહારથી બંધ રહેશે કેમ કે હું એક કૉન્ફરન્સ માટે શહેરની બહાર છું એવું મારે દેખાડવાનું છે. કૅન્ટિનવાળા છોકરાએ તારી ખાવા-પીવાની ચીજો આ કબાટમાં મૂકી રાખી છે. તું સાથેના પ્રાયવેટ ટોયલેટનો ઉપયોગ કરી શકે છે. દરવાજો બહારથી બંધ રહેશે.'

'યૉર ઑનર, મારા અસીલની ધરપકડ હત્યા તથા હત્યાના પ્રયાસના ગુના હેઠળ કરાઈ છે પણ પોલીસને હજી સુધી મરનારની બૉડી પણ મળી નથી. આમાં હત્યા ક્યાં છે?' મિ. દારાયસે કહ્યું.

મેજિસ્ટ્રેટે મિ. દસ્તુર તરફ અને પછી સરકારી વકીલ સામું જોયું. 'સરકારી વકીલે કંઈ કહેવું છે? '

'યૉર ઑનર, બૉડીને આગ પર ત્યાં સુધી શેકવામાં આવી હતી જ્યાં સુધી તે રાખમાં પરિવર્તિત ન થઈ જાય. અમારી પાસે મિ. હમીદ ઈબ્રાહિમનું વિસ્તૃત સાક્ષી વૃતાંત છે. વાસ્તવિકતા એ છે કે બૉડી રાખ થાય ત્યાં સુધી બાળવામાં આવી હોવાથી, બૉડી ક્યાંથી હોય,' સરકારી વકીલે આત્મવિશ્વાસપૂર્વક કહ્યું.

મિ. દસ્તુર ટેનિસ ખેલાડી હતા અને એમાંય વિમ્બલ્ડનના તો તેઓ વ્યસની હતા. *લવ-ફિફ્ટીન*, મિ. દસ્તુર મનોમન બોલ્યા.

'યૉર ઑનર, મારા અસીલ મિ. અરબાઝ શેખની ધરપકડ તાજ મહેલ હોટેલના કૉફીશૉપમાંથી કરવામાં આવી હતી. તમે તો જાણો જ છો કે યોગ્ય ધરપકડની પાંચ મૂળભૂત જરૂરિયાતો હોય છે,' મિ. દસ્તુરે આગળ વધાર્યું. 'એકઃ વૉરન્ટ જોવાનો હક; બેઃ પોતાની પસંદગીના વકીલની સલાહ લેવાનો હક; ત્રણઃ જામીન ક્યાં લાગુ પડે છે વિશે માહિતગાર કરાવવાનો હક; ચારઃ પોતાની ધરપકડના કારણ વિશે માહિતગાર કરાવવાનો હક....'

'હા, હા, મિ. દસ્તુર, હું કાયદાથી વાકેફ છું,' મેજિસ્ટ્રેટે અધવચ્ચે જ કહ્યું.

'ઓહ ચોક્કસ જ, હું આશા રાખું છું કે યૉર ઑનર મને વધુ એક ક્ષણ બોલવા દેશે,' મિ. દસ્તુરે બહુ જ સરળતાથી કહ્યું. 'અને પાંચઃ ધરપકડના ચોવીસ કલાકની અંદર મેજિસ્ટ્રેટ સામે હાજર કરવાનો હક...'

'તમે કહેવા શું માગો છો?' મેજિસ્ટ્રેટે પૂછ્યું.

'મારા અસીલ પરનો ગુનો કૉગ્નિઝેબલ હતો. આથી વૉરન્ટની જરૂર નહોતી,' મિ.દસ્તુરે કહ્યું. 'આથી શરત નંબર એક લાગુ પડતી નથી. તેમને મને મળવાની પરવાનગી અપાઈ હતી, જેનો અર્થ થયો કે બીજી શરત પણ પૂરી થઈ. તેમના પર બિન જામીનપાત્ર ગુનો લગાડવામાં આવ્યો હોવાથી, તેમને જામીન ક્યાં લાગુ પડે છે એ વિશે માહિતગાર કરાવવાનો પ્રશ્ન ઊભો થતો નહોતો, આથી શરત નંબર ત્રણ પણ પૂરી થાય છે. બદનસીબે, શરત નંબર ચાર અને પાંચ વિશે આવું કહી શકાય એમ નથી.'

'તમે શું કહેવા માગો છો?' મેજિસ્ટ્રેટે પૂછ્યું.

'ડીસીપી સાંવતે તેમની ધરપકડ કરી, ત્યારે મારા અસીલે ખાસ પૂછ્યું હતું કે તેમના પરના આરોપ શું છે. ડીસીપીએ જવાબ આપ્યો કે હત્યાનો આરોપ છે.'

'મને તો આ બરાબર લાગે છે,' મેજિસ્ટ્રેટે કહ્યું.

'મારા અસીલ પર બે આરોપ મૂકાયા હતાઃ ઈન્ડિયન પીનલ કૉડની કલમ 302 અંતર્ગત હત્યાનો અને ઈન્ડિયન પીનલ કૉડની કલમ 307 અંતર્ગત હત્યાના પ્રયાસનો. ડીસીપીએ મારા અસીલને પહેલા આરોપ વિશે જણાવ્યું હતું પણ બીજા વિશે જણાવ્યું નહોતું.'

'શું આ સાચું છે?' ડીસીપી સાથે ચર્ચા કરી રહેલા સરકારી વકીલ તરફ જોતાં મેજિસ્ટ્રેટે પૂછ્યું. તેમની વચ્ચે આ અંગે જ ચર્ચા ચાલી રહી હતી.

'મારી પાસે આખો દિવસ નથી,' મેજિસ્ટ્રેટે સરકારી વકીલને કહ્યું.

સરકારી વકીલે ગળું ખંખેર્યું અને બોલ્યો, 'ધરપકડ કરનાર અધિકારીનું માનવું છે કે તેમણે આરોપીને બંને આરોપો વિશે જણાવ્યું હતું....'

'મારી પાસે એક સાક્ષી છે - એક મહિલા જેઓ મારા અસીલ સાથે કૉફી પી રહ્યાં હતાં – તેઓ એ વાતને પ્રમાણિત કરશે કે ધરપકડ વખતે મારા અસીલને એક જ આરોપ વિશે જણાવવામાં આવ્યું હતું.' મિ. દસ્તુર ઝડપથી બોલી ગયા.

'... પણ એ શક્ય છે કે ધરપકડ કરનારા અધિકારી કદાચ ભૂલી ગયા હોય,' સરકારી વકીલે ઉતાવળે પૂરું કર્યું.

આ મુદ્દા પર વિચાર કરવા માટે ટૂંકો બ્રેક લઈ મેજિસ્ટ્રેટે પોતાનાં ચશ્માં ઉતારીને આંખો ચોળી.

ફિફ્ટીન ઓલ, મિ, દસ્તુરે વિચાર્યું.

મેજિસ્ટ્રેટે ચશ્માં પાછા પહેરતા કહ્યું, 'કેરી ઑન, મિ. દસ્તુર.'

'થેન્ક યુ, યૉર ઑનર, હવે વાત કરીએ શરત નંબર પાંચની, મારા અસીલની ધરપકડ શુક્રવારે સાંજે પાંચ વાગ્યે કરાઈ હતી. કાયદા મુજબ, તેમને આપની સામે મોડામાં મોડા શનિવારે સાંજે પાંચ વાગ્યા પહેલા હાજર કરાવા જોઈતા હતા.'

'આજે સોમવાર છે,' મેજિસ્ટ્રેટે નોંધ્યું. 'મોડું કેમ થયું?'

સરકારી વકીલે અસ્વસ્થતાપૂર્વક ખાંસી ખાધી. 'યૉર ઑનર, શનિવારની રાત્રે આઠ વાગ્યા સુધી જેલ સત્તાવાળાઓને આરોપીની ભાળ મળી નહોતી. એ મળ્યો ત્યારે આપ નામદારની સામે લાવવા માટે વધુ પડતું મોડું થઈ ચૂક્યું હતું. એ પછી રવિવાર હતો જ્યારે તમારી સાપ્તાહિક છૂટ્ટી હોય છે...'

'રવિવારે ડે મેજિસ્ટ્રેટની સામે તમે આ મેટર કેમ રજૂ ન કરી?' મેજિસ્ટ્રેટે પૂછ્યું.

'તેઓ બીમાર હોવાથી આવ્યા નહોતા,' સરકારી વકીલે કહ્યું.

'આમ છતાં, પોલીસની બેદરકારીને કારણે જ આરોપી મંજૂર મર્યાદા કરતાં વધી સમય પોલીસ કસ્ટડીમાં રહ્યો છે,' મેજિસ્ટ્રેટે કહ્યું. 'તમે કેવા પ્રકારની જેલ ચલાવો છો, જ્યાં કેદીઓની ભાળ તમને જ મળતી નથી?'

થર્ટી- ફિફ્ટીન , મિ. દસ્તુરે વિચાર્યું.

'તમારે કંઈ વધુ કહેવું છે, મિ. દસ્તુર?' મેજિસ્ટ્રેટે પૂછ્યું.

'યૉર ઑનર, આ વાત કહેતા મને તકલીફ થાય છે,' ચાલાક વકીલે શરૂઆત કરી.

'કંઈ વાંધો નહીં બોલો,' મેજિસ્ટ્રેટે મદદરૂપ થતાં વિનંતીના સ્વરમાં કહ્યું.

'પોલીસ કસ્ટડીમાં મારા અસીલની ખૂબ સતામણી કરવામાં આવી છે. અદાલતની પરવાની હોય તો, હું મારા અસીલને આપ નામદારની સામે ઊભો કરવા માગું છું,' મિ. દસ્તુરે કહ્યું.

'આ બાબત બુદ્ધિ કે તર્કથી તદ્દન વિપરિત છે, યૉર ઑનર,' સરકારી વકીલે શરૂઆત કરી.

'આરોપી બૅન્ચનો સંપર્ક કરી શકે છે,' સરકારી વકીલને અવગણતા મેજિસ્ટ્રેટે કહ્યું. અરબાઝ મેજિસ્ટ્રેટ તરફ ગયો જેથી તેઓ તેને નિકટથી જોઈ શકે.

'તમારી ડાબી આંખને શું થયું?' અરબાઝનો ચહેરો જોતાં મેજિસ્ટ્રેટે પૂછ્યું.

'મારે કંઈ કહેવું નથી, યૉર ઑનર,' અરબાઝે કહ્યું. *ક્યારેય કહેવું નહીં કે તપાસ અધિકારીએ તમને માર્યો છે. એ ખોટી જુબાની થશે.*

અરબાઝે પોતાનું શર્ટ કાઢ્યું અને જજ તરફ પીઠ ફેરવી. તેની પીઠ પરના ઈસ્ત્રીના ડામ દેખાયા.

'તમારી સાથે આ કોણે કર્યું?' મેજિસ્ટ્રેટે પૂછ્યું.

'હું કંઈ કહીશ તો મને ફરીથી માર પડશે,' અરબાઝે કહ્યું. *યાદ રાખો કે તમારે સવાલનો જવાબ સ્પષ્ટ રીતે આપવાની જરૂર નથી.*

ફોર્ટી- ફિફ્ટીન, મિ. દસ્તુરે વિચાર્યું.

'યૉર ઑનર,' મિ.દસ્તુર વચ્ચે પડ્યા. 'હું કહેવા માગું છું કે પોલીસ કસ્ટડીમાં મારા અસીલના જીવને જોખમ છે. ધરપકડને લગતા નિયમોને અનુસરવામાં આવ્યા નહોતા. તેમના પર જે આરોપ મૂકવામાં આવ્યા છે, એ એક કુખ્યાત ગૅંગસ્ટર, હમીદ ઈબ્રાહિમની કબૂલાત પર આધારિત છે, જેની સામે અનેક ફોજદારી આરોપો લાગેલા છે... '

'તમને તમારા અસીલ માટે જામીન જોઈએ છે?' મેજિસ્ટ્રેટે પૂછ્યું.

'મને જામીન નથી જોઈતા,' મિ.દસ્તુરે કહ્યું.

અરબાઝના શ્વાસ થંભી ગયા. *આ પાગલ બાવાજી શું કરી રહ્યો છે?*

'હું ઈચ્છું છું કે આપ નામદાર આ કેસ જ પડતો મૂકો,' મિ.દસ્તુરે કહ્યું.

'હું આવું કરી શકું કે નહીં એ વિશે હું સ્પષ્ટ નથી,' મેજિસ્ટ્રેટે કહ્યું.

'ક્રિમિનલ પ્રૉસિઝર કોડની કલમ 203 મુજબ, અને હું તેમાંથી વાંચું છું," *જો, સોગંદ ખાઈને આપેલા નિવેદનનો વિચાર કરતાં, જો ફરિયાદીઓમાંના કોઈ અને સાક્ષીઓમાંના કોઈ અથવા તપાસ કે પૂછપરછના પરિણામ અંગે, જો કલમ 202 હેઠળ, મેજિસ્ટ્રેટનો અભિપ્રાય એવો હોય કે તેમાં કાર્યવાહી માટે યોગ્ય ભૂમિકા નથી તો, તેઓ ફરિયાદને કાઢી નાખી શકે છે, અને આવા દરેક કેસમાં તેઓ આવું કરવા બદ્દલ ટૂંકમાં પોતાના કારણો નોંધી શકે છે." '*

મેજિસ્ટ્રેટે મિ. દસ્તુરની રજૂઆત પર ધ્યાન આપ્યું.

'તમારી પાસે આવું કરવાના અધિકાર છે, યૉર ઑનર,' મિ.દસ્તુરે વિનંતી કરી.

'એવું લાગે તો છે,' મેજિસ્ટ્રેટે કહ્યું.

ગેમ, સેટ એન્ડ મૅચ.

અબ્દુલ દાદાએ તેના ઘરની મુલાકાત લીધી હતી. વૃદ્ધની ખુશીનો પાર નહોતો.

'કેકની દુકાન મોન્જિનિસ કેમ ચાલી રહી છે?' દાદાએ પૂછ્યું.

'બહુ સારી. મારા દીકરાનું પ્રમોશન થયું છે. હવે તે મેનેજર બની ગયો છે.'

'અને તમારો પૌત્ર, પ્રસાદ? કયા ધોરણમાં છે?'

'હવે એ સ્કૂલમાં નથી, દાદા. હવે તે નાશિકની પ્રિન્ટિંગ પ્રેસમાં શૉપ ફ્લૉર સુપરવાઈઝર તરીકે કામ કરે છે.'

'સમય ક્યાં પસાર થઈ જાય છે, ખબર જ નથી પડતી,' અબ્દુલ દાદાએ માથું ધુણાવતાં કહ્યું. 'હવે તમારી ઉંમર કેટલી થઈ?'

'ફક્ત ઍંસી,' વૃદ્ધે ચહેરા પર સ્મિત સાથે જવાબ આપ્યો. 'દિલથી તો હું હજી પણ જવાન જ છું.'

'જ્યુડિશિયલ મેજિસ્ટ્રેટ તરીકે તમે ક્યારે રિટાયર થયા?' દાદાએ પૂછ્યું.

'વીસ વર્ષ પહેલા. રવિવારનો ડ્યૂટી મેજિસ્ટ્રેટ મારો જુનિયર હતો,' વૃદ્ધે કહ્યું.

'તમે તેને શું કહ્યું હતું?' દાદાએ પૂછ્યું.

'મેં એને એટલું જ કહ્યું કે ચોક્કસ દિવસે બીમારીનું બહાનું આગળ કરી તેણે મારી સાથે આખો દિવસ રમી રમવામાં વિતાવવાનો છે. અને એ માટે તે ખુશી-ખુશી તૈયાર થઈ ગયો હતો.'

'દુબે જ એ હરામી છે જેણે મારી ધરપકડ કરાવી હતી,' અરબાઝે અબ્દુલ દાદાને કહ્યું. 'એને પાઠ ભણાવવાની જરૂર છે.'

'મુખ્ય પ્રધાનની કાર રોકવાના મામલે તે એને છેતર્યો એ બાબતનો એણે તો માત્ર બદલો જ લીધો છે,' અબ્દુલે કહ્યું. 'વાત અહીં પૂરી થઈ જાય છે. તે એની બૅન્ડ વગાડી એણે તારી વગાડી.'

'ભવિષ્યમાં પણ એ તકલીફ કરી શકે છે, મારે એને સીધો કરવો જ રહ્યો,' અરબાઝે કહ્યું.

'તેં એને સીધો તો કરી જ નાખ્યો હતો ને. પોલીસ કમિશનર તરીકેના કાર્યકાળ બાદ તેને ઈન્ટલિજન્સ બ્યૂરોના ડિરેક્ટર તરીકે બઢતી મળવાની હતી. પણ એવું થયું નહીં.'

'એ સાચું, પણ મારી પાસે માહિતી છે કે હવે તેને સેન્ટ્રલ બ્યૂરો ઑફ ઈન્વૅસ્ટિગૅશનમાં ડૅપ્યુટ કરવાના છે અને ઈન્ટરપોલ સંબંધિત બધી બાબતોનો તે કૉ-ઑર્ડિનેટર બનાવનો છે. આપણા ડ્રગ્સ અને સ્મગલિંગના ધંધાને જોતાં આ પરિસ્થિતિ આપણા માટે સારી તો ન જ ગણાય. એનાથી છૂટકારો મેળવવામાં જ આપણી ભલાઈ છે.'

'હજી કેટલા લોકોને મારવાનો તારો ઈરાદો છે?' સિગાર સળગાવતાં અબ્દુલ દાદાએ પૂછ્યું.

'એને મારી નાખવાનો મારો કોઈ ઈરાદો નથી,' અરબાઝે કહ્યું. 'આ જુઓ.'

અરબાઝે એર નાનકડી ડબી અબ્દુલ દાદાના ટેબલ પર મૂકી. અબ્દુલ દાદાએ તેના તરફ જોયું અને હસી પડ્યા. 'તું બધું જ વિચારી રાખે છે. આગળ વધ અને તારે જે કરવું હોય તે કર.'

દુબેએ પોતાનો પાસપોર્ટ, ટિકિટ, બૉર્ડિંગ કાર્ડ અને એમ્બાર્કેશન કાર્ડ હાથમાં પકડ્યા હતા, જ્યારે એક કૉન્સ્ટેબલ સાંતાક્રુઝ એરપોર્ટ પર તેની બૅગ ઊંચકીને ચાલી રહ્યો હતો. ઈન્ટરપોલ કૉન્ફરન્સ માટે દુબે લંડન જઈ રહ્યો હતો. હરામખોર અરબાઝે તેની કારકિર્દીનો ઘડો લાડવો કરી નાખ્યો હતો, પણ રાખમાંથી ઊભા કરવા બદ્દલ તેણે પોતાના ગ્રહોનો આભાર માન્યો. એ સમયગાળો મુશ્કેલ હતો પણ ગમે તેમ કરી દુબેએ

તેમાંથી માર્ગ કાઢ્યો હતો. ગૃહ સચિવે સીબીઆઈના ડિરેક્ટરના કાને વાત નાખી હતી, અને તેમણે ઈન્ટરપોલ કૉ-ઑર્ડિનેશન માટે દુબેનું નામ સૂચવ્યું હતું.

તેની સાથે કામ કરી ચૂકેલા અનેક ભૂતપૂર્વ સહ-કર્મચારીઓ તેને વળાવવા એરપૉર્ટ સુધી આવ્યા હતા. વિદેશ જતાં ભારતીયો સાથે એરપૉર્ટ પર આ દૃશ્ય સામાન્ય હતું. હવાઈ યાત્રા કરનાર એક વ્યક્તિ દીઢ, દસ જણ વળાવવા આવે એ સામાન્ય હતું, આમાંના કેટલાંક તો વળી દેખાવ ખાતર ફૂલોના મોટા હાર, ફૂલોના ગુલદસ્તા અને જરાય કામમાં ન આવે એવી ભેટો લઈને આવતા હોય છે. *હું ફ્લાઈટ પકડવાનો છું અને તમે અપેક્ષા રાખો છો કે એરપૉર્ટ પાસેના ટેક્સી સ્ટૅન્ડ પરથી તમે ખરીદેલો સસ્તો ગુલદસ્તો લઈ ને હું ફ્લાઈટમાં જાઉં.*

એરપૉર્ટ પર આવેલા લોકોમાં મિ. સુશિલ તિવારી પણ હતો. તે ડિરેક્ટોરેટ ઑફ ઈન્સ્પેક્શન સાથે સંકળાયેલો ઈન્કમ ટેક્સ અધિકારી હતો. બંને અધિકારીઓ એકમેકને વર્ષોથી ઓળખતા હતા કેમ કે બૉમ્બેમાં બંનેના પરિવાર એક જ સરકારી ક્વાટ્ર્સમાં રહેતા હતા. દુબે માટે તિવારીએ વિદાય વેળાની એક વિધિ કરી. પ્રવાસે જઈ રહેલી વ્યક્તિને કંકુનો ચાંદલો કરી તેના હાથમાં એક રૂપિયાનો સિક્કો આપી તેનું મોઢું મીઠું કરાવવાનો રિવાજ હતો. પ્રવાસીને સુરક્ષિત યાત્રા માટે શુભેચ્છા આપવા માટેની આ પરંપરા હતી. ‘તમારો પ્રવાસ શુભ ને સફળ રહે,’ હાથ હલાવીને દુબેને વિદાય આપતાં તિવારીએ કહ્યું.

દુબે પોસપૉર્ટ કન્ટ્રૉલ ફટાફટ પસાર કરી ગયો. ઈમિગ્રેશનન ઑફિસરે તેના પાસપૉર્ટ પર એક્ઝિટ ડેટનો – પાંચમી એપ્રિલ, 1976નો થપ્પો માર્યો. એરપૉર્ટ ડ્યૂટી મેનેજર દુબેની સાથે હતો, આથી તેને સિક્યોરિટી ચેકની જરૂર નહોતી.

તેઓ વીઆઈપી લાઉન્જ તરફ પ્રયાણ કરવાના જ હતા કે, એક માણસે પાછળથી દુબેનો ખભો થપથપાવ્યો. ‘એક્સક્યુઝ મી, સર, મારે તમારી સાથે વાત કરવી છે.’

દુબેએ પાછળ ફરીને જોયું તો સફેદ યુનિફૉર્મમાં સજ્જ એક કસ્ટમ્સ ઑફિસર ઊભો હતો. તેના યુનિફૉર્મ પરના બેજથી સ્પષ્ટ થતું હતું કે તે

વિજિલન્સ ઑફિસર હતો. એરપૉર્ટ ડ્યૂટી મેનેજર વચ્ચે પડ્યો, 'શું મેટર છે?'

'પ્લીઝ, તમે વચ્ચે ન પડતા.' કસ્ટમ્સ ઑફિસરે તોછડાઈપૂર્વક એરપૉર્ટ ડ્યૂટી મેનેજરને કહ્યું. 'અમારી પાસે ચોક્કસ માહિતી છે, જેને કારણે અમારે મિ. દુબેને કેટલાંક પ્રશ્નો પૂછવા જરૂરી છે. પ્લીઝ સર, તમે મારી સાથે આવો.'

'તમે જાણો છો હું કોણ છું?' ચીડાયેલા દેખાતા દુબેએ પૂછ્યું.

'ચોક્કસ સર. તમે ભૂતપૂર્વ પોલીસ કમિશનર છો અને હાલ તમે સીબીઆઈના ડૅપ્યુટેશન પર છો. હવે સર, પ્લીઝ તમે મારી સાથે આવશો?'

દુબે વિજિલન્સ ઑફિસરની પાછળ-પાછળ પરદાની આડશ કરેલા એક બૂથમાં ગયો. વિજિલન્સ ઑફિસરની એક કરડી નજર બાદ એરપૉર્ટ ડ્યૂટી મેનેજર ત્યાંથી સરકી ગયો હતો. પ્લીઝ, તમારાં ખિસ્સાં ખાલી કરો અને ટેબલ પર તમારી બ્રિફકૅસ પણ ખાલી કરો,' વિજિલન્સ ઑફિસરે કહ્યું.

'આ સતામણી વિશે હું તમારા સિનિયરોને રિપૉર્ટ કરીશ,' દુબેએ ગુસ્સામાં કહ્યું. 'કારણ વિના મારી તપાસ થઈ રહી છે. એક વરિષ્ઠ સરકારી કર્મચારીને તેની જવાબદારીભરી ફરજ બજાવવામાં તમારા જડ અભિગમને કારણે અંતરાય ઊભો થઈ રહ્યો છે.'

'ચોક્કસ સર. તમે વીઆઈપી લાઉન્જમાં જઈને ચા પીવાના હતા – ખરેખર બહુ જવાબદારીભરી ફરજ પૂરી કરવાના હતા તમે. તમે તમારી ફરિયાદ ચિફ કમિશનર ઑફ કસ્ટમ્સ ઝોન થ્રીની ઑફિસમાં નોંધાવી શકો છો. પ્લીઝ તમારાં ખિસ્સાં ખાલી કરો અને ટેબલ પર તમારી બ્રિફકૅસ પણ ખાલી કરો.' વિજિલન્સ ઑફિસરે ચહેરા પર અડગ હાવભાવ સાથે કહ્યું.

દુબેને સમજાઈ ગયું કે હવે તેની પાસે કોઈ વિકલ્પ નથી. તેણે પોતાની બ્રિફકૅસ ટેબલ પર રાખી અને ખોલી, એ પછી તેણે પૅન્ટના પાછળના ખિસ્સામાંથી પર્સ, આગળના ખિસ્સાઓમાંથી ચાવીઓ, રૂમાલ તથા છૂટ્ટા પૈસા કાઢ્યા, શર્ટના ખિસ્સામાંથી પેન અને વિઝિટિંગ કાર્ડ આ બધું કાઢીને સામેના ટેબલ પર મૂક્યું.

વિજિલન્સ ઑફિસરે ટેબલ પરની ચીજોને ધ્યાનથી જોઈ. તેણે તરત જ સિક્કા પર ધ્યાન કેન્દ્રિત કર્યું અને એક રૂપિયાનો એક સિક્કો ઉપાડ્યો. એ સિક્કાની બંને બાજુઓને તેણે ધ્યાનથી જોઈ.

'આ એક રેર સિક્કો છે, સર,' વિજિલન્સ ઑફિસરે કહ્યું. '1875માં બહાર પડેલા આ સિક્કાની એક બાજુ પર રાણી વિક્ટોરિયાના ચહેરાની છાપ છે.'

દુબેએ એ સિક્કા તરફ જોયું. 'એ મારો નથી, મારા મિત્ર મિ. તિવારીનો છે. આ તેમણે મને મુસાફરીની શુભેચ્છા તરીકે આપ્યો હતો. મને જૂના સિક્કા એકઠા કરવાનો શોખ છે એ તેઓ જાણે છે.'

'સિક્કો તમારી પાસે કઈ રીતે આવ્યો એનાથી કોઈ ફરક પડતો નથી, સર,' વિજિલન્સ ઑફિસરે કહ્યું. 'એન્ટિક્વિટીઝ એન્ડ આર્ટ ટ્રેઝર્સ એક્ટ હેઠળ ભારતીય સીમાક્ષેત્રની બહાર આ સિક્કો લઈ જવો એ ગુનો છે.'

'મૂરખ જેવી વાત ન કરો,' દુબેએ કહ્યું. 'આ કાયદો ત્યારે જ લાગુ પડે છે જ્યારે... જ્યારે....'

'હું તમને યાદ કરાવી દઉં, સર,' વિજિલન્સ ઑફિસરે કહ્યું. 'એન્ટિક્વિટીઝ એન્ડ આર્ટ ટ્રેઝર્સ એક્ટ, ભારતની સંસદ દ્વારા ચાર વર્ષ પહેલા, 1972માં પસાર કરવામાં આવ્યો હતો. આ કાયદો પાંચમી એપ્રિલ, 1976થી અમલમાં આવ્યો છે. આજે પાંચમી તારીખ છે.'

'પણ – પણ – આ સિક્કો ક્યાં એન્ટિક છે, ઈસ્ટ ઈન્ડિયા કંપનીના આવા અનેક સિક્કા દેશમાં છે!' દુબે ઉતાવળે અસ્પષ્ટ બોલ્યો.

વિજિલન્સ ઑફિસરે દુબેના હાથમાં એક નાનકડી પુસ્તિકા આપી. એ એન્ટિક્વિટીઝ એન્ડ આર્ટ ટ્રેઝર્સ એક્ટ, 1972ની કૉપી હતી. 'પ્લીઝ, અંડરલાઈન કરેલો ભાગ વાંચો,' તેણે કહ્યું. દુબેએ અંડરલાઈન કરેલો ફકરો વાંચવાની શરૂઆત કરી,

'... આ કાયદામાં, જ્યાં સુધી સંદર્ભમાં અન્યથા જરૂરી ન હોય "એન્ટિક્વિટી"માં કોઈપણ સિક્કા, શિલ્પ, ચિત્ર, શિલાલેખ અથવા અન્ય કામ...

'... તે આખા ભારતમાં (સિક્કિમ રાજ્ય સિવાય) પાંચમી એપ્રિલ, 1976થી અમલમાં આવશે.'

'... આ કાયદા માટે કેન્દ્ર સરકાર દ્વારા, કોઈપણ વસ્તુ, ચીજ કે પદાર્થને એન્ટિક્વિટી જાહેર કરાઈ હોય, જે એકસો વર્ષ કરતાં ઓછા સમય માટે અસ્તિત્વમાં ન હોય...'

'તમારા સિક્કા પર કયું વર્ષ દેખાય છે?' પુસ્તિકા પાછી લેતા વિજિલન્સ ઑફિસરે કહ્યું.

'1875,' સિક્કાનું નિરીક્ષણ કરતાં દુબેએ કહ્યું.

'આપણે કયા વર્ષમાં છીએ?' વિજિલન્સ ઑફિસરે પૂછ્યું

'1976,' દુબેએ જવાબ આપ્યો.

'તમારો સિક્કો 101 વર્ષ જૂનો છે – આમ, એ એકસો વર્ષ કરતાં વધુ જૂનો છે,' વિજિલન્સ ઑફિસરે કહ્યું. તેણે પુસ્તિકાનું વધુ એક પાનું ખોલ્યું અને પુસ્તિકા દુબેના હાથમાં પકડાવી. 'અંડરલાઈન કરેલો ભાગ વાંચો,' તેણે કહ્યું.

'જો કોઈ વ્યક્તિ, પોતે અથવા અન્ય કોઈ વ્યક્તિ તેના વતી, કલમ 3ના ઉલ્લંઘનમાં કોઈ એન્ટિક્વિટી, અથવા કળાના મૂલ્યવાન નમૂનાની નિકાસ કરે છે અથવા નિકાસ કરવાનો પ્રયાસ કરે છે, તો તે, કોઈપણ જપ્તી અથવા દંડના પૂર્વગ્રહ વિના, તેને છ મહિનાથી ઓછી નહીં અને ત્રણ વર્ષ સુધીના કારવાસની સજાને પાત્ર ઠરી શકે છે.'

'બી. રવિ અને આઈ. ડાગા પ્રાયવેટ લિમિટેડની પાંચમી વાર્ષિક સામાન્ય સભા 18મી ઓગસ્ટ, 1976ના દિવસે સવારે દસ વાગ્યે, ઓબેરોય ગ્રાન્ડ હોટેલ, કલકત્તા ખાતે યોજાઈ હતી,' સેક્રેટરી, હિલ્ડા ફૉન્સેકાએ નોંધ્યું, ત્યારે અરવિંદ જોઈ રહ્યો હતો.

'હાજરીઃ 100 ટકા શૅર કૅપિટલનું પ્રતિનિધિત્વ કરતા અને 25,000 શૅર્સ ધરાવતા 116 શૅરધારકો અથવા તેમની પ્રોક્સીઓ. બૉર્ડના ચેરમેન, મિ. અરવિંદ બગડિયાએ, સભાની શરૂઆત કરી હતી તથા તેનું પ્રમુખપદ સંભાળ્યું હતું. તેમણે શૅરધારકોનું સ્વાગત કર્યું હતું તથા મંચ પરના ડિરેક્ટર્સનો ઔપચારિક પરિચય આપ્યો હતો.'

'મિ. જોયદીપ ચક્રબોર્તી, વાઈસ-ચેરમેન'

મારો વિશ્વાસુ મિત્ર, અરવિંદે વિચાર્યું.

'મિ. સત્યપાલ મિત્તલ, મેનેજિંગ ડિરેક્ટર.'

મારો બાહોશ સેલ્સમેન, અરવિંદે વિચાર્યું.

'મિ. બ્રિજમોહનલાલ બગડિયા, પાર્ટનર, બગડિયા એન્ડ કંપની.'

મારા ધૈર્યશીલ પિતા, અરવિંદે વિચાર્યું.

'મિ. દારિયસ દસ્તુર, પાર્ટનર, ડિગ્બી એન્ડ દસ્તુર.

મારા વિચક્ષણ વકીલ, અરવિંદે વિચાર્યું.

'મિ. કિશોર દેશમુખ, ચેરમેન, યુનાઈટેડ ફેડરેશન બૅન્ક.'

મારા સંપન્ન બૅન્કર, અરવિંદે વિચાર્યું.

'મિ. તારાચંદ અગરવાલ, ચિફ એકાઉન્ટન્ટ, બગડિયા એન્ડ કંપની.'

મારા ચતુર મુનીમજી, અરવિંદે વિચાર્યું.

'કંપનીઝ એક્ટ, 1965ની કલમ 174 અનુસાર, ચેરમેને જાહેરાત કરી કે જરૂરી કૉરમ હાજર હતી તથા કલમ 171 મુજબ સભા માટેની નોટિસ સમયસર આપવામાં આવી હતી. એ રીતે તેમણે મીટિંગ યથાક્રમ હોવાનું જાહેર કર્યું હતું.'

'શૅરધારકોને કરેલા પોતાના સંબોધનમાં ચેરમેને પસાર થઈ ગયેલા વર્ષની ઘટનાઓનો સારાંશથી શરૂઆત કરી હતી. ખાસ કરીને, તેમણે શૅરધારકોનું ધ્યાન એ બાબત પ્રત્યે દોર્યું હતું કે, ભારતે, ગયા વર્ષે જ, સ્માઈલિંગ બુદ્ધા નામ ધરાવતું પોતાનું પ્રથમ પરમાણુ પરીક્ષણ હાથ ધર્યું હતું, તથા આ વર્ષની શરૂઆતમાં, આર્યભટ્ટ નામનો પોતાનો પ્રથમ ઉપગ્રહ છોડ્યો હતો. આ બાબત દેશના વિકાસ માટે સારા ભાવિની આગાહી કરે છે. એ પછી તેમણે વર્ષ 1974-75 માટેના કંપનીના આર્થિક પરિણામોની તથા આગામી વર્ષ માટેના અંદાજની ચર્ચા કરી હતી. તેમણે એ બાબત પર ભાર મૂક્યો હતો કે કંપની કોઈ કાયમી બિઝનેસમાં નહીં પડે પણ જેમાંથી બહાર નીકળવામાં ઉચ્ચ મૂલ્યાંકન શક્ય હોય એવ બિઝનેસમાં જ ઝૂકાવશે.'

અમારો બિઝનેસ ચીજોની ખરીદી કે વેચાણ કરવાનો નથી; *બિઝનેસનું ખરીદ-વેચાણ જ અમારો બિઝનેસ છે,* અરવિંદે વિચાર્યું.

'શૅરધારકોનું ધ્યાન એ બાબત પ્રત્યે ખેંચતા ચેરમેને આનંદ વ્યક્ત કર્યો હતો કે 1960માં કંપનીમાં રોકવામાં આવેલા 100 રૂપિયાનું મૂલ્ય આજે 29,192 રૂપિયા જેટલું થઈ ગયું છે, આ બાબત દર વર્ષે 50 ટકાની

વાર્ષિક ગુણોત્તર વધારો દર્શાવે છે, ભારતીય કૉર્પોરેટ ક્ષેત્રમાં આ સિદ્ધિ અપ્રતિમ છે.'

નિયમોને જાણવાથી સારો વિકાસ દર પ્રાપ્ત કરી શકાય છે પણ અદભુત વિકાસ દર આ નિયમોમાંના અપવાદોને જાણવાથી પ્રાપ્ત થાય છે, અરવિંદે વિચાર્યું.

'એ પછી વાર્ષિક સામાન્ય સભા પ્રકાશિત એજેન્ડા પરની કામની બાબતો તરફ આગળ વધી હતીઃ

એકઃ ગયા વર્ષના વાર્ષિક અહેવાલ તથા ફાઈનાન્શિયસ સ્ટેટમેન્ટને મંજૂરી આપવી

બેઃ ઉપલબ્ધ આવક અને ડિવિડન્ડની જાહેરાતના વિનિયોગ પર મતદાન.

ત્રણઃ ચાલુ વર્ષ માટે સ્ટેચ્યુટરી ઑડિટર્સની નિમણૂંક.

ચારઃ જે ડિરેક્ટર્સનો કાર્યકાળ પૂરો થયો છે તેમની પુનઃવરણી

'તમામ જરૂરી ઠરાવો 25,000 તરફેણ મતો સાથે તથા શૂન્ય તટસ્થ મતોની સરસાઈથી પસાર થયા હતા. એ પછી ચેરમેને શૅરધારકો માટે મંચ ખૂલ્લો મૂક્યો હતો.'

મિ. તારાચંદ અગરવાલ બોલવા માટે ઊભા થયા હતા, 'અમારામાંનું સૌ કોઈ આપના વિકાસથી ખુશ છે, અરવિંદ બાબુ, હું આ તકે આવકવેરાના ત્રણ નવા એસેસમેન્ટ બદ્દલ આપને અભિનંદન આપું છું.'

'નવા એસેસમેન્ટ્સ?' અરવિંદે પૂછ્યું. 'આપણે કોઈ નવી કંપની કે ફર્મની સ્થાપના કરી નથી.'

'મારો કહેવાનો અર્થ હતો તમારા બે દીકરા – વિનય અને વિનિતનું આગમન,' મુનીમજીએ સ્મિત કરતા કહ્યું હતું.

અરવિંદ હસી પડ્યો અને શૅરધારકોએ તાળીઓથી આ બાબતને વધાવી લીધી હતી. 'થૅન્ક યુ, મુનીમજી. હા, એ વાત સાચી છે કે હું અને મારી પત્ની એક સરખા દેખાતા જોડિયા બાળકોથી નવાજવામાં આવ્યા છીએ. પણ મુનીમજી આપણે જો તેમની ઈન્કમ ટેક્સ ફાઈલ શરૂ કરીએ તો પણ માત્ર બે જ એસેસમેન્ટ્સ થયા.'

'ઈન્કમ ટેક્સ એક્ટ, 1961 અંતર્ગત તમે ત્રીજા એસેસી તરીકે એચયુએફ – હિન્દુ અનડિવાઈડેડ ફેમિલીની રચના કરી શકો છો, આથી મેં ત્રણ એસેસમેન્ટ માટે તમને અભિનંદન આપ્યા,' મુનીમજીએ બેસતાં કહ્યું.

ધંદા હૉલ્ડિંગ્સ પ્રાયવેટ લિમિટેડ તરફથી બૉમ્બેથી આવેલા પ્રોક્સી, મિ. મુરલી ઐય્યરે સૂચવ્યું હતું કે, કંપનીને જરાય મોડું કર્યા વિના, બૉમ્બે સ્ટૉક એક્સચેન્જ પર લિસ્ટ કરવી જોઈએ, જેથી શૅરધારક મૂલ્ય રિલીઝ કરી શકાય. ચેરમેન આ સૂચન સાથે સંમતિમાં હતા અને તેમણે સંકેત આપ્યો હતો કે ઈનિશિયલ પબ્લિક ઑફરિંગ લાવવાની (આઈપીઓ) યોજના વિચારાધીન છે.

મીટિંગ પૂરી થાય એ પહેલા, મિ. કિશોર દેશમુખે, ચેરમેનના વિપુલ અનુભવ, ઉદ્યોગસાહસિક દષ્ટિકોણ અને પ્રભાવશાળી નેતૃત્વ ક્ષમતાઓની પ્રશંસા કરી હતી તથા તેમણે સર્જેલા નાટ્યાત્મક પરિણામો માટે અભિનંદન આપ્યા હતા.

અન્ય કોઈ તરફથી બોલવા માટેની કોઈ વિનંતી ન હોવાથી, ચેરમેને મીટિંગમાં હાજર રહેવા બદ્દલ શૅરધારકોનો આભાર માન્યો હતો તથા બપોરે મીટિંગ પૂરી થઈ હોવાની જાહેરાત કરી હતી. એ પછી તેમણે જાહેર કર્યું હતું કે, બાજુના રૂમમાં ભોજનની વ્યવસ્થા કરવામાં આવી છે. તેમણે એ પણ જાહેરાત કરી હતી કે, બૉક્સ ઑફિસ પર બાવન અઠવાડિયા પૂરા કરનાર ફિલ્મ *શોલે*ની સ્કિનિંગનું ત્રણ વાગ્યે જ્યોતિ સિનેમામાં આયોજન કરવામાં આવ્યું છે.

અરવિંદ અને અભિલાષા કારની પાછળની સીટ પર બેઠા. વિનય અને વિનિત એકસરખા બ્લુ રંગના જમ્પર સૂટમાં સરસ લાગતા હતા. અરવિંદે વિનયને પકડ્યો હતો તો અભિલાષાએ વિનિતને કાખમાં લીધો હતો. તેઓ કલકત્તાથી આશરે પંચ્યાશી કિલોમીટર દૂર આવેલા તારકેશ્વર જઈ રહ્યા હતા. હૂગલી જિલ્લામાં આવેલા તારકેશ્વરને આ નામ 1729માં રાજા ભારમલ્લ દ્વારા બાંધાવવામાં આવેલા તારકનાથ મંદિરને કારણે મળ્યું હતું. એ દિવસે શિવરાત્રી હતી અને અભિલાષાએ ભગવાન શંકરની માનતા માની હતી કે, તેને સંતાનપ્રાપ્તિ થશે તો તે મહાશિવરાત્રિએ તારકેશ્વર જશે અને ત્યાં પૂજા કરશે. ભોળાનાથે તેને આશીર્વાદમાં બે સંતાનો આપ્યા હતા, આથી તેમની સાથે થયેલો કરાર પૂરો કરવો આવશ્યક હતો.

ડ્રાઈવર હજી તો ઘરના મુખ્ય દરવાજાની બહાર ગાડી કાઢી રહ્યો હતો, એટલામાં જ તેમનો નોકર ઘરમાંથી દોડતો આવ્યો. 'અરવિંદ બાબુ, તમારા માટે એક અર્જન્ટ ફોન છે,' તેણે હાંફતાં – હાંફતાં કહ્યું.

'હું એક મિનિટમાં આવું છું,' અરવિંદે વિનયને અભિલાષાના હાથમાં સોંપતા કહ્યું. તે કારની બહાર નીકળ્યો અને દાદર પાસેના પૉલીશ કરેલા સાગના ટેબલ પર મુકેલા ફોન તરફ ગયો. તેણે ફોન ઉંચક્યો અને કાને લગાડ્યો.

થોડી વાર બાદ, બાળકો સાથે કારમાં રાહ જોઈ રહેલી અભિલાષા પાસે તે આવ્યો. 'તું આગળ જા અભિલાષા,' તેણે કહ્યું. 'મારે દસ મિનિટ માટે ઑફિસ જવું પડે એમ છે. કેટલાક દસ્તાવેજો પર તાકીદે સહી કરવાની છે.'

'તમે પાછળથી આવશો ને?' જરાક ચીડાઈને અભિલાષાએ પૂછ્યું.

'તારી પાછળ એક કલાક બાદ હું પહોંચી જઈશ,' અરવિંદે શૉફરને અભિલાષા અને બાળકોને લઈ જવાનો ઈશારો કરતા કહ્યું.

અભિલાષા જાણતી હતી કે અરવિંદ ક્યારેય નહીં આવે. આ એ જ પેટર્ન હતી, જેનું દર વખતે વારંવાર પુનરાવર્તન થતું હતું.

વિનોદ ખન્ના, પરોમિતા બેનરજી તથા પ્રેમ ચોપરા અભિનિત ફિલ્મ *ધરતી ઔર આકાશ*નું પ્રીમિયર 1978ના ઑક્ટોબર મહિનામાં ઈરોઝ સિનેમા ખાતે યોજાયું હતું. કેમ કે, આ પ્રીમિયર હતું દર્શકોને વિકો વજદંતી, ગોલ્ડ સ્પૉટ, નિરમા અને ફૉર સ્કવૅરની થિયેટરમાં નિયમિત દેખાડવામાં આવતી જાહેરાતોથી મુક્તિ મળી હતી.

ઈમારતની ટોચે વિનોદ ખન્નાનું એક મોટું કટ-આઉટ ઝળુબતું હતું, જ્યારે ફિલ્મનું નામ સિનેમાના પ્રવેશદ્વારની ઉપરની સફેદ ચેનલ પર કાળા રંગના કટ-આઉટ અક્ષરોમાં ગર્વભેર ગોઠવવામાં આવ્યું હતું.

પરોમિતા જાણતી હતી કે આ કદાચ છેલ્લી ફિલ્મ હતી, જેમાં તે અભિનય કરી રહી હતી. તે વયની ત્રીસીમાં પહોંચી ગઈ હતી અને કારકિર્દીની ટોચ પર હોય ત્યારે હિરોઈનને ફેંકી દેવા માટે બૉલીવૂડ કુખ્યાત હતું.

દરેક એવી વ્યક્તિ જેનું કંઈક વજૂદ અને વજન હતું તે ત્યાં હાજર હતી. દિગ્દર્શક અવિજીત બાસુની 1976માં આવેલી જબરજસ્ત હિટ ફિલ્મ *મેરી પ્રેમ કહાની*ની વાર્તાને આગળ વધારતી આ ફિલ્મ હતી. પરોમિતા દિગ્દર્શક અને સહ-કલાકારો સાથે પહેલી હરોળમાં બેઠી હતી. અરબાઝ અને અબ્દુલ દાદા પણ પહેલી હરોળમાં બેઠા હતા, પિનાકિન દેબના અચાનક ગાયબ થઈ ગયા બાદ આ બંનેએ જ ફિલ્મને આર્થિક મુશ્કેલીમાંથી ઉગારી હતી. અબ્દુલ દાદાની ગેંગમાંના મોટા ભાગના લોકો આ બાબતને હત્યા માનવા તૈયાર નહોતા, કેમ કે એવું કરવાથી અરબાઝને સજા થઈ શકે એમ હતી. આમ પણ, આજકાલ બધા અખબારોનું બધું જ ધ્યાન બિલ્લા-રંગા નામના પાશવી બળાત્કારી અને હત્યારાની જોડી પર હતું.

બીજી હરોળમાં પરોમિતાની પાછળ આમ તો તેના માતા-પિતા બેઠા હોવા જોઈતા હતા. તેમના માટે આ ક્ષણ ગર્વભરી હોત, પણ એવું થયું નહીં. પિનાકિનવાળી ઘટના અને અરબાઝની ધરપકડના માનસિક આઘાતમાંથી પરોમિતા માંડ બહાર આવી હતી. ત્યાં જ વધુ એક ઝટકાએ તેને હચમચાવી મૂકી હતી. ચાલુ વર્ષની શરૂઆતમાં, પરોમિતાના પિતા કે.સી. બેનરજીને ભારત સરકારે બઢતી આપી હતી અને તેમને ન્યૂ યૉર્કમાં એક કૉન્ફરન્સમાં ભાગ લેવા માટેનું આમંત્રણ આપવામાં આવ્યું હતું. બદનસીબે, પરોમિતાના માતા-પિતા જેમાં હતા એ એર ઈન્ડિયાની ફ્લાઈટ 855, વર્ષ 1978ના નવા વર્ષના દિવસે ટેક-ઑફ બાદ બાન્દરા નજીક સમુદ્રમાં ક્રેશ થઈ ગઈ હતી. વિમાનમાંના તમામ 213 મુસાફરો તથા ક્રૂના બધા જ સભ્યો મૃત્યુ પામ્યા હતા.

પરોમિતાએ ફિલ્મનું પ્રીમિયર થોડું મોડું યોજવા અવિજીતને વિનંતી કરી હતી અને તેણે પ્રીમિયર ચાલુ વર્ષમાં થોડાક મહિના આગળ ધકેલી તેની વિનંતીનું માન રાખ્યું હતું.

પરોમિતાએ અરબાઝ સાથેની પોતાની દોસ્તી માતા-પિતાથી ગુપ્ત રાખી હતી. તેના પિતા બંગાળી બ્રાહ્મણ હતા, જેઓ કનૌજના શાંડિલ્ય ગોત્રના રારહેયા બ્રાહ્મણ જ્ઞાતિના વંશજ હતા અને આ બાબતનું તેમને ભારોભાર ગૌરવ હતું. પોતાની દીકરીના મુસ્લિમ બૉયફ્રેન્ડને કે મુસ્લિમ યુવાનને પરણવાના વિચારને તેમણે ક્યારેય મંજૂરી આપી ન હોત. પણ માતા-પિતાના મૃત્યુ બાદ અરબાઝ તેનો એક માત્ર સહારો અને આશ્વાસન બની ગયો હતો.

માતા-પિતાના અવસાનના છ મહિના બાદ, પરોમિતાએ હૈદરાબાદ એસ્ટેટમાં તેના પિતાને ફાળવવામાં આવેલો ફ્લૅટ ખાલી કર્યો. બાન્દરામાં બંધ પડેલું પોતાનું ઘર પણ તેણે વેચી નાખ્યું અને કોલાબામાં અરબાઝ રહેતો હતો એ જ મકાનમાં તેના ઘરના એક માળ ઉપર એક નાનકડો ફ્લૅટ ખરીદ્યો હતો. તેણે પોતાના માતા-પિતાના ફર્નિચરનો ઉપયોગ કરી, આ નવા ઘરની સજાવટ બહુ સાદાઈથી કરી હતી. તે આ ઘરમાં રહેવા આવી, એ દિવસે તેણે એક નાની પૂજા તથા બપોરના ભોજનનું આયોજન કર્યું હતું. અરબાઝ, તેની માતા, દિગ્દર્શક અવિજીત બાસુ અને ફિલ્મના સેટ પરના પરોમિતાના કેટલાક સાથીઓ તેમાં હાજર રહ્યા હતા.

બધા જતા રહ્યા એ પછી, તેણે ડિશો ધોઈ તથા ઘરની સાફસફાઈ કરી. કામવાળી રાખી શકે એટલી પૈસાપાત્ર તો તે હતી જ પણ એકલતામાં તેને રાહત મળતી હતી. તેના જન્મદિવસે અરબાઝે તેને ભેટ આપેલા જાપાની ગેજેટ, વૉકમેનનું હૅડફોન તેને કાન પર લગાડ્યું. વૉકમેનમાં એબ્બાની ઑડિયો કેસેટ નાખી અને પોતાનું મનગમતું ગીત, 'ટેક અ ચાન્સ વિથ મી' સાંભળવા લાગી અને સાથે જ આજની રાત કયા પુસ્તકને મિત્ર બનાવવું એનો વિચાર કરી રહી હતી.

ગીત પૂરું થયું ત્યાં જ તેને ઘરની ડૉરબૅલનો અવાજ સંભળાયો. તેણે પીપહૉલમાંથી જોયું તો બહાર અરબાઝ ઊભો હતો. ઉત્સાહપૂર્વક, તેણે દરવાજો ખોલ્યો અને તેને વળગી પડી. 'મને ચિંતા થઈ આવી હતી,' અરબાઝે કહ્યું. 'હું કેટલી વારથી ડૉરબૅલ વગાડી રહ્યો હતો.'

'એમાં તારો જ વાંક છે, તેં જ મને આ નાનકડું યંત્ર આપ્યું હતું,' તેણે સ્મિત સાથે કહ્યું. તેમની વચ્ચે વિચિત્ર મૌન છવાઈ ગયું. *તને થયું છે શું? તું બાળમંદિરના બચ્ચાની જેમ કેમ વર્તી રહ્યો છે*, અરબાઝએ મનોમન વિચાર્યું.

પરોમિતાએ અરબાઝને ચુંબન ચોડી દઈ તેની વિચારતંદ્રા તોડી. એ રાત્રે પ્રથમ વાર આ બંને શારીરિક સંબંધ બાંધ્યો. પિનાકિનવાળી ઘટના બાદ તેને ચિંતા હતી કે ભવિષ્યમાં તે ક્યારેય કોઈ પુરુષને પોતાને સ્પર્શ કરવા દઈ શકશે કે કેમ. પણ અરબાઝ તેની લાગણીઓની કદર કરનાર અને સૌમ્ય હતો અને અરબાઝે તેને ચુંબન કર્યું ત્યાં જ એ દિવસની યાદો જાણે કે ઓસરી ગઈ. પોતાની ફિલ્મી કારકિર્દી દરમિયાન અન્ય અનેક પુરુષો સાથે કરેલા સહશયનને પણ તે ભૂલી ગઈ.

બીજા દિવસે સવારે ઊઠી ત્યારે તેણે જોયું કે અરબાઝે તેના માટે ચા બનાવી રાખી હતી, 'મને આની આદત પડી શકે છે.' અરબાઝના ચહેરા પરના વાળને હટાવતા, હસી પડતા પરોમિતાએ કહ્યું.

'મને પણ,' તેણે સરળતાથી કહ્યું.

'એ હરામી જામીન પર છૂટે એવી શક્યતા છે,' ડેટસન બ્લુબર્ડ કારના સ્ટિયરિંગ વ્હીલ પર આંગળીથી ટકોરા મારતા અરબાઝે કહ્યું. તે હમીદની વાત કરી રહ્યો હતો.

અબ્દુલ દાદા તેની બાજુની સીટમાં બેઠો હતો. કાર બાન્દરાના ડ્રાઈવ-ઈન થિયેટરમાં પાર્ક કરેલી હતી. ડ્રાઈવ-ઈનની ક્ષમતા તો 800 કારની હતી પણ આજની રાતના આ શૉને મળેલો પ્રતિસાદ મોળો હતો. અરબાઝે બારીના કાચ નીચે ઉતારી દીધા હતા, જેથી દરેક પાર્કિંગ સ્લૉટ પાસે થાંભલા પર મૂકેલા સ્પીકરમાંથી નીકળતો અવાજ સાંભળી શકાય. ફિલ્મ હતી અમિતાભ બચ્ચન, વિનોદ ખન્ના, રાખી, રેખા અને અમજદ ખાન અભિનિત *મુકદ્દર કા સિકંદર*.

તેમની આસપાસ જાત જાતની ગાડીઓ હતી અને તેમાં જાત જાતના લોકો બેઠા હતા. કેટલાંક લોકો પોતાની કારની બહાર ફૉલ્ડિંગ ખુરશીઓ નાખીને બેઠા હતા. તો અન્ય કેટલાક મહામુસીબતે કારના છાપરા પર ચડીને ગોઠવાઈ ગયા હતા. દૂર પાર્ક કરા.યેલી ગાડીઓમાં એવા યુગલો હતો, જેઓ અહીં થોડું વધુ એકાંત માણવા આવ્યા હતા.

અરબાઝ વિરુદ્ધ પુરાવા પૂરા પાડવા માટે હમીદ માફીનો સાક્ષી બની ગયો હતો, પણ પછી અરબાઝ સામેનો કેસ મેજિસ્ટ્રેટે કાઢી નાખ્યો હતો. ગુસ્સે ભરાયેલા પોલીસોએ હમીદને તેના ભૂતકાળના ગુનાઓ માટે જેલમાં નાખી દીધો હતો, આ ગુના માફીને પાત્ર નહોતા. બેએક વર્ષ સરકારી મહેમાન તરીકે વીતાવ્યા બાદ, હવે સમાચાર આવ્યા હતા કે એકાદ-બે દિવસમાં તે જેલમાંથી છૂટવાનો હતો.

'આ વખતે તું કઈ રીતે રમવા માગે છે?' અબ્દુલ દાદાએ પૂછ્યું.

'મારે એનું માથું ધડથી જુદું કરી નાખવું છે,' અરબાઝે બહુ જ સરળતાથી કહ્યું.

'ગુસ્સે થવું સારી બાબત નથી,' અબ્દુલ દાદાએ કહ્યું. 'પ્રતિશોધ આઈસ્ક્રીમ જેવો હોય છે. પીગળી જાય તો તેનો સ્વાદ બગડી જાય છે.'

'તમારૂં શું સૂચન છે ,દાદા?' અરબાઝે પૂછ્યું.

'મુસ્તફા અને હમીદ આ બે માણસો પર મને ભારોભાર વિશ્વાસ હતો, પણ હવે એ બંને આપણી સાથે નથી. મુરલી સ્માર્ટ છે, પણ તેનાથી ભારેખમ કામ થઈ શકે એમ નથી. ડૉકયાર્ડવાળો તારો મિત્ર હજી છે ને?'

'રાજુ?' અરબાઝે પૂછ્યું.

અબ્દુલ દાદાએ માથું હલાવ્યું. 'તારી પાસે મજબૂત સેના હોય તો જ તું સક્ષમ સેનાપતિ બની શકીશ....'

'દાદા, સેનાપતિ તો તમે જ છો, હું નહીં!' અરબાઝે કહ્યું.

'થેન્ક યુ, પણ હું હવે ફિલ્ડ માર્શલ જેવો વધારે છું.'

'એ શું છે?' અરબાઝે પૂછ્યું.

'એ જીવન ગૌરવ પુરસ્કાર જેવું છે,' દાદાએ સિગારનો આનંદ માણતાં સમજાવ્યું. દાદા જે સિગાર ફૂંકી રહ્યો હતો એ ક્યુબન મહિલાઓની સાથળ પર વાળવામાં આવી હતી. આ નાનકડી બાબત પણ ડૉનના ઉત્સાહમાં અનેકગણે વધારો કરતી હતી. 'એનો અર્થ એ થયો કે મારે ખરેખર તો કશું જ કરવાનું રહેતું નથી. તું મારા વતી મારૂં કામ કરે છે. આથી તું સેનાપતિ છે. પણ તારો કર્નલ ક્યાં છે?'

'રાજુ લગભગ પચાસેક વર્ષનો થઈ ગયો છે,' અરબાઝે કહ્યું.

'તો શું થયું? ટેકરીની ટોચ પર પહોંચ્યા બાદ જ માણસ પોતાની ગતિ વધારી શકે છે,' દાદાએ કહ્યું. 'વધુ એક વાત...'

'હા, દાદા?'

'તારે શિવસેનાના મોટા માથાઓ સાથે મીટિંગ કરવાની જરૂર છે,' દાદાએ કહ્યું. 'તેમના ટોચના નેતાઓમાંના એક કેશવ ગાડગીલને હું ઓળખું છું, એને પણ તને મળવું ગમશે.'

'પણ આપણે તેમને મળવાની શી જરૂર છે?' અરબાઝે પૂછ્યું. 'તેઓ આમ પણ હિન્દુ-તરફી વલણ ધરાવે છે.'

'રાજકારણ એ રંગભૂમિ જેવું હોય છે,' અબ્દુલે કહ્યું. 'દરેક રાજકારણી તેને અપાયેલી લાઈન પ્રમાણે પોતાની ભૂમિકા ભજવે છે. પણ બૅકસ્ટેજમાં, હીરો અને વિલન સાથે મળીને ડ્રિન્કનો આનંદ લેતા હોય છે. અને કોઈક

ફિલોસોફર કે એવી કોઈ વ્યક્તિએ કહેલી એક વાત યાદ રાખજેઃ સવાલ જ્યારે નાણાનો હોય છે, દરેક જણ એક જ ધર્મનો હોય છે.'

'પણ આપણને તેમની જરૂર શેના માટે છે?' અરબાઝે પૂછ્યું.

'આપણે ધંધામાં છીએ,' અબ્દુલે કહ્યું. 'આપણે દરેક રાજકીય પક્ષમાંના દરેક જણ સાથે દોસ્તી રાખવી જોઈએ.'

'પણ શિવસેના શા માટે?' અરબાઝે પોતાની વાતને વળગી રહેતા પૂછ્યું.

'તું બૉમ્બેમાં રહે છે,' અબ્દુલે કહ્યું. 'તારો ધંધો બૉમ્બેમાંથી ચાલે છે. રાજકીય મિત્રતા વિના આ શહેરમાં ઝાઝું કંઈ મેળવવાની અપેક્ષા રાખતો નહીં. આ યાદીમાં સૌથી ટોચ પર કોઈ નામ હોય તો એ છે બાળા સાહેબ ઠાકરેના પક્ષનું.'

'તેનું મોત કઈ રીતે થયું?' અબ્દુલ દાદાએ પૂછ્યું.

'એ હોટેલિયરની ઑફિસમાં બે જણ પ્રવેશ્યા અને પૉઈન્ટ બ્લૅન્ક રૅન્જથી તેના પર ગોળી ચલાવીને જતા રહ્યા,' અરબાઝે કહ્યું.

'પ્રૉપર્ટીને લગતો વિવાદ ઉકેલવા તેણે આપણો સંપર્ક કર્યો હતો?' દાદાએ પૂછ્યું.

અરબાઝે હકારમાં માથું હલાવ્યું.

'પાલિકાની તમામ મંજૂરીઓ મળી ગઈ હોવા છતાં, તેનો ભાગીદાર હોટેલના વિસ્તરણ કરવા માટેની યોજના સાથે સહમત નહોતો, તેણે તેના પાર્ટરને સમજાવવા માટે આપણો સંપર્ક કર્યો હતો.'

'એનો અર્થ એ થયો કે તેના ભાગીદારે કોઈ બીજાનો ઉપયોગ કરવાનું નક્કી કર્યું,' અબ્દુલે તાગ મેળવતા કહ્યું. 'કોણ?'

'દાઉદ ઈબ્રાહિમ,' અરબાઝે જવાબ આપ્યો.

'આપણે આટલી ખાતરીપૂર્વક કઈ રીતે કહી શકીએ?' અબ્દુલે પૂછ્યું.

'નાર્કોટિક્સ, સુપારી લઈને હત્યા કરવી તથા ખંડણીના ધંધા પર પોતાનું વર્ચસ જામાવવા તે ઉતાવળો થયો છે. આ એક હત્યા દ્વારા તેણે આ ત્રણેય ક્ષેત્રમાં કંઈક ને કંઈક મેળવ્યું છે.'

'કઈ રીતે?' અબ્દુલે પૂછ્યું.

'પહેલું : તેણે સુપારી લીધી અને આપણા માણસને ઉડાડી નાખ્યો,' અરબાઝે કહ્યું. 'બધે જ એ વાત ફેલાઈ ગઈ છે કે આ હત્યા સુપારી લઈને કરવામાં આવી છે. બીજું : હોટેલની પ્રૉપર્ટી મેળવવા તે ઉત્સુક હતો. ખંડણી ઉઘરાવવાના તેના દાવપેચ કારગત નીવડ્યા. ત્રીજું : હોટેલ એ નાર્કોટિક્સના વેચાણનું સૌથી મોટું કેન્દ્ર છે. અને હવે એ તેના કબજામાં છે.'

તેને તૈયાર કરનાર ગેંગસ્ટર હાજી મસ્તાન કરતાં પણ દાઉદ ઈબ્રાહિમ મોટો થઈ ગયો છે. છેલ્લા કેટલાક વર્ષોમાં તેણે હવાલા નેટવર્ક – વિશ્વમાં ગમે ત્યાં ગેરકાયદે નાણાંની હેરફેર કરવા માટેના અંડરગ્રાઉન્ડ તંત્ર- પર પણ પોતાનું આધિપત્ય જમાવી દીધું હતું.

'નાર્કોટિક્સ, ખંડણી અને સુપારીનો ધંધો ભલે એ લઈ લેતો,' અબ્દુલ દાદાએ કહ્યું. 'આપણને આ બધાની જરૂર નથી. જુગાર અને જમીન પર જ ધ્યાન કેન્દ્રિત કરો.'

'આપણે નમતું જોખવાની શી જરૂર છે?' અરબાઝે પૂછ્યું.

'કેમ કે એ ખરાબ સમાચાર જેવો છે,' અબ્દુલે કહ્યું. 'તું અને હું કારણ વગર ક્યારેય કોઈની હત્યા નહીં કરીએ. આ માણસ કરી શકે છે અને કરે છે. માફિયાઓ નીતિમત્તા પ્રમાણે ચાલતા, એ દિવસો હવે પૂરાં થયાં.'

અરબાઝે હકારમાં માથું હલાવ્યું.

'રાજુ, મને તારી જરૂર છે,' રાજુએ આપેલું પાન મોઢામાં મૂકતા અરબાઝે કહ્યું. તેને પાન ખાવાની ઈચ્છા નહોતી પણ રાજુને ખરાબ ન લાગે એ માટે તેણે કમને પાન મોઢામાં ઓર્યું.

'હું તો ગોદીમાં કામ કરતો એક સામાન્ય મજૂર છું, અરબાઝ,' રાજુએ કહ્યું.

'અને હું મધર ટેરેસા છું.'

રાજુ હસી પડ્યો. 'હું આવીશ. હું તારો નાયબ બનીશ પણ એક શરતે.'

'શું?' અરબાઝે પૂછ્યું.

'પેલી સ્ત્રીને પરણી જા. એ કેટલી સુંદર છે.'

અરબાઝ હસી પડ્યો. રાજુ પરોમિતાની વાત કરી રહ્યો હતો. રાજુને કારણે જ પહેલી વાર અરબાઝે જાતીય આનંદ માણ્યો હતો, રાજુ જ તેને *બચુશેઠ કી વાડીમાં* બિલ્કિસ બાનુ પાસે લઈ ગયો હતો.

'વધુ ને વધુ લોકો આ પ્રકારની શરતો મારી સામે મૂકે એવું હું ઈચ્છું છું,' અરબાઝે કહ્યું.

તે થોભ્યો. 'આ નવો માણસ દાઉદ ઈબ્રાહિમ એકાએક જ બૉમ્બેમાં એકદમ સક્રિય થઈ ગયો છે.'

'તું કઈ રીતે રમવા માગે છે?' રાજુએ પૂછ્યું.

'નાર્કોટિક્સ, ખંડણી અને સુપારીનો ધંધો ભલે એ લઈ લેતો,' અરબાઝે કહ્યું. 'હું જુગાર અને જમીન પર અંકુશ રાખવાનું પસંદ કરીશ અને એનો અખત્યાર તારા હાથમાં રહેશે. આ ધંધામાંથી આવતા નાણાં મુરલી સુધી જશે અને તે આ કાળી કમાણીને સત્તાવાર ચહેરો આપશે. આવનારા થોડાક વર્ષોમાં, લોકો મને અંડરવર્લ્ડના સરદારને બદલે બિઝનેસમેન તરીકે જોતા થઈ જશે.'

રાજુએ માથું હલાવ્યું. 'દાઉદ સામે નમતું જોખવું એ તને બરાબર લાગે છે? અબ્દુલ દાદા આના માટે તૈયાર છે?'

'હા,' અરબાઝે જવાબ આપ્યો. 'આ તેમનો જ વિચાર છે. દરેક બાબતનો એક સમય અને સ્થળ હોય છે અને દાદાને એ મારા કરતાં બહેતર સમજાઈ ગયું છે. હવે સાંભળ, એક નાનકડી બાબત તું સંભાળી લે એમ હું ઈચ્છું છું.'

'હમીદ?' રાજુએ પૂછ્યું.

'તને કેવી રીતે ખબર પડી?' અરબાઝે પૂછ્યું.

'સમાચાર છે કે તે બહુ જલ્દી બહાર આવવાનો છે,' રાજુએ ખભા ઉલાળતા કહ્યું. 'તારો કોઈ માણસ આર્થર રોડ જેલમાં છે?'

'કેટલાક યેરવડામાં છે, તો બીજા ભાયખલા અને નાગપુરમાં છે,' અરબાઝે જવાબ આપ્યો. 'હમીદ અંદર ગયો ત્યારે જ તેમણે આપણા માણસોને બીજે મોકલી આપ્યા.'

'ત્યાંનો કેન્ટિન સંચાલક શિવસેનાનો વફાદાર છે,' રાજુએ કહ્યું. 'શિવસેનાના સ્થાનિક શાખા પ્રમુખ સાથેના તારા સંબંધોનો ઉપયોગ તેની સાથે પરિચય કરવા માટે તું કરી શકે, તો એનાથી મોટી મદદ થઈ શકશે.'

'એ હું કરી શકું છું. અબ્દુલ દાદાએ જ્યારથી મને કહ્યું છે, ત્યારથી મેં વિવિધ સ્તરે સંબંધો બનાવ્યા છે, ખાસ કરીને કેશવ ગાડગિલ સાથે. ધારો કે હું કેન્ટિન સંચાલક સુધી તને પહોંચાડી દઉં તો પણ એ વંદાને

કચડી નાખતી વખતે જેલ સ્ટાફ આંખ આડા કાન નહીં કરે,' અરબાઝે કહ્યું.

'તો આપણે એ વંદાને નહીં કચડીએ,' રાજુએ કહ્યું. 'ધુમાડો કરવાથી એ કામ થઈ જશે.'

'ધુમાડો?' અરબાઝે પૂછ્યું.

'હર્બલ ઈલાજ. *તિલપુષ્પી* વિશે સાંભળ્યું છે?'

હમીદે પોતાની કૂપનો ગણી. જેલની હદમાં આવેલી કેન્ટિનમાં આ કૂપનોનો જ ઉપયોગ થઈ શકે એમ હતો. દૂધ, બિસ્કિટ, બ્રેડ, બટર અને સિગારેટ ખરીદવા માટે તેનો ઉપયોગ કરી શકાતો,

આ જગ્યા સાલી નકાર્ગાર જેવી છે, હમીદે વિચાર્યું. શૌચાલયનો ઉપયોગ વ્યક્તિએ લગભગ ઊભા રહીને જ કરવો પડતો કેમ કે ત્યાં માનવ મળનો બહુ વિશાળ ભરાવો હંમેશા રહેતો. હમીદને બેરેક નંબર અગિયારમાં રાખવામાં આવ્યો હતો અને તેમાં કેદીઓને ઠાંસોઠાંસ ભરવામાં આવ્યા હતા. રાત્રે આ કેદીઓને ત્રણ સમાંતર હરોળમાં સૂવું પડતું, તથા એક કેદીના માથા તથા બીજાના પગ વચ્ચે ચાર-ઈંચનું અંતર જાળવવું પડતું. સુરક્ષાના કારણોસર ગાર્ડ ક્યારેય લાઈટો બંધ કરતો નહીં. આવામાં સૂવું સાવ અશક્ય હતું. ખાવાનું તો બહુ જ ખરાબ હતું – પાણી જેવી દાળ, ફિક્કું શાક, ભાત અને ચામડા જેવી રોટલી- અને પાછું આ બધું એલ્યુમિનિયમની ગંદી-ગોબરી થાળીમાં પીરસાતું. *શું સમજો છો, હું કંઈ કૂતરો છું?*

હમીદે પોતાની વધેલી કૂપનો કેન્ટિન સંચાલકના હાથમાં આપી અને તેની પાસેથી અધીરાઈપૂર્વક ચારમિનાર સિગારેટ લીધી. કેન્ટિનમાં સિગારેટ એક-એક એમ છૂટકમાં જ વેચાતી. એક ખૂણામાં લટકતી કાથાની દોરડીના સળગતા છેડાથી તેણે તરસ્યો પાણી પીએ એમ સિગારેટ સળગાવી, નિકોટિનના ધસારાની અપેક્ષામાં તેની મૂછ કંપી અને તેના હાથ ધ્રૂજવા લાગ્યા.

તેણે ઊંડો કશ લીધો અને જમીન પર મડદું બનીને પડે એ પહેલા સિગારેટનો ધુમાડો તેનાં ફેફસાં સુધી પહોંચી ગયો હતો.

પોસ્ટમોર્ટમમાં તારણ આવ્યું કે હમીદે ઓછું આયુષ્ય ધરાવતા આડેધડ ઊગી નીકળતા બારમાસી છોડનો ધુમાડો શ્વાસમાં લઈ લીધો હતો. પશ્ચિમમાં

તેને નાગફણી કહેવાય છે પણ ભારતીયો તેને સદીઓથી તિલપુષ્પી તરીકે ઓળખે છે.

ધરતી ઔર આકાશ નિર્માણાધીન હતી એ બે વર્ષ દરમિયાન ઘણું બધું બની ગયું હતું.

1977ના વર્ષે જોયું કે ઈન્દિરા ગાંધી સત્તામાંથી ફેંકાઈ ગયાં અને જનતા સરકાર સત્તામાં આવી. મોરારજી દેસાઈએ વડા પ્રધાન તરીકે શપથ લીધા. ભારતની 'અભણ' પ્રજાએ દેખાડી આપ્યું હતું કે ખોટા રસ્તે જઈ રહેલી સરકારને સજા કરવા તેઓ પોતાના મતોનો ઉપયોગ બુદ્ધિપૂર્વક કરી શકે છે.

કૉર્પોરેટ જગતમાં, કોકા-કોલા અને આઈબીએમને નવા ઉદ્યોગ પ્રધાન જ્યૉર્જ ફર્નાન્ડિસે ભારત છોડવા કહ્યું હતું. એ દરમિયાન, ધીરુભાઈ અંબાણી નામની એક વ્યક્તિ દ્વારા પ્રમોટ કરાયેલી રિલાયન્સ ટેક્સ્ટાઈલ્સ ઈન્ડસ્ટ્રીઝ લિ. નામની એક નવી કંપનીએ મૂડીબજારમાં ઈનિશિયલ પબ્લિક ઑફરિંગ (આઈપીઓ) રજૂ કર્યો હતો. 'વિમલ' બ્રાન્ડના માલિક તરીકે ધીરુભાઈ ખાસ્સા વિખ્યાત હતા અને આ ભરણું સાત ગણું છલકાયું હતું. આ ઈશ્યુના એક નોંધપાત્ર સબસ્ક્રાઈબર હતી ધંદા હૉલ્ડિંગ્સ પ્રાયવેટ લિમિટેડ નામની એક કંપની.

રિલાયન્સ આઈપીઓના ચાર મહિના બાદ, બ્રૅઈડ ઈન્વેસ્ટમેન્ટ્સ - 'બી. રવિ અને આઈ. ડાગા'ના પ્રથમાક્ષરોથી બનેલા નામથી બ્રૅઈડ શબ્દ આવ્યો હતો-, પણ બૉમ્બે સ્ટૉક એક્સચૅન્જમાં ચૂપચાપ લિસ્ટેડ થઈ હતી. આ ભરણું માત્ર બે ગણું છલકાયું હતું.. આ ઈશ્યુના મુખ્ય સબસ્ક્રાઈબર હતા ધંદા હૉલ્ડિંગસ પ્રાયવેટ લિમિટેડ.

એ પછીના વર્ષે, 1978માં, એમેરિકાના પ્રમુખ જિમી કાર્ટર ભારતની મુલાકાતે આવ્યા હતા. તેમના વકતવ્યો આમ તો કંટાળાજનક કહી શકાય એવા હતા, પણ માઈક પર તેઓ અજાણતા ન બોલવાનું બોલતા ઝડપાઈ જવાને લીધે રસપ્રદ બની ગયા હતા. ભારતની પરમાણુ મહત્વાકાંક્ષાઓ અંગે ભારતને 'ઠંડોગાર તથા સીધો સંદેશ' આપવો જ રહ્યો એવું પોતાના સહાયકને કહેતી વખતે તેઓ માઈક્રોફોન બંધ કરવાનું ભૂલી ગયા હતા. આ બાબતે કદાચ ચોપન વર્ષીય વિદેશ પ્રધાન, અટલ બિહારી વાજપેયી નામના

એક માણસને તેમના સાંજની પીણાની મહેફિલ વખતે ખૂલ્લા દિલે હસવાનું કારણ આપ્યું હતું.

સૌથી મહત્વનું, ધરતી ઔર આકાશ બહુ મોટી હિટ સાબિત થઈ હતી. ખરાબ પ્રચાર તથા પ્રતિકૂળ સમીક્ષાને કારણે પ્રથમ બે અઠવાડિયા દરમિયાન તેનો વકરો બહુ સારો નહોતો. પણ ત્રીજા અઠવાડિયાથી, જો કે, દર્શકોની સંખ્યા વધી હતી. આવું થવાનું મુખ્ય કારણ હતું સકારાત્મક માઉથ પબ્લિસિટી. ફિલ્મમાં એક ગીત ઉમેરવામાં આવ્યું હતું,જેના કારણે તેને નવજીવન મળ્યું હતું અને ટૂંક સમયમાં જ આ ફિલ્મ બ્લૉકબસ્ટર જાહેર થવાની હતી અને થિયેટરોમાં એકસો અઠવાડિયા ચાલવની હતી. ફિલ્મની સફળતા સાથે, પરોમિતા રાતોરાત સ્ટાર બની ગઈ હતી. આને કારણે, અંડરવર્લ્ડ સાથે શંકાસ્પદ જોડાણ ધરાવતા એક મુસ્લિમ પુરુષ સાથેના તેના આગામી કૉર્ટ મેરેજ ભારતમાં મસાલેદાર સમાચાર બની ગયા હતા.

અરબાઝ અને પરોમિતા બંનેએ નક્કી કર્યું હતું કે, તેઓ પોતપોતાની ધાર્મિક ઓળખ જાળવી રાખશે. આથી લગ્ન કરવાનો સૌથી સરળ માર્ગ હતો કૉર્ટ મેરેજ.

'તને ખબર છે ને કે મારી દુનિયા અંધકાર અને અનિશ્ચિતતા ભરી છે?' અરબાઝે પૂછ્યું.

'કદાચ હું એમાં થોડોક પ્રકાશ લાવી શકીશ?' પરોમિતાએ જવાબ આપ્યો. તે અરબાઝની ખ્યાતિ વિશે જાણતી હતી. તેનું નામ લેવાતા જ લોકોના મોઢામાંથી એકાએક 'ઓહ!'ના ઉદગારો નીકળતા. તેમના અવાજનો સૂર સામાન્યપણે ભય અને ધાકનો રહેતો.

ડિસેમ્બર, 1978ના, ઠંડક અને મંદ હવાભર્યાં એક દિવસે, અબ્દુલ દાદા પાસેથી ઉછીની લીધેલી મર્સિડિઝ-બૅન્ઝ કારમાંથી અરબાઝ અને પરોમિતા ઉતર્યા અને ઑલ્ડ કસ્ટમ્સ હાઉસમાં પ્રવેશ્યા. આ જગ્યા ગોદીથી બહુ નજીક હતી, જ્યાંથી અરબાઝની વાર્તાની શરૂઆત થઈ હતી.

લગ્નની નોંધણી કરવા ત્રણ સાક્ષીઓની જરૂર હતી. અબ્દુલ દાદા, શબાના અને અવિજીત બાસુ આ માટે હાજર રહ્યા હતા. વર અને વધુએ મેરેજ સર્ટિફિકેટ પર સહી કરી અને મેરેજ ઑફિસર સામે સોગંદ વાચી ગયા. 'સ્પેશિયલ મેરેજ એક્ટ, 1954 હેઠળ હવે તમે પતિ અને પત્ની છો.' ઑફિસરે તેમને જાણકારી આપી. અરબાઝ અને પરોમિતાએ એકબીજાને

ગુલાબના હાર પહેરાવ્યા અને લગ્ન સંપન્ન થઈ ગયા. હાજર રહેલા દરેકને થમ્સ અપ નામનું નવું લૉન્ચ થયેલું ઠંડુ પીણું તથા કેડબરી ચોકલેટ આપવામાં આવી. એ પછી તેઓ કૉર્ટમાંથી બહાર નીકળ્યા.

સેંકડો ફોટોગ્રાફર્સ તેમના પર જાણે કે તૂટી પડ્યા, આ બધા બીજા દિવસના અખબાર માટે એક સરસ ફોટો મેળવવાની વેતરણમાં હતા. નવપરિણિત જોડું ઉતાવળે કારમાં ગોઠવાયું અને બાન્દરામાં નવી ખૂલેલી સી રૉક હોટેલમાં તેમના માટે બૂક કરાવવામાં આવેલા સ્વીટ તરફ ઉપડ્યું. એ સાંજે સી રૉકમાં જ લગ્નના ભવ્ય રિસેપ્શનનું આયોજન કરાયું હતું, કેમ કે બૉલીવૂડ સાથે સંકળાયેલા મોટા ભાગના લોકો આ વિસ્તારમાં જ રહેતા હતા.

રિસેપ્શન શરૂ થયું એના થોડા સમય પહેલા અબ્દુલ દાદાએ એક બંધ કવર અરબાઝના હાથમાં મૂક્યું. 'મારા તરફથી તારા લગ્નની ભેટ,' તેણે સરળતાથી કહ્યું.

એ સાંજે અરબાઝને મળનાર બીજો માણસ હતો શિવસેનાનો કેશવ ગાડગિલ. 'બાળા સાહેબે શુભેચ્છા પાઠવી છે. પારિવારિક વ્યસ્તતાઓને કારણે તેઓ આવી શક્યા નથી. તેમણે તમને બંનેને લાંબા તથા ખુશખુશાલ લગ્નજીવનની શુભેચ્છાઓ આપી છે.'

રિસેપ્શનનું સ્થળ ફૂલોથી ભવ્ય રીતે શણગારવામાં આવ્યું હતું. 'મને ફૂલો બહુ જ ગમે છે,' બૉલરૂમમાં આસપાસ નજર ફેરવતા પરોમિતાએ કહ્યું.

'તો તો તને અંતિમયાત્રા પણ ગમતી હશે,' અરબાઝે મજાક કરી. 'એમાં પણ ઘણાં બધાં ફૂલો હોય છે.'

પરોમિતા અરબાઝને તેની ઉદ્દંડતા માટે તમાચો મારતી હોય એવું નાટક કર્યું. 'લગ્ન અને અંતિમયાત્રામાં બહુ મોટો ફરક છે,' તેણે કહ્યું.

'શું?' અરબાઝે પૂછ્યું.

'લગ્ન માટે ફૂલોની પસંદગી તમે કરી શકો છો,' પરોમિતાએ પણ મજાકમાં કહ્યું.

બીજા દિવસે આ નવપરિણિત દંપત્તિએ હનીમૂન પર જવા સ્વિત્ઝલેન્ડ માટેની ફ્લાઈટ પકડી – સ્વિત્ઝલેન્ડનો ઉચ્ચાર બૉલીવૂડ ફિલ્મોમાં શ્વી-જર-લેન્ડ એવો કરાતો.

જમ્બો 747માં ફર્સ્ટ ક્લાસ પેસેન્જરો માટેની અપર ડેક લાઉન્જમાં તેઓ બેઠા હતા, અરબાઝે અચાનક જ પૂછ્યું,

'હું તને કંઈક કહી શકું છું?'

'ચોક્કસ,' પરોમિતાએ કહ્યું.

'મેં જોયેલા સ્મિતમાં તારૂં સ્મિત સૌથી સુંદર છે,' અરબાઝે દિલથી કહ્યું.

પરોમિતા થીજી ગઈ અને અરવિંદની યાદ આવતાં જ અપરાધ ભાવનું મોજું તેને ઘેરી વળ્યું.

પોતાની સામે પડેલા અખબારમાં અરવિંદે જોયું. તેનું મથાળું હતું 'પરોમિતા લગ્નગ્રંથિથી બંધાઈ'. પરોમિતા અને તેનો પતિ નવપરિણિત તરીકે અત્યંત ખુશ થઈ કોર્ટની બહાર આવતા હોય એવો ફોટો આ માથાળા સાથે હતો.

તે હજી પણ કેટલી સુંદર દેખાય છે, અરવિંદે વિચાર્યું.

અરવિંદ ઉદાસ થઈ ગયો. પછી તેને ગુસ્સો પણ આવ્યો. ખરેખર, તો તેને પોતાને જ સમજાતું નહોતું કે તે ઉદાસ હતો કે તેને ગુસ્સો આવી રહ્યો હતો. તેણે પરોમિતાના પતિના ફોટા તરફ વધુ એક વાર જોયું. આ ચહેરો તેને પરિચિત લાગ્યો. ફોટોની નીચેનો અહેવાલ તેણે વાચ્યો.

આ વર્ષે જેની સૌથી વધુ રાહ જોવાઈ રહી હતી એ લગ્ન ગઈકાલે બૉમ્બેમાં યોજાઈ ગયા. ધરતી ઔર આકાશની હિરોઈન પરોમિતા બેનરજી બૉમ્બેના બિઝનેસમેન અરબાઝ શેખ સાથે લગ્નગ્રંથિથી જોડાઈ ગઈ છે. તેમની વચ્ચેનો રોમાન્સ કેટલાક મહિનાઓથી શહેરમાં ચર્ચાનો વિષય હતો, પણ અચાનક જ લગ્નની જાહેરાતે સૌને ચોંકાવી દીધા હતા. નવદંપત્તિને આશીર્વાદ આપવા મુંબઈની અંધારી આલમનો ડૉન અબ્દુલ રહીમ હાજર રહ્યો હતો, અંદરના સૂત્રો જણાવે છે કે, અરબાઝ અબ્દુલનો અનુગામી બનવાનો છે, એવી અટકળો કરાય છે, જો કે નજીકના ભૂતકાળમાં દાઉદ ઈબ્રાહિમનું વધી રહેલું વર્ચસ આ યોજનાની આડે આવી શકે છે. અત્રે નોંધનીય છે કે, થોડાક વર્ષ પહેલા હત્યાના આરોપસર અરબાઝની ધરપકડ કરાઈ હતી, જો કે તેમના પરના આ આરોપો પછીથી હટાવી લેવાયા હતા.

અરવિંદે પોતાના મગજને કસી જોયું. *અરબાઝ શેખ,* આ નામ તેણે ક્યાં સાંભળ્યું હતું? તેણે માત્ર નામ સાંભળ્યું નહોતું, પણ તેણે આ માણસને ક્યાંક જોયો હતો, તેનો ચહેરો પરિચિત લાગતો હતો.

પછી તેને બૉમ્બેથી હૈદરાબાદની ફ્લાઈટ યાદ આવી.

બ્રીચ કેન્ડી હૉસ્પિટલના ઈન્ટેન્સિવ કેર યુનિટની બારીમાંથી અરબી સમુદ્ર દેખાતો હતો, પણ એકેય દરદી પોતાના બિછાનામાંથી આ સુંદર દશ્ય ખરેખર માણી શકે એમ નહોતો. આઈસીયુના લોખંડના પલંગ પર, અબ્દુલ દાદા પડ્યો હતો. તેની પત્નીને તેની હાલત વિશે જણાવાયું હતું અને તેનો જવાબ હતો, ‘એને જોવા હું હૉસ્પિટલ નથી આવવાની. હું જનાજા સુધી વાટ જોઈશ.’

અરબાઝ અને પરોમિતાને જે ક્ષણે આ સમાચાર મળ્યા કે તરત જ જે મળી તે પહેલી ફ્લાઈટ પકડી, એક મહિના લાંબા હનીમૂનને એકાદ અઠવાડિયા જેટલું ટૂંકાવીને તેઓ બૉમ્બે આવી પહોંચ્યા હતા.

અરબાઝની ગેરહાજરીમાં આ એક મહિનો અબ્દુલ દાદા માટે દોડધામભર્યો હતો, કેમ કે વૃદ્ધ થઈ ગયેલા દાદાને પોતાની પડખે આ યુવાન વિના કામ કરવાનો મહાવરો નહોતો. તેમની મુશ્કેલીમાં ઓર વધારો થયો જ્યારે, રિઝર્વ બૅન્ક ઑફ ઈન્ડિયાએ બિનહિસાબી નાણા પર અંકુશ લાવવાના આશયે 1,000, 5,000 અને 10,000 રૂપિયાની ચલણી નોટો ચલણમાંથી પાછી ખેંચી લીધી હતી. આ નોટો ધરાવતા લોકોએ મોટી રકમ તેમની પાસે ક્યાંથી આવી એની સ્પષ્ટતા આપીને નોટો બૅન્કમાં જમા કરાવવાની હતી. દેખીતી રીતે જ, અબ્દુલ દાદાના ધંધાનું સ્વરૂપ જોતાં તેમના માટે આવું કરવું શક્ય નહોતું. મુરલી તરત સક્રિય થઈ ગયો હતો અને દાદા માટે મોટા પ્રમાણમાં સોનું તથા ચાંદી ખરીદી લીધા હતા, આમ હંગામી ધોરણે તેની સમસ્યા ઉકેલાઈ ગઈ હતી. પોતાની પાસે પડેલી ઉચ્ચ મૂલ્યની આ નોટોને ઑફિસમાં બેસી સિગારેટની જેમ વાળીને ફૂંકવામાં દાદા સમય પસાર કરતો.

બદનસીબે, માનસિક તાણ અને કદાચ ચલણી નોટોના ધુમાડાને કારણે દાદાને હૃદયરોગનો હુમલો આવ્યો હતો. એમ્બ્યુલન્સમાં તેને હૉસ્પિટલ લઈ જવાયો જ્યાં કોરોનરી બાયપાસ સર્જરી નામની એક નવી પ્રક્રિયા તેના પર

હાથ ધરાઈ હતી. તેના પર સર્જરી કરનાર સર્જ્યને આ સારવારની પહેલ ભારતમાં ત્રણ વર્ષ પહેલા કરી હતી.

'તેમને કેમ છે?' અરબાઝે ચિંતાતુર સ્વરે પૂછ્યું.

સર્જ્યને ક્લિપબોર્ડ સામે જોયું. એ પછી ધ્યાનપૂર્વ એક એક શબ્દ જોખીને બોલ્યા, 'આવા દરદીઓમાં સર્જરી બાદ આટ્રિયલ ફાઈબરિલેશન એ સામાન્યપણે જોવા મળતી પ્રતિકૂળ બાબત હોય છે. આગામી પાંચ દિવસ માટે અમારે તેમને નિરીક્ષણ હેઠળ રાખવા પડશે.'

પરોમિતાને ઘરે મોકલ્યા બાદ અરબાઝે એ રાત હૉસ્પિટલમાં, આઈસીયુ લૉબીની જરાય આરમદા.યક ન કહેવાય એવી ખુરશી પર ટૂંટિયું વાળીને પડ્યા રહીને વિતાવી હતી. બીજા દિવસે સવારે રાઉન્ડ પર નીકળેલા સર્જ્યનને તેણે પકડ્યા.

'તેમને હવે કેમ છે?' તેણે વધુ ચિંતા સાથે, ફરીથી પૂછ્યું.

'તેમને તીવ્ર રેનલ ફેલ્યૉર થયું હોવાથી અમે તેમને ડાયાલિસિસ પર રાખ્યા છે. અમે તેમના પર નિકટથી નજર રાખી રહ્યા છીએ.'

અરબાઝ ઘરે ગયો, સ્નાન કર્યું અને હંગામી ધોરણે પરોમિતાના ઘરમાં શિફ્ટ થયેલી તેની અમ્મીએ તેને જબરદસ્તી જમાડ્યો અને એ પછી તરત જ તે હૉસ્પિટલ પાછો ફર્યો. તેણે વધુ એક રાત આઈસીયુ લૉબીની ખુરશીમાં વીતાવી, પણ સવારે ડૉક્ટર રાઉન્ડ પર આવ્યા ત્યારે તે સંપૂર્ણપણે જાગૃત હતો.

'તેમને કેમ છે?' અરબાઝે પૂછ્યું.

'તેમનામાં નોસોકોમિયલ ચેપ અમને દેખાયો છે, કાર્ડિયેક સર્જરી બાદ પાંચમાંના એક દરદીમાં આવું જોવા મળે છે, આ સામાન્ય બાબત છે. અત્યારે તો અમે તેમને નિરીક્ષણ હેઠળ રાખ્યા છે.'

અરબાઝ રોકાઈ ગયો. મુરલી અને રાજુ ધંધાને લગતી વિવિધ બાબતો વિશે તેને માહિતગાર કરવા આવ્યા હતા. નીચે ચાની રેંકડી પર તેમણે સાથે ચા પીધી. અરબાઝે જોયું કે એક ડૉક્ટર તેમની તરફ જ આવી રહ્યો છે. અરબાઝે પોતાનો કપ નીચે મૂક્યો અને ઉતાવળા પગલે ડૉક્ટર તરફ આગળ વધ્યો.

'તેમને કેમ છે?' અરબાઝે પૂછ્યું.

'કમનસીબે, તેમનું આવસાન થયું છે,' ડૉક્ટરે કહ્યું.

'તમે હજી પણ તેમને નિરીક્ષણ હેઠળ રાખવા માગો છો?' અરબાઝે ગુસ્સામાં પૂછ્યું, તેની આંખમાંથી આંસુંની ધારા વહી રહી હતી. પિતા જેવો પ્રેમ આપનાર એ માણસના મરણના સમાચારે અરબાઝને દુઃખની ગર્તામાં ધકેલી દીધો હતો.

બૉમ્બે શરૂઆતમાં મચ્છરોથી ખદબદતી કળણવાળી જમીનથી એકમેકથી છૂટાં પડેલા સાત ટાપુઓનો સમૂહ હતું. આ વિસ્તાર મૂળ તો અશોકના મૌર્ય સામ્રાજ્યનો હિસ્સો હતો, પણ 1343માં, ગુજરાતના સુલતાને આ ટાપુઓ જીતી લીધા હતા. બસ્સો વર્ષ બાદ, પોર્ટુગીઝોએ આ ટાપુઓ પર કબજો જમાવ્યો હતો અને અહીં વેપારી મથક સ્થાપ્યું હતું. તેમણે આ વિસ્તારને નામ આપ્યું *બૉમ બાહિયા* – અર્થાત 'સારું બંદર'.

રેશમ, મલમલ, ચોખા, કપાસ, છીંટ, ચકમક અને તંબાકુના વેપારની સાથે બૉમ બાહિયાનો પણ સતત વિકાસ થતો રહ્યો. 1616 સુધીમાં, બૉમ બાહિયામાં વિશાળ ગોદામ, સાધુ સંતો માટેનો એક મઠ અને જહાજવાડો બની ગયા હતા. ત્યાં રહેતા સાધનસંપન્ન વેપારીઓના ઘર અને હવેલીઓ પણ દેખાવા લાગ્યાં હતાં. એ જ વર્ષે, ઈંગ્લેન્ડના કિંગ ચાર્લ્સ બીજાએ કેથરિન ઑફ બ્રિગ્રેન્ઝા સાથે લગ્ન કર્યાં હતા. કેથરિનના પરિવારે લગ્નની ભેટ રૂપે બૉમ બાહિયાનો કબજો બ્રિટિશ રાજવીને સોંપી દીધો, તેને મચ્છરની ભરમાર ધરાવતા ટાપુઓ પર રાજ કરવાની જરાય ઈચ્છા નહોતી. તેણે તરત જ આ ટાપુ સમૂહ ઈસ્ટ ઈન્ડિયા કંપનીને વાર્ષિક દસ પાઉન્ડ સોનાના ભાડા પર આપી દીધા. અંગ્રેજો આ ટાપુઓને બૉમ્બે તરીકે ઓળખવા લાગ્યા.

બૉમ્બે ઊંડું-પાણી ધરાવતું બંદર હતું અને મોટાં મોટાં જહાજો અહીં લાંગરી શકાતા. આથી ઈસ્ટ ઈન્ડિયા કંપનીએ અહીં કિલ્લો, ધક્કો, ગોદામ અને કસ્ટમ્સ હાઉસ બાંધવાની શરૂઆત કરવા ઉપરાંત 1,500 સિપાહીઓના રક્ષક-સૈન્યને તેના રક્ષણ માટે તહેનાત કર્યું હતું. એ પછી કોઝવેનું જોડાણ, ચર્ચ, હૉસ્પિટલ અને ટંકશાળનું બાંધકામ કરવામાં આવ્યું. 1675 સુધીમાં, બૉમ્બેની વસ્તી 60,000 હતી અને ઈસ્ટ ઈન્ડિયા કંપનીએ તેને પોતાનું ભારત ખાતેનું મુખ્યાલય બનાવ્યું હતું. મોગલ દળો તરફથી એક હુમલા બાદ, કંપનીએ વહાણોના કાફલાની રચના કરી, જે મલબારના દરિયાકાંઠા

પર ચોકી પહેરો ભરતું, તેનું નામ રાખવામાં આવ્યું હતું બૉમ્બે મરીન. બૉમ્બે હવે સંપૂર્ણપણે સુરક્ષિત હતું.

પરિણામ એ આવ્યું કે દરેક પ્રકારના લોકો – સોની, વણકરો, લુહારો, વેપારીઓ, જહાજ બાંધનારાઓ તથા નાણાં ધીરનારાઓ – શહેરમાં આવીને વસ્યા. એન્જિનિયરિંગને લગતા વિશાળકાય પ્રકલ્પો હાથ ધરવામાં આવ્યા અને કળણવાળી જમીનની ભરણી કરી સાત ટાપુઓને એક કરી 1854માં એક મોટો ટાપુ બનાવાયો હતો. 1853માં, શહેરને તેની પ્રથમ રેલવે લાઈન મળી, બૉમ્બે અને થાણે વચ્ચે આ લાઈન નખાઈ હતી, અને એક વર્ષ બાદ શહેરને કાપડની પ્રથમ મિલ મળી.

કાપડની મિલોને કામગારોની જરૂર હતી, આથી દેશના વિવિધ ભાગોમાંથી કામગારો અહીં આવ્યા. તેમાંનો એક હતો મુહમ્મદ રહીમ. 1903માં તેનું અવસાન થયું, તે પોતાની પાછળ અનેક સંતાનો મૂકી ગયો હતો. તેમાંનો એક હતો આઝમ રહીમ, 1946માં, ભારતની આઝાદીના એક વર્ષ પૂર્વે, કૉલેરાથી તે મૃત્યુ પામ્યો એ પહેલા, એક નાના ચોર તરીકે તેણે સારી સમૃદ્ધિ મેળવી હતી. આઝમ પરણ્યો નહોતો પણ એક વેશ્યા સાથેનાં સંબંધોથી તેને અનૌરસ દીકરો થયો હતો. તેનું નામ હતું અબ્દુલ રહીમ, પણ આગળ જતાં બધા તેને અબ્દુલ દાદાના નામથી ઓળખતા થયા હતા.

અબ્દુલ દાદા ઝીનત નામની એક સ્ત્રીને પરણ્યો હતો. તેનાથી તેને એક દીકરો અને એક દીકરી થઈ હતી. દીકરો તો કૂખમાં જ મૃત્યુ પામ્યો હતો અને જન્મ વખતે ગર્ભનાળ ગળામાં વીંટળાઈ ગઈ જવાને પગલે શ્વાસ રૂંધાઈ જવાને લીધે દીકરીનું મરણ થયું હતું. આ બે મોતની કડવાશ અને દુઃખને કારણે, ઝીનત એકલી જ રહેવા લાગી હતી અને રખાત માટે અબ્દુલ દાદાએ પોતાને છોડી દીધી હોવાને કારણે તેની એકલતા અને કડવાશ બંને બેવડાયાં હતાં.

1978માં અબ્દુલ દાદાના અવસાનથી એક યુગનો અંત આવ્યો હતો.

લગ્નના રિસેપ્શન વખતે અબ્દુલ દાદાએ આપેલું બંધ કવર ખોલવાની દરકાર અરબાઝે લીધી નહોતી પણ હવે તેમના અવસાન બાદ આ કવર ખોલવાની ફરજ તેને પડી હતી. કવરમાં બે પાનાંનો એક સાદો કાયદાકીય

દસ્તાવેજ હતો, જે ગોદરેજ ટાઈપરાઈટર પર ટાઈપ કરાયો હતો. એ દાદાનું વસિયતનામું હતું.

હું, અબ્દુલ રહીમ, વય એક્યાસી વર્ષ, ભારતનો વતની, મુસ્લિમ વયસ્ક, હિલ રોડ, બાન્દરા, બૉમ્બે, 400050નો રહેવાસી, આથી મારા અગાઉના તમામ વસિતનામાઓ, વસિયતનામાની પુરવણીઓ અને વસિયતનામા પ્રકારના લખાણોને રદ કરું છું અને આ ખતને મારી છેલ્લી વસિયત અને મૃત્યુપત્ર જાહેર કરું છું.

1. મારા વિશ્વાસુ સાથીદાર, અરબાઝ શેખને હું આ વસિયતનામાનો વહીવટકર્તા નિયુક્ત કરું છું.
2. મારી ઈચ્છા છે કે મારા અવસાન બાદ ડોંગરી ખાતેના મારી માલિકીના ઘરના મારા તમામ હક્કો, માલિકીહક્કો, હિતો તથા તે અંગેના આનુષંગિક હક્કો તથા લાભો, જેમાં ઉપર જણાવેલી જગ્યાનો ઉપયોગ તથા માલિકીના ધોરણે તેમાં વસવાટ કરવાના હક્કનો સમાવેશ થાય છે, તે મારી પત્ની, બેગમ ઝીનત રહીમને વારસામાં મળે.
3. મારી ઈચ્છા છે કે મારા અવસાન બાદ, બાન્દરા ખાતેના મારી માલિકીના ઘરના મારા તમામ હક્કો, માલિકીહક્કો, હિતો તથા તે અંગેના આનુષંગિક હક્કો તથા લાભો, જેમાં ઉપર જણાવેલી જગ્યાનો ઉપયોગ તથા માલિકીના ધોરણે તેમાં વસવાટ કરવાના હક્કનો સમાવેશ થાય છે, તે મારી પ્રેમાળ સાથી, બેગમ અંજુમ આઝાદને વારસામાં મળે.
4. ધંદા હૉલ્ડિંગ્સ પ્રાયવેટ લિમિટેડનો હું એકમાત્ર શૅરધારક છું, ઉપરોક્ત કંપનીના 1,000 શૅર મારી માલિકીના છે. મારી ઈચ્છા છે કે મારા અવસાન બાદ, આ કંપનીમાંના મારા તમામ શૅરો તથા તે અંગેના આનુષંગિક હક્કો તથા લાભો મારા માનેલા પુત્ર, મારા વિશ્વાસુ સાથીદાર, અરબાઝ શેખને વારસામાં મળે.
5. મારા ન્યાયપૂર્ણ દેવા તથા વેરા સહિતની જવાબદારીઓની ફાળવણી બાદ વધેલી દરેક અસ્ક્યામતો પણ અરબાઝ શેખને વારસામાં આપું છું.

જેની સાક્ષીમાં, હું, અબ્દુલ રહીમ, અહીં બૉમ્બેમાં 1978ના ડિસેમ્બર મહિનાના 21મા દિવસે આ લખાણ કરું છું.

અરબાઝના લગ્ન થયા એ દિવસે દાદાએ આ વસિયતનામા પર સહી કરી હતી. પોતે બીજો બાપ ગુમાવી બેઠો હોવાની લાગણી થતાં અરબાઝ ચોધાર આંસુએ રડી પડ્યો.

ગઈ રાત્રે ષણ્મુખાનંદ હૉલ ખાતે યોજાયેલા ઝાકઝમાળભર્યાં કાર્યક્રમની તસવીરોથી અડધાથી વધુ *ટાઈમ્સ ઑફ ઈન્ડિયા* ભરેલું હતું. મુખ્ય સમાચાર કંઈક આમ હતાઃ

26મો ફિલ્મફેર એવૉર્ડ ષણ્મુખાનંદ હૉલ ખાતે ગઈ કાલે યોજાયો હતો, રાજ ખોસલાની મૈં તુલસી તેરે આંગન કીને વર્ષની શ્રેષ્ઠ ફિલ્મ જાહેર કરવામાં આવી હતી. અમિતાભ બચ્ચન સતત બીજી વાર બેસ્ટ એક્ટરનો એવૉર્ડ જીત્યા હતા, આ વખતે તેમને આ એવૉર્ડ ફિલ્મ ડૉનમાં તેમણે ભજવેલા ડબલ રોલ માટે મળ્યો હતો. સત્યજીત રેને શતરંજ કે ખિલાડી માટે બેસ્ટ ડિરેક્ટરનો એવૉર્ડ મળ્યો હતો. પરોમિતા બેરનજીને તેમની કારકિર્દીનો પ્રથમ બેસ્ટ એક્ટ્રેસનો અવૉર્ડ ફિલ્મ ધરતી ઔર આકાશ માટે મળ્યો હતો પરોમિતા અને તેના પતિ અરબાઝ શેખ બંને કાર્યક્રમમાં દેખાયાં હતાં...

ઓમ ત્ર્યંબકમ્ યજામહે

સુગન્ધિમ પુષ્ટિવર્ધનમ્।

817 સીઈ, કનૌજ

ઉર્વારૂકમિવ બન્ધનાન્

મૃત્યુોર્મુક્ષીય મામૃતાત્॥

'પરમભટ્ટારક, મહારાજાધિરાજ, પરમેશ્વર, નાગવલોક!'

રાજા નાગભટ બીજા પોતાના સિંહાસન તરફ ધીમી પણ મક્કમ ગતિએ આગળ વધી રહ્યા હતા, ત્યારે દરબારના દાંડી પીટનારાએ પોતાના હંમેશ મુજબના બુલંદ અવાજમાં છડી પોકારી. રાજાની ચાલમાં ખૂંધની જરા સરખી પણ નિશાની નહોતી કે ન તો કઢંગાપણાનું કોઈ ચિહ્ન હતું. આથી, નાગભટ્ટની રાજધાનીને મળેલું કમનસીબ ઉપનામ *ખૂંધ ધરાવતી કન્યાઓનું નગર*, કટાક્ષયુક્ત લાગતું હતું.

દંતકથા મુજબ, કોપિત થયેલા એક ઋષિએ નગરના શાસકની 100 દીકરીઓને શાપ આપ્યો હતો, જેના પરિણામે એ બધી ખૂંધવાળી થઈ ગઈ હતી. ત્યારથી જ, આ નગર કન્યાકુબ્જા, અથવા ખૂંધ ધરાવતી છોકરીઓના નગર તરીકે ઓળખાતું હતું. આગળ જતાં, આ નગર તેને મળેલા ઉપનામની ટૂંકાવેલી આવૃત્તિ તરીકે ઓળખાવા લાગ્યું હતુઃ એ નામ હતું *કનૌજ*.

રાજસૂય યજ્ઞ ચાલી રહ્યો હતો. આ પૂર્વેના વર્ષે વિધિપૂર્વક શ્રેણીબદ્ધ અર્પણ કરાયેલી આહુતિઓ બાદ, રાજા પર દિવ્ય શક્તિઓનો વર્ષાવ કરવામાં આવ્યો હતો. સમ્રાટને ઈન્દ્ર તથા પ્રજાપતિ સાથે સરખાવતા મંત્રોનું બ્રાહ્મણો ઉચ્ચારણ કરી રહ્યા હતા, ત્યારે રાજાએ વ્યાઘ્રચર્મ પર ત્રણ પગલાં ભર્યાં હતાં. આ ત્રણ પગલાંના કારણે રાજા હવે વિષ્ણુનો અવતાર હતા, જેમનાં ત્રણ પગલાં પૃથ્વી અને સ્વર્ગને આવરી લેતા હતા. બ્રાહ્મણોએ એક છેલ્લા સ્તોત્રનું પઠન કર્યુંઃ

જે પવિત્ર થયો છે, તે પ્રબળ શક્તિઓ ધરાવે છે
હવે એ જે તમારા છે તેમાંનો એક બની ગયો છે
અને તમારે તેનું રક્ષણ કરવું રહ્યું

રાજા બેસી ગયા અને પોતાના દરબારીઓ તરફ જોઈને તેમણે સ્મિત કર્યું. આ સ્મિતમાં ભારોભાર આત્મવિશ્વાસ હતો, આ એક વિજેતાનું સ્મિત હતું. ગયા વર્ષે જ તેમણે, કનૌજને ચક્રયુદ્ધ પાસેથી કબજે કર્યું હતું. પાલા શાસકો દ્વારા તેમને મળેલા સંરક્ષણ છતાં ચક્રયુદ્ધે નાગભટની સેના સામે ઘૂંટણ ટેકવી દીધા હતા.

'આજે, હું શિવનો આભાર માનવા માગું છું, જેમના આશીર્વાદે પ્રતિહાર સામ્રાજ્યને સમૃદ્ધ બનાવ્યું છે,' રાજાએ શરૂઆત કરી. 'આપણું અતિ વહાલું સોમનાથ મંદિર, એકાદ સદી પહેલા, સિંધના દુષ્ટ આરબ રાજ્યપાલ, જુનૈદ દ્વારા તોડી પાડવામાં આવ્યું હતું. મંદિરને અપવિત્ર કરાયાના એ કૃત્યનું દુઃખ મને મારા જીવનના પ્રત્યેક દિવસે કોરી ખાય છે. શિવના એ આલયને પુર્નસ્થાપિત કરવું અને તેને ફરીવાર તેની પુરાણી ગરિમા પાછી અપાવવી એ મારી સર્વોચ્ચ પ્રાથમિકતા છે!'

'પરમભટ્ટારક, મહારાજાધિરાજ, પરમેશ્વર, નાગવલોક!' આખો દરબાર એક સાથે પોકારી ઉઠ્યો.

'મહાદેવને મૂલ્યવાન ચીજો ઉપલબ્ધ કરાવવાની અતિ આવશ્યક છે,' નાગભટે વાત આગળ વધારી. 'મને એ કહેતા અત્યંત આનંદ થાય છે કે 10,000 ગામોની આવક આ મંદિરના બાંધકામ અને નિભાવ માટે આપવામાં આવશે. મહાદેવની સેવા માટે એક હજાર બ્રાહ્મણોને રાખવામાં આવશે તથા 500 કુમારિકાઓ દેવાધિદેવના આનંદ માટે ગાયન તથા નૃત્ય કરશે. કોઈ વ્યક્તિ આ મંદિરનો આસાનીથી નાશ ન કરી શકે એ વાતની તકેદારીના ભાગરૂપે, મેં રાજ સ્થપતિને આ મહાન મંદિર લાલ રેતિયા પથ્થરમાંથી બાંધવા કહ્યું છે.'

'મહારાજની જય હો!' દરબારીઓએ જયજયકાર કર્યો અને રાજાએ પોતાના અંગત ખંડ તરફ પ્રસ્થાન કર્યું, તેમની પાછળ છત્ર તથા ચામરધારી દાસીઓ હતી.

પોતાના દીવાનખંડના એકાંતમાં, રાજાએ પોતાના સૌથી પ્રિય પ્રકલ્પની ચર્ચા જારી રાખી હતી, પણ એવું કરવા પહેલા તેમણે દાસીઓને ત્યાંથી જવાનો આદેશ આપી દીધો હતો. હવે એ ખંડમાં રાજા ઉપરાંત માત્ર બે જ જણ હતા. એક હતા નાગભટના વિશ્વાસપાત્ર કુલગુરુ, ઋષિ ગર્ગ. ઋષિ ગર્ગના ખોળામાં કાપડમાં ધ્યાનપૂર્વક વીંટાળવામાં આવેલું એક પોટલું હતું, જેના પર જેલીફિશનું ચિહ્ન હતું.

બીજો જણ હતો યુવરાજ, રામભદ્ર.

'પુત્ર,' નાગભટે શરૂ કર્યું. 'સ્થપતિએ મને કહ્યું હતું કે તેઓ સાગના છપ્પન સ્તંભ ઘડવાના છે. બધા જ સ્તંભ પર મૂલ્યવાન ધાતુ તથા રત્નો જડી લેવામાં આવશે. આપણને રત્નજડિત ઝુમ્મરોની જરૂર પડશે. બ્રાહ્મણોને પૂજા માટે જગાડવા 200 મણ વજનની સોનાની ઘંટડીઓની શ્રૃંખલાની જરૂર પડશે. તથા ધાર્મિક વિધીઓ માટે સોનાની મૂર્તિઓ તથા રત્નજડિત ભારે પાત્રોની પણ આવશ્યકતા રહેશે.'

'પિતાશ્રી, આપ આ બધું મને શા માટે કહી રહ્યા છો?' રાજકુંવર રામભદ્રએ પૂછ્યું.

'કેમ કે એવું ય બને કે મારા જીવનકાળ દરમિયાન આ કાર્ય પૂરું ન પણ થાય,' પિતાએ જવાબ આપ્યો. 'મારૂં મૃત્યુ થાય, તો કાર્યને પરિપૂર્ણતાના આરે લાવવાની જવાબદારી તારી રહેશે, વત્સ.'

ઋષિ ગર્ગ તરફ વળતા, રાજાએ કહ્યું, 'જ્ઞાની ગુરુદેવ, આપણે મુશ્કેલ સમયમાં જીવી રહ્યા છીએ. આજકાલ આંધ્ર, સિંધુ, વિદર્ભ અને કલિંગના રાજાઓ મારી સાથે ગઠબંધન બાંધવા મથી રહ્યા છે. શા માટે? કેમ કે તેઓ મને મૂલ્યવાન મિત્ર તરીકે જોઈ રહ્યા છે. પણ રાજનીતિમાં કોઈ કાયમી મિત્ર કે હંમેશ માટે શત્રુ નથી હોતું. અહીં સુધી પહોંચવા માટે મેં કેટલા સંઘર્ષ કર્યા છે, એ જાણનારાઓમાંના તમે એક છો.'

'હે રાજન, આપ શા માટે ચિંતિત છો? અનાર્તો, માલવો, મત્સ્યો, કિરાતો, તુરૂશ્કો અને વત્સોએ તમને એવી ઊંચાઈ બક્ષી છે, જે અન્ય કોઈ રાજા પાસે નથી,' ઋષિએ પોતાનો મત આપ્યો.

'એ સાચું, પણ ધર્મપાલને પરાજિત કરવા માટે મિત્રોની મદદ લેવી પડી હતી,' રાજાએ જવાબ આપ્યો. 'આપણા વિશ્વમાં, ગઠબંધન એ સગવડિયા વિવાહ જેવા રહ્યા છે. પરિસ્થિતિ પલટાતા મિત્રો જ શત્રુ બની જાય છે. આપણી સતત સફળતા દૈવી મધ્યસ્થી જ શક્ય બની શકે છે.'

ઋષિ ગર્ગે હકારમાં માથું ધુણાવ્યું. રાજા સાચું જ કહી રહ્યા હતા. શું થવાનું છે એનું પૂર્વાનુમાન તેમને હતું

'મને વચન આપો કે તમે તમારી દિવ્ય શક્તિઓનો ઉપયોગ સોમનાથનું મારૂં સપનું સાકાર કરવા માટે કરશો,' અપેક્ષા મુજબ જ રાજાએ કહ્યું.

'એમ જ થશે, હે રાજન,' તેમણે પોતાના ખોળામાંના રક્તવર્ણા પોટલાને સાવચેતીપૂર્વક પકડતા મનોમન ઉચ્ચારણ કર્યું.

સ્વેદન... મર્દન... મુર્ચન... ઉત્થાપન... પતન... રોધન... નિયમન... સંદિપન...

ગર્ગે પોતાની આંખો બંધ કરી, અને મનોમન શબ્દોનું ચિંતન કરવા લાગ્યા.

ગગનગ્રાસ... કારણ... ગર્ભદતિ... બાહ્યદતિ... જરણ... રંજન... સરણ... ક્રમણ... વેધન... ભક્ષણ.

પુસ્તક ચાર

1980-1990

અબ્દુલ દાદાના ઈંતકાલના એક અઠવાડિયા બાદ, અરબાઝે બાન્દરામાંના દાદાના ઘરથી ઑફિસ બેલાર્ડ એસ્ટેટમાં નવી જગ્યાએ ફેરવી. દાદાએ બાન્દરાનું ઘર વસિયતમાં પોતાની રખાતના નામે કરી દીધું હતું. ઑફિસ બેલાર્ડ એસ્ટેટમાં શિફ્ટ કરવાનું સૂચન મુરલીનું હતું. આ વિસ્તારમાં ઑફિસ હોવાને કારણે અરબાઝના ધંધાને પ્રતિષ્ઠાનું મ્હોરું મળતું હતું. 'બધી જ જૂની અને પ્રતિષ્ઠિત બહુરાષ્ટ્રીય કંપનીઓ હજી પણ અહીં તેમની ઑફિસો ધરાવે છે,' મુરલીએ કહ્યું હતું.

એ જૂની ઈમારત જ્યાં રાજુ અને અરબાઝ ગોદીમાંથી ચોરેલા માલનો સંગ્રહ કરતા અને જ્યાંથી આ માલ શહેરમાં વિવિધ જગ્યાએ મોકલવામાં આવતો, એ ક્રિસેન્ટ હાઉસ, વેચાવા મુકાયું હતું. અરબાઝે તરત જ આ ઈમારત ખરીદી લીધી હતી અને તેના એક માળને તેણે વિશાળ ઑફિસમાં પરિવર્તિત કરી નાખી હતી. નવેસરથી સજાવવામાં આવેલી એ ઈમારતમાં પગ મૂક્યો એ પહેલા જ દિવસે અરબાઝે વિચાર્યું, જીવનનું એક આખું ચક્ર ફરી ગયું.

દાદાની રખાત, અંજુમ આઝાદ પાસે અરબાઝે એક જ વસ્તુ વિનંતી કરીને માગી હતી, એ હતી દાદાની ખુરશી. એ ખુરશી પર બેસતાં તેને દાદાના આત્માની નજીક હોવાની અનુભૂતિ થતી. જો કે, આ લાગણીને તે સમજાવી શકે તેમ નહોતો. અંજુમે ખુશી-ખુશી એ ખુરશી અરબાઝને આપી હતી. અરબાઝે આ ખુરશી તથા નવા ફર્નિચર અને ઈન્ટિરિયર સાથે પોતાના કામના નવા સ્થળને દઢતા અને ગંભીરતાનો દેખાવ આપ્યો હતો

ઑફિસનું સ્થળ અને ઈન્ટિરિયર બદલાયું હોવા છતાં, તેની અંદર જે કામ થતું તે બદલાયું નહોતું. પોતાના માર્ગદર્શક-ગુરુની જેમ અરબાઝ પણ

મુશ્કેલીમાં સપડાયેલા લોકોનું પોતાની ચેમ્બરમાં સ્વાગત કરવા માટે હંમેશા તત્પર રહેતો. આવા લોકોને તે ધીરજપૂર્વક સાંભળતો, પોતાની રીતે નિર્ણય લેતો કે, આવેલી વ્યક્તિના મામલામાં તેની મદદની જરૂર હતી કે નહીં અને એ પછી જરૂરી એવું ઝડપી પગલું લેતો.

આજે તેની સામે જે માણસ બેઠો હતો એ હતો યશ ધર.

યશની વાર્તા રસપ્રદ હતી. કાશ્મીરમાં પંડિત પરિવારમાં જન્મેલા યશે શ્રીનગરની ત્યાંન્ડેલ બિસ્કોઈ સ્કૂલમાંથી શિક્ષણ મેળવ્યું હતું અને ત્યાર બાદ, દિલ્હીની ફ્લાઈંગ ક્લબમાંથી ફ્લાઈંગ શીખતી વખતે તેણે દિલ્હીની જ સૅન્ટ સ્ટીફન્સ કૉલેજમાંથી અર્થશાસ્ત્રનો અભ્યાસ કર્યો હતો. સ્નાતક થયા બાદ, તેણે અનેક વર્ષો સુધી ઈન્ડિયન એરલાઈન્સમાં પાયલટ તરીકે કામ કર્યું હતું. ત્યારબાદ એક દિવસ તેને છાતીમાં દુખાવો ઉપડ્યો. તેનું તબીબી પરિક્ષણ કરનારા ડૉક્ટરે નિદાન કર્યું કે તે એન્જાઈના પેક્ટોરિસથી પીડાઈ રહ્યો હતો. બદનસીબે, એન્જાઈના પેક્ટોરિસ એવી તબીબી સમસ્યાઓમાંની એક હતી, જે તેને પાયલટ તરીકે ગેરલાયક ઠેરવતી હતી. એ દિવસે જ તેની ઉડ્ડયન કારકિર્દીનું ક્રૅશલૅન્ડિંગ થઈ ગયું.

યશને વિમાન ઉડાડવા સિવાય બીજો કોઈ શોખ હોય તો તે હતો અખબાર વાંચવાનો. સમાચાર વાંચવાનો તેને ગાંડો શોખ હતો, હાથમાં જે કંઈ આવે એ બધું જ વાંચી નાખવાની તેને ટેવ હતી. સૅન્ટ સ્ટીફન્સમાંના એક મિત્રએ તેને *હિન્દુસ્તાન ટાઈમ્સમાં* નોકરી અપાવી હતી અને બે જ વર્ષમાં તે એવા લેખો –અહેવાલો લખતો થઈ ગયો હતો, જેના વખાણ અખબારમાંના તેના ઉપરીઓ પણ કરતા હતા. એકાદ વર્ષ બાદ તેને બૉમ્બેમાં નવા જ શરૂ થયેલા ટેબ્લોઈડ અખબાર મિડ-ડેમાં એક જોરદાર તક મળી. તેણે નોકરી બદલી અને પત્ની તથા બાળક સાથે મુંબઈ રહેવા આવી ગયો હતો.

યશે અહીં પણ પોતાની જાતને ઈન્વેસ્ટિગેટિવ રિપોર્ટર તરીકે પ્રસ્થાપિત કર્યો હતો. પણ સમસ્યા એ હતી કે આવી ખણખોદ કરતા રિપોર્ટરો કોઈકને કોઈક મોટા માથાને દુભવ્યા વિના પોતાનું કામ કરી શકે એ શક્ય નહોતું. રાજ્યની જેલોમાં 23 જેટલા કાચા કામના કેદીઓના મોતના મામલાની તપાસ કરતી વખતે, તેણે રાજ્યના મુખ્ય પ્રધાન અને પોલીસ કમિશનરની ખફગી વહોરી લીધી હતી.

તેની સાન ઠેકાણે લાવવાના પ્રયાસ તરીકે તેના પર દબાણ લાવવાના

દાવપેચ શરૂ થઈ ગયા હતા. તે જે ફ્લૅટમાં ભાડા પર રહેતો હતો તેના માલિકે એકાએક જ તેને આ જગ્યા ખાલી કરવા કહી દીધું. જે શાળામાં તેના દીકરાનું એડમિશન લગભગ થઈ ગયું હતું એ શાળાએ અચાનક જ તેને કહ્યું કે તેમની પાસે અનેક અરજીઓ આવી છે અને તેઓ તેના દીકરાને પ્રવેશ આપી શકે એમ નથી.

જો કે, એ પછી દબાણનું પ્રમાણ થોડુંક ઓછું થયું. તે ઘરેથી કામના સ્થળે જતો ત્યારે સતત કોઈક તેનો પીછો કરતું. તેનો પીછો કરી રહેલો માણસ પોતે ઓળખાઈ ન જાય એની જરાય તકેદારી રાખતો નહોતો. રાજ્યનું તંત્ર જ્યારે કોઈકની પાછળ પડવાનું નક્કી કરે તો તેમના હાથ ખરેખર જ લાંબા થઈ જતા હોય છે.

ત્યાર બાદ એક દિવસ તેને તથા તેની પત્ની શૈલાને ફોન આવવા લાગ્યા, જેમાં સામા છેડેથી કોઈ કશું જ બોલતું નહીં. જો કે, ફોન પર સામા છેડેથી મોહંમદ રફીનાં ગીતોની ઑડિયો કેસેટ વાગતી. આ ગર્ભિત ધમકી હતી કે, થોડાક મહિના પહેલા મૃત્યુ પામેલા રફીની જેમ યશ પણ મરણ પામવાનો હતો.

'મને તમારી મદદની જરૂર છે, સર,' અરબાઝના ટેબલ સામેની મુલાકાતીઓ માટેની ખુરશીમાં બેઠેલા યશે કહ્યું.

'મુશ્કેલી એ છે કે આ બધાની પાછળ કોણ છે એ જાણવા માટે આપણી પાસે એ લોકોને વધુ ગુસ્સે કરવા સિવાય કોઈ બીજો રસ્તો નથી,' અરબાઝે કહ્યું. 'આ પરિસ્થિતિ ફ્રિઝમાંની પેલી લાઈટ જેવી છે.'

'હં?'

'ફ્રિઝનો દરવાજો બંધ હો.ય છે ત્યારે લાઈટ ચાલુ હોય છે? એ જાણવાનો એક માત્ર રસ્તો છે, દરવાજો ખોલવાનો, પણ એવું કરીએ તો દરવાજો બંધ છે એમ ન કહી શકાય,' અરબાઝે કહ્યું.

'તો મારે શું કરવું?' યશે પૂછ્યું.

'સૌથી પહેલા તો હું તને એક સવાલ પૂછવા માગું છુઃ તું મારી પાસે શા માટે આવ્યો? તું પોતે એક પત્રકાર છે. આથી તું એ તો જાણતો જ હોઈશ કે હું કોણ છું અને શું કામ કરૂં છું.'

'મારી પાસે તમારા નામનો ઉલ્લેખ અંજુમે કર્યો હતો,' યશે કહ્યું.

'અંજુમ આઝાદ? અબ્દુલ દાદાની રખાત?' અરબાઝે પૂછ્યું.

'હા, તેઓ પણ કાશ્મીરનાં છે અને અમારા પરિવારો એકમેકને ઓળખે છે,' યશે જવાબ આપ્યો. 'હું તેમને ગયા અઠવાડિયે મળ્યો ત્યારે તેમણે મને કહ્યું કે બૉમ્બેમાં તમે જ એકમાત્ર માણસ છો જે મારી મદદ કરી શકે એમ છે.'

'હું હાલના પોલીસ કમિશનરને ઓળખું છું,' અરબાઝે કહ્યું. 'તેનો દીકરો જે આર્ટ સ્ટુડિયો ચલાવે છે, તેમાં મારા નાણાં રોકાયાં છે. હું તેમને કહી ને તારી પાછળ મુકવામાં આવેલા માણસો દૂર કરાવી શકું એમ છું. પણ...'

'પણ શું?' યશે પૂછ્યું.

'તેના માણસો તારી પાછળથી હટાવી લેવા તેને કહેવું એ વેશ્યાને બ્રહ્મચર્ય પાળવાનું કહેવા બરાબર છે,' અરબાઝે કહ્યું.

'તો આનો ઉપાય શો?' યશે ચિંતાતુર થઈને પૂછ્યું. 'મારી પત્ની બહુ જ ગભરાઈ ગઈ છે, તેનું કહેવું છે કે આપણે આ શહેર છોડીને જતા રહેવું જોઈએ. આમાં એનો જરાય વાંક નથી.'

'તારા પર દબાણ લાવવા પોલીસ કમિશર આ બધું કરી રહ્યો હોય તો એનો અર્થ એ થયો કે તેને આ માટેના આદેશ મુખ્ય પ્રધાન પાસેથી મળે છે. ખરેખર તો મુખ્ય પ્રધાને એ સમજવાની જરૂર છે કે તારી કનડગત ન થવી જોઈએ.'

'મુખ્ય પ્રધાનની જવાબદારી પોતાના રાજ્યના લોકોની સુરક્ષા અને સલામતી જાળવવાની નથી?' યશે સાચા ગુસ્સા સાથે પૂછ્યું.

'આ મુખ્ય પ્રધાનની જવાબદારી માત્ર એક જ છે અને તે છે મુખ્ય પ્રધાન બન્યા રહેવાની,' અરબાઝે જવાબ આપ્યો. 'પણ મને લાગે છે કે મારી પાસે રસ્તો છે. અને એનો અર્થ એ થયો કે મારે તારા વતી પૈસા ખર્ચવાના રહેશે.'

'થૅન્ક યુ સો મચ,' યશે કહ્યું. 'હું તમારો ઉપકાર ક્યારેય નહીં ભૂલું.'

'હું જાણું છું, તું નહીં ભૂલે,' અરબાઝે કહ્યું. 'હું આ ખર્ચને રોકાણ તરીકે જોઉં છું.'

પહાડગંજમાંના ખુલ્લા મેદાન પર વિશાળ શામિયાણામાં જાણે કે સફેદ રંગનો સાગર હિલ્લોળા લઈ રહ્યો હતો. રાક્ષસીકદના મોટા શામિયાણાનું કપડું સફેદ રંગનું હતું, જે ચાદરો પર અનુયાયીઓ બેઠા હતા એ પણ સફેદ

રંગની હતી, ત્યાં હાજર મેદનીમાંની દરેક વ્યક્તિના કપડાંનો રંગ પણ સફેદ જ હતો.

'શુદ્ધ શ્વેત પ્રકાશ,' અધ્યાપિકા જ્યોતિએ માઈકમાં કહ્યું. 'બ્રહ્માંડ એ બીજું કંઈ નહીં પણ પ્રકાશ છે. તમે પ્રકાશ છો, હું પ્રકાશ છું... અને આમ છતાં આપણે અંધકારમાં જ જીવીએ છીએ.'

વીસમી સદી પડખું ફેરવી રહી હતી ત્યારે વારાણસીમાં જીવન પ્રકાશ અસ્તિત્વમાં આવ્યું હતું, તેના સ્થાપક, મહાશિવ બાબાને, શ્રેણીબદ્ધ દર્શનો થયા બાદની આ વાત છે. તેમને થયેલા દર્શનોમાં બ્રહ્માંડ, માનવ આત્મા અને ઈશ્વરની પ્રકૃતિ વિશેના કેટલાક સરળ વિચારો જ પ્રગટ થયા હતા. તેમણે પોતાના આ દર્શન વિશે અનુયાયીઓના એક ઘનિષ્ઠ સમૂહ સાથે જ ચર્ચા કરી હતી અને આમ જીવન પ્રકાશનો જન્મ થયો હતો. અનેક વર્ષો સુધી જીવન પ્રકાશ બહુ થોડા લોકોમાં જાણીતો સમુદાય હતો, જેમાંના લોકો પોતાનો સમય આધ્યાત્મિક અભ્યાસ, પ્રતિભાવ, ધ્યાન અને સ્વ-પરિવર્તન માટે ફાળવતા હતા. પણ જેમ જેમ અનુયાયીઓની સંખ્યા વધવા માંડી, તેમ આ સમુદાયે એવા પ્રકલ્પો હાથ ધરવાની શરૂઆત કરી જેમાં માનવજાતિની મદદ થઈ શકતી હોય. એકાદ દાયકામાં જ જીવન પ્રકાશે અનેક યુનિવર્સિટીઓ, શાળાઓ, હૉસ્પિટલો, અનાથાલયો અને આશ્રયસ્થાનો ઊભા કર્યા હતા.

ભારત અને પાકિસ્તાનના ભાગલા બાદના વર્ષોમાં જીવન પ્રકાશે કુરુક્ષેત્રમાં યોજાયેલી વિશાળ શિબિર જેવી અનેક શિબિરો ચલાવી હતી. કુરુક્ષેત્રમાં યોજાયેલી શિબિરમાં પાકિસ્તાનથી ભારત આવેલા શરણાર્થીઓને સમાવી લેવામાં આવ્યા હતા તથા તેમના ભોજન તથા વસ્ત્રોની જરૂરિયાતો પર મહાશિવ બાબાએ વ્યક્તિગત ધ્યાન આપ્યું હતું.

કુરુક્ષેત્રમાંની એ શિબિરમાં હજારો શરણાર્થીઓ વચ્ચે એકે તેમનું ધ્યાન આકર્ષિત કર્યું હતું. એ હતી પરમીત નામની એક યુવતી. તેમણે નોંધ્યું કે, પોતે પણ એક શરણાર્થી હોવા છતાં, તેનું ધ્યાન હંમેશા અન્યોની મદદ કરવા તરફ જ પરોવાયેલું રહેતું. શરણાર્થીઓને આશ્વાસન અને દિલાસો આપવા શિબિરમાં મહાશિવ બાબા દરરોજ સાંજે સત્સંગનું આયોજન કરતા અને તેમણે જોયું કે પરમીત હંમેશા તેમાં આવતી, અને તેમનું પ્રવચન ઉત્સુક્તાપૂર્વક સાંભળતી.

મહાશિવ બાબાના બધા વરિષ્ઠ અનુયાયીઓને અધ્યાપક તરીકે સંબોધવામાં આવતા હતા. તેમની સમોવડી મહિલાઓ અધ્યાપિકા તરીકે

ઓળખાતી. લોકોને માનવતા શીખવવાનું તથા અંધકારમાંથી પ્રકાશ તરફ કઈ રીતે આવવું એનું માર્ગદર્શન કરવાની જવાબદારી તેમના પર હતી. મહાશિવ બાબાએ પરમીતને 'અધ્યાપિકા જ્યોતિ' એવું નામ આપ્યું હતું.

અધ્યાપિકા જ્યોતિએ જીવન પ્રકાશને અકલ્પનીય ઊંચાઈએ પહોંચાડી દીધું હતું. 1980 સુધીમાં, 103 દેશોમાં જીવન પ્રકાશના એક હજાર કરતાં વધુ આશ્રમો હતા. અનુયાયીઓની સંખ્યાનો અંદાજો 60 લાખથી પાંચ કરોડની આસપાસ પહોંચતો હતો. મહાશિવ બાબા અમર હોવાનું કહેવાતું, પણ તેમણે પ્રાયશ્ચિત તપ માટે હિમાલય તરફ પ્રયાણ કર્યું હતું અને આખી સંસ્થાની બધી જ જવાબદારી અધ્યાપિકા જ્યોતિના સક્ષમ હાથોમાં સોંપી દીધી હતી.

પહાડગંજમાંનો સત્સંગ સૌથી મોટો હતો અને આખા દેશમાંથી આવેલા લોકો તેમાં સહભાગી થઈ રહ્યા હતા. વ્યાસપીઠની નિકટ જ અરવિંદ, તેની પત્ની અભિલાષા અને તેમના બે દીકરા, વિનય અને વિનિત બેઠાં હતાં. સત્યપાલને જીવન પ્રકાશના સત્સંગમાં શાંતિનો અનુભવ થતો હોવાથી તેણે અરવિંદને પણ તેમાં સહભાગી થવા આગ્રહ કર્યો હતો.

'તમે એમ માનો છો કે ઈશ્વર કોઈ એવી વ્યક્તિ છે જે આપણા ઉપર ન્યાય તોળવા બેઠી છે,' અધ્યાપિકા જ્યોતિએ આગળ વધાર્યું. 'આ ખોટો તર્ક છે. ઈશ્વર એ બીજું કંઈ નહીં પણ ઊર્જા છે – શુદ્ધ શ્વેત પ્રકાશ. આ ઊર્જા અનેક રીતે પોતાની જાતને વ્યક્ત કરે છે. આપણે પ્રકાશમાંથી જ આવીએ છીએ અને પ્રકાશમાં જ વિલિન થઈ જઈએ છીએ.'

વાતોનાં વડાં, નહીં તો બીજું શું? અરવિંદે મનમાં વિચાર્યું.

અરવિંદ શામિયાણામાં આસપાસ નજર દોડાવી રહ્યો હતો. આ વિશાળકાય તંબુમાં નહીં નહીં તો ય અઢી લાખ કરતાં વધુ લોકો હતા, પણ અધ્યાપિકા જ્યેતિ બોલી રહ્યાં હતાં ત્યારે અહીં સોય પડે તો પણ અવાજ આવે એટલી શાંતિ હતી. નાસ્તિકતાનો જે બોજો અરવિંદ પોતાની સાથે લઈને આવ્યો હતો, તે જાદુઈ રીતે તેના ખભા પરથી ઉતરી ગયો. અધ્યાપિકા જ્યોતિમાં કંઈક અકળ આધ્યાત્મિક હતું. અરવિંદના સંપર્કમાં આવેલા અન્ય સાધુ-સાધ્વીઓથી તેઓ અલગ હતાં. તેમના વર્તનની સાદગી તથા વાણીમાં કંઈક એવું હતું જે વ્યક્તિને તેમના તરફ આકર્ષિત કરતું હતું.

એકાદ કલાક બાદ, મંચ પાછળ આવેલા તેમના સાદા હંગામી ખંડમાં અધ્યાપિકા જ્યોતિ બેઠાં હતાં. એક અનુયાયી તેમના માટે લીંબુ પાણીનો

ગ્લાસ લઈ આવ્યો. અરવિંદે રૂમમાં ડોકિયું કર્યું. 'આહ, આવ અરવિંદ,' તેમણે કહ્યું. અરવિંદે જીવન પ્રકાશને બહુ મોટું દાન આપ્યું હતું અને એટલે જ તેને પ્રથમ નામથી સંબોધવામાં આવ્યો હતો.

અરવિંદ ખંડમાં પ્રવેશ્યો, તેની પાછળ અભિલાષા હતી અને આ બંનેએ જોડિયાં દીકરાઓમાંના એક-એકને તેડ્યા હતા. અધ્યાપિકા જ્યોતિએ અરવિંદ-અભિલાષા સામે સ્મિત કર્યું અને પોતાના હાથ લાંબા કરી બાળકો પોતાને સોંપવાનો ઈશારો કર્યો. તેમણે બંને બાળકોને પોતાના હાથમાં લીધા અને તેમના કાનમાં ગણગણ્યાં.

'ઓમ ત્ર્યંબકમ્ યજામહે
સુગન્ધિમ્ પુષ્ટિવર્ધનમ્
ઉર્વારુકમિવ બન્ધનાન્
મૃત્યોર્મુક્ષીય મામૃતાત્!'

અરબાઝે આ પૂર્વેની સાંજ સરદાર વલ્લભભાઈ સ્ટેડિયમમાં હેવીવેઈટ બૉક્સર મહોમ્મદ અલીને ભૂતપૂર્વ હેવીવેઈટ ચેમ્પિયન જિમી એલિસ સાથેના મુકાલબામાં લડતાં જોવામાં વિતાવી હતી.

મૅચ બાદ, એક ઉદ્ધત રિપોર્ટરે અલીના ડાબા હૂકની નબળાઈ પર પ્રશ્ન ઉઠાવ્યો હતો. અલીએ એ રિપોર્ટરને પોતાની સામે રિંગમાં ઉતરવાનો પડકાર ફેંક્યો હતો. તેણે આગળ એમ કહ્યું કે, મારી ઓગણપચાસ ફાઈટ્સમાં મેં મારા બત્રીસ પ્રતિસ્પર્ધીઓને નૉકઆઉટ કર્યા છે અને મને ઝાઝી સજા સહન કરવી પડી નથી. તમને મારો ચહેરો દેખાય છે? તમને ઘાની કોઈ નિશાની કે ખોડખાંપણ દેખાય છે? સાવ સરસ અને સાફ દેખાય છે, બરાબર ને? બસ! એટલે જ હું સૌથી મહાન છું!'

અરબાઝને આ વાત બહુ ગમી હતી.

'ખાતામાં બીજા પાંચ હજાર રૂપિયા જમા કરો,' મુરલીએ ફોન પર કહ્યું. જુદા-જુદા લોકોને તે આ એક જ બૅન્ક ખાતામાં એક સરખી રકમ જમા કરાવવા કહી રહ્યો હતો.

'કુલ કેટલી રકમ જમા થઈ હશે?' મુરલીએ ફોન નીચે મૂક્યો કે તરત જ અરબાઝે પૂછ્યું.

'આ છેલ્લી સૂચના સાથે, આપણે રૂપિયા અઢી લાખ આ ખાતામાં નખાવ્યા છે. પાંચ-પાંચ હજારની પચાસ ડિપોઝિટ્સ,' મુરલીએ જવાબ આપ્યો. 'એકાદ કલાકમાં મને ટેલેક્સ મશીન પર કન્ફર્મેશન મળી જશે.'

અરબાઝે ટેબલની સામી બાજુએ બેઠેલા યશ ધર તરફ જોયું. 'મેં તને કહ્યું હતું એ મુજબનો અહેવાલ તેં ટાઈપ કરીને તૈયાર રાખ્યો છે ને?' તેણે પૂછ્યું.

યશે માથું હલાવતાં એક કાગળ અરબાઝને પકડાવ્યો, અરબાઝ તરત તેમાંથી વાંચવા લાગ્યો.

શિક્ષણ મંત્રાલયના સુમાહિતગાર સૂત્રો જણાવે છે કે, પચાસેક જેટલા વિદ્યાર્થીઓએ એન્જિનિયરિંગ અને મેડિકલ કૉલેજમાં એડમિશન મળે એ માટે રાજ્યની કેબિનેટના એક વરિષ્ઠ પ્રધાનનાં પત્નીને લાંચ આપવી પડી હતી. એ હજુ સ્પષ્ટ નથી કે લાંચ કોણે સ્વીકારી હતી પણ સૂત્રો અમને જણાવે છે કે આ કૌભાંડના તાર સરકારના એક મોટા માથા સુધી જાય છે.

'સરસ,' અરબાઝે કહ્યું.

'આ હું છાપવા માટે આપી દઉં?' યશે પૂછ્યું.

'ગોળીનું મૂલ્ય તે રિવૉલ્વરની અંદર હોય ત્યાં સુધી જ વધુ હોય છે,' અરબાઝે જવાબ આપ્યો. 'આ છાપવાની કોઈ જરૂર નથી.'

મુરલી તરફ વળતાં તે બોલ્યો, 'તને પૂરેપૂરી ખાતરી છે ને કે આ તેનું જ ખાતું છે?'

'યુનાઈટેડ ફેડરેશન બૅન્કમાંના મારા માણસ સાથે મેં ફરીથી ચેક કરી લીધું છે. આ ચોક્કસપણે મુખ્ય પ્રધાનનાં પત્નીનું જ બચત ખાતું છે.'

'મુરલી, મેનેજર પાસેથી બૅન્ક સ્ટેટમેન્ટની કૉપી મેળવી લેજે,' અરબાઝે કહ્યું. 'એ પછી, યશનો ટાઈપ કરેલો અહેવાલ અને બૅન્ક સ્ટેટમેન્ટની કૉપી આપણે મુખ્ય પ્રધાનને મોકલશું.'

'પછી?' યશ ધરે પૂછ્યું.

'તું તેને મળવા જઈશ.'

'પછી?' યશ ધરે પૂછ્યું.

'તું તેને પૂછીશ કે તારા અહેવાલ વિશે તેમને કોઈ ટિપ્પણી કરવી છે. આને કહેવાય છે અલીનો નૉકઆઉટ પંચ.'

'તારી ડેટ્સ માટે મને છેલ્લા કેટલાય મહિનાઓથી ફોન આવી રહ્યા છે,' પરોમિતાના સેક્રેટરી ટી.કે.એ કહ્યું. *ધરતી ઔર આકાશની* પ્રચંડ સફળતા બાદ પરોમિતા પર સ્ટારઘેલાં ચાહકો તરફથી પ્રેમપત્રોનું જાણે કે ઘોડાપૂર જ ઉમટી આવ્યું હતું. પોતાના પત્ર વ્યવહાર અને ફોન કૉલ્સના જવાબ આપવા માટે ફૂલ-ટાઈમ સેક્રેટરી રાખવા સિવાય કોઈ બીજો વિકલ્પ તેની પાસે બચ્યો નહોતો.

સેક્રેટરીએ તેના માટે અલગ તારવેલાં મહત્વનાં પત્રો તથા પેસ્ટકાર્ડ પર તેણે નજર ફેરવી. 'રિષિકેશ મુખરજીને ફિલ્મમાં તારો લૂક બહુ જ ગમ્યો હતો. તેમણે સંદેશ મોકલ્યો છે કે તેમની આગામી ફિલ્મમાં ચરિત્ર ભૂમિકા માટે તેઓ તારા નામ પર વિચાર કરી રહ્યા છે,' ટી.કે.એ કહ્યું.

'ઓહ ગોડ! આ તો સપનું સાચું પડવા જેવી વાત છે,' પરોમિતાએ ઉત્સુકતાપૂર્વક કહ્યું. 'આ દિવસનો ઈંતજાર મેં મારી આખી જિંદગી કર્યો છે.'

'રમેશ સિપ્પી પણ સંપર્કમાં છે. તેમનું માનવું છે કે શશી કપૂરને ચમકાવતી તેમની ફિલ્મમાં તું બંધબેસે એવી પસંદગી છે,' ટી.કે.એ કહ્યું. 'આ મુખ્ય ભૂમિકા નથી પણ એમાં ગુમાવવા જેવું પણ કશું જ નથી.'

'બીજું કોઈ?' પરોમિતાએ પૂછ્યું.

'રવિ ચોપરા એક ફિલ્મની તૈયારી કરી રહ્યા છે, જેના માટે તેમણે ધર્મેન્દ્ર અને હેમા માલિનીને સાઈન કર્યા છે. તેમને વાર્તામાં વધુ એક સ્ત્રી પાત્રની જરૂર છે. તું તેમની પહેલી પસંદ છે.'

'તમારે આ બધાને ના પાડવી પડશે, ટી.કે.,' પરોમિતાએ કહ્યું.

'કેમ?' આશ્ચર્યચકિત થઈ ગયેલા ટી.કે.એ પૂછ્યું.

'આ વિશે મારે પહેલા અરબાઝ સાથે ચર્ચા કરવી છે,' પરોમિતાએ કહ્યું.

એ રાત્રે. અરબાઝ તેને ડીનર માટે સપર ક્લબમાં લઈ ગયો. એ પછી તેઓ મરીન ડ્રાઈવ પર આવેલા સ્ટુડિયો 29માં ગયા. આ મેમ્બર-ઑન્લી નાઈટ ક્લબ હતું અને અરબાઝ તેના શરૂઆતના સભ્યોમાંનો એક હતો.

બૉમ્બે ઈન્ટરનેશનલ હોટેલમાંની હજામની દુકાન વૉન્ડરરર્સની જગ્યા સ્ટુડિયો 29એ લીધી હતી. મોંઘાદાટ સાઉન્ડ ઈક્વીપમેન્ટ્સ. લાઈટિંગ, ટર્નટેબલ, એક ચમકતો વિશાળ ડિસ્કો બૉલ અને ડીજે આ બધું જ આ જગ્યાની માલકણ સબિરા મર્ચન્ટે ઈંગ્લેન્ડથી આયાત કર્યું હતું. અહીંના ડેકોરમાં લાલચટક દીવાલો, ચમકતા પરદા, બેઠકની ગાદી પર મખમલ લગાડેલું હોય એવી ખુરશીઓ અને મેરલીન મનરોએ વાપરેલી ચીજોનો

ઉપયોગ કરવામાં આવ્યો હતો. ડૉ. હૂકનું બિલબૉર્ડ હિટ ગીત 'વ્હેન યુ આર ઈન લવ વિથ અ બ્યૂટીફૂલ વુમન' વાગી રહ્યું હતું.

ડાન્સ ફ્લૉર પર અરબાઝે પરોમિતાને પોતાની નજીક પકડી હતી. બૉમ્બેની સૌથી સુંદર સ્ત્રીઓમાંની કેટલીક એ રાત્રે ત્યાં આવી હતી. અરબાઝ અને પરોમિતાની નજીક જ મિસ એશિયા પૅસિફિક, 1976 વિજેતા, એન્ના બ્રેડમૅયર અને 1980ની મિસ ઈન્ડિયા વિજેતા સંગીતા બિજલાની નાચી રહી હતી. પણ અરબાઝને તેમની પરવા નહોતી. *આ જ એક સ્ત્રી છે જેની જરૂર મને હંમેશા રહેશે,* સંગીતના તાલે પરોમિતા સાથે નાચતા અરબાઝે વિચાર્યું. *આ જ એક સ્ત્રી છે જેને હું હંમેશા પ્રેમ કરીશ.*

'મને થોડી તાજી હવાની જરૂર છે,' પરોમિતાએ કહ્યું. અરબાઝ તરત જ તેને નાઈટક્લબની બહાર દોરી ગયો. તેમણે રસ્તો ઓળંગ્યો અને દરિયાને આલિંગન આપતી મરીન ડ્રાઈવની ફૂટપાથ પર ટહેલવા લાગ્યા. અરબાઝના બૉડીગાર્ડ થોડું અંતર જાળવીને પાછળ ચાલી રહ્યા હતા.

'તને શું થયું બૅબી? ' તેણે પૂછ્યું. 'ફિલ્મની કોઈ નવી ઑફર આવી છે? આપણે પરણી ગયા છીએ એટલે ફિલ્મ સ્વીકારવાને લઈને તું ચિંતિત છે? મને કોઈ ફરક નથી પડતો જો તું....'

'હું પ્રૅગનન્ટ છું.'

અરબાઝે પાદરી તરફ ધ્યાનથી જોયું. તેણે સફેદ લાંબો ઝભ્ભો પહેર્યો હતો, જે તેના સફેદ વાળ સાથે બરાબર મેળ ખાતો હતો. તેણે પહેરેલા ચામડાના કાળા શૂઝ અરીસાની જેમ ચમકી રહ્યા હતા. આ માણસ પોતાના દેખાવનું પૂરતું ધ્યાન રાખનારો હતો. તેનું નામ હતું થૉમસ વી. કોશી.

'હું તમારા માટે શું કરી શકું છું, ફાધર?' અરબાઝે અબ્દુલ દાદાની ખુરશી પર બેસતાં જરાક આગળ ઝૂકીને પૂછ્યું.

'તમે કદાચ જાણતા જ હશો કે, સૅન્ટ થોમસ કેથેડ્રલ 1718માં બંધાયું હતું,' પાદરીએ કહ્યું. 'ચર્ચગેટ સ્ટેશનનું નામ, બૉમ્બેના કિલ્લા પાસે આવેલા આ ચર્ચને કારણે જ પડ્યું છે.'

'મને આ વિશે ખબર નહોતી,' અરબાઝે કહ્યું, તેના મનમાં વિચાર ચાલી રહ્યો હતો કે આ ફાધર હજી કેટલું લાબું ચલાવશે.

'પોલીસ મદદ કરી શકવા સમર્થ નથી અને બધા જ કહે છે કે તમે જ એક એવા માણસ છો જે કોઈ પણ કામ કરાવી શકે છે,' કોશીએ કહ્યું. 'એટલે જ, સંપ્રદાયના લોકો આ બાબતની વિરુદ્ધ હોવા છતાં હું તમારી પાસે આવ્યો છું.'

'મને સમજાવશો, ફાધર,' અરબાઝે વિનંતી કરી.

'ચર્ચની સૌથી ખાસ વિશેષતાઓમાંની એક છે એન્ટિક ગરુડ તક્તી,' પાદરીએ કહ્યું. 'ચર્ચ સર્વિસ દરમિયાન પવિત્ર બાઈબલ રાખવા માટે પિત્તળના આ વિશિષ્ટ સ્ટેન્ડનો ઉપયોગ કરાય છે.'

'તેને શું થયું?' અરબાઝે પૂછ્યું.

'પરમદિવસે ચર્ચમાંથી તે ગાયબ થઈ ગયું હોવાનું અમારી જાણમાં આવ્યું છે. અમે પોલીસને માહિતી આપી હતી પણ એનાથી કંઈ વળ્યું નથી. અમને ચિંતા છે કે જો વધુ સમય પસાર થયો તો ચોરો છટકી જવાની શક્યતા વધી જશે.'

'તેનું વજન કેટલું હશે?' અરબાઝે પૂછ્યું.

'લગભગ ત્રીસ કિલો,' થૉમસ કોશીએ કહ્યું.

'મને ત્રીસ કલાક આપો,' અરબાઝે કહ્યું.

અરબાઝે થૉમસ કોશીને અલવિદા કહી રવાના કર્યા અને રાજુને બોલાવ્યો અને તેને ટૂંકમાં આખી વાત સમજાવી દીધી.

'એનું વજન ત્રીસેક કિલો છે. એટલે તેને એક જગ્યાએથી બીજી જગ્યાએ લઈ જવું આસાન તો નથી જ. આમાં કોઈ અંદરના માણસનો જ હાથ હોય એવું લાગે છે,' રાજુએ કહ્યું.

'મને પણ એમ જ લાગે છે,' અરબાઝે કહ્યું. 'વળી, આ વિસ્તાર વ્યાપારિક ચહેલપહેલ ધરાવતો વ્યસ્ત વિસ્તાર છે. આથી દિવસ દરમિયાન તો તેને લઈ જઈ શકાય એમ નથી. જો રાતના સમયે લઈ જવાયું હોય તો સિક્યોરિટી ગાર્ડનું ધ્યાન ન જાય એ રીતે લઈ જવાનું પણ શક્ય નથી.'

'મારી પાસેથી તારી શું અપેક્ષા છે?' રાજુએ પૂછ્યું.

'રાતની પાળીના બધા સિક્યોરિટી ગાર્ડ વિશે જાણવા જેટલું જે પણ હોય એ બધું જ જાણી લાવ. એમાંના કોઈને ડ્રગ્ઝ, દારૂ, જુગાર અથવા બીજી કોઈ કુટેવ હશે, તો આપણા છોકરાઓને એ વિશે ખબર જ હશે.'

એકાદ કલાક બાદ, રાજુ પાછો આવ્યો. 'તારો અંદાજ સાચો હતો, બૉસ,' રાજુએ કહ્યું. 'સિક્યોરિટી ગાર્ડમાં એક લોબો નામનો ગાર્ડ છે. આપણા મટકાના અડ્ડા પર કરજના મોટા ડુંગર·તળે તે દબાયેલો છે.'

'તેની સાથે સારી રીતે વાત કર,' અરબાઝે કહ્યું. 'એને સમજાવ કે જો તે ચર્ચની વસ્તુ તેના સ્થાને પાછી મૂકી દેશે તો આપણે તેને કરજમાંથી મુક્ત કરી દઈશું. તેનું નામ પોલીસ કે તેના સંપ્રદાયના લોકો સામે પણ જાહેર નહીં કરવામાં આવે.'

'ધારો કે તે 'ના' પાડે તો?' રાજુએ પૂછ્યું.

'ચર્ચ પરિસરમાં આવેલી આરસપહાણની એકાદ કબરમાં દફન થવાનો વિકલ્પ તેને આપજે,' અરબાઝે કહ્યું.

'પણ તું આ માણસ, થૉમેસ કોશીની મદદ કરવા માટે આટલો ઉત્સુક શા માટે છે?' રાજુએ પૂછ્યું.

'આ મારી ફરજ છે,' અરબાઝે કહ્યું. 'આ એક એવું રોકાણ છે, જેનું વળતર પાંચ વર્ષ પછી મળશે.'

'તમે સિરી ફૉર્ટ વિશે સાંભળ્યું છે?' સત્યપાલે પૂછ્યું. તેઓ બ્રૅઈડ ઈન્વેસ્ટમેન્ટ્સની કલકત્તા ખાતેની ઑફિસના કુશાંદે કૉન્ફરન્સ રૂમમાં હતા.

'તારો કહેવાનો અર્થ છે દિલ્હીની પેલી કળણવાળી જમીન?' અરવિંદે પૂછ્યું.

'એ જ,' સત્યપાલે જવાબ આપ્યો. 'એ કળણવાળી જમીન સોનાની ખાણ બની શકે છે.'

'તું શું કહેવા માગે છે?' જોયદીપે પૂછ્યું.

'ભારત ત્યાં 1982ની એશિયન ગૅમ્સનું આયોજન કરવાનું છે,' સત્યપાલે કહ્યું.

'આવી બધી બાબતોની જાહેરાતો તો આયોજકો અને સરકારો અનેક વર્ષ પહેલા કરતી હોય છે, બરાબર ને?' અરવિંદે પૂછ્યુ.

'ખરેખર તો, ભારતમાં આ ગૅમ્સનું આયોજન કરવાનો નિર્ણય 1976માં લેવાયો હતો, પણ પછી કટોકટી પાછી ખેંચાઈ, જનતા પાર્ટી સત્તામાં આવી. રાજકીય અસ્થિરતાના પગલે કંઈ જ કામ થઈ શક્યું નહોતું, ઈન્દિરા ગાંધી આ વર્ષે સત્તામાં પાછાં ફર્યાં છે અને મને જાણવા મળ્યું છે કે હવે કામ પૂરા જોશ સાથે શરૂ થઈ ગયું છે.'

જનતા સરકારનો પ્રયોગ શરૂઆતથી જ હોનારત જેવો સાબિત થયો હતો. જનતા સરકારના વિષમ તત્વોને એક સાથે જોડી રાખતી બાબત હતી

ઈન્દિરા ગાંધી માટેની નફરત. સંસદે ઈન્દિરા ગાંધીને એક અઠવાડિયા માટે તિહાર જેલમાં કેદની સજા ફટકારી હતી કેમ કે આ એક જ મુદ્દો એવો હતો જેના પર સરકારના ઘટક તત્ત્વો ખરેખર સંમત હતા. આ મૂર્ખામીભર્યું પગલું હતું. જેને કારણે તેઓ વામણા સાબિત થયા હતા. અને આ બાબતે ઈન્દિરા ગાંધીને ભારતની જનતા તરફથી દયા અપાવી, અને એ પણ ઢગલાબંધ.

વડા પ્રધાન મોરારજી દેસાઈને તેમના કાર્યકાળના અઠ્ઠાવીસ મહિનામાં જ ઉથલાવી પાડવામાં આવ્યા હતા અને તેમના બાદ વડા પ્રધાનપદે આવેલા ચરણ સિંહનો કાર્યકાળ તો મોરારજીભાઈ કરતાં પણ ટૂંકો, છ મહિનાથી પણ ઓછો હતો. રાજકીય કજિયાકંકાસ અને કાવાદાવાથી કંટાળેલા ભારતીઓ શ્રીમતી ગાંધીને ભારે બહુમતિથી પાછાં લાવ્યાં. જનતા સરકારના એક ઘટક, જન સંઘનું નામ આખરે ભારતીય જનતા પાર્ટી અથવા બીજેપી કરવામાં આવ્યું હતું.

આ અગાઉના વર્ષે, પાકિસ્તાને પોતાના ભૂતપૂર્વ વડા પ્રધાન, ઝુલ્ફીકાર અલી ભુટ્ટોને ફાંસીએ ચડાવવાનો નિર્ણય લીધો હતો. કેટલાક નિરીક્ષકોએ ટિપ્પણી કરી હતી કે શ્રીમતી ગાંધીની તકલીફોનો અંત ચૂંટણીમાં હતો. પણ ભુટ્ટો માટે આવો કોઈ માર્ગ નહોતો.

'એશિયન ગેમ્સ પાર પાડવાની જવાબદારી કોના પર છે?' અરવિંદે પૂછ્યું.

'સંજય ગાંધી આ જવાબદારી ઉપાડવાના હતા, પણ વિમાન અકસ્માતમાં તેમનું મોત થવાને કારણે, રાજીવ ગાંધી અને દિલ્હીના લેફ્ટનન્ટ- ગવર્નર, જગમોહન સાથે મળીને આ જવાબદારી ઉપાડવાના છે.'

'સિરી ફોર્ટ વિસ્તારમાં શું થવાનું છે?' અરવિંદે પૂછ્યું.

'તમે તો જાણો જ છો કે, આ વિસ્તાર ભૂલાઈ ગયેલું જંગલ છે અને આ જમીન પર ચોમાસામાં પાણી ભરાઈ જાય છે અને બધે જ કાદવ છવાઈ જાય છે. ત્યાં નવું સિરી ફોર્ટ સ્પોર્ટ્સ કૉમ્પ્લેક્સ બંધાઈ રહ્યું છે. તેની બાજુમાં એશિયન ગેમ્સ વિલેજ બનશે. અને 60,000 બેઠક ક્ષમતાનું જવાહરલાલ નહેરુ સ્ટેડિયમ પણ બંધાઈ રહ્યું છે.'

'ઈન્ટરેસ્ટિંગ,' અરવિંદ બબડ્યો.

'દિલ્હી સદંતર બદલાઈ જશે,' સત્યપાલે વાત આગળ વધારી. 'ફ્લાયઑવર્સ અને રસ્તા બાંધવામાં આવી રહ્યા છે તથા જે લોકો હોટેલ

શરૂ કરવા માગે છે તેમને સરકાર મોકાના સ્થળે જમીન મંજૂર કરી રહી છે.'

'આહ,' અરવિંદે કહ્યું, સત્યપાલ ક્યાં જઈ રહ્યો છે તે આખરે તેને સમજાવા માંડ્યું હતું.

'મને જાણવા મળ્યું છે કે તાજ ગ્રુપ દિલ્હીમાં બીજી હોટેલ બાંધે એવી શક્યતા છે,' સત્યપાલે કહ્યું. 'હયાત અને હૉલીડે ઈન પણ પ્લૉટ્સના સર્વે કરી રહ્યા છે.'

'તારા મગજમાં શું ચાલી રહ્યું છે?' અરવિંદે પૂછ્યું.

'આ જુઓ,' ત્રણ દિવસ પહેલાના *હિન્દુસ્તાન ટાઈમ્સની* કૉપી દેખાડતા સત્યપાલે કહ્યું. તેમાં એક સરકારી જાહેરખબર હતી. અરવિંદે તે મોટેથી વાંચી.

નવી દિલ્હીમાં ફાઈવ સ્ટાર હોટેલ્સના વિકાસ, પૂર્ણતા અને સંચાલન માટે એક્સપ્રેશન ઑફ ઈન્ટરેસ્ટ (ઈઓઆઈ) આમંત્રિત કરાય છે. નવેમ્બર, 1982થી શરૂ થનારી એશિયન ગેમ્સના કારણે અને એ પછી વધનારી પર્યટકોની માગને પહોંચી વળવા ભારત સરકારને નવી દિલ્હીની પ્રમુખ જગ્યાઓએ ફાઈવ સ્ટાર હોટેલ્સ બાંધવાની જવાબદારી સોંપવામાં આવી છે. સરકાર એવા હોટેલ ડેવલપર્સને ઓળખી કાઢવા તથા તેમની નિમણૂંક કરવાની પ્રક્રિયાનો પ્રારંભ કરવાની દરખાસ્ત મુકે છે, જેઓ આ પ્રસ્તાવિત પ્રકલ્પનું પ્લાનિંગ, વિસ્તૃત એન્જિનિયરિંગ અને ડિઝાઈનિંગ, ધિરાણ, બાંધકામ, માર્કેટિંગ, ઑપરેશન અને મેઈન્ટેનન્સ (ઓએન્ડએમ) હાથ ધરશે. દરેક સાઈટ અને પ્રસ્તાવિત પ્રોજેક્ટ વિશેની માહિતી સચિવાલય ખાતે રૂ.100ની સ્ટાન્ડર્ડ ફી પર ઉપલબ્ધ છે. દરેક ઈઓઆઈનું પહેલા આર્થિક તથા ટેક્નિકલ ક્ષમતાઓ પર મૂલ્યાંકન કરવામાં આવશે. સફળ નીવડેલી અરજીઓને રજિસ્ટર્ડ પોસ્ટ દ્વારા આ અંગે જાણ કરવામાં આવશે અને ત્યાર બાદ તેમણે તેમની કમર્શિયલ બિડ્સ સીલબંધ કવરમાં સોંપવાની રહેશે. એક વાર ઈઓઆઈ સુપરત કરાયા બાદ, અરજીમાં અથવા અરજદાર કંપનીના માલિકી માળખામાં કોઈ ફેરફાર કરવાની મંજૂરી આપવામાં નહીં આવે., લિસ્ટેડ એકમો જો કે આમાંથી બાકાત રહેશે.

અરવિંદ થોડી વાર માટે વિચારોમાં ખોવાયેલો રહ્યો.

'અરવિંદ?' જોયદીપે પૂછ્યું. 'તું શું વિચારી રહ્યો છે?'

'હું છેલ્લી લાઈન જોઈ રહ્યો છું,' અરવિંદે કહ્યું.'એક વાર ઈઓઆઈ સુપરત કર્યા બાદ, અરજીમાં અથવા અરજદાર કંપનીના માલિકી માળખામાં કોઈ ફેરફાર કરવાની મંજૂરી આપવામાં નહીં આવે., લિસ્ટેડ એકમો જો કે આમાંથી બાકાત રહેશે.

આનો અર્થ એ થયો કે લાઈસન્સ માટે અરજી કરવાની અને પછી તે કોઈ બીજાને વેંચી દેવાની સ્થિતિમાં આપણે નથી. એકવાર લાઈસન્સ અને જમીન ફાળવી દેવાયા બાદ આપણે કંપની વેંચી પણ નહીં શકીએ.'

'મને લાગે છે કે આપણે હોટેલ પરમિટોની લે-વેચ કરવા કરતાં હોટેલ બાંધવા વિશે ગંભીરતાથી વિચારવું જોઈએ,' જોયદીપે કહ્યું.

'ના,' અરવિંદે કહ્યું. 'યાદ રાખ કે આપણે ધંધો ચીજ-વસ્તુઓ ખરીદવાનો કે વેચવાનો નથી પણ બિઝનેસ ખરીદવાનો ને વેચવાનો છે.'

'હોટેલ પરમિટનું ખરીદ-વેચાણ શક્ય નથી તો હોટેલ ચલાવવાની કડાકૂટમાં પડ્યા વિના, આમાં પ્રવેશીને બહાર નીકળવા સાથે સારી એવી કમાણી કરવાનો કોઈ રસ્તો છે ખરો?' જોયદીપે પૂછ્યું.

'મને લાગે છે કે મારી પાસે એક આઈડિયા છે,' અરવિંદે કહ્યું.

'એવી કોઈ કંપની શોધો, જે બૉમ્બે સ્ટૉક એક્સચેન્જમાં લિસ્ટેડ હોય અને વેચાવા માટે તૈયાર હોય,' પાન મસાલો ચાવતા બૉમ્બેના ચાર્ટર્ડ એકાઉન્ટન્ટને અરવિંદે કહ્યું, એ દરમિયાન એ પોતે ટૉસ્ટ પર માખણ લગાડવામાં વ્યસ્ત હતો. અરવિંદ, જોયદીપ અને ચાર્ટર્ડ એકાઉન્ટન્ટ અલીપોર રોડ પરના બગડિયા હાઉસના વિશાળ બગીચામાં હતા. બગીચાની લૉન પર તેમના માટે નાસ્તો પીરસવાની વ્યવસ્થા અભિલાષાએ કરી હતી.

'તમે કેવા પ્રકારની કંપની હસ્તગત કરવા માગો છો?' મોઢામાંના ચાવેલા પાન મસાલાનો રસ ગળા નીચે ઉતારતા ચાર્ટર્ડ એકાઉન્ટન્ટે પૂછ્યું. નાસ્તાને અવગણીને તેણે પાન મસાલો ચાવવાનું જ પસંદ કર્યું હતું. 'કોઈ ચોક્કસ સેક્ટર કે બિઝનેસ?'

'એવી કોઈ પસંદગી નથી,' અરવિંદે કહ્યું. 'એવી કોઈ પણ બંધ પડેલી કંપની ચાલશે જેના શૅર્સ સાવ પાણીના ભાવે મળી જાય... અને જેની કોઈ છૂપી જવાબદારીઓ ન હોય.'

'લિસ્ટેડ કંપનીને હસ્તગત કરવી એ બહુ જટિલ પ્રક્રિયા છે,' મિ. પાન મસાલાએ શરૂઆત કરી, 'આ માટે શૅરધારકો, મેનેજમેન્ટની મંજૂરી, કન્ટ્રોલર ઑફ કૅપિટલ ઈશ્યુઝ દ્વારા નક્કી કરાયેલા નિયમોનું પાલન કરવાની જરૂર રહે છે...'

'મારી પાસેની માહિતી મુજબ, બૉમ્બે સ્ટૉક એક્સ્ચૅન્જ પર એક સમયે સક્રિયપણે જેનું ટ્રેડિંગ ચાલતું એવી ઓગણીસ કંપનીઓ, દસ લાખ રૂપિયા કરતાં ઓછા મૂલ્યાંકન પર ઉપલબ્ધ છે,' અરવિંદે કહ્યું. 'તેમની પાસે આવકનું કોઈ સાધન છે કે નહીં એની મને કોઈ પરવા નથી. ઈન ફૅક્ટ, મને એવી કંપની ચાલશે જેનો કોઈ ચાલુ ધંધો ન પણ હોય. આદર્શપણે, એ કંપની પર આવકવેરાના કોઈ જૂના લેણાં ન હોવા જોઈએ અને ન તો કામગાર વર્ગની કોઈ છૂપી જવાબદારીઓ.'

'હું તરત જ આ કામ પર લાગું છું,' પાન મસાલાએ ઊભા થતાં કહ્યું.

'અરવિંદ, તું કરવા શું માગે છે?' તેઓ એકલા પડ્યા ત્યારે જોયદીપે પૂછ્યું 'આપણી કંપની બ્રૅઈડ ઈન્વેસ્ટમેન્ટ્સ બીએસઈમાં લિસ્ટેડ છે, તો પછી આપણે વધુ એક કંપની શા માટે હસ્તગત કરી રહ્યા છીએ?'

'સ્ટૉક એક્સ્ચૅન્જમાં કંપની લિસ્ટ કરવામાં મહિનાઓ લાગી જાય છે,' અરવિંદે જવાબ આપ્યો. 'આપણી કૅપિટલ માર્કેટ્સનું નિયમન કાલગ્રસ્ત થઈ ગયેલા બે કાયદાઓ – 1947નો કૅપિટલ ઈશ્યુઝ કન્ટ્રોલ એક્ટ અને 1956નો સિક્યોરિટીઝ કૉન્ટ્રેક્ટ્સ રેગ્યુલેશન એક્ટ- દ્વારા થાય છે. ફક્ત લિસ્ટિંગ માટે ચક્રવ્યૂહના સાત કોઠા ભેદવાની ન તો મારી ઈચ્છા છે ન તો એમાં મને કોઈ રસ છે.'

'પણ આપણને વધુ એક લિસ્ટેડ કંપનીની જરૂર જ શા માટે છે?' જોયદીપે પૂછ્યું.

'હોટેલ માટે ઈઓઆઈ – એક્સ્પ્રેશન ઑફ ઈન્ટરેસ્ટ સુપરત કરવા માટે,' અરવિંદે કહ્યું.

'વાહ, આને કહેવાય સારા સમાચાર,' બૉમ્બેથી આવેલા ફોન પર અરવિંદે કહ્યું. 'આપણે તરત કેટલાં શૅર ખરીદી શકીએ છીએ?'

ફોન કનેક્શનના બીજા છેડેથી આવતા અવાજને તે સાંભળી રહ્યો. ફોન પરના અવાજમાં આવી રહેલો ખલેલ કનેક્શનમાં કોઈ ગરબડને કારણે

નહીં, પણ બીજા છેડે જોરજોરથી ચાવવામાં આવી રહેલા પાન મસાલાને કારણે હતો.

'એટલે આપણને લગભગ 70 ટકા જેટલાં શૅર્સ મળી શકે એમ છે? બરાબર, કંઈ વાંધો નહીં તમે એક શૅરના અગિયાર રૂપિયાના હિસાબે શૅર્સ ખરીદી લો...'

અરવિંદ ફરી વાર સાંભળી રહ્યો હતો.

'મારા વતી શૅર્સ ખરીદવા અને વેચવા માટે તમને પાવર ઑફ એટર્નીની જરૂર છે? એ હું તમને મોકલાવી દઈશ. મારો એક માણસ આ દસ્તાવેજ લઈને ફ્લાઈટથી બૉમ્બે પહોંચશે.'

બીજા છેડેથી થોડું વધુ ચાવવાનું અને વાત ચાલી.

અરવિંદે શરૂ કર્યું. 'હા, હું પાવર ઑફ એટર્ની બની શકે એટલી જનરલ રાખીશ, જેથી તમે બધી જ બાબતોમાં મારા વતી કામ કરી શકો. શૅર ખરીદવા માટે જરૂરી નાણાં મેં તમને લોન તરીકે અગાઉ જ મોકલી આપ્યાં છે. પ્લીઝ લોન એગ્રીમેન્ટ પર સહી કરીને મને તે મળી જાય એવું કરો.'

અરવિંદે રિસિવર નીચે મૂક્યું અને સત્યપાલ અને જોયદીપ તરફ જોયું. 'એક્સ્પ્રેશન ઑફ ઈન્ટરેસ્ટ પર કામ કેવું ચાલી રહ્યું છે?' તેણે પૂછ્યું.

'પેપરવર્ક પૂરું થઈ ગયું છે,' સત્યપાલે કહ્યું. 'આપણે કઈ કંપનીના નામ નીચે ઈઓઆઈ સુપરત કરવાનું છે, એ નામ તમે મને આપો, હું બસ એની જ રાહ જોઈ રહ્યો છું. એકવાર ઈંડાંની ભુરજી બની ગઈ તો પછી એમાંથી હું પાછું ઈંડું નહીં બનાવી શકું.'

ઈન્ટરકોમની ઘંટડી વાગી. અરવિંદે રિસિવર ઉપાડ્યું. 'તમારા માટે તમારાં પત્નીનો કૉલ છે, સર,' હિલ્ડાએ કહ્યું.

'તેને કહી દો કે હું મીટિંગમાં છું અને હું તેને સામેથી ફોન કરીશ,' અરવિંદે ઈન્ટરકોમ પર કહ્યું. હિલ્ડાએ તેના કહ્યા મુજબ કર્યું પણ આવું કરતી વખતે તેને બહુ જ ખરાબ લાગ્યું. અભિલાષાની પીડા ઓછી કરવા પોતે કેટલાં નવાં રચનાત્મક બહાનાં કેટલી વાર આપી શકે?

'અરવિંદ, છ વાગી ગયા છે. અભિલાષા તારી રાહ જોતી હશે કેમ કે આજે તારા દીકરાઓનો પાંચમો જન્મદિવસ છે,' જોયદીપે કહ્યું. 'તું સમયસર ઘરે પહોંચે એની તકેદારી રાખવાનું મને કહેવાયું છે.'

'ઓહ, આ વાત તો મારા મગજમાંથી સાવ નીકળી જ ગઈ,' અરવિંદ ગણગણ્યો. 'મારૂં એક કામ કરીશ, જોયદીપ. હિલ્ડાએ ગિફ્ટ પૅક કરેલી બર્થ ડે પ્રેઝન્ટ લઈને તું ઘરે પહોંચતો થા. એ ભેટ બાળકોને આપજે. હું સત્યપાલ સાથે ફોન કૉલ્સ પતાવી લઉં છું અને તારી પાછળ-પાછળ પહોંચું જ છું.'

'સ્કૂલ એડમિશન ફૉર્મ્સનું શું?' જોયદીપે પૂછ્યું. બાળકો શાળામાં દાખલ કરાવવા જેવડાં થઈ ગયાં હતાં.

'મારા વતી ફૉર્મ્સ ફાધર એન્થનીની ઑફિસમાં પહોંચાડી દેજે,' અરવિંદે કહ્યું.

'મને જાણવા મળ્યું છે કે, લા માર્ટિનિયરમાં એડમિશન માટે લાબું વેઈટિંગ લિસ્ટ છે,' જોયદીપે કહ્યું.

'જે દિવસથી મેં સર કેથિક પૉલ ચાર્ટરની ભૂમિકા સ્વીકારી ત્યારથી મારા માટે વેઈટિંગ લિસ્ટ ગાયબ થઈ ગયું છે,' અરવિંદે કહ્યું.

બૉમ્બેના રિયલ એસ્ટેટ દલાલે મિ. અરવિંદ બગડિયાના ફોન કૉલનો તરત જ જવાબ વાળ્યો. અરવિંદની પ્રતિષ્ઠા તેના કરતાં આગળ વધી ગઈ હતી.

'હું તમારી કઈ રીતે મદદ કરી શકું, બગડિયાજી?' દલાલે પૂછ્યું.

'મને એક નાનકડા ઑફિસ સ્પેસની જરૂર છે,' અરવિંદે કહ્યું. 'ભાડા પર.'

'કઈ લોકાલિટીમાં જોઈએ છે તમને આ જગ્યા?' દલાલે પૂછ્યું.

'પ્રાઈમ કમર્શિયલ એરિયા,' અરવિંદે જવાબ આપ્યો. 'નરિમાન પૉઈન્ટ.'

'આ વિસ્તારમાં આજકાલ ભાડાં બહુ ઊંચા ચાલે છે, સ્કવૅર ફૂટ દીઠ દસ રૂપિયાની આસપાસ,' દલાલે કહ્યું. 'મારી પાસે ત્રણ હજાર સ્કવૅર ફૂટની એક સી વ્યૂ ઑફિસ ઉપલબ્ધ છે.'

'આનાથી થોડી નાની જગ્યા, પ્લીઝ,' અરવિંદે કહ્યું.

'બીજી એક છે, પણ ત્યાંથી ઝૂંપડાંઓ દેખાય છે. સમજોને કે એક હજાર સ્કવૅર ફૂટ જેટલી જગ્યા છે.' દલાલે કહ્યું.

'હજી થોડી નાની જગ્યા, પ્લીઝ,' અરવિંદે જરાય કૂણા પડ્યા વિના કહ્યું.

'હવે આપણી માલિકીમાં કેટલાં શૅર્સ છે?' અરવિંદે પૂછ્યું.

'કંપનીના લગભગ 97 ટકા જેટલાં શૅર્સ,' પાન મસાલાના વ્યસની ચાર્ટર્ડ એકાઉન્ટન્ટે કહ્યું. 'બાકીના ત્રણ ટકા શૅરધારકોની ભાળ આપણે મેળવી શક્યા નથી.'

'કંઈ વાંધો નહીં,' અરવિંદે કહ્યું. 'એ બહુ નાનો જથો છે, એની ચિંતા કરવાની જરૂર નથી. હું આશા રાખું છું કે તમે હજી શૅર ટ્રાન્સફર ફૉર્મ્સ સબમિટ નહીં કર્યા હોય?'

'ના. આપણે એ સિંગલ લૉટ તરીકે કરશું. કેમ કે, આ સ્ક્રિપમાં એકાએક વધુ પડતો રસ લેવાતો જોઈ, શૅરના ભાવ વધવાની શરૂઆત થઈ જવાની આપણને ચિંતા હતી.'

'સરસ,' અરવિંદે કહ્યું. 'હું ઈચ્છું છું કે હવે તમે કંપનીની રજિસ્ટર્ડ ઑફિસ અને નામમાં ફેરફાર કરવા માટેની અરજી કરો.'

'નવી રજિસ્ટર્ડ ઑફિસનું સરનામું શું હશે?' ચાર્ટર્ડ એકાઉન્ટન્ટે પૂછ્યું.

'મેં નરિમાન પૉઈન્ટમાં એક નાનકડી 100 સ્કવૅર ફૂટની જગ્યા ભાડે લીધી છે,' અરવિંદે કહ્યું.

'સો સ્કવૅર ફૂટ?' ચાર્ટર્ડ એકાઉન્ટન્ટે પૂછ્યું. 'જગ્યા વધુ પડતી નાની હોય એવું તમને નથી લાગતું?'

'આપણે સામાન્ય કરતાં બમણું ભાડું આપી રહ્યા છીએ, આમ છતાં સાવ નજીવી રકમ સામે આપણને એક સન્માનજનક સરનામું મળી રહ્યું છે,' અરવિંદે કહ્યું.

'અને નવું નામ શું હશે?' ચાર્ટર્ડ એકાઉન્ટન્ટે પૂછ્યું.

'કુરબાની હોટેલ્સ લિમિટેડ,' અરવિંદે જવાબ આપ્યો. હજી ગયા અઠવાડિયે જ તેણે ફિરોઝ ખાનની *કુરબાની* ફિલ્મ જોઈ હતી અને યુવાન પાકિસ્તાની ગાયિકા નાઝિયા હસને ગાયેલું ગીત '*આપ જૈસા કોઈ મેરી ઝિંદગી મેં આએ*' તેના મગજમાં સતત ઘુમરાઈ રહ્યું હતું.

'કુરબાની શા માટે?' જોયદીપે પૂછ્યું.

' "કુરબાની" એટલે "બલિદાન",' અરવિંદે રહસ્યમય રીતે કહ્યું. વાતનો વિષય બદલતા તેણે કહ્યું, 'જોયદીપ, હું ઈચ્છું છું કે તું એ શોધ કાઢે કે કયા સિનિયર મેનેજમેન્ટ એક્ઝિક્યુટિવ્ઝ તેમની નોકરમાંથી ગયા વર્ષે રિટાયર થયાં છે.'

'ક્યાં શહેરમાં?' જોયદીપે પૂછ્યું.

'બૉમ્બે, દિલ્હી, કલકત્તા અને મદ્રાસ,' અરવિંદે જવાબ આપ્યો. 'ફક્ત એવા લોકો જ શોધજે જેઓ બહુ મોટી કંપનીઓમાં ટોચના પદે હતા, પણ હવે વળતર આપતી નોકરીમાં ચાલુ રહેવા માટે વધુ પડતા વયસ્ક ગણાય એમ હોય. ઉમર - વયની સાંઠીના મધ્યમાં અને સિત્તેરની શરૂઆતમાં.'

'બીજું કંઈ?'

'આ એવા લોકો હોવા જોઈએ, જેમણે પબ્લિક સેક્ટર કંપનીઓમાં કામ કર્યું હોય, બહુ મોટા અમલદારો પ્રકારના.'

'અને?'

'તેઓ સામાજિક રીતે જોડાયેલા હોય... એવા લોકો જેમને ભોજન સમારંભો, કોકટેલ પાર્ટીઓ, લગ્નો તથા મેળાવડાઓમાં હાજરી આપવાનું ગમતું હોય.'

'ભલે,' જોયદીપે કહ્યું. 'કોઈ બીજી લાયકાત?'

'હા,' અરવિંદે કહ્યું. 'આ બધાની પ્રતિષ્ઠા થોડીક ખરડાયેલી હોવી જોઈએ. તું સમજે છે ને, એવા લોકો જેમનું નામ સીધા ન કહી એવા સોદાઓ સાથે સંકળાયેલું હોય અને ઘાલમેલ કરવામાં જેમને છોછ ન હોય.'

'આ મુદ્દા પર, અરવિંદ...' જોયદીપે ખચકાટ સાથે શરૂઆત કરી.

'હા?' અરવિંદે પૂછ્યું.

'મને લાગે છે કે આપણે જે કરી રહ્યા છીએ, એ વિશે હું બહુ ખુશ નથી અને આપણે આવું કરવું જોઈએ કે કેમ એ વિશે પણ મને શંકા છે,' જોયદીપે પોતાની વાત પૂરી કરતા કહ્યું. 'આ બધું મને જરાય બરાબર લાગતું નથી.'

'બિઝનેસમાં કશું જ અયોગ્ય નથી હોતું,' અરવિંદે કહ્યું.

'પણ મારો અંતરાત્મા સાફ હોય એવું હું ઈચ્છું છું,' જોયદીપે કહ્યું.

'જોયદીપ,' અરવિંદે કહ્યું. 'સાફ અંતરાત્મા ધરાવતો બિઝનેસમેન એ વિરોધાભાસ છે.'

પોતાની સામેની અંતિમ યાદી પર અરવિંદે નજર કરી. યાદીમાં ચાર નામ હતાં.

1. *મિ. જગદીપ અરોરા, 71, સ્ટીલ ઑથોરિટી ઑફ ઈન્ડિયા, દિલ્હીમાંથી નિવૃત્ત*
2. *મિ.અનુરાગ સેન, 65, સ્ટેટ બૅન્ક ઑફ ઈન્ડિયા, કલકત્તામાંથી નિવૃત્ત*
3. *મિ. વેન્કટ રામાસ્વામી, 69, કોલ ઈન્ડિયા લિમિટેડ, મદ્રાસમાંથી નિવૃત્ત*
4. *મિ, સંતોષ પરુળેકર, 66, લાઈફ ઈન્સ્યૉરન્સ ઑફ ઈન્ડિયા, બૉમ્બેમાંથી નિવૃત્ત*

'તેં આ ચારેય જણનો સંપર્ક કર્યો છે?' અરવિંદે પૂછ્યું.

'હા,' જોયદીપે જવાબ આપ્યો. 'મેં એક એજન્સી દ્વારા તેમનો સંપર્ક કરાવ્યો હતો, જેથી મને તેમના વ્યક્તિગત સંપર્કમાં આવવાની જરૂર ન પડે.'

'સરસ. આ ચારેય જણે ડિરેક્ટર તરીકે સેવા આપવા સંમતિ આપી છે?'

'હા. આમાંના મોટા ભાગનાને એ વાતનો આનંદ છે કે તેમની મોટી ઉંમર છતાં તેમને પગાર પણ મળશે,' જોયદીપે કહ્યું. 'આમાંના બે જણને તો આશ્ચર્ય થયું કે, કોઈએ ડિરેક્ટર પદ પર આવવા માટે તેમનો સંપર્ક કર્યો છે.'

'બહુ સરસ,' અરવિંદે કહ્યું. 'સત્યપાલ, તું હવે કુરબાની હોટેલ્સ લિમિટેડના નામે આપણું એક્સ્પ્રેશન ઑફ ઈન્ટરસ્ટ સુપરત કરી શકે છે. બોલી ક્યારે થવાની છે?'

'બે અઠવાડિયામાં,' સત્યપાલે કહ્યું. 'કેટલી બોલી લગાડવાની તમારી યોજના છે?'

' કશું જ નહીં,' અરવિંદે કહ્યું.

મિ. અનુરાગ સેન દેખાયા નહીં ત્યાં સુધી જોયદીપ એ ખંડમાં નજર ફેરવતો રહ્યો. તેમની જણાવેલી વય પાંસઠ વર્ષ કરતાં તેઓ વધુ મોટા લાગતા હતા. તેઓ પરંપરાગત બિઝનેસ સૂટમાં સજ્જ હતા અને પોતાની વ્હિસ્કીમાં વેઈટર પાસે સોડા અને પાણીનું મિશ્રણ નખાવી રહ્યા હતા. ફાઈવ – સ્ટાર હોટેલમાં યોજાયેલી આ એક એવી કોકટેલ પાર્ટી હતી, જ્યાં સાવ અજાણી વ્યક્તિ એક કલાકમાં તમારા વિશે એટલું બધું જાણી શકતી હતી જે ટલું તમારી પત્ની આખા જીવન દરમિયાન પણ જાણી શકી નહીં હોય.

જોયદીપ મિ. સેન તરફ ગયો અને કહ્યું, 'હું જોઈ રહ્યો છું કે તમે મારા જેવા જ છો, સર. તમે, પણ વ્હિસ્કીમાં સોડા અને પાણીનું મિશ્રણ જ નખાવો છો ને?'

મિ. સેને જોયદીપ તરફ જોયું અને તેને ઓળખવાના પ્રયાસમાં આંખો ચૂંચવી કરી જોઈ. 'આપણે ક્યારેય મળ્યા નથી. હું જોયદીપ ચક્રબોર્તી છું,' પોતાની હાથ આગળ ધરતા, જોયદીપે કહ્યું.

અનુરાગ સેને આ યુવાન સાથે હાથ મિલાવ્યો. 'અનુરાગ સેન,' તેમણે પોતાની ઓળખ આપી.

'તમે ધ અનુરાગ સેન તો નથી ને?' જોયદીપે પૂછ્યું. 'એ જ જેઓ સ્ટેટ બૅન્ક ઑફ ઈન્ડિયામાં હતા?'

મિ. સેનના ચહેરા પર સ્મિત હતું. એ તો સ્પષ્ટ હતું કે આજ સુધી કોઈએ તેમના સંદર્ભે 'ધ અનુરાગ સેન' કહ્યું નહોતું.

'આપનો વિશ્વાસુ,' મિ. સેને કહ્યું, વ્હિસ્કીનો પહેલો ઘૂંટડો ભરતા તેઓ લગભગ ઝૂકી ગયા હતા.

'સર, હું આપને અભિનંદન આપવા માગું છું,' જોયદીપે કહ્યું.

'અભિનંદન?' મિ.સેને પૂછ્યું.

'હું શું કહેવા માગું છું એ તમે જાણો જ છો,' જોયદીપે વૃદ્ધ તરફ આંખ મિચકારતાં કહ્યું.

'અઅઅ.. સમજાયું નહીં, દીકરા,' મિ. સેને કહ્યું.

'આહ, આઈ સી. મને લાગે છે કે ડિરેક્ટર્સને આ વિશે બોલવાની છૂટ હોતી નથી. તમે આ વાતને છુપાવી રાખવા માગો છો ને હંઅઅ? આ વાત ઉખેડવા બદ્દલ મારી માફી સ્વીકારજો, સર,' જોયદીપ માથાના દુખાવાની જેમ વળગી રહ્યો. અરવિંદની ટ્રેનિંગ રંગ લાવી રહી હતી.

મિ. સેન હવે પહેલા કરતાં વધુ વ્યગ્ર દેખાતા હતા.

'સર, હું તમને ખાતરી આપું છું કે, કુરબાનીની તરફેણમાં બોલી પૂર્વે જ ઝોક સ્પષ્ટ દેખાઈ રહ્યો છે, એવી ચર્ચા છે, પણ આ વાત ગુપ્ત જ રહેશે. હું આ વિશે કોઈને એકેય શબ્દ નહીં કહું,' જોયદીપે કહ્યું.

'મને તમારી વાત પર વિશ્વાસ નથી,' મિ. સેને સાવ ધીમા સ્વરે કહ્યું.

'દરેક જણે કોઈક પર તો વિશ્વાસ રાખવો જ જોઈએ,' ડ્રિન્ક્સની ટ્રે લઈ ફરતા એક વેઈટરને પોતાની તરફ આવવાનો ઈશારો કરતા જોયદીપે કહ્યું. 'મને વિશ્વાસ છે કે, હું વધુ એક ડ્રિન્ક લઈશ.'

ત્રીજી ઘંટડી વાગતા જ જોયદીપે ફોન ઉપાડ્યો. એ બૉમ્બેથી અરવિંદનો ફોન હતો.

'તું એને મળ્યો?' અરવિંદે પૂછ્યું.

'બિલકુલ,' જોયદીપે ગર્વભેર કહ્યું. 'તેં મને કહેલું બરાબર એ જ રીતે હું તેની સાથે રમ્યો.'

'સરસ. આ પરિસ્થિતિમાં હું 10,000 શૅર બજારમાં વેચવા માટે મુકવાનું પાન મસાલાને કહી દઉં છું,' અરવિંદે કહ્યું. 'આપણે આ શૅર અગિયાર રૂપિયામાં લીધાં હતાં મને લાગે છે કે વેચવા માટે પંદર રૂપિયા સારો ભાવ છે. કશુંક ચાલી રહ્યું છે, એવો સંદેશ બજારને મોકલવા માટે આટલું પૂરતું છે.'

'બીજી કોઈ સૂચના?' જોયદીપે પૂછ્યું.

'હા, સત્યપાલને કહેજે કે તે જઈને જગદીપ અરોરાને મળે. તું મદ્રાસ જા અને વેન્કટ રામાસ્વામીને મળવાનો રસ્તો શોધ.'

વૅલિંગ્ડન ક્લબના અઢાર-હૉલના ગૉલ્ફ કોર્સના સત્તરમા હૉલ પાસે રમી રહેલા ગૉલ્ફરોની મંડળીને અરવિંદ જોઈ રહ્યો હતો. સોમનાથ પરુળેકર પોતાના મિત્રને સલાહ આપી રહ્યો હોવાનું તે સાંભળી રહ્યો હતો. 'જૂની રીત પ્રમાણે રમાય તો આ હૉલ પાર કરવો બહુ જ આસાન છે. તેં નોંધ્યું, ડૉગલૅગ પાસે, ફેરવે ડાબી તરફ નોંધપાત્ર રીતે વળાંક લે છે અને પછી સીધો થઈ જાય છે?'

તેના મિત્રએ માથું હલાવ્યું અને દૂર નજર કરી.

'જો, દોસ્ત, આ હૉલ રમવાની બેસ્ટ રીતે છે હૉપ, સ્ટૅપ અને જમ્પ. 220 યાર્ડની એક સરળ ડ્રાઈવ, 150 યાર્ડનો મિડ આયર્ન અને એક શૉર્ટ વેડ્જ લીલોતરીમાં.'

સંતોષ પરુળેકર તેનું મોઢું બંધ રાખે અને પોતાને શૉટ રમવા દે એવા ભાવ તેના મિત્રના ચહેરા પર હતા, પણ પરુળેકરે આગળ ચલાવ્યું, 'ટીનો પડકાર છે કે ડાબી બાજુ જવાનું ટાળી ને ફેરવેમાં રહેવું. ટીનો ડ્રૉ મહત્ત્વનો છે. ફેરવેનો રફ જાડો અને ખડતલ છે અને તેમાંથી બહાર નીકળવું બહુ મુશ્કેલ છે.'

તેના મિત્રએ શૉટ માર્યો, કદાચ પોતાના મિત્રને ચૂપ કરવા માટે જ.

અરવિંદ ઝડપથી ટીયરરૂમ તરફ આગળ વધ્યો. તે જાણતો હતો કે આ મંડળી પણ છેવટે તો ત્યાં જ આવવાની છે. તેણે પોતાના માટે ફ્રેશ લાઈમ સોડાનો ઑર્ડર આપ્યો અને વાટ જોવા લાગ્યો. વીસેક મિનિટ બાદ એ મંડળી પણ ત્યાં આવી.

અરવિંદ પત્ર વાંચવાનો ડોળ કરવાની સાથે વચ્ચે વચ્ચે પોતાનું પીણું પી રહ્યો હતો. એ મંડળીએ ચા અને સેન્ડવિચનો ઑર્ડર આપ્યો.

'વાહિયાત!' અરવિંદ એટલા જોરથી બબડ્યો, જેથી પેલી મંડળીને સંભળાય. જો કે, અરવિંદને અવગણવામાં આવ્યો હતો.

'બકવાસ!' અરવિંદે કહ્યું, પોતાની સામેના ટેબલ પર હાથમાંનો પત્ર તેણે એટલા જોરથી પછાડ્યો કે ગ્લાસમાંનું પીણું છલકાયું. તેણે પોતાની આંખના ખૂણેથી જોયું કે પરુળેકર તેની તરફ જ જોઈ રહ્યો હતો. તે ઊભો થયો અને તેણે મંડળીની માફી માગી.

'ખરા દિલથી માફી ચાહું છું, મારે મારા વિચારો અને વર્તન પર અંકુશ રાખવું જોઈએ, સર,' અરવિંદે વિનમ્રતાપૂર્વક કહ્યું,

'શું થયું દીકરા?' પરુળેકરે પૂછ્યું. 'તું ડિસ્ટર્બ્ડ હોય એવું લાગે છે.'

'મારી સમસ્યાઓથી હું તમને તકલીફ નથી આપવા માગતો, સર,' અરવિંદે કહ્યું. 'સદંતર, બિનવ્યાવસાયિક.'

'ના, ના, ના...' પરુળેકરે કહ્યું. 'કમ, જોઈન અસ. બેસ.' અરવિંદે તેમના ટેબલ સુધી એક ખુરશી ખેંચી અને ત્યાં બેસી ગયો.

'હવે બોલ, શું સમસ્યા છે તારી?' પરુળેકરે પૂછ્યું. 'પ્રેમમાં પ્રૉબ્લેમ?'

'ઓહ, ના સર. બિઝનેસ.'

'શું છે સમજાવીશ?' પરુળેકરે પૂછ્યું.

'મારૂં નામ અરવિંદ બગડિયા છે,' અરવિંદે કહ્યું. 'હું બ્રેઈડ ઈન્વેસ્ટમેન્ટ્સ નામની એક કંપની ચલાવું છું.'

'ઓહ હા, મેં તેના વિશે સાંભળ્યું છે,' પરુળેકરે કહ્યું. 'તને મળીને આનંદ થયો યંગ મેન. મારૂં નામ સંતોષ પરુળેકર છે.'

'તમે ધ સંતોષ પરુળેકર તો નથી ને?' અરવિંદે પૂછ્યું. 'એ જ જેઓ લાઈફ ઈન્સ્યૉરન્સ કૉર્પોરેશનમાં હતા?'

પરુળેકર તરત જ ફૂલાઈ ગયો. 'વેલ, હું એલઆઈસીમાં હતો...'

'તમને મળીને આનંદ થયો, સર,' અરવિંદે અત્યંત ઉત્સાહ સાથે કહ્યું, 'કંઈ નહીં, એક બિઝનેસ ડીલ, જેના પર હું કામ કરી રહ્યો હતો, તે પડી ભાંગી છે.'

'કેવા પ્રકારની ડીલ હતી?' પરુળેકરે પૂછ્યું.

કંઈક ખાનગી વાત કરવા માગતો હોય એ રીતે અરવિંદ, પરુળેકરની નજીક ગયો, 'મારી કંપની દિલ્હીની એશિયન ગેમ્સ માટેના એક હોટેલ પ્રોજેક્ટ માટે બોલી લગાડવાની હતી...'

'અને?' પરુળેકરે પૂછ્યું.

'હજી તો બોલી શરૂ થાય એ પહેલા જ અમે બહાર થઈ ગયા છીએ. કુરબાની નામની એક સાવ અજાણી કંપનીએ આ બોલી પોતાની તરફેણમાં કરવાની ગોઠવણ કરી લીધી છે.'

કંપનીના નામનો ઉલ્લેખ થતાં તરત જ પરુળેકરના ચહેરા પર પરિચિતતાના ભાવ ઝળકી ઉઠ્યા હતા.

'પ્લીઝ, આ વિશે કોઈને કહેતા નહીં,' અરવિંદે કહ્યું. 'કુરબાનીના શૅરના ભાવ વધી જશે અને મારા શૅર પર અવળી અસર પડશે.'

જોયદીપે સાંજે અરવિંદને ફોન કર્યો. 'કેમ રહ્યું?' અરવિંદે પૂછ્યું.

'પરફેક્ટ,' જોયદીપે કહ્યું. 'વેન્કટ રામાસ્વામીને બ્રિજ રમવાનો શોખ છે. હું તેને તેની અઠવાડિક રમત વખતે મળવામાં સફળ થયો હતો.'

'હમમમ. હું આજે પરુળેકરને મળ્યો. મને લાગે છે કે શૅરનો વધુ એક જથો બજારમાં મૂકવાનો સમય આવી ગયો છે.'

'અત્યાર સુધી તેં કેટલાં વેચ્યાં?' જોયદીપે પૂછ્યું.

'ફક્ત 10 ટકા. પણ એ તો માત્ર શરૂઆત હતી. મને લાગે છે કે હવે આપણે વીસ ટકા શૅર બજારમાં ઠાલવી શકીએ એમ છીએ. વીસ રૂપિયાનો ભાવ બરાબર છે ને?'

'તું જગદીપ અરોરાને મળ્યો?' અરવિંદે પૂછ્યું.

'એ દિલ્હીથી ચંડીગઢ જતી ટ્રેનમાં હતો. હું પણ એમાં ચડી ગયો,' સત્યપાલે જવાબ આપ્યો.

'શું થયું?' અરવિંદે પૂછ્યું.

'મેં કુરબાનીનું નામ લીધું ત્યારે તેના હાથમાંથી તેની વૉકિંગ સ્ટિક નીચે પડી ગઈ અને જ્યારે મેં તેને કહ્યું કે આ એક માત્ર કંપની છે, જે મૂલ્યાંકનના પ્રથમ રાઉન્ડથી આગળ વધી છે, તો તેનું મોઢું ફાટી ગયું,' સત્યપાલે કહ્યું.

અરવિંદ ખડખડાટ હસી પડ્યો.

'પચાસ રૂપિયાના ભાવે ખરીદનારાઓ પણ મારી પાસે છે,' પાન મસાલાએ અરવિંદને કહ્યું.

'શૅરનો વધુ એક જથો વેંચી નાખો પણ બાકીના પકડી રાખજો,' અરવિંદે કહ્યું.

'કેમ?' પાન મસાલાએ સવાલ કર્યો. 'મને શંકા છે કે આ નકામી કંપની માટે તમને આના કરતાં વધુ ભાવ મળશે.'

'વાંધો નહીં, એ જોખમ લેવા હું તૈયાર છું,' અરવિંદે કહ્યું.

અરવિંદ ઑલ્ડ લેડી ઑફ બોરીબંદરની ઑફિસમાં પ્રવેશ્યો. *ટાઈમ્સ ઑફ ઈન્ડિયા* બૉમ્બેનું સૌથી વધુ વંચાતું અખબાર હતું. ઈશ્વર, ચા અને *ટાઈમ્સ ઑફ ઈન્ડિયા* આ ત્રણ ચીજો બૉમ્બેની સવારની પવિત્ર ત્રિપુટી હતી – સવારની પ્રાર્થના બાદ ચા અને એ પછી સમાચારનો ડોઝ.

અરવિંદે પોતાની બગલમાં ચામડાનું દફતર અને બે લાંબા કવર દબાવ્યા હતા અને લોકોથી ઊભરાતી ઑફિસો અને ટાઈપરાઈટરોની ટકટકના અવાજ વચ્ચેથી તે પસાર થઈ રહ્યો હતો. છેવટે એક ખૂણે આવેલી ટી.આર. ગણેશનની ઑફિસમાં તે પહોંચ્યો હતો.

શોધ-તપાસના કૌશલ્ય માટે જાણીતા, ગણેશન અવારનવાર અનેક ઊંડાણભર્યાં અહેવાલો આપવા માટે પંકાયેલો હતો, જે આ અખબારના અન્યથા જાહેરખબર, તસવીરો અને ન્યૂઝવાયરના શબ્દશઃ લેખોની ફિક્કી

અને ફિસ્સી વાનગી સાથે પીરસાતા હતા. સામાન્યપણે અથવા આસાનીથી મળી જાય એવી માહિતીમાં ગણેશનને ક્યારેય રસ નહોતો. તેનો રસ એવી માહિતીમાં હતો જેના વિશે કોઈ બીજાને જાણકારી ન હોય.

'તમને મળીને આનંદ થયો, મિ. ગણેશન,' અરવિંદે કહ્યું. 'આટલા ઓછા સમયમાં મળવા બદ્દલ તમારો આભાર.'

'મેં તમારા વિશે ઘણું સાંભળ્યું છે,' ગણેશને અરવિંદને બેસવા માટે ખુરશી આપતા કહ્યું.

'આશા રાખું છું કે, એમાંનું કંઈક તો સારૂં હશે જ,' અરવિંદે ખુરશી પર બેસતાં હસતાં હસતાં કહ્યું, તેણે બે કવર ગણેશનના ટેબલ પર મુક્યા અને પોતાનું દફ્તર તેની ઉપર મૂક્યું.

ગણેશને સ્મિત કર્યું. 'બ્રેઈડ ઈન્વેસ્ટમેન્ટ્સના ચેરમેનને હું કઈ રીતે મદદરૂપ થઈ શકું છું?'

'વાસ્તવમાં, હું અહીં તમને મારી વ્યક્તિગત ક્ષમતામાં મળવા આવ્યો છું,' અરવિંદે કહ્યું. 'મને કોઈએ કહ્યું કે તમે કર્ણાટક સંગીતના સૌથી જાણકાર લોકોમાંના એક છો.'

'સાવ સાચું. ડી.કે.પત્તામમ્લ, એમ.એલ. વસંથકુમારી અને એમ.એસ. સુબ્બુલક્ષ્મીના રેકૉર્ડિંગ્ઝના સૌથી મોટામાંનો એક સંગ્રહ મારી પાસે છે.'

'ક્યા બાત હૈ!' અરવિંદે કહ્યું. 'મારી પત્નીનો પરિવાર થોડાક વર્ષ મદ્રાસમાં રહ્યો હોવાથી, તેને કર્ણાટક સંગીતમાં બહુ જ રસ છે. તેણે મને તમારી પાસે એ પૂછવા મોકલ્યો છે કે તે ક્યારેક તમારી સાથે પત્ર દ્વારા સંપર્કમાં રહી શકે ખરી.'

'ઓહ, તેમની સાથે વાત કરવાનું મને ગમશે,' ગણેશને કહ્યું. 'મને ખબર નહોતી કે ઉત્તર ભારતની કોઈ વ્યક્તિને કર્ણાટક સંગીતમાં આટલો રસ હશે.'

'ઓહ, મારી પત્ની અત્યંત ઉત્સાહી છે. મુથૈયા ભાગવથાર, માયસોર વાસુદેવાચાર અને ચિંતાનત્તાપલ્લી વેન્કટ રાવ જેવા પુરુષ ગાયકોને સાંભળવા તેને બહુ ગમે છે,' આ નામોના પોતે કરેલા ઉચ્ચાર સાચા હોય એવી આશા રાખતા અરવિંદે કહ્યું. જોયદીપે કરેલું સંશોધન કામમાં લાગ્યું હતું.

'બહુ સરસ, આશા રાખું છું કે અમારી વચ્ચે ચર્ચાઓનો રંગ જામશે,' ગણેશને કહ્યું. 'તેમનું નામ શું છે?'

'અભિલાષા,' અરવિંદે જવાબ આપ્યો. 'હું એને તમારું સરનામું આપીશ અને તમને પત્ર લખવા કહીશ. તમારી આ મદદ માટે હું તમારો આભાર કઈ રીતે માનું?'

'બસ મને સમયાંતરે બિઝનેસની દુનિયાની અંદરની માહિતીના સ્કૂપ આપતા રહેજો,' ગણેશને આંખ મિચકારતાં કહ્યું.

જવા માટે ઊભા થતાં અરવિંદ હસ્યો. 'ચોક્કસ આપીશ. આજકાલ હું ભૂલકણો થતો જાઉં છું, તમારે મને એ વિશે યાદ કરાવવું પડશે!'

તેણે ચામડાનું દફ્તર અને કવર ઉપાડ્યું, એ ચીજોને પોતાની બગલમાં દબાવી અને ત્યાંથી ઉતાવળમાં નીકળી ગયો.

તેના ગયા પછી ગણેશને નોંધ્યું કે, મિ. બગડિયાનું એક કવર તેના ટેબલ પર જ રહી ગયું હતું.

અખબારની ઑફિસની બહાર નીકળી રહેલો અરવિંદ મનોમન હસ્યો. ભૂલકણાપણાનો ઉપયોગ ઘણીવાર વ્યૂહાત્મક ફાયદા તરીકે કરી શકાય છે. આમ પણ, પત્રકારોને ખૂલ્લે ખૂલ્લી અને ઈમાનદારીપૂર્વક કેટલીક વાત કરી દેવી જોઈએ, જે તેઓ અન્યથા એક યા બીજી રીતે શોધી જ કાઢવાના હોય.

ટાઈમ્સ ઑફ ઈન્ડિયામાંની પોતાની હવા-ઉજાસ વિનાની ઑફિસમાં બેઠેલા ગણેશને વધુ એકવાર મેમો સામે જોયું.

પ્રેષકઃ સત્યપાલ મિત્તલ
પ્રતિઃ અરવિંદ બગડિયા
વિષયઃ દિલ્હી એશિયાડ હોટેલ પ્રૉજેક્ટ
તારીખઃ 3 ડિસેમ્બર, 1980

તમારી સાથેની મારી ચર્ચા મુજબ, હું દિલ્હી વિકાસ પ્રાધિકરણ, પ્રવાસન વિભાગ અને નગર વિકાસ મંત્રાલયના ચક્કર કાપી રહ્યો છું. એવું જણાય છે કે, અનેક પાર્ટીઓ પાસેથી એક્સપ્રેશન્સ ઑફ ઈન્ટરેસ્ટ આવ્યા છે. સમસ્યા એ છે કે આમાંની મોટા ભાગની અરજીઓને રાજકીય કારણોસર આર્થિક અને ટેક્નિકલ મૂલ્યાંકનના તબક્કે જ ગેરલાયક ઠેરવવામાં આવે છે. જાણવા મળે છે કે, માત્ર એક કંપની જ સખત માપદંડો પર 'ઉચિત' ઠરી છે, એ છે

કુરબાની હોટેલ્સ લિમિટેડ નામની પ્રમાણમાં અજાણી કંપની. આપણે જો આ કંપનીના શૅર્સ હસ્તગત કરવાની શરૂઆત કરીએ તો, એ બાબત આ આકર્ષક તકને મેળવવાનો માર્ગ બની શકે છે.

ગણેશન હસ્યો. તેણે ટાઈપરાઈટર પોતાની તરફ ખેંચ્યું અને એક અહેવાલ લખવાની શરૂઆત કરી.

'બજાર તો ગાંડીતૂર થઈ ગઈ છે,' પાન મસાલાએ કહ્યું. 'મને શૅરદલાલોના ફોન આવી રહ્યા છે,એ લોકો 250ના ભાવે પણ શેર ઉપાડવા કહી રહ્યા છે.'

'કોઈ અંદાજ, કોણ ખરીદી રહ્યું છે?' અરવિંદે પૂછ્યું

'મોટા ભાગે તો ચાર ડિરેક્ટર્સના પરિવારજનો તથા મિત્રો જ છે,' પાન મસાલાએ કહ્યું. 'તમે તો જાણો જ છો કે, ઈન્સાઈડર ટ્રેડિંગ રેગ્યુલેશન્સ ભારતમાં અમલમાં મુકવામાં આવ્યા નથી. બજારનું નિયમન કરનારી સત્તા પણ આપણા દેશમાં નથી! અખબારમાં છપાયેલા અહેવાલને પગલે અસંબંધિત રોકાણકારો પણ ઉમટી પડ્યા છે. રોકાણ કરનારાઓમાં મોટું નામ એક કંપનીનું પણ છે, તે છે ધંદા હૉલ્ડિંગ્સ પ્રાયવેટ લિમિટેડ.'

'શિટ,' અરવિંદ બબડ્યો.

'શું થયું?' પાન મસાલાએ પૂછ્યું.

'એ લોકોએ કુરબાની હોટેલ્સમાં રસ ન દેખાડ્યો હોત એ મને ગમ્યું હોત,' અરવિંદે કહ્યું. 'તેઓ મારી કંપની બ્રેઈડ ઈન્વેસ્ટમેન્ટ્સમાં પણ રોકાણકારો છે. તેમની સાથેના શૅર વહેવારને રદ કરવાનો કોઈ રસ્તો તમે શોધી શકો છો?'

'અશક્ય,' પાન મસાલાએ કહ્યું. 'તેમણે તો અપફ્રન્ટ પૈસા ચૂકવી દીધા છે. તેમના બૅન્કર્સ ટૂંકા ગાળાના આ સટ્ટામાં બહુ રસ ધરાવતા હોય એવું લાગે છે.'

અરવિંદે નિસાસો નાખ્યો. 'આમ પણ, હવે આપણે કશું જ કરી શકીએ એમ નથી... આગળ વધો અને બાકીના શૅર્સ 250ના ભાવે વેંચી નાખો,' અરવિંદે કહ્યું.

'પાકું?' પાન મસાલાએ પૂછ્યું. '*ટાઈમ્સ ઑફ ઈન્ડિયામાં* છપાયેલા સમાચારમાં તો લખ્યું છે કે દિલ્હી એશિયન ગેમ્સ માટે અનેક હોટેલ પ્રૉજેક્ટ્સ જીતવાની દોડમાં કુરબાની સૌથી આગળ છે.'

'મને જે ગેમમાં રસ છે, એ તો મેં રમી નાખી છે,' અરવિંદે કહ્યું.

'નફાની રકમનું શું? તમને આ રકમ હું કઈ રીતે ચૂકવું?' પાન મસાલાએ પૂછ્યું.

'રોકડ,' અરવિંદે કહ્યું. 'કુરબાનીના શૅરના ભાવની ઉતર-ચડનો રેલો મારા સુધી કોઈ પણ રીતે ન આવવો જોઈએ.'

બૉર્ડના પુર્નગઠન બાદ કંપનીની પ્રથમ બૉર્ડ મીટિંગ માટે કુરબાની હોટેલ્સ લિમિટેડના ચાર ડિરેક્ટર્સ આવ્યા હતા.

'તમને પૂરેપૂરી ખાતરી છે કે આ જ એ સરનામું છે?' પરુળેકરે પૂછ્યું.

'ચોક્કસ જ, મને પૂરી ખાતરી છે,' રામાસ્વામીએ કહ્યું, 'નોટિસમાં વાંચો.'

કુરબાની હોટેલ્સ લિમિટેડના બૉર્ડ ઑફ ડિરેક્ટર્સની મીટિંગ 10મી ડિસેમ્બર, 1980ના દિવસે સવારે દસ વાગ્યે, કંપનીની રજિસ્ટર્ડ ઑફિસ, પહેલે માળે, સ્વીટ 11-એ, મેકર ટાવર્સ- છ ખાતે યોજવામાં આવી છે.

તેમણે 11-એ નંબર ધરાવતા દરવાજા પર ફરીવાર ટકોરો માર્યો પણ તેમને કોઈ જવાબ મળ્યો નહીં. છેવટે, જગદીપ અરોરાએ હેન્ડલ ફેરવ્યું અને દરવાજો ખૂલી ગયો.

દસ બાય દસની ઝાડુવાળાની એ ઓરડી હતી. તેની ત્રણે ય દીવાલ પર અભેરાઈઓ હતી જેના પર ઝાડુ, બાલ્દીઓ, પોતાં અને સાફ-સફાઈને લગતી બીજી ચીજવસ્તુઓ વેરવિખેર પડી હતી.

તેઓ સ્તબ્ધ થઈને પોતાની આસપાસની ચીજોને જોઈ રહ્યા.

'મને લાગે છે કે કોઈએ આપણને બરાબરના બકરા બનાવ્યા છે,' અનુરાગ સેને અન્યોને કહ્યું. 'તમારામાંના દરેકે પોતપોતાના પરિવારજનો તથા મિત્રોને કેટલાં શૅર્સ લેવાં તૈયાર કર્યા હતા?'

અરવિંદ બગડિયાએ કંપનીનું નામ કુરબાની રાખ્યું એ પાછળ એક કારણ હતું. કોઈકની કુરબાની તો અપાવાની જ હતી.

'શૅરના ભાવ કેટલા થયાનું તમે કહ્યું?' મુરલીએ પૂછ્યું. યુનાઈટેડ ફેડરેશન બૅન્કનો બૅન્કર સમાચાર આપે તેની રાહ તે જોઈ રહ્યો હતો.

'પાંચ જ દિવસમાં ભાવ પચીસ રૂપિયાથી તૂટીને નવ રૂપિયા પર કઈ રીતે પહોંચી ગયા?' મુરલીએ પૂછ્યું. 'આ તો ટૂંકા ગાળાનો સટ્ટો હતો ને, અંદર પ્રવેશો અને મોટા નફા સાથે બહાર નીકળો. અરબાઝને આ આટલા મોટા નુકસાન વિશે હું કઈ રીતે સમજાવીશ?'

બૅન્કરે મુરલીને સમજાવ્યું કે આ પહેલા તેણે કઈ રીતે તેને વીસ જેટલા દમદાર રોકાણ કરવામાં મદદ કરી હતી. એક ખરાબ રોકાણથી દુનિયાનો અંત આવી જતો નથી.

'આપણે ખરીદેલા શૅર કોની માલિકીના હતા એ શોધી કાઢો,' મુરલીએ મક્કમતાથી કહ્યું. 'એ પણ શોધી કાઢો કે કંપનીના ડિરેક્ટર્સ કોણ છે. ટેક્સ રિટર્ન્સ અને હોટેલની બોલીઓ પણ મેળવો. મારે બધું જ જાણવું છે. અને મારો કહેવાનો અર્થ છે બધું જ! સમજાયું?'

1200 માઈલ દૂર કલકત્તામાં બેઠેલા અરવિંદે સ્ટેટમેન્ટ પર વધુ એક વાર નજર નાખી.

કુરબાનીના શૅર્સનું ખરીદ મૂલ્ય	રુ. 9,47,300
ભાડું, દલાલી, પ્રવાસ ખર્ચ અને ડિરેક્ટર્સની ફી	રુ. 2,61,557
ખર્ચ સહિતનું કુલ રોકાણ	રુ. 12,08,857
કુરબાનીના શૅર્સના વેચાણમાંથી થયેલી આવક	રુ. 1,02,62,559
નફો	રુ. 90,53,559

માત્ર બે અઠવાડિયામાં નેવું લાખનો ચોખ્ખો નફો, અધધધ કહી શકાય એટલું નવ ગણું વળતર.

'હું જાણું છું કે આપણે બોલી લગાડ્યા વિના જ નફો અંદર કરી લીધો છે, પણ કુરબાનીનું નામ ઈઓઆઈ તબક્કા માટે પસંદ થયું છે. હોટેલ માટે આપણે બોલી લગાડીએ એવું તમે હજી પણ ઈચ્છો છો?' સત્યપાલે પૂછ્યું.

'બાથરૂમમાંના ટોયલેટ પેપર રોલ તરફ ક્યારેય જોયું છે?' અરવિંદે પૂછ્યું.

'હા,' આ ચર્ચા કઈ તરફ જઈ રહી હોવાનો વિચાર કરતાં સત્યપાલે જવાબ આપ્યો.

'તેં ક્યારેય નોંધ્યું છે કે, આ રૉલ પૂરો થવાનો હોય ત્યારે એ કેટલો ઝડપથી ફરે છે? બસ, આપણે એ તબક્કા પર પહોંચી રહ્યા છીએ. છોડી દે.'

અરબાઝ, મુરલી અને રાજુ ગે લૉર્ડ ખાતેની તેમની અઠવાડિક લંચ મીટિંગ માટે ભેગા થયા હતા.

મુરલી અને રાજુ હવે તેનો ડાબો અને જમણો હાથ હતા. અબ્દુલ દાદાના ધંધાની બધી જ કાળી બાજુઓનો અખત્યાર રાજુએ બહુ આસાનીથી સંભાળી લીધો હતો, જ્યારે મુરલી બહુ ઝડપથી અરબાઝ માટે એક સન્માનજનક કૉર્પોરેટ ચહેરો ઊભો કરી રહ્યો હતો.

ગે લૉર્ડ પહેલેથી જ અરબાઝનું પ્રિય સ્થળ રહ્યું હતું. 1956માં બે ભાગીદારો – ઘાઈ અને લાંબા – એ 'ગે લૉર્ડ' નામ પસંદ કર્યું હતું કેમ કે આ નામમાં ઘાઈનો 'જી' અને લાંબાનો 'એલ' આવતો હતો. એ દિવસો બહુ સરળ હતા જ્યારે 'ગે'નો અર્થ હતો ખુશ રહેવું!

ખાસ કરીને પરોમિતાને અહીંનું વાલ્ડ્રોફ સલાડ, બેકડ અલાસ્કા અને ચિકન સ્ટ્રૉન્ગેનૉફ બહુ જ ભાવતા. પણ આજનું મેનુ હતું, મુરલી માટે ચના ભટુરા તથા રાજુ અને અરબાઝ માટે બટર ચિકન

'આપણા મહત્વના ક્ષેત્રોમાં આપણે કેવું કરી રહ્યા છીએ?' અરબાઝે રાજુ તરફ જોતાં પૂછ્યું. 'બેટિંગની આવક કેવી છે?'

'બહુ જ સરસ,' રાજુએ જવાબ આપ્યો. 'આ વર્ષની શરૂઆતથી આપણે મટકાના નવા પચાસ અડ્ડા શરૂ કર્યા છે. પરિણામ એ આવ્યું છે કે આપણે રોજનો નફો પચાસ ટકા જેટલો વધાર્યો છે.'

'ક્રિકેટ જેવી અન્ય પ્રવૃત્તિઓ પર આપણે દાવ લેવાનું કઈ રીતે શરૂ કરી શકીએ તે વિશે તારે વિચારવું જોઈએ,' અરબાઝે કહ્યું. 'દારૂનો ધંધો કેવો ચાલે છે?'

'વધુ એકવાર, બધું જ નિયંત્રણમાં છે,' રાજુએ જવાબ આપ્યો. 'વચ્ચે વચ્ચે પોલીસોના દરોડા, એક મોટી સમસ્યા છે. આપણા પગારદાર પોલીસો પાસેથી આપણને ઘણીવાર દરોડાની આગોતરી માહિતી મળી રહે છે. ક્યારેક આવું થતું નથી.'

'આપણી દારૂની ભઠ્ઠીઓ ઝૂંપડપટ્ટી વિસ્તારમાં ખસેડવાનો વિચાર કરી જો. આવી જગ્યાએ પહોંચવું પોલીસ માટે થોડું વધુ મુશ્કેલ બનશે,' અરબાઝે કહ્યું. 'સ્મગ્લિંગના મોરચે કેવું ચાલે છે?'

'સરસ,' રાજુએ કહ્યું. 'આપણે વસ્તુઓની રેન્જ ખાસ્સી વધારી મૂકી છે – ઈલેક્ટ્રોનિક્સ, પરફ્યુમ, કાંડા ઘડિયાળો, ગારમેન્ટ્સ, ખાણીપીણીની ચીજો, કૉસ્મેટિક્સ... જેવી વસ્તુઓ સાથે આજકાલ વીએચએસ પ્લૅયર અને કલર ટીવી સૌથી વધુ ડિમાન્ડમાં છે.'

'એવું કેમ?' અરબાઝે પૂછ્યું.

'કેમ કે સરકારે જાહેર કર્યું છે કે ટૂંક સમયમાં જ તેઓ દૂરદર્શન પર કલર પ્રસારણ શરૂ કરશે. આ પ્રસારણ દિલ્હીમાં યોજાનારા એશિયાડ સાથે શરૂ થશે.'

'ડ્રગ્ઝ?' અરબાઝે પૂછ્યું. 'કોઈ સારા સમાચાર?'

'બહુ સારા સમાચાર છે. સરકાર નાર્કોટિક્સ ડ્રગ્ઝ એન્ડ એવું કંઈક એક્ટ ઉપરાંત પ્રીવૅન્શન ઑફ ઈલિસિટ ટ્રાફિકિંગ ઈન નાર્કોટિક્સ ડ્રગ્ઝ એન્ડ એના જેવું કંઈક એક્ટ, પસાર કરવાની છે. આ બે કાયદા અમલમાં આવ્યા તો, આખો ધંધો અંડરગ્રાઉન્ડ થઈ જશે.'

'હેરોઈન માટે વધારાની સપ્લાય ચેઈન બનાવવાની શરૂઆત કરી નાખ,' અરબાઝે કહ્યું. 'જમીનનું કેવું ચાલે છે?' અરબાઝે પૂછ્યું.

'બહુ જ સરસ,' રાજુએ કહ્યું.' આ કામગાર નેતા દત્તા સામંતે મિલ-માલિકોના દિલમાં ડર પેદા કરી દીધો છે. આખેઆખો કાપડ ઉદ્યોગ હડતાળ પર ઉતરી જાય. એવી પૂરેપૂરી શક્યતા છે. આપણે મિલ-માલિકો સાથે જમીનનો સોદો બજાર ભાવ કરતાં ત્રણ ગણા ઓછા દરે કરી રહ્યા છીએ. એ દરમિયાન, એરપોર્ટ નજીકની ખાલી જગ્યા પર આપણા ઝૂંપડપટ્ટીઓના દાદાઓ સાથે મળીને કબજો કરી રહ્યા છીએ.'

'સરસ,' અરબાઝે કહ્યું. 'અને મુરલી? તારી પાસે કંઈ કહેવા જેવું છે?'

'તારે સારા સમાચાર જાણવા છે કે ખરાબ સમાચાર?' મુરલીએ પૂછ્યું.

'સારૂં શું છે?' અરબાઝે પૂછ્યું.

'આપણા વીસ મૂડીરોકાણોમાં આપણા હાથમાં સોનું જ આવ્યું છે. તારી કંપની અનેક બહુ મોટી કૉર્પોરેશન્સમાં મોટી શૅરધારક છે. આમાંની

કેટલીકમાં, હું તારા વતી બૉર્ડ ઑફ ડિરેક્ટર્સમાં સ્થાન ધરાવું છું. અનેક નવા ઉદ્યોગ સાહસોમાં પણ આપણે રોકાણ કરવાના છીએ. પુણેમાં ઈન્ફોસીસ નામની એક નાની કંપની શરૂ થઈ છે. સંભવિત તક તરીકે આપણે તેના પર નજર રાખી રહ્યા છીએ.'

'નાણાંની બાબતમાં?' અરબાઝે પૂછ્યું.

'આ વર્ષે આપણી મૂડીની મૂલ્યવૃદ્ધિ ત્રણ કરોડ કરતાં વધુની છે,' મુરલીએ કહ્યું. 'એક વાત ધ્યાનમાં રાખજે બીએસઈ ઈન્ડેક્સ ફક્ત 227 છે. મારી પોતાની આગાહી છે કે આવતા દસ વર્ષમાં આ ઈન્ડેક્સ દસ ગણો વધી જશે. આપણે બધા બહુ મોટો લાભ મેળવવાના છીએ. બીજા સારા સમાચાર એ છે કે સરકાર સ્પેશિયલ બૅરર બૉન્ડની જાહેરાત કરવાની પ્રક્રિયામાં છે, જે તમને તમારી બિનહિસાબી રોકડ સફેદ કરવાની તક પૂરી પાડે છે.'

'તો ખરાબ સમાચાર શું છે?' અરબાઝે પૂછ્યું.

'બ્રૅઈડ ઈન્વેસ્ટમેન્ટ લિમિટેડના માલિક દ્વારા આપણે ઠગાયા છીએ. તેનું નામ છે અરવિંદ બગડિયા. આપણે લગભગ ત્રીસ લાખ જેવી રકમ ગુમાવી છે.'

'આ નામ ક્યાંક સાંભળ્યું હોય એવું લાગે છે,' અરબાઝે કહ્યું. પછી તેને હૈદરાબાદની ફ્લાઈટ અને બગડિયા ગેસ્ટ હાઉસમાં ઉતારો યાદ આવ્યો.

'આપણે આટલી મોટી રકમ કઈ રીતે ગુમાવી?' અરબાઝે પૂછ્યું.

'આપણે કુરબાની હોટેલ્સ લિમિટેડ નામની કંપનીમાં રોકાણ કર્યું હતું. અફવા એવી હતી કે આ કંપનીને દિલ્હીમાં એક આકર્ષક હોટેલ પ્રૉજેક્ટ મળવાનો છે. આપણે તેમાં એમ વિચારીને ઉતર્યા હતા કે આ ટૂંકા ગાળાનું સારૂં રોકાણ સાબિત થશે, આપણે એ સમજી શકવામાં નિષ્ફળ રહ્યા કે, આ તો મિ. બગડિયાની ઠગાઈની એક યોજના હતી.'

'તું તેને કેટલી સારી રીતે જાણે છે?' અરબાઝે પૂછ્યું.

'આપણે તેની કંપની બ્રૅઈડ ઈન્વેસ્ટમેન્ટ્સ લિમિટેડમાં રોકાણ કર્યું હતું. માણસ સ્માર્ટ છે – અસાધારણપણે હોંશિયાર છે. તું માનીશ, એની કંપનીની એજીએમમાં તો મેં તેના વખાણ પણ કર્યા હતા.'

'બિઝનેસ એ બિઝનેસ છે, મુરલી,' અરબાઝે કહ્યું. 'શાંત થઈ જા.'

'અરબાઝ, આપણે ઘણા પૈસા ખોયા છે. તારા પૈસા! અને આ નુકસાન થયું કેમ કે મેં પેલા હરામખોર બૅન્કરની વાત સાચી માની કે, કુરબાની ટૂંકા ગાળામાં મોટો નફો રળી આપશે.'

'ગાંડા જેવી વાત ન કર,' અરબાઝે કહ્યું. 'આપણે એને સીધો કરશું.'

'કઈ રીતે?' મુરલીએ પૂછ્યું.

'તારી રીતે કે મારી રીતે?' અરબાઝે પૂછ્યું.

'તું શું કહેવા માગે છે?' મુરલીએ પૂછ્યું.

'તારો રસ્તો એટલે આપણે આપણા પૈસા નફા સાથે પાછા મેળવવાનો માર્ગ શોધી કાઢવાનો. મારો રસ્તો એટલે હું તેનાં હાડકાં તોડાવી નાખીશ અથવા તેના ઘરવાળાને તેનું શબ મળે એવું કરીશ.'

'અઅ.. મને લાગે છે કે આ વખતે મારો રસ્તો જ સારો રહેશે. આપણે આપણી કંપનીન શાખ જાળવવાની અને તેનું રક્ષણ કરવાની પણ જરૂર છે,' મુરલીએ તરત જ કહ્યું.

'સરસ,' અરબાઝે કહ્યું. 'તો તારી પાસે કોઈ પ્લાન છે?'

'હું જો તેની કંપનીના શૅર, બજારમાં વેચવા મૂકી દઉં તો, તેના શૅરનાં ભાવ ગગડી જશે,' મુરલીએ કહ્યું.

'પણ આનાથી તને કોઈ ફાયદો તો નહીં જ થાય ને?' અરબાઝે પૂછ્યું. 'ના, મારૂં સૂચન છે કે તું મિ. તિવારીને જઈને મળ.'

'એ કોણ છે?' મુરલીએ પૂછ્યું.

'ઈન્કમ ટેક્સના ચિફ કમિશનર, એરપોર્ટ પર ભૂતપૂર્વ પોલીસ કમિશનર દુબેને સીધો કરવામાં જેમણે મદદ કરી હતી તે,' અરબાઝે જવાબ આપ્યો. 'આપણે મિ. બગડિયાને પાઠ ભણાવવો પડશે.'

'પણ મિ. તિવારી કામ કરશે?' મુરલીએ પૂછ્યું.

'મોટા ભાગના સરકારી નોકરો બગડેલી ગન જેવા હોય છે,' અરબાઝે જવાબ આપ્યો.

'હં?'

'તેઓ કામ કરતા નથી અને તમે તેમને ફાયર (નોકરીમાંથી બરતરફ) કરી શકતા નથી. આમ છતાં, પ્રયાસ કરી જોઈએ,' અરબાઝે કહ્યું.

મુરલી હસી પડ્યો. 'તારા ચહેરા પર હાસ્ય છે. બોલ, તારા મગજમાં શું ખિચડી રંધાઈ રહી છે?'

'આ સ્કીમનું નામ છે પીએલપીએલપીએલ,' અરબાઝે કહ્યું.

'પીએલપીએલપીએલ?' મુરલીએ પૂછ્યું.

'તને યાદ છે, મને આર્થર જેલમાંથી છોડાવવા માટે તું કલકત્તાથી એક પારસી વકીલ લાવ્યો હતો?' અરબાઝે પૂછ્યું.

'દારિયસ દસ્તુર?' મુરલીએ પૂછ્યું.

'હા એ જ. હું તેના સંપર્કમાં છું. તેણે મારી ઓળખાણ એક એવી વ્યક્તિ સાથે કરાવી જે બૉમ્બે પારસી પંચાયતના રેકોર્ડ્ઝ રાખે છે.'

'શેના માટે?'

'તે માણસ *પાયદસ્તની યાદી* રાખે છે,' અરબાઝે કહ્યું.

'આ શેની યાદી છે?' મુરલીએ પૂછ્યું.

'પાયદસ્તની યાદી એટલે મરણનોંધ. પારસી કોમમાં રોજે રોજ થતાં મરણોની યાદી,' અરબાઝે કહ્યું. 'એ માણસ મને માહિતી આપે છે.'

'હું પૂછી શકું, શા માટે?'

'તને ખબર છે કે, નવ જમીનમાલિકો ભેગા મળીને બૉમ્બેની પાંચમા ભાગની જમીનની માલિકી ધરાવે છે?' અરબાઝે પૂછ્યું.

'ખરેખર?'

'આમાંના છ મોટા જમીનમાલિકો છે ગોદરેજ એન્ડ બૉય્સ, બેરામજી જીજીભોય ગ્રુપ, એ.એચ.વાડિયા ટ્રસ્ટ, એફ. ઈ. દિનશા ટ્રસ્ટ, હીરજીભાઈ દિનશા બિલિમોરિયા અને જીજીભોય અરદેશીર. આ બધા વચ્ચે શું સામ્ય છે? આ બધા જ પારસી છે.'

'આ કેવી રીતે થયું?'

'લોકોને બૉમ્બે તરફ આકર્ષવા માટે ઈસ્ટ ઈન્ડિયા કંપનીએ જમીન ભેટમાં આપવાનું શરૂ કર્યું હતું. સમૃદ્ધ પારસી વેપારીઓને જમીનના મોટા મોટા ટુકડા ભેટ તરીકે તો મળ્યા જ પણ સાથે જ તેમણે પોતાના નફાની રકમનો ઉપયોગ વધુ જમીન મેળવવા માટે કર્યો. આ જમીન પેઢી દર પેઢી વારસામાં અપાતી આવી છે,' અરબાઝે સમજાવ્યું.

'પણ આ બાબતથી આપણને શો ફાયદો?' મુરલીએ પૂછ્યું.

'ભારતની પારસી વસ્તી ઘટી રહી છે,' અરબાઝે કહ્યું. 'અત્યારે તેમની વસ્તી 72,000 કરતાં પણ ઓછી છે. વીસ વર્ષ પહેલા આ આંકડો એક લાખની ઉપર હતો. આનું પરિણામ એ આવ્યું કે અનેક પારસી વિધવાઓ એકલવાયું જીવન ગાળે છે. હું તેમને અવારનવાર મળતો રહું છું, તેમની સાથે ચા પીતાં પીતાં વાતો કરું છું અને ક્યારેક તેમના માટે ભેટ પણ લઈ જાઉં છું. તેઓ મને દીકરા તરીકે સંબોધે છે અને મારા પર વિશ્વાસ રાખે છે.'

'આ બધું તું તારા દિલની ઉદારતાને કારણે કરે છે?' મુરલીએ ભાવનાશૂન્ય થઈને પૂછ્યું.

'હા,' અરબાઝે જવાબ આપ્યો. 'એટલું જ નહીં, એ વાત પણ યાદ રહે કે કુર્લા, ભાંડુપ, વિક્રોલી, દેવનાર, મલાડ અને ગોરેગાંવમાં વિશાળ જમીનો અને હા, કેટલીક અદભુત હેરિટેજ પ્રૉપર્ટીઝ પણ તેમની માલિકીની છે. તેઓ આ મિલકત વારસામાં આપવા તૈયાર હોય છે, હું એકમાત્ર એવી વ્યક્તિ હોઉં છું જેનું નામ તેઓ પોતાની છેલ્લી વસિયતમાં ઉમેરવા માગતા હોય છે. તેમનાં સંતાનો આ એકલી સ્ત્રીઓની પરવા ભાગ્યે જ કરતા હોય છે. આથી જ મારા કાર્યક્રમનું નામ છે પીએલપીએલપીએલ.'

'પણ આ ટૂંકાક્ષરોનો કોઈ અર્થ તો હશે જ ને?' મુરલીએ પૂછ્યું.

'પ્રૉપર્ટીઝ ઑફ લોન્લી પારસી લૅડિઝ પ્રાયવેટ લિમિટેડ,' અરબાઝે આંખ મિચકારતાં કહ્યું.

'મને ત્રણ સંકોચનો થયા છે,' ટીવી સામે ચોંટેલા અરબાઝને પરોમિતાએ કહ્યું. એ ટીવી પર કશું જ જોઈ રહ્યો નહોતો. સિન્કલેર ઝેડએક્સ81 નામનું તેની પાસેનું એક નાનકડું યંત્ર ટેલિવિઝન સાથે જોડાયેલું હતું અને થ્રીડી મૉન્સ્ટર મૅઝ નામની ગૅમ તે રમી રહ્યો હતો. તેના સ્મગ્લર્સે આ ગેજેટ્સ મોટા પ્રમાણમાં લાવવાનું શરૂ કરી દીધું હતું, જેને લોકોએ પર્સનલ કૉમ્પ્યુટર જેવા નામે ઓળખતા હતા અને અત્યારે હાજી અલી ખાતેના નવા હીરા પન્ના શૉપિંગ સેન્ટરમાં ગરમાગરમ ભજિયાંની જેમ વેચાઈ રહ્યા હતા.

અરબાઝ કૉમ્પ્યુટર સામે ચોંટી જ રહ્યો. તે એક ચક્રવ્યૂહ જેવા ચોરસમાં ફસાયો હતો, જ્યાંથી બહાર નીકળવાનો એક માત્ર માર્ગ હતો અને તેના

પાછળ કિન્નાખોર દુશ્મન જેવો એક ટાયરાનોસોરસ રેક્સ પડ્યો હતો. અરબાઝનું બધું જ ધ્યાન એ ચક્રવ્યૂહનો રસ્તો કાપી, પાછળ પડેલા દુશ્મનનો કોળિયો બની ગયા વિના, બહાર જવાના એક માત્ર રસ્તાથી નીકળી જવા પર કેન્દ્રિત હતું. આ કામ એવું હતું જે અરબાઝ પોતાના ધંધામાં રોજેરોજ કરતો હતો.

'મને ત્રણ સંકોચનો થયા છે,' પરોમિતાએ ફરીવાર કહ્યું. આ વખતે અરબાઝે ઉપર જોયું.

'શું? તેં મને પહેલા કેમ ન કહ્યું?' તે બોલ્યો. ઝેડએક્સ81 એક તરફ ખસેડતા, અરબાઝ પરમિતાને લઈને તેમના કોલાબાના ઘરેથી કાર હંકારીને બૉમ્બે હૉસ્પિટલ લઈ આવ્યો, તે કાર એ રીતે ચલાવી રહ્યો હતો જાણે કે તે કોઈના ઓછાયા હેઠળ ન આવી ગયો હોય.

'તું ઠીક તો છે ને?' પરોમિતાને કારની બહાર નીકળવામાં મદદ કરતા અરબાઝે પૂછ્યું.

પરોમિતાએ સ્મિત કર્યું. 'રિલેક્સ, અરબાઝ, સંકોચનો બહુ હળવા હતા અને હજી વાર છે. આપણે અહીં સમયસર પહોંચી ગયા છીએ.'

પરોમિતાને મેટર્નિટી વિંગમાં દાખલ કરવામાં આવી હતી અને થોડાક કલાકો બાદ તેને ડિલિવરી રૂમમાં લઈ જવામાં આવી. તેનો ગાયનેકોલૉજિસ્ટ બૉમ્બેનો સૌથી શ્રેષ્ઠ, એક યુવાન મહારાષ્ટ્રિયન ડૉક્ટર હતો, જેનો દેખાવ એકાદ બૉલીવૂડ સ્ટાર જેવો હતો.

'મારૂં સૂચન છે કે તમે બહાર રાહ જુઓ, મિ.શેખ,' તેણે અરબાઝને કહ્યું. ડિલિવરી રૂમમાં વ્યગ્ર પતિની હાજરી એ છેલ્લી બાબત હતી જેની ડૉક્ટરને જરૂર હોય.

તેણે તરત જ પરોમિતાને ડિલિવરી ટેબલ પર સૂવડાવવા નર્સોને કહ્યું અને પરોમિતાને તેણે ઊંડા શ્વાસો લેવાની તથા જોર લગાડવાની સલાહ આપી. પોતાના ગર્ભાશયમાં તીવ્ર સંકોચન થઈ રહ્યું હોવાનું તેણે અનુભવ્યું અને સ્નાયુઓ પર ઉગ્ર દબાણ થતાં તે બરાડી ઊઠી

ડૉક્ટરે નર્સને તેના ચહેરા પર ઠંડા પાણીના ટુવાલથી હળવા હાથે થાબડવા કહ્યું. 'એક ક્ષણ માટે થોભી જાવ, એક ઊંડો શ્વાસ લો, સંકોચન માટે રોકાવ અને પછી ફરીથી જોર લગાડો.'

ડૉક્ટરે કહ્યા મુજબ પરોમિતાએ ઊંડો શ્વાસ લીધો. પછી તેણે અડગ

હાવભાવ સાથે જોર લગાડવાની શરૂઆત કરી. 'મને માથું દેખાય છે,' ડૉક્ટરે કહ્યું.

નીચેની તરફ ચહેરા સાથે બાળક બહાર આવ્યું. 'બાળક ખભા સુધી બહાર આવી ગયું છે,' ડૉક્ટરે કહ્યું. 'મને હવે તમારા તરફથી વધુ એક લાંબા અને જોરદાર ધક્કાની જરૂર છે.'

પરોમિતાએ અસ્પષ્ટ અવાજ કાઢ્યો અને તેનું બાળક બહાર આવ્યું. ખભાથી પાછળનું તેનું શરીર સરળતાથી સરકી ને બહાર આવી ગયું હતું. 'સૌથી પહેલા તો પ્લેસેન્ટા દૂર કરીએ અને પછી ગર્ભનાળને અલગ કરી નાખીએ એટલે આપણું કામ પૂરું.'

દસ મિનિટ બાદ, ડિલિવરી રૂમમાંથી બહાર નીકળતા ડૉક્ટરે એક નાનકડું પોટલું અરબાઝના હાથમાં આપ્યું. 'તમારા ઘરે નાનકડી સુંદર દીકરી પધારી છે, કૉન્ગ્રેચ્યુલેશન્સ!'

તેની દીકરીની આંખો ખૂલી ગઈ અને તેના ચહેરાનો એક ખૂણે કરચલી પડી, જાણે કે બાળકી અરબાઝને જોઈને સ્મિત કરી રહી હતી. એ દિવસે પોતાના જીવનમાં અરબાઝ બીજી વખત પ્રેમમાં પડ્યો.

ફેરલૉન હોટેલ પાસે પોતાને ડ્રૉપ કરવા અભિલાષાએ ડ્રાઈવરને કહ્યું. આ હોટેલ 1783થી મેડગે લેન અને સદર લેનના જંક્શન પર ઊભી હતી પણ અરવિંદ અહીં ખાસ આવતો નહોતો. આ હોટેલ પસંદ કરવા પાછળ અભિલાષાનું એક કારણ એ પણ હતું કે અહીં ઝાઝા પ્રશ્નો પૂછાતા નહોતા.

તેણે રિસેપ્શનની અવગણના કરી અને ઝડપથી બીજા માળે પહોંચી ગઈ. તેણે દરવાજા પર ટકોરો માર્યો અને તરત જ કોઈએ તે ખોલ્યો. તે અંદર પ્રવેશી અને તેને વીંટળાઈ વળી.

'મેં તને બહુ મિસ કર્યો,' અભિલાષા બોલી.

'મેં પણ,' અભિલાષાને ચુંબન કરતા તેણે કહ્યું.

પુરુષના હાથ અભિલાષાના નિતંબના ઊભાર તરફ સરકી રહ્યા હતા અને આ બંને એકમેકના ઉત્કટ આલિંગનમાં વીંટળાયેલા હતા. 'હું રાહ જોઈ શકું એમ નથી,' અભિલાષા પોતાની સાડી ઉતારી શકે એ માટે તેને પોતાનાથી અળગી કરતા તે બોલ્યો.

અભિલાષા તેની ઉત્કટતા અને હૂંફને માણી રહી હતી. તેની હાજરી માત્રનો આનંદ જાણે કે તે માણી રહી હતી. તેને ઉત્તેજના, સાહસ, યૌવન અને સૅક્સી જેવી લાગણીઓ એક પછી એક અનુભવાઈ. પોતે અરવિંદને દગો આપી રહી હતી એ બાબતે અપરાધની લાગણી પણ તેને થઈ.

પણ પછી તેને આ લાંબી રાતો યાદ આવી, જ્યારે તેની રાહ જોતાં રડી રડીને સૂઈ જતી. તેને સંતાનોના જન્મ બાદના દિવસો યાદ આવ્યા જ્યારે તેને અરવિંદની ખૂબ જરૂર હતી અને અરવિંદે તેની અવગણના કરી હતી. તેને એ પારિવારિક વેકેશન યાદ આવી ગયા, જે અરવિંદે બિઝનેસને લગતા કામને કારણે છેક છેલ્લી ઘડીએ રદ કરી નાખ્યા હતા અને એ ફિલ્મો જે તેણે એકલીએ જોઈ હતી.

'શેનો વિચાર કરી રહી છે?' પોતાના શર્ટના બટન ખોલતાં તેણે પૂછ્યું.

'કંઈ જ નહીં,' અભિલાષાએ સ્મિત સાથે, તેનાં કપડાં ઉતારવામાં મદદ કરતા કહ્યું

પરોમિતા નાનકડી અલિશાને ધવડાવી રહી હતી. તે થાકેલી દેખાતી હતી અને તેની આંખો ઊંઘરેટી લાગતી હતી. અલિશાએ તેને આખી રાત જગાડી હતી.

અરબાઝે ખાખી ટ્રાઉઝર અને લીનનું ઢીલું શર્ટ પહેર્યું હતું. તેના હાથમાં ફૂલોનો ગુચ્છો અને ચોકલેટનું બૉક્સ હતું.

પરોમિતાએ તેની તરફ જોયું. નહાઈને તરત જ બહાર નીકળેલો અને તૈયાર થયેલા અરબાઝને જોઈને લાગતું હતું કે જાણે તે કોઈક પ્રેયસીને મળવા જઈ રહ્યો હતો, આ જોઈને પરોમિતાને ચીસ પાડી ઊઠવાનું મન થઈ આવ્યું.

'ક્યાં ઉપડી સવારી?' પરોમિતાએ પૂછ્યું.

'પ્રૉપર્ટીનો સોદો,' અરબાઝે જવાબ આપ્યો.

'હાથમાં ફૂલો અને ચોકલેટ લઈ ને?' અલિશાને પોતાના હાથમાં સંભાળતા તેણે કહ્યું.

અરબાઝ હસી પડ્યો. 'ઈર્ષ્યા?' તેણે પૂછ્યું. પરોમિતાને રીસ ચડી રહી હોવાનું તે જોઈ શકતો હતો.

તેણે ફૂલો તથા ચોકલેટ નીચે મૂક્યા અને પરોમિતા જે આરામખુરશી પર અલિશાને ધવડાવી રહી હતી એ તરફ ગયો.

'મારા જીવનમાં બે અત્યંત સુંદર છોકરીઓ છે,' પરોમિતાની બાજુમાં ઘૂંટણિયે બેસતાં તે ગણગણ્યો. 'મને હવે વધુ એકની જરૂર નથી.'

'તો પછી આ ચોકલેટ અને ફૂલો કોના માટે છે?' પરોમિતાએ શંકાપૂર્વક પૂછ્યું.

'તેમનું નામ છે મિસિસ ગુલનાઝ બાટલીવાલા,' અરબાઝે જવાબ આપ્યો. 'અમે હાથ ધરેલી સામાજિક પહેલનો તેઓ હિસ્સો છે. આ પહેલનું નામ છે પીએલપીએલપીએલ.'

અરબાઝ અને પરોમિતા આરે મિલ્ક કૉલોનીમાં કારની બહાર નીકળ્યા ત્યારે અલિશાને અરબાઝે પોતાના હાથમાં ઉપાડી હતી. ગોરેગાંવ ઈસ્ટ સુધીની આ ડ્રાઈવ ખાસ્સી લાંબી હતી, પણ આ પ્રવાસ આવી ડ્રાઈવને લાયક પણ હતો. બગીચાઓ, તળાવો, રેસ્ટારાંઝ અને નિરીક્ષણ કરવા માટેનું પેવેલિયન, પિકનિક સુવિધાઓ ઉપરાંત 16,000 ઢોર આ બધું જ 1,287 હેક્ટર જમીન પર ફેલાયેલું હતું, માણસ હજી બૉમ્બેમાં જ છે, એ બાબત ભૂલાવી દેવા માટે આ બધું પૂરતું હતું.

પિકનિક પર જવાનો વિચાર પરોમિતાનો હતો. ખાણીપીણીની ચીજો ધરાવતી બાસ્કેટ સાથે અલિશાની જરૂરી ચીજ-વસ્તુઓનો એક થેલો તેણે તૈયાર કર્યો હતો. પિકનિક પર જવાના વિચારને પગલે અરબાઝ પણ ઉત્સાહિત હતો અને મહારાષ્ટ્રના સાર્વજનિક બાંધકામ ખાતામાંના પોતાના સંપર્કોનો ઉપયોગ કરી, સામાન્ય માણસોનો પ્રવેશ જ્યાં વર્જિત હતો એવા વિસ્તારોમાં જવાની મંજૂરી તેણે મેળવી હતી.

અરબાઝના બૉડી ગાર્ડ્સને તેનાથી દૂર રહેવાની કડક સૂચના અપાઈ હતી. રાજુએ અરબાઝના આ સૂચનને તરત જ નકારી કાઢ્યું હતું. 'રંગરાજન પિલ્લાઈએ બૉડીગાર્ડ્ઝને પોતાનાથી દૂર રહેવા કહ્યું હતું ત્યારે શું થયું હતું એ યાદ છે ને? તેની નજરથી દૂર રહેજો પણ તમારી ચોકસાઈ અને સતર્કતા પૂરેપૂરી હોવી જોઈએ. કોઈએ જો અરબાઝના રૂંવાંને પણ સ્પર્શ કર્યો છે, તો હું તમને બધાને શૂટ કરી નાખીશ. મારી વાત સમજાય છે ને?'

અરબાઝ અને પરોમિતા નરમ ઘાસ પર બેઠા અને અલિશાને તેમણે કઠેડાવાળા પારણામાં મૂકી હતી. તેઓ હજી તો બેઠા જ હતા ત્યાં દૂરથી કોઈ બાળકીની તીણી લાંબી ચીસ સંભળાઈ.

'પાપા, જુઓ પરોમિતા!' એક બાળકી પેડ અને પેન લઈને પરોમિતા પાસે દોડી આવી, અને ઓટોગ્રાફ આપવા વિનંતી કરવા લાગી. હજી તો તેઓ કંઈ સમજે એ પહેલા તો તેઓ પરોમિતાના ચાહકોથી ઘેરાઈ ગયા હતા.

અરબાઝના બૉડી ગાર્ડ્સ તરત જ ત્યાં દોડી આવ્યા, પણ અરબાઝે તેમના તરફ કરડી નજરે જોઈ તેમને ત્યાંથી જતાં રહેવાનો ઈશારો કર્યો. કાગળની ચબરખી, શર્ટ અને હાથ પર ઓટોગ્રાફ આપતી વખતે પરોમિતા બહુ જ ખુશ હતી. અરબાઝે તેની તરફ જોયું અને સ્મિત કર્યું. ચાહકોનું ટોળું વિખેરાઈ ગયું ત્યારે અરબાઝે પરોમિતાને કહ્યું, 'થૅન્ક્સ જાન.'

'થૅન્ક્સ? શેના માટે?' નાસ્તાની બાસ્કેટ ખોલતાં પરોમિતાએ પૂછ્યું.

'મારા માટે આ બધું છોડી દેવા બદ્દલ,' અરબાઝે કહ્યું. 'જીવતો હોય એવો હું કદાચ સૌથી નસીબદાર માણસ છું.'

'મને લાગે છે કે તારે આ વાક્યમાંથી *કદાચ* શબ્દ કાઢી નાખવાની જરૂર છે,' પરોમિતાએ તેને સેન્ડવિચ આપતા, રમૂજમાં કહ્યું.

અરબાઝે ચહેરા પર ગંભીર ભાવ સાથે તેની તરફ જોયું. 'મારા જીવનમાં મને માત્ર બે જ ગુરુ મળ્યા છે.'

'કોણ-કોણ?' પરોમિતાએ પૂછ્યું.

'અબ્દુલ દાદા અને તું,' તેણે જવાબ આપ્યો.

'તું અબ્દુલ દાદા સાથે મારી સરખામણી કઈ રીતે કરી શકે?' તેના આ નિવેદનથી લગભગ રોષે ભરાયેલી પરોમિતાએ પૂછ્યું.

'તેમણે મને શીખવ્યું કે લોકો તમારાથી ડરે એ માટે શું કરવું. અને તેં મને શીખવ્યું કે પ્રેમ કઈ રીતે આપવો અને કઈ રીતે મેળવવો.'

ઈન્કમ ટેક્સના મુખ્યાલયની વિશાળ ઑફિસમાં મિ. સુશીલ તિવારીએ મુરલીની વાત ધીરજપૂર્વક સાંભળી લીધી. તેઓ બૉમ્બેમાં ચિફ કમિશનર ઑફ ઈન્કમ ટેક્સ હતા. આ સર્વોચ્ચ પદ પર પહોંચતા પહેલા તેમણે ઈન્ડિયન રેવન્યુ સર્વિસમાં ત્રીસ વર્ષ સેવા આપી હતી.

હેન્ગઓવરને કારણે તેમનું માથું ફાટફાટ થઈ રહ્યું હતું અને આ દુઃખાવાને દૂર કરવા તેઓ પોતાનાં લમણાં દબાવી રહ્યા હતા. ગઈ રાત્રે પ્રૅસિડન્ટ હોટેલમાં જગજીત સિંહ અને ચિત્રા સિંહની ગઝલનો કાર્યક્રમ હતો. મિ. તિવારી ધોળા બાસ્તા જેવા ગાદલા પર બેઠા હતા અને આ ગાયક યુગલ તેમની મનપસંદ ગઝલ *'આહિસ્તા આહિસ્તા'* રજૂ કરી રહ્યા હતા ત્યારે તેઓ વ્હિસ્કીના એક પછી એક પૅગ ઠપકારી રહ્યા હતા. ધીરે ધીરે આગળ વધવાની સલાહની તિવારી સદંતર અવગણના કરી રહ્યા હતા. જગજિત સિંહ અને વ્હિસ્કી આ સંયોજન મિ. તિવારી માટે શક્તિવર્ધક જેવું હતું. એમ તો, પંકજ ઉધાસ અને વ્હિસ્કીનું સંયોજન પણ આવું જ કામ કરતું. અથવા તો ગુલામ અલી અને વ્હિસ્કી. વ્હિસ્કી સાથે તેમને ગમે તે ચાલી જતું.

તિવારીના ઉદયમાં વિવાદોનો બહુ મોટો ફાળો હતો મોટા ઉદ્યોગ ગૃહોના ઈન્કમ ટેક્સને લગતા મામલાઓ પર નજર રાખવા માટે 1972માં ડિરેક્ટોરેટ ઑફ ઈન્સ્પેક્શનમાં જ ખાસ ઘડવામાં આવેલી વિશેષ શાખાનો તેઓ હિસ્સો હતા. એ વખતે એવી અફવાઓ હતી કે ડિપાર્ટમેન્ટની આતંરિક માહિતી કેટલાક કૉર્પોરેટ જૂથોને પહોંચી જતી હતી, જો કે, આમાંના એક પણ આક્ષેપનો રેલો તિવારી સુધી પહોંચ્યો નહોતો. 1978માં ડિરેક્ટોરેટ ઑફ વિજિલન્સ નામથી ઓળખાતા એક નવા ડિરેક્ટોરેટની જવાબદારી પણ તેમને સોંપવામાં આવી હતી, પણ તેનું મોટા ભાગનું કામ તેમના તરફથી મળેલા નિર્દેશોને કારણે ટલ્લે ચડી ગયું હતું. અહીં પણ, તેમની સામે ક્યારેય કોઈ પગલાં લેવાયાં નહોતાં.

ઈન્ડિયન રેવન્યુ સર્વિસમાં મિ. તિવારીની બિનઅવરોધ ચડતીનું કારણ એ હતું કે બધી જ યોગ્ય જગ્યાએ બેઠેલા લોકો તેમના મિત્રો હતા. રેવન્યુ સેક્રેટરી અથવા સેન્ટ્રલ બૉર્ડ ઑફ ડાયરેક્ટ ટેક્સીસના ચેરમેન જેવાં પદો પરના અનેક લોકોને મિ. તિવારીએ એકાગ્રતાપૂર્વક પૂરતી માવજત લઈ ને તૈયાર કર્યા હતા. તેમની પ્રતિષ્ઠા ડિપાર્ટમેન્ટમાં એવા માણસ તરીકેની હતી જે તમારાં કામ કરાવી શકે એમ હતો. બાળક માટે સ્કૂલ એડમિશનની જરૂર હોય, મિ. તિવારીનો સંપર્ક કરો એટલે કામ થઈ જ જાય. ટેલિફોનનું જોડાણ આઉટ-ઑફ-ટર્ન મેળવવું હોય, મિ. તિવારી આ કામ પણ પાર પાડી શકે એમ હતા. કોઈ મોટી હૉસ્પિટલના સિનિયર ડૉક્ટર સાથેની એપોઈન્ટમેન્ટ ન

મળતી હોય, મિ. તિવારી એક ફોન કૉલ પર તરત જ એપોઈન્ટમેન્ટ ગોઠવી આપતા, મિ. તિવારી એક પ્રકારના જાદુગર હતા.

આ બધા પાછળ મિ. તિવારીની કોઈ સિક્રેટ ફૉર્મ્યુલા હોય તો એ હતો અબ્દુલ દાદા. મિ. તિવારી સાથે સંબંધ બાંધવાની અને જાળવવાની દરકાર દાદાએ લીધી હતી કેમ કે તેઓ એ વાતની તકેદારી રાખવા માગતા હતા કે તેમના ઘર કે ઑફિસો પર ક્યારેય આવકવેરા ખાતાના દરોડો ન પડે. આમ પણ મોટા ભાગના અધિકારીઓ તેમની જગ્યાઓ પર દરોડો પાડતાં ગભરાતા હતા, આમ છતાં પોતાનો એક માણસ ડિપાર્ટમેન્ટમાં હોય તો એનાથી હંમેશા મદદ મળી રહેવાની. વાસ્તવમાં, અબ્દુલ દાદા પર તવાઈ લાવવાના કોઈ પણ પ્રયાસમાં મિ. તિવારી લગભગ તરત જ આડખીલી બનીને ઊભા રહી જતા. મિ. તિવારી દાદાના પાંચ પાંડવોમાંના એક હતા – પોલીસ, ઈન્કમ ટેક્સ, મ્યુનિસિપલ કૉર્પોરેશન, ન્યાયતંત્ર અને ઈશ્વર- પોતાની તરફેણમાં આ પાંચ લોકો હંમેશા હોવા જોઈએ એવું અબ્દુલ દાદા ઈચ્છતો.

'આ પાંચ ચોક્કસ લોકો જ શા માટે?' અરબાઝે એકવાર પૂછ્યું હતું. દાદાએ જવાબ આપ્યો હતો કે, 'પોલીસ આપણી ભાગીદાર છે. તેમના વિના આપણે આપણો ધંધો ચલાવી શકીએ નહીં. આવકવેરા ખાતાના લોકો આપણા ભાગીદાર બનવાની પ્રતિક્ષામાં હોય છે. તેમને આપણા ધંધાની આવકનો મોટો હિસ્સો જોઈતો હોય છે, પણ આપણને તેમની જરૂર હોતી નથી, આથી આપણે અવારનવાર તેમના તરફ કેટલાંક બટકાં ફેંકી દઈએ છીએ, જેથી તેઓ દૂર રહે. મ્યુનિસિપલ સત્તાવાળા એવા ભાગીદાર છે જેની આપણને જરૂર છે. તેઓ આપણને જમીન અતિક્રમણ દ્વારા અમાપ સમૃદ્ધિ અપાવી શકે છે, પણ આપણે તેમને રીઝવવા પડે છે. ન્યાયતંત્ર એ ગુસ્સાવાળો ભાગીદાર છે, જેને કશું જ મળતું નથી. આપણે આ ભાગીદારને શાંત રાખવાની જરૂર હોય છે, જેથી તે આપણને નુકસાન ન પહોંચાડે.'

'અને ઈશ્વર?' અરબાઝે પૂછ્યું હતું.

'એ સિનિયર પાર્ટનર છે. તેમના આશીર્વાદ અને સંમતિ વગર, પાંદડું ય હલી શકે નહીં.'

મિ. તિવારી ધ્યાનપૂર્વક દસ્તાવેજોનો અભ્યાસ કરી રહ્યા હોવાનું મુરલી જોઈ રહ્યો હતો. 'તેણે જ જો આ બધું કર્યું હશે, તો આમાંથી થયેલો નફો ચોપડામાં નોંધવા જેટલો મૂરખ તો તે નહીં જ હોય. આ વહેવાર સંપૂર્ણપણે *બેનામી* હશે,' મિ. તિવારીએ કહ્યું.

'ચોક્કસપણે એવું જ છે,' મુરલીએ કહ્યું. 'એટલે જ તો હું તમારી પાસે આવ્યો છું.'

'આ દસ્તાવેજો મારી પાસે મૂકી જાવ,' મિ. તિવારીએ કહ્યું. 'હું કંઈકને કંઈક તો શોધી જ કાઢીશ. અરબાઝભાઈને કહેજો કે તેઓ ચિંતા ન કરે. હું હંમેશા રસ્તા શોધી જ લઉં છું.'

ચંદર લાખોટિયા ઊર્ફે પાન મસાલાની ઑફિસ, કાલબાદેવી નામના હિન્દુ દેવીના નામ પરથી જેનું નામ પડ્યું હતું એ ગીચ વિસ્તાર કાલબાદેવી રોડ પર હતી. અહીં ઝવેરીઓ, યાર્નનના વેપારીઓ અને સ્ટીલના વાસણના સેંકડો ધંધાર્થીઓના વેપાર-ધંધા ચાલતા.

મેટ્રો સિનેમા નજીકથી શરૂ થતો કાલબાદેવી રોડ છેક ભુલેશ્વર રોડ અને ખેતવાડી રોડ સુધી ફેલાતો હતો. બૉમ્બેની જથ્થાબંધ કાપડની બજારો મૂલજી જેઠા માર્કેટ, મંગલદાસ માર્કેટ, અહીં સ્થિત હતી અને તેમાં પ્રવેશવા માટે હનુમાન ગલીનો ઉપયોગ કરવા પડતો. ભુલેશ્વર તરફ ઝવેરી બજાર હતું, અત્યંત સાંકડી ગલીઓનાં થીગડાં એકમેક સાથે જોડી દીધા હોય એવી આ જગ્યામાં સેંકડો ઝવેરીઓએ સ્થાન જમાવ્યું હતું અને ભારતનો બે તૃતિયાંશ સોનાનો વેપાર અહીંથી આવતો. કાલબાદેવીના અંત તરફ, ભુલેશ્વર રોડ પાસે, કૉટન એક્સચૅન્જ હતું.

ચંદર લાખોટિયા આ વિસ્તારમાં જ જન્મ્યો અને ઉછર્યો હતો. તેના પિતા મૂલજી જેઠા માર્કેટમાં કાપડના વેપારી હતા અને તેનો મોટો ભાઈ તેના પિતા સાથે કામ કરતો હતો. ચંદર પહેલાથી જ ભણવામાં હોંશિયાર હતો તથા સીએની ઈન્ટરમિડિયેટ અને ફાઈનલ પરીક્ષાના બંને ગ્રુપો તેણે સારા માર્ક્સ સાથે પાસ કર્યા હતા. મજાકમાં એવું કહેવાતું કે સીએનો અર્થ 'ચાર્ટર્ડ એકાઉન્ટન્ટ' નહીં પણ 'કમ અગેઈન' એવો થાય છે, પણ ચંદર તેના બધા જ પેપર પ્રથમ પ્રયાસમાં પાસ કરવામાં સફળ રહ્યો હતો.

વાસ્તવિક્તા એ હતી કે ચંદર લાખોટિયા એવો ચાર્ટર્ડ એકાઉન્ટન્ટ હતો, જેની સેવા કોઈ ત્યારે જ લેતું જ્યારે ગેરકાયદેસરતાની સરહદ પરની કોઈક બાબતને શક્ય એટલું કાયદાકીય મ્હોરું પહેરાવવાનું હોય. તેલ નાખેલા તેના વાળ, સફારી સૂટ અને પાન મસાલાના ડાઘ ધરાવતા દાંત આ બાબતના પુરાવા હતા.

ચંદરે પોતાની કૉલેજ કાળની પ્રેયસી સાથે ઈન્ટરકાસ્ટ મૅરેજ તરીકે ઓળખાતા લગ્ન કર્યા હતા – એક મારવાડી છોકરો અને એક ગુજરાતી છોકરી વચ્ચેના એ લગ્ન ત્યારે નવાઈ ગણાતી. તેમની વચ્ચે રૉમાન્સ ખીલ્યો હતો 1945માં આ વિસ્તારમાં શરૂ થયેલા જાણીતા શ્રી ઠાકર ભોજનાલયમાં, આખા બૉમ્બેમાં સૌથી સારી ગુજરાતી *થાળી* અહીં મળતી. આ થાળીમાં *ફરસાણ*, શાક, *રોટલી*, *પુલાવ*, *દાળ*, *કઢી*, *છાસ* અને મલાઈદાર *શ્રીખંડ* પીરસાતાં. રોજ બપોરે જમવા માટે ચંદર શ્રી ઠાકર ભોજનાલયમાં જતો અને આ સમયનો ઉપયોગ તે પોતાના ક્લાયન્ટને મળવા માટે કરતો. જમવાનું પૂરું થતાં જ, તે પોતાના ખિસ્સામાંથી પાન મસાલા ભરેલો નાનકડો ડબ્બો કાઢતો અને ભોજન પૂરૂં થયાની નિશાની રૂપે આ મુખવાસનો આનંદ માણતો.

કાલબાદેવીમાં એવો કોઈ ઝવેરી, કાપડનો વેપારી કે શૅરબજારનો ઑપરેટર નહોતો જેણે તેની સેવાનો લાભ ન લીધો હોય. એકાઉન્ટિંગ અને ટૅક્સને લગતી સામાન્ય સલાહો ઉપરાંત 1-2-2-1 તરીકે જાણીતી અને પંકાયેલી વિશિષ્ટ સેવા આપવા માટે ચંદર લોકપ્રિય હતો. એ તમારી પાસેથી સત્તાવાર નાણાં લઈ તેને બિનસત્તાવારમાં ફેરવી દેતો અને આનાથી ઊંધું કરવામાં પણ તે માહેર હતો, આથી *વન કા ટુ ઔર ટુ કા વન* તરીકે આ સેવા ઓળખાતી. ચંદરની ઓળખાણ અરવિંદ બગડિયા સાથે બ્રિજમેહનલાલ બગડિયાના વૃદ્ધ મુનીમ અને અરવિંદની કંપનીના બૉર્ડ ઑફ ડિરેક્ટર્સમાંથી એક એવા, તારાચંદ અગરવાલે કરાવી હતી. પૈસાની વાત હોય ત્યારે મારવાડી નેટવર્કનો જોટો જડવો મુશ્કેલ હતો.

બે જણ બેસી શકે એવી પોતાની ઑફિસમાં, એ મંગળવારે ચંદન, એક ઝવેરીના આવવાની રાહ જોઈ રહ્યો હતો, આ ઝવેરીને ટૅક્સનો બહુ મોટો બોજો ટાળવા માટે ચંદરની મદદની જરૂર હતી. 70ના દાયકામાં એવું કર માળખું અમલમાં હતું જે અવાસ્તવિક હતું. એ કાળમાં એક તબક્કે, વ્યક્તિ માટે કરનો દર અધધધ 97.5 ટકા જેટલો થતો હતો. આને કારણે દેખીતી રીતે જ ચંદરની સેવાઓ માટેની માગ આટલી ઊંચી હતી.

ચંદરે પોતાની ઘડિયાળમાં જોયું. ક્લાયન્ટને આવવામાં મોડું થયું હતું. એક મિનિટ બાદ તેના ટેબલ સામેની બીજી ખુરશી પર કોઈક બેઠું હતું. એ પેલો ઝવેરી ક્લાયન્ટ નહોતો, કોઈક અજાણ્યો માણસ હતો.

'આજે થાળીમાં સારૂં શું છે? આશા રાખું છું કે,આજે શ્રીખંડની જગ્યાએ બાસુંદી પીરસવાના હોય,' ઈન્કમ ટેક્સના ચિફ કમિશનર મિ. સુશીલ તિવારીએ નોંધ્યું. 'હું અહીં વર્ષોથી નથી આવ્યો. હજી પણ અહીંનું જમવાનું એટલું જ સારૂં હોય છે?'

'એ વહેવાર વિશે મને કોઈ જ જાણકારી નથી,' ચંદર લાખોટિયાએ અવગણનાના ભાવ સાથે સુશીલ તિવારીને કહ્યું.

'તેં હમણા જ મારી તરફ પથ્થર ફેંક્યો છે,' મિ. તિવારીએ કહ્યું. 'જે લોકો કાચના ઘરમાં રહેતા હોય તેમણે ઈન્કમ ટેક્સ ઑફિસરો તરફ પથ્થર ફેંકવો ન જોઈએ.'

'તમે શું કહેવા માગો છો...મને સમજાયું નહીં,' ચંદરે સુરક્ષિતપણે કહ્યું, હજી તેના મોઢામાં રહી ગયેલી પાન મસાલાની કરચો તે ચાવી રહ્યો હતો.

'ભીમજી માણેકલાલ સાથે તેં એપ્રિલ મહિનામાં કરેલા વહેવારથી આપણે શરૂ કરીએ તો? તેં તેને લાખો રૂપિયા કમિશન પેટે ચૂકવ્યા હતા. એણે તને એવી તે કઈ સેવા આપી કે તેં આટલી નોંધપાત્ર રકમ તેને કમિશન પેટે ચૂકવી? સ્પષ્ટ છે કે ખોટા માર્ગે કમાયેલા કાચા લાભને પાકું સ્વરૂપ આપવામા તેં તેની મદદ કરી છે.'

ચંદર લાખોટિયા ચૂપ રહ્યો.

'અને એ પછી આ જૂન મહિનાનો વહેવાર તો એનાથી પણ વધુ રસપ્રદ છે. તેં બહુ મોટા પ્રમાણમાં કાચું સ્ટીલ ખરીદ્યું અને પછી વેચી નાખ્યું. જ્યાં સુધી મને યાદ છે, તું ન તો સ્ટીલના ધંધામાં છે કે ન તો બાંધકામ ઉદ્યોગમાં.'

ચંદર લાખોટિયા ચૂપ જ રહ્યો.

'એમ તો ઓગસ્ટ મહિનાનો પણ એક વહેવાર છે, જે ખરેખર ધ્યાન ખેંચે એવો છે. તેં લાખો રૂપિયાની કિંમતના કાચા હીરા ખરીદ્યા હતા અને એ જ હીરા તેની મૂળ કિંમત કરતાં સાવ નજીવા દરે વેચી પણ નાખ્યા. દેખીતી રીતે જ, આવું કરી ને તું કોઈનાં કાળાં નાણાં ધોળાં કરવામાં મદદ કરી રહ્યો હતો. કેમ કે એ હીરા આયાત કરેલા હતા, હું એન્ફોર્સમેન્ટ ડિરેક્ટોરેટના અધિકારીઓને એ તપાસ કરવા કહી શકું છું કે આ સોદામાં ક્યાંય ફૉરેન એક્સ્ચૅન્જ રેગ્યુલેશન એક્ટની કોઈ જોગવાઈનું ઉલ્લંઘન તો નથી થયું ને.

એ તો તું સારી રીતે જાણતો હોઈશ કે, આ નિયમોનું પાલન ન કરનાર પર ફોજદારી કેસ ચાલી શકે છે તથા જેલની સજાની પણ તેમાં જોગવાઈ છે.'

ચંદર લાખોટિયા હવે ચૂપ નહોતો.

'તમે મને સીધેસીધું કહી કેમ નથી દેતા કે તમને શું જોઈએ છે? પૈસા?'

સુશીલ તિવારી હસી પડ્યા. 'પૈસા જેવી સસ્તી ચીજ લઈને હું શું કરીશ મિ. લાખોટિયા. મને મિ. અરવિંદ બગડિયા જોઈએ છે. મારી મદદ કર અને હું મારો રસ્તો પકડી લઈશ અને તું તારા તમામ શંકાસ્પદ વહેવારોને આગળ વધારી શકીશ.'

'મિ, અરવિંદ બગડિયા અને તેના બધા બિઝનેસ પર ઈન્કમ ટેક્સનો દરોડો પાડવા માટે હવે આપણી પાસે પૂરતી સામગ્રી છે,' સુશીલ તિવારીએ કહ્યું.

'પણ ઈન્કમ ટેક્સના દરોડા પડવાથી મને મારા પૈસા પાછા મેળવામાં કઈ રીતે મદદ મળશે?' મુરલીએ પૂછ્યું. 'આનાથી તો તમને તમારા ખિસ્સા ભરવાની તક મળશે, બસ એટલું જ.'

'તેના ઘર અને કૉર્પોરેટ ઑફિસ સિવાય બાવીસ સ્થળો એવા છે, જ્યાં દરોડા પાડવાની જરૂર પડશે,' મિ.તિવારીએ કહ્યું. 'તમે ઈચ્છતા હો તો અમે થોડા સ્થળે જ દરોડા પાડશું.'

'પણ એનાથી શો ફાયદો થશે?' મુરલીએ પૂછ્યું.

'બાકીની જગ્યાઓ પર તમે દરોડા પાડજો.' તિવારીએ આંખ મિચકારતાં કહ્યું.

'તિવારી પાગલ થઈ ગયો છે, અરબાઝ,' કૉફીનો ઘૂંટડો ભરતાં મુરલીએ કહ્યું. 'એનું કહેવું છે કે તે માત્ર એકાદ-બે જગ્યાએ દરોડા પાડશે અને બાકીની જગ્યાએ આપણે આ કામ કરીએ. આ કેવા પ્રકારની ઑફર છે?'

'બહુ જ સારી,' અરબાઝએ જવાબ આપ્યો.

'કઈ રીતે?' અરબાઝના જવાબથી વધુ ગૂંચવાઈ ગયેલા મુરલીએ પૂછ્યું.

'તને યાદ છે એકાદ-બે વર્ષ પહેલા બૉમ્બેના એક ઝવેરીની દુકાનમાં શું થયું હતું? ઈન્કમ ટેક્સ ખાતાના અધિકારીઓના સ્વાંગમાં આવેલી એક ટોળકીએ દુકાન પર બનાવટી દરોડો પાડ્યો હતો.'

'આવું તેઓ કઈ રીતે કરી ગયા?' મુરલીએ પૂછ્યું.

'મુખ્ય સૂત્રધારે ટાઈમ્સ ઑફ ઈન્ડિયામાં એક ટચૂકડી જાહેરખબર આપી હતી, જેમાં સિક્યૉરિટી ઑફિસર બનવા માટે ઉમેદવારોને અરજી કરવા કહેવાયું હતું,' અરબાઝે જવાબ આપ્યો. 'એ જાહેરખબરમાં એમ પણ કહેવાયું હતું કે ઉમેદવારોને બીજા દિવસે ઈન્ટરવ્યુ માટે એક ઑફિસના સરનામા પર આવવું. બીજા દિવસે મુખ્ય સૂત્રધારે ઉમેદવારોના ઈન્ટરવ્યુ લીધા, તેમાંથી એકાદ ડઝન ઉમેદવારોને પસંદ કર્યા અને તેમને બીજા દિવસે બનાવટી દરોડો પાડવા માટે બોલાવવામાં આવ્યા. '

'એ પછી શું થયું?' મુરલીને હવે આ વાતમાં રસ પડવા માંડ્યો હતો, તેણે આગળ ઝૂકતા પૂછ્યું.

'બીજા દિવસે મુખ્ય સૂત્રધારે તમને એક બસમાં બેસાડ્યા અને નક્કી કરી રાખેલી ઝવેરીની દુકાન પર તે તેમને લઈ ગયો. ત્યાં પહોંચ્યા બાદ, તેણે માલિકને પોતાની ઓળખ ઈન્કમ ટેક્સના અધિકારી તરીકે આપી અને બનાવટી સર્ચ વૉરન્ટ દેખાડ્યું. તેણે મોટા ભાગનો માલ અને રોકડ જપ્ત કરી અને માલિકને એની રસીદ પણ આપી. એ પછી "બીજા એક દરોડાનું સુપવાઈઝિંગ કરવા" પોતાની ટીમને ત્યાંની "ઈન ચાર્જ" તરીકે નીમી તે ત્યાંથી મુદ્દામાલ સાથે નીકળી ગયો. એકાદ કલાક બાદ જ્યારે માલિકને ખબર પડી કે ત્યાં હાજર લોકો ઈન્કમ ટેક્સ અધિકારીઓ નથી ત્યારે તેણે પોલીસને જાણ કરી.'

મુરલીએ અને અરબાઝ મોકળા મને હસી પડ્યા.

'આ જીવનમાં એક જ વાર થાય એ પ્રકારની લૂંટ હતી. મુખ્ય સૂત્રધાર ક્યારેય પકડાયો નહીં. તિવારી આ ઘટના વિશે કહી રહ્યો છે. પસંદગીના કેટલાક સ્થળે તે પોતાની આગેવાનીમાં દરોડો પાડશે, બાકી રહેલી જગ્યાઓ પર આપણા માણસો બનાવટી દરોડો પાડશે. ઈન્કમ ટેક્સની ટીમ અરવિંદ બગડિયાને બેરહેમીથી પીડતી હશે ત્યારે આપણે આપણા નુકસાનની ભરપાઈ કરી લઈશું, શક્ય છે કે, આ ઉપરાંત આપણે બહુ મોટો નફો પણ ઘરભેગો કરી લઈએ.'

'તું જે કહી રહ્યો છે, એના પર મારો વિશ્વાસ બેસતો નથી,' અરવિંદ બરાડી ઉઠ્યો. 'આવું કઈ રીતે થઈ શકે?'

પરિસ્થિતિને સમજવાની કોશિશ કરી રહેલી તેની ટીમની ચૂપકીદીને કારણે ત્યાં ગમગીની ભરી શાંતિ હતી.

'ગઈ કાલનો આખો દિવસ આપણે ઈન્કમ ટેક્સ ડિપાર્ટમેન્ટના સવાલોના જવાબ આપવામાં વીતાવ્યો,' અરવિંદે ઊંચા સાદે કહ્યું. 'અને આજે તમે મને કહો છો કે માત્ર બૉમ્બે ઑફિસ પર પડેલો દરોડો જ સાચો હતો... અને કલકત્તા કૉર્પોરેટ ઑફિસ તથા બીજા શહેરોમાંની બ્રાન્ચ ઑફિસો પર પડેલા દરોડા કોઈ મોટા ષડયંત્રનો ભાગ હતા અને બનાવટી હતા. તમારામાંથી કોઈને પણ તેમનાં ઓળખપત્રો અને વૉરન્ટ્સ જોવાનો વિચાર સુદ્ધાં ન આવ્યો?'

'બધી જ સર્ચ પાર્ટીઓ પાસે વૉરન્ટ્સ અને ઈન્કમ ટેક્સનાં ઓળખપત્રો હતાં,' જોયદીપે જવાબ આપ્યો. 'બૉમ્બે ઑફિસ પર સવારે દસ વાગ્યે દરોડો પડ્યો. જ્યારે બીજી ઑફિસો પર 11 વાગ્યે દરોડા પડ્યા, આથી આપણે ધારી લીધું કે આ બધું એક જ હતું.'

'ધારી લીધું? ધારી લીધું? ધારી લેવા માટે મેં તમને બધાને પગાર આપીને નોકરીએ નથી રાખ્યા!' અરવિંદનો અવાજ ફાટી ગયો. 'કેટલું નુકસાન થયું છે આપણને?'

'બધા જ સ્થળો પર જેટલી રોકડ હતી એ બધી જ તેઓ લઈ ગયા છે, તેનો સરવાળો બે કરોડ રૂપિયાથી થોડો વધારે થાય છે,' સત્યપાલે કહ્યું. 'એ લોકો બધી જ રોકડ લઈ ગયા અને તેમણે રસીદ પણ આપી છે.'

'દરમિયાન, જે સાચા અધિકારીઓએ બૉમ્બે ઑફિસ પર દરોડો પાડ્યો હતો, તેમણે આપણા રેકોર્ડ્ઝ અને એકાઉન્ટ્સના ચોપડા જપ્ત કર્યા છે,' જોયદીપે કહ્યું. 'ચિફ કમિશનર ઑફ ઈન્કમ ટેક્સ મિ. સુશીલ તિવારી નામનો કોઈ અધિકારી છે. ચંદર લાખોટિયા સાથે આપણે કરેલા વહેવારના આંકડાનો હિસાબ તે જાતે કરી રહ્યો છે.'

'એ તો સ્પષ્ટ છે કે આમાં ચંદર લાખોટિયા જ ફૂટી ગયો છે,' સત્યપાલે કહ્યું.

'લાખોટિયા ફૂટી ગયો હોય તો કોઈએ તો તેને ફોડ્યો હશે ને,' અરવિંદે કહ્યું. 'સવાલ એ છે કે, આવું કોણે કર્યું'

'કલકત્તા મેડિકલ કૉલેજ આવી જાવ,' અભિલાષાએ ફોન પર કહ્યું. તેના અવાજમાંનો થાક અને તાણ સ્પષ્ટ જણાતા હતા.

'શું થયું?' અરવિંદે પૂછ્યું.

'બાબુજી,' તેણે કહ્યું. 'તેમને હાર્ટ એટેક આવ્યો છે.'

અરવિંદ બધું જ છોડીને હિલ્ડાને દર વખતની સૂચનાઓ આપ્યા વિના જ પોતાની કારમાં બેઠો. *જ્યારે આગ લાગે છે, ત્યારે બધે જ લાગે છે,* તેણે વિચાર્યું.

તેણે પોતાના ડ્રાઈવરને બમણી ઝડપે કૉલેજ સ્ટ્રીટ લઈ જવાની હિદાયત આપી. કલકત્તા મેડિકલ કૉલેજ પહોંચતા જ તેણે કાર્ડિયાક વિંગ તરફ દોટ મૂકી. હૉલવેની બહાર જ તેની માતા અને પત્ની તેને મળ્યાં. એ બંને સાવ ભાંગી પડ્યાં હોય એવાં દેખાતાં હતાં.

'બાબુજીને કેમ છે?' પોતાની આસપાસની હૉસ્પિટલની સામાન્ય ધમાલને અવગણતા તેણે પૂછ્યું. તેની માતા આગળ આવી અને અરવિંદને વળગી પડી, તેની આંખમાંથી આંસુ વહેવા લાગ્યાં.

અભિલાષા અપરાધ ભાવ સાથે જોઈ રહી હતી.

1983માં બિઝનેસ જગતના બે મહત્વના લોકોના અવસાન થયા હતા. પોતાના અભિગમમાં સાવ અલગ એવા આ બે જણ હતા. પહેલી હસ્તી હતી ભારતીય ઉદ્યોગજગતના માંધાતા, ઘનશ્યામ દાસ બિરલા, જેઓ 11મી જુલાઈએ લંડનમાં અવસાન પામ્યા હતા. અને એ પછીના દિવસે કલકત્તામાં બ્રિજમોહનલાલ બગડિયા આ ફાની દુનિયા છોડીને જતા રહ્યા હતા.

બિરલાના અંતિમ સંસ્કાર લંડનના ગોલ્ડર્સ ગ્રીન ક્રીમેટોરિયમમાં થયા હતા. બ્રિજમોહનલાલાની અંતિમ વિધિ કેઓરાતોલા સ્મશાનમાં થઈ હતી. પિતાના મૃતદેહને પરિક્રમા કરતી વખતે અરવિંદે હાથમાં ઘાસનો સળગતો પૂળો પકડ્યો હતો. એ પછી પંડિતે અગ્નિદાહ આપવા કહ્યું. લાકડા, વાંસ અને ઘાસની ચિતા પર મૂકેલા બ્રિજમોહનલાલના શરીરને અગ્નિની જ્વાળાઓએ ગ્રસી લીધું હતું. શિવનો મહિમા વર્ણવતા શ્લોકોનું પઠન કરતા કરતા એક બ્રાહ્મણ ચિતાનું ધ્યાન રાખી રહ્યો હતો.

અંતિમયાત્રામાં બૅન્કર્સ, ઉદ્યોગપતિઓ, વેપારીઓ, મકાનમાલિકો તથા સરકારી અમલદારો હાજર રહ્યા હતા. કલકત્તામાં એવું કોઈ નહોતું જેણે

અરવિંદ સાથે બિઝનેસને લગતો સોદો ન કર્યો હોય, અને તેના બધા જ મિત્રો પણ હાજર હતા. અરવિંદના દુશ્મનો, પણ, હાજર હતા. જન્મ, લગ્ન અને મૃત્યુ એવા પ્રસંગો હતા જેમાં કોઈ વાડાબંધી નડતી નથી. *તમારા મોત બાદ કોણ રડશે? ઘણા બધા. જો તમારો દીકરો પૈસાપાત્ર અને શક્તિશાળી હશે તો ઘણા બધા લોકો માતમ મનાવવા આવશે.*

વસ્તારી બગડિયા વંશના અનેક સભ્યો પણ ત્યાં હાજર હતા. આ એ જ પરિવાર હતો જેણે બ્રિજમોહનલાલને નાતબહાર કર્યો હતો અને અસ્વીકાર્ય વ્યક્તિ જાહેર કરી હતી, બ્રિજમોહનલાલનો દીકરો અરવિંદ કરોડપતિ બની ગયો એ પછી જ તેમણે બ્રિજમોહનલાલને યાદ કરવાનું મુનાસિબ માન્યું હતું.

બ્રિજમોહનલાલનું જીવન અટપટું હતું. દાર્જિલિંગમાં ચાના બગીચાના સિનિયર મેનેજર એવા તેમના પિતાની ઈચ્છા હતી કે બગીચામાં જ ફૅક્ટરી મેનેજરના પદ પર તે નોકરી લઈ લે. બ્રિજમોહનલાલ કલકત્તા શિફ્ટ થઈને શણના ધંધામાં ઉતરવાની જીદ લઈને બેઠા હતા. તેમણે પિતાની મરજી વિરુદ્ધ જઈ આ ધંધામાં ઝંપલાવ્યું હતું.

નોકરી જ કરવી જોઈએ, એવા બ્રિજમોહનલાલના પિતાના મત પાછળ એક કારણ હતું. એ કારણનાં મૂળિયાં છેક 1652માં હતાં. બ્રિજમોહનલાલના એક દૂરના પૂર્વજ, હિરાનંદ સાહુ, મારવાડના જયપુર અને બિકાનેર વચ્ચેના એક ધૂળિયા ગામ નાગૌરથી 1652માં પટણા સ્થળાંતરિત થયા હતા. પટણામાં સ્થાનિક શાસક તથા વિદેશી વેપારીઓને નાણાં ધીરનાર એક અગ્રણી તરીકે તેઓ ઊભર્યા હતા. તેમનો સૌથી મોટો પુત્ર, માનિક ચંદ, 17મી સદીમાં બંગાળના મુખ્ય વેપારી મથક સમા ઢાકામાં જઈ વસ્યો હતો. ઢાકામાં પોતાની પ્રવૃત્તિઓના પથારામાં માનિક ચંદે ચીજવસ્તુઓના વેપારનો ઉમેરો કર્યો હતો.

હિન્દુ બ્રાહ્મણ દ્વારા ઉછેરવામાં આવેલા બંગાળના પહેલા નવાબ, મુરશિદ કુલી ખાન, મુસ્લિમ હતા, પોતાના નામ પરથી જેનું નામ પડ્યું હતું એ નવા શહેર મુરશિદાબાદમાં તેમણે બંગાળનું પાટનગર ખસેડ્યું હતું. માનિક ચંદ પણ તેમની સાથે નવા શહેરમાં વસ્યા હતા. 1714માં, તેમનું અવસાન થયું ત્યાં સુધીમાં તેમનો વેપાર અનેક ગણો વધી ગયો હતો. તેમના વેપારની શાખાઓ હવે મુરશિદાબાદ ઉપરાંત દિલ્હી, હૂગલી, કલકત્તા. ઢાકા અને વારાણસીમાં પણ હતી.

માનેક ચંદના પુત્ર ફતેહ ચંદ, જેમને મોગલ સમ્રાટે 1722માં જગત શેઠની પદવી આપી હતી, તેમના વડપણ હેઠળ પરિવારની ખ્યાતિ સર્વોચ્ચ સ્થાને પહોંચી ગઈ હતી. આ પદવીનો અર્થ થતો હતો દુનિયાના બૅન્કર અને તેમનો વૈભવ અને મોભો પણ આ પદવીને છાજે એવા હતા. તેઓ મુરશિદાબાદની ટંકશાળના સંચાલક હતા, સ્થાનિક શાસક અને વિદેશી વેપારીઓને નાણાં ધીરતા હતા અને તેઓ રાજ ખજાનચીના પદ પર કાર્યરત હતા. તેઓ એકલા જ દર વર્ષે ઈસ્ટ ઈન્ડિયા કંપનીને ચાર લાખ જેટલી રકમ ધીરતા હતા!

યોગાનુયોગે, બ્રિટશરો જ આ જગત શેઠની પડતીનું કારણ બન્યા હતા. 1757માં આ જગત શેઠે બ્રિટિશરોને પ્લાસીના યુદ્ધમાં ટેકો આપ્યો હતો, આમ બંગાળ પર કબજો જમાવવામાં તેમની મદદ કરી હતી. જેમ જેમ બ્રિટિશ આધિપત્ય અને અમલ દઢ થયો, તેમ તેમ જગત શેઠની સ્થિતિ નબળી પડતી ગઈ. સામાન્યપણે જગત શેઠના અખત્યાર હેઠળ હતા એવા અનેક કાર્યો તથા જવાબદારીઓને બ્રિટિશરોએ આગળ જતાં ક્રમશઃ ઘટાડતા ગયા.

ઓગણીસમી સદી સુધીમાં તો. પરિસ્થિતિ એવી પલટાઈ કે, આ પરિવારને બ્રિટિશરો પાસેથી પૅન્શન માગવાની ફરજ પડી હતી અને વીસમી સદીમાં તો તેમના વંશજોને નોકરી શોધવાનો વારો આવ્યો હતો. બ્રિજમોહનલાલાનાં પરદાદી જગત શેઠ પરિવારનાં હતાં, તેમનાં લગ્ન ફતેહપુરના નાથુલાલ બગડિયા સાથે થયા હતા. એ પછીની પેઢીઓએ, જેમાં બ્રિજમોહનલાલના પિતાનો પણ સમાવેશ થતો હતો, ધંધાને અલવિદા કહી નોકરી કરવાનું જ મુનાસિબ માન્યું હતું.

પોતાનો ધંધો કરવાનો બ્રિજમોહનલાલનો દુરાગ્રહ અને ત્યાર બાદ, બગડિયાઓ કરતાં નીચી જ્ઞાતિની શકુંતલાને પરણવાના નિર્ણયથી, લગભગ બધા જ પારિવારિક જોડાણોનો અંત આવ્યો હતો. કોઈ પણ પ્રકારના પારિવારિક આધાર વિના બે છેડા ભેગા કરવાના પ્રયાસોએ આ દંપત્તિને દિવસે તારા દેખાડી દીધા હતા. સદનસીબે, બ્રિજમોહનલાલનો શાળા સમયનો એક મિત્ર કમરહટ્ટીમાં આવેલી બંગાળની એક સૌથી જૂની શણની મિલનો મેનેજર હતો. તેણે બ્રિજમોહનલાલને પ્રથમ સોદો આપ્યો હતો. એ પછી બ્રિજમોહનલાલે પાછળ વળીને જોયું નહોતું, તેઓ કરોડપતિ તો નહોતા થયા પણ એવું જીવન તેમણે મેળવ્યું હતું જે દરેક ધોરણ મુજબ સંપન્ન જરૂર કહી શકાય.

અગ્નિની જ્વાળાઓ પિતાના શરીરને પોતાનામાં સમાવી રહી હોવાનું અરવિંદ જોઈ રહ્યો. તેને પરોમિતા યાદ આવી. ઉમર ખૈય્યામની પંક્તિઓનું પરોમિતાએ કરેલું પઠન તેને યાદ આવ્યું. *'આપણે પણ ધૂળધાણી થઈ જઈએ, એ પહેલાં,ચાલ આપણી પાસે ખર્ચવા માટે જે કંઈ છે તેને બરાબર ખર્ચીએ!'*

1983ના જૂન મહિનાની પચીસમી તારીખે લંડનમાં ખુશનુમા દિવસ હતો, પણ બૉમ્બેમાં એક ટેલિવિઝન સેટની સામે મધરાતની પાંચ મિનિટ પહેલા ચાર ભારતીયો પરસેવે રેબઝેબ થઈ ગયા હતા કેમ કે તેમણે ફેફસાં ફાટી જાય એ હદે બૂમો પાડી હતી.

લૉર્ડ્ઝના સ્ટૅન્ડ્સમાં બેઠેલા 25,000 દર્શકોની આંખો આઉટફિલ્ડ તરફ આવી રહેલા, હવામાં ઘૂમરાતા દડા પર ચોંટેલી હતી. ભારતમાં, લાખો ભારતીયોની આંખો ટેલિવિઝન સેટ પર ચોંટેલી હતી, તેઓ મનોમન પ્રાર્થના કરી રહ્યા હતા કે મહત્વની ક્ષણે ટીવીના પ્રસારણમાં કોઈ 'રુકાવટ' ઊભી ન થાય તો સારું કેમ કે એવું થયું તો શમ્મી કપૂર માટે મહંમદ રફીએ ગાયેલા ગીતનું ફૂટેજ ચાલુ થઈ જવાનું હતું.

અણધાર્યા તાનપલટાની એક આખી પરંપરા સર્જાઈ હતી અને તેને પગલે ભારત ફાઈનલમાં પહોંચ્યું હતું. કપિલ દેવ ઝિમ્બાબ્વે સામે વન-ડે ક્રિકેટની શ્રેષ્ઠ ઈનિંગ્સ રમ્યા હતા; યશપાલ શર્મા અને સંદીપ પાટીલ સેમી-ફાઈનલમાં પીચ પર ટકી રહ્યા હતા; બલવિંદર સિંહ સંધુએ ગૉર્ડન ગ્રિનિઝને એક અદભૂત ઈન-સ્વિંગર નાખીને બૉલ્ડ કર્યો હતો... યાદી અંત વિનાની હતી.

એ દિવસે, ફાઈનલ મૅચમાં, ભારતને 183 રન સુધી મર્યાદિત રાખવામાં આવ્યું હતું, મજબૂત જવાબ આપતા રિચર્ડ્સ વેસ્ટ ઈન્ડિઝને એક વિકેટે 50 રન સુધી દોરી ગયો હતો. કેરેબિયનોની ઉજવણી વહેલી શરૂ થઈ ગઈ હતી. અને પછી કપિલ દેવે ચમત્કારિક રીતે પોતાની જગ્યાએથી ઊંધા દોડી, પોતાની આંખો એક ક્ષણ માટે પણ દડાથી દૂર ન કરતા, લાંબા હાથ લંબાવીને, દડો ઝીલી લીધો અને રિચર્ડ 33ના વ્યક્તિગત સ્કોર પર આઉટ થઈ ગયો. ભારતીયો ખુશખુશાલ પાગલપણામાં જાણે કે ઉછળી પડ્યા. એ પછી મદન લાલ અને મોહિન્દર અમરનાથે દડાને હવામાં ઝોલા ખવડાવ્યા અને બંનેએ ત્રણ-ત્રણ વિકેટો લીધી,અને આમ દિગ્મૂઢ થઈ ગયેલી વેસ્ટ ઈન્ડિઝની ટીમનો

140 રનમાં વીંટો વાળી દીધો હતો. દુનિયાના દરેક ભારતીયો માટે, ઈશ્વરે આ જીત તેમને અપાવી હતી. અને એ ઈશ્વર હતા, કપિલ દેવ.

બૉમ્બેમાં ટેલિવિઝન સેટ સામે બેઠેલા એ ચાર જણ હતા અરબાઝ, મુરલી, રાજુ અને ચોથો આમંત્રિત હતો યશ ધર.

અરબાઝની હિદાયત બાદ રાજુએ પ્રૂડેન્શિયલ વર્લ્ડ કપ માટે ક્રિકેટ પર સટ્ટો લેવાનું શરૂ કર્યું હતું. કપિલ દેવની ટીમ વેસ્ટ ઈન્ડિઝને હરાવશે એવી શક્યતાને કોઈએ જરાય મહત્વ આપ્યું નહોતું અને કપિલની ટીમે બધાને ખોટા પાડયા હતા. ફાઈનલના દિવસે પણ, લંડનમાં ભારતની જીત માટે અપાયેલો ભાવ હતો 66-1. ટીમના સુકાની તરીકે કપિલ દેવની આ પ્રથમ સીઝન હતી, હજી થોડા મહિના પહેલા જ તેમણે ગાવસકર પાસેથી આ જવાબદારી સંભાળી હતી. મુરલીએ હોંશિયારીપૂર્વક બધી જ ગણતરી કરી હતી અને ભારતની જીત સામે 11-1નો ભાવ આપવાની સલાહ રાજુને આપી હતી. ત્રણ ટકા કરતાં પણ ઓછા પન્ટરોએ ભારતની જીત પર પોતાનાં નાણાં લગાડ્યાં હતાં. અંતે પરિણામ એ આવ્યું કે અરબાઝે ધૂમ કમાણી કરી હતી.

'આ ઘટનાક્રમે ક્રિકેટને હંમેશ માટે બદલી નાખી છે,' પોતાના ડ્રિન્કની ચૂસ્કી લેતા અરબાઝે કહ્યું

'કઈ રીતે?' રાજુએ એક નાનકડા બૉક્સમાંથી પાન કાઢીને પોતાના મોઢામાં મૂકતાં પૂછ્યું

'સૌથી પહેલા તો, જીવંત રંગીન પ્રસારણ હવે ક્યાંય નહીં જાય,' અરબાઝે સમજાવ્યું. 'બીજું, રમતની આ ટૂંકી આવૃત્તિ ટેસ્ટ મૅચોની જગ્યા લઈ લેશે ત્રીજું, જાહેરખબરો અને સ્પૉન્સરશિપમાં હવે ઘણો પૈસો ઠલવાશે. ચોથું, સટ્ટામાં હવે તું ધૂમ કમાણી કરી શકીશ.'

'સાચી વાત છે, હવે બહુ મોટા ફેરફારો આવશે,' યશે પડઘો પાડ્યો.

યશની પાછળ પડેલા મુખ્ય પ્રધાનથી અરબાઝએ તેને મુક્તિ અપાવવામાં મદદ કરી ત્યારથી યશ અરબાઝના ઉપકાર હેઠળ આવી ગયો હતો. પત્રકારત્વમાં પોતાની નોકરી છોડી દઈ, તે ઉડ્ડયનની દુનિયાના પોતાના જૂના મિત્રો સાથે જોડાઈ ગયો હતો. તેમાંના એક હતો, એરલાઈન પાયલોટ જેનું નામ હતું રાજીવ ગાંધી. ત્રણ મહિના બાદ, યશ કૉંગેસ પાર્ટીમાં જોડાઈ ગયો હતો. એ પછી યશે અરબાઝ સાથેના સંબંધને દઢ કર્યો હતો તથા તેનું સંવર્ધન કર્યું હતું. વિજયનો ઉન્માદ ઓછો થયા બાદ,

યશ અરબાઝને એ સમજાવવા આગળ આવ્યો કે તેણે પણ કાઁગ્રેસ પાર્ટીમાં જોડાઈ જવું જોઈએ.

'તેનાથી શું સાધ્ય થશે?' અરબાઝે કહ્યું.

'દેશને એવા લોકોની જરૂર છે જેઓ કામ કરાવી શકે, તેઓ કામ કઈ રીતે કરાવે છે એ મહત્વનું નથી,' યશે જવાબ આપ્યો. 'દેશ અંકુશ બહાર જઈ રહ્યો છે. સમાચાર એવા છે કે જરનૈલ સિંહ ભિંદરાનવાલે ટૂંક સમયમાં જ સુવર્ણ મંદિર પર કબજો જમાવી લેશે. પંજાબમાં બધું જ અસ્તવ્યસ્ત છે. દક્ષિણમાં પણ પરિસ્થિતિ રાજકીય રીતે અનિશ્ચિતતાભરી છે. એન.ટી.રામારાવે આંધ્ર પ્રદેશમાં કાઁગ્રેસને પરાજિત કરી છે અને ત્યાં હવે બિન-કાઁગ્રેસી સરકાર છે.'

'તને મારો સવાલ સમજાયો નથી લાગતો,' અરબાઝે કહ્યું. 'મારો કહેવાનો અર્થ એ છે કે કાઁગ્રેસમાં જોડાવાથી *મને* શું મળશે?'

યશ હસી પડ્યો. 'મારી સાથે દિલ્હી આવ. પાર્ટીના વડાઓને મળ. તને સમજાઈ જશે.'

'તેં સમાચાર સાંભળ્યા?' યશે ફોન પર પૂછ્યું.

'કયા સમાચાર?' અરબાઝે પૂછ્યું.

'શ્રીમતી ગાંધીની હત્યા થઈ ગઈ છે,' યશે જવાબ આપ્યો.

'શું?! કોણે કરી? અને શા માટે?' અરબાઝે પૂછ્યું, તેનું માથું ચકરાઈ રહ્યું હતું.

'તેઓ સફદરજંગ રોડ ખાતેના પોતાના ઘરે હતાં. તેમનાં બે શીખ બૉડી ગાર્ડ્સે જ પોતાના સર્વિસ શસ્ત્રથી તેમને ઠાર કર્યાં છે,' યશે કહ્યું. 'ઑપરેશન બ્લુસ્ટારનો બદલો લેવા તેમણે આ પગલું ભર્યું હતું.'

પાંચ મહિના પહેલા, શીખો માટે પવિત્રમાં પવિત્ર ગણાતા સુવર્ણ મંદિરમાંના હરમંદિર સાહિબ સંકુલમાંથી જરનૈલ સિંહ ભિંદરાનવાલે તથા તેના સશસ્ત્ર અનુયાયીઓને બહાર કાઢવા માટે સેનાએ હલ્લો કર્યો હતો. આ પગલાંને કારણે શીખ આંદોલન તથા ગુસ્સો છેડાયા હતા. ભારતીય સેનામાંના શીખ સૈનિકોએ બળવો કર્યો હતો, કેટલાક શીખોએ સરકારી પદો પરથી રાજીનામાં ધરી દીધાં હતાં અને અન્ય અનેકોએ સરકાર દ્વારા અપાયેલાં પુરસ્કારો, સન્માનો અને મેડલ્સ પાછાં આપી દીધાં હતાં.

'હવે શું થશે?' અરબાઝે પૂછ્યું.

'તેમનો મૃતદેહ ઓલ-ઈન્ડિયા ઈન્સ્ટિટ્યૂટ ઑફ મેડિકલ સાયન્સ ખાતે રાખવામાં આવ્યો છે,' યશે કહ્યું. 'એવી શક્યતા છે કે રાજીવ વડા પ્રધાન પદના શપથ લે અને નવી ચૂંટણીઓની જાહેરાત કરવામાં આવે. તારે દિલ્હી આવવું જોઈએ... પણ મને લાગે છે કે હું તને કૉલ કરું ત્યાં સુધી તું વાટ જોજે.'

'કેમ?'

'અહીં લૂંટફાટ અને હિંસાના બનાવો વધી ગયા છે,' યશે કહ્યું. 'પરિસ્થિતિ થોડી થાળે પડવા દે, પછી હું તને કૉલ કરીશ.'

'ના, યશ, મારે આવવું જોઈએ,' અરબાઝે કહ્યું. 'અંતિમ વિધિમાં મારૂં દેખાવું જરૂરી છે. હું મારા બૉડી ગાર્ડ્ર્સને સાથે લાવીશ.'

એ બોત્તેર કલાકોમાં દિલ્હી શીખોના લોહીથી જાણે કે તરબતર થઈ ગયું હતું.

પરિસ્થિતિ વણસવાની શરૂઆત થઈ ત્યારે અરબાઝ મહારાની બાગમાંના યશના ઘરે હતો. ત્રિલોકપુરી, કલ્યાણપુર અને મંગલપુરી જેવી કૉલોનીઓમાં હિંસાચાર વધુ હતો પણ ટૂંક સમયમાં જ લૂંટમાર અને મારકાપ કૉનોટ પ્લૅસ, વસંત વિહાર, મહારાની બાગ, ન્યૂ ફ્રેન્ડ્સ કૉલોની, લોધી કૉલોની અને હૌઝ ખાસ જેવા વિસ્તારોમાં પણ ફેલાઈ ગઈ હતી.

શીખ બહુમતિ ધરાવતા વિસ્તારોનું પ્રથમ લક્ષ્ય હતું ગુરુદ્વારાઓ. તોફાનીઓ ગુરુ ગ્રંથ સાહેબ પર પેશાબ કરી તેને અપવિત્ર કરી નાખતા અને એ પછી ગુરુદ્વારાને બાળી નાખતા. એ પછીનાં લક્ષ્યાંકો દેખીતાં ચિહ્નો–પાઘડી, લાંબા વાળ અને દાઢીના આધારે નક્કી કરાતાં હતાં. હુમલાખોરો શીખ લોકોના ઘરોમાં ઘૂસી જતા, પુરુષોને બહાર ખેંચી કાઢતા અને તેમની દાઢી કાપી નાખ્યા બાદ તેમને સળિયાથી ઢોરમાર મારતા અને અંતે સળગતું ટાયર તેમના ગળામાં પહેરાવી તેમને મારી નાખતા. આ બધા વચ્ચે દિલ્હી પોલીસની ગેરહાજરી શંકાસ્પદ હતી.

'તું અંદર જ રહેજે અને બહાર જે રમત રમાઈ રહી છે તે થવા દે જે,' યશે અરબાઝને કહ્યું.

'તું બીકણ બિલાડીની જેમ કેમ વર્તી રહ્યો છે?' અરબાઝે દલીલ કરી. 'ધોળા દિવસે લોકોની હત્યાઓ થઈ રહી છે અને તું તારી જાતને તારા

ઘરમાં સંતાડીને બેઠો છે!' *હું તને કઈ રીતે કહું કે કેટલાક રાજકારણીઓ જ તોફાનીઓને સક્રિય સહકાર આપી રહ્યા છે?* યશે વિચાર્યું.

એ બપોરે એક ટોળું યશના ઘરે પહોંચ્યું પણ કોઈએ તેના ઘરને સ્પર્શ સુદ્ધાં કર્યો નહીં. બે બ્લૉક દૂર, સરદાર હરપાલ સિંહના ઘરને નિશાન બનાવવામાં આવ્યું હતું, સરદારજી અને તેમના પરિવારજનો વિદેશમાં હતા પણ તેમના ઘરમાં કોઈક મહેમાનનો મુકામ હતો.

બૂમબરાડાનો અવાજ સાંભળી, અરબાઝ બહાર દોડ્યો અને તેણે જોયું કે શરાબના નશામાં ચકચૂર તોફાનીઓ એક સ્ત્રીને તેના વાળથી ખેંચીને ગલીમાં લાવી રહ્યા હતા. 'લોહીને બદલે લોહી, એક પણ *સરદાર*ને છોડતા નહીં,' ટોળું બૂમો પાડી રહ્યું હતું.

અરબાઝનું લોહી ઉકળી ઉઠ્યું. વૉચમેનની લાઠી લઈ, તે કૂદી પડ્યો. તેના બે બૉડી ગાર્ડ્સે પણ તેની પાછળ દોટ મૂકી. તાલીમખાનામાં ઈકબાલ પાસેથી મેળવેલી ટ્રેનિંગને અરબાઝે યાદ કરી. તેને એક પલંગ પર ઊભો કરવામાં આવ્યો હતો અને તેની નીચે ઈકબાલે એક મરઘી મૂકી હતી. પોતાના શરીરની આસપાસ વિમાનના પ્રોપેલરની જેમ લાકડી ફેરવી રહ્યો હતો ત્યારે અરબાઝને આ બધું યાદ આવી ગયું. અરબાઝ જે રીતે લાકડી ફેરવી રહ્યો હતો તેને કારણે હુમલાખોરોમાંનો કોઈપણ આ લાકડીની અડફેટે આવી પોતાનું માથું ફોડાવ્યા વિના એ સ્ત્રીને સ્પર્શ કરી શકે એમ નહોતા.

થોડીક મિનિટો બાદ યશ અનિચ્છાએ બહાર આવ્યો અને તોફાનીઓને આદેશ આપતા બોલ્યો. 'આને કોઈ હાથ નહીં લગાડે. જાવ બધા, ઘરે જતા રહો!'

શીખ વિરોધી કતલમાં આખરે 2,733 લોકોનાં મોત થયાં હતાં, જેના પરિણામે 1,300 જેટલી સ્ત્રીઓ વિધવા થઈ હતી અને 4,000 બાળકો અનાથ થયાં હતાં. થોડાક દિવસ બાદ, રાજીવ ગાંધીએ તત્વજ્ઞાનીની અદામાં કહ્યું હતું કે જ્યારે કોઈ મોટું વૃક્ષ ધરાશાયી થાય છે, ત્યારે તેની આસપાસની ધરતી ધ્રૂજે એ સ્વાભાવિક છે. રાજીવના શબ્દોને તોડી પાડવા અટલ બિહારી વાજપેયીની વિનોદવૃત્તિની જરૂર પડી હતી. વાજપેયીએ પ્રતિક્રિયા આપતા કહ્યું હતું કે એ સમજવા માટે રાજીવ હજી નાનો છે કે તેણે જે કહ્યું એનાથી ઉલ્ટું થાય છે- ધરતી ધ્રૂજે છે ત્યારે વૃક્ષો ધરાશાયી થઈ જતા હોય છે.

'તમે કોણ છો?' સરદારનીને યશના ઘર તરફ લઈ જતા,અરબાઝે પૂછ્યું.

'મારૂં નામ અધ્યાપિકા જ્યોતિ છે,' તેણે કહ્યું.

'હું જે ઘરમાં હતી તે સરદાર હરપાલ સિંહ અને તેમનાં પત્ની કમલજોતની માલિકીનું છે. હરપાલ પૈસાપાત્ર બિઝનેસમેન છે, જેઓ ભારત અને ભૂતાનમાં પોતાના વ્યાપારી હિતો ધરાવે છે,' અધ્યાપિકા જ્યોતિએ કહ્યું. 'તેઓ અને તેમનો પરિવાર મારા શિષ્યો છે. હું દિલ્હીમાં હોઉં, ત્યારે મારો ઉતારો તેમના ઘરે જ હોય છે. રમખાણ શરૂ થયું એ પહેલા જ હું સ્નાન માટે તેમના ઘરમાં આવી હતી.'

તેમણે આ બધું એટલી શાંતિથી કહ્યું. જાણે કે તેઓ કોઈ ધ્યાન સાધનામાંથી બહાર ન આવ્યાં હોય. તોફાનીઓ અને તેમણે કરેલા હુમલાની જરા સરખી પણ અસર તેમના પર થઈ હોય એવું લાગતું નહોતું.

યશના નોકરે મૂકેલી ચા પીતાં તેમણે અરબાઝને કહ્યું, 'હું હંમેશા માનતી આવી છું કે, તમારો સમય આવ્યો ન હોય તો પરમાત્મા તમારૂં રક્ષણ કરવાના માર્ગ શૌધી કાઢે છે. એમણે તારા દ્વારા મારૂં રક્ષણ કર્યું છે, દીકરા.'

અરબાઝે સ્મિત કર્યું, પોતાના વખાણથી તે થોડોક શરમાયો પણ હતો. મોટા ભાગના બૉમ્બે પર જેનું વર્ચસ્વ હતું એવા આ માફિયા ડૉનને આ અત્યંત આધ્યાત્મિક સ્ત્રીની હાજરીમાં પોતે શાળામાં ભણતો વિદ્યાર્થી હોવાની લાગણી થતી હતી.

'તારૂં નામ શું છે, દીકરા?' અધ્યાપિકા જ્યોતિએ પૂછ્યું.

'અરબાઝ,' તેણે કહ્યું.

'અને આ તારૂં ઘર છે?' તેમણે પૂછ્યું.

'ના, હું બૉમ્બેમાં રહું છું,' તેણે જવાબ આપ્યો. 'આ મારા મિત્ર યશનું ઘર છે,' તેની બાજુમાં સોફા પર બેઠેલા યશ તરફ આંગળી ચીંધતા અરબાઝે કહ્યું.

'અરબાઝ, મને લાગે છે કે હવે મારે જવું જઈએ,' તેમણે કહ્યું. 'તારા પર મારા અપાર આશીર્વાદ હંમેશા રહેશે.'

'તમે હજી પણ પેલા ઘરમાં જવા માગો છો?' અરબાઝે પૂછ્યું. 'તમારા રક્ષણ માટે હું મારા એક માણસને મોકલું?'

'હું એ ઘરમાં પાછી જવાની નથી, અરબાઝ,' તેમણે જવાબ આપ્યો. 'ઘરે-ઘરે જઈ લોકોને સધિયારો આપવાની મારી યોજના છે. સેંકડો લોકોની

હત્યા થઈ છે, કેટલીય અબળાઓ પર બળાત્કાર થયા છે અને અનેક બાળકો અનાથ થઈ ગયાં છે. એ સૌને મારી જરૂર છે.'

'તમારા માટે અહીં બહાર ફરવું સુરક્ષિત નથી,' અરબાઝે વિરોધ કરતા કહ્યું.

'તેઓ શું કરી લેશે? મને મારી નાખશે ને? તેઓ મારા આ શરીરને મારી શકે છે, આત્માને નહીં. મારો આત્મા અમર છે,' બહાર નીકળવા ઊભાં થતાં તેમણે કહ્યું.

'કૉંગ્રેસની ટિકિટ પર ચૂંટણી લડવી કે નહીં એ વિશે હું સ્પષ્ટ નથી,' અરબાઝે યશને કહ્યું.

'કેમ?' યશે પૂછ્યું. 'શીખ વિરોધી રમખાણોમાં થયેલી જાનહાનિને કારણે? બૉમ્બેના સૌથી શક્તિશાળી ડૉનના મોઢે આ વાત જરા વધુ પડતી નથી લાગતી?'

'હું ધંધા માટે લોકોને મારું છું, મજા માટે નહીં,' અરબાઝે કહ્યું.

'ભારતના ઈતિહાસમાં એવો કોઈ કાળખંડ નથી જે કોમી હિંસાથી અલિપ્ત હોય,' યશે પ્રતિકાર કર્યો. 'કપડાંની અંદર બધા જ નાગાં હોય છે. અરબાઝ બધી જ કોમો – પછી તે હિન્દુ હોય, મુસ્લિમ હોય, ખ્રિસ્તી કે શીખ હોય – દરેકે દરેક ગુનાખોર છે. પ્રાચીન ભારતના સૌથી મહાન સમ્રાટ, અશોકે પણ આજીવિકા સંપ્રદાયના 18,000 લોકોને તલવારના હવાલે કરી દીધા હતા.'

અરબાઝ ચૂપ હતો.

'સૌથી ઉદારમતવાદી અકબરે પણ ચિત્તોડના 8,000 હિન્દુઓની કતલનો આદેશ આપ્યો હતો,' યશે કહ્યું.

અરબાઝ ચૂપ જ રહ્યો.

'મહાન મહારાજા રણજીત સિંહે પોતાના રાજ્યપાલને કહીને શ્રીનગરની જામા મસ્જિદ તોડાવી પાડી હતી અને આદિવાસી પશ્તુન જાતિના હજારો મુસ્લિમોને મરાવી નાખ્યા હતા,' યશે આગળ વધાર્યું.

અરબાઝ ઊંડા વિચારોમાં ડૂબેલો રહ્યો.

'પ્રસિદ્ધ ટીપુ સુલતાને 27 ચર્ચ ધરાશાયી કરી નાખ્યા હતા અને શ્રીરંગપટ્ટનમમાં 60,000 સિરિયન ખ્રિસ્તીઓને બાનમાં લીધા હતા.

જબરજસ્તી કરવામાં આવેલી કૂચમાં આમાંના 20,000 જેટલાં લોકોનાં મોત થયાં હતાં,' યશે કહ્યું.

અરબાઝ વિચારમાં ખોવાયેલો રહ્યો.

'પોર્ટુગીઝ કેથલિકોએ અદાલતી તપાસની સ્થાપના કરી જેમાં ગોવાના સેંકડો હિન્દુઓને યાતના આપવામાં આવી હતી તથા મારી નાખવામાં આવ્યા હતા,' યશે કહ્યું.

અરબાઝે મન બનાવી લીધું હતું.

બીજા દિવસે તે એ માણસને મળવા ગયો જેને તે બાર વર્ષ પહેલા હૈદરાબાદમાં મળ્યો હતો. તેઓ આંધ્ર પ્રદેશના મુખ્ય પ્રધાન હતા અને અરબાઝ પીઅર લારક્રોઈક્સ નામના ભાષાવિદને પોતાના સાથે લઈ જઈ તેમને મળ્યો હતો.

ભૂતપૂર્વ મુખ્ય પ્રધાન હવે વિદેશ ખાતાના પ્રધાન હતા. તેમનું નામ હતું પી.વી.નરસિંહ રાવ. આ બંનેની બીજી મુલાકાતના પછીના દિવસે અરબાઝ સત્તાવાર રીતે કોંગ્રેસ પાર્ટીમાં જોડાઈ ગયો હતો.

બૉમ્બે પાછા ફર્યા બાદ, અરબાઝને ફૂલોનો ગુલદસ્તો મળ્યો. શિવસેનાના કેશવ ગાડગિલે તે મોકલ્યો હતો. તેની સાથેની ચબરખીમાં લખ્યું હતું, 'રાજકારણના અખાડામાં સ્વાગત છે. આપણી વચ્ચેના મુકાબલાની હું રાહ જોઈ રહ્યો છું.'

14મી નવેમ્બર, 1984ના દિવસે લોકસભાની ચૂંટણીઓની જાહેરાત થઈ હતી.

અરબાઝ પૂર્ણપણે ચૂંટણી પ્રચારમાં જોતરાઈ ગયો હતો. તેના મતદાર સંઘમાં 6,44,716 મતદારો હતા. આ દરેક સુધી પહોંચવાનું કામ તેનું હતું. મુરલી અને રાજુને શરૂઆતમાં શંકા હતી પણ અરબાઝનો ઉત્સાહ જોતાં તેમણે તરત જ અરબાઝના વફાદાર ટેકેદારો સાથે મળીને ચૂંટણી કાર્યાલય શરૂ કર્યું હતું.

અરબાઝ દરરોજ ઓછામાં ઓછી પાંચ જાહેર સભાઓ સંબોધતો હતો. મુરલીએ ગયા વર્ષે જ ભારતમાં લૉન્ચ થયેલી નવી મારૂતિ 800 ખરીદી હતી, જેથી અરબાઝના મતદાર સંઘની સાંકડી ગલીઓમાંથી પ્રવેશવા તથા બહાર નીકળવામાં તેને સામાન્ય કરતાં ઓછો સમય લાગે. અરબાઝે ક્યારેય તૈયાર કરેલું ભાષણ વાચતો નહીં, પહેલા તે હાજર મેદનીનો મિજાજ પારખતો

અને પછી જ તે પોતાના શબ્દોની પસંદગી કરતો. એક પ્રસંગે, મુરલી આખા દિવસની સભાઓમાં અરબાઝની સાથે હતો અને સાંજ પડી ત્યાં સુધીમાં તો તે આશ્ચર્યચકિત થઈ ગયો હતો.

દિવસની પહેલી સભામાં, મુસ્લિમ યુવાનનોની મેદનીને સંબોધતા તેણે કહ્યું, 'હું તમારો અબ્બા છું. હું તમારી અમ્મી પણ છું. તમારા મા-બાપની જેમ મેં હંમેશા તમારૂં ધ્યાન નથી રાખ્યું?'

એ પછીની એક સભામાં તેણે બાંધકામ ક્ષેત્રે કામ કરતા મજૂરોના ટોળાને સંબોધતા કહ્યું, 'અહીં એવા પણ લોકો છે જેઓ કહે છે કે હું ખરાબ માણસ છું. હા, હું ખરાબ માણસ છું. જેઓ ગરીબ અને દબાયેલા-કચડાયેલાઓને પીડે છે, તેમના માટે હું ખરાબ છું. બે ટંકનું ભોજન, તન પર કપડાં અને માથા પર ઢંગનું છાપરૂં માગવું એ વધુ પડતું છે? તમે જે છેલ્લી કક્ષાના નેતાઓને આજ સુધી ચૂંટતા આવ્યા છો, એમના પર હું ફિટકાર વરસાવું છું. હું તમારી એક પસંદગી નથી. હું તમારી *એકમાત્ર* પસંદગી છું.'

બપોરની સભામાં, તેણે ઝૂંપડપટ્ટીવાસીઓના સમૂહને કહ્યું, 'અલ્લાહતાલાએ મને એકવાર પૂછ્યું કે, બોલ હું તને વધુ શું આપું. મેં જવાબ આપ્યો, બીજાઓની મદદ કરવામાં મારી મદદ કરો. હું જરૂરિયાતમંદોની સેવાથી તમારી સેવા કરવા માગું છું. અહીં એવા સેંકડો લોકો છે જેમના આંસુ મેં મારા હાથે લૂછ્યાં છે. મને ફક્ત એટલું જ જોઈએ છે કે થોડા વધુ આંસું લૂંછવા માટે મને તમે વધુ એક મોકો આપો. આશા રાખું છું કે, હું એ આંસુંભર્યાં ચહેરાઓ પર મુસ્કાન લાવી શકીશ.'

સાંજે તે એક કામગાર સંઘમાં ભાષણ આપી રહ્યો હતો. તેણે કહ્યું, 'તમને કોઈ એવાની જરૂર છે, જે કડક હોય. કોઈક એવું જે તમારા માટે ઊભું રહે. કોઈક એવું જે તમારા વતી તમારા માટે ન્યાય અને ગૌરવની માગણી કરે. હું એકમાત્ર એવો માણસ છું જે તમારા માટે આ બધું જ કરી શકે છે.'

રાત્રે યુવાનોના મેળાવડામાં બોલતા તેણે કહ્યું, 'મારા પ્રતિસ્પર્ધીઓ નબળા છે, ગઈકાલે, મેં તેમને દરેકને બંગડીઓનું બૉક્સ મોકલ્યું હતું. એમાંના કોઈનામાં ય તાકાત નથી કે ગલીમાં મારી સામે થાય, આવા લોકો મતદાન પેટીમાં મારી સાથે શું મુકાબલો કરશે?'

મુરલીને પૂરો વિશ્વાસ હતો કે અરબાઝ ચોક્કસ જીતશે. મુસ્લિમોએ તો તેની તરફેણમાં મત આપવાનું નક્કી કરી જ લીધું હતું. તેની જીતનો મદાર

હવે હિન્દુ મતોના ઝુકાવ પર હતો. તેણે આ વિશે અરબાઝ સાથે વાત કરી અને અરબાઝે પોતાના સમયપત્રકમાં તરત જ મંદિરોની મુલાકાતનો પણ સમાવેશ કરી લીધો.

23મી ડિસેમ્બર, 1984ની સાંજે પાંચ વાગ્યે ચૂંટણીપ્રચારનો અંત આવ્યો. 64 રાજકીય પક્ષો અને 5,301 ઉમેદવારોના ભાવિનો ફેંસલો મતગણતરી બાદ આવવાનો હતો. દેશની વસ્તીના 38.9 કરોડ લોકો મતદાનને પાત્ર હતા અને તેઓ પોતાના મતની તાકાત વિશે જાણતા હતા. આ એ જ મત હતો જેનાથી તેમણે શ્રીમતી ગાંધીને સત્તામાંથી દૂર કર્યાં હતાં. આ એ જ મત હતો જે તેમને ફરી વાર સત્તાના સર્વોચ્ચ સિંહાસને લઈ ગયો હતો.

રાજીવ ગાંધીના 'ધરાશાયી થતાં વૃક્ષ'ની ટિપ્પણી માટે ઠપકો આપનાર, અટલ બિહારી વાજપેયીની પાર્ટીનું સંખ્યાબળ સંસદમાં સાવ ઘટી ગયું હતું. શ્રીમતી ગાંધીની હત્યા બાદની તીવ્ર નકારાત્મક પ્રતિક્રિયાનો લાભ બીજેપીને મળવાની આશા સેવાતી હતી પણ એવું થયું નહીં અને 224 બેઠકો પર ચૂંટણી લડ્યા બાદ પક્ષે માત્ર બે જ બેઠકો પર વિજય મેળવ્યો હતો. 30 બેઠકો જીતીને એન.ટી.રામારાવની તેલગુ દેશમ્ પાર્ટી બીજા ક્રમની સૌથી મોટી પાર્ટી તરીકે ઊભરી હતી. ભારતમાં પહેલી વાર, એક ક્ષેત્રીય પાર્ટી મુખ્ય વિરોધ પક્ષ હતો.

અરબાઝ શેખ. દક્ષિણ બૉમ્બેનો સાંસદ, ઈન્ડિયન નેશનલ કૉંગ્રેસના પોતાના 403 સાથીઓ સાથે લોકસભામાં પહોંચ્યો હતો. અન્ય સભ્યોમાં એક હતા બૉલીવૂડ સ્ટાર અમિતાભ બચ્ચન, જેઓ અલ્હાબાદ બેઠક પર 68 ટકા મતો મેળવીને વિજયી થયા હતા. અરબાઝની તરફેણમાં 2,05.192 મતો પડ્યા હતા. તેના પછી બૉમ્બેમાં સૌથી વધુ મતો મેળવનાર ઉમેદવાર હતો શિવસેનાનો કેશવ ગાડગિલ, જેને 1,96,313 મતો મળ્યા હતા. અરબાઝના 403 સાથીસાંસદોમાં એક હતો યશ ધર, જે દિલ્હીની ચાંદની ચોક બેઠક પરથી ચૂંટણી લડ્યો હતો.

ચૂંટણી પ્રચાર અને ત્યાર બાદ વિજયના ઉન્માદમાં, એ વાત પ્રત્યે દુર્લક્ષ થયું હતું કે ત્રણ અઠવાડિયા પહેલા જ, ભોપાલમાં યુનિયન કાર્બાઈડ ઑફ ઈન્ડિયાના જંતુનાશક દવાના પ્લાન્ટમાં ગેસ ગળતર થયું હતું. ઘાતક મિથાઈલઆઈસોસાઈનેટ ગેસની અસર પાંચ લાખ કરતાં વધુ લોકોને થઈ હતી. આ દુર્ઘટનાનો સત્તાવાર મરણાંક હતો 2,259. જે પછીથી 3,787 કરાયો હતો, પણ બિનસત્તાવાર અંદાજ મુજબ આ આંકડો 8,000નો હતો.

સૉવિયેટ સરમુખત્યાર, જૉસેફ સ્તાલિને એકવાર કહ્યું હતું કે, 'એક મોત ટ્રેજેડી છે; લાખોનાં મોત એ ફક્ત આંકડો છે.'

બીજેપી 224 બેઠકો પરથી ચૂંટણી જંગમાં ઝંપલાવ્યું હતું પણ માત્ર બે પર જ તેમનો વિજય થયો હતો. તેઓ જે બે બેઠકો પરથી જીત્યા હતા તે હતી, ગુજરાતની મહેસાણા બેઠક, જ્યાંથી બીજેપીના ઉમેદવાર ડૉ. એ. કે. પટેલ ચૂંટાયા હતા, અને બીજી હતી આંધ્ર પ્રદેશની હનમકોંડા બેઠક, જેના પર બીજેપીના ઉમેદવાર. પી.જે.રેડ્ડીએ જીત નોંધાવી હતી. આ બેઠક પર જેની હાર થઈ હતી એ કૉંગ્રેસી ઉમેદવાર હતા પી. વી. નરસિંહ રાવ.

બેંગાલ ક્લબમાં મીટિંગમાં જતાં પહેલા અરવિંદે હિલ્ડા પાસે એક પત્ર લખાવ્યો.

31મી ડિસેમ્બર, 1984
શ્રી અટલ બિહારી વાજપેયી
ભારતીય જનતા પાર્ટી
પ્રિય અટલજી,

આ પત્ર એ વાતની યાદ દેવડાવવા માટે છે કે પરોઢિયા પહેલાનો સમય સૌથી વધુ અંધકારભર્યો હોય છે. મને પૂર્ણ આશા છે કે, તમે બહુ જલ્દી ભવ્ય સૂર્યોદય જોશો.

મારી અનેક શુભેચ્છાઓ,
અરવિંદ બગડિયા

યુનાઈટેડ ફેડરેશન બૅન્કના ભૂતપૂર્વ ચેરમેન મિ. દેશમુખ સાથેની મીટિંગ માટે અરવિંદ બેંગાલ ક્લબ પર બરાબર 12.30 વાગ્યે પહોંચ્યો.

અરવિંદના પિતા બ્રિજમોહનલાલે ક્લબની મેમ્બરશિપ માટે અરજી કરવાનો પ્રયાસ અગાઉ કર્યો હતો. ટોલીની સ્થાપનાના લગભગ 70 વર્ષ પહેલા સ્થપાયેલી, બેંગાલ ક્લબનું કુળ એથેનિયમ, કાર્લટન અથવા રિફૉર્મ ક્લબ જેવી ક્લબો જેવું હતું. અને ટોલીની જેમ બેંગાલ ક્લબને કોઈ ઉપનામથી ઓળખાવું પસંદ નહોતું.બદનસીબે, બેંગાલ ક્લબની મેમ્બરશિપ સબ-કમિટીના સત્તર સભ્યોમાંના એક સભ્યએ બ્રિજમોહનલાલને ક્લબથી બહિષ્કૃત કરવાનો નિર્ણય લીધો હતો. 'આપણે આ સબ-કમિટી પર એટલે નથી બેઠા કે આવા રેંજીપેંજી માણસોને ક્લબની મેમ્બરશિપ મળી જાય,' ક્લબથી બહિષ્કૃત કરવાનો નિર્ણય લેનાર સભ્યએ કોઈકને ગર્વિષ્ઠપણે આ વાત કરી હતી. ઘઉંવર્ણા સાહેબોની આ ગોરી ક્લબમાં એક મતના વીટોથી બ્રિજમોહનલાલનો પ્રવેશ અટકી ગયો હતો. પણ ટોલીએ બ્રિજમોહનલાલને વધાવી લીધા હતા અને તેમની સાથે સારૂં વર્તન કર્યું હતું,

જે હરામીઓએ તેના પિતાને ક્લબમાંથી બહિષ્કૃત કર્યા હતા એ જ લોકોને અરવિંદને બેંગાલ ક્લબમાં સ્વીકારવાની ફરજ પડી હતી. *પૈસા બધી જ બાબતોને યોગ્ય બનાવી દે છે,* ડાઈનિંગ રૂમમાં પ્રવેશતાં અરવિંદે વિચાર્યું. આ ડાઈનિંગ રૂમ સ્મોક્ડ હિલ્સા, હની-ગ્લૅઝડ હૅમ, લૉબસ્ટર થર્મીડૉર અને ગાઝપાચો જેવી નોન-વૅજ વાનગીઓ માટે પ્રખ્યાત હતો. અરવિંદ શાકાહારી હતો. સફેદ હાથમોજાં પહેરેલા વેઈટરને ખબર હતી કે, તેના ભોજનમાં બૉઈલ્ડ રાઈસ, વેજિટેબલ કરી અને દહીં હશે. તે પોતાના દર વખતના ટેબલ પર બેઠો અને તેણે ટૉનિક વોટર, લીંબું અને બરફ લાવવાનો ઑર્ડર આપ્યો.

મેનેજિંગ ડિરેક્ટરઅને ચેરમેન તરીકેના ખાસ્સા લાંબા કાર્યકાળ બાદ મિ. દેશમુખ નિવૃત્ત થયા હતા અને બિઝનેસ વર્તુળમાં સામાન્યપણે સીઆઈસીઆઈ તરીકે ઓળખાતા ચૅમ્બર ઑફ ઈન્ડિયન કૉમર્સ એન્ડ ઈન્ડસ્ટ્રીના સેક્રેટરી પદે બિરાજ્યા હતા. મિ. દેશમુખે કેટલાક અઠવાડિયા પહેલા, તેમના નવા પદ વિશે જણાવ્યું હતું ત્યારે અરવિંદે મિ. દેશમુખન પૂછ્યું હતું, 'સેક્રેટરી જેવું નીચું પદ શા માટે? સાંભળવામાં ટાઈપિસ્ટ જેવું લાગે છે!'

મિ. દેશમુખ હસી પડ્યા હતા. ' આ શબ્દ 'સેક્રેટરી' મધ્યયુગીન લૅટિન શબ્દ *સેક્રેટેરિયસ* પરથી આવ્યો છે, જેનો અર્થ થાય છે, એવી વ્યક્તિ જેને રહસ્યની જવાબદારી સોંપવામાં આવી છે. આ કારણસર જ અમેરિકામાં સેક્રેટરી ઑફ સ્ટેટ જેવું પદ હોય છે, આ કારણસર જ કૉમ્યુનિસ્ટ પાર્ટીમાં

પણ જનરલ સેક્રેટરીનું પદ હોય છે અને આ કારણે જ સંયુક્ત રાષ્ટ્રોમાં પણ સેક્રેટરી-જનરલ હોય છે.'

અરવિંદે ટૉનિક વોટરનો ઘૂંટડો ભર્યો અને પોતાની ઘડિયાળ તરફ જોયું. 12.35. તેણે જોયું કે મિ. દેશમુખ એક મહેમાન સાથે આવી રહ્યા હતા, તેમની સાથેનો આગંતુક દેખાવે અત્યંત આકર્ષક હતો તથા તેણે લિનેનનો સૂટ પહેર્યો હતો વેઈટર આ બે જણને અરવિંદ પાસે લઈ આવી રહ્યો હતો ત્યારે અરવિંદે મિ. દેશમુખને જોઈને હાથ હલાવ્યો.

'હું તમારી મુલાકાત ફૂડ અને સિવિલ સપ્લાયના નવા મિનિસ્ટર ઑફ સ્ટેટ, મિ. યશ ધર સાથે કરાવવા માગું છું,' ત્રણેય જણ એકમેક સાથે હસ્તધૂનન કરી રહ્યા હતા ત્યારે મિ.દેશમુખ બોલ્યા.

'મિનિસ્ટર ઑફ સ્ટેટ?' અરવિંદે પૂછ્યું.

'જુનિયર મિનિસ્ટર,' યશે સમજાવ્યું. 'પણ નવી કૅબિનેટની જાહેરાતની રાહ જુઓ. એમાં મને કૅબિનેટમાં સ્થાન મળી જશે.'

'તો તમારી પાસેથી આજે મને કયું રહસ્ય જાણવા મળવાનું છે?' મિ. દેશમુખ અને યશ ધરે બેઠક લીધી ત્યાર બાદ અરવિંદે રમૂજમાં મિ. દેશમુખને પૂછ્યું.

'એવી વ્યક્તિ જેને રહસ્યની જવાબદારી સોંપવામાં આવી છે,' તેણે એ વાત રહસ્ય રાખવી જોઈએ કે તેની પાસે કોઈ રહસ્ય છે!' ત્રણેય જણ હસી પડ્યા.

તેમણે ખાણી-પીણીનો ઑર્ડર આપી દીધો એ પછી અરવિંદ બોલ્યો,'આપણી મુલાકાત કરાવવા બદ્દલ હું મિ.દેશમુખનો અત્યંત આભારી છું,' તેણે યશને કહ્યું. 'મને લાગે છે કે એવા ક્ષેત્રો હશે જે આપણા પરસ્પર રસના હશે.'

'પરસ્પર રસના ક્ષેત્રો?' યશે પૂછ્યું. 'નાણાં બનાવવાં માટે મીઠા પણ અસંગત કહી શકાય એવા શબ્દોનો ઉપયોગ. સમસ્યા એ છે કે આપણા વડા પ્રધાનની છાપ સામાન્ય જનતામાં "મિસ્ટર કલીનની" છે. હવે તેમને આ છાપને વળગી રહેવું પડે એમ છે. '

'સચ્ચાઈ,' અરવિંદે કહ્યું. 'એ છે કે ભારતમાં અત્યારે સારો એવો પૈસો બનાવવાના ત્રણ માર્ગ છે. એકઃ સાધન હસ્તગત કરવાં, બેઃ લાઈસન્સ હસ્તગત લેવાં, ત્રણઃ જમીન હસ્તગત કરી લેવી. બહુ ઓછા લોકોએ ચોથા માર્ગ પર ધ્યાન આપ્યું છે.'

'ચોથો માર્ગ કયો છે?' યશે ઉત્સુકતાપૂર્વક પૂછ્યું.

'એ છે માહિતી હસ્તગત કરવી. માહિતી વહેલી મેળવી લેવાની ક્ષમતા. આ એક એવી બાબત છે જ્યાં તમે મારી મદદ કરી શકો એમ છો.'

બેંગાલ ક્લબમાં લંચ બાદ બહાર નીકળી ને પોતાની મર્સિડિઝ-બેન્ઝ 300ટીડી વૅગનની પાછળની સીટમાં બેસતાં અરવિંદે ડ્રાઈવરને પોતાની ઑફિસ, જે ત્યાંથી થોડીક મિનિટોના અંતરે ચૌરંઘી રોડના પટ્ટા પર હતી ત્યાં કાર લેવા કહ્યું.

ચૌરંઘી સ્ટ્રીટ અને સદર સ્ટ્રીટના ટ્રાફિક જંક્શન પર કાર ક્ષણભર થોભી. અરવિંદની નજર એક કાર પર ગઈ જે તેને જાણીતી લાગી. 'સદર સ્ટ્રીટ પર રાઈટમાં લે,' તેણે ડ્રાઈવરને કહ્યું. શૉફરે પોતાના માલિકના હુકમનું તરત જ પાલન કર્યું.

તેનો અંદાજ સાચો હતો. એ જોયદીપની બ્લુ ટોયોટા કોરોના જ હતી. સ્ટેટ ટ્રેડિંગ કૉર્પોરેશનમાં યોજાયેલી હરાજીમાંથી જોયદીપે આ કાર લીધી હતી. અરવિંદે જોયદીપની કારને ફેરલૉન હોટેલના ડ્રાઈવવેમાં પ્રવેશતી જોઈ.

તે જોયદીપની કારનો પીછો કરી, તેના સુધી પહોંચી, તેની પીઠ પર ધબ્બો મારી તેને કહેવાનો વિચાર કરી રહ્યો હતો કે ચાલ સાથે એક-એક કપ ચા પીએ. ત્યાં જ તેને વધુ એક જાણીતી કાર અને જાણીતો ચહેરો દેખાયો.

કલ્યાણ સરકાર ફરજ પર ન હોય ત્યારે સામાન્ય માણસ જેવા કપડાં પહેરતો. આમ પણ, પશ્ચિમ બંગાળ પોલીસમાં તેનું સ્થાન તેની નોંધપાત્ર કાર્યક્ષમતા, બુદ્ધિ અથવા શિસ્તને કારણે નહોતું

1980થી બંગાળ પર સીપીએમનું શાસન હતું. રાજ્યમાં આ શાસન જમીન સુધારા લાવ્યું હતું અને પોતે મેળવેલી રાજકીય મૂડીનો ઉપયોગ પક્ષે સત્તાને ટકાવી શકે એવું તંત્ર ઊભું કરવામાં બહુ ઝડપથી કર્યો હતો, પ્રોત્સાહન-આશ્રય આપવાનું તેમણે રચેલું તંત્ર એટલી હદે સર્વવ્યાપક હતું કે પોલીટબ્યુરોનો દબદબો રાઈટર્સ બિલ્ડિંગથી લઈને અંતરિયાળ ગામડાઓની

પંચાયતો સુધી ફેલાયેલો હતો. કલ્યાણ સરકાર આ તંત્રની એક ઉપજ હતો,. જે જાણતો હતો કે કયું બટન દબાવવું જોઈ અને કયા ગીયરને ઊંજણની જરૂર છે.

પરિણામે કલ્યાણ સરકારને સરકારી પગાર મળતો હોવા છતાં, તેની આવકનું મુખ્ય સ્રોત તો ખાનગી સેવાઓ માટે પોલીસને ભાડે આપવાનો જ હતો. આ ધીકતો ધંધો હતો. અરવિંદે તેની આ સેવાનો લાભ અનેકવાર લીધો હતો અને વળતરમાં તેને દર મહિને ચોક્કસ રકમ અરવિંદ ચૂકવતો હતો. 'તમારી પોલીસ તમારા માટે શું કરી શકે છે એ ન પૂછો, એ કહો કે તમે તમારા પોલીસ અધિકારી માટે શું કરી શકો છો', આ મંત્ર કલ્યાણ સરકાર અને તેના માણસોએ આત્મસાત કર્યો હતો.

અરવિંદે નોટોની એક થોકડી પોતાની બ્રીફકેસમાંથી કાઢી અને લાંબા કવરમાં નાખી. તેણે આ કવર સરકારને આપી દીધું.

'આ કામ માટે તારા સૌથી સારા માણસને લગાડજે,' અરવિંદે તેને કહ્યું.

'ચિંતા ન કરતા, બૉસ,' સરકારે ચમચાગીરીભર્યું સ્મિત સાથે કહ્યું. 'તમારા કામ માટે મેં હંમેશા સારામાં સારા માણસનો જ ઉપયોગ કર્યો છે.'

જોયદીપ ઉત્સાહભેર અરવિંદની ઑફિસમાં પ્રવેશ્યો. 'મેં જાણી લીધું છે કે શું થયું હતું,' અરવિંદના ટેબલ સામેની મુલાકાતીઓ માટેની એક ખુરશી પર બેસતા, તેણે કહ્યું.

'તું ક્યાં હતો?' અરવિંદે પૂછ્યું.

'સંશોધન કરી રહ્યો હતો, આપણા ચાર્ટર્ડ એકાઉન્ટન્ટ ચંદર લાખોટિયાએ વટાણા વેરી નાખ્યા હતા. ચિફ કમિશનર ઑફ ઈન્કમ ટેક્સ મિ. સુશીલ તિવારીએ તેના પર દબાણ કર્યું હતું.'

'આ તો હું પહેલેથી જ જાણું છું,' પોતાના ટેબલ પરના ચાંદીના ભારેખમ પેપરવેઈટ સાથે રમતાં રમતાં શૂન્યમનસ્કપણે અરવિંદે કહ્યું. આ પેપરવેઈટ અરવિંદની માતાએ તેના છેલ્લા જન્મદિવસે ભેટ તરીકે આપ્યું હતું. આ એક ચાંદીની ચપટી ગોળાકાર તકતી હતી, જેનો વ્યાસ આશરે પાંચેક સેન્ટિમીટર જેટલો હતો અને જાડાઈ એકાદ સેન્ટિમીટર જેટલી હતી. આ તકતીની આસપાસ તાંબાનું એક કડું ચુસ્તપણે વીંટાળેલું હતું, જેની માગણી અરવિંદ

હંમેશા પોતાની માતા પાસેથી કરતો હતો. શકુંતલાએ પોતાના ઝવેરી પાસેથી આ પેપરવેઈટ ખાસ બનાવડાવ્યું હતું, અને દેખાવમાં પણ તે ખરેખર સુંદર હતું.

'હા,' જોયદીપે કહ્યું,'પણ તું જે નથી જાણતો તે વાત એ છે કે, આપણી બૅન્ક, યુનાઈટેડ ફેડરેશન બૅન્ક બૉમ્બેમાં એક ગ્રાહક ધરાવે છે. આપણે કુરબાની હોટેલ્સ લિમિટેડના શૅર્સની કિંમત સાથે રમત કરી હતી તેમાં આ ગ્રાહકને બહુ મોટી રકમનું નુકસાન થયું હતું.'

'તારો કહેવાનો અર્થ છે ધંદા હૉલ્ડિંગ્સ પ્રાયવેટ લિમિટેડ?' અરવિંદે પૂછ્યું.

'ચોક્કસપણે, ધંદા હૉલ્ડિંગ્સ પ્રાયવેટ લિમિટેડ. આ કંપનીનો મેનજિંગ ડિરેક્ટર, મિ. મુરલી મેનન, આપણી એજીએમમાં હાજર હતો અને પોતાના વકતવ્યમાં તેણે તારી પ્રશંસા કરી હતી.'

'મને એ યાદ છે,' અરવિંદે કહ્યું. 'પણ એનું શું છે?'

'એ તો માત્ર કંપનીનો ચહેરો છે. આ કંપની બૉમ્બેના અંડરવર્લ્ડનાં કાળાં નાણાં ધોળા કરવા માટેની એક મોટી વ્યવસ્થા માત્ર છે,' જોયદીપે કહ્યું.

'એની પાછળ કોણ છે?' અરવિંદે પૂછ્યું.

'અરબાઝ શેખ,' લોકસભા ચૂંટણીમાં અરબાઝના વિજયના સમાચારનું કટિંગ અરવિંદના ટેબલ પર મૂકતાં જોયદીપે કહ્યું. હૈદરાબાદ જતી ફ્લાઈટમાં મળ્યો હતો એ માણસ અરવિંદને યાદ આવ્યો. આ માણસને જ તેણે પોતાના ગેસ્ટહાઉસમાં ઉતારો આપ્યો હતો.

'અને આપણે તેને બ્રૅઈડમાં રોકાણ કરવાની મંજૂરી પણ આપી,' પરોમિતા અરબાઝની પત્ની છે એ યાદ આવતાં જ અચાનક ચીડાઈ જતાં અરવિંદે કહ્યું.

'એ તારી જ ભૂલ છે, અરવિંદ,' જોયદીપે કહ્યું. 'દરેક વખતે દરેક માણસ વિશે ચોકસાઈપૂર્વક અનુમાન લગાડી શકાતું નથી.'

'તારી વાત સાવ સાચી છે,' જોયદીપ તરફ તાકતા અરવિંદે કહ્યું.

1985માં, મોન્ટ્રિયલથી લંડન જઈ રહેલી એર ઈન્ડિયાની ફ્લાઈટમાં શીખ ત્રાસવાદીઓએ મૂકેલો બૉમ્બ આઈરિશ સમુદ્રતટથી 31,000 ફૂટની

ઊંચાઈએ ફાટ્યો હતો. ફ્લાઈટમાંના તમામ 329 પ્રવાસીઓ- જેમાંના મોટા ભાગના ભારતીય મૂળના હતા – મૃત્યુ પામ્યાં હતાં. ઈન્દિરા ગાંધીના ઑપરેશન બ્લુસ્ટારનો બદલો લેવા આ હિચકારું કૃત્ય ઈરાદાપૂર્વક કરાયું હતું.

આ બૉમ્બ ધડાકામાં માર્યા ગયેલા પ્રવાસીઓમાં એક હતી શૈલા ધર. ફૂડ એન્ડ સિવિલ સપ્લાઈઝ ખાતાના પ્રધાન. યશ ધરની પત્ની. ટોરોન્ટોમાં રહેતા પોતાના મામા-મામી, માસા-માસી અને તેમનાં સંતાનો સાથે સમય વિતાવવા કેનેડાની મુલાકાતે તે આવી હતી. નસીબની બલિહારી જુઓ, તેનો પતિ અને દીકરો અનુક્રમે રાજકીય વ્યસ્તતા અને શાળાના અભ્યાસને કારણે તેની સાથે આવી શક્યા નહોતા.

શૈલા વકીલ હતી અને મહિલાઓના હક્કો માટે તેણે બહાદુરીપૂર્વક લડત ચલાવી હતી. તેણે સલાહ આપી હોય એવો એક મામલો હતો શાહ બાનુ નામની મુસ્લિમ મહિલાનો. ઈન્દોરની 62 વર્ષની બે સંતાનોની માતા, શાહ બાનુને તેના પતિએ 1878માં તલાક આપ્યા હતા. તેણે સર્વોચ્ચ અદાલતમાં ફોજદારી દાવો કર્યો હતો, જેમાં પતિ તરફથી ભરણપોષણ મેળવવાનો હક્ક તે જીતી હતી. આ એક સીમાચિહ્નરૂપ સેક્યુલર ચુકાદો હતો જેમાં, અદાલતે નક્કી કર્યું હતું કે, મુસ્લિમ પર્સનલ લૉ- શરિયતથી વિરૂદ્ધ હોવા છતાં મહિલાને ભરણપોષણ મળવું જોઈએ. ભારત સમાન નાગરી ધારા (યુનિફૉર્મ સિવિલ કૉડ) તરફ આગળ વધી રહ્યો હોય એવું લાગતું હતું - એવો કાયદો જે હિન્દુ, મુસ્લિમ, ખ્રિસ્તી કે શીખ વચ્ચે ભેદભાવ રાખતો નહોતો.

એ સવારે, યશના દિલ્હી સ્થિત ઘરે યોજાયેલી પ્રાર્થનાસભામાં સત્તાના સર્વોચ્ચ સ્થાને બેઠેલા અનેક લોકો હાજર રહ્યા હતા. શૈલાનો મૃતદેહ મળ્યો નહોતો, એટલે તેની અંતિમવિધિનો પ્રશ્ન જ નહોતો. તેના નામ સામે માત્ર આટલી જ નોંધ જોવા મળતી હતી 'લોસ્ટ એટ સી'. પ્રાર્થનાસભામાં હાજર રહેલાઓમાં અરબાઝ શેખ અને અરવિંદ બગડિયા પણ હતા. મિ. દેશમુખ પણ આવ્યા હતા. વિવિધ રાજકીય પક્ષો સાથે સંકળા.યેલા રાજકારણીઓ પણ ત્યાં આવ્યા હતા. રાજીવ ગાંધીના મિત્ર અને તેમની કૅબિનેટમાં પ્રધાન હોવાને કારણે સેક્યુલર ડાબેરી વિચારધારાના અનેક લોકો યશના મિત્રો હતા. યશ કાશ્મીરી પંડિત હોવાને કારણે હિન્દુ જમણી પાંખના લોકો પણ તેના મિત્રો હતા. યશના મિત્રો તેને અવારનવાર પૂછતાં કે રાજકીય દૃષ્ટિએ

તે કોણ હતો – ડાબેરી, જમણેરી, મધ્યમાર્ગીય, ઉદાર મતવાદી, લોકશાહીનો હિમાયતી કે પછી સમાજવાદી? યશ બહુ જ રમૂજી જવાબ આપતો, 'હું સૉશિયાલિસ્ટ અને સૉશિયલાઈટની વચ્ચે ક્યાંક છું.'

આજે એ રમૂજવૃત્તિ સાવ ગેરહાજર હતી કેમ કે આજનો માહોલ જુદો હતો. પ્રાર્થનાસભામાં આવેલા લોકો, મોટા ભાગે સફેદ વસ્ત્રોમાં સજ્જ હતા, એક શામિયાણા નીચે સાવ શાંતપણે બેઠા હતા, ગમગીન સ્ત્રી-પુરુષો *ઓમ નમઃ શિવાય*નું રટણ કરી રહ્યા હતા. પ્રથમ હરોળમાં યશનો સાથી, અરબાઝ શેખ બેઠો હતો. બે હરોળ પાછળ અરવિંદ બગડિયા બૅન્કર મિ. દેશમુખ સાથે બેઠો હતો. પ્રાર્થનાસભામાં આવેલા અનેક લોકો એ રાત્રે જ દિલ્હીની આઈટીસી મૌર્યા શેરટોન હોટેલના ડિસ્કોથૅક ઘૂંઘરુમાં દેખાવાના હતા. સવારે પ્રાર્થનાસભા પતી ગયા બાદ શોક કરવાનો કોઈ અર્થ નહોતો.

પ્રાર્થનાસભા પૂરી થતાં જ, હાજર રહેલા સૌ કોઈ બહાર બગીચામાં આવ્યા, એક પરિચિત ચહેરાએ અરવિંદનું અભિવાદન કર્યું. એ ચંદર લાખોટિયા હતો, પાન મસાલાનો શોખીન ચાર્ટર્ડ એકાઉન્ટન્ટ. અરવિંદે તેને દૂરથી જોયો હતો, પણ તેની અવગણના કરી હતી. અરવિંદને પાક્કી ખાતરી હતી કે ચંદર લાખોટિયાએ જ એ મહત્વની જાણકારી આપી હતી, જેના કારણે આવકવેરા ખાતાએ તેના પર દરોડા પાડ્યા હતા. પણ ચંદરની હૂંફમાં અતિરેકની કોઈ કમી આવી નહોતી.

'તમને જોઈને બહુ આનંદ થયો, અરવિંદ બાબુ,' ચંદરે કહ્યું. 'આવકવેરા ખાતાના અધિકારીઓએ તમારી સાથે જે વર્તન કર્યું એ વિશે જાણીને મને બહુ જ ખરાબ લાગ્યું. મારે તમને ફોન કરવા હતો પણ મને ખબર હતી કે તમારા પિતાના અવસાન બાદ તમે એ બધા કામમાં વ્યસ્ત હશો.'

'તમે અહીં ક્યાંથી?' તેની હૂંફનો જવાબ હૂંફથી આપવાની દરકાર ન કરતા અરવિંદે પૂછ્યું.

'ત્યાં તમને પેલા લોકો દેખાય છે?' પોતાના માથા વડે એક તરફ ઈશારો કરતાં ચંદરે પૂછ્યું.

અરવિંદે શોક વ્યક્ત કરવા આવેલા લોકો તરફ જોયું. એ ભીડમાં અટલ બિહારી વાજપેયી અને એલ.કે.અડવાણી હતા. 'તમારો કહેવાનો અર્થ છે વાજપેયીજી અને અડવાણીજી?' અરવિંદે પૂછ્યું.

'હા,' ચંદરે જવાબ આપ્યો. 'હું બીજેપીનો સભ્ય છું. મારું મુખ્ય કામ બિઝનેસમેનો તથા વેપારીઓ પાસેથી ફંડ એકત્ર કરવાનું છે, જેનો ઉપયોગ કરી પાર્ટી હવે પછીની લોકસભાની ચૂંટણીમાં સારો દેખાવ કરી શકે.'

'પણ ચૂંટણીઓ તો હજી ગયા વર્ષે જ થઈ છે ને,' અરવિંદે કહ્યું. '1989ને તો હજી ઘણો સમય બાકી છે.'

'આ સરકાર એટલું લાંબું નહીં ખેંચે,' ચંદર ગણગણ્યો. 'રાજીવ ગાંધી એવો કાયદો લાવવા માગે છે, જે શાહ બાનુના સેક્યુલર ચુકાદાને ઉલટાવી નાખશે. એનું નામ હશે મુસ્લિમ વુમન્સ બિલ અને એનાથી તેઓ મુસ્લિમોનું તુષ્ટિકરણ કરશે. તેમને હજી એ સમજાતું નથી કે આ બાબત તેમનો સંપૂર્ણ હિન્દુ આધાર ખતમ કરી નાખશે '

'અચ્છા,' અરવિંદે આ માહિતી પચાવવાનો પ્રયાસ કરતા કહ્યું.

'અરવિંદ બાબુ, આવો હું તમારી ઓળખાણ પાર્ટીના કર્તાહર્તાઓ સાથે કરાવું. કોને ખબર? કદાચ કોઈક દિવસ તમે પણ રાજકારણમાં જોડાવાનું નક્કી કરો?'

'જરૂર,' બીજેપીના મોટાં માથાં તરફ આગળ વધી રહેલા અરવિંદે કહ્યું.

'તને જોઈને આનંદ થયો અરવિંદ,' તેઓ ત્યાં પહોંચતા જ અરવિંદને જોઈને વાજપેયીએ કહ્યું. અરવિંદે નીચે વળીને વાજપેયીના ચરણસ્પર્શ કર્યા, 'તારા પિતાના અવસાનના સમાચાર સાંભળીને દુઃખ થયું.'

અરવિંદ પાર્ટીના મોટાં માથાંને પહેલેથી જ જાણતો હોવાનું જોઈ લાખોટિયા ત્યાંથી સરકી ગયો.

'આવ, હું તારી ઓળખાણ સરદાર હરપાલ સિંહ સાથે કરાવું, તેઓ બહુ જ સારા મિત્ર છે અને આજકાલ ભારત કરતાં ભૂતાનમાં વધુ સમય વિતાવે છે.' વાજપેયીએ કહ્યું.

યશ ધર, ફૂડ એન્ડ સિવિલ સપ્લાઈઝ ખાતાના પ્રધાને અરવિંદને એ યાદી આપી હતી જેમાં તેના ખાતાની કામગીરીના ક્ષેત્રો વિશે જણાવાયું હતું. અરવિંદે એ યાદી તરફ ફરીવાર નજર કરી.

1. *નાગરી તથા સેનાની જરૂરિયાતો મુજબ અન્ન સામગ્રીની ખરીદી કરવી*

2. ઈન્ટરનેશન વ્હીટ કાઉન્સિલ, ઈન્ટરનેશન શુગર કાઉન્સિલ, વર્લ્ડ ફૂડ કાઉન્સિલ અને આઈએફપીઆરઆઈ સાથે સંકલન-સહકાર સાધવું.
3. ખાદ્યાન્ન અને અન્ન સામગ્રી સંબંધિત વેપાર-વણજ માટે બહારના દેશો સાથે સંધિઓ તથા કરારો કરવા.
4. સંગ્રહ માટે વેરહાઉસ હસ્તગત કરવા.
5. સાકર સહિતના ખાદ્યાન્ન અને અન્ન સામગ્રી સંબંધિત આંતરરાજ્ય વેપાર.
6. ફળો તથા શાકભાજી પરની પ્રક્રિયા, સાકર અને મિલિંગ સંબંધિત ઉદ્યોગો.
7. સેન્ટ્રલ વેરહાઉસિંગ કૉર્પોરેશન્સ અને સ્ટેટ વેરહાઉસિંગ કૉર્પોરેશન્સનું સંચાલન
8. ખાદ્યાન્ન અને અન્ન સામગ્રી અને સાકરના ભાવ નિયંત્રણ અને આગાહી.
9. ડિરેક્ટોરેટ ઑફ શુગર, નેશનલ શુગર ઈન્સ્ટિટ્યૂટ, ડેવલપમેન્ટ કાઉન્સિલ ફૉર શુગર ઈન્ડસ્ટ્રી અને તેમના તાબા હેઠળની અન્ય ઑફિસો સંબંધિત બાબતો.

આ યાદી તે બે વાર વાંચી ગયો અને પછી તેણે સત્યપાલ તરફ જોયું. 'આમાં તને કોઈ તક દેખાય છે?' તેણે પૂછ્યું.

સત્યપાલ પણ યાદી ફરીવાર વાંચી ગયો. 'આમાં મને સરકારી ભાષાવિલાસ સિવાય કશું જ દેખાતું નથી,' તેણે કહ્યું.

'આઠમા નંબર પર જે બાબત છે તેના પર નજર કર,' અરવિંદે કહ્યું. ' ખાદ્યાન્ન અને અન્ન સામગ્રી અને સાકરના ભાવ નિયંત્રણ અને આગાહી.'

'આમાં પૈસા બનાવવાની તક ક્યાં છે?' સત્યપાલે પૂછ્યું.

'ચોક્કસ ખેતપેદાશની સંભાવિત ઉપજ અને ચોક્કસ ચીજના સંભાવિત ભાવની જાણકારી ખાતાના પ્રધાન પાસે હંમેશા રહેતી હશે.' અરવિંદે કહ્યું.

'તો?' સત્યપાલે પૂછ્યું.

'જો તે પોતાની પાસેની આ માહિતી આપણને અગાઉથી આપી દે, તો આપણે કમાણી કરી શકીએ છીએ,' અરવિંદે કહ્યું.

'આપણા દેશમાં કૉમેડિટી એક્સચેન્જ નથી,' સત્યપાલે કહ્યું. 'ફૉરવર્ડ કૉન્ટ્રાક્ટ રેગ્યુલેશન એક્ટ લગભગ તમામ ખાદ્યાન્નમાં વાયદાના સોદા પર પ્રતિબંધ મૂકે છે.'

'એ વાત સાચી છે, પણ નાણાં કમાવવા માટે કૉમોડિટીમાં વેપાર કરવાની જરૂર જ નથી,' અરવિંદે કહ્યું.

'તો કઈ રીતે?' સત્યપાલે પૂછ્યું.

'કૉમોડિટીના ભાવ હંમેશા કોઈ બીજી વસ્તુને સાપેક્ષ હોય છે,' અરવિંદે કહ્યું.

'તમારે મને આ વિશે સમજાવવું પડશે,' સત્યપાલે કહ્યું.

'થોડાક વર્ષો પહેલા યુનિવર્સિટી ઑફ કેલિફૉર્નિયામાં એક રસપ્રદ અભ્યાસ હાથ ધરાયો હતો,' અરવિંદે કહ્યું. 'ફ્રોઝન કૉન્સન્ટ્રેટેટ ઑરેન્જ જ્યૂસ બનાવવામાં વપરાતા અમેરિકાન સંતરામાંના 90 ટકા કરતાં વધારે સંતરા એકલા ફ્લૉરિડામાં ઉગે છે. આમ, ફ્લૉરિડાનું હવામાન એવું ચાવીરૂપ પાસું છે, જે ઑરેન્જ જ્યૂસ ફ્યુચર્સ –અથવા ઓજેએફ- કયા ભાવે વેચાશે તેના પર અસર કરે છે.'

'તો?' સત્યપાલે પૂછ્યું.

'યુનિવર્સિટી ઑફ કેલિફૉર્નિયાના અભ્યાસમાં એ પણ જાણવા મળ્યું કે આના કરતાં ઊંધું પણ એટલું જ સાચું હતું. ઓજેએફના ભાવમાં આવતો ફેરફાર પણ ફ્લૉરિડાના હવામાનની એટલી જ સારી આગાહી હતી... જો ઓજેએફના ભાવ ઊંચા ગયા તો એનો અર્થ એ થયો કે તાપમાન નીચું જવાની શક્યતા છે.'

'ઈન્ટરેસ્ટિંગ,' સત્યપાલે હસતાં કહ્યું.

'જે મુદ્દા તરફ હું તારૂં ધ્યાન દોરવા માગું છું તે એ છે કે, યશ ધર પાસેથી મળનારી આગોતરી માહિતી આપણને અન્ય પરિવર્તનશીલ પાસા વિશે આગાહી કરવામાં મદદ કરી શકે છે,' અરવિંદે કહ્યું.

'જેમ કે?'

'ધારો કે ઘઉંનો મબલક પાક થવાનો હોય, એનો અર્થ એ થયો કે તેના ભાવમાં ઘટાડો થશે. એનો અર્થ એ થયો કે બ્રિટાનિયા જેવી કંપની જે ઘઉં પર બહુ મોટો મદાર રાખે છે – તેને આનાથી લાભ થશે,' અરવિંદે કહ્યું.

'આગળ કહો,' નોંધ ટપકાવતાં સત્યપાલે કહ્યું.

'ધારી લે કે, મગફળીનું ઉત્પાદન નબળું રહેવાનું છે, તો તેના ભાવમાં થનારો વધારો પોસ્ટમેન, જેવા તેલ ઉત્પાદકો માટે નુકસાનકારક સાબિત થઈ

શકે છે. તેનાથી વિપરિત, જો સૂરજમુખીના બીજનું ઉત્પાદન સારા પ્રમાણમાં થયું હોય તો, ભાવ નીચે જવાનો ફાયદો સફોલાને થશે.'

'બહુ સરસ,' સત્યપાલે કહ્યું.

'આ વર્ષે જો શેરડીનો પાક મબલક રહ્યો, તો એનો અર્થ એ થયો કે શેરડીના પીલાણની આડ-પેદાશ, ગોળનું ઉત્પાદન પણ એટલું જ વિપુલ હશે. આ બાબત શૉ વૉલેસ અને મૅકડૉવેલ્સ જેવી શરાબ બનાવતી કંપનીઓ માટે આનંદદાયક સ્થિતિ હશે.'

'હું આ બાબતને તરત અમલમાં મૂકું છું,' પોતાની ખુરશીમાંથી ઊભા થતાં સત્યપાલે કહ્યું. અરવિંદે ટેબલ પર પડેલું *ફૉર્બ્સ* મેગેઝિન ઉપાડ્યું. આ મેગેઝિને વિશ્વના અબોજપતિઓનું પગેરું લેવાની શરૂઆત કરી હતી. 1987 માટેની તેમની યાદીમાં એકમાત્ર ભારતીય નામ હતું આદિત્ય બિરલાનું. *એક દિવસ હું પણ આ યાદીમાં હોઈશ,* અરવિંદે વિચાર્યું.

*ફૉર્બ્સ*ના અંકની બાજુમાં *સ્ટેટ્સમેન* પડ્યું હતું. પાર્શ્વગાયક, કિશોર કુમારનું અવસાન થયું હોવાનું મથાળું તેમાં હતું. અરવિંદને એવો વિચાર કરવાની પરવા નહોતી કે એક દિવસ તેનું નામ પણ મૃત્યુ પામેલાં લોકોની યાદીમાં હશે.

અરવિંદના ફોનની ઘંટડી વાગી. ફોન ઊંચકીને, તે સાંભળી રહ્યો હતો. સત્યપાલ દરવાજા પર રાહ જોઈ રહ્યો હતો.

પછી તે બોલ્યો, 'બંગાલ ટ્રાન્સપોર્ટની બસ બરાબર રહેશે... હું રોકડમાં આપીશ.'

સત્યપાલ જતો રહ્યો.

અભિલાષા દીવાનખાનામાં બેસીને રવિવારે સવારે, રામાનંદ સાગરની સિરિયલ *રામાયણ* જોઈ રહી હતી, દેશના લાખો પરિવારોની જેમ બગડિયાઓના ઘરમાં પણ રવિવારે સવારે આ સિરિયલ જોવી એ એક ધાર્મિક વિધિ જેવી બની ગઈ હતી. તેની બાજુમાં તેનાં સાસુ શકુંતલા બેઠાં હતાં. વિનય અને વિનિત પણ કાર્પેટ પર પથરાયેલા પડ્યા હતા, તેમનો નાસ્તો જેમનો તેમ પડ્યો હતો.

કલકત્તામાં હાલમાં જ અખબારના વિકલ્પોમાં થયેલો વધારો એવા, *ટેલિગ્રાફ*નો અંક કૉફી ટેબલ પર પડ્યો હતો. અભિલાષાનું ધ્યાન તેના પર

નહોતું. આજકાલ આમ પણ સમાચારમાં બંદૂકો અને યુદ્ધ સિવાય બીજું આવતું પણ શું હતું. દુનિયા *રામાયણ* જોઈને વધુ શાંતિપૂર્ણ થવાનું કેમ શીખી નથી લેતી? અભિલાષાને વિચાર આવ્યો. પણ અભિલાષાને કોણ કહે કે રામાયણનો અંત પણ લંકામાં એક ભીષણ યુદ્ધ દ્વારા જ આવ્યો હતો.

*ટેલિગ્રાફ*ના અંકની બાજુમાં જ મહાન ફિલ્મકાર સત્યજીત રે લિખિત વાર્તા *ધ કમ્પ્લીટ એડવેન્ચર ઑફ ફેલૂદા* પુસ્તકની કૂતરાના કાનની જેમ વળી ગયેલાં પાનાં ધરાવતી પ્રત પડી હતી. અભિલાષાએ તેને પણ નજરઅંદાજ કર્યું હતું. મરણ વિશે વાંચવાના મૂડમાં તે જરાય નહોતી.

યોગાનુયોગે, હાલ ચાલી રહેલું યુદ્ધ પણ લંકામાં જ હતું. રાજીવ ગાંધીએ એક લાખ જેટલાં સૈનિકોને શાંતિ જાળવવા શ્રીલંકા મોકલ્યા હતા. આ દળ ઈન્ડિયન પીસ કીપિંગ ફોર્સ અથવા આઈપીકેએફ તરીકે ઓળખાતું હતું. ત્યાંની પરિસ્થિતિ જ્યારે સર્વોચ્ચ સ્તરે હતી ત્યારે, આઈપીકેએફના 1,00,000 કરતાં વધુ જવાનો શ્રીલંકામાં તહેનાત કરાયા હતા. ઘરઆંગણે પણ ગનની વાર્તાઓ જ સર્વત્ર કહેવાતી હતી. સ્વિડિશ રેડિયોએ આક્ષેપ કર્યા હતા કે, સ્વિડનની મિલિટરી શસ્ત્રો બનાવતી બોફોર્સ નામની કંપનીએ ભારતના રાજકારણીઓ તથા સેનાના અધિકારીઓને શસ્ત્ર સોદો પાર પાડવા માટે બહુ મોટી કટકી આપી હતી.

એ દિવસનો એપિસોડ પૂરો થયો અને ટેલિવિઝન બંધ કરી દેવાયું. અભિલાષાએ છોકરાઓને તેમનું હૉમવર્ક પૂરું કરવા કહ્યું. તે જાણતી હતી કે શનિ-રવિની રજાઓની સાવ છેલ્લી ઘડી સુધી આ કામ પૂરું થવાનું નથી. વિનય અને વિનિત બંને સારા છોકરા હતા, પણ બાર વર્ષના છોકરાઓનાં મગજને હૉમવર્ક સિવાય બધી જ બાબતોમાં રસ પડતો હોય છે.

શકુંતલા માળા ફેરવી રહી હતી અને મનોમન તેનો મંત્રજાપ ચાલુ હતો. અભિલાષાએ અનિચ્છાએ અખાબર ઉપાડ્યું. મુખ્ય સમાચારમાં હિન્દી ફિલ્મના દંતકથા સમાન અભિનેતા-દિગ્દર્શક રાજ કપૂરના અવસાનની વાત હતી. આઈપીકેએફ તથા બોફોર્સ વિશેની બધી એકસરખી બાબતોને તે શૂન્યમનસ્કે ટાળી ગઈ પણ અંદરના પાના પરની એક તસવીરે તેનું ધ્યાન ખેંચ્યું. ગઈકાલે થયેલા એક ભીષણ અકસ્માતમાં ખુરદો બોલી ગયેલી કારની સ્ટાફ ફોટોગ્રાફરે પાડેલી એ તસવીર હતી.

તેની સાથેના અહેવાલમાં જણાવાયું હતું કે આ કાર ચૌરંઘી રોડ પર જઈ રહી હતી ત્યારે બેંગાલ ટ્રાન્સપોર્ટની એક બસના ચાલકે બસ પરનો નિયંત્રણ

ગુમાવ્યો હતો અને સામેની તરફથી આ કાર સાથે જોરદાર ટકરાઈ હતી. કારનો ડ્રાઈવર ઘટનાસ્થળે જ મરણ પામ્યો હતો.

અભિલાષા સ્તબ્ધ થઈ ગઈ હતી. એ કાર બ્લુ રંગની ટોયોટા કોરોના હતી.

'શું થયું, બેટા?' પોતાની વહુના હાથ ધ્રૂજતા જોઈ શકુંતલાએ પૂછ્યું.

'કશું જ નહીં અમ્મા,' અભિલાષાએ ઊભાં થતાં કહ્યું. 'બાળકો શું કરી રહ્યા છે એ જોઈને આવું છું.'

એ વર્ષે, એક ચોંકાવનારી ઘટનામાં, રૂપ કંવર નામની યુવાન રાજપૂત મહિલા પોતાના પતિની બળતી ચિતા પર બેસી જઈ સતી થઈ હતી. પોતાના પામર જીવનમાં આનંદની પળો લાવનાર એકમાત્ર પુરુષ માટે અભિલાષાની આંખમાંથી આંસું વહી રહ્યા હતા અને તેના માટે પોતાની જાતને ખતમ કરી નાખવાનું મન તેને થઈ આવ્યું.

જોયદીપ ચક્રબોર્તીને નવડાવવામાં આવ્યો હતો અને તેને સફેદ કપડાં પહેરાવવામાં આવ્યા હતા. સ્મશાન સુધીની તેની છેલ્લી યાત્રા પૂર્વે, તેનાં પગલાંની છાપ લાલ રંગ દ્વારા કાગળ પર લેવાઈ હતી. અંતિમ વિધિ માટે જોયદીપને સ્મશાન લઈ જવાયો. તેની નનામીને કાંધ આપનારાઓમાં એક અરવિંદ પણ હતો.

જોયદીપના દેહને ચિતા પર મૂકવામાં આવ્યો, તેના પિતા, કૉલેજના નિવૃત્ત હેડમાસ્તર, સાવ ભાંગી પડેલા દેખાતા હતા. પોતાના એકના એક દીકરાને અંતિમ વિદાય આપતી વખતે તેઓ સાવ મૂઢ થઈ ગયા હતા.

એ વૃદ્ધે ચિતાની સાત વાર પ્રદક્ષિણા કરી અને પછી *પીંડો દાન* કર્યું. એ પછી તેમણે *દાહો સંસ્કાર* – મંત્રોના ઉચ્ચારણ વચ્ચે ચિતાને અગ્નિ આપવાની વિધી – પાર પાડી. જોયદીપના અસ્થિફૂલો ભેગાં કરવા માટે અરવિંદ એ વૃદ્ધ સાથે છેલ્લે સુધી સ્મશાનમાં રોકાયો. *અસ્થિ બિસોર્જન* માટે તેનાં અસ્થિફૂલ દૂધ અને દહીંથી પવિત્ર કરાયા બાદ એક માટલીમાં ભરવાનાં હતાં.

તેઓ એકલા પડ્યા ત્યારે, અરવિંદે જોયદીપના પિતાને કહ્યું, 'મેં મારો સૌથી નજીકનો મિત્ર ખોયો છે અને તમે તમારો એકમાત્ર દીકરો ગુમાવ્યો છે.

આજથી, તમારો તમામ ખર્ચ હું ઉપાડીશ. તમે દિવસે કે રાત્રે ગમે ત્યારે મને ફોન કરી શકો છો. હું હંમેશા તમારા પડખે જ હોઈશ.'

એ વૃદ્ધે આંખમાં આંસું સાથે અરવિંદ તરફ જોયું. તેમણે પોતાના હાથ ઉપાડ્યા અને અરવિંદના માથા પર મૂક્યા અને મૌન રહીને તેને આશીર્વાદ આપ્યા.

ચંદર લાખોટિયાએ બેસતાં-બેસતાં અરવિંદ સાથે હાથ મિલાવ્યો.

'તમને જોઈને આનંદ થયો, અરવિંદ બાબુ,' તેણે આનંદમાં કહ્યું.

'બીજેપીની શું સ્થિતિ છે?' આડીઅવળી વાતોનો છેદ ઉડાડતા અરવિંદે સીધું જ પૂછ્યું.

'રાજા બહાદુરને તેઓ ત્યાં સુધી ટેકો આપવાના છે જ્યાં સુધી તે પોતે જ પોતાનો નાશ કરી નથી લેતા,' ચંદર લાખોટિયાએ કહ્યું.

માંડાના એકતાળીસમા રાજા બહાદુરે બીજી ડિસેમ્બર, 1989ના દિવસે ભારતના આઠમા વડા પ્રધાન તરીકે શપથ લીધા હતા. તેમનું નામ હતું વિશ્વનાથ પ્રતાપ સિંહ. વડા પ્રધાન પદે તેમના આગમનની સાથે સલમાન ખાન નામના એક યુવાન પણ પગરણ થયા હતા, જેની ફિલ્મ *મૈંને પ્યાર કિયા* વર્ષની સૌથી વધુ કમાણી કરનારી ફિલ્મ બની હતી, અંતે તો એ જ સામે આવ્યું કે વિશ્વનાથ પ્રતાપ સિંહ કરતાં સલમાન ખાનમાં ટકી રહેવાની ક્ષમતા વધુ છે.

રાજીવ ગાંધીની રેશમની જાજમમાં વી.પી.સિંહ બારદાનના થીગડાં સમાન હતા. સૌથી પહેલા, રાજીવ ગાંધીએ તેમને નાણાં પ્રધાન બનાવ્યા. ત્યારે કૉંગ્રેસ પાર્ટીને ટેકો આપનાર બિઝનેસમેનો પર જ વી.પી.સિંહે ઈન્કમ ટેક્સના દરોડા પડાવવાથી શરૂઆત કરી દીધી. આ પરિસ્થિતિ જોતાં તેમને હાંસિયામાં ધકેલી દેવા સિવાય રાજીવ પાસે કોઈ વિકલ્પ બચ્યો નહોતો, આથી તેમને સંરક્ષણ મંત્રાલય સોંપાયું. સંરક્ષણ પ્રધાન તરીકે, સિંહે બોફોર્સ સોદાઓની તપાસ શરૂ કરાવી, જેને કારણે રાજીવે તેમને સાવ તડકે મૂકી દીધા. તેઓ આવી જ કોઈક તકની રાહ જોઈ રહ્યા હતા. તેમણે પોતાનો નોખો રાજકીય પક્ષ બનાવ્યો અને કૉંગ્રેસની આંકડાવારીમાં ગાબડું પાડ્યું હતું.

'આ સરકાર કેટલું ટકશે?' અરવિંદે પૂછ્યું.

'આ સરકારનું પેલી નવી છોકરી, માધુરી દીક્ષિતના ગીત *એક દો તીન* પર નાચવા જેવું છે. મોટા ભાગે – એક વર્ષ, પણ એવી શક્યતા પણ ઓછી જ છે- બે વર્ષ અસંભવ – ત્રણ વર્ષ,' વેઈટરને પોતાની સામે સૂપનો બાઉલ મૂકવા દેતા ચંદરે કહ્યું.

'પાંચ વર્ષ કેમ નહીં?' અરવિંદે પૂછ્યું.

'વી.પી. સિંહ સંપૂર્ણપણે બીજેપીના અને ડાબેરી પક્ષોના ટેકા પર અવલંબિત છે. તેમની પોતાની પાર્ટીની અંદર પણ, ચંદ્રશેખર જેવા લોકો છે જેમને પોતાની અવગણના થઈ રહી હોવાનું લાગે છે.'

'મારી વ્યૂહરચના શું હોવી જોઈએ?' અવાજમાં કોઈ પણ પ્રકારના રણકા વિના અરવિંદે પૂછ્યું.

'કૉંગ્રેસથી વિપરિત, બીજેપી પાસે શુભેચ્છકોની સંખ્યા ખાસ મોટી નથી. તમે જો તેમના ભંડોળમાં સતત યોગદાન આપતા રહેશો તો, પાર્ટી સત્તામાં આવે એ સમય સુધીમાં તમે તમારૂં સ્થાન મજબૂત કરી લેશો એની ગૅરન્ટી છે. આમ પણ, વાજપેયીજી સાથે તો તમારી જૂની ઓળખાણ છે જ,' ફિક્કા સૂપને જેમનો તેમ રહેવા દઈ પોતાના મોઢામાંનો જોરદાર સ્વાદ ધરાવતો મસાલો પોતાની ટેવ પ્રમાણ ચાવવાનું ચાલુ રાખતા ચંદરે કહ્યું. મનમાં તો, તે ઈચ્છી રહ્યો હતો કે કાશ પોતે દિલ્હીના ચાંદની ચોકની પરાંઠેવાલી ગલીમાં ચટાકેદાર ભોજનનો આનંદ લઈ રહ્યો હોત.

'મને ખબર છે તમને મારા વિશે માહિતી આપવા પેલા હરામખોર સુશીલ તિવારીએ મજબૂર કર્યા હતા,' અરવિંદે પોતાની બ્રેડસ્ટિકને બે ટુકડામાં તોડતાં એકાએક કહ્યું. ચંદરના પણ આમ બે કટકા કરી શકવા તે સક્ષમ હતો એવું દેખાડતો આ ગૂઢ ઈશારો હતો.

ચંદરનું મોં પડી ગયું. 'મેં...મેં...નથી...' તેણે શરૂ કર્યું. પોતાના મોઢામાંના સુગંધી મસાલાને પોતાના દાંત વડે જીભ પરથી તે દૂર કરી રહ્યો હતો.

'હું તમને દોષ આપતો નથી,' પોતાની બ્રેડસ્ટિક પર થોડુંક બટર લગાડતા અરવિંદે કહ્યું. 'હું તમને એટલું જ કહેવા માગું છું કે બ્રેડસ્ટિકને ખબર નહોતી કે હું તેને બે ટુકડામાં તોડવાનો છું. આ બ્રેડસ્ટિક તમે પણ હોઈ શકો છો, એ યાદ રાખજો.'

'અલિશાના સ્કૂલ એડમિશન વિશે વિચારવાની જરૂર છે,' ટેલિવિઝન બંધ કરતા પરોમિતાએ અરબાઝને કહ્યું.

'એ માટે તેં શું કર્યું?' ઉતાવળે ટેલિવિઝન ફરી ચાલુ કરતા અરબાઝે પૂછ્યું.

સિયાલકોટમાં ભારત અને પાકિસ્તાન વચ્ચે ટેસ્ટ મૅચ રમાઈ રહી હતી. સચિન તેંડુલકર નામનો 16 વર્ષનો એક છોકરો બીજી ઈનિંગ્સમાં 38 રન પર ચાર વિકેટના સ્કૉર પર સિદ્ધુ સાથે મેદાન પર જોડાયો હતો. વકાર યુનુસનો એક બાઉન્સર સીધો જ સચિનના નાક પર લાગ્યો હતો. એ ચીરો ઊંડો હતો અને છોકરો લોહીલુહાણ થઈ ગયો હતો. મેદાન છોડીને જતા રહેવાને બદલે, એ છોકરાએ પોતાના ચહેરા પર પાણીની છાલક મારી અને એ પછીના બોલ પર ચોગ્ગો ફટકાર્યો.

'*વાહ મેરે શેર,*' છોકરડા જેવા લાગતા બેટ્સમેનને જોઈને અરબાઝ બોલ્યો. પરોમિતાના ચહેરા પર ચીડના ભાવ જોતાં જ તેણે તરત ટીવીને મ્યૂટ કરી નાખ્યું. પરોમિતાને ક્રિકેટથી ભારોભાર નફરત હતી. માત્ર રવિવાર સવારે જ તે ટીવી જોતી હતી, રામાનંદ સાગરની *રામાયણ*ની જગ્યા ભલેને બી. આર. ચોપરાના *મહાભારતે* લઈ લીધી હતું, પણ પરોમિતાનું રુટિન બદલાયું નહોતું.

'બૉમ્બેમાં સૌથી સારી સ્કૂલ કઈ છે?' જવાબ શું હશે એ જાણતો હોવા છતાં, અરબાઝે પૂછ્યું.

'કેથેડ્રલ એન્ડ જૉન કૉન્નોન,' પરોમિતાએ કહ્યું.

આ નામ તેણે ઉતાવળે અને અમસ્તું જ લીધું હતું, તે જાણતી હતી કે આ સ્કૂલમાં એડમિશન મેળવવું અત્યંત મુશ્કેલ હતું. વર્ષો સુધી વેઈટિંગ લિસ્ટ પર વાલીઓનું નામ તેમના બાળકોના એડમિશન માટે રહેતું, આમ છતાં, એવું થતું કે મોટા ભાગના વાલીઓના સંતાનોને પ્રવેશ મળતો નહીં. ડઝનેક ખાલી બેઠકો માટે હજારો અરજીઓ આવતી. 1860માં કિલ્લાની અંદરના બૉમ્બે શહેરમાં ગ્રામર સ્કૂલ તરીકે શરૂ થયેલી આ સ્કૂલ 129 વર્ષ પછી પણ ભારે ડિમાન્ડમાં હતી.

'મારી પાસે ફૉર્મ્સ છે, જે ભરીને આપવાનાં છે,' પરોમિતાએ કહ્યું. 'તેમાં ઘણી બધી માહિતી ભરવાની છે.'

'ચિંતા ન કર,' અરબાઝે કહ્યું. 'અલિશાનું એડમિશન થઈ જશે.'

'કઈ રીતે?' પરોમિતાએ પૂછ્યું.

'સ્કૂલનું એક બૉર્ડ ઑફ ગવર્નર્સ છે. તેમાં બાર સભ્યો છે,' અરબાઝે કહ્યું. 'ઍંગ્લો-સ્કૉટિશ એજ્યુકેશન સોસાયટી દ્વારા તેમની નિમણૂંક કરાય છે.'

'અને?' પરોમિતાએ પૂછ્યું.

'એમાંના એક છે, થૉમસ કોશી. જેમની પાંચ વર્ષ પહેલા મેં ચર્ચના પીત્તળના સ્ટૅન્ડના મામલામાં મદદ કરી હતી.'

'વાહ મેરે શેર, શું નસીબ છે,' પરોમિતાએ કહ્યું.

'આ નસીબ નથી,' અરબાઝે કહ્યું. 'દૂરંદેશીપણું છે.'

'તો, આખરે તેણે પોતાના મન મુજબનું જ કર્યું,' અરવિંદે સત્યપાલને કહ્યું, દૃઢ ઈચ્છાશક્તિ ધરાવતા અને કાળી-સફેદ દાઢી ધરાવતા રાજકારણી વિશે તેઓ ચર્ચા કરી રહ્યા હતા. આ બંને અરવિંદની મર્સિડિઝની પાછળની સીટ પર બેઠા હતા.

'તમે તેને દોષિત ગણો છો?' સત્યપાલે પૂછ્યું. '1989માં ચંદ્ર શેખરને વડા પ્રધાન પદની દોડમાં પાછળ મૂકી દેવાયા હતા.'

વી.પી.સિંહ અને ચંદ્ર શેખર પ્રતિસ્પર્ધી હતા, બંને જણ વડા પ્રધાન પદના દાવેદાર હતા. જો કે એ પછી તેમણે સર્વસંમતિથી પસંદ થયેલા ઉમેદવાર - દેવી લાલ પર પસંદગીનો કળશ ઢોળ્યો હતો. એ મુજબ, સંસદના સેન્ટ્રલ હૉલમાં ઊભા રહી વી.પી.સિંહે દેવી લાલનું નામ સૂચવ્યું હતું. દેવી લાલે ઉદારતાપૂર્વક આ નામાંકન નકારી કાઢતા કહ્યું કે તેઓ વડા પ્રધાન તરીકે વી.પી.સિંહને પસંદ કરે છે. ચંદ્ર શેખરના ચહેરા પર વિશ્વાસઘાતના આશ્ચર્યના ભાવ ટેલિવિઝન કેમેરા પર ઝીલાયા હતા.

હવે બદલો લેવાનો સમય હતો.

'મંડલ કમિશન વિરોધ પ્રદર્શન સાથે જ વી.પી.સિંહનું ભાવિ સીલબંધ થઈ ગયું હતું,' સત્યપાલે કહ્યું.

'ના સમસ્તિપુરમાં જે કંઈ થયું એ વખતે જ તેમના ભાવિનો ફેંસલો થઈ ગયો હતો,' અરવિંદે કહ્યું. 'દીવાલ પર લખાણ બહુ જ સ્પષ્ટ હતું.'

બીજેપીએ રામ જન્મભૂમિ આંદોલનને ટેકો અપ્યો હતો. પક્ષના પ્રમુખ, એલ.કે.અડવાણી, બસમાંથી બનાવેલા રથ પર સવાર થઈ, ભારતના ઉત્તરના

રાજ્યોનો પ્રવાસ કર્યો હતો. રથ યાત્રાના વિચાર સાથે સહમત ન હોવા છતાં અરવિંદે બીજેપીને બહુ મોટી રકમનું અનુદાન આપ્યું હતું.

બાબરી મસ્જિદ જ્યાં ઊભી હતી એ સ્થળે રામ મંદિર બાંધવાની તરફેણમાં ચંદર લાખોટિયા પણ હતો, તેણે એકવાર અરવિંદને પૂછ્યું હતું કે, 'તમને નથી લાગતું કે આપણે ભગવાન માટે આટલું તો કરવું જ જોઈએ?'

અરવિંદનો જવાબ હતો, 'હું એ વાતને લઈને સ્પષ્ટ નથી કે, ઈશ્વરે માણસનું સર્જન કર્યું છે કે માણસે ઈશ્વરને બનાવ્યો છે. કોઈ આપણને ઉપરથી જોઈ રહ્યું છે કે નહીં એ પણ મને ખબર નથી. મોટા ભાગે, તો ઈન્કમ ટેક્સ ખાતું જ આપણા પર નજર રાખતું હોય છે.'

'એટલે તમે ઈશ્વરના અસ્તિત્વમાં માનતા નથી? તમે ઈશ્વરમાં જ માનતા નથી?' ચંદરે પૂછ્યું.

'હું ઈશ્વરમાં માનું છું પણ તેમના મેનેજરો પર મને વિશ્વાસ નથી,' અરવિંદે કહ્યું. 'એ બધા લાલચુ, બિનકાર્યક્ષમ અને વધુ પડતો પગાર મેળવનારા છે. મને તો એ વાતની પણ ખાતરી નથી કે એ લોકો મારો સંદેશો ક્યારેય ઈશ્વર સુધી પહોંચાડે પણ છે કે નહીં.'

એલ. કે. અડવાણી અયોધ્યામાં પોતાની યાત્રા પૂરી કરે એ પહેલા જ, શાંતિ ખોરવવાના અને કોમી તણાવ સર્જવાના આરોપસર સમસ્તિપુરમાં તેમની ધરપકડ કરાઈ. આનો જવાબ વી.પી.સિંહની સરકારને કેન્દ્રમાં આપેલો ટેકો પાછો ખેંચી લઈ બીજેપીએ આપ્યો હતો અને અવિશ્વાસનો ઠરાવ સિંહ 142 સામે 346 મતોથી હારી ગયા હતા.

'પણ ચંદ્ર શેખરે હવે પોતાની તરફેણમાં આંકડા કઈ રીતે કરી લીધા?' અરવિંદે પૂછ્યું.

'રાજીવ ગાંધીની કૉંગ્રેસ પાર્ટી તેમને ટેકો આપી રહી છે,' સત્યપાલે કહ્યું. 'અને અંદાજ તો લગાડો કે આ ટેકા પાછળ કોનું મગજ છે?'

'ન હોય!' અરવિંદે અવિશ્વાસપૂર્વક કહ્યું.

'હા, એવું જ છે,' સત્યપાલે પોતાનું માથું દઢતાપૂર્વક હલાવતા જવાબ આપ્યો. 'યશ ધર.'

'કૉંગ્રેસ આ શું રમત રમી રહી છે?' અરવિંદ બબડ્યો.

'તેમને લાગે છે કે વધુ એક ચૂંટણી માટે હજી બહુ વહેલું છે,' સત્યપાલે કહ્યું.'ચંદ્ર શેખરના પગ તળેથી જાજમ ખેંચી લેતાં પહેલા, તેઓ થોડી રાહ જોશે

અને પછી ચૂંટણીઓમાં તેઓ કહેશે કે તેમનો પક્ષ એકમાત્ર પક્ષ છે જે સ્થિરતાની ગેરન્ટી આપી શકે છે. સવાલ એ છે કે, આવું થાય ત્યાં સુધી આપણે શું કરવું.'

'રૂપિયા વિરુદ્ધ ડોલર પર સટ્ટો લગાડ,' અરવિંદે કહ્યું.

'શા માટે?' સત્યપાલે પૂછ્યું.

'અંદરના સમાચાર એવા છે કે, આપણે બેલેન્સ ઑફ પેમેન્ટ કટોકટીની દિશામાં આગળ વધી રહ્યા છીએ. ભારતે કદાચ ઈન્ટરનેશનલ મોનેટરી ફન્ડ પાસે મદદ માટે દોડી જવું પડશે. શક્ય છે કે આપણે આપણું સોનું પણ ગીરવે રાખવું પડે.'

'એનાથી શું થશે?' સત્યપાલે પૂછ્યું.

'જો એવું થયું તો રૂપિયો ડોલર સામે તૂટશે. આપણે એવા બિઝનેસ હસ્તગત કરવા જોઈએ, જેમાં કમાણી ડોલરમાં થતી હોય.'

'જેમ કે?'

'નિકાસ આધારિત બિઝનેસ. આમાંના મોટા ભાગનાઓ લેટર ઑફ ક્રૅડિટ જે ડોલરમાં આવકની ગેરન્ટી આપે છે - તેની સામે બિઝનેસ કરે છે.'

'શા માટે?' સત્યપાલે પૂછ્યું.

'મને કહે, સત્યપાલ, તને ભોજનની મિજબાની આપવામાં આવે અને કહેવામાં આવે કે એક કલાક માટે તારે જે ખાવું હોય તે તું ખાઈ શકે છે અને ત્યાર બાદ એક અઠવાડિયા માટે ખાવા માટે કશું જ આપ્યા વિના તને ઓરડામાં પૂરી દેવામાં આવે, તો તું શું કરીશ?'

એસયુવીમાં અરબાઝ બૉમ્બેથી નાશિક આવ્યો હતો. તેના બે અંગત બૉડીગાર્ડ્સ ઉપરાંત પોલીસ એસ્કૉર્ટ પણ તેની સાથે હતું. અરબાઝ શેખ હવે સંસદ સભ્ય હતો અને આ પદ સાથે આવતા સત્તા તથા સંરક્ષણના સાજશણગારનો તે હકદાર હતો.

તેઓ પહોંચ્યા ત્યાં સુધીમાં રાત પડી ચૂકી હતી. તે સીધો જ પ્રસાદના ઘરે ગયો. પરિવાર શોકમાં ડૂબેલો હતો, પ્રસાદની પત્નીના અંતિમ સંસ્કાર હજી બપોરે જ કરાયા હતા.

અરબાઝ પ્રસાદને મળ્યો અને લાગણીસભર આધારના પ્રતીક રૂપે તેનો હાથ તેણે પોતાના હાથમાં લીધો. 'અબ્દુલ દાદાએ અગાઉ તારા દાદાજી

અને પિતાનું ધ્યાન રાખ્યું હતું. હવે તારૂં ધ્યાન રાખવું એ મારી ફરજ છે. તને કોઈપણ વસ્તુની જરૂર હોય, તો તું જરાય ખચકાયા વિના મને કહી શકે છે,' અરબાઝે આભારવશ થયેલા પ્રસાદને કહ્યું.

'પત્નીની બીમારીએ મને આર્થિક મુશ્કેલીમાં મૂકી દીધો છે,' પ્રસાદે સમજાવ્યું. 'ભારતમાં તમે ગરીબ હો તો તમારે બીમાર ન પડવું જોઈએ. આ હક્ક પણ માત્ર અમીરોને જ છે.'

'પૈસાની ચિંતા કરવાનું છોડ,' અરબાઝે કહ્યું. 'તું નાનો હતો ત્યારે, તારા પિતાએ જેની પાસેથી પૈસા ઉછીના લીધા હતા, તેણે તારૂં અપહરણ કર્યું હતું. મેં તને એ લોકોની ચુંગાલમાંથી છોડાવ્યો હતો. એ પછી, જ્યારે હું જેલમાં હતો, ત્યારે તારા દાદાજીએ બહાર નીકળવામાં મારી મદદ કરી હતી.'

અરબાઝે અખબારના કાગળમાં વીંટાળેલું એક પેકેટ પ્રસાદના હાથમાં આપ્યું. 'આ રાખી લે,' તેણે હળવેકથી કહ્યું.

'હું આ પાછાં કઈ રીતે ચૂકવીશ?' પ્રસાદે પૂછ્યું.

'પાછાં ચૂકવવાની જરૂર નથી, પણ હું એ વિશે કોઈક રસ્તો વિચારી લઈશ,' અરબાઝે જવાબ આપ્યો.

'નાશિકની પેલી કંપનીની ખરીદીનું કામ પૂરૂં થઈ જાય એમ હું ઈચ્છું છું.'

'પેલી બંધ પડી ગયેલી પ્રિન્ટિંગ પ્રેસ?' મુરલીએ પૂછ્યું.

'આપણે એ ખરીદી લઈએ એમ હું ઈચ્છું છું,' હકારમાં માથું હલાવતાં અરબાઝે કહ્યું.

'શા માટે?' મુરલીએ પૂછ્યું. 'એ તો જરીપુરાણી છે. એમાંના મોટાભાગના મશીનો વાપરવા યોગ્ય પણ નથી રહ્યા. આપણે શા માટે આટલા પૈસા વેડફી રહ્યા છીએ?'

'હું હંમેશા ઈચ્છતો હતો કે લોકોના જીવનમાં ખુશી લાવું,' અરબાઝે કહ્યું. લગ્નની કંકોતરી કે જન્મદિવસની શુભેચ્છાથી વધુ આનંદ કઈ બાબત આપી શકે?

મુરલીએ નિસાસો નાખ્યો. અરબાઝે કોઈ વાત નક્કી કરી લીધી હોય તો તેને એ નિર્ણય બદલવાની ફરજ પાડવાનું અશક્ય હતું.

'વેચનારને એક ઝાટકે જ આખેઆખી રકમ રોકડમાં જોઈએ છે,' મુરલીએ કહ્યું.

'ચૂકવી દે,' અરબાઝે વિચલિત થયા વિના કહ્યું. 'કંપનીમાં કેટલા કર્મચારીઓ છે?'

'વીસ,' મુરલીએ જવાબ આપ્યો.

'એ લોકોને કહી દે કે તેમની નોકરી સુરક્ષિત છે,' અરબાઝે કહ્યું. 'રાજુને કહે કે તને બીજા વીસ માણસ આપે.'

'શેના માટે?' મુરલીએ પૂછ્યું. 'આ ધંધો નુકસાન કરી રહ્યો છે. તેમાં તું વધુ માણસોની ભરતી શા માટે કરી રહ્યો છે?'

'મને બે પાળી જોઈએ છે,' અરબાઝે કહ્યું. 'એક દિવસ પાળી અને એક રાત પાળી.'

નાસિકમાંનું એ ઘર ભાગ્યે જ વપરાતું હતું. રાત્રે કેટલીક ટ્રક્સ આવતી હતી, તેને બાદ કરતા ભાગ્યે જ કોઈ પ્રવૃત્તિ ત્યાં દેખાતી. આ ઘર એક ટીવી કલાકારનું હતું, જે આર્થિક તંગીના પગલે તેણે વેચી નાખ્યું હતું. આ ઘર વેચી નાખવાની તેને ફરજ પડી હતી અને અરબાઝ એ ખરીદી લેવા તૈયાર હતો. આ એકદમ યોગ્ય સ્થળ હતું, તેણે નાશિકમાં ખરીદેલી પ્રિન્ટિંગ પ્રેસથી થોડા અંતરે તે સ્થિત હતું.

અરબાઝે લાઈટ ચાલુ કરી અને ખાલીખમ ઓરડામાં એક ક્રેટ પર બેઠો. પ્રસાદ ઊભો રહ્યો.

'તેં તારી પ્રિન્ટિંગ પ્રેસમાં ચેક કર્યું?' અરબાઝે પૂછ્યું.

પ્રસાદે માથું હલાવ્યું. 'આઈએસપીમાં શિરસ્તો છે કે દર ત્રણ વર્ષે અમે ઘસાઈ ગયેલા મશીન તથા ડાઈ પ્લેટ્સ કાઢી નાખીએ છીએ. નિયમ એવો છે કે કાઢી નાખવામાં આવેલી પ્લેટ્સનો મેજિસ્ટ્રેટની હાજરીમાં નાશ કરવો જોઈએ.'

'તારા દાદા મેજિસ્ટ્રેટ હતા,' અરબાઝે કહ્યું.

'બરાબર,' પ્રસાદે કહ્યું. 'મારા પારિવારિક સંબંધોનો ઉપયોગ કરી મેં એવા મેજિસ્ટ્રેટને શોધી કાઢ્યા છે, જેઓ એ દસ્તાવેજો પર સહી કરી આપશે જેમાં જણાવાયું હશે કે, કાઢી નાખવામાં આવેલી પ્લેટ્સનો તેમની હાજરીમાં નાશ કરવામાં આવ્યો હતો.'

'જોયું? મેં કહ્યું હતું ને કે તું મને કઈ રીતે ચૂકવીશ એનો રસ્તો હું પોતે જ શોધી લઈશ.,' અરબાઝે રમૂજમાં કહ્યું. 'તો, હવે કંઈક આમ થશે. તું

આ ચોક્કસ પ્લૅટ્સને ઘસાઈ ગયેલી જાહેર કરીશ. એ પછી તું મેજિસ્ટ્રેટ પાસે પ્રમાણિત કરાવીશ કે એ પ્લૅટ્સનો તેમની હાજરીમાં નાશ કરવામાં આવ્યો છે. એ પછી તું એ પ્લૅટ્સ મારી પ્રિન્ટિંગ પ્રેસમાં લઈ આવીશ. દિવસ દરમિયાન, નિયમિત પાળીમાં લગ્નની કંકોતરીઓ તથા બીજું બધું છપાશે. રાતે, રાજુના માણસો, આ પ્લૅટ્સનો ઉપયોગ કરીને છપાઈ કરશે. રાતે છાપવામાં આવેલું મટિરિયલ લાવીને આ ઘરમાં મૂકી દેવાશે, જેથી નિયમિત પાળીમાંના કોઈને આ વિશે ગંધ ન જાય.'

પ્રસાદે માથું હલાવ્યું. જે કંઈ થવાનું હતું તેને લઈને તે સંપૂર્ણપણે ખુશ નહોતો, પણ અરબાઝ તરફની તેની વફાદારી સર્વોચ્ચ હતી. આ એ જ માણસ હતો જેણે તેને બચાવવા માટે હથોડાથી શાહુકારનો હાથ કચડી નાખ્યો હતો.

જ્યાં પ્રસાદ કામ કરતો હતો એ ઈન્ડિયન સિક્યૉરિટી પ્રેસ- અથવા આઈએસપીને સિક્કા છાપવા, ચલણી નોટોની છપાઈ, નોન-જ્યુડિશિયલ સ્ટૅમ્પ પેપર, ટપાલ ટિકિટો, વિઝા સ્ટિકર્સ અને પાસપોર્ટની છપાઈની જવાબદાર સોંપવામાં આવી હતી. આ પ્રેસ નાણા મંત્રાલયના આર્થિક બાબતોના ખાતાને જવાબદાર હતી.

'મને સમજાતું નથી,' રાજુએ કહ્યું. 'આપણી પાસે એવો માણસ છે જે ડિઝાઈનિંગ, એન્ગ્રેવિંગ, ઑફ્ફસેટ અને ઈન્ટાગ્લિયો પ્રિન્ટિંગ મશીનો સુધી પહોંચ ધરાવે છે. તો પછી આપણે સીધી ચલણી નોટો જ કેમ છાપતા નથી?'

'તું સાચો છે, રાજુ,' અરબાઝે કહ્યું. 'પ્સિક્યૉરિટી સિસ્ટમ, પ્રક્રિયા સુવિધાઓ તથા નમ્બરિંગ ઉપકરણ સુધી પ્રસાદની પહોંચ છે. પણ એક બહુ મોટી બાબત છે, જેના સુધી તે પહોંચી શકે એમ નથી.'

'એ શું છે?' રાજુએ પૂછ્યું.

'કરન્સી પેપર,' અરબાઝે જવાબ આપ્યો. 'સરકાર આ કાગળ સીધો જ જાપાન અને ઑસ્ટ્રેલિયાથી આયાત કરે છે. અને આ કારણસર જ સ્ટૅમ્પ પેપર સારો વિકલ્પ છે.'

'કઈ રીતે?' પોતાના હાથમાંની ડબ્બીમાંથી ધ્યાનપૂર્વક વધુ એક પાન બહાર કાઢી ને પોતાના મોઢામાં મૂકતા રાજુએ પૂછ્યું.

'સ્ટૅમ્પ પેપર માટે વપરાતો કાગળ અહીં ભારતમાં જ બને છે,' અરબાઝે કહ્યું, 'વિવિધ પેપર મિલ દ્વારા થતાં સિક્યૉરિટી પેપરના ઉત્પાદન પર ઈન્ડિયન સિક્યૉરિટી પ્રેસનું કોઈ નિયંત્રણ નથી. વળી આમાંની મોટા ભાગની મિલો ખાનગી ક્ષેત્રની છે. એટલું જ નહીં, કાગળમાં વોટરમાર્ક રચવા માટેનું સાધન – ડેન્ડી રૉલ પણ આસાનીથી મળી રહે છે.'

'તું મારી પાસે શું કરાવવા માગે છે?' રાજુએ પૂછ્યું.

'ગયા વર્ષે સરકારે 5,281 લાખ સ્ટૅમ્પ પેપર શીટનો ઑર્ડર આઈએસપીને આપ્યો હતો,' અરબાઝે કહ્યું. 'આઈએસપીએ 1,424 લાખ શીટ જ પૂરી પાડી હતી. આમ, 3,857 લાખ શીટનું અંતર માગ અને પુરવઠા વચ્ચે છે.'

રાજુ શાંતિથી પાન ચાવી રહ્યો હતો.

'દરેક સ્ટૅમ્પ પેપરનું સરેરાશ મૂલ્ય જો આપણે 100 રૂપિયા ધારી લઈએ, તો આ અંતર દર વર્ષે 3,857 કરોડ રૂપિયા જેટલું થાય. દેશભરના સ્ટૅમ્પ પેપર વિતરકોને જઈને તું મળે એમ હું ઈચ્છું છું. માગ અને પુરવઠા વચ્ચેનું અંતર આપણે ભરી કાઢી શકીએ એમ છીએ.'

રાજુ હસી પડ્યો. 'અબ્દુલ દાદા જીવતા હોત તો તેમને તારા પર ગર્વ થયો હોત.'

'કોને ખબર,' અરબાઝે રમૂજમાં કહ્યું. 'સરકાર કદાચ ભવિષ્યમાં મારો ચહેરો સ્ટૅમ્પ પેપર પર છાપવાનું પણ નક્કી કરે.'

ઓમ ત્ર્યંબકમ્ યજામહે

સુગન્ધિમ પુષ્ટિવર્ધનમ્।

1521, વિજયનગર

ઉર્વારુકમિવ બન્ધનાન્

મૃત્યોર્મુક્ષીય મામૃતાત્॥

સૂર્ય ઊગે એ પહેલા, પોતાના નિયમ મુજબ કૃષ્ણદેવરાય ઊઠી ગયા હતા. એક લિટર તલના તેલના ત્રીજા ભાગ જેટલું તેલ તેણે પીધું અને પછી પોતાના શરીર પર ચોળ્યું હતું. એક સાવ નાનું કટિવસ્ત્ર પહેરીને માટીના બનેલા વજનદાર મગદળ દ્વારા તેણે વ્યાયામ કર્યો અને જ્યાં સુધી તેના રોમછિદ્રોમાંથી પરસેવા દ્વારા તેલ સંપૂર્ણપણે બહાર નીકળી ગયું નહીં ત્યાં સુધી તેણે તલવાર હાથમાં લઈ કવાયત કર્યે રાખી.

શરીર હજી ભીનું હતું ત્યાં જ રાજા પોતાના રાજ અંગરક્ષકોમાંના એક સાથે કુસ્તીના અખાડામાં ઉતર્યો, આ અંગરક્ષકને સમ્રાટે સ્પષ્ટ ચેતવણી આપી હતી કે, તેણે પોતાની સાથે અખાડામાં જરાય નરમાશ રાખવી નહીં. કુસ્તીના એક ફેરા બાદ, કૃષ્ણદેવરાય પોતાના તેજીલા તોખાર પર સવાર થયા અને જ્યાં સુધી સૂર્યનું પ્રથમ કિરણ દેખાયું નહીં. ત્યાં સુધી રાજ્યભરમાં તેને દોડાવતા રહ્યા, આ તેમનું પરત ફરવા માટેનો સંકેત હતો.

હવે, તાજા જ ન્હાયેલા અને નખશિખ અદભૂતપણે તૈયાર થયેલા, વિજયનગર સામ્રાજ્યના સ્વામી , આંધ્રના વિજેતા, ત્રણ રાજાઓના રાજા, કૃષ્ણદેવરાય, મુખ્ય પ્રધાન થિમારાસુએ પોતાની સામે મૂકેલા રત્ન *કિરીટમ*નું નિરીક્ષણ કરી રહ્યા હતા.

એ મુગટ ખરેખર અદભુત હતો. આ રત્નજડિત મુગનું વજન 8.27 કિલોગ્રામ હતું અને તેમાં 2,811 લાલ મણિ, 160 નીલમ, 423 માણેક, ત્રણ નીલમણિ, દસ મહામૂલા રત્નો અને 1,339 મોતી જડેલા હતા.

'અતિ અદભુત,' સમ્રાટે ટિપ્પણી કરી. 'આની સાથે શોભે એવી તલવાર ક્યાં છે?'

રેશમના એક તકિયા પર રાખેલી હીરા-જડિત મૂઠ ધરાવતી તલવાર લઈ વ્યગ્ર ઝવેરી સમ્રાટની સામે આવી રહ્યો હતો ત્યારે દરબારમાં હલચલ મચી ગઈ હતી. 'આ તમને શોભશે રાજાધિરાજ,' આ બે વસ્તુઓ બનાવવાની વરદી જેને અપાઈ હતી એ ગમાર ઝવેરીએ કહ્યું.

'મૂર્ખ!' ધીરજ વિનાના સમ્રાટે તેને તોડી પાડ્યો. 'આ વસ્તુઓ મારા જેવા તુચ્છ માણસ માટે નથી.' મુખ્ય પ્રધાન થિમારાસુએ સ્મિત કર્યું તે જાણતે હતો કે આ વસ્તુઓ ક્યાં જવાની હતી. વેંકટેશ્વર સ્વામી પાસે.

'મંદિરના પ્રવેશદ્વાર પરની ત્રણ મૂર્તિઓ તેયાર છે?' રાજાએ થિમારાસુને પૂછ્યું.

'જી, મહારાજ,' તેમના વિશ્વાસુ મુખ્ય પ્રધાને જવાબ આપ્યો. 'ત્રણે ય મૂર્તિઓ – મહારાજ આપની, રાણી તિરુમાલાદેવી અને રાણી ચિન્નાદેવીની – મુખ્ય મંદિર સામેના પ્રતિમા મંડપમમાં સ્થાપી દેવાઈ છે.'

'તમે જાતે એ પ્રતિમાઓ જોઈ છે?' રાજાએ પૂછ્યું.

'ચોક્કસપણે રાજન. ત્રણેય પ્રતિમાઓના હાથ પ્રાર્થનામાં જોડાયેલાં છે. ત્રણેય પ્રતિમા જેટલી જીવંત લાગે છે એટલી જ કલાત્મક પણ છે. આ પ્રતિમાઓ જોઈને આપને આનંદ થશે, રાજાધિરાજ,' થિમારાસુએ કહ્યું.

તિરુમાલા વેંકટેશ્વર મંદિરને સમ્રાટે આપેલું દાન પુષ્કળ હતું પણ તેમના મને આ વાત બહુ મોટી નહોતી. થોડાક વર્ષ પહેલાં, જાણીતા સંત વલ્લભાચાર્યએ રાજાની મુલાકાત લીધી હતી. કૃષ્ણદેવરાયે *કનકાભિષેકમ* કરીને આ સંતનું સન્માન કર્યું હતું. સંતને સિંહાસન પર બેસાડવામાં આવ્યા હતા અને 30,000 સુવર્ણ મુદ્રાઓ ભરેલા પાત્રોમાંના કંચનથી વલ્લભાચાર્ય પર અભિષેક કરાયો હતો.

મંદિરો, સખાવતો તથા પવિત્ર પુરુષો પ્રત્યેની ઉદારતામાં કૃષ્ણદેવરાય તરફથી ક્યારેય કોઈ કચાશ-કમી રહી નહોતી. તેમણે વેંકટેશ્વર મંદિરની મુલાકાત સાત વાર લીધી હતી અને દરેક મુલાકાતની ઉજવણી રૂપે ભગવાનને અતિમૂલ્યવાન ભેટસોગાદો ધરવામાં આવતી, નક્કર સોનાની *વિધુધરા*, *ભુજાકીર્તિ*ની અનેક જોડ, આવરણ ધરાવતી ત્રણ તલવારો,નક્કર સોનાની સેર ધરાવતી *આદિગલપેટા*ની બે જોડ, નવ પ્રકારના મૂલ્યવાન રત્નો, *કડિયામ*ની જોડ, હજારો સુવર્ણ મુદ્રાઓ તથા નવરત્નોથી મઢેલા *પીતાંબરમ*નો તેમાં સમાવેશ થતો હતો.

'નીલકંઠ સોમાયાજી ક્યાં છે?' રાજાએ પૂછ્યું.

'તેઓ તિરુમાલાથી પરત ફરી રહ્યા છે, મહારાજ,' થિમારાસુએ જવાબ આપ્યો.

'તેમનો આભાર માનવાનું મને યાદ કરાવજો,' રાજાએ કહ્યું, 'તેમના વિના, તિરુમાલાના વેંકટેશ્વર સ્વામીને કરાયેલું આ એકેય ધર્મદાન શક્ય ન બન્યું હોત.'

સોમાયાજી વિજયનગરના સૌથી જાણીતા ગણિતજ્ઞ તથા ખગોળશાસ્ત્રી હતા. *તંત્રસમગ્ર* તથા *આર્યભટ્ટીય ભાષ્ય* જેવા અનેક વિદ્વતાપૂર્ણ પુસ્તકો તેમણે લખ્યાં હતાં.

પણ સોમાયાજીની એક ગુપ્ત બાજુ પણ હતી. રાજા સિવાય કોઈને ય એ વાતની જાણ નહોતી કે સોમાયાજીના કબજામાં લેખિત રહસ્યમય મંત્રો હતા. સોમાયાજીએ તેમાં નિપૂણતા મેળવવા માટે તપસ્વી જીવન જીવતા એક સંન્યાસીને ગુરુપદે રાખીને અનેક વર્ષોની સાધના કરી હતી.

રાજા જાણતો હતો કે પોતે જે અનેક યુદ્ધો જીત્યો છે, તે સ્વામી વેંકટેશ્વરના દિવ્ય આશીર્વાદ વિના શક્ય ન બન્યું હોત. આ આશીર્વાદે જ તેને બિજાપુર, ગોલકોન્ડા, ઓડિશાના બહામની સુલતાન સામે અજય રાખ્યો હતો.

પણ આ આશીર્વાદ સોમાયાજી તથા તેમની પાસેની રક્તવર્ણ આચ્છાદન તથા જેલી ફિશનું ચિહ્ન ધરાવતી નોંધપોથી,વિના ફળીભૂત થયા હોત?

પુસ્તક પાંચ

1990-2000

'અરબાઝ, ઊઠ,' પરોમિતાએ કહ્યું.

'શું થયું?' અરબાઝે પૂછ્યું. 'અલિશા તો બરાબર છે ને?'

'એ સૂતી છે,' પરોમિતાએ કહ્યું. 'હું જાગી રહી હતી અને રેડિયો ચાલુ હતો. બીબીસી રેડિયોએ હમણા જ જાહેર કર્યું કે રાજીવ ગાંધીની હત્યા થઈ છે.'

'શું?' અરબાઝ પલંગ પરથી ઉતરતા બોલ્યો. 'તને પાકી ખાતરી છે, સાંભળવામાં ક્યાંક તારી ભૂલ તો નથી થઈ ને?'

'મેં બરાબર સાંભળ્યું છે,' પરોમિતાએ કહ્યું.

અરબાઝે ફટાફટ કપડાં પહેરી લીધાં. 'તું ક્યાં જઈ રહ્યો છે?' પરોમિતાએ પૂછ્યું.

'એરપોર્ટ,' અરબાઝે કહ્યું. 'મારે દિલ્હી પહોંચવું પડશે.'

માહિતી થોડીક મોડેથી સામે આવવાની હતી.

રાજીવ ચૂંટણી પ્રચાર યાત્રા પર હતા, 1991ની ચૂંટણીમાં રાજકીય પુનરાગમનની તેમને આશા હતી. વિશાખાપટ્ટનમમાં સફળ બેઠક બાદ, તેમનું હવે પછીનું રોકાણ હતું તામિલ નાડુના શ્રીપેરામ્બદુરમાં. શ્રીપેરમ્બદુરમાં તેઓ રેલીના સ્થળે પહોંચ્યા અને પોતાની કારમાંથી બહાર નીકળી મંચ તરફ ચાલતા જઈ રહ્યા હતા. અનેક સમર્થકો, પક્ષના કાર્યકર્તાઓ અને શાળાના બાળકો તેમને રોકી રોકીને ફૂલોની માળા પહેરાવતા હતા.

બરાબર 10 વાગીને 21 મિનિટે ધાનુ નામની એક યુવતી તેમની તરફ આવી અને તેમને આવકાર આપ્યો. તેમના ચરણસ્પર્શ કરવા તે નીચે ઝૂકી અને પોતાના ડ્રેસની નીચે સંતાડેલા આરડીએક્સ નામના વિસ્ફોટક ભરેલા કમરપટ્ટાને ડિટોનેટ કર્યો. એ પછી થયેલા ધડાકામાં રાજીવ, ધાનુ અને અન્ય ચૌદ જણ મૃત્યુ પામ્યાં હતાં. ધાનુ લિબરેશન ટાઈગર્સ ઑફ તમિલ ઈલમની સભ્ય હતી. ભારતે શ્રીલંકાના ગૃહયુદ્ધમાંથી ઈન્ડિયન પીસ કીપિંગ ફૉર્સને પાછી બોલાવી લીધી હતી પણ હિંસાનો અંત આવ્યો નહોતો.

'તેઓ ક્યાં છે?' દિલ્હીમાં યશને મળતાં જ અરબાઝે પૂછ્યું.

'ધડકાની તીવ્રતાને કારણે તેમનું શરીર બહુ ખરાબ રીતે વેરણછેરણ થઈ ગયું છે,' યશે કહ્યું. 'તેમના શરીરના અંગોને વિમાન દ્વારા નવી દિલ્હી લઈ અવાયા છે. પાલમ એરપોર્ટથી શરીરના હિસ્સા જોડવા માટે એઈમ્સ લઈ જવાશે. પાર્ટીએ મોકલેલા ફેક્સ સંદેશમાં આટલું કહેવાયું છે.'

મતદાનના ત્રણ દિવસ પસાર થઈ ચૂક્યા હતા. રાષ્ટ્રીય સન્માન સાથેની અંતિમયાત્રા ત્રણ દિવસ બાદ યોજાવાની હતી.

યમુનાના પશ્ચિમ કાંઠા સુધીની છ માઈલ લાંબી અંતિમયાત્રામાં લાખોની સંખ્યામાં શોકગ્રસ્ત લોકો ઉમટ્યા હતા. રાજીવ ગાંધીના મૃતદેહ જેમાં હતો એ ગન કેરેજની પાછળ આવી રહેલી ટ્રકમાં અરબાઝ અને કૉંગ્રેસ પાર્ટીના તેના અનેક સાથીઓ હતા. બે વાગ્યે શરૂ થયેલી આ અંતિમયાત્રાને આટલું નાનું અંતર કાપતાં ત્રણ કલાક લાગ્યા હતા. રાજીવના દેહને બે દિવસ માટે ત્રિમૂર્તિ ભવનમાં રાખવામાં આવ્યો હતો.

સુરક્ષાને લગતી ચિંતાઓ સૌના મનમાં સર્વોચ્ચ હતી. રાજીવની માતાની હત્યા બાદ હિંસાનો દોર શરૂ થયો હતો. જીપમાં સવાર બ્લૅક કેટ કમાન્ડોઝ શબપેટીને ઘેરી વળ્યા હતા, વળી આ શબપેટીને તેંત્રીસ સૈનિકોની પ્લટૂન એસ્કૉર્ટ કરી રહેલી જીપમાં હતી ત્યારે અંતિમયાત્રા પર નજર રાખવા એક હૅલિકૉપ્ટર નીચા અંતરે ઊડી રહ્યું હતું અને થોડી થોડી વારે ગુલાબની પાંખડીઓથી ગન કેરેજ પર પુષ્પવૃષ્ટિ કરી રહ્યું હતું.

જે કારમાં રાજીવનાં પત્ની, સોનિયા હતાં, તેની બારી પર લોકો સતત ચોંટી રહ્યા હતા અને ઊંચા સાદે આગ્રહભરી વિનંતી કરી રહ્યા હતા કે,

સોનિયા કૉંગ્રેસ પાર્ટીની કમાન સંભાળી લે. 'રાજીવ ગાંધી અમર રહે'ના નારા હવાને ભેદી રહ્યા હતા એ દરમિયાન અનેક લોકો ફૂલોથી આચ્છાદિત શબપેટીને સ્પર્શવાનો પ્રયાસ કરી રહ્યા હતા. જ્યાં જ્યાં લોકો સુરક્ષારેખા ઓળંગતી ત્યાં લાઠીઓ દ્વારા મારીને તેમને સુરક્ષિત અંતરે હડસેલી દેવાતા હતા.

ઘેરા લીલા રંગની પાઘડી અને લાલ કલગી ધરાવતા ઑનર ગાર્ડ સોનિયા અને રાજીવના સંતાનો – પ્રિયંકા અને રાહુલને શક્તિસ્થલ પર બનાવવામાં આવેલા ઈંટના પ્લૅટફૉર્મ પર દોરી ગયા. ખાદીમાં વીંટાળેલો રાજીવનો મૃતદેહ ચંદનની ચિતા પર મૂકવામાં આવ્યો હતો, તેનું માથું દક્ષિણ દિશામાં હતું, અને હિન્દુ તથા પારસી ધર્મગ્રંથોમાંથી શ્લોક-મંત્રોનું પઠન થઈ રહ્યું હતું.

યમુનાના કાંઠે પિતાની ચિતાને દાહ આપતા પહેલા રાહુલે ચિતા પર ગંગાનું પાણી છાંટ્યું. સાંઈઠ દેશોના મહાનુભાવો બ્યુગલના અવાજો વચ્ચે ચિતામાંથી ઊઠી રહેલો કાળો ધુમાડો જોઈ રહ્યા. પહેલા ભાઈ, પછી માતા, હવે રાજીવ... એવું લાગી રહ્યું હતું કે આખા ગાંધી પરિવાર પર જાણે કે કોઈ શાપ હતો. અરબાઝ સન્માનપૂર્ણ અંતરથી અગ્નિસંસ્કાર જોઈ રહ્યો હતો.

તેની બાજુમાં ઊભેલા યશે કહ્યું, 'આ ચૂંટણી હવે બીજેપીના રામ મંદિર વિરુદ્ધ નેશનલ ફ્રન્ટના મંડલ કાર્ડની નથી રહી.'

યશ તરફ જોવા અરબાઝ તેના તરફ વળ્યો.

'તું નસીબદાર માણસ છે, અરબાઝ શેખ,' યશ ધીમા અવાજે ગણગણ્યો.

'કઈ રીતે?' અરબાઝે પૂછ્યું.

'કેમ કે મહારાષ્ટ્રમાં હજી ચૂંટણી થઈ નથી,' યશે કહ્યું. 'રાજીવ ગાંધીની હત્યાને કારણે સહાનુભૂતિનું વિશાળ મોજું નિર્માણ થશે. તું જો જે. તારા પોતાના મતદાર ક્ષેત્રમાં, તરી જવા માટે તને સાવ હળવા હલેસાંની જરૂર પડશે.'

'રાજીવ ગાંધીની રાખ પર જીતવા કરતાં હું ખરાબ રીતે હારવાનું પસંદ કરીશ,' અરબાઝે યશને કહ્યું.

1984ની જે લોકસભા ચૂંટણીમાં કૉંગ્રેસના લગભગ બધા જ ઉમેદવારો જીત્યા હતા, તેમાં શરમજનક હાર બાદ પામુલાપાર્તી વેંકટા નરસિંહ રાવે રાજકારણમાંથી લગભગ નિવૃત્તિ લઈ લીધી હતી. પણ રાજીવ ગાંધીની હત્યા, 1991માં એકાએક તેમને નિવૃત્તિમાંથી બહાર લઈ આવી. રાવ એ નહેરુ-ગાંધી પરિવારની બહારની પહેલી વ્યક્તિ બન્યા જેણે વડા પ્રધાન તરીકે પાંચ વર્ષનો કાર્યકાળ પૂરો કર્યો હોય અને તેઓ એવા પ્રથમ દક્ષિણ ભારતીય હતા, જેઓ દેશના વડા પ્રધાન બન્યા હોય. રાવ લોકસભાની ચૂંટણી લડ્યા નહોતા, આથી સંસદમાં પ્રવેશવા માટે નંદયાલથી તેઓ પેટા-ચૂંટણી લડ્યા હતા. પાંચ લાખ કરતાં વધુ મતોની વિક્રમી સરસાઈથી તેઓ જીત્યા હતા અને આ સાથે જ તેઓ *ગિનિસ બૂક ઑફ રેકૉર્ડઝમાં* પણ સ્થાન પામ્યા હતા.

રાજકીય અસ્થિરતાના ગાળા છતાં આવું થયું હતું. એ પૂર્વેના વર્ષે, બે નવોદિતો હિન્દુઓની હાર્દસમી ભૂમિ પર એકહથ્થુ ઈજારાશાહી ચલાવવા પ્રવેશ્યા હતા, એ હતા ઉત્તરપ્રદેશમાં મુલાયમ સિંહ યાદવ અને બિહારમાં લાલુ પ્રસાદ યાદવ. ભારતીય રાજકારણ વિશે કોઈ આગાહી કરી શકે તો શ્રેષ્ઠ આગાહી એ હતી કે તેના વિશે કોઈ આગાહી થઈ જ શકે નહીં.

પણ પી.વી.નરસિંહ રાવ ભારતને અત્યાર સુધી મળેલા સૌથી સમજદાર વહીવટકર્તાઓમાંના એક સાબિત થઈ રહ્યા હતા. રાજ્ય વહીવટમાંથી રાજકારણને બહાર રાખવામાં તેઓ સફળ થઈ રહ્યા હોય એવું જણાતું હતું. અથવા કદાચ, તેઓ રાજકીય રમત એટલી સારી રીતે રમી રહ્યા હતા કે કોઈને એવો અંદેશો જ આવ્યો નહીં કે તેઓ રાજકારણ રમી રહ્યા છે. બિન-રાજકીય અર્થશાસ્ત્રી, ડૉ, મનમોહન સિંહને પોતાના નાણાં પ્રધાન તરીકે નીમી તેમણે પરંપરા તોડી હતી. ડૉ. સિંહે નવી ઔદ્યોગિક નીતિની જાહેરાત દ્વારા હવે લાઈસન્સ રાજને તોડી પાડવાની શરૂઆત કરી હતી. વડા પ્રધાને એ પછી વિરોધ પક્ષના એક સભ્ય, સુબ્રમણ્યમ સ્વામીને કમિશન ઑન લેબર સ્ટાન્ડડ્ર્ઝ એન્ડ ઈન્ટરનેશનલ ટ્રેડમાં નીમ્યા હતા, આ હોદ્દો કેબિનેટ પ્રધાનની સમકક્ષ હતો. અટલ બિહારી વાજપેયી સાથેનું તેમનું સમીકરણ પણ જગજાહેર હતું. તેઓ નિયમિતપણે વાજપેયીને યુએનની બેઠકોમાં ભારતનું પ્રતિનિધિત્વ કરવા મોકલતા. એક પગલું આગળ વધી, તેમણે વડા

પ્રધાન પદના પ્રમુખ દાવેદારોમાંના એક શરદ પવારને સંરક્ષણ પ્રધાનનું પદ પણ આપ્યું હતું.

કેબિનેટની અન્ય નિમણૂંકોમાંની બે નિમણૂંકો નોંધપાત્ર હતી. યશ ધર નાગરી ઉડ્ડયન ખાતાના પ્રધાન હતા અને અરબાઝ શેખ ટેક્સ્ટાઈલ માટેના રાજ્યકક્ષાના પ્રધાન નીમાયા હતા. પોતાના મતદાર ક્ષેત્રમાં અરબાઝની જીતની પરંપરાએ, તેના પ્રતિસ્પર્ધી, શિવસેનાના કેશવ ગાડગિલને પોતાનું મતદાર ક્ષેત્ર બદલવાની ફરજ પાડી હતી. આને પગલે અરબાઝ અને ગાડગિલ બંને જીત્યા હતા. આ વિજય બાદ બંને જણ ડ્રિન્ક્સ પર મળ્યા હતા અને એકબીજાના વિજય માટે તેમણે ગ્લાસ ઊંચો કરી ઉજવણી કરી હતી.

અરબાઝની નિમણૂંકને કારણે થોડીક હલચલ મચી હતી કેમ કે અંડરવર્લ્ડ સાથેનું તેનું જોડાણ જાણીતી વાત હતી. પણ આવી બધી બાબતોમાં નરસિંહ રાવની વ્યવહારકુશળતાની તોલે કોઈ આવી શકે એમ નહોતું. તેઓ જાણતા હતા કે ટેક્સ્ટાઈલ ઉદ્યોગના કિલ્લેબંધી જેવા યુનિયનો સામે થવા માટે આવા માથાભારે માણસની જ જરૂર હતી.

નાગરી ઉડ્ડયન પ્રધાન તરીકે યશ ધરની નિમણૂંક આનંદદાયક સમાચાર જેવી હતી. અરવિંદ બગડિયા સૌથી ખુશ માણસ હતો. તેણે તરત જ માનનીય પ્રધાન સામે વ્યક્તિગત વિનંતી મૂકી કે અમેરિકન એરલાઈન્સ, ટીડબલ્યુએ અને યુનાઈટેડને અપાયેલા રૂટ્સમાં વધારો કરવામાં આવે. આ ઉપરાંત, તેણે એર ફ્રાન્સ માટે વધારાના રૂટ્સની માગણી કરી હતી. આ માટે યશને યોગ્ય વળતર મળી રહેવાનું હતું.

'હું એક ઈમાનદાર રાજકારણી છું, અરવિંદજી,' યશે મજાકમાં કહ્યું. 'તમે મને લાંચ આપવાનો પ્રયાસ કરી રહ્યા છો?'

'ઈમાનદાર રાજકારણી એ શબ્દ જ પોતાનામાં વિરોધાભાસ છે,' અરવિંદે જવાબ આપ્યો. 'કાં તો તમે ઈમાનદાર હોઈ શકો અથવા તો તમે રાજકારણી હોઈ શકો.'

આ નિવેદન આપ્યા બાદ અરવિંદ ચિકાગો અને તુલોઝના પ્રવાસે ઉપડી ગયો.

અધ્યાપિકા જ્યોતિ પોતાના સાદા ઓરડામાં ધ્યાનમાં બેઠાં હતાં. એકાદ કલાક બાદ તેમણે પોતાની આંખો ખોલી ત્યારે, તેમણે જોયું કે તેમનો સહાયક ધીરજપૂર્વક રાહ જોઈ રહ્યો હતો.

'વડા પ્રધાન આપની સાથે વાત કરવા માગતા હતા,' તેણે કહ્યું. 'મેં તેમને કહી દીધું કે આપ તેમને ફોન કરશો.'

'હું જાણું છું તેમણે શેના માટે ફોન કર્યો હતો,' અધ્યાપિકા જ્યોતિએ કહ્યું.

પી.વી. નરસિંહ રાવને વારસામાં એવું અર્થતંત્ર મળ્યું હતું જેનું તળિયું સતત ખૂલી રહ્યું હતું. બેલેન્સ ઑફ પૅમેન્ટ કટોકટીનો સામનો કરી રહેલી સરકાર લોન મેળવવા માટે પોતાની પાસે રિઝર્વ રાખેલા સોનાને ગીરવે મૂકવાનો વિચાર કરી રહી હતી.

'તેમના સેક્રેટરીને હું શું કહું?' સહાયકે પૂછ્યું.

'એટલું જ કહો કે વડા પ્રધાન મને મળે,' અધ્યાપિકાએ કહ્યું.

ઓગણસિત્તેર વર્ષની એ વ્યક્તિ આનંદ માણી રહી હતી. તેમણે ગ્રાન્ડ કેન્યોનની મુલાકાત લીધી હતી અને ત્યાંથી તેઓ ડિઝનીલૅન્ડ પહોંચ્યા હતા. ડિઝનીલૅન્ડમાં લાંબી કતારોમાં ઊભા રહ્યા બાદ તેમણે બધી જ રાઈડ્ઝનો આનંદ માણ્યો હતો.

ન્યૂ યૉર્કમાં પોતાના મિત્રોને તેઓ મળ્યા હતા અને એ લોકો તેમને તેમની મનપસંદ મૅક્સિકન રેસ્ટોરાંમાં જમવા લઈ ગયા. તેમણે બ્રૉડવેના અનેક શૉ જોયા તથા પોતાના તથા પોતાની સાથે મુસાફરી કરી રહેલા સાથી માટે આઈસ્ક્રીમ ખરીદી હતી. એ પછી શહેરમાંના રમકડાંના સૌથી મોટા સ્ટૉર, સ્વાર્ટ્ઝમાં ગયા અને પોતાની દત્તક પૌત્રી માટે ત્યાંથી ઢગલાબંધ રમકડાં ખરીદ્યાં.

સ્વાર્ટ્ઝમાં એક પરિચિત ચહેરો જોડેલા હાથ સાથે પોતાની તરફ આવતા તેમણે જોયો, તેણે કહ્યું, 'નમસ્તે અટલજી.'

અટલ બિહારી વાજપેયી તરત જ તેને ઓળખી ગયા. *'આપ કૈસે હો અરવિંદ?'* દસમી લોકસભાના વિરોધ પક્ષના નેતાએ કહ્યું.

'મેં તમને ગલીમાંથી જ જોયા પણ તમને ડિસ્ટર્બ કરવા કે નહીં એની અવઢવમાં હું હતો. રમકડાં તરફ જોવામાં તમને બહુ આનંદ

આવી રહ્યો હતો... આથી હું પણ તમારી પાછળ - પાછળ અંદર આવ્યો!'

અટલજી હસી પડ્યા. 'પુરુષો હંમેશા બાળકો જ રહેવાના... આપણને હંમેશા રમકડાં ગમવાનાં. આ ફેરો જો કે મારી પૌત્રી માટે છે.'

આખી દુનિયા માટે આ બાબત અજાણી હતી કે, આ દઢનિશ્ચયી રાજકારણીનું અંગત વ્યક્તિત્વ તેમના જાહેર વ્યક્તિત્વ કરતાં સાવ જુદું હતું. હિન્દી કવિતા લખવા અને સાંભળવા ઉપરાંત શ્વાનોને લાંબી વૉક પર લઈ જવાનું તથા જૉન ગ્રિશામનાં પુસ્તકો વાંચવાનું તેમને ગમતું. તેમને પ્રવાસનો પણ જબરો શોખ હતો અને આવા પ્રવાસમા ધોતી-કૂર્તાનું સ્થાન ચેકસવાળા બુશ શર્ટ અને પૅન્ટ લઈ લેતા.

'તમે ન્યૂ યૉર્કમાં, કંઈ ખાસ?' અરવિંદે પૂછ્યું.

'વડા પ્રધાને મને ફરી વાર યુનાઈટેડ નેશન્સમાં મોકલ્યા છે,' વાજપેયીએ કહ્યું. 'અને તમે?'

'હું અહીં બૉઈંગ કંપની સાથે કરાર સાઈન કરવા આવ્યો છું. હું હમણા જ ચિકાગોથી આવ્યો છું અને હું આવતીકાલે વાયા પૅરિસ ભારત જવાનો છું.'

'પૅરિસ કેમ?' વાજપેયીએ પૂછ્યું.

'તુલોઝમાં એરબસના મુખ્યાલયમાં મારી એક મીટિંગ છે.'

યશ ધરે પોતાના ટેબલ પરના દસ્તાવેજ પર નજર નાખી. પછી તેણે અરવિંદ તરફ જોયું. 'સારો સોદો લાગે છે,' તેણે કહ્યું.

'આખા જીવનમાં એક જ વાર આવે એવો આ સોદો છે,' અરવિંદે કહ્યું. 'આ સોદો તમને તમારી ધારણા કરતાં પણ વધુ પૈસાદાર બનાવી દેશે.'

'આ સોદાની સૌથી સારી બાબત એ છે કે બંને કંપનીઓમાંથી કોઈ એમ નહીં કહી શકે કે તેમની સાથે કશું ક ખોટું થયું છે,' યશે કહ્યું.

'વિશ્વભરની એરલાઈનો દર વર્ષે ત્રીસથી ચાલીસ બિલિયન ડોલરના 400 એરક્રાફ્ટના ઑર્ડર આપી રહી છે,' અરવિંદે કહ્યું. 'આ બિઝનેસ મેળવવા માટે બૉઈંગ અને એરબસ વચ્ચે ગળાકાપ સ્પર્ધા છે. જે કંપનીને ઑર્ડર નહીં મળે એ ફરિયાદ કરશે કે બીજી કંપનીએ લાંચ આપીને પોતાનું

કામ કરાવી લીધું છે. મેં જે ઉકેલ કાઢ્યો છે એ આવી બધી જ બાબતોને સંભાળી લેશે.'

'ડિસ્કાઉન્ટ અને પરફૉર્મન્સ ગેરન્ટીઝનું શું?' યશે પૂછ્યું.

'વાટાઘાટો અને કામ પૂરૂં થઈ ગયું છે.'

'અને ટેક્નિકલ પરફૉર્મન્સ?' યશે પૂછ્યું.

'મેં સત્યપાલને મદ્રાસ જઈ, તમારા મંત્રાલયના ચિફ ટેક્નિકલ એડવાઈઝર, ડૉ. અરવિંદ મુથુને મળવા કહ્યું છે. સત્યપાલ એ વાતની તકેદારી રાખશે કે ડૉ.મુથુ એરબસ અને બૉઈંગ બંનેના મશીનને મંજૂરી આપે.'

'પણ નેશનલ કૅરિયર્સ કોની સાથે કૉન્ટ્રાક્ટ સાઈન કરશે?'

'આપણે બર્મ્યુડામાં સિવિલ એવિએશન લીઝ એન્ડ ફાઈનાન્સ નામની કંપનીની સ્થાપના કરી છે. હું અને તમે આપણા નોમિની દ્વારા તેમાં 50-50 ટકાના ભાગીદાર છીએ. આ એક કંપની જ એરબસ અને બૉઈંગ બંને સાથે વેપાર કરશે, પણ બેમાંથી કોઈનું ય પ્રતિનિધિત્વ તે નહીં કરે,' અરવિંદે કહ્યું. 'આ કંપની એરક્રાફ્ટ ખરીદશે અને નેશનલ કૅરિયર્સને લીઝ પર આપશે.'

'એરક્રાફ્ટ ઉત્પાદકોને આની સામે કોઈ વાંધો નથી?' યશે પૂછ્યું.

'ઈન ફૅક્ટ, તેઓ તો આનાથી ખુશ છે,' અરવિંદે કહ્યું. 'અમેરિકન કૉંગ્રેસે અનેક વર્ષો પહેલાં ફૉરેન કરપ્શન પ્રૅક્ટિસીસ એક્ટ -એફસીપીએ પસાર કર્યો હતો. આ કાયદો અમેરિકન કંપનીઓ, તેમના અધિકારીઓ અને તેમના પ્રતિનિધિઓને વિદેશી અધિકારીઓને લાંચ આપતા રોકે છે. બર્મ્યુડાની આપણી કંપની ન તો તેમની અધિકારી છે ન તો પ્રતિનિધિ. આમ બૉઈંગના હિતો સલામત છે.'

'એરબસનું શું?' યશે પૂછ્યું.

'તેમને આવા કોઈ અવરોધ નડતા નથી. વિદેશના સરકારી અધિકારીઓને લાંચ આપવાની પ્રથાને નાબૂદ કરતા કાયદાને બહાલી આપવાની પ્રણાલી લાવવા ઓઈડીસી ફ્રાન્સ પર દબાણ લાવવાના પ્રયાસ કરી રહ્યું છે, પણ ફ્રાન્સે આ દિશામાં કશું જ નથી કર્યું,' અરવિંદે કહ્યું. 'ગજબ છે, ત્યાંની સરકાર લાંચ આપવા માટે ફ્રેન્ચ કંપનીઓને ટેક્સમાં કપાતની પરવાનગી સુદ્ધાં આપે છે.'

'તો પછી આપણે સીધેસીધો એરબસ સાથે જ સોદો શા માટે નથી કરી લેતા?' યશે પૂછ્યું.

'કેમ કે, એવું કરવાથી બોઇંગ ફરિયાદ કરશે. એ પછી આપણે સીબીઆઈ તપાસ માટે તૈયાર રહેવું પડશે,' અરવિંદે સમજાવ્યું.

'લોકો એવા પ્રશ્નો પણ પૂછશે કે આપણે બે કંપનીઓમાં ઑર્ડરની વહેંચણી કરી ને વિમાનોના કાફલામાં ભેળસેળ શા માટે કરી રહ્યા છીએ?' યશે કહ્યું.

'આ જ તો ખાસિયત છે, આ ગોઠવણની ' અરવિંદે કહ્યું. 'આપણી પાસે ઈન્ડિયન એરલાઈન્સ અને એર ઈન્ડિયા એમ બે નેશનલ કૅરિયર છે. ઈન્ડિયન એરલાઈન્સને ફક્ત એરબસના એરક્રાફ્ટ્સ મળશે અને એર ઈન્ડિયાને માત્ર બૉઈંગના એરક્રાફ્ટ્સ મળશે. આમાં કાફલાની સેળભેળનો પ્રશ્ન જ નથી.'

'એરક્રાફ્ટ ખરીદવા માટેનાં નાણાં ક્યાંથી આવશે?' યશે પૂછ્યું. 'મારી ધારણા એવી છે કે બર્મ્યુડાવાળી કંપની પાસે તો કશું જ નથી.'

'નેશનલ કૅરિયર લીઝની રકમ ઉપરાંત બહુ મોટી ડિપૉઝિટ અગાઉથી જ ચૂકવી દેશે,' અરવિંદે જવાબ આપ્યો. 'બર્મ્યુડાવાળી કંપની આ નાણાંનો ઉપયોગ એરક્રાફ્ટ ખરીદવા માટે કરશે. બર્મ્યુડાની કંપનીનો ઓપરેશનલ ખર્ચ એરબસ અને બૉઈંગ ઉપાડી રહ્યા છે.'

'લીઝ કરાર અંગે પ્રશ્ન થઈ શકે છે?' યશે પૂછ્યું.

'એની શક્યતા ઓછી છે,' અરવિંદે જવાબ આપ્યો. 'બેશક, કેટલાક એરક્રાફ્ટ્નું ખરીદ વેચાણ પારંપારિક રીતે થાય છે, પણ મોટા ભાગનાનું વેચાણ આ રીતે થતું નથી. દુનિયાભરમાં, અનેક એરલાઈન્સ સરકારી માલિકીની છે. કમિશનની ચૂકવણી રોકાણ ખર્ચ વધારી મૂકે છે.. રોકાણ ખર્ચ વધવાને કારણે ઘસારો પણ ઊંચે જાય છે અને આ ઉચ્ચ ઘસારાનો અર્થ એ થયો કે એરલાઈન્સના નુકસાનમાં પણ ખાસ્સો એવો વધારો. લીઝ પર લેવાયેલા એરક્રાફ્ટ આવા કમિશનને સુંદર રીતે સંતાડી દે છે.'

'તો આપણે આ કઈ રીતે રમવાના છીએ?' અરવિંદનો રસ્તો જ શ્રેષ્ઠ રસ્તો છે એ સમજાતાં, યશે પૂછ્યું.

'સૌ પ્રથમ, આપણે બંને કંપનીઓને નેશનલ કૅરિયર દ્વારા સીધી ખરીદી માટે ટૅન્ડર ભરવા કહીશું. બંને કંપનીઓ બહુ જ ઊંચા ભાવ ટૅન્ડરમાં ભરશે. આથી તેમની બોલીઓ રદ થઈ જશે.'

'એ પછી?'

'બર્મ્યુડાની સિવિલ એવિએશન લીઝ એન્ડ ફાઈનાન્સ કંપની નેશનલ કૅરિયરને એરક્રાફ્ટ લીઝ પર આપવાની ઑફર કરશે,' અરવિંદે કહ્યું.

'આ એ જ એરક્રાફ્ટ હશે, જે નેશનલ કેરિયરે અન્યથા ખરીદ્યા હોત. અગાઉની ઊંચી બોલીને કારણે, બર્મ્યુડાની ઓફર બહુ જ વ્યાજબી લાગશે.'

'અન્ય કોઈ દેશની કંપનીને ઓર્ડર મળે તો અમેરિકન અને ફ્રેન્ચ સરકારોને રીસ ચડતી હોય છે,' યશે નોંધ્યું.

'આ કારણસર જ તેમનાં નેશનલ કેરિયર્સને નુકસાનની ભરપાઈ પેટે તમે વધુ રૂટ્સ ફાળવી રહ્યા છો,' અરવિંદે કહ્યું. 'આ એકદમ સરસ સોદો છે- જેમાં બધા જ ખુશ છે.'

'તું એ હરામીની મદદ શા માટે કરી રહ્યો છે?' અરબાઝે પૂછ્યું.

'અરબાઝ, આપણે રાજકારણીઓ છીએ,' યશે કહ્યું. 'આપણા કોઈ કાયમી મિત્ર કે હંમેશ માટેના શત્રુ ન હોવા જોઈએ.'

'એ મારો દુશ્મન છે,' અરબાઝે કહ્યું. 'પેલા કુરબાનીવાળા સોદામાં એણે મારૂં બહુ મોટું નુકસાન કરાવ્યું હતું.'

'અને ઈન્કમ ટેક્સનો દરોડો અને તેની આડમાં લૂંટ ચલાવી તેં એનું સાટું વાળી લીધું હતું. મને યાદ છે ત્યાં સુધી, તેં જે ગુમાવ્યું હતું, એટલું અને ઉપરથી તગડો ફાયદો તને મળ્યો હતો. હવે તમારો હિસાબ સરભર છે. સરભર કરવામાં પણ તારો હાથ તો ઉપર જ છે.'

'મારી કામ કરવાની રીત અલગ છે, આવુ બધું મારી રીતમાં બેસતું નથી,' અરબાઝે કહ્યું. 'મારા માટે એકવાર કોઈ દુશ્મન હોય તો એ પછી હંમેશા તે દુશ્મન રહે છે. તેની સાથેનો એરક્રાફ્ટ સોદો તુ રદ કરે એવું હું ઈચ્છું છું.'

'હું એવું કરી શકું એમ નથી,' યશે જવાબ આપ્યો. 'હવે આવું થયું તો શંકાની સોય તકાશે. અને પછી મારા માથા પર સીબીઆઈની તપાસ આવી ને બેસી જશે.'

'તું આવું ન કરી શકે?' અરબાઝનો અવાજ ગુસ્સામાં ફાટી ગયો હતો. 'તું જ્યારે મુશ્કેલીમાં હતો ત્યારે મેં તને તેમાંથી બહાર કાઢ્યો. ત્યારે તેં મને કહ્યું હતું કે તું હંમેશા મારો કરજદાર રહીશ. તો હવે એ કરજ હું પાછું માગુ છું.'

'થોડો વ્યાજબી થા, અરબાઝ,' યશે કહ્યું. 'આમ પણ, આ સોદાથી તને કોઈ રીતે નુકસાન થતું નથી. હું વચન આપું છું કે, બગડિયા સાથે આ પછી હું કોઈ સોદો નહીં કરૂં. હવે તો બરાબર ને?'

'હું આજીવન તારો કરજદાર રહીશ, તેં આવું કહેલું ત્યારે એ જેટલું પોકળ લાગતું હતું એટલું જ બોદું આ પણ લાગે છે.'

24મી જૂન, 1991ના દિવસે મદ્રાસ યુનિવર્સિટી સેન્ટનરી ઑડિટોરિયમમાં તામિલ નાડુનાં નવાં મુખ્ય પ્રધાન હોદ્દાના શપથ લઈ રહ્યાં હતાં ત્યારે રાવ એન્ટરપ્રાઈઝીસના મિ. રાવ પહેલી હરોળમાં બેઠા હતા. જયલલિતા જયરામે હોંશિયારીપૂર્વક ઈન્ડિયન નેશનલ કૉંગ્રેસ સાથે ગઠબંધન કર્યું હતું અને સહાનુભૂતિની લહેરના પગલે આ જોડાણને તેઓ લડેલા એ 234માંથી 225 બેઠકો પર વિજય મળ્યો હતો. 43 વર્ષની વયે જયલલિતા રાજ્યનાં સૌથી નાની વયનાં મુખ્ય પ્રધાન બન્યાં હતાં. 120 જેટલી તમિલ, તેલગુ અને કન્નડ ફિલ્મોમાં કામ કરનાર જયલલિતા એક સિદ્ધહસ્ત અભિનેત્રી હતાં. પણ આ ભૂમિકા તેમણે ભજવેલી ભૂમિકાઓમાં શ્રેષ્ઠતમ હતી

રાવે સમજદારીપૂર્વક 'અમ્મા'ની પાર્ટીને ટેકો આપ્યો હતો અને એઆઈએએમકે સરકાર સાથે પોતાની રાજકીય નિકટતાને ઓર વધારી હતી. સત્યાવીશ વર્ષની વયે જ્યારે તેમણે બિઝનેસમાં ઝૂકાવ્યું હતું ત્યારે, તેમને વારસામાં મળેલા સામ્રાજ્યમાં કાપડની મિલો, હોટેલો, ચા તથા તંબાકુના ધંધાનો સમાવેશ થતો હતો. સાડત્રીસ વર્ષની વયે તેમણે કાપડના વ્યવસામાંથી બહાર નીકળી જઈ હોટેલ વ્યવસાયમાં પોતાની સ્થિતિ દઢ કરી હતી. સુળતાલીસ વર્ષની ઉંમરે, તેમણે ચાના ધંધામાંથી રુખસદ લઈ રિયલ એસ્ટેટના બિઝનેસને વધાર્યો હતો. અને હવે, સત્તાવન વર્ષની ઉંમરે, તેમણે તંબાકુને છોડી ફાઈનાન્શિયલ સેવાઓમાં પ્રવેશ કર્યો હતો. એકમાત્ર વાસ્તવિક્તા જે તેને સતત પીડતી હતી તે એટલે અરવિંદ બગડિયાએ જે રીતે પોતાને સાવ નકામી સોનાની ખાણ ખરીદવા માટે જે રીતે ફસાવ્યો હતો.

મિ. રાવની બે હરોળ પાછળ નાગરી ઉડ્ડયન મંત્રાલયના ટેક્નિકલ સલાહકાર, ડૉ. અરવિંદ મુથુ બેઠા હતા. તેમની બાજુમાં કલકત્તાથી આવેલો મુલાકાતી બેઠો હતો. તેનું નામ હતું સત્યપાલ મિત્તલ. ડૉ. મુથુએ રાવને

જોઈને હાથ હલાવ્યો અને વિજયે પણ સામે હાથ હલાવ્યો. શપથ-ગ્રહણની વિધિ પાર પડ્યા બાદ, પ્રેક્ષકગણમાં બેઠેલા લોકો અલ્પાહાર માટે બહારની તરફ નીકળ્યા.

'કેમ છો, મિ. મુથુ?' વિજય રાવે પૂછ્યું.

'બહુ સરસ, મિ.રાવ,' વિજ્ઞાનીએ જવાબ આપ્યો. 'બાય ધ વે, હું તમારી ઓળખાણ કલકત્તાથી આવેલા મિ. સત્પાલ મિત્તલ સાથે કરાવું.'

'કલકત્તા હં? તમે કોની માટે કામ કરો છો?' વિજય રાવે પૂછ્યું.

'અરવિંદ બગડિયા,' સત્યપાલે જવાબ આપ્યો.

હોટેલ ડેસ બર્ગ્સમાંથી અરવિંદ બહાર નીકળ્યો અને લૅક જીનીવાની સમાંતર આવેલા પૉન્ટ ડુ મોં બ્લાંને ઓળંગી ગયો. શિયાળો ચાલી રહ્યો હતો અને અરવિંદે મેરિનોના ઊનના સૂટ પર ઊનનો જાડો ઑવરકોટ અને મફલર પહેર્યા હતા. રૂ ડી લા સીના પોતાના ગંતવ્ય સ્થાને પહોંચતા પહેલા તે ક્યુ ડુ જનરાલે-ગાઈઝન પરથી પસાર થયો હતો.

આ ઈમારતનો દેખાવ સાવ સાદો હતો અને તેની બહાર એક સાદી-સરળ પિત્તળની તક્તી હતી, જેના પર લખ્યું હતું રૂ ડી લા સી. ઓકના ઝાડના નક્કર લાકડાના દરવાજાને તેણે હડસેલીને ખોલ્યો, જે એક ફોયર તરફ જતો હતો. આગળ જતાં વધુ એક કાચનો દરવાજો આવ્યો, જે બંધ હતો. તેણે દરવાજાની બાજુમાંનું પીત્તળનું બટન દબાવ્યું અને ડાર્ક બ્લુ રંગના સૂટમાં સજ્જ માણસે દરવાજો ખોલ્યો. અરવિંદ અંદર પ્રવેશ્યો, એ પછી જ તેનું ધ્યાન સરસ રીતે ચમકાવેલી લાકડાની દીવાલ પર સોનાથી સુઘડપણે કોતરેલા નામ, એલેનબાક એન્ડ સી પર ગયું.

'મિ. ફેહેરમેન પ્લીઝ,' અરવિંદે બ્લુ સૂટને કહ્યું. મિ. બ્લુ સૂટે ફોન ઉપાડ્યો અને કોઈકની સાથે વાત કરી. એક જ મિનિટમાં, ચપોચપ ઓળેલા વાળ, ગ્રે ડ્રેસ અને તેના પર સરસ બ્રૂચમાં સજ્જ આધેડ વયની એક સેક્રેટરી, એલિવેટરમાંથી બહાર આવી અને અરવિંદ તરફ રુખ કર્યો.

'તેઓ તમારી જ રાહ જોઈ રહ્યા છે, મિ. બગડિયા,' સેક્રેટરીએ કહ્યું. 'મારી પાછળ આવો, પ્લીઝ.'

અરવિંદ એલિવેટરમાં પ્રવેશ્યો અને સેક્રેટરીએ એક બટન દબાવ્યું, અને એલિવેટર તેમને ત્રીજા માળે લઈ ગઈ. સરસ જાજમ પાથરેલા માર્ગની શ્રેણીઓ પસાર કરતા તેઓ આગળ વધ્યા. એ માર્ગની બંને તરફ ખાનગી કૉન્ફરન્સ રૂમમાં પ્રવેશવાના દરવાજા હતા. સેક્રેટરીએ આખરે એમાંનો એક દરવાજો ખોલ્યો અને એક નાનકડા ઓરડામાં અરવિંદને દોરી ગઈ, આ ખંડમાં એક કૉન્ફરન્સ ટેબલ અને ચાર ખુરશીઓ હતી.

'હું તમારા માટે કંઈ લાવું?' અરવિંદે પોતાનો કોટ ઉતારીને સેક્રેટરીને આપ્યો ત્યારે તેણે પૂછ્યું. 'ચા, કૉફી, પાણી?'

'ફક્ત પાણી પ્લીઝ,' અરવિંદે બેસતાં કહ્યું.

'સાદું કે સ્પાર્કલિંગ?' સેક્રેટરીએ પૂછ્યું.

'સાદું,' દરવાજો ખૂલ્યો અને મિ. ફેહેરમેન અંદર આવ્યા ત્યારે અરવિંદે કહ્યું.

સેક્રેટરી તેમને એકલા છોડીને જતી રહી અને મિ. ફેહેરમેને પોતાની પાસેની ફાઈલ ખોલી. તેણે પાતળી અને વાયર જેવી ફ્રેમ ધરાવતા ચશ્માં બહાર કાઢ્યા અને આંખ પર ચડાવ્યાં. એ પછી તેણે ફાઈલમાંથી એક સ્ટેટમેન્ટ કાઢ્યું અને તે અરવિંદને દેખાડ્યું. તેમાં ક્લૉઝિંગ બેલેન્સ હતું 66,105,213.06 સ્વિસ ફ્રાન્ક્સ.

'અમને બર્મ્યુડાથી સિવિલ એવિએશન લીઝ એન્ડ ફાઈનાન્સ તરફથી નિયમિતપણે કમિશન મળે છે,' મિ.ફેહેરમેને કહ્યું. 'છેલ્લું ટ્રાન્સફર એક મહિના પહેલાનું છે.'

'સ્વિસ ફ્રાન્કની સરખામણીએ ભારતીય રૂપિયાનું મૂલ્ય કેટલું?' સેક્રેટરી તેના માટે લઈ આવી હતી એ એવિયન પાણીનો ઘૂંટડો ભરતાં અરવિંદે પૂછ્યું.

મિ. ફેહેરમેને કૉન્ફરન્સ ટેબલના ખાનામાંથી એક નાનકડું કેલ્ક્યુલેટર ખેંચી કાઢ્યું. 'ગઈ કાલે, સ્વિસ ફ્રાન્ક સામે રૂપિયાનું મૂલ્ય હતું 30.2548'. એનો અર્થ એ થયો કે તમારા ખાતામાંની રકમનું મૂલ્ય આશરે બે અબજ રૂપિયા થાય છે. તમે આ રકમનું શું કરવા માગો છો?

'હું તમારી બૅન્કમાં થોડાક વધુ ખાતાં ખાલોવવા માગું છું,' અરવિંદે કહ્યું.

'ફક્ત નંબર હબોય એવું વધુ એક ખાતું?' મિ. ફેહેરમેને પૂછ્યું.

'ના,' અરવિંદે કહ્યું. 'મોરિશિયસમાંની મારી માલિકીની કંપનીઓનાં ચાલુ ખાતાં હશે.'

'નામ?' મિ.ફેહેરમેને પૂછ્યું.

અરવિંદે પોતાના સૂટના અંદરના ખિસ્સામાં હાથ નાખ્યો અને હિન્દુ ધર્મની *અષ્ટોત્તર શતનામાવલિ* નામની નાનકડી પ્રાર્થના પુસ્તિકા બહાર કાઢી. આ પુસ્તિકા તેણે મિ. ફેહેરમનના હાથમાં આપી.

'આમાં વિનાશના દેવ, શિવનાં 108 નામ છે. મોરિશિયસમાં મેં 108 કંપનીઓની સ્થાપના કરી છે.'

'તો તમને 108 ખાતાંની જરૂર છે?' મિ. ફેહેરમેને જરાય ખટકાટ વિના કહ્યું. પોતાની લાંબી કારકિર્દીમાં તેમને ગ્રાહકો તરફથી એવી ઘણી વિનંતીઓ મળી હતી, જે અસાધારણ કહી શકાય એવી હતી, 'દરેક કંપની માટે સરનામું શું રહેશે?'

'બધાનાં સરનામાં સરખાં રહેશે,' અરવિંદે જવાબ આપ્યો. 'કેર ઑફ બ્લૅકહોલ મેનેજમેન્ટ સિર્વિસીસ લિ. સ્વીટ 2045, લેનકાસ્ટર કૉર્ટ, લેવોક્યૂઅર સ્ટ્રીટ, પૉર્ટ લૂઈસ. આ દરેક કંપનીઓના મેમોરન્ડમ અને આર્ટિકલ ઑફ એસોસિએશન ઉપરાંત, ડિરેક્ટર્સની યાદી તથા એલેનબાક એન્ડ સી બૅન્કમાં ખાતાં ખોલવા માટેના જરૂરી બૉર્ડ રેઝોલ્યુશન્સ, મોરિશિયસમાંના મારા વકીલો મોકલી આપશે.'

'તમારૂં કામ થઈ જશે,' મિ.ફેહેરમેને , પોતાની ફાઈલ બંધ કરતાં કહ્યું.

'અક વાર ખાતાં ખૂલી જાય, એ પછી 108 ખાતાંમાંના દરેકમાં મારા ખાતામાંથી દસ-દસ લાખ સ્વિસ ફ્રાન્ક પ્લીઝ ટ્રાન્સફર કરી દેજો,' અરવિંદે ખુરશી પરથી ઊભા થઈ ખૂણામાંના રેક પર રાખેલો પોતાનો ઑવરકોટ લેતાં કહ્યું.

'આશા રાખું છું કે હું તમારી વાતમાં વચ્ચે નથી પડી રહ્યો, મિ. બગડિયા, પણ તમે આ બધું શા માટે કરી રહ્યા છો?' પોતાનાં ચશ્માં ઉતારીને પાછાં પોતાનાં ખિસ્સામાં મૂકતાં મિ. ફેહેરમેને પૂછ્યું.

'જૂના સમયમાં, રાજાઓ પોતાનું રક્ષણ કરવા પોતાના શહેરોની આસપાસ કિલ્લા બંધાવતા અને ખાઈ ખોદાવતા. સમજોને કે આ મારો કિલ્લો છે.'

વિજય રાવે બે જણને પોતાની ખુરશીઓમાં બેચેનીપૂર્વક અસ્વસ્થ થતાં જોયા. બગડિયા દ્વારા પોતાની સાથે કેવી ઠગાઈ થઈ એ વિશે ચર્ચા કરવામાં તેઓ

અસ્વસ્થતા અનુભવી રહ્યા હતા. સોનાની ખાણનો આખો પ્રોજેક્ટ, પોતાને ફસાવવાનો કારસો હોવાનું જાણ્યા બાદ તેમને પોતાને પણ બહુ મોટા મૂરખ હોવાની લાગણી થઈ હતી, આથી સામેની બે વ્યક્તિઓની બેચેની તેઓ સમજી શકતા હતા.

'અરવિંદ બગડિયા પર વેર વાળવાનો આ મોકો છે, પણ આપણે એકબીજા સાથે બધું સ્પષ્ટ કરવું જોઈએ,' વિજય રાવે કહ્યું. 'તેણે મને જે રીતે ફસાવ્યો હતો- એ જ રીતે જો તમને પણ મૂરખ બનાવ્યા હોય, તો એને પાઠ ભણાવવો એ આપણી ફરજ બની જાય છે.'

ઘનશ્યામ દાસ અને રામ લાલ ખૈતાન એકબીજા સામે જોઈ રહ્યા. ટોલીગંજમાં કારના આવવાની રાહ જોયા બાદ બળદગાડું જોઈને તેમના મનમાં તે ક્ષણે જે ચોક્કસ લાગણી થઈ હતી એ તેમની સ્મૃતિમાં હજી પણ તાજી હતી. અને નકારાત્મક સમાચારોને દુનિયા સુધી વીજળીવેગે પહોંચી જવાની ખરાબ ટેવ હોય છે. પોતાની ગુમાયેલી પ્રતિષ્ઠા પાછી મેળવવા માટે અનેક મહિનાઓની ધીરજપૂર્વકની જહેમત તેમને લેવી પડી હતી.

'એ મેલો માણસ છે,' ઘનશ્યામ દાસે કહ્યું. 'સમય આવી ગયો છે કે કોઈક હવે તેને તેની જગ્યા દેખાડે. તમારી પાસે કોઈ યોજના છે?'

'વેલ,' વિજય રાવે કહ્યું. 'મદ્રાસમાં ગઈકાલે જ હું તેના એક કર્મચારીને મળ્યો. અમારી વચ્ચે સારી દાસ્તી થઈ ગઈ છે. તેનું નામ છે સત્યપાલ મિત્તલ.'

ઓબેરોય ગ્રાન્ડ હોટેલના ચોથા માળે, જ્યાંથી સ્વિમિંગ પૂલ દેખાતો હતો એવા એક અંધારિયા ઓરડામાં, એક પલંગ હતો, જેના પર બે જણ પડ્યા હતા. ઉતાવળભર્યા લયમાં હલનચલન કરી રહેલા એ બે જણમાંથી હળવા ઊંહકારા નીકળી રહ્યા હતા.

પલંગની આસપાસ કપડાં વેરવિખેર પડ્યાં હતાં. સાડી, પેન્ટ, શૂઝ અને ટાઈ. અરવિંદ ઉપર હતો અને સ્ત્રી પર તે એકાદ જનાવરની જેમ સવાર થયો હતો, તેના પર થાક્યા વિના ધક્કા મારી રહ્યો હતો. તેમણે સ્થિતિ બદલી અને વધુ ઊંડે પ્રવેશવા તેણે શરીરને ઉપરની તરફ કમાનાકારે ઉઠાવ્યું. બંને જણ પરસેવાના આછા આચ્છાદનથી છવાઈ ગયા હતા અને અરવિંદ પરાકાષ્ઠાએ

પહોંચી રહ્યો હોવાનું જણાતા તેણે પોતાની જાતને તેની અંદર જોરથી દબાવી. થોડીક ક્ષણો બાદ તે ઊંચો થયો અને જીવનમાં ક્યારેય ન અનુભવી હોય એવી પરાકાષ્ઠાએ પહોંચતા જ તેણે તેના સ્તનો પોતાના હાથમાં લઈ લીધાં.

અરવિંદે પોતાની જાતને બહાર કાઢી એ પૂર્વે થોડીક મિનિટો સુધી આ બંને ચાદરની અંદર એકમેકમાં વીંટળાયેલી અવસ્થામાં પડી રહ્યા હતા. *કામક્રિડા પછી સ્ત્રીઓને ચોંટવાનું અને ક્યારેય છોડવાની જ ન હોય એ રીતે વળગી રહેવાનું શા માટે ગમતું હશે?* અરવિંદનું કામ થઈ ગયું હતું.

અરવિંદ ઓરડામાં પ્રવેશ્યો ત્યારે તે પલંગમાં, સાવ નગ્નાવસ્થામાં તેની રાહ જોઈ રહી હતી. તેણે પોતાનાં કપડાં ઉતાર્યાં અને તેના પર સવાર થયો ત્યારે તેને પોતાના બે પગ વચ્ચે તરત જ કશુંક ફૂલતું જણાયું હતું. પણ હવે તેનું કામ પતી ગયું હતું અને તે બીજા કામે વળગવા માગતો હતો.

કેટલી સ્ત્રીઓ સાથે તેણે સહશયન કર્યું હતું તેની ગણતરી કરવાનો પ્રયાસ તેણે કર્યો. બૉમ્બેની મૉડેલ, કલકત્તાની લેખિકા, અમદાવાદની શ્યામવર્ણી સ્ત્રી, લખનઉની ગાયિકા, પાકિસ્તાની ચિત્રકાર અને કેરળની નૃત્યાંગના... આ બધું યાદ કરી રહ્યો હતો એ દરમિયાન તે વચ્ચે જ ક્યાંક ગણતરી ભૂલી ગયો.

ત્યાંથી નીકળવા પહેલા શું બોલવું એ વિચારતાં વિચારતાં તેણે ફટાફટ પોતાનાં કપડાં પહેરી લીધાં. આ બધું કરી ને તે પોતાના ખાસ મિત્ર સાથે પ્રેમસંબંધ બાંધલા બદ્દલ અભિલાષા પર વેર વાળી રહ્યો હતો. જો કે તેનો બીજો એક હિસ્સો તેને કહી રહ્યો હતો કે, તેણે આટલાં વર્ષ પોતાની પત્નીની અવગણના જ કરી હતી.

અરવિંદની અંદર ક્યાંક, તેના અંતરાત્માએ તેને કહ્યું કે પોતાની પાસેના સંપૂર્ણ પ્રેમને માણવાને બદલે તે સંપૂર્ણ પ્રેમ શોધવા બહાર હવાતિયાં મારી રહ્યો હતો.

ખૂલ્લા ગળાનું કેઝ્યુઅલ શર્ટ પહેરીને અરબાઝ બેલાર્ડ એસ્ટેટની ઑફિસમાં બેઠો હતો. તેની સામે અડ્યા વિનાનો કૉફીનો કપ પડ્યો હતો. મુલાકાતીઓ માટેની ખુરશીમાં બેઠેલો માણસ મસાલા ચા પી રહ્યો હતો.

'મળવા આવવા બદ્દલ તમારો આભાર, મિ. લાખોટિયા,' અરબાઝે ચંદર લાખોટિયાને કહ્યું.

'તમને મળવાનો મોકો મળ્યો એ મારૂં સદભાગ્ય છે અરબાઝભાઈ,' ચંદરે કહ્યું. 'મેં તમારા વિશે ઘણું સાંભળ્યું છે.'

'આશા રાખું છું કે,એમાં કંઈક સારૂં પણ હશે,' અરબાઝે સ્મિત કરતા કહ્યું.

'બધું જ સારૂં સાંભળ્યું છે,' ચંદર ખોટું બોલ્યો. 'હવે મને કહો કે હું તમારી કઈ રીતે મદદ કરી શકું છું.'

'તમે મિ. અરવિંદ બગડિયાના પરિચિત છો. તેના મિત્ર છો?' અરબાઝે પૂછ્યું.

'મને લાગ્યું હતું કે એ મારો મિત્ર છે, અરબાઝભાઈ,' ચંદરે શરૂઆત કરી. 'મેં તેની ઘણી મદદ કરી છતાં, કમનસીબે, હવે એ મને પોતાનો દોસ્ત નથી ગણતો.'

અરબાઝ ચંદરને તાકી રહ્યો હતો, જેથી તેના ચહેરા પર કોઈ એવું ચિહ્ન દેખાઈ આવે જે એ દેખાડી આપે કે તે ખોટું બોલી રહ્યો છે. પણ એવી કોઈ નિશાની દેખાઈ નહીં.

'તમે થોડા પૈસા બનાવવા માગો છો?' અરબાઝે પૂછ્યું.

'કેટલા?' ચંદરે પૂછ્યું. અરબાઝ હસ્યો.

'તમે જાણતા જ હશો, કે હાલ હું ટેક્સ્ટાઈલ ખાતાનો રાજ્યકક્ષાનો પ્રધાન છું,' અરબાઝે કહ્યું.

'યસ સર, વડા પ્રધાને તમને બહુ મહત્વનો પૉર્ટફોલિયો આપ્યો છે, એ હું જાણું છું,' ચંદરે ટેવ પ્રમાણે ચાંપલૂસી કરી.

'ભારતમાં કાપડની આશરે 1900 જેટલી મિલો છે,' અરબાઝે કહ્યું. 'આ મિલોમાં નવ લાખ જેટલાં કામગારો કામ કરે છે. આમાંની, 546 અત્યારે બંધ પડી ગઈ છે.'

'દત્તા સામંતે આખા ઉદ્યોગની ઘોર ખોદી નાખી છે,' અવાજ સાથે પોતાની ચા પીતાં ચંદરે કહ્યું.

'સાચી વાત છે. બંધ પડી ગયેલી 546 મિલોમાંની 167 તો બૉર્ડ ફૉર ઈન્ડસ્ટ્રિયલ એન્ડ ફાઈનાન્શિયલ રિકન્સ્ટ્રક્શન – બીઆઈએફઆર-ને ટ્રાન્સફર કરી દેવાઈ છે, પણ તેનાથી ખાસ કંઈ વળ્યું નથી. આ સમસ્યાનું પ્રમાણ બહુ મોટું છે.'

'બીઆઈએફઆર વિશે સામાન્યપણે રમૂજ કરાય છે કે બીઆઈએફઆરનો અર્થ થાય છે'બૉર્ડ ફૉર ઈન્ડસ્ટ્રિયલ ફ્યુનરલ રાઈટ્સ - ઉદ્યોગની અંતિમ વિધિ માટેનું બૉર્ડ',' ચંદરે કહ્યું.

'એકદમ બરાબર,' ડનહિલ સિગારેટ સળગાવતાં અરબાઝે હસીને કહ્યું. 'મારા ધ્યાનમાં બૉમ્બેનું એક ટેક્સ્ટાઈલ એકમ છે, જે હજી બીઆઈએફઆરના તાબામાં નથી ગયું,' તેણે વાત આગળ વધારતા કહ્યું, 'આ એકમ નુકસાન કરી રહ્યું છે, પણ આ મિલ વીસ એકરની મોકાની જગ્યા પર બેઠી છે.'

'તમે આલ્બર્ટ મિલ્સની વાત કરી રહ્યા છો?' ચંદરે પૂછ્યું.

'હા, એ જ. બીઆઈએફઆર માટે તાબામાં લેવા માટે એ બધી રીતે યોગ્ય મિલ છે અને, સામાન્ય સંજોગોમાં, એના વિશે બૉર્ડને માહિતી આપી દેવાઈ હોત...'

'પણ?' ચંદરે પૂછ્યું.

'પણ મેં એ ફાઈલ રોકી રાખી છે,' અરબાઝે કહ્યું.

'શા માટે?' ચંદરે પૂછ્યું.

'કેમ કે મેં જોયું કે તેના પ્રાયમરી શૅરધારક છે બ્રૅઈડ ઈન્વેસ્ટમેન્ટ લિમિટેડ,'

'અરવિંદ બગડિયાની કંપની,' ચંદર સૂરમાં બોલ્યો.

'બરાબર,' અરબાઝે કહ્યું. 'આલ્બર્ટ મિલ્સના ઍંસી ટકા કરતાં વધુ શૅર્સ બ્રૅઈડ ઈન્વેસ્ટમેન્ટની માલિકી હેઠળ છે. આ શૅર વિજય રાવે અરવિંદ બગડિયાને આપ્યા હતા.'

'તમને મિલમાં આટલો રસ શા માટે છે?' ચંદરે પૂછ્યું.

'કેમ કે આ મિલ બૉમ્બેની સૌથી શ્રેષ્ઠ કહી શકાય એવી મોકાની જગ્યાએ છે,' અરબાઝે જવાબ આપ્યો. 'બંધ પડેલી મોટા ભાગની મિલો સાથે વારસામાં એટલું બધું કરજ પણ આવતું હોય છે કે, તેની જમીન પર બાંધકામ કરવા છતાં આ રકમ ચૂકવી શકાય એમ હોતી નથી. આલ્બર્ટ મિલ્સ આમાં અલગ તરી આવે છે. જો કોઈ આ જમીન પર બાંધકામ કરે તો તેનું નસીબ પલટાઈ શકે છે.'

'આલ્બર્ટ મિલ્સમાં તેમની માલિકીના શૅર્સના વેચાણ માટે અરવિંદ બગડિયા સાથે તમારા વતી હું વાટાઘાટો શરૂ કરૂં ,એવું તમે ઈચ્છો છો ને?' ચંદરે પૂછ્યું.

'ના,' અરબાઝે કહ્યું. 'હું આ મિલ પડાવી લેવાનું વિચારૂં છું.'

'એક બીજો રસ્તો પણ હોઈ શકે છે,' ચંદર બબડ્યો.

'કયો?' અરબાઝે પૂછ્યું.

'મને થોડોક સમય આપો,' ચંદરે કહ્યું. 'મને મારી ફાઈલો તપાસવા દો.'

'આપણે આલ્બર્ટ મિલ્સ ડેવલપ કરવી હોય તો ત્રણ અંતરાયો પાર કરવા પડે એમ છે,' અરબાઝે કહ્યું.

મુરલી સાંભળી રહ્યો હતો.

'પહેલું : આપણે મિલમાં બહુમતી હિસ્સો હસ્તગત કરવાનો માર્ગ શોધવો રહ્યો. બીજું : રિડેવલપમેન્ટ પ્લાનને મ્યુનિસિપાલિટી તરફથી મંજૂરી મળવી જોઈએ. ત્રીજું : આપણે કામગારોના મુદ્દાની પતાવટ કરવી પડે, જેથી જમીનના વિકાસનો માર્ગ મોકળો થઈ શકે.'

'આપણે આ કામ કઈ રીતે કરવાના છીએ?' મુરલીએ પૂછ્યું.

'એક પછી એક,' અરબાઝે જવાબ આપ્યો.

પોતાની સામે ખૂલ્લા મૂકેલા કંપનીઝ એક્ટ, 1956માં ચંદર લાખોટિયા જોઈ રહ્યો હતો. શૅરના ટ્રાન્સફર માટેની જરુરિયાતો હતીઃ

1. *મૂળ શૅર સર્ટિફિકેટ*
2. *ડુપ્લિકેટ શૅર સર્ટિફિકેટ જો (1) ઉપર જણાવેલ ગુમાઈ જાય અથવા ન મળે એમ હોય તો*
3. *ઈન્ડિયન સ્ટૅમ્પ એક્ટની કલમ 12 મુજબ યોગ્ય રીતે પર્યાપ્ય મૂલ્યની સ્ટૅમ્પ લગાડેલું ટ્રાન્સફરર અથવા યોગ્ય અધિકૃત એટર્ની દ્વારા સહી કરેલું શૅર ટ્રાન્સફર ફૉર્મ*
4. *એટેસ્ટેડ પાવર ઑફ એટર્ની એવી ઘટનામાં જે (3) ઉપર જણાવેલા ટ્રાન્સફરરની અવેજીમાં અધિકૃત વકીલ દ્વારા સહી કરેલી હોય.*

તે મનોમન હસી પડ્યો. અરવિંદ બાબુ, તમારી કુરબાની એળે નથી ગઈ. હવે તમે અત્યાર સુધીનું સૌથી મોટું બલિદાન આપવાના છો.

'આલ્બર્ટ મિલ્સના કંપની સેક્રેટ છે દેવેન્દ્ર દીક્ષિત,' ચંદરે કહ્યું.

'ક્યાં રહે છે આ દીક્ષિત?' અરબાઝે પૂછ્યું.

'અંધેરી,' સરનામું લખેલી એક ચબરખી અરબાઝના હાથમાં આપતાં, ચંદરે કહ્યું.

'તમને ખાતરી છે ને કે તમારો આઈડિયા કામ કરશે?' અરબાઝે પૂછ્યું.

'મેં મારી ફાઈલમાં ચેક કર્યું છે,' ચંદરે જવાબ આપ્યો. 'હું જે દસ્તાવેજ શોધી રહ્યો હતો એ મારી ફાઈલમાં જ છે. મને હવે મિ.બગડિયાનો એક પત્ર જોઈએ છે, જેમાં તેમણે જણાવ્યું હોય કે તેમના શૅર્સ ખોવાઈ ગયા છે. મારા એક ઓળખીતા પાસે હું એ પત્ર પણ તેયાર કરાવી રહ્યો છું. હવે એક જ બાબત રહી ગઈ છે અને તે છે મિ. દીક્ષિત. આમાં તમારે મારી મદદ કરવી પડશે.'

'એ થઈ જશે,' અરબાઝે રાજુને બોલાવવાનો ઈશારો કરતા કહ્યું.

'છેલ્લા થોડાક દિવસથી દીક્ષિતનો પીછો કરવાનું કામ મેં કરાવ્યું હતું,' રાજુએ અરબાઝને કહ્યું. 'તેનું એક નાનકડું બીભત્સ રહસ્ય છે.'

'શું છે એ રહસ્ય?' અરબાઝે પૂછ્યું.

'તે પરણેલો છે અને તેને બં સંતોના છે, આમ છતાં તેનું એક તોફાની અફેર ચાલે છે, મારી પાસે આ બાબતનાં ફોટાં છે.' રાજુએ કહ્યું.

'એમાં કઈ મોટી વાત છે,' અરબાઝે કહ્યું.

'મોટી વાત છે,' રાજુએ જવાબ આપ્યો.

'કેમ?'

'કેમ કે એનું અફેર જેની સાથે ચાલી રહ્યું છે તે એક પુરુષ છે.'

કાલબાદેવીમાંની એ જગ્યામાં અરવિંદની મૂળ સહી પર ટ્રેસિંગ પેપરનો ટુકડો મૂકતાં માણસને ચંદર જોઈ રહ્યો હતો. તેણે જોયું કે એ માણસ પૅન્સિલનો ઉપયોગ કરી બહુ જ ધીરજ અને ચીવટપૂર્વક, દઢ પણ હળવા હાથે સહીની નકલ કરી રહ્યો હતો. તેને જોઈને લાગતું હતું કે આ કામ તેણે અગાઉ અનેકવાર કર્યું હતું કેમ કે તેનો હાથ જરાય ધ્રૂજતો નહોતો.

'આ ધંધાની બહારના લોકોને એ સમજાતું નથી કે આ કામ વળાંક, ટપકાં કે રેખા બરાબર દોરવા જેટલું આસાન નથી. સહીના દરેક ભાગ પર લગાડવામાં આવતું દબાણ પણ જુદું જુદું હોય છે,' ટ્રેસિંગ પેપર હટાવતાં પેલા નિષ્ણાંત કલાકારે કહ્યું. 'આ સહી પ્રમાણમાં સરળ છે કેમ કે તેમાં જમણી તરફ સ્વાભાવિક ઝોક છે, પણ મોટા ભાગે બારીકીઓ પર અપાતું ધ્યાન જ, સારી નકલ અને તરત જ ઓળખાઈ જતી બનાવટી સહી વચ્ચેનો તફાવત હોય છે.'

તેણે ટ્રેસિંગ પેપર ઊંધું કર્યું અને એક જાડી સ્કેચિંગ પૅન્સિલનો ઉપયોગ કરી તેના પર લખવાના સીસાનો એક થર લગાડ્યો. એ પછી તેણે ટ્રેસિંગ પેપરને ચંદરે ટાઈપ કરેલા પત્રમાંના અરવિંદના નામની ઉપર મૂક્યું. તેણે ટ્રેસિંગ પેપરને એક ચોક્કસ ઝોક આપીને મૂક્યો. 'સહી એકદમ સહજ રીતે કરાઈ છે એવું લાગવું પણ જરૂરી છે. આ માણસ સીધી લાઈનમાં સહી કરતો નથી અને એથી જ આપણે તેને ચોક્કસ કોણ આપવાની તકેદારી રાખવી પડશે.'

કલાકારે એક અણીદાર પૅન્સિલનો ઉપયોગ ટ્રેસ કરેલી સહી પર દબાણ લાવવા માટે કર્યો અને સાંઈઠ સેકન્ડ કરતાં પણ ઓછા સમયમાં અરવિંદની સહીની પૅન્સિલની આછી છાપ પત્ર પર આવી ગઈ. તેણે તકેદારી રાખી કે પોતે બહુ વધુ દબાણ ન આપે કેમ કે સહી પર વધુ ભાર આવ્યું તો કલાકારી પકડાઈ જવાની.

એ પછી તે એક કબાટ તરફ ગયો જેમાં સેંકડો ફાઉન્ટન પેન, માર્કર્સ, બૉલપૉઈન્ટ પેન્સ, હૉલ્ડર્સ, નીબ્સ અને શાહીના ખડિયા પડ્યા હતા. તેણે મૂળ સહી પર એક નજર કરી અને એ અંદાજ બાંધવાનો પ્રયાસ કર્યો કે, આ સહી કરવા માટે કેવા પ્રકારની પેનનો ઉપયોગ થયો હશે. અંતિમ નિર્ણય લેતા પહેલા તેણે એકાદ-બે પેનને કોરા કાગળ પર ચકાસી જોઈ. ત્યાર બાદ, એક પેન પસંદ કરી ને તેણે પૅન્સિલની છાપ પર હાથ ઉપાડ્યા વિના સડસડાટ સહી કરી નાખી.

તેણે ફરીવાર એ સહી તરફ જોવાની પરવા સુદ્ધાં કરી નહીં. તેના કામમાં તેનો હાથ કોઈ ઝાલી શકે એમ નહોતું. તેણે પત્ર ચંદરના હાથમાં આપ્યો.

છેતરપિંડી સાથે સફળ થવું એ સન્માનપૂર્વક નિષ્ફળ જવા કરતાં બહેતર છે, સહી તરફ જોતાં ચંદરે મનોમન કહ્યું.

કુરબાનીની ફાઈલમાંના કાગળ પર ચંદરે વધુ એક વાર નજર નાખી. અરવિંદે જ્યારે તેને કુરબાનીના શૅર્સ ખરીદવા અને અંતે વેચી નાખવા કહ્યું હતું, ત્યારે ચંદરે તેની પાસે તેના વતી વહીવટ કરવાનો લેખિત સત્તાધિકાર – પાવર ઑફ એટર્ની - માગ્યો હતો. નોટરાઈઝડ કરેલા એ દસ્તાવેજના પ્રથમ પાના પર તેણે નજર કરી.

જેમની સામે પણ આ દસ્તાવેજ રજૂ કરવામાં આવે છે એ દરેકને, અમે મેસર્સ બ્રૅઈડ ઈન્વેસ્ટમેન્ટ્સ લિ., કંપની જે કંપનીઝ એક્ટ, 1956 અંતગર્ત રજિસ્ટર્ડ છે અને ચૌરંઘી રોડ, કલકત્તા 700016 ખાતે રજિસ્ટર્ડ ઑફિસ ધરાવે છે તે શુભેચ્છા પાઠવીએ છીએ.

હવે તમે બધા અને તેમાં સાક્ષીનો પણ સમાવેશ થાય છે, સૌને અમે જણાવવા માગીએ છીએ કે , આથી અમે મિ. ચંદર લાખોટિયા, રહેવાસી કાલબાદેવી રોડ, બૉમ્બે – 4000002 (હવે પછી જેમનો ઉલ્લેખ 'ઉક્ત એટર્ની' તરીકે કરાશે) ને અમારા વતી કામ કરવા અને અમારા નામે તથા અમારા વતી, નીચે જણાવેલા બધા અથવા તેમાંના કોઈ પણ કામ, દસ્તાવેજો, બાબતો તથા વસ્તુઓ અમલમાં મુકવા, અમારા ખરા અને કાયદેસરના એટર્ની તરીકે નિમણૂંક, રચના અને નોમિનેટ કરીએ છીએ. આ કામ છે:

1. *અમારા માટે અથવા અમારા વતી શૅર્સની ખરીદી, વેચાણ, ટ્રાન્સફર અથવા અન્યથા સોદો કરવા માટે.*
2. *ઉક્ત શૅર્સ સંબંધમાં અમારા વતી આવા ટ્રાન્સફરના દસ્તાવેજો અથવા સાધનો અમારા નામે અને અમારા વતી સહી કરવા, અમલમાં મુકવા અને નોંધણી કરાવવા માટે.*
3. *શૅર્સની ખરીદી, વેચાણ, અથવા ગીરો મુકવા માટે તમામ અરજીઓ, ટ્રાન્સફર દસ્તાવેજો, અને આ માટેના અન્ય લખાણો પર સહી કરવા માટે.*

તથા સામાન્યપણે આવા તમામ દસ્તાવેજો, સાધનો, ઉક્ત શૅર્સ સંબંધિત કાર્યો અને બાબતો અમે પોતે જે રીતે કરી હોત, જો અમે ત્યાં વ્યક્તિગત રીતે હાજર હોત, એ રીતે ઉક્ત એટર્નીને બરાબર તથા ઉચિત લાગે તે રીતે કરવા તથા તેને અમલમાં મુકવા માટે નીમીએ છીએ.

ચંદર મનોમન હસ્યો. પોતાના હાથમાંનું કામ પાર પાડવા માટે આ દસ્તાવેજ પૂરતા કરતાં વધુ હતું. કુરબાનીના વહેવારો કરતી વખતે, ચંદરે

સ્પેસિફિક પાવર ઑફ એટર્નીને બદલે જનરસ પાવર ઑફ એટર્ની માગી હતી. અરવિંદના બધા જ સૂચનો અસરકાર રીતે અમલમાં મુકવા માટે આ પાવર ઑફ એટર્ની તેને મદદરૂપ થવાની હતી.

ટ્ચ, ટ્ચ, અરવિંદ બાબુ, તમને કોઈએ શીખવ્યું નહોતું કે પાવર ઑફ એટર્ની શક્ય એટલી ચોક્કસ અને મર્યાદિત હોવી જોઈએ? પાવર ઑફ એટર્ની અને બનાવટી પત્ર પ્લાસ્ટિકના એક ફોલ્ડરમાં મુકતાં ચંદરે વિચાર્યું.

આલ્બર્ટ મિલ્સનો કંપની સેક્રેટરી, દેવેન્દ્ર દીક્ષિત, સૌમ્ય-પ્રકૃતિનો માણસ હતો જેનો બાંધો નાનો અને વાળ વાંકળિયા હતા. તે આલ્બર્ટ મિલ્સ સાથે ચોંટી રહ્યો હતો કેમ કે બીજી કોઈ નોકરી મળવી મુશ્કેલ હતી. આના પરિણામે, જોરાવર અને હંમેશા ગુસ્સામાં રહેતી તેની પત્ની સાથે તેના સતત ઝઘડા થયા કરતા. આલ્બર્ટ મિલ્સે વર્ષોથી પગાર ચૂકવ્યો નહોતો.

દેવેન્દ્ર પોતાની ઑફિસમાંથી બહાર નીકળ્યો અને પાર્કિંગ લૉટ સુધી પહોંચ્યો. પોતાનું સ્કૂટર શોધતાં તેને એકાદ-બે મિનિટ લાગી. પાર્ક કરેલા ટુ-વ્હીલર્સની હરોળમાંથી બહાર કાઢી, કિક મારીને સ્કૂટર ચાલુ કર્યું અને તેના પર સવાર થયો. હજી તો પાર્કિંગ લૉટમાંથી તે સ્કૂટરને બહાર કાઢે એ પહેલા તેની દુનિયામાં અંધારૂં છવાઈ ગયું હતું.

તેના ચહેરા પર એક કાળી બુકાની પહેરાવી દેવાઈ હતી. તેના હાથ પીઠ પાછળ બાંધી દેવાયા હતા. અને લસણની વાસ ધરાવતા અવાજે ગણગણાટ કરતા કહ્યું, 'તું જો સીધો રહીશ તો તને કોઈ નુકસાન નહીં પહોંચાડવામાં આવે.' એ પછી તેને એક કારમાં નાખી દેવામાં આવ્યો હતો, જે એ પછીના એક કલાકમાં અનેક વળાંકો ધરાવતા રસ્તા પર દોડી રહી હતી.

તેના ચહેરા પરની કાળી બુકાની હટાવાઈ ત્યારે, ગોદામની તીવ્ર લાઈટોથી તેની આંખો અંજાઈ ગઈ હતી. એ જગ્યા અવાવરું લાગતી હતી, ઉપરની તરફના વિશાળકાય થાંભલાઓમાં લોખંડ કરતાં કાટ વધુ હોય એવું લાગતું હતું. તે લાકડાની એક ખુરશી પર બેઠો હતો અને અનેક માણસો તેને ઘેરીને ઊભા હતા. આ ટોળામાંથી એક માણસ અલગ તરી આવતો હતો. એ બદમાશ લાગતો નહોતો, પણ કોઈ વકીલ કે એકાઉન્ટ્ન્ટ જેવો જણાતો હતો.

અલગ તરી આવતો એ માણસ આગળ આવ્યો. 'હું તને શૅર સર્ટિફિકેટના નંબર્સ આપું છું,' ચંદરે કહ્યું. 'તારે અમને ડુપ્લિકેટ શૅર સર્ટિફિકેટ આપવાના છે.'

'આટલી વાત માટે તમે મારૂં અપહરણ કર્યું?' દીક્ષિતે પૂછ્યું. આસપાસ ઊભેલા બદમાશોમાંના એક તરફથી તેના ચહેરા પર એક જોરદાર તમાચો પડ્યો. 'નર્ક કેવું હોય એનો અનુભવ તારે કરવો છે?' થપ્પડ મારનારે તેને પૂછ્યું. 'અમે તારી માટે એની પણ વ્યવસ્થા કરી શકીએ છીએ, ગાંડુ. અને તું ઈચ્છતો હોય તો પેલા આર્કિટેક્ટ સાથેના તારા સંબંધો વિશેની જાણ તારી પત્નીને પણ કરી શકીએ છીએ?'

એક પણ શબ્દ બોલ્યા વિના ચંદરે દીક્ષિતના ખોળામાં મોટાં કદનાં કેટલાંક ફોટાં મૂકી દીધાં. એ ફોટાં જોતાં જ દીક્ષિત સાવ ચૂપ થઈ ગયો. એકાદ મિનિટ બાદ, તેના ગાલ પરથી વહી ને આંસું આ ફોટાં પર ફરી વળ્યા હતા.

ચંદરે ફોટાં ઉપાડી લીધાં. 'તને સ્ત્રી અને પુરુષો બંને સાથે શારીરિક સંબંધો રાખવા ગમે છે એ સામે અમને કોઈ જ વાંધો નથી, પણ તારી પત્ની કદાચ અમારા જેટલી સમજુ નહીં હોય.'

'તમને શું જોઈએ છે?' ભાંગી પડેલા દીક્ષિતે કહ્યું.

'મિ. અરવિંદ બગડિયાની માલિકીના આલ્બર્ટ મિલ્સના શૅર્સ,' ચંદરે કહ્યું. 'તેમની સહી ધરાવતી લેખિત અરજી તને મળ્યા બાદ તું ડુપ્લિકેટ શૅર સર્ટિફિકેટ જારી કરીશ. એ પછી મારા આપેલા સરનામે તું ડુપ્લિકેટ સર્ટિફિકેટ મોકલી આપીશ.'

'મિ. બગડિયા મને નોકરીમાંથી કાઢી મુકશે,' દીક્ષિતે કાકલૂદી કરી. 'હું નોકરી વગરનો થઈ જઈશ.'

'નોકરી વગરના હોવું એ મરી જવા કરતાં તો સારી બાબત કહેવાય,' ચંદરે કહ્યું. 'ડુપ્લિકેટ શૅર સર્ટિફિકેટ મળ્યા બાદ, અમે ટ્રાન્સફર માટે અરજી કરશું'

'એવું કરવા માટે તમને પાવર ઑફ એટર્નીની જરૂર પડશે,' દીક્ષિતે કહ્યું.

'એ મારી પાસે છે,' ચંદરે કહ્યું. 'તારૂં અને તારા પરિવારનું ધ્યાન રાખવામાં આવશે. તને આખું જીવન ચાલે એટલા પૈસા મળી રહેશે. હું જેમ કહું છું એમ કરીશ તો બધું જ બરાબર થઈ જશે.'

આર્કિટેક્ચરલ ડ્રૉઈંગ પર કામ કરી રહેલા માણસને અરબાઝ જોઈ રહ્યો હતો.

તેણે સૌ પ્રથમ શણના જાડા કંતાન પર પૉટેશિયમ ફેરીસાઈનાઈડ અને ફેરીક એમોનિયમનું પીળું સંયોજન લગાડ્યું અને તેને સૂકાવા દીધું. એ પછી તેણે આવરણયુક્ત શણને અર્ધપારદર્શક ડ્રૉઈંગની નીચે મૂક્યું, તેના પર કાચની શીટનું વજન મૂક્યું, અને તેને પારજાંબલી લાઈટ સામે ખૂલ્લું મૂક્યું. એક્સપૉઝર પૂરતું હોવાનો સંતોષ થતાં તેણે કાચ અને અર્ધપારદર્શક ડ્રૉઈંગ હટાવી લીધા અને શણને ધોઈ નાખ્યું. હવે પ્રર્શિયન બ્લુ બ્રેકગ્રાઉન્ડ પર સફેદ રેખાઓની છાપ રહી ગઈ હતી.

'આ આપણે જૂની રીતથી શા માટે કરી રહ્યા છીએ?' અરબાઝે પૂછ્યું.

'કેમ કે આલ્બર્ટ મિલ્સનું મૂળ માળખું 1940 પહેલા બાંધવામાં આવ્યું હતું,' માણસે જવાબ આપ્યો. '1940ના દાયકા સુધીમાં સ્યાનોટાઈપ બ્લુપ્રિન્ટ્સની જગ્યા ડિયાઝો પ્રિન્ટ્સે લેવા માંડી હતી, જેમાં સફેદ બેકગ્રાઉન્ડ પર બ્લુ રેખાઓ રહેતી. તમે ઈચ્છતા હો કે આ દસ્તાવેજ 1870 – જ્યારે મિલની સ્થાપના થઈ હતી – ત્યારના સમયમાં મંજૂર થયું હોય એવું દેખાય તો તેને એ રીતે જ છાપવું પડે, જે રીતે એ ત્યારે છપાતું હતું.'

'હવે પછી શું?' માણસ બિલોરી કાચથી બ્લુપ્રિન્ટનું નિરીક્ષણ કરી રહ્યો હતો એ જોતાં અરબાઝે કહ્યું.

'આ પ્લાનને જેણે મંજૂરી આપી હશે એ અધિકારીનું રબર સ્ટૅમ્પ બનાવવાની આપણને હવે જરૂર પડશે,' માણસે કહ્યું.

'એ તું કઈ રીતે કરીશ?' અરબાઝે પૂછ્યું.

'મેં બૉમ્બે મ્યુનિસિપલ કૉપરેશનના રેકૉર્ડમાંની 1870ના વર્ષની ફાઈલ તપાસી છે,' માણસે કહ્યું. 'એ વખતના મોટા ભાગના પ્લાન પર 1865માં કૉર્પોરેશન સાથે જોડાયેલા બૉમ્બેના પ્રથમ મ્યુનિસિપલ કમિશનર આર્થર ક્રાફર્ડની સહી હતી. આ જોયું?'

અરબાઝે એ માણસના ખભા ઉપરથી ડોકિયું કર્યું. એક પ્લાન પરની રબર સ્ટૅમ્પની છાપ તેણે જોઈ. એ થોડી ફેલાઈ ગઈ હોય એવી લાગતી હતી.

---- તારીખના પત્ર ક્રમાંક ---માં જણાવેલી
શરતોને આધીન મંજૂર
સહી આર્થર ક્રાફર્ડ, કમિશનર

બૉમ્બે મ્યુનિસિપાલિટી
બૉમ્બે મ્યુનિસિપલ એક્ટ,1865ની
જોગવાઈ મુજબ

'આ ફોન્ટ જુઓ,' માણસે કહ્યું. 'બોદોની છે, પણ જૂના યુગના. આપણા રબર સ્ટૅમ્પ પર તેની આબેહૂબ નકલ કરવાની રહેશે. એ પછી આપણું કામ પૂરૂં.'

'પણ આ બ્લુપ્રિન્ટની ફૉરેન્સિક તપાસ કરવામાં આવે તો તરત જ પકડાઈ જશે કે આ જૂની નથી, બરાબર?' અરબાઝે પૂછ્યું.

'હા,' માણસે જવાબ આપ્યો. 'આપણે તેને જૂનો દેખાવ આપશું છતાં, વયની બાબતમાં ચકાસણીમાં તે પાર નહીં ઉતરે. તમારો ઉદ્દેશ્ય શું છે આના પર બધો આધાર છે.'

'મારે એ દેખાડવું છે કે, 1870માં વીસ એકરની આ જમીન પર અનેક માળખાં બાંધવામાં આવ્યાં હતાં,' અરબાઝે કહ્યું. 'જેથી નવી પરવાનગી માટે અરજી કરવાને બદલે હું એ જૂનાં માળખાંના સમારકામ માટેની અરજી કરી શકું. આને કારણે પાલિકાની કડાકૂટભરી પ્રક્રિયા ખાસ્સી ટૂંકી થઈ જશે.'

'આહ,' માણસે કહ્યું. 'પણ નગરપાલિકાની ફાઈલમાં જૂનો પ્લાન તો હશે જ ને?'

'ફાઈલિંગ કારકૂન સાથે મારી વાત થઈ ગઈ છે,' અરબાઝે કહ્યું. 'જૂના પ્લાન્સ હટાવીને આપણે આપેલો પ્લાન ફાઈલમાં મૂકવા તે તૈયાર છે.'

'તો, એક વાર તમને રિપેર બૉર્ડ પાસેથી મંજૂરી મળી ગયા બાદ, આ પ્લાનને જોઈને તે ઓરિજિનલ નહીં હોવાનું કોઈ પકડી પાડે અને એ વિશે ફરિયાદ કરે તો તકલીફ થઈ શકે, એની તમને ચિંતા છે ને?' માણસે પૂછ્યું.

'હા,' અરબાઝે જવાબ આપ્યો. 'પણ મને લાગે છે કે, એના ઉકેલ વિશે મેં વિચારી લીધું છે.'

1893માં બાંધવામાં આવેલું બૉમ્બે મ્યુનિસિપલ કૉર્પોરેશનનું મુખ્યાલય દાદાભાઈ નવરોજી રોડ અને મહાપાલિકા માર્ગના જંક્શન પર, વિક્ટોરિયા ટર્મિનસ સ્ટેશનની સામે ઊભું છે. તેનું નામ જણાવતા પાટિયાની ઉપર તેનું રાજચિહ્ન લટકી રહ્યું છે, જેના પર સંસ્કૃતમાં કોતરેલું છે – *યતો ધર્મસ્તતો જય. જેનો અર્થ થાય છે જ્યાં સચ્ચાઈ છે, ત્યાં વિજય છે.*

પણ કમનસીબે, બીએમસીમાં સચ્ચાઈનો પુરવઠો ઓછો હતો. અને વિજયનો અર્થ મોટા ભાગે અંગત સ્વાર્થ એવો થતો હતો – આ સૂત્ર અરબાઝને બરાબર બંધબેસતું હતું.

થોડાક મહિના પહેલા મુખ્ય પ્રધાન એ અવઢવમાં હતા કે પાલિકાની કમિશનર પદે કોની નિમણૂંક કરવી. 'કયા વરુને ઘેંટાઓના ટોળાના રક્ષણની જવાબદારી સોંપવી, એ નક્કી કરવા જેવું આ કામ છે,' અરબાઝે રમૂજમાં મુરલીને કહ્યું હતું.

'મને લાગે છે કે આ કામ, કયા પાગલને પાગલખાનાના સંચાલનની જવાબદારી સોંપવી એ નક્કી કરવા જેવું છે,' મુરલીએ કહ્યું હતું.

અરબાઝ અને મુરલી મુખ્યાલયમાં પ્રવેશ્યા કેતરત જ તેમને પાલિકાના કમિશનરની વિશાળ અને મોકળાશભરી ઑફિસમાં દોરી જવાયા હતા. કમિશનર વયની પચાસીમાં હતા અને અનેક રાજકીય ફેરફારો વચ્ચે પણ પોતાની ખુરશી બચાવી રાખવામાં સફળ રહ્યા હતા. આ બાબત કમિશનરની પરિવર્તનક્ષમતા અને મક્કમતાની નિશાની હતી.

'તમને મળીને આનંદ થયો અરબાઝભાઈ,' અરબાઝ અને મુરલીનું અભિવાદન કરવા પોતાની ખુરશી પરથી ઊભા થતાં કમિશનરે કહ્યું. તેણે તરત જ પોતાના ઑર્ડરલીને ચા અને બિસ્કિટ લાવવાનો આદેશ આપ્યો. 'બોલો અરબાઝભાઈ, હું તમારી શું સેવા કરી શકું છું?'

'અહીં હું મારી સેવા કરાવવા નથી આવ્યો. પણ તમારી સેવા કરવા આવ્યો છું,' અરબાઝે કહ્યું.

'ખરેખર?' કમિશનરે પૂછ્યું. 'કઈ રીતે?'

ફાઈલનો નંબર લખેલી કાગળની ચબરખી અરબાઝે તેના હાથમાં પકડાવી. 'આ ચોક્કસ ફાઈલમાંના પ્લાન્સ સ્પષ્ટ દર્શાવે છે કે, જેને આપણે આલ્બર્ટ મિલ્સ કહીએ છીએ એ જમીન પર અનેક માળખાં હતાં. એ માળખાંના સમારકામ માટે તમે ઝડપથી મંજૂરી આપો એવું હું ઈચ્છું છું.'

'પણ એ પ્લાન્સ બનાવટી હોય તો?' કમિશનરે પૂછ્યું, તેના ચહેરા પર બહુ મોટું સ્મિત છવાઈ ગયું હતું.

'સમારકામ માટેની મંજૂરીના આદેશ જારી કર્યા બાદ, તમે આ ફાઈલ રેકૉર્ડ્ઝ ડિપાર્ટમેન્ટને મોકલી દેવા કહેશો,' કમિશનરના ટેબલ પર એક બ્રિફકેસ મુકતાં અરબાઝે કહ્યું.

'અને પછી?' કમિશનરે પૂછ્યું.

'શૉર્ટ સર્કિટને કારણે રેકૉર્ડ્ઝ ડિપાર્ટમેન્ટમાં આગ લાગશે ત્યારે તમે ફાયર બ્રિગેડને બોલાવશો.,' કમિશનરે બ્રિફકેસ ખોલી, તેમાં ડોકિયું કર્યું, બંધ કરી અને પોતાના ટેબલની નીચે ભક્તિભાવપૂર્વક મૂકી રહ્યા હતા ત્યારે અરબાઝે કહ્યું.

'કેવી રમૂજી બાબત છે ને,' અરબાઝ ગણગણ્યો.

'શું?' કમિશનરે પૂછ્યું.

'મહત્વના હોદ્દા પરના તમારા જેવા બધા લોકો કમિશનર કહેવાય છે. મ્યુનિસિપસ કમિશનર, પોલીસ કમિશનર, ઈન્કમ ટેક્સ કમિશનર.'

'પણ એમાં રમૂજી શું છે?' મ્યુનિસિપલ કમિશનરે પૂછ્યું.

'રમૂજી એ છે કે સરકાર ઈચ્છે છે કે તમે બધા કમિશન લો. અમને તમારા ઓમિશનમાં રસ છે આથી જ અમે તમને કમિશન ચૂકવીએ છીએ.'

'હવે શું?' મુરલીએ પૂછ્યું.

'કામગારો પાસેથી હવે આપણે રિડેવલપમેન્ટ માટે સંમતિ મેળવવાની જરૂર છે,' અરબાઝે કહ્યું. 'યુનિયન લીડર કોણ છે?'

'વિદ્યાધર,' મુરલીએ જવાબ આપ્યો.

'પેલો મહારાષ્ટ્ર મઝદૂર યુનિયનવાળો?'

'હા.'

'શિટ,' અરબાઝે કહ્યું. 'તેની સાથે વાટાઘાટ કરવી એટલે પોતાનું જ માથું ફોડી લેવા બરાબર છે. એક કિસ્સામાં, તેણે મિલ-માલિકોને કહ્યું કે જમીનના વેચાણમાંથી થયેલી આવક તેઓ કામગારોમાં વહેંચી આપે.'

'આલ્બર્ટ મિલ્સના 500 જેટલાં હયાત કામગારો છે,' મુરલીએ કહ્યું. 'તેમને નોકરીમાંથી દૂર કરવા માટેનો કોઈ રસ્તો તારે શોધવો પડશે. આવું કર્યા વિના આ જમીનનું રિડેવલપમેન્ટ શક્ય નથી.'

'એનાથી ઊલટું, હું વધુ કામગારોની ભરતી કરવાનું વિચારી રહ્યો છું,' અરબાઝે કહ્યું. 'ચોક્કસપણે કહું તો, હું 1,167 નવા કામગારોની ભરતી કરવાની યોજના ધરાવું છું.'

'શું?' મુરલીએ પૂછ્યું. 'એનાથી તો આપણને ચૂકવવાનો થતો પગારખર્ચ ત્રણ ગણો થઈ જશે.'

'1,167 નવા લોકોની ભરતી કર, મુરલી,' અરબાઝએ કહ્યું. 'કશું જ ન કરવા માટે તેમને પૂરાં છ મહિનાનો પગાર મળશે.'

'આવું કરવાથી આપણો ફાયદો શો?' મુરલીએ પૂછ્યું.

'એ બધા જ બીજા એક યુનિયનના સભ્ય બનશે,' અરબાઝે કહ્યું.

'અને પછી?' મુરલીએ પૂછ્યું.

'તેમનાં રાજીનામાં પહેલેથી લઈ રાખજે. રાજીનામાં પર છ મહિના પછીની તારીખ હોવી જોઈએ,' અરબાઝે કહ્યું.

'પણ 1,167 કર્મચારીઓ જ શા માટે?' મુરલીએ પૂછ્યું.

'મુરલી, તું ભણેલો ગણેલો છે ને,' અરબાઝે બનાવટી ઠપકો આપતા કહ્યું. 'મહારાષ્ટ્ર રેકિગ્નશન ઑફ ટ્રેડ યુનિયન્સ એન્ડ પ્રીવૅન્શન ઑફ અનફેર લૅબર પ્રૅક્ટિસ એક્ટ, 1971ની કલમ 13 (1) (ii) વાચ.'

અરબાઝ મહારાષ્ટ્ર મઝદૂર યુનિયનના નેતા મિ. વિદ્યાધરને, તેની ઑફિસમાં મળ્યો. આ માણસ સાવ ટાલિયો હતો અને તેની ઊંચાઈ પાંચ ફૂટ કરતાં વધારે નહીં હોય. પણ તે જ્યારે કામગારોને હડતાળ પાડવા કહેતો ત્યારે તેના બુલંદ અવાજનો પડઘો હજારો કામગારો ઝીલી લેતાં.

'શેખ,' તેણે અધીરાઈપૂર્વક અરબાઝને કહ્યું. 'આલ્બર્ટ મિલ્સના કામગારો તારી જવાબદારી છે. 500થી વધુ પરિવારો આ મિલ પર નભે છે. તારે એ દરેકને માત્ર વળતર નથી ચૂકવવાનું, પણ જમીનના રિડેવલપમેન્ટમાંથી થનારો નફો પણ તારે તેમની સાથે વહેંચવો પડશે.'

'આમાંનું કશું જ કરવાની મારી યોજના નથી,' અરબાઝે કહ્યું,

'એવું જ હોય તો, અમે અદાલતમાં જઈશું અને મિલની જમીન વેચવા કે તેનું રિડેવલપમેન્ટ કરતા તને રોકવા માટે સ્ટે લઈ આવશું,' વિદ્યાધરે કહ્યું.

'તું આવું કંઈ જ નહીં કરે,' અરબાઝે કહ્યું.

કામગાર યુનિયનનો નેતા મૂંઝાયેલો જણાતો હતો.

'ટેલિવિઝન પર આવતો પેલો ગૅમ શૉ જોયો છે, જેમાં સ્પર્ધકને અનેક દરવાજામાંથી એક દરવાજો પસંદ કરવાનો હોય છે?' અરબાઝે

પૂછ્યું. 'સ્પર્ધક કયો દરવાજો પસંદ કરે છે, તેના આધારે તે ઈનામ જીતે છે. હું પણ તને બે દરવાજામાંથી એકની પસંદગી કરવાની તક આપું છું.'

બોલવા માટે વિદ્યાધરે પોતાનું મોઢું ખોલ્યું પણ અરબાઝની કરડી નજરે તેને ચૂપ કરી દીધો.

'હવે મને ખાતરી છે કે તું એ વિચારી રહ્યો છે કે આ દરવાજા છે ક્યાં,' અરબાઝે કહ્યું. 'એ દરવાજા કાલ્પનિક છે! આ બે કાલ્પનિક દરવાજાઓમાંના એકની પાછળ રોકડા વીસ લાખ રૂપિયા છે.'

'હું તારી લાંચ-રુશવતની ઝાળમાં ફસાવાનો નથી, શેખ,' વિદ્યાધર થૂંકતો હોય એ રીતે બોલ્યો. 'માર્ક્સવાદ એ મારો ધર્મ છે. મારો પ્રેમ માત્ર વર્કિંગ ક્લાસ માટે છે.'

'ઓહ, હું લાગણીશીલ થઈ ગયો,' અરબાઝે કહ્યું. 'પણ બીજા કાલ્પનિક દરવાજા પાછળ શું છે એ તારે જાણવું જોઈએ.'

'મને ડરાવવાનો પ્રયાસ રહેવા દે જે,' વિદ્યાધરે તોછડાઈપૂર્વક કહ્યું.

'બીજા દરવાજાની પાછળ યુનિયનની સ્વીકૃતી રદ કરતી નોટિસ છે,' અરબાઝે કહ્યું.

'તું યુનિયનની સ્વીકૃતી રદ કરી શકે નહીં,' વિદ્યાધરે કહ્યું. 'આલ્બર્ટ મિલ્સના બધા કામગારો મારી સાથે છે.'

'હવે નથી,' અરબાઝે કહ્યું. 'એવું છે ને કે અમે વધારાના 1,167 નવા કામગારોની ભરતી કરી છે. હવે અમે 'મહારાષ્ટ્ર રેકિગ્નશન ઑફ ટ્રેડ યુનિયન્સ એન્ડ પ્રીવૅન્શન ઑફ અનફેર લૅબર પ્રૅક્ટિસ એક્ટ, 1971ની કલમ 13 (1) (ii) હેઠળ ઈન્ડસ્ટ્રિયલ કૉર્ટમાં અરજી કરી શકીએ એમ છીએ.'

'શેના માટે?'

'મહારાષ્ટ્ર મઝદૂર યુનિયનની સ્વીકૃતી રદ કરવા માટે, આલ્બર્ટ મિલ્સમાં તારા યુનિયનની મેમ્બરશિપની સંખ્યા કામગારોની કુલ સંખ્યા કરતાં 30 ટકાથી નીચે જતી રહી છે, આ કારણ આગળ કરી અમે આ અરજી કરવાના છીએ. તારા યુનિયનનું સંખ્યાબળ 29.99 ટકા જેટલું છે, ચોકસાઈપૂર્વક કહું તો.'

દસ મિનિટ બાદ વિદ્યાધરે પહેલો કાલ્પનિક દરવાજો પસંદ કર્યો.

અને એક મિનિટ બાદ તે સાચા દરવાજાની બહાર નીકળી રહ્યો હતો.

'એ હરામીની ધરપકડ થાય એવું હું ઈચ્છું છું,' અરવિંદે સત્યપાલ તરફ બરાડો પાડ્યો. 'અરવિંદ બગડિયા સાથે કોઈ બગાડી શકતું નથી.'

'મેં દારિયસ દસ્તુરને કલકત્તા હાઈ કૉર્ટમાં અરબાઝ સામે સ્ટે લાવવા એક તાકીદની અરજી નોંધાવવા કહ્યું છે,' સત્યપાલે કહ્યું.

'એનાથી ખાસ ફાયદો નહીં થાય,' અરવિંદે કહ્યું. 'અત્યાર સુધીમાં તો આલ્બર્ટ મિલ્સના શૅર્સ અનેક હાથ બદલી ચૂક્યા હશે. સોનાગાચીની વેશ્યા કરતાં પણ આ શૅરની વલે બૂરી થઈ હશે. કોઈ પણ પ્રકારની વચગાળાની રાહત કે સ્ટેનો પણ કોઈ મતલબ નહીં રહે. ઘડિયાળના કાંટા પાછળ ફેરવી શકાય એમ નથી.'

'ઈંડાંની ભૂરજી,' સત્યપાલે કહ્યું. 'ઈંડાંની ભૂરજી બની ગયા બાદ, તેનાં ઈંડાં બનવા અશક્ય છે. મારે શું કરવાનું છે?'

'મારી સમસ્યા એ છે કે આપણે ચંદર લાખોટિયાની પાછળ પડી શકીએ એમ નથી કેમ કે તેણે મારી સહી ધરાવતી માન્ય પાવર ઑફ એટર્નીનો ઉપયોગ કર્યો છે. આપણે લાગવું તો કોની પાછળ લાગવું ?'

'મને ચિંતા થાય છે, મા,' અલિશાએ પોતાની માતાને કહ્યું. 'ગયા વર્ષે સ્ટૅનફોર્ડમાં 38,828 અરજીઓ આવી હતી અને એમાંથી માત્ર 2,210 અરજીઓ જ મંજૂર કરવામાં આવી હતી. સત્તરમાંથી એક અરજી થઈ!' દળદાર એપ્લિકેશન ફૉર્મ તરફ જોઈ રહેલી અને હાથમાંની પૅન્સિલ ચાવી રહેલી અલિશાએ કહ્યું. તેના ચહેરા પર ઝળૂંબી રહેલા વાળ તેની સુંદરતાને ઓર નીખારી રહ્યા હતા.

પરોમિતાની મુખાકૃતિ અલિશઆને વારસામાં મળી હતી અને એ કારણે તે ગજબની સુંદર દેખાતી હતી. કેથેડ્રલ સ્કૂલમાં અત્યાર સુધીમાં અનેક દિલ તોડવાનું તે કારણ બની હતી. જો કે તેનું ધ્યાન તો પરીક્ષામાં સારાં માર્ક્સ

લાવવા પર અને અભ્યાસેત્તર પ્રવૃત્તિઓમાં પણ એટલું જ યોગદાન આપવા પર કેન્દ્રિત હતું. આના પરિણામે તેને એ વર્ષે સ્કૂલની હેડ ગર્લ બનાવવામાં આવી હતી.

'તારા પપ્પા તને અમેરિકા મોકલવાના વિચારની સદંતર વિરુદ્ધ છે,' પરોમિતાએ કહ્યું. 'આ વાત નીકળે છે ત્યારે અમારી વચ્ચે ઝઘડો જ થાય છે, આમ છતાં તારે જવું જ જોઈએ,એ વાતને લઈને હું દૃઢ છું. એડમિશનની પ્રક્રિયાની ચિંતા કરવાનું છોડી દે. બધું બરાબર થઈ જશે. સ્કૂલના સ્તરે તારો દેખાવ બહુ જ સારો છે.'

'તમને લાગે છે એટલું ઈઝી નથી આ બધું, મા,' અલિશાએ કહ્યું. 'તેમના ધારાધોરણ મુજબની હોય એવી એક અરજીની સમીક્ષા કરવા માટે રિવ્યુઅર પાસે માંડ પંદર મિનિટ જ હોય છે. જે અરજીકર્તાના માતા કે પિતા સ્ટેન્ફૉર્ડમાં ભણ્યાં હોય તેમની અરજી માટે ત્રીસ મિનિટ ફાળવવામાં આવે છે. તમારા બંનેમાંથી કોઈ ત્યાં ભણ્યું નથી. એટલે મારા ભાગે તો પંદર મિનિટની સમીક્ષા જ આવશે!'

'તારી જરૂરિયાતો મુજબનું શિક્ષણ અમારી પાસે ન હોવાથી આય એમ સો સોરી, ડીયર,' પરોમિતા દાઢમાં બોલી.

'મારો કહેવાનો એ અર્થ નહોતો!' પોતાની માતાને આલિંગન આપવા ઊભી થતાં અલિશાએ કહ્યું. 'તમે બંનેએ મારા માટે ઘણું કર્યું છે. હું તમને એટલું જ સમજાવવા માગું છું કે ત્યાં એડમિશન મેળવવું કેટલું મુશ્કેલ છે.'

'તારો એસએટીનો સ્કૉર 2100 છે,' પરેમિતાએ કહ્યું. 'એ પણ ક્યાંક ગણતરીમાં તો લેવાશે ને.'

'ગયા વર્ષે, પૂરેપૂરા 2400નો સ્કૉર મેળવનાર વિદ્યાર્થીઓને પણ અન્ય કારણોસર ના પાડી દેવામાં આવી હતી. કાશ જાડું કવર મેળવવા માટેની ફૉર્મ્યુલા મને ખબર હોત.'

'જાડું કવર?' પરોમિતાએ પૂછ્યું.

'તમારી અરજીના જવાબમાં કાં તો તમને જાડું કવર મળે અને કાં તો પાતળું કવર,' અલિશાએ સમજાવ્યું. 'જાડા કવરનો અર્થ છે કે તમને એડમિશન મળી ગયું છે અને પાતળું કવર એટલે અરજી નામંજૂર થઈ છે.'

'ઓહ બિચારી,' પરોમિતાએ કહ્યું. 'કાશ મને એવો કોઈ રસ્તો ખબર હોત જેનાથી તને જાડું કવર મળે. આવતીકાલે, હું દુર્ગા મંદિરે જઈને તારી માટે પ્રાર્થના કરીશ.'

દેવેન્દ્ર દીક્ષિત સાવ નિસ્તેજ અને થાકેલો દેખાતો હતો. ગઈ સાંજે પોલીસે તેને ઉપાડ્યો હતો અને તેની તસવીરો, આંગળાની છાપ લેવા પહેલા તેને અનેક કલાકો સુધી નાનકડી હવાઉજાસ વિનાની અને ઉકળાટભરી ક્યુબિકલમાં બેસાડી રાખવામાં આવ્યો હતો અને એ પછી ખીચોખીચ ભરેલી અને પેશાબની વાસથી ગંધાતી જેલમાં તેને ગોંધી દેવાયો હતો.

અડધા કલાકમાં જ તેને જેલમાંથી બહાર કાઢવામાં આવ્યો હતો કેમ કે એક કેદીએ પોતું શિશ્ન દીક્ષિતના મોઢામાં નાખવાનો પ્રયાસ કર્યો હતો. દીક્ષિત ગભરાઈ ગયો હતો. મેં મારી પત્નીને બધું સ્પષ્ટ શા માટે જણાવી દીધું નહીં? મારું બ્લૅકમેલ મેં શા માટે થવા દીધું? હું આટલો મૂરખ કઈ રીતે બની ગયો?

ધરપકડ થયા બાદ, તેણે ચંદર લાખોટિયાનો સંપર્ક કરવાનો પ્રયાસ કર્યો હતો. પોલીસોએ તેને કહ્યું હતું કે તે વકીલ અથવા કોઈ મિત્રને એક ફોન કરી શકે એમ હતો. આખરે ચંદર ફોન પર આવ્યો ત્યારે, દીક્ષિતે કહ્યું,'મને તમારી મદદની જરૂર છે લાખોટિયાજી, મારી ધરપકડ કરવામાં આવી છે.'

'કોણ બોલે છે?' ચંદરે પૂછ્યું.

'દેવેન્દ્ર દીક્ષિત,' ગભરાયેલા દીક્ષિતે જવાબ આપ્યો.

'તમારું નામ મને યાદ નથી આવી રહ્યું ભાઈ,' ચંદરે કહ્યું.

'મારું નામ તમને યાદ નથી આવતું, સાલા... હરામખોર... તારો કહેવાનો મતલબ શું છે?' દીક્ષિતે એટલા જોરથી બરાડો પાડ્યો કે તેના મોઢામાંથી ઊડેલું થૂંક ફોનના માઉથપીસમાં જઈને પડ્યું. 'તારા માટે મેં બધું જ કર્યું અને તું....'

ક્લિક. ચંદરે ફોન મૂકી દીધો હતો.

'તને મળવા કોઈક આવ્યું છે,' દારિયસ દસ્તુર સાથે અરવિંદ અંદર પ્રવેશી રહ્યો હતો ત્યારે સબ ઈન્સ્પેક્ટરે દીક્ષિતને કહ્યું.

અરવિંદ અને દીક્ષિત વચ્ચેનો ફરક ઊડીને આંખે વળગે એવો હતો. જે કપડામાં દીક્ષિતની ધરપકડ કરાઈ હતી, એ જ કપડાંમાં તે અત્યારે પણ હતો અને શરીરમાંથી આવતી પરસેવાની ગંધ તેની આસપાસ ફરી વળી હતી. તેના વાળ સાવ અસ્તવ્યસ્ત હતા અને સમજી ન શકાય એવી ધ્રૂજારીએ તેની વાચા પર અસર કરી હતી. અરવિંદ ડબલ કફના નવાનક્કોર સફેદ શર્ટમાં સજ્જ હતો અને તેના શરીરમાંથી આવી રહેલી સુગંધ ટૅલ્કમ પાવડર અને યુ ડી કોલનની હતી.

'તેં દગો કર્યો દીક્ષિત,' તેની સામે પડેલી ખુરશી પર બેસતાં અરવિંદે કહ્યું, બીજી ખુરશી પર દારાયસે જગ્યા લીધી. 'તારા દગાને કારણે મને તકલીફ થઈ છે.'

'અરવિંદ બાબુ, મને બ્લૅકમેલ કરવામાં આવ્યો હતો. પ્લીઝ મારા પર વિશ્વાસ કરો, તમને તકલીફ પહોંચે એવું કંઈ પણ કરવાની મારી ઈચ્છા નહોતી...' દીક્ષિતે અસ્પષ્ટ બબડાટ કર્યો.

'શ્શ્શ,' અરવિંદે કહ્યું. 'અહીં હું તારી ભૂલ કાઢવા નથી આવ્યો. તેં જે કંઈ કર્યું એ કરવાનાં તારી પાસે કારણો હતાં. જે લોકોએ આ કામ કર્યું છે, એ લોકો બદમાશ છે. મારે એ લોકોને પાઠ ભણાવવાનો છે.'

'મને અહીંથી બહાર કાઢો, અરવિંદ બાબુ,' દીક્ષિતે વિનંતી કરી. 'તમે જે કહેશો એ કરવા હું તૈયાર છું, પણ મારે જેલમાં પાછું નથી જવું. અંદરના લોકોએ મને પોતાની રાંડ તરીકે બોલાવવાનું શરૂ કરી દીધું છે.'

'હું મારા વકીલ મિ. દારયસ દસ્તુરને સાથે લાવ્યો છું. તને બહાર કાઢવામાં તેઓ મદદ કરશે,' અરવિંદે કહ્યું. 'પણ એ પહેલા તારે મારી મદદ કરવી પડશે.'

'તમારા માટે કંઈ પણ કરીશ,' દીક્ષિતે આભારવશ કહ્યું. 'તમે જે કહો તે.'

દારિયસ દસ્તુરે અનેક લીલાં કાયદાકીય કાગળો દીક્ષિત સામે મુક્યાં. 'શરૂઆતથી અંત સુધી જે કંઈ થયું એ બધું જ તમારે લખવાનું છે. કોઈ નાની વાત પણ રહી ન જાય એની તકેદારી રાખજો.'

'શા માટે?' દીક્ષિતે પૂછ્યું.

'આ એક જ રસ્તો છે, જેના દ્વારા આપણે અરબાઝ શેખ અને ચંદર લાખોટિયાની પાછળ લાગી શકીએ છીએ,' દસ્તુરે કહ્યું.

'અને પછી તમે બહાર કઢાવશો ને?' દીક્ષિતે પૂછ્યું.

'મેજિસ્ટ્રેટ અમારો ઓળખીતો છે,' અરવિંદે કહ્યું. 'તારા પરના આરોપોને તું સ્વીકારી લેજે. મેજિસ્ટ્રેટ તને છ મહિનાની કેદની સજા સંભળાવશે.'

'પણ મારે જેલમાં પાછા જવું નથી,' દીક્ષિતે કહ્યું. 'ત્યાં મારા પર બળાત્કાર થઈ શકે છે!'

'તારી સજાને મેજિસ્ટ્રેટ સમાજ સેવાના કાર્યોમાં બદલી નાખશે,' અરવિંદે કહ્યું. 'તારે હવે પછી વધુ એક પણ રાત જેલમાં વિતાવવી નહીં પડે.'

અસેપ્લૅનેડની આઠમી કૉર્ટના વિદ્વાન એડિશનલ ચિફ મેટ્રોપૉલિટન મેજિસ્ટ્રેટ બપોરના તેલયુક્ત ભોજનને કારણે પેટમાં એકઠા થયેલા ગેસને બહાર નીકળવનાનો માર્ગ કરી આપવા માટે એક તરફ નમ્યા. કૉર્ટમાં કોઈનું ય ધ્યાન આ બાબત તરફ ગયું નહોતું અને તેમણે છોડેલો વાયુ ગંધરહિત હતો એ વાતનો સંતોષ થતાં તેઓ સીધા બેઠા અને હવે પછીનો કેસ રજૂ કરવા કહ્યું. બૅલિફે બૂમ પાડી, 'કેસ નંબર 984/1993.'

દારિયસ દસ્તુર દેવેન્દ્ર દીક્ષિત સાથે ઊભો થયો. 'આપ નામદારને આનંદ થશે કે, જે પરિસ્થિતિ અંતર્ગત મારા અસીલે, આ પગલું લીધું હતું, એ વિશે વિસ્તારપૂર્વક જણાવતું એકરારનામું તેમણે આપ્યું છે. એ પોતાની જાતને કૉર્ટની દયા પર રાખે છે અને તમારા દયાળુ સ્વભાવની ઉદારતા પ્રર્વતશે એવી આશા છે.'

પોતાની સામે પડેલાં કાગળિયાં પર મેજિસ્ટ્રેટે નજર નાખી અને પછી દીક્ષિતને સંબોધન કર્યું. 'તમને એ સમજાય છે ને કે માનનીય અદાલત, તમારી સામે, ભારતીય દંડ સંહિતાની કલમ 420 હેઠળ જેમના પર આરોપ છે, તેની સામે કાર્યવાહી કરશે.'

'જી, મહારાજ,' દીક્ષિતે કહ્યું, તે જાણતો નહોતો કે મેજિસ્ટ્રેટ કોઈ રાજા કે સમ્રાટ નહોતો

'તમને સમજાય છે ને કે આ નામદાર અદાલતને, કાયદા હેઠળ આરોપી એવા, તમને સજા આપવાની જરૂર પડશે?'

'જી, યૉર ઑનર,' દીક્ષિત કોઈ નવો છબરડો વાળે એ પહેલા મિ. દસ્તુરે જ જવાબ આપ્યો.

'કલમ 420ની જોગવાઈ કહે છે કે કોઈપણ વ્યક્તિ બેઈમાની અથવા છેતરપિંડી કરીને, કોઈ બીજી વ્યક્તિની કોઈ મિલકત, અવેજીમાં પર્યાપ્ત મૂલ્ય આપ્યા વિના, લઈ લે છે, સંતાડે છે અથવા આપે છે, અથવા ટ્રાન્સફર કરે છે કે ટ્રાન્સફર થાય એવું કરે છે... તો તેને કાં તો ચોક્કસ સમયગાળા માટે જે બે વર્ષથી વધુનો ન હોય, અથવા દંડ સાથે, અથવા બંને સાથેની સજા થઈ શકે છે. તે મુજબ, હું આરોપીને બે વર્ષની જેલની સજા અને 25,000 રૂપિયાના દંડની સજા સંભળાવું છું.'

દીક્ષિતે પહેલા મેજિસ્ટ્રેટ અને પછી દસ્તુર તરફ જોયું.

'મને છ મહિનાની સજા મળવાની હતી અને એ પણ આગળ જતાં સમાજસેવામાં બદલાઈ જવાની હતી,' તે દસ્તુર તરફ જોઈને ગણગણ્યો.

દસ્તુર શાંત રહ્યો અને પોતાના મેનિક્યોર્ડ હાથ વડે કાગળિયાં બ્રિફકેસમાં મુકવા લાગ્યો.

'હરામી! તેં મને ફસાવ્યો છે!' બે પોલીસ કર્મચારીઓ તેને બાવડેથી ઝાલીને લઈ જઈ રહ્યા હતા ત્યારે દીક્ષિતે બરાડો પાડ્યો.

'શાંતિ જાળવો!' મેજિસ્ટ્રેટે કહ્યું. 'તમારું વર્તન આવું જ રહ્યું તો તમારી સજાના સમયમાં હું વધારો કરીશ.'

બે પોલીસની પકડમાંથી પોતાના બાવડા છોડાવવામાં દીક્ષિત સફળ રહ્યો અને તેણે દસ્તુર તરફ તરાપ મારી, પણ ત્યાં સુધીમાં તો એ વરિષ્ઠ વકીલ તેની પહોંચની બહાર જતો રહ્યો હતો.

'સારા સમાચાર,' મુરલીએ કહ્યું. 'બૅન્કિંગ રૅગ્યુલેશન એક્ટમાં સંસદે સુધારો કર્યો છે.'

'આ સમાચાર સારા કઈ રીતે હોઈ શકે?' અરબાઝે પૂછ્યું.

'ભારતની આર્થિક નીતિએ એક આખો ચકરાવો પૂરો કર્યો છે,' મુરલીએ કહ્યું. '1969માં સરકારે બેન્કોનું નેશનલાઈઝેશન કર્યું હતું. હવે – 1993માં- તેઓ ખાનગી ક્ષેત્રની નવી બૅન્કોને પોતાની દુકાન શરૂ કરવા માટે આમંત્રણ આપી રહ્યા છે. અદભુત!'

'કોઈએ આમાં રસ દેખાડ્યો છે?' અરબાઝે પૂછ્યું.

'યુટીઆઈની બૅન્ક શરૂ કરવાની યોજના છે,' મુરલીએ કહ્યું. 'એચડીએફસીએ પણ રસ દેખાડ્યો છે. હિન્દુજાઓ અને ટવેન્ટીએથ સૅન્ચુરી ફાઈનાન્સ ગ્રુપ પણ શક્યતાઓ ચકાસી રહયા છે. બેનેટ એન્ડ કૉલમેન કંપની પણ વિચાર કરી રહી છે.'

'તારો શું વિચાર છે?' અરબાઝે પૂછ્યું.

'આપણા મિત્ર, મિ. કિશોર દેશમુખ, ચૅમ્બર ઑફ ઈન્ડિયન કૉમર્સ એન્ડ ઈન્ડસ્ટ્રીના જનરસ સેક્રેટરી તરીકે સમય પસાર કરી રહ્યા છે. તેમનો ઉપયોગ ચહેરા તરીકે કરી આપણે બૅન્ક શરૂ કરીએ તો?'

'એમાં કેટલો ખર્ચ આવશે?' અરબાઝે પૂછ્યું.

'રિઝર્વ બૅન્ક ઑફ ઈન્ડિયાએ જરૂરિયાત મૂકી છે કે, બૅન્કની નેટવર્થ રૂ. 200 કરોડની હોવી જોઈએ અને મૂડીમાં તેના પ્રમોટર્સની પચીસ ટકા હિસ્સેદારી હોવી જોઈએ.'

'તને શું લાગે છે?' અરબાઝે પૂછ્યું. 'આપણે આ ધંધામાં પડવું જોઈએ?'

'ચોક્કસપણે,' મુરલીએ કહ્યું. 'ધંદા હૉલ્ડિંગ્સ પાસે આમ પણ વધુ પડતી રોકડ પડી છે. રાજુ ખોટા માર્ગે મેળવેલા નાણાં કંપનીમાં ઠાલવતો જ રહે છે.'

અરબાઝે એક દિવસ માટે આના પર વિચાર કર્યો. બીજા દિવસે તેણે મુરલીને પોતાની ઑફિસે બોલાવ્યો. 'આપણે બૅન્કનું નામ શું રાખશું?'

'ધંદા બૅન્ક,' મુરલીએ સ્મિત સાથે જવાબ આપ્યો.

યુનાઈટેડ ફેડરલ બૅન્કના મેનેજરે અરવિંદને જોવા માટે બે સ્લિપ્સ આપી.

'આ શું છે?' અરવિંદે પૂછ્યું.

'બૅન્ક રિસિપ્ટ્સ- અથવા બીઆર,' મેનેજરે જવાબ આપ્યો.

'આના વિશે મને સમજાવો,' અરવિંદે કહ્યું.

'બૅન્કો વચ્ચેના રેડી ફોરવર્ડ વહેવારોમાં આનો ઉપયોગ થાય છે,' મેનેજરે કહ્યું.

'એ શું છે?' અરવિંદે પૂછ્યું.

'અમારી બૅન્ક દલાલ મારફતે બીજી બૅન્કને શૅર્સ વેચે છે. વેચનારી બૅન્ક બે અઠવાડિયા બાદ આ શૅર્સ ઊંચા ભાવે પાછા ખરીદે છે. ખરીદ અને વેચાણ વચ્ચેનો તફાવત એ વ્યાજ ખર્ચ છે.'

'તો?' અરવિંદે પૂછ્યું.

'શૅર્સ હાથ બદલતા નથી. માત્ર આ બીઆર જ એક હાથમાંથી બીજા હાથમાં જાય છે. આ એ વાતને પ્રમાણિત કરે છે કે, વેચનારી બૅન્ક શૅર્સ પોતાના કબજામાં ધરાવે છે અને જ્યારે તેમની પાસેથી આ શૅર માગવામાં આવશે ત્યારે તેઓ તે આપશે.'

'તો આમાં તકલીફ ક્યાં છે?' અરવિંદે પૂછ્યું.

'અત્યારે બજારમાં આવી સેંકડો બીઆર ફરી રહી છે,' મેનેજરે કહ્યું. 'આ બધી બીઆર ત્રણ નાની બૅન્કસમાંથી ઉદભવી છે – બૅન્ક ઑફ કરાડ, મેટ્રોપોલિટન કૉ-ઑપરેટિવ બૅન્ક અને...'

'અને?'

'ધંદા બૅન્ક. આમાં કંઈક કપટ-કારસ્તાન ચાલી રહ્યું છે.'

'પણ તમે આ બધું મને શા માટે કહી રહ્યા છો?' અરવિંદે પૂછ્યું.

'કેમ કે તમારા ભૂતપૂર્વ ચાર્ટર્ડ એકાઉન્ટન્ટ ચંદર લાખોટિયા, દલાલ તરીકે આમાંના મોટા ભાગના સોદા પાર પાડી રહ્યા હોય એ વું લાગે છે. બીઆરની સામે ઉછીની લીધેલી બહુ મોટી રોકડ રકમ તેમની પાસે છે.'

'તેને આટલા પૈસાની શું જરૂર છે?' અરવિંદે મનમાં વિચાર્યું.

'મિ. લાખોટિયા, હર્ષદ મહેતા નામના માર્કેટના એક બહુ મોટા ઑપરેટર વતી કામ કરી રહ્યા છે. હર્ષદ મહેતા આ રોકડનો ઉપયોગ એસીસી શૅર્સના ભાવ ઊંચે લઈ જવા માટે કરી રહ્યા છે, એવું બજારમાંની અફવાઓ કહે છે.'

'બીજું કંઈ?' અરવિંદે પૂછ્યું.

'આમાં રમત એ છે કે હર્ષદ મહેતા એસીસીના ભાવ વધારવા પર ધ્યાન કેન્દ્રિત કરી રહ્યા છે, તો ચંદર લાખોટિયા તમારી કંપની – બ્રૅઈડ ઈન્વેસ્ટમેન્ટના ભાવ નીચે લાવવાના કામમાં લાગ્યો છે.'

'દેખીતું છે કે તે અરબાઝ શેખ માટે કામ કરી રહ્યો છે,' અરવિંદે કહ્યું. 'હજી તેને સમજાયું નથી કે આ રમત હું તેના કરતાં અનેકગણી સારી રીતે રમી જાણું છું.'

'મહેશ્વર ટ્રેડર્સ મોરિશિયસ લિમિટેડ વતી બ્રેઈડના શૅર્સ ખરીદો,' અરવિંદે ફોન નીચે મુકતાં કહ્યું.

ફોન ફરી વાગ્યો. તેણે તે ઉપાડ્યો અને સામા છેડેથી અપાયેલો ભાવ સાંભળ્યા બાદ કહ્યું, 'શ્રીકાંત ટ્રેડર્સ મોરિશિયસ લિમિટેડ વતી બ્રેઈડના શૅર્સ ખરીદો.'

મંદીવાળાઓ બ્રેઈડના ભાવ નીચે તરફ ખેંચી જઈ રહ્યા હતા. બૉમ્બેના ઑપરેટર્સની એક બહુ મોટી ટોળકી એક પછી એક મળીને આ કામ કરી રહી હતી, એવું લાગતું હતું કે જાણે તેમની પાસે અખૂટ પૈસો હતો.

ફોન ફરી વાર રણક્યો. ' શંભુ ટ્રેડર્સ મોરિશિયસ લિમિટેડ વતી ખરીદો,' અરવિંદે કહ્યું. *હું શિવનાં 108 નામને ત્યાં સુધી બ્રેઈડના શૅર્સ ખરીદવામાં લગાડીશ, જ્યાં સુધી શિવજી ચંદર લાખોટિયા અને અરબાઝ શેખનો વિનાશ નથી કરતા,* અરવિંદે વિચાર્યું.

તેણે ફોન નીચે મુક્યો અને સત્યપાલ તરફ જોયું.

'અરબાઝ શેખનું મ્હોરું – ધંદા હૉલ્ડિંગ્સ – બ્રેઈડમાં 30 ટકા હિસ્સા પર માલિકી ધરાવે છે. આ આંકડો ત્રણ લાખ શૅર્સ જેટલો થયો. છેલ્લા બે દિવસમાં ખરીદી કરવામાં આપણે કેટલાનો વહેવાર કર્યો?' અરવિંદે પૂછ્યું.

'છેલ્લી ગણતરી પ્રમાણે 2,95,133,' સત્યપાલે કહ્યું, ઊંઘના અભાવે તેના આંખો લાલઘૂમ હતી.

'મેં તને આપેલાં જુદાં-જુદાં નામ નીચે ખરીદવાનું ચાલુ રાખજે,' અરવિંદે કહ્યું.

'ક્યાં સુધી?' સત્યપાલે પૂછ્યું.

'શુક્રવાર સુધી,' અરવિંદે કહ્યું.

'આપણે કેટલા શૅર્સ ખરીદ્યા છે?' અરવિંદે પૂછ્યું.

'ત્રણ લાખ શૅર્સ,' આખી રાત જાગેલા અને થાકીને સાવ નંખાઈ ગયેલા સત્યપાલે જવાબ આપ્યો. 'હું ધારું છું કે અરબાઝ શેખે હવે બ્રૅઈડમાંના તેના બધા જ શૅર્સ વેચી નાખ્યા છે.'

'શુક્રવાર સુધી ખરીદવાનું ચાલુ રાખજે,' અરવિંદે કહ્યું. 'તેઓ ભાવ હજી વધુ ઘટાડવા માગતા હશે.. આવું કરવાનો એક માત્ર માર્ગ છે શૉર્ટ-સેલિંગ.'

શૉર્ટ-સેલિંગ એ શૅર્સ વેચવાની એવી પ્રક્રિયા હતી જેમાં પોતાની માલિકી હેઠળ હજી ન હોય એવા શૅર્સ વેચવામાં આવતા હતા. ભાવ હજી વધુ નીચે જશે એવી આશા સાથે આવું કરવામાં આવતું હતું. આમ વેચનાર વ્યક્તિ ભવિષ્યમાં નીચા ભાવે શૅર ખરીદી લઈ પછીની કોઈક તારીખે તેની ડિલિવરી કરવાની ધારણા રાખતી હોય છે.

'આપણા વતી કામ કરતા દલાલોને ચિંતા છે કે, આમ જ ચાલ્યું તો આપણે ફાટી પડશું,' સત્યપાલે કહ્યું.

'એ લોકોને કહે કે, બૉમ્બે સ્ટૉક એક્સ્ચેન્જના ઈતિહાસમાં કોઈએ ક્યારેય ન કરી હોય એવી કમાણી તેઓ કરવાના છે,' અરવિંદે કહ્યું.

'આપણે કેટલા શૅર્સ ખરીદ્યા છે?' અરવિંદે પૂછ્યું.

'છ લાખ શૅર્સ,' સત્યપાલે જવાબ આપ્યો.

'સરસ,' અરવિંદે કહ્યું. 'આજે કયો વાર થયો?'

'શુક્રવાર.'

'મહિનાનો બીજો શુક્રવાર?'

'હા.'

'હવે આપણા દલાલોને કહી દે કે આપણી બધી 108 કંપનીઓને વેચવામાં આવેલા બધા જ શૅર્સની ડિલિવરી માગે,' અરવિંદે કહ્યું.

બીએસઈમાં શૅર્સનું સેટલમેન્ટ- પતાવટ દર મહિનાના બીજા શુક્રવારે થતું. જે દલાલોએ બ્રૅઈડના શૅર્સ વેચ્યા હતા, તેમણે કાં તો આ શૅર્સની ડિલિવરી આપવી પડે કાં તો *ઊંધા બદલા* – શૅર્સની ડિલિવરી એક પખવાડિયું મોડી

કરવા માટે ખરીદદાર દ્વારા માગવામાં આવતો કેરીઓવર ચાર્જ – ચૂકવવો પડે.

'આપણે ડિલિવરી માગશું તો આપણે રોકડમાં ચૂકવણી કરવી પડશે,' સત્યપાલે કહ્યું.

'બધી જ ખરીદદાર કંપની પાસે રોકડ છે,' અરવિંદે કહ્યું. 'તું બસ ડિલિવરી માગ.'

'એ લોકો જો ડિલિવરીને હવે પછીના પતાવટના સમયગાળા સુધી લંબાવવા માગતા હોય તો?' સત્યપાલે પૂછ્યું.

'આવતા પખવાડિયા સુધી ડિલિવરી મુલતવી રાખવા માટે શૅર દીઠ 200 રૂપિયાના *ઊંધા બદલાની* માગણી કરજે,' અરવિંદે કહ્યું.

પહેલા ત્રણ લાખ શૅર અરવિંદના એનઆરઆઈ રોકાણકારોને કોઈપણ જાતની તકલીફ વિના ડિલિવર થઈ ગયા. *આ તો તમારા માટે બહુ જ સરળ હતું, છોકરાઓ,* અરવિંદે વિચાર્યું. *ધંદાના હાથમાં હતા એ શૅરની ડિલિવરી તમે આપી દીધી. હવે બાકીના શૅર તમે ક્યાંથી લાવો છો એ મારે જોવું છે!*

'બૉમ્બે સ્ટૉક એક્સચૅન્જમાં અફરાતફરી મચી ગઈ છે,' સત્યપાલે કહ્યું, તેના અવાજમાં તાણ અને થાકની અસર વર્તાતી હતી 'મંદીવાળાઓએ અપેક્ષા રાખી નહોતી કે આપણે ડિલિવરી માગશું. બ્રૅઈડના શૅર્સ ખરીદવા માટે તેમના તરફથી ગાંડી દોટ શરૂ થઈ છે.'

'કોઈ પણ ભાવે આપણે શૅર વેચવા નથી,' અરવિંદે સૂચના આપી. 'એ હરામીઓને થોડો વધુ પરસેવો પાડવા દે.'

'એ લોકોનું કહેવું છે કે અવ્યવસ્થાને કારણે બજાર કદાચ કામચલાઉ ધોરણે બંધ કરવામાં આવે એવી શક્યતા છે,' સત્યપાલે કહ્યું.

'અત્યારે બ્રૅઈડના શૅરનો ભાવ શું છે?' અરવિંદે પૂછ્યું.

'શૅર દીઠ 400 રૂપિયાની આસપાસ,' સત્યપાલે કહ્યું, સત્યપાલ ગમે તે ઘડીએ ઢળી પડશે એવું લાગતું હતું.

'આપણે આપણા પોતાના શેર્સ ઊંચામાં ઊંચા કયા ભાવે ખરીદ્યા હતા?' અરવિંદે પૂછ્યું.

'ત્રણસો,' સત્યપાલે જવાબ આપ્યો.

'500 રૂપિયાના ભાવે શેર્સ નાના-નાના જથામાં વેચવા કાઢ,' અરવિંદે કહ્યું.

'શા માટે?' સત્યપાલે પૂછ્યું.

'આપણે છ લાખ શેર્સ ખરીદ્યા હતા. એમાંના ત્રણ લાખ અરબાઝ શેખની માલિકીના હતા. બાકીના ત્રણ લાખ શેર્સ વેચનારાઓ પાસે ક્યારેય હતા જ નહીં,' અરવિંદે કહ્યું.

'બરાબર,' સત્યપાલે કહ્યું. 'એ બધું શૉર્ટ સેલિંગ હતું.'

'પરિણામે, જે દલાલોએ આ શેર્સ વેચાણ માટે ઑફર કર્યા હતા તેમણે ક્યારેય એવી અપેક્ષા રાખી નહોતી કે ખરીદદાર તેની ડિલિવરી માગશે. હવે તેઓ એવી પરિસ્થિતિમાં મુકાઈ ગયા છે જ્યાં તેમણે 300 રૂપિયામાં શેર્સ વેચ્યા હતા, પણ હવે તેની ડિલિવરી આપવા તેમને આ જ શેર્સ 500 રૂપિયામાં ખરીદવા પડશે.'

'તેઓ આ ડિલિવરી એક પખવાડિયું આગળ ધકેલી દે તો?' સત્યપાલે પૂછ્યું.

'એનાથી ખાસ મદદ નહીં મળે,' અરવિંદે કહ્યું. 'તેમણે 300 રૂપિયામાં શેર્સ ખરીદ્યા છે અને તેમને ઊંધા બદલા પેટે બીજા 200 રૂપિયા આપવાના થશે. એના કરતાં 500 રૂપિયામાં શેર ખરીદી લઈ ડિલિવરી આપી મોકળા થઈ જવાનું તેઓ પસંદ કરશે.'

'આનાથી તો આપણા શેર્સના શૉર્ટ-સેલિંગમાં સંડોવાયેલા બધા જ દલાલોનો નાશ થઈ જશે,' સત્યપાલે કહ્યું.

'શિવ હંમેશા વિનાશ જ કરે છે,' અરવિંદે કોઈ પણ પ્રકારની લાગણી વગર કહ્યું.

સત્યપાલે રાહ જોઈ કે કદાચ અરવિંદ તેનો આભાર માનશે, પણ એવું ક્યારેય થયું નહીં.

કૃતજ્ઞતાના લાંબા સ્તુતિ ગાનની સત્યપાલને અપેક્ષા નહોતી. પ્રશંસાના બે શબ્દો પૂરતા હતા.

સત્યપાલ, જે રીતે તું મારી પડખે ઊભો રહ્યો છે એની હું કદર કરું છું...

હું તને કહેવા માગું છું કે, મને ખબર છે તેં મારા માટે કેટલું કર્યું છે...

મારા સારા-ખરાબ સમયમાં મારો સાથ આપવા બદ્દલ તારો આભાર...

મારા સૂચનો પર બરાબર અમલ કરવા બદ્દલ હું તારો આભાર માનું છું...

પણ અરવિંદ તરફથી આવા કોઈ શબ્દો આવ્યા નહોતા.

આભાર પ્રગટ કરવો એ અરવિંદની સ્ટાઈલનો ભાગ નહોતો. દર વખતે આવું જ થતું. દરેક વખતે કામ ઘોડો કરે અને માલ મળે ઘોડેસવારને.

હરામી.

મુરલીએ ફાઈનાન્શિયલ સ્ટેટમેન્ટ સામે વધુ એક વાર જોયું. તેની ચિંતાઓનો કોઈ પાર નહોતો. બ્રેઈડના શેર્સનો ભાવ નીચે ઉતારી મુકવાનો અરબાઝનો આઈડિયા બરાબર પાર પડ્યો નહોતો. તેમણે આ કંપનીના શેર્સ જે ભાવે વેચ્યા હતા, તેના કરતાં ઊંચા ભાવે ખરીદવા પડ્યા હતા અને આમાં સારા એવા પૈસાનું ધોવાણ થઈ ગયું હતું. આ તકલીફમાં વધુ ઉમેરો કરે એવી બાબત એ હતી કે, તેમણે કિશોર દેશમુખના સંરક્ષણ હેઠળ ધંદા બૅન્કમાં 200 કરોડ રૂપિયા નાખ્યા હતા.

પોતે અરવિંદનું પતન કરાવી શકે છે એવું માની લેવામાં ચંદર લાખોટિયાએ અરબાઝને ગેરમાર્ગે દોર્યો હતો. મુરલીને એ કબૂલ કરવામાં શરમ આવતી હતી છતાંય એ વાસ્તવિક્તા હતી કે અરવિંદ બગડિયા આર્થિક બાબતોમાં કાબેલ અને વિલક્ષણ બુદ્ધિ ધરાવનારો હતો તથા વધુ એકવાર તેના હાથે પોતાને માર ખાવો પડ્યો હતો.

તેણે સ્ટેટમેન્ટ અરબાઝના હાથમાં આપ્યું. 'આ એકમાત્ર પ્રૉજેક્ટમાં આપણે સો કરોડ રૂપિયા ગુમાવ્યા છે,' મુરલીએ કહ્યું.

'ચિંતા ન કર મુરલી, ઉપરવાળો સમયાંતરે આપે પણ છે અને એ જ લઈ પણ લે છે,' અરબાઝે કહ્યું. 'અને યાદ રાખજે, આપણી પાસે સ્ટૅમ્પ-પેપર છાપતું મશીન છે, જે નાશિકમાં ધમધોકાર ચાલી રહ્યું છે.'

'મને લાગે છે તું સાચો છે,' મુરલીએ કહ્યું. 'આખરે તો આ પૈસા જ છે ને.'

'ના, ના, આ *માત્ર* પૈસાની વાત નથી. પૈસા *ખુદા તો નહીં પર. ખુદા કી કસમ, ખુદા સે કમ ભી નહીં,'* અરબાઝે તેને સુધારતાં કહ્યું.

પૈસો પરમેશ્વર નથી, પણ એ પરમેશ્વરના સોગંદ, પરમેશ્વરથી એ જરાય ઓછો પણ નથી.

અરબાઝે તેમના ઓરડામાં ડોકિયું કર્યું. જીવન પ્રકાશના નવી મુંબઈ સ્થિત ગેસ્ટ હાઉસમાં તેઓ રહી રહ્યાં હતાં. તેઓ પોતાનાં ટ્રેડમાર્ક સમા સફેદ વસ્ત્રોમાં સજ્જ હતાં અને પદ્માસનમાં એક સાદા સોફા પર બેઠાં હતાં. 'આવ. બેટા,' ખુલ્લા દરવાજા પર અરબાઝે હળવો ટકોરો માર્યો ત્યારે તેમણે કહ્યું.

'મને દસ મિનિટ આપો,' અધ્યાપિકા જ્યોતિએ પોતાનાં અન્ય શિષ્યોને કહ્યું. તેઓ તરત જ ઊભા થઈ ગયા અને અરબાઝ તથા અધ્યાપિકાને એકલા છોડી બહાર જતા રહ્યા.

અરબાઝ સોફા સુધી આવ્યો અને અધ્યાપિકાના પગે લાગતાં પહેલા એકાદ ક્ષણ થોભ્યો, મુસ્લિમોમાં કોઈના ચરણસ્પર્શ કરવાને ખાસ પ્રોત્સાહન આપવામાં આવતું નથી. તેમણે સ્મિત કર્યું અને તેને આશીર્વાદ આપ્યા. સોફાની સામે શિષ્યોને બેસવા માટે જાડો ગાલીચો રાખવામાં આવ્યો હતો. સોફાની બંને બાજુએ ખુરશીઓ હતી. અરબાઝે ખુરશીઓ તરફ ધ્યાન ન આપ્યું અને નીચે ગાલીચા પર તેમની સામે બેઠો.

'કઈ બાબત મને અહીં ખેંચી લાવી છે એ મને સમજાતું નથી,' અરબાઝે અધ્યાપિકાને કહ્યું. 'દિલ્હીમાંના પેલા મહાભયંકર શીખ વિરોધી રમખાણો વખતે આપણે મળ્યા ત્યારથી, હું દિવસો ગણી રહ્યો છું.'

'દિવસો શા માટે ગણવાના? તું અહીં ગમે ત્યારે અહીં આવી શકે છે,' અધ્યાપિકા જ્યોતિએ કહ્યું. 'કદાચ પૈસા ગણવાનું કામ વચ્ચે આવી ગયું હશે?'

આ નમ્ર ચેતવણી અરબાઝ પર અસર કરી ગઈ.

'તમારી વાત સાવ સાચી છે,' અરબાઝે કહ્યું. 'અને હું હવે એની કિંમત ચૂકવી રહ્યો છું. હાલમાં જ મારી પોતાની મૂર્ખામીને કારણે મેં બહુ મોટી રકમ

ખોઈ છે. અને હવે મારી પત્ની અને દીકરી, મારા વિરૂદ્ધ એક થઈ ગયાં છે, તેઓ બંને કહી રહી છે કે અલિશાએ ભણવા માટે અમેરિકાની યુનિવર્સિટીમાં જવું જોઈએ.'

'તોફાન આવી ગયા બાદ પંખીઓ કલરવ કરે છે,' અધ્યાપિકા જ્યોતિએ કહ્યું. 'તેઓ આવું કરે છે કેમ કે તેઓ મુક્ત છે. તારી દીકરીને મુક્ત કર. તેને જવા દે. એ તને પ્રેમ કરે છે અને હંમેશા તારી દીકરી જ રહેશે.'

અરબાઝને પોતાના ગળામાં ડૂમો બાઝતો જણાયો. તેણે માંડ માંડ પોતાના આંસું રોકી રાખ્યા. આ પહેલા કોઈએ તેની સાથે આટલી નમ્રતાથી અને સમજદારીભરી રીતે વાત કરી નહોતી.

'તું આનંદ છે. તું ભક્તિ છે. તું નજાકત છે. તું મુક્ત છે,' અધ્યાપિકા જ્યોતિએ અરબાઝને કહ્યું.

અરબાઝે માત્ર માથું ધુણાવ્યું. કેમ કે તે બોલી શકે તેમ નહોતો.

'તારી જાતનો થોડો હિસ્સો તારી દીકરી સાથે વહેંચ. માનવે જાતે એ સમજી લેવાની જરૂર છે કે એ માનવ નહીં થાય તો ચાલશે પણ તેણે થોડા દયાળુ થવું જરૂરી છે,' અધ્યાપિકાએ કહ્યું.

'મારા એક અનુયાયીને તારી મદદની જરૂર છે,' અધ્યાપિકા જ્યોતિએ અરબાઝને કહ્યું. 'તું તેમને દિલ્હીમાં મળી શકીશ?'

મહારાની બાગમાં સરદાર હરપાલ સિંહના ઘરે, એ જ જગ્યા જ્યાં શિખ-વિરોધી રમખાણો દરમિયાન અધ્યાપિકા જ્યોતિ રોકાયાં હતાં, વિશાળ બગીચામાં એક બહુ મોટી પણ રંગ વિનાની છત્રીની નીચે તેઓ બેઠા હતા એટલામાં એક નોકર તેમના માટે ચા અને નાસ્તાની ટ્રે લઈને આવ્યો.

સરદાર હરપાલ સિંહ નીલા રંગની આંખો ધરાવતા દેખાવડા સરદાર હતા. કાંજી કરેલો સફેદ કૂરતો, ચુડીદાર અને કાળાં શૂઝમાં તેઓ સજ્જ હતા. તેમના માથા પર સફેદ પાઘડી સરસ રીતે બાંધેલી હતી. તેમની સફેદ-કાળી દાઢી અને મૂછની ખૂબ જ ચોકસાઈપૂર્વક માવજત લેવાતી હોવાનું દેખાતું હતું. તેમના શરીર પર ચરબીનો એકેય થર નહોતો અને તેમના શરીર અને ત્વચામાંથી શાંતિ અને સુખાકારીનું તેજ ઝળકતું હતું.

'મને મળવા માટે અહીં આવવા બદ્દલ આભાર,' હરપાલ સિંહે અરબાઝ માટે એક કપમાં ચા રેડતાં અને એક પ્લેટમાં બે સમોસાં અને ચટણી પીરસતાં કહ્યું.

'અધ્યાપિકા જ્યોતિ કોઈ કામ ચીંધે, તો હું તેમને ના પાડી શકતો નથી,' અરબાઝે માનપૂર્વક ચાનો કપ સ્વીકારતાં તથા સમોસાં નકારતાં કહ્યું.

'હું તમારી ભાવના સમજું છું,' હરપાલ સિંહે હસતાં કહ્યું. 'હું તેમનો સૌથી પહેલો અનુયાયી છું.'

'તેમણે કહ્યું કે તમને મારી મદદની જરૂર છે,' અરબાઝે કહ્યું.

'મારા માટે નહીં,' હરપાલે કહ્યું. 'બૉમ્બેમાં હું એક સખાવતી સંસ્થા ચલાવું છું. મલાડમાં તેની એક બહુ મોટી જમીન છે. પણ કમનસીબે, કેટલાક લોકોએ તેના પર ગેરકાયદે કબજો કર્યો છે.'

'હવે વધુ કંઈ જ કહેવાની જરૂર નથી,' અરબાઝે કહ્યું. 'હું તેમને ત્યાંથી દૂર કરાવી દઈશ.'

'અરે ના, દીકરા,' હરપાલ સિંહે કહ્યું. 'હું તેમને વૈકલ્પિક રહેઠાણ આપવા માગું છું, જેથી ખાલી થયેલી જગ્યા પર અમે ધર્માદા હૉસ્પિટલ બાંધવાની શરૂઆત કરી શકીએ.'

'પણ એ લોકોએ ગેરકાયદે એ જમીન પર કબજો જમાવ્યો છે!' અરબાઝે દલીલ કરી. 'તમારા માટે હું તેમને તરત જ ત્યાંથી દૂર કરાવી શકું એમ છું. તમે તેમને વૈકલ્પિક રહેઠાણ શા માટે આપવા માગો છો?'

'કોઈને પણ તેના માથા પરની છતથી હું વંચિત કરવા નથી માગતો,' સરદાર હરપાલ સિંહે કહ્યું. 'અન્યોની તકલીફોના પાયા પર કોઈ ધર્માદા હૉસ્પિટલ કઈ રીતે બાંધી શકે?'

'તો પછી તમને મારી જરૂર શા માટે પડી?' અરબાઝે પૂછ્યું.

'આ જમીન પર અડિંગો જમાવનારાઓમાંનો એક થોડો માથાભારે છે,' હરપાલ સિંહે કહ્યું. 'વૈકલ્પિક રહેઠાણની અમારી ઑફર સ્વીકારતાં તે અન્યોને રોકી રહ્યો છે. મને કહેવામાં આવ્યું છે કે તમે સમજાવવાની સારી શક્તિ ધરાવો છો.'

'ચિંતા ન કરતા,' અરબાઝે કહ્યું.

'તમે કરશો ને?' હરપાલે પૂછ્યું.

'તમારા શબ્દો જ મારી સમજાવટ છે,' અરબાઝે કહ્યું.

'તમારું કામ થઈ ગયું છે.' અરબાઝે ફોન પર કહ્યું.

'તમે તેને કઈ રીતે સમજાવ્યો?' સરદાર હરપાલ સિંહે પૂછ્યું.

'તમે *ગોડફાધર* ફિલ્મ જોઈ છે?' અરબાઝે પૂછ્યું.

'70ના દાયકામાં આવેલી માર્લોન બ્રાન્ડોવાળી ને? હા, મેં જોઈ છે,' હરપાલે જવાબ આપ્યો.

'તો તમે આ વાક્ય વિશે તો જાણતા જ હશોઃ *આઈ મેડ હિમ એન ઑફર હી કુડન્ટ રિફ્યુઝ* (મેં તેને એવી ઑફર આપી જે તે નકારી શકે એમ નહોતો)'

પોતાની ઑફિસમાં પ્રવેશેલા માણસ તરફ અરબાઝે જોયું. તેણે પોતાના બૉડી ગાર્ડ્ઝને સંપૂર્ણપણે સચેત રહેવા કહ્યું હતું. આવા માણસને શો ભરોસો.

'અસ્સ-સલામ-આલેકૂમ અરબાઝભાઈ,' આવેલા માણસે કહ્યું. તેણ સફેદ પઠાણી ડ્રેસ પહેર્યો હતો અને તેના માથા પર ગૂંથેલી ટોપી હતી, તેના ગળામાં એક તાવીઝ બહુ જ તાણીને બાંધેલું હતું.

'વા આલેકૂમ અસ-સલામ,' અરબાઝે સાવચેતીપૂર્વક જવાબ આપ્યો.

'દાઉદભાઈએ તમને સલામ કહ્યું છે,' આવેલા માણસે કહ્યું.

'મારી શુભેચ્છાઓ તેમને આપજો,' અરબાઝે કહ્યું.

'અરબાઝભાઈ,' માણસે વાતની શરૂઆત કરી. 'દાઉદભાઈને લાગે છે કે હિન્દુસ્તાનમાં ઈસ્લામ પર ખતરો છે. હિન્દુઓએ જે રીતે બાબરી મસ્જિદ તોડી પાડી છે એ આ બાબતનો પુરાવો છે. એ પછી આખા દેશમાં ફેલાયેલા રમખાણો જુઓ. બસ હવે બહુ થયું. આપણી વચ્ચેના નાના-મોટા મતભેદોને ભૂલી જવાનો આ સમય છે. તમામ સાચા મુસ્લિમોએ એકજૂટ થવાની જરૂર છે.'

'તમારી દરખાસ્ત શું છે?' પોતાના શ્વાસ પર અંકુશ મુકતાં અરબાઝએ પૂછ્યું.

'દાઉદભાઈએ એક ટીમ બનાવી છે. ટાઈગર મેમણ, યાકુબ મેમણ, હાજી અહમદ, હાજી ઉમર, તૌફિક જલિયાંવાલા અને દાઉદ જટ્ટ તેમાં છે. આની પાછળનો ઉદ્દેશ , ઈન્શાઅલ્લાહ, હિન્દુસ્તાનના મુસ્લિમો પર થતાં અત્યાચારો-અપમાનોનો બદલો લેવાનો છે.'

'તમે આ કઈ રીતે કરવા માગો છો?' અરબાઝે પૂછ્યું.

'દુશ્મનોને એવો પાઠ ભણાવવો છે, જે તેઓ ક્યારેય નહીં ભૂલે.'

'મારી પાસેથી તમારી શી અપેક્ષા છે?' અરબાઝે પૂછ્યું.

અરવિંદ, અભિલાષા, શકુંતલા, વિનય અને વિનિત બૉમ્બેમાં ઉનાળાના એ દિવસે ઉતર્યા. નવી ખાનગી એરલાઈન્સ કંપની જેટ એરલાઈન્સ દ્વારા સંચાલિત ફ્લાઈટમાં તેઓ આવ્યા હતા. સ્વચ્છ કેબિન, સારી રીતે પ્રશિક્ષિત કર્મચારીઓ અને ખામી વિનાની સેવાને પગલે ઈન્ડિયન એરલાઈન્સની સરખામણીમાં જેટ તાજી હવાની લહેરખી સમાન હતી.

તેઓ અલ્ટામાઉન્ટ રોડ પરના બગડિયા ગેસ્ટ હાઉસ પહોંચ્યા અને નિરાંતે બેઠા.

કલકત્તામાં ઉનાળુ વેકેશન ગાળ્યા બાદ વિનય અને વિનિત પાલો અલ્ટો પાછા જવાના હતા. ગયા વર્ષે જ આ બંનેએ અંડર ગ્રેજ્યુએટ પ્રોગ્રામમાં પ્રવેશ લીધો હતો. વાયા સિંગાપોર જનારી લૉસ એન્જલસની ફ્લાઈટ ત્રણ દિવસ બાદ જવાની હોવાથી, અરવિંદે નક્કી કર્યું કે તેઓ બૉમ્બેમાં થોડા દિવસ સાથે વિતાવશે.

જોડિયાં હોવા છતાં વિનય અને વિનિત એકમેક કરતાં અનેક રીતે જુદાં પડતા હતા. વિનયને આંકડાઓમાં રસ હતો પણ વિનિતને શબ્દોમાં રસ હતો. વિનય બર્હિમુખી સ્વભાવનો હતો તો વિનિત શરમાળ પ્રકૃતિનો હતો. વિનયે કૉલેજમાં મોટા ભાગે બિઝનેસને લગતા તથા પરિમાણાત્મક વિષયો પર પસંદગી ઉતારી હતી તો વિનિતે માનવ-વિદ્યાઓ અને આર્ટ્સના કૉર્સીસ લીધા હતા.

અરવિંદ પોતાની લાગણીઓ પ્રદર્શિત કરનારાઓમાંનો નહોતો પણ તેના દીકરાઓ અમેરિકા જવા માટે નીકળ્યા હતા ત્યારે તેમની ગેરહાજરીએ તેના પર ઊંડી અસર કરી હતી. કલકત્તામાં વેકેશન ગાળવા આ બંને આવ્યા ત્યારે અરવિંદે તેમની સાથે કલાકો વાતો કરી હતી, આ બંને બાળકો હતા ત્યારે અરવિંદ પાસે તેમના માટે સમય જ નહોતો. વિનિત, જેના લખાણમાં ગજબનું ઊંડાણ અને અર્થસભરતા હતી, તેણે પોતાના પિતાને સેમ્બોરસ્કાની કવિતા *નથિંગ ટવાઈસની* એક પંક્તિ સંભળાવી હતી.

ઝડપથી ભાગતા દિવસ સાથે આપણે
આટલા બધા બિનજરૂરી ભય અને દુઃખ સાથે શા માટે વર્તીએ છીએ?
રોકાઈ જવું એ તેના સ્વભાવમાં જ નથી
આજનો દિવસ એ હંમેશા વીતી ગયેલી કાલ જ છે.

પોતાની કંપની બ્રેઈડના શૅર્સના ભાવ નીચે ખેંચી લાવવા માટે સક્રિય થયેલી મંદીવાળાઓની ટોળકીને પરાસ્ત કરવામાં તેની મદદ કરનાર દલાલો સાથે અરવિંદે એક મીટિંગનું આયોજન કર્યું હતું. અરવિંદનું હાસ્ય જ છેલ્લું હાસ્ય પુરવાર થયું હતું. સરેરાશ 300 રૂપિયાના ભાવે ખરીદેલા શૅર્સ 500 રૂપિયામાં વેંચીને તેણે સો કરોડ કરતાં વધુ રકમ ઘરભેગી કરી હતી. મોટા ભાગની કમાણી મોરિશિયસ ઈન્વેસ્ટમેન્ટ કંપનીના શિવનાં નામનાં જાળાંએ કરી હતી. અરવિંદે અને તેનાં જોડિયા સંતાનો આ મીટિંગ માટે બૉમ્બે સ્ટૉક એક્સ્ચેન્જની દિશામાં જઈ રહ્યા હતા.

સ્ટૉક એક્સ્ચેન્જમાંની મીટિંગમાં અરવિંદની બંને તરફ વિનય અને વિનિત બેઠા હતા, તેમની સામે વીસ શૅરદલાલો હતા. ‘અમે તમારા ઋણી છીએ, મિ. બગડિયા,’ અરવિંદની સૂચનાઓ મુજબ ચાલીને અઢળક કમાણી કરનાર એક શૅરદલાલે કહ્યું. ‘આગળ જતાં એવું કશું જ નહીં હોય જે આ ગ્રુપ તમારા માટે નહીં કરે.’ પોતાના પિતા પર વરસાવવામાં એવી રહેલાં પ્રશંસાનાં પુષ્પો જોઈ વિનય અને વિનિતના ચહેરા પર સ્મિત આવી ગયું.

‘જીવનની મુસાફરી અંતરાયોથી ભરેલી છે,’ અરવિંદે શૅરદલાલોને કહ્યું. ‘માણસ પાસે સારા મિત્રો હોય, તો આ અંતરાયો દૂર થઈ જતાં હોય એવું જણાય છે. તમારામાંનો દરેક જણ વફાદાર મિત્ર છે અને અરવિંદ બગડિયા આ વાત ક્યારેય નહીં ભૂલે.’

દલાલોએ તાળીઓથી તેને વધાવી લીધો. તેમાંનો એક દલાલ પ્રશ્ન પૂછવા ઊભો થયો. અરવિંદ તેને જવાબ આપી રહ્યો હતો, ત્યાં જ વિનિત ઊભો થઈ ગયો. ‘હું નીચે જાઉં છું,’ તે વિનિતના કાનમાં ગણગણ્યો, ‘તારૂં અને ડૅડનું કામ પતી જાય પછી કારમાં મળીએ.’

‘પણ તું ક્યાં જાય છે?’ વિનયે પૂછ્યું.

'એક દલાલ મને ટ્રેડિંગ ફ્લૉર દેખાડવા તૈયાર છે. ત્યાંની દીવાલો પરના શ્લોક મારે વાચવા છે,' આટલું કહી વિનિત ચૂપચાપ મીટિંગમાંથી સરકી ગયો.

દલાલોની હાજરીથી ધમધમતાં ટ્રેડિંગ ફ્લૉર પર એક દલાલ વિનિતને લઈ ગયો. આ હૉલમાં આશરે હજારેક લોકો ગીચોગીચ ઊભા હતા. એકમેક સામે જાણે કે જંગલીની જેમ બૂમબરાડા પાડી રહ્યા હતા. હાથના ઈશારાથી ખરીદી અને વેચાણના સોદાના આદેશ સાથે બૂમો પાડતા આધેડ વયના પુરુષોને કારણે ત્યાંનું વાતાવરણ મહાભયંકર લાગતું હતું.

'એક્સ્ચેન્જનો કામકાજનો સમય શું છે?' ટ્રેડિંગ ફ્લૉર પરના બૂમબરાડાની ઉપરવટ જઈ વિનિતે બૂમ પાડતા પૂછ્યું.

'મધ્યાહ્નથી લઈને બપોરે અઢી વાગ્યા સુધી,' દલાલે સામી બૂમ પાડી.

'ફક્ત અઢી કલાક જ કેમ?' વિનિતે બરાડો પાડ્યો.

'તમને લાગે છે કે આના કરતાં વધુ સમય સુધી કોઈ આ રીતે બૂમબરાડા પાડી શકે,' સસ્મિત દલાલે કહ્યું.

વિનિત વધુ કોઈ પ્રશ્ન પૂછે એ પહેલા, જાણે કે આભ તૂટી પડ્યું હતું.

અમેરિકાની 'મોટી અને ખરાબ' દુનિયામાં ફરી વાર પ્રવેશ્યા બાદ બંને છોકરાઓ ગળામાં પહેરી શકે એવું શ્રીનાથજીનું રક્ષણાત્મક પૅન્ડન્ટ તેમને આપવા શકુંતલા અને અભિલાષા ઉત્સાહિત હતાં. તેમનું પહેલું સ્ટૉપ હતું, ઝવેરી બજારની સૌથી જાણીતી ઝવેરીની દુકાન ત્રિભોવનદાસ ભીમજી ઝવેરી. દુકાનના સૌથી જૂના સેલ્સમેન ભગુભાઈએ શકુંતલાને અંદર આવતી જોઈ અને તરત જ તેની તથા અભિલાષાની ખડે પગે સેવા કરવા તે આગળ આવ્યો. જૂનું એ સોનું.

ભગુભાઈએ આ બંનેને આરામદાયક સોફા પર બેસાડ્યાં, તેમના માટે પાણી, ચા અને સૂકોમેવો મગાવ્યો, અને એ પછી બગડિયા પરિવારના સૌથી નાના બે સભ્યો માટે યોગ્ય હોય એવા પૅન્ડન્ટ્સની વરાયટી દેખાડવાની શરૂઆત કરી.

અભિલાષા અને શકુંતલાએ અનેક પૅન્ડન્ટ જોયાં, પણ તેમને જોઈતી હતી એવી સરળ છતાં સુરેખ ડિઝાઈન મળી રહી નહોતી. અત્યાર સુધી

તેમને દેખાડવામાં આવેલી ડિઝાઈન્સ વધુ પડતી ભપકાદાર હતી. ભપકાની છાંટ પણ હોય એવી કોઈ ચીજ આજના છોકરાઓ પહેરવા તૈયાર થવાના નહોતા.

'સોનામાં જોવાને બદલે આપણે ચાંદીમાં કશુંક જોઈએ,' અભિલાષાએ ભગુભાઈને કહ્યું. 'ચાંદીનું નાનું શ્રીનાથજીનું પૅન્ડન્ટ કદાચ અમને જે જોઈએ છે, એવું હોય.'

સેલ્સમેને માનપૂર્વક માથું હલાવ્યું અને પોતાની પાછળના કાચના કબાટ તરફ ગયો. કાઉન્ટરની નીચેથી તેણે હમણાં જ કાઢેલી ટ્રેને તેની જગ્યાએ પાછી મૂકી અને ચાંદીનાં પૅન્ડન્ટની ટ્રે બહાર ખેંચી.

સ્ટૉક એક્સ્ચેન્જની કાચની બારીઓ તૂટીને વિખેરાઈ ગઈ હતી અને કાનના પરદા ફાડી નાખે એવો ધડાકો સંભળાયો. પિતાને બચાવવા વિનય પોતાની ખુરશીમાંથી કૂદ્યો. કાચની કરચો જમીન પર વિખેરાયેલી પડી હતી અને અરવિંદ તથા વિનય સાથેની મીટિંગ માટે આવેલા શૅરદલાલો સાથે એ કરચો પર પડ્યા હતા.

સહેજ સ્તબ્ધ થઈ ગયેલો અરવિંદ ઊભો થયો. 'વિનિત ક્યાં છે?' ચિંતાતુરપણે પોતાના શરીર પરની ધૂળને ખંખેરતાં અરવિંદે વિનયને પૂછ્યું.

'નીચે ટ્રેડિંગ ફ્લૉર પર ગયો છે,' ચહેરા પર ગમગીનીભર્યા ભાવ સાથે વિનયે કહ્યું. 'હમણા શું બની ગયું?'

'બૉમ્બ ધડાકો થયો,' એક દલાલે કહ્યું.

અરવિંદના શરીરમાં જાણે કે કોઈએ પ્રવેશ કર્યો હોય એ રીતે તે પાગલની જેમ દોડ્યો, તેની પાછળ વિનય હતો. બધા જ બહાર નીકળવા માટે દોડી રહ્યા હોવાથી, સ્ટૉક એક્સ્ચેન્જની ઈમારતમાં અફરાતફરી મચી ગઈ હતી લિફ્ટો બંધ થઈ ગઈ હતી અને દાદર ઉતરીને નીચે જવાની ઉતાવળમાં હજારો લોકો એકબીજા પર પડી રહ્યા હતા. અરવિંદ અને વિનય પણ આ ગિરદીમાં જાણે કે કેદ થઈ ગયા હતા.

ભીડમાંથી કોઈએ કહ્યું કે બેઝમેન્ટમાં બૉમ્બ ફાટ્યો હતો. ત્યાં પાર્ક કરાયેલી એક કારમાં બૉમ્બ મૂકવામાં આવ્યો હતો. નીચેના માળ પર સૌથી વધુ જાનહાનિ થઈ હતી.

ભયાવહ શક્યતાઓનો વિચાર આવતાં જ અરવિંદની આંખમાંથી આંસુની ધારા વહેવા લાગી.

છોકરાઓ માટે ચેન સાથેના બે યોગ્ય પૅન્ડન્ટ લીધા બાદ, અભિલાષાએ નોટની એક થોકડી ભગુભાઈના હાથમાં આપી. તેમની વચ્ચે વણલખ્યો નિયમ હતો કે ખરીદ-વેચાણના આ વહેવારની નોંધ ક્યાંય નહીં થાય.

'શહેરમાં બૉમ્બધડાકા થયા છે,' અંદર દોડી આવેલા એક સેલ્સમેને કહ્યું, 'ફોન લાઈનો બંધ થઈ ગઈ છે. અનેક લોકો મરી ગયાં છે!'

'ક્યાં?' ભગુભાઈએ પૂછ્યું.

'સ્ટૉક એક્સ્ચેન્જની ઈમારત અને એર ઈન્ડિયા બિલ્ડિંગમાં,' બેબાકળા થઈ ગયેલા એ માણસે જણાવ્યું.

શકુંતલાને ચક્કર જેવું લાગવા લાગ્યું. *મારો દીકરો ક્યાં હશે? મારા પોત્રૌ ક્યાં હશે? એ બધા સલામત તો હશે ને?*

અભિલાષાને પોતાની પાછળ આવવાનું કહી શકુંતલા ઉતાવળે પગલે ત્રિભોવનદાસ ભીમજી ઝવેરીના સ્ટોરમાંથી બહાર નીકળી. 'હું ત્યાં જાઉં છું. બધા બરાબર છે કે નહીં એ આપણે શોધવું પડશે,' બે નાનકડી ડબ્બીઓની ડિલિવરી લઈ રહેલી અભિલાષાને સૂચના આપતાં-આપતાં બહાર નીકળતા શકુંતલાએ કહ્યું.

ત્યાં જ એક પ્રચંડ ધડાકો થયો અને ધરતી ધ્રૂજી ગઈ.

અરવિંદ અને વિનય નીચે પહોંચ્યા ત્યાં સુધીમાં તો બૉમ્બે સ્ટૉક એક્સ્ચેન્જના ટ્રેડિંગ ફ્લૉર પર બધે જ મૃતદેહો વિખેરાયેલા પડ્યા હતા. જમીન અને દીવાલો પર બધે જ લોહીના છાંટા હતા. કાચની કરચોની સાથે જમીન પર બધે જ શરીરમાંથી છૂટાં પડી ગયેલા માનવ અવયવો વેરવિખેર પડ્યા હતા. ધડાકાને કારણે થયેલા કાટમાળ અને માનવ શરીરના અવશેષોનું બિહામણું દશ્ય ત્યાં સર્જાયું હતું અને હવામાં ધૂમાડાની આકરી ગંધ હતી.

'વિનિત!' અરવિંદ અને વિનય પાગલની જેમ શોધી રહ્યા હતા ત્યારે અરવિંદે બૂમ પાડી, પણ આ કામ ઘાસની ગંજીમાંથી સોય શોધવા જેવું હતું.

ધડાકો થયો એ વખતે 3000 કરતાં વધુ લોકો સ્ટૉક એક્સ્ચેન્જની અંદર હતા.

અરવિંદ વારંવાર ઈશ્વરને પ્રાર્થના કરી રહ્યો હતો કે તેનો દીકરો બચી ગયો હોય.

અરવિંદ બૉમ્બેમાં આવ્યો ત્યારે જ તેણે આ બાબત નોંધી હતી. બૉમ્બે સામાન્યપણે લાગતું તેના કરતાં વધુ પરાજિત લાગી રહ્યું હતું. છઠ્ઠી ડિસેમ્બર, 1992ના દિવસે હિન્દુ કાર સેવકોની મોટી મેદનીએ અયોધ્યામાં બાબરી મસ્જિદ તોડી પાડી હતી. તેનાં પગલે બૉમ્બેમાં કોમી રમખાણો ફાટી નીકળ્યા હતા, જેમાં 900 કરતાં વધુ લોકો મૃત્યુ પામ્યાં હતાં. ત્રણ મહિના બાદ પણ હિન્દુ અને મુસ્લિમો વચ્ચેનો તણાવ ઓછો થયો નહોતો,

12મી માર્ચ, 1993ના દિવસે, શહેરના વિવિધ ભાગોમાં થયેલા શ્રેણીબદ્ધ 13 બૉમ્બધડાકાઓએ બૉમ્બેને હચમચાવી નાખ્યું હતું. પછીથી બહાર પાડવામાં આવેલા આંકડા મુજબ, 257 લોકોનાં મોત થયાં હતાં અને 700 કરતાં વધુ લોકો ઈજાગ્રસ્ત થયા હતા. ભારતમાં આ પહેલો સંકલિત આતંકવાદી હુમલો હતો જેમાં વિસ્ફોટક તરીકે આરડીએક્સનો ઉપયોગ કરાયો હતો.

બપોરે 1.30 વાગ્યે, બૉમ્બે સ્ટૉક એક્સ્ચેન્જના બેઝમેન્ટમાં મૂકેલો કાર બૉમ્બ ફાટ્યો હતો. ઈમારતના 28 માળને નુકસાન થયું હતું પણ સૌથી વધુ જાનહાનિ નીચેના માળ પર થઈ હતી. 50 જેટલાં લોકોનાં મોત થયાં હતાં. એ પછીના બે કલાક દરમિયાન, માહિમ કૉઝવેની મચ્છીમાર વસાહત, ઝવેરી બજાર, પ્લાઝા સિનેમા, સૅન્ચુરી બજાર, કાથા બજાર, એર ઈન્ડિયા બિલ્ડિંગ અને પાસપૉર્ટ ઑફિસ ખાતે કાર અને સ્કૂટરમાં રાખેલા બૉમ્બ ફાટ્યા હતા. સહાર એરપૉર્ટ પર ગ્રેનેડ ફેંકાયા હતા અને હોટેલ સી રૉક અને જૂહુ સેન્ટોર હોટેલમાં સૂટકેસની અંદર રાખવામાં આવેલા બૉમ્બ ફાટ્યા હતા.

એ દિવસે જે સેંકડો લોકોનાં મોત થયાં તેમાં ઝવેરી બજારમાં પોતાની કારમાં બેસી રહેલી 69 વર્ષની એક મહિલાનો પણ સમાવેશ થતો હતો. તેનું નામ હતું શકુંતલા બગડિયા, બિઝનેસની દુનિયાના માંધાતા અરવિંદ બગડિયાની માતા.

એ દિવસે મરણ પામેલો બીજો એક જણ હતો અઢાર વર્ષનો છોકરો, જે પોતાના પિતા અને ભાઈ સાથે બૉમ્બે સ્ટૉક એક્સ્ચેન્જની મુલાકાત લઈ રહ્યો હતો. તેનું નામ હતું વિનિત બગડિયા.

'મેં તમને ચેતવણી આપી હતી કે દાઉદ અને તેના માણસો કશુંક ખતરનાક કરવાની વેતરણમાં છે,' અરબાઝે કહ્યું. 'મેં તમને ગુલ્લુ વિશે માહિતી પણ આપી હતી.'

'અમે ગુલ્લુના ભાઈને પકડ્યો હતો,' વધારાના પોલીસ કમિશનરે કહ્યું. 'પોતાના ભાઈને બચાવવા તેને અમારા શરણે આવવાની ફરજ પડી હતી.'

'પણ મેં આપેલી માહિતીનું તમે શું કર્યું?' અરબાઝે પૂછ્યું. 'કશું જ નહીં!'

દાઉદના માણસ દ્વારા આવેલી દરખાસ્ત અરબાઝએ સ્વીકારી હતી. ગુલ નૂર મહોમ્મદ ઊર્ફે ગુલ્લુને સંતાવાની જગ્યા આપવા તે માણસે તેને કહ્યું હતું. અરબાઝે તેને સંતાવાની જગ્યા આપવા ઉપરાંત, એડિશનલ પોલીસ કમિશનરને તેના વિશેની ટિપ આપી દીધી હતી.

દુબઈ માર્ગે પાકિસ્તાન જઈ શસ્ત્રો ચલાવવાનું તથા બૉમ્બ બનાવવાનું પ્રશિક્ષણ મેળવવા માટે ટાઈગર મેમણ દ્વારા ચૂંટવામાં આવેલા ઓગણીસ જણમાંનો ગુલ્લુ એક હતો. બૉમ્બેના કોમી રમખાણોના કેસમાં પણ તે એક આરોપી હતો. પ્રશિક્ષણ મેળવ્યા બાદ, દુબઈ થઈને ગુલ્લુ બૉમ્બે પાછો ફર્યો હતો, પણ અહીં આવતા જ તેને જાણવા મળ્યું કે પોલીસે તેના ભાઈની ધરપકડ કરી છે. પોતાના ભાઈની મુક્તિ માટે ગુલ્લુએ આત્મસમર્પણનો નિરર્થક પ્રયાસ કર્યો હતો. રમખાણોમાં પોતાની ભૂમિકા, પાકિસ્તાનમાં લીધેલું પ્રશિક્ષણ, તથા સ્ટૉક એક્સ્ચેન્જ, સહાર આંતરરાષ્ટ્રીય એરપૉર્ટ અને શિવસેના ભવના સહિતનાં શહેરનાં મહત્ત્વનાં સ્થળોએ બૉમ્બ ધડાકા કરવાની યોજના વિશે એકરાર પણ કર્યો હતો.

'ગુલ્લુની વાત પર ધ્યાન આપવાને બદલે, તમારા વધુ પડતા હોંશિયાર તપાસકર્તાઓએ તેના દાવાને ફેંકાફેંક ગણી ઉડાડી દેવાનું નક્કી કર્યું!' અરબાઝે ત્રાડ પાડી. 'તમારામાંના બધા- દરેકે દરેકના હાથ લોહીથી ખરડાયેલા છે!'

સદનસીબે બેલાર્ડ એસ્ટેટ વિસ્તાર બૉમ્બ ધડાકાથી બચી ગયો હતો. પરિસ્થિતિનો તાગ મેળવવા અરબાઝ, રાજુ અને મુરલી ભેગા થયા હતા.

'જે કંઈ થયું છે એ જોતાં દાઉદ વિશેની મારી ધારણા સાચી હતી,' અરબાઝે કહ્યું. 'મને હંમેશા લાગતું હતું કે તે કાળમુખો છે. કાશ મારી આ ધારણા ખોટી પડી હોત.'

'તારો બીજો દુશ્મન, અરવિંદ બગડિયા, પણ શહેરમાં છે,' મુરલીએ કહ્યું. 'ધડાકામાં તેની માતા અને તેનો એક દીકરો મૃત્યુ પામ્યાં છે.'

'શું?' અરબાઝે પૂછ્યું. 'યા અલ્લાહ! એ બિચારાની તો દુનિયા ઊંધીચત્તી થઈ ગઈ હશે!'

'તેની પત્ની હૉસ્પિટલમાં છે,' મુરલીએ કહ્યું. 'તે બચી ગઈ કેમ કે ધડાકો થયો ત્યારે ઝવેરી બજારમાં એક દુકાનની અંદર હતી. તેની સાસુ દુકાનની બહાર પોતાની કાર પાસે હતી ત્યારે ધડાકો થયો, તેમાં તે મૃત્યુ પામી.'

'આપણે ઓળખતા હોઈએ એવા બીજા કોઈને કંઈ થયું છે?' અરબાઝે મૃદુ સ્વરે પૂછ્યું.

'ચંદર લાખોટિયાનું મોત થયું છે,' મુરલીએ કહ્યું. 'તેની ઑફિસ ઝવેરી બજારમાં છે. બપોરે જમ્યા બાદ તે પોતાની ઑફિસ તરફ જઈ રહ્યો હતો ત્યારે ધડાકો થયો.'

સાદા સફેદ કૂરતા –પાયજામામાં તે સજ્જ હતો અને એક શાલ તેના ખભા પર નાખેલી હતી, ઘણા દિવસો થઈ ગયા તેણે હજામત નહોતી કરી, તેર દિવસમાં અરવિંદ તેર વર્ષ મોટો થઈ ગયો હોય એવું લાગતું હતું. અભિલાષા તેની બાજુમાં ઊભી હતી, ધડાકા બાદ ઝવેરી બજારમાંની દુકાનની બારીના ઊડેલા કાચનો ઘા હજી પણ તેના ચહેરા પર હતો. તે જડ જેવી દેખાતી હતી અને ગમે ત્યારે ઢળી પડશે એવું લાગતું હતું.

અંતિમ વિધિ પહેલા શબને નવડાવવાનો સામાન્ય રિવાજ હતો. પોતાના પુત્રનો દેહ જોઈને અભિલાષા સાવ ભાંગી પડી હતી. તેને હળવેકથી પકડી ને અરવિંદ વિનિતથી દૂર લઈ ગયો હતો. દરેક પિતાની ઈચ્છા હોય છે કે તેનો દીકરો તેની ચિતાને અગ્નિ આપે, પણ ઈશ્વરે આ ચોક્કસ પિતા માટે આ બાબત ઉલટાવી નાખી હતી, પિતાએ આજે પુત્રની ચિતાને અગ્નિદાહ

આપવાનો હતો. બંને અંતિમવિધિઓ બૉમ્બેમાં જ પાર પાડવામાં આવી હતી.

શકુંતલા પોતાની કારમાં પ્રવેશવાની જ હતી ત્યાં નજીકની એક કારમાં રાખેલો બૉમ્બ ફાટ્યો હતો. બૉમ્બવાળી કારમાંથી ઉડેલા પતરાથી તેનું માથું ચીરાઈ ગયું હતું. ઘટનાસ્થળે જ તેનું મોત થયું હતું અને તેનો મૃતદેહ શોધવામાં મુશ્કેલી પડી નહોતી.

વિનિતના મૃતદેહની પરિસ્થિતિ તો સાવ અલગ હતી. તેનું આખું શરીર ક્યારેય મળ્યું નહોતું. જે કંઈ મળ્યું તે જોડીને ડૉક્ટર આપી દીધું હતું. તેનું માથું ધડથી સાવ છૂટું પડી ગયું હતું. અરવિંદ અને વિનયને સ્ટૉક એક્સ્ચેન્જના ટ્રેડિંગ ફ્લૉર પર કલાકોની શોધ બાદ તેનાં અંશ મળ્યાં હતાં.

બૉમ્બેના સ્મશાનમાં પ્રવેશતાં પહેલા, શકુંતલા અને વિનિતના મૃતદેહ, માથું ઉત્તર દિશામાં રહે એ રીતે મુકવામાં આવ્યા. બંનેના માથા પર ચંદનનો લેપ લગાડવામાં આવ્યો હતો અને ફૂલની તથા તુલસીના મણકાની માળા પહેરાવવામાં આવી હતી. સૂકાં દર્ભથી તેમના દેહ પર ગંગાજળનો છંટકાવ કરવામાં આવ્યો હતો. શકુંતલા અને તેના પૌત્રની અંતિમયાત્રા પૂર્વે તેમના મોઢામાં તુલસીનું પાન મૂકવામાં આવ્યું હતું. અંતિમવિધિના ત્રણ દિવસ બાદ, અરવિંદ, અભિલાષા અને વિનયે અસ્થિ સંચયનની વિધિ કરી. તેમણે અસ્થિ અને રાખ માટીના ઘડાઓમાં ભર્યા અને તેમનું વિસર્જન કરવા હરિદ્વાર જવા નીકળ્યા.

તેરમા દિવસે, કલકત્તામાં પ્રાર્થના સભા રાખવામાં આવી હતી. શહેરના દરેક જાણીતા અને ઓછા જાણીતા લોકો તેમાં હાજર રહ્યા હતા. મંચ પર શકુંતલા અને વિનિતની બે મોટી તસવીરો મુકવામાં આવી હતી, તેની સામે ફૂલો પડ્યા હતા અને ધૂપસળી સળગી રહી હતી. અરવિંદ, અભિલાષા અને વિનય એક કતારમાં ઊભા હતા અને કતારબંધ આવી રહેલા લોકોને હાથ જોડી તેમની દિલગીરી સ્વીકારી રહ્યા હતા.

અચાનક જ, અરવિંદ થીજી ગયો.

'મેં બૉમ્બેમાં તમને મળવાનો પ્રયાસ કર્યો હતો, અરવિંદજી, પણ તમે ત્યારે હરિદ્વાર જવા નીકળી ગયા હતા,' અરવિંદના જોડાયેલા હાથ પોતાના હાથમાં લેતાં અરબાઝે કહ્યું. 'એક પિતા તરીકે હું કલકત્તા આવ્યો છું. એક પિતા તરીકે હું સમજી શકું છું કે, સંતાન ખોવાનું દુઃખ શું હોય છે. આપણી

વચ્ચે ધંધાની બાબતે જે પણ મતભેદ હોય એ એની જગ્યાએ છે, પણ દુઃખની આ ક્ષણે હું તમારી પડખે છું.'

મૂક સંમતિમાં માથું ધુણાવતા અરવિંદની આંખો ઊભરાઈ આવી અને આંસું ગાલ પરથી વહેવા લાગ્યા. તેનો મૃત પુત્ર પોતાની મનગમતી પંક્તિઓ ગણગણતો હોય એવું તેને લાગ્યુ:

ઝડપથી ભાગતા દિવસ સાથે આપણે
આટલા બધા બિનજરૂરી ભય અને દુઃખ સાથે શા માટે વર્તીએ છીએ?
રોકાઈ જવું એ તેના સ્વભાવમાં જ નથી
આજનો દિવસ એ હંમેશા વીતી ગયેલી કાલ જ છે.

અરવિંદ અને અભિલાષા તેમની હંમેશ મુજબની રીત પ્રમાણે પલંગ પર પડ્યા હતા – બંને પલંગના એક –એક છેડે હતા અને તેમના મોઢાં એકમેકથી વિરુદ્ધ દિશામાં હતા. આ હંમેશા આવું જ હતું. બે વ્યક્તિઓ એક જ ઓરડામાં રહેતી હોય, એનાથી વધુ કંઈ જ નહીં.

અભિલાષાનો તકિયો આંસુઓથી ભીનો થઈ ગયો હતો. તેને વિનિત યાદ આવી રહ્યો હતો. તેને પકડવો, ભેટવું, પ્રેમથી બચી કરવી અને તેનું ધ્યાન રાખવું – આ બધું તેને યાદ આવી રહ્યું હતું. વિનય જીવતો હોવા છતાં તેને વિનયની યાદ આવતી હતી. પોતાના જોડિયા ભાઈના મોતે તેના પર પણ ઊંડી અસર કરી હતી અને આને કારણે હવે તે પહેલા જેવો રહ્યો નહોતો. તેને જોયદીપની પણ યાદ આવી, એકમાત્ર પુરુષ જે તેને ખરો પ્રેમ કરતો હતો અને તેની દરકાર રાખતો હતો. તેને શકુંતલાની પણ યાદ આવી ગઈ, અરવિંદ જ્યારે અભિલાષાની અવગણની કરી રહ્યો હતો ત્યારે શકુંતલાએ તેને હૂંફ અને આધાર આપ્યા હતા.

પોતાના ખભા પર કોઈનો હાથ તેણે અનુભવ્યો. તેણે માથું જરાક ફેરવ્યું અને તેને અરવિંદનો ચહેરો દેખાયો. તે પોતાની કોણી પર ઝૂકેલો હતો અને તેનો બીજો હાથ અભિલાષાના ખભા પર હતો. તેની સામે આવવા માટે અભિલાષાએ પડખું ફેરવ્યું. તેમણે એક પણ શબ્દ બોલ્યા વિના એકમેકને આલિંગન આપ્યું. અરવિંદે અભિલાષાને ગાઢ આલિંગનમા લીધી અને તેનાં આંસું વહેવા દીધાં.

'તારી સાથે મેં જે પ્રકારનું વર્તન કર્યું છે, એ માટે આય એમ સોરી, અભિલાષા,' તેને પોતાની નજીક પકડી રાખતાં, અરવિંદે ધીમેથી તેના કાનમાં કહ્યું. 'મને મારા દીકરાની બહુ યાદ આવે છે. મને મારી મા પણ યાદ આવે છે. ઈશ્વર મને આ રીતે શા માટે સજા આપી રહ્યો છે?'

અરવિંદના આલિંગનમાં અભિલાષા પોતાને સુરક્ષિત મહેસૂસ કરી રહી હતી. તેનું હળવા ડૂસકાં ભરવાનું ચાલુ જ હતું પણ આમ થવાથી તેનો વિષાદ ધોવાઈ રહ્યો હતો. એ પછીની આખી રાત અરવિંદ અને અભિલાષાએ એકમેકને આલિંગનમાં પકડી રાખ્યા હતા. *હું તને ફરીવાર ક્યારેય નિરાશ નહીં કરૂં*, અરવિંદે મનોમન વિચાર્યું. *હું તને ફરીવાર ક્યારેય દુઃખી નહીં કરૂં.*

એકાદ-બે કલાક બાદ, વિનય અંદર આવ્યો. તેના પિતાએ ભાર મૂકીને કહ્યું હતું કે, તે અમેરિકા જાય અને પોતાના અભ્યાસને આગળ વધારે. પણ એ પોતાના પિતાને કઈ રીતે સમજાવે કે તેનો એક હિસ્સો કોઈએ કાપી નાખ્યો હોય એવી લાગણી તેને થતી હતી. વિનિત વિના કશું જ પહેલા જેવું નહીં હોય એ વિનય જાણતો હતો. બંને ભાઈઓએ બધું જ સાથે કર્યું હતું – પછી એ કૉલેજમાં એકબીજા માટે નિબંધ લખવાનું હોય કે ગર્લફ્રેન્ડને લગતી મુશ્કેલીમાં એકબીજાની મદદ કરવાની હોય.

અરવિંદ પલંગમાંથી ઊભો થયો અને પોતે ઑફિસમાંથી લઈ આવ્યો હતો એ પેપરવેઈટ ઉપાડ્યું. વિનયના હાથમાં તે આપતાં તેણે કહ્યું, 'આ તારી સાથે રાખજે. તારી દાદીએ આ મને આપ્યું હતું અને હવે હું એ તને આપું છું.'

વિનયે તાસક આકારનું એ પેપરવેઈટ પોતાના પિતાના હાથમાંથી લીધું અને અરવિંદને પગે લાગવા નીચે નમ્યો. અરવિંદે પોતાના એકમાત્ર હયાત દીકરાને છાતીસરસો ચાંપ્યો અને તેના આંસુનો બંધ તૂટી ગયો.

વિનય પોતાના માતા-પિતાની બાજુમાં સૂઈ ગયો અને તેમને દ્રઢપણે વળગી પડ્યો, તે મનોમન પ્રાર્થના કરી રહ્યો હતો કે વિનિતના જવાથી તેના અંદર સર્જાયેલી ખાલીપાની લાગણી દૂર થાય.

અરવિંદ પોતાના સ્ટડી રૂમના ટેબલ પર બેઠો. ત્યાં રહેલું એક નાનકડું ટીવી તેણે ચાલુ કર્યું અને સીએનએન ચેનલ લગાડી, પણ મ્યૂટ પર રાખી. ગયા વર્ષે જ, સેટેલાઈટ ટેલિવિઝનનું ભારતમાં આગમન થયું હતું. પાંચ નવી ચેનલો –

સ્ટાર ટીવી, ઝી, ઈએસપીએન, સીએનએન અને એમ ટીવી – હવે ભારતીયો માટે તેમના કેબલ ઑપરેટર્સ દ્વારા ઉપલબ્ધ હતી, કેબલ ઓપરેટરોએ ઘરોની વચ્ચેથી પસાર થતાં કેબલ્સના તાણાવાણાનું ઝાળું રચી નાખ્યું હતું, અરવિંદે ટેલિવિઝનની અવગણના કરી, તેનું ધ્યાન તો પોતાના ટેબલ પર જ હતું. તેણે એ કવર વધુ એક વાર જોયું. આ કવર પર કોઈનું નામ નહોતું કે ન તો વળતું સરનામું હતું.

એ પછી તેણે એ કવરમાંના ફોટોગ્રાફ્સ તરફ જોયું. કોઈ પ્રોફેશનલ વ્યક્તિએ શૂટ કરેલા બ્લૅક એન્ડ વ્હાઈટ ફોટાં તેમાં હતાં. બેંગાલ ટ્રાન્સપોર્ટ શબ્દો ધરાવતી બસની સામે ઊભો રહી અરવિંદ કોઈ બીજી વ્યક્તિને નોટનું બંડલ આપી રહ્યો હોવાનું તેમાં દેખાતું હતું.

તેના ટેબલ પરનો ફોન રણક્યો.

'મિ. અરવિંદ બગડિયા?' ફોનના સામા છેડા પરના અવાજે પૂછપરછના સ્વરમાં કહ્યું, એ અવાજ દબાયેલો લાગતો હતો, જાણે કોઈ ફોનના માઉથપીસ પર રૂમાલ રાખીને વાત કરી રહ્યું હોય એવો એ અવાજ હતો.

'હા?' અરવિંદે જવાબ આપ્યો.

'આશા રાખું છું કે તમે ફોટાં જોયાં હશે?' અવાજે પૂછ્યું. 'તને જોઈતા હોય તો હજી વધુ પુરાવા પણ હું આપી શકું છું.'

'તું કોણ છે?' અરવિંદે પૂછ્યું. 'અને શેના પુરાવા?'

'હું કોણ છું એ મહત્ત્વનું નથી,' અવાજે જવાબ આપ્યો. 'તારા મિત્ર, મિ. જોયદીપ ચક્રબોર્તીની હત્યા કરાવવાનું ષડયંત્ર તેં જ ઘડ્યું હતું એ વાસ્તવિક્તા પરથી પરદો હટાવે એવા આ પુરાવા છે.'

'શું? તું મજાક કરી રહ્યો છે!' અરવિંદ ફોનમાં બરાડ્યો.

ક્લિક. ફોન કરનારે ફોન મૂકી દીધો હતો.

ફોનની પહેલી ઘંટડી રણકતાં જ અરવિંદે ફોન ઉપાડ્યો.

'હેલો?' તેણે કહ્યું.

'અબુ સાલેમ પાસેથી માત્ર હથિયાર સ્વીકારવા બદ્દલ સંજય દત્તની ધરપકડ કરાઈ છે,' અવાજે કહ્યું. 'હત્યાનું ષડયંત્ર ઘડવા માટે તને કેટલા વર્ષની સજા થઈ શકે? એ વિશે હું વિચારી રહ્યો હતો.'

'હરામી!' અરવિંદે ઘાંટો પાડ્યો. 'તું બહુ મોટો ડરપોક છે. સામે કેમ આવતો નથી? તું મને મળ એટલે હું તને હંમેશ માટે સીધોદોર કરી નાખીશ!'

'ટ્ચ, ટ્ચ. આટલો બધો ગુસ્સો,' અવાજે કહ્યું. 'સ્વાસ્થ્ય માટે ગુસ્સો સારી બાબત નથી, મિ.બગડિયા. જરા વ્યાજબી બનો. તેં તારા ઈંડાંની ભૂરજી બનાવી નાખી છે. હવે એમાંથી પાછા ઈંડાં થઈ જાય એવી અપેક્ષા રાખવી તદ્દન ગેરવ્યાજબી છે.'

'તારા જેવા માણસ સાથે હું કોઈ વહેવાર કરતો નથી,' અરવિંદે કહ્યું.

ક્લિક. ફોન કરનારે ફોન મૂકી દીધો હતો.

ફોન ફરી વાર રણક્યો. અરવિંદ જાણતો હતો કે આ એ જ અવાજ હશે. તેણે ફોન ઊંપાડ્યો.

'હેલો?' તેણે પૂછ્યું.

'તું ઈચ્છતો હોય કે હું આ ફોટાં તારી પત્નીને મોકલું, તો હું એ પણ કરી શકું છું,' અવાજે કહ્યું. 'તેના પ્રેમીને તેં મરાવી નાખ્યો એ જાણીને તે હચમચી જશે.'

'મેં જોયદીપની હત્યા કરાવી નથી,' અરવિંદે કહ્યું. 'મારા કેટલાંક વિદેશી મહેમાનો કલકત્તા આવ્યા હતા અને હું જે રોકડ આપી રહ્યો છું તે આ બસને ભાડા પર લેવા માટેની રકમ છે. બેંગાલ ટ્રાન્સપોર્ટની બીજી કોઈ બસથી મારા મિત્ર જોયદીપનો અકસ્માત થવાનો છે, એની જાણ મને અગાઉથી કઈ રીતે હોઈ શકે?'

'તારી વાત મને સ્પર્શી ગઈ,' અવાજે કહ્યું. 'પણ આ ફોટાં જોતી વખતે કોઈને ય તેં કહ્યું છે એવું નહીં લાગે. વળી, પશ્ચિમ બંગાલના સૌથી ભ્રષ્ટ પોલીસ કર્મચારી કલ્યાણ સરકાર સાથે તારૂં જોડાણ પણ છે. '

'મેં તેનો ઉપયોગ ફક્ત જોયદીપનો પીછો કરવા કર્યો હતો,' અરવિંદ ફોનમાં થૂંકતો હોય એ રીતે બોલ્યો. 'તેની હત્યા કરવા માટે નહીં!'

અરવિંદનો અવાજ હવે થોડો કૂણો પડ્યો. 'મારા પર છેલ્લા થોડા દિવસમાં ઘણું વીત્યું છે,' અરવિંદે કહ્યું. 'મેં હમણાં જ મારો પુત્ર અને માતાને ગુમાવી છે. પ્લીઝ...'

'એ બદલ હું શોક વ્યક્ત કરું છું, પણ ધંધો એ ધંધો છે.'

'તને શું જોઈએ છે?' અરવિંદે નરમાશપૂર્વક પૂછ્યું.

સત્પાલ મિત્તલે ફોન મૂક્યો કે તરત જ વિજય રાવે તેની તરફ જોયું.

'હાલમાં જ જેનો પુત્ર અને માતા મૃત્યુ પામી હોય એવા માણસ સાથે આવું કરવું એ દુઃખદ બાબત છે,' મિ. રાવે કહ્યું. 'કમનસીબે, મિ. બગડિયાએ મને જે સોનાની ખાણ વેંચી હતી તે નકામી હતી. તેણે મારી સાથે દગો કર્યો હતો.'

અન્ય બે જણે માથું ધુણાવ્યું. ઘનશ્યામ દાસ અને રામ લાલ ખૈતાનને પણ અરવિંદ પર બદલો લેવાની ચળ ઉપડી હતી, કેમ કે તેમને એક એવા મૂડીરોકાણમાં ફસાવવામાં આવ્યા હતા, જેમાં અંતે તો એક બળદગાડાથી વિશેષ તેમને કશું જ મળ્યું નહોતું.

'તને ખાતરી છે કે આ કીમિયો કામ કરી જશે?' રાવે પૂછ્યું.

'બ્રેઈડ ઈન્વેસ્મેન્ટ્સના શૅરના ભાવ ઉપર લઈ જવા માટે જે નાણાંનો ઉપયોગ થયો હતો એ મોરિશિયસમાંની ગુપ્ત કંપનીઓના એક નેટવર્કે પૂરાં પાડ્યાં હતાં,' સત્યપાલે કહ્યું. 'ઈન્કમ ટેક્સ ખાતાને આ બાબતની ગંધ આવે એ અરવિંદ બગડિયાને પાલવે એમ નથી.'

'કેટલી કંપનીઓ છે?' રાવે પૂછ્યું.

'કુલ 108 કંપનીઓ છે,' સત્યપાલે જવાબ આપ્યો. 'આ કંપનીઓનાં નામ શિવનાં – મહેશ્વર, શ્રીકાંત, શંભુ, પરમેશ્વર, મહાદેવ જેવાં જુદાં-જુદાં નામ પરથી પાડવામાં આવ્યાં છે.'

'આપણે તેની ફરિયાદ સીધેસીધી સત્તાવાળાઓને શા માટે નથી કરી દેતા?' ઘનશ્યામ દાસે પૂછ્યું.

'એનાથી આપણને શો ફાયદો?' સત્યપાલે પૂછ્યું. 'તેને બ્લૅકમેલ કરી મોરિશિયસમાંની એ કંપનીઓના શૅર્સ આપણા તાબામાં લેવાથી અરવિંદ તો ભાંગી પડશે પણ સાથે જ આપણે માલામાલ થઈ જઈશું.'

વિજય રાવ, ઘનશ્યામ દાસ અને રામ લાલ ખૈતાન હસી પડ્યા. સત્યપાલ મિત્તલને પોતાની તરફેણમાં કરીને તેમણે માસ્ટરસ્ટ્રોક ફટકાર્યો હતો. આ કામ સદીની મહાનતમ શોધ જેવું હતું. આ બૉલીવૂડના નવા અભિનેતા

શાહરુખ ખાન જેવું હતું, જે *બાઝીગર* અને *ડર* જેવી બે ફિલ્મોને કારણે રાતોરાત સુપરસ્ટાર બની ગયો હતો.

'તો એ નક્કી રહ્યું,' રાવે કહ્યું. 'બગડિયા પાસેથી આપણને જે કંઈ પણ મળશે તેના ભાગ આ પ્રમાણ પડશેઃ ત્રીજા ભાગનો હિસ્સો મારો, એક હિસ્સો સત્યપાલનો અને એક હિસ્સમાંથી મિ. દાસ અને મિ. ખૈતાન અડધું અડધું વહેંચી લેશે.' બધાએ હકારમાં ડોકાં હલાવ્યાં.

'મિ. સત્યપાલ મિત્તલ, મારી જાણકારી મુજબ તમે શુદ્ધ શાકાહારી છો, પણ તમારૂં વર્તન એવી વ્યક્તિ જેવું છે જેણે લોહી ચાખી લીધું હોય,' ઘનશ્યામ દાસે રમૂજમાં કહ્યું.

સત્યપાલે મોટું સ્મિત કર્યું. 'મારી જાણકારી મુજબ, મૅકડૉનાલ્ડ્સ, અમેરિકન બર્ગર જાયન્ટે હાલમાં જ જાહેરાત કરી છે કે, તેઓ ભારતમાં પ્રવેશવાના છે. તમે જાણો છો ભારતમાં તેમનો ભાગીદાર કોણ છે?'

'કોણ?' ઘનશ્યામ દાસે પૂછ્યું.

'અમિત જટિયા નામનો એક માણસ,' સત્યપાલે કહ્યું. 'તે પહેલી વાર જાપાનમાંના મૅકડૉનાલ્ડ્સમાં પ્રવેશ્યો ત્યારે તેની ઉંમર હતી ચૌદ વર્ષ. ત્યાં એ માત્ર મિલ્કશેક જ લઈ શકે એમ હતો કેમ કે તે શાકાહારી હતો. મારો કહેવાનો અર્થ સમજાયો?'

વિકલ્પો વિશે વિચાર કરતાં જ અરવિંદને તેના પગ નીચેની ધરતી ખસી રહી હોવાનો અનુભવ થયો. આશરે 1,627 કિલોમીટર દૂર, ધરતી ખરેખર ખસી ગઈ હતી. મહારાષ્ટ્રના મરાઠવાડા ક્ષેત્રમાં, લાતુર અને ઓસ્માનાબાદ જિલ્લામાં મહાભયંકર ધરતીકંપે 10,000 લોકોના જીવ લઈ લીધા હતા.

અરવિંદે વિકલ્પો વિશે વિચાર કર્યો, જો તેણે ફોન કરનારને સહકાર ન આપ્યો તો પોતે બસ ડ્રાઈવરને પૈસા આપી રહ્યો છે, એ ફોટાં અભિલાષા સુધી પહોંચી જશે. જોયદીપ સાથેના તેના પ્રેમ પ્રકરણની વાત અરવિંદે ક્યારેય ઉખેડી નહોતી. ન તો અરવિંદે ક્યારેય પોતાના આવા સંબંધો અંગે ચર્ચા કરી હતી. તે આ બધું જ પોતાની યાદદાસ્તમાંથી ભૂંસી નાખવા માગતો હતો. તે માત્ર પોતાની પત્ની અને બચી ગયેલા એક દીકરાને પ્રેમ કરવા માગતો હતો. હવે તેમની વચ્ચે તે કોઈ પણ બાબતને આવવા દેવા માગતો નહોતો.

પોતે આ બાબતે જક્કી વલણ અપનાવે તો એવી પણ શક્યતા હતી કે મોરિશિયસમાંની તેની શિવનાં નામ ધરાવતી કંપનીઓની માહિતી છતી કરી દેવાય. આને કારણે એન્ફોર્સમેન્ટ ડિરેક્ટોરેટ તરફથી તવાઈ આવી શકે છે.

અજાણ્યા શખ્સ સાથે ફોન પર થયેલી વાતચીતને યાદ કરી કરવાનો પ્રયાસ અરવિંદે કરી જોયો. એવી કોઈ બાબત તેના ધ્યાન પર આવી રહી નહોતી, જેના પર તે આંગળી મૂકી શકે. એ માણસ કંઈક બોલ્યો હતો? એ શું હતું તે યાદ કરવાનો તેણે મગજ પર જોર આપ્યું.

ટ્ચ, ટ્ચ. આટલો બધો ગુસ્સો... તમારા સ્વાસ્થ્ય માટે ગુસ્સો સારો નથી, મિ.બગડિયા. જરાક વ્યાજબી બનો. તમે તમારા ઈંડાંની ભૂરજી બનાવી નાખી છે. હવે એમાંથી પાછા ઈંડાં થઈ જાય એવી અપેક્ષા રાખવી તદ્દન ગેરવ્યાજબી છે.

એક એવા માણસને અરવિંદ જાણતો હતો, જેને ઈંડાની ભૂરજીનું રૂપક આપી વાત કરવાનું ગમતું હતું.

સત્યપાલ મિત્તલ.

સત્યપાલ મિત્તલ પોતાના ઘરમાં પ્રવેશ્યો ત્યાં જ પ્રવેશદ્વારની જમણી તરફ જમીન પર પડેલા એક બૉક્સ પર તેની નજર પડી.

નવી જ રિલીઝ થયેલી ફિલ્મ *દિલવાલે દુલ્હનિયા લે જાએંગે* જોવા તે પોતાની પત્ની સાથે ગયો હતો. ત્યાંથી તેની પત્ની સાંજના ભોજન માટે પીયર ગઈ હતી અને સત્યપાલ ઘરે આવવા નીકળ્યો હતો.

સત્યપાલે બૉક્સ તરફ જોયું. એ પ્લાયવુડનું હતું અને બે ફૂટથી થોડું વધુ પહોળું હતું. તેના પર જાડી ટિપના માર્કરથી એક લૅબલ પર સત્યપાલનું નામ અને ઘરનું સરનામું લખીને ચોંટાડવામાં આવ્યું હતું.

'આ કોણ લઈ આવ્યું?' તેણે નોકરને પૂછ્યું.

'એક ડિલિવરી મેન લઈ આવ્યો હતો, સાહેબ,' નોકરે કહ્યું. 'તેણે કહ્યું કે તમે આની રાહ જોઈ રહ્યા છો અને તમને એ બરાબર મળે એવી તકેદારી રાખવા મને કહ્યું હતું.'

'એ બૉક્સ લિવિંગ રૂમમાં લઈ આવ,' સત્યપાલે નોકરને કહ્યું. નોકરે તેને અપાયેલા હુકમ પ્રમાણે કર્યું અને સોફા સામેના કૉફી ટેબલ પર બૉક્સ મુક્યું.

રસોડામાંના ચાકુનો ઉપયોગ કરી સત્યપાલે એ બૉક્સનું ઢાંકણું ખોલી નાખ્યું. અંદર સૌથી ઉપર સફેદ થર્મોકોલનું જાડું પડ હતું.

તેણે થર્મોકોલ દૂર હટાવ્યું અને તેની નીચે શું છે એના પર હજી તો તેની નજર મંડાય ત્યાં જ દરવાજાની ઘંટડી રણકી.

'તમે જ મિ. સત્યપાલ મિત્તલ છો?' સુપ્રિન્ટેન્ડન્ટ ઑફ પોલીસ, કલ્યાણ સરકારે પૂછ્યું.

'હા, હું જ છું,' સત્યપાલે જવાબ આપ્યો, તેના કપાળ પરનો પરસેવો ચળકી રહ્યો હતો. દરવાજા પર પોલીસવાળા આવ્યા છે એવી જાણકારી નોકરે આપી ત્યારે તેણે બૉક્સને ઉતાવળે સોફાની નીચે સરકાવી દીધું, જેથી પહેલી નજરે તેના પર કોઈનું ધ્યાન ન જાય.

કલ્યાણ સરકારે સત્યપાલ મિત્તલ તરફ શંકાશીલ નજરે જોયું. પોલીસ કૉન્સ્ટેબલથી હેડ કૉન્સ્ટેબલ અને ત્યાંથી આસિસ્ટન્ટ પોલીસ સબ-ઈન્સ્પેક્ટર સુધીની બઢતી સાથેની તેની કારકિર્દી અદભુત હતી. પોલીસ સબ-ઈન્સ્પેક્ટર, ઈન્સ્પેક્ટર, આસિસ્ટન્ટ સુપ્રિન્ટેન્ડન્ટ ઑફ પોલીસ અને, છેવટે, સુપ્રિન્ટેન્ડન્ટ ઑફ પોલીસ બનવા વચ્ચેનો સમયગાળો બહુ ટૂંકો હતો.

'અમારી પાસે તમારા ઘરની જડતી લેવાનું વૉરન્ટ છે,' ભૂંડ જેમ ઉકરડાને ફેંદી નાખે એ રીતે આખા ઘરને વેરવિખેર કરી નાખવાના વિચાર માત્રથી આનંદમાં આવી ગયેલા કલ્યાણ સરકારે કહ્યું. તેણે સત્યાપલ મિત્તલના હાથમાં સર્ચ વૉરન્ટ પકડાવ્યું અને ચપટી વગાડી. દસ પોલીસ કર્મચારીઓ અંદર ધસી આવ્યા અને ઘરના જુદા-જુદા ખૂણામાં ફેલાઈ ગયા.

'તમે નર્વસ હો આવું લાગે છે મિ. મિત્તલ,' કલ્યાણ સરકારે કહ્યું. 'તમારા કપાળ પર પરસેવો છે. બધું બરાબર છે ને? તમને પ્લેગનો વાયરસ તો નથી વળગ્યો ને? તમને ખબર જ હશે ગયા વર્ષે બ્યુબૉનિક પ્લેગે 693 લોકોના ભોગ લીધા છે, ખબર છે ને તમને?'

'મને પ્લેગ-બ્લેગ કંઈ નથી,' સત્યપાલે કહ્યું. 'હું થાકી ગયો છું, મારે થોડી વાર બેસવાની જરૂર છે.' એ તરત જ સોફા પર બેસી ગયો, તે મનોમન પ્રાર્થના કરી રહ્યો હતો કે સોફા નીચેનું બૉક્સ પોલીસોના ધ્યાનમાં ન આવે તો સારૂં.

'હા,' સરકારે કહ્યું. 'હું પણ સાવ ગમાર જેવો છું, તમને પ્લૅગ ક્યાથી લાગવાનો હતો.'

'કેમ?' સત્યપાલે પૂછ્યું.

'કેમ કે આ બીમારી તો માત્ર ઉંદરડા ફેલાવે છે,' સરકારે કહ્યું.

'તમને આ કોણે આપ્યું?' બૉક્સમાંની એકે-47 મશીન ગન તરફ જોતાં સરકારે પૂછ્યું.

'મને આના વિશે કશું જ ખબર નથી,' સત્યપાલે કહ્યું. 'હું ઘરે આવ્યો અને મારા નોકરે કહ્યું કે એક ડિલિવરી મેન મારી ગેરહાજરીમાં મારા માટે આ બૉક્સ આપી ગયો છે.'

'નોકરને બોલાવો,' પોતાના એક માણસને આદેશ આપતાં સરકારે કહ્યું.

'આ બૉક્સ કોણ લાવ્યું એ તેં જોયું હતું?' નોકરને તેની સામે હાજર કરાતાં જ સરકારે પૂછ્યું.

'ના, સાહેબ,' નોકરે કહ્યું. 'મને લાગ્યું કે સત્યપાલ સાહેબ આ બૉક્સ પોતાની સાથે જ અહીં લઈ આવ્યા હશે.'

'તું ખોટું શા માટે બોલી રહ્યો છે?' સત્યપાલ બરાડ્યો. 'થોડી વાર પહેલા તો તેં મને સ્પષ્ટપણે કહ્યું કે કોઈ માણસ આ ડિલિવર કરી ગયો હતો!'

'મારી ભૂલ થઈ ગઈ સાહેબ,' નોકરે કહ્યું. 'હું ખોટું બોલતો નથી. પોલીસને કઈ વાત કરવાની છે એની મને જાણ નહોતી. સાચી વાત એ છે કે કોઈ ડિલિવરી મેન આવ્યો નહોતો. ગઈ કાલે રાત્રે મેં તમારા બેડરૂમમાં આ બૉક્સ જોયું હતું અને મેં ધારી લીધું કે તમે તમારી સાથે એ લઈ આવ્યા હશો.'

'તમારી ધરપકડ કરવા સિવાય મારી પાસે બીજો કોઈ વિકલ્પ નથી, મિ. મિત્તલ,' સરકારે કહ્યું, આ વાક્ય બોલતી વખતે તેના હોઠ પર સ્મિત ફરકી રહ્યું હતું.

'મને ફસાવવામાં આવી રહ્યો છે,' સત્યપાલે કહ્યું. 'અને તમારી પ્રતિષ્ઠા જોતાં, આ કામમાં તમારો હાથ હશે, તો પણ મને આશ્ચર્ય નહીં થાય.'

'મારી લાયકાત કરતાં વધુ શ્રેય તમે મને આપી રહ્યા છો, મિ. મિત્તલ,' સરકારે કહ્યું. 'મને તો એટલી જ ખબર છે કે ગઈકાલે પુરુલિયા જિલ્લામાં એન્ટોનૉવ એન-26 એરક્રાફ્ટમાંથી કેટલાંક બિનસત્તાવાર હથિયારો ફેંકાયા હતા. મુખ્ય આરોપી – કિમ ડેવી- હાલ અમારી કસ્ટડીમાં છે. અમને એવી બાતમી મળી હતી કે આ હથિયારો તમારા માટે હતા. બૉમ્બેમાં સંજય દત્તની આવા જ આરોપ હેઠળ ધરપકડ કરાઈ હતી, તો પછી તમે ક્યાંથી બચી શકો?'

'પણ મને આ હથિયારોની જરૂર શા માટે પડે?' સત્યપાલે પૂછ્યું. 'હું એક સામાન્ય બિઝનેસ વ્યાવસાયિક છું.'

'દરેકને હથિયારની જરૂર હોય છે,' સરકારે કટાક્ષમાં કહ્યું.'શોલેના ઠાકુરને જ પૂછો ને. આમ, તો મને આ વાતચીતમાં મજા આવી રહી છે, પણ તેમ છતાં મારે તમને મારી સાથે આવવા કહેવું પડશે.'

'પણ હું નિર્દોષ છું,' સત્યપાલે દલીલ કરી.

'એવું જ હોય તો, થોડુંક દૂધ પી લો,' સરકારે કહ્યું.

'શું?' ગૂંચવાઈ ગયેલા સત્યપાલે પૂછ્યું.

'હજી ચાર અઠવાડિયા પહેલા જ આખો દેશ પાગલ થઈ ગયો હતો કે, ગણપતિની મૂર્તિઓ દૂધ પી રહી છે. એ ચમત્કાર હતો! અને અમારી જેલમાંથી બહાર નીકવા માટે તમને પણ કોઈક ચમત્કારની જ જરૂર પડવાની છે.'

અરવિંદે હૈદરાબાદ માટે વહેલી સવારની ફ્લાઈટ લીધી હતી. અધ્યાપિકા જ્યોતિ દક્ષિણના રાજ્યોમાં આવેલા આશ્રમોની મુલાકાતે હતાં અને તેમને મળવાનો આ એકમાત્ર રસ્તો હતો. થોડાક દિવસ પહેલા તેને મળેલા ફૉર્બ્સ મેગેઝિનનાં પાનાં તે ઉથલાવી રહ્યો હતો. વિશ્વના અબજોપતિઓની વાર્ષિક યાદી તેમાં બહાર પાડવામાં આવી હતી. તેને એ નોંધીને આનંદ થયો કે હવે આ યાદીમાં બે ભારતીયોનાં નામ હતાં – આદિત્ય બિરલા અને ધીરુભાઈ અંબાણી. *આ યાદીમાં મારૂં નામ ક્યારે આવશે?* તેણે પોતાની જાતને સવાલ કર્યો, આ ક્ષણે તે બીજું બધું ભૂલી ગયો હતો.

સીટ પૉકેટમાંના *ટાઈમ્સ ઑફ ઈન્ડિયા* તરફ તેણે ધ્યાન આપ્યું નહીં, જેમાં જેઆરડી તાતાના અવસાનના સમાચાર હતા. જેઆરડીનું નામ ક્યારેય ફૉર્બ્સની યાદીમાં આવ્યું નહોતું કેમ કે તાતા કંપનીઓના શૅર્સ તાતા સન્સ પાસે

હતા, જેની માલિકી મોટા ભાગે ચેરિટેબલ ટ્રસ્ટ્સ પાસે હતી. ફોર્બ્સની યાદીમાં પોતાનું નામ આવે એ પ્રયાસ નિરર્થક હોવાનું જેઆરડીને કદાચ લાગ્યું હશે.

સફેદ શમિયાણામાં,, સફેદ વસ્ત્રધારીઓના દરિયાની ટોચે અધ્યાપિકા જ્યોતિ બેઠાં હતાં. જીવન પ્રકાશ હવે ભારતના દરેક ખૂણેખાંચરે પહોંચી ગયું હતું. તેની વૈશ્વિક હાજરીનો પગપેસારો પણ વધ્યો હતો અને 103 દેશોથી હવે તેનો ફેલાવો 114 દેશોમાં થયો હતો.

અરવિંદ અને વિનયને અધ્યાપિકાના તંબુમાં દોરી જવાયા. તેઓ એક બેઠક પર પલાંઠી વાળીને બેઠાં હતાં. અરવિંદે તરત જ તેમના ચરણસ્પર્શ કર્યા. તેમણે તેના માથા હળવેકથી હાથ મૂકી આશીર્વાદ આપ્યા. પછી તેમણે વિનયને પણ આશીર્વાદ આપ્યા. તેમની બેઠક નજીક જમીન પર બાપ-દીકરો બેઠા. અધ્યાપિકાએ સ્મિત કર્યું.

'કેમ છે, બચ્ચા?' તેમણે અરવિંદને પૂછ્યું.

'બૉમ્બધડાકામાં મેં મારી માતા અને દીકરાને ગુમાવ્યાં. હવે મેં મારો વિશ્વાસુ સાથી ગુમાવ્યો છે, સત્યપાલ,' આંખમાં ઉભરાઈ આવેલા આંસુ સાથે અરવિંદે કહ્યું.

'પણ તારી પાસે હજી તારી પત્ની છે જે તને હજી પણ બહુ જ પ્રેમ કરે છે,' અધ્યાપિકા જ્યોતિએ મૃદુતાપૂર્વક કહ્યું. *મારી પત્ની, જે મારા સૌથી સારા મિત્ર સાથે આડો સંબંધ ધરાવતી હતી, એ મિત્ર પણ હવે મરી ચૂક્યો છે,* અરવિંદે વિચાર્યું.

'અને તારો આ દીકરો, જે તારા પ્રેમ માટે તત્પર છે,' વિનય તરફ પોતાની દષ્ટિ ફેરવતાં અધ્યાપિકા જ્યોતિએ કહ્યું.

'પણ મને આટલો ખાલીપો શા માટે વર્તાય છે?' અરવિંદે પૂછ્યું. 'મને જીવન પ્રકાશ વિશે સૌપ્રથમ જણાવનારો સત્યપાલ જ હતો. અને હવે એ મારા કારણે જેલમાં છે.'

'ગયેલા સમયને સોનું આપીને પણ પાછો લાવી શકાતો નથી, દીકરા,' અધ્યાપિકાએ કહ્યું. 'તારા જીવનમાં પણ એ તબક્કો ક્યારેક ને ક્યારેક આવશે, જ્યારે તું સોના પાછળ દોડવાનું છોડી દઈશ. એ દિવસ તારા બધા જ સવાલોના જવાબ તારી સામે આવીને ઊભા રહી જશે.'

અલિશાની હથેળીઓમાં પરસેવો વળી રહ્યો હતો અને તેનું દિલ ધમણની જેમ ધબકી રહ્યું હતું. સ્ટેનફોર્ડમાં એ મૂવ-ઈન ડે હતો, આ પૂર્વેના ત્રણ મહિના તેણે આ દિવસની કલ્પના કરવામાં વીતાવ્યા હતા, પણ આ ખરેખરી ક્ષણ માટે તેણે કરેલી બધી જ તૈયારીઓ અપૂરતી થઈ પડી હતી.

બૉમ્બેમાં, અરબાઝનું વર્તન દિલ ભાંગી ગયેલા ગલૂડિયા જેવું હતું, પોતાની નાનકડી રાજકુંવરી પોતાનાથી દૂર જવાની છે એ વિચાર આવતાં જ તેની આંખમાં આસુંનું પૂર ઉમટી આવતું. 'હું તને દરરોજ ફોન કરીશ,' તેણે કહ્યું. 'બરાબર ખાજે-પીજે, છોકરાઓને દૂર રાખજે. મોડી રાત સુધી જાગતી નહીં. સંભાળીને રહેજે...'

યાદી અંતવિહોણી હતી. પોતાના પિતાને આલિંગન આપવાથી તેમની ચિંતાનો પ્રવાહ રોકાઈ જતો હોવાનું લાગતું, અલિશાને પણ આવું કરવું યોગ્ય લાગતું હતું. તે જઈ રહી હતી એ દિવસે, એરપોર્ટ પર, અરબાઝે તેને એક નાનું બૉક્સ આપ્યું. 'આ શું છે?' તેણે પૂછ્યું.

'એમાં તાંબાનું એક કડું છે,' અરબાઝે કહ્યું. 'મારા રક્ષણ માટે મારી અમ્મીએ આ મને આપ્યું હતું. તને પણ હું એ જ કારણથી આ કડું આપી રહ્યો છું.' અલિશાએ બૉક્સ ખોલ્યું અને અંદર જોયું. કડું હાલમાં જ પોલીશ કરાયું હતું. તેના પર અલિશાને સમજાતી નહોતી એવી કોઈ ભાષામાં કશું ક કોતરેલું હતું.

તેણે પોતાના પિતાની આસપાસ પોતાના હાથ વીંટાળ્યા, તેને વળગી પડી અને કાનમાં ગણગણી, 'હું સ્ટેનફોર્ડ જઈ રહી છું, પણ હું તમારી નાનકડી દીકરી જ છું અને હંમેશા રહીશ.'

બૉમ્બેથી સિંગાપોર અને ત્યાંથી લૉસ એન્જલસ સુધીની મુસાફરી દરમિયાન અલિશાએ પરોમિતા સાથે ખપ પૂરતી જ વાત કરી હતી. લૉસ એન્જલસથી પાંચ કલાકની માર્ગ મુસાફરી દરમિયાન પણ તે એટલી જ શાંત હતી. પરોમિતાએ પોતાની દીકરીને બોલતી કરવાનો પ્રયાસ કરી જોયો હતો, પણ તે જાણે કે થીજી ગઈ હતી.

તેઓ રોબેલ હૉલ પહોંચ્યા ત્યારે અલિશા થોડી પીગળી. ત્યાં બધે જ વિદ્યાર્થીઓ હતા, કોઈકના હાથમાં પતાકડાં હતાં તો કોઈક ગાંડાની જેમ હૉર્ન વગાડી રહ્યા હતા. અલિશાની નર્વસનેસ ઓગળવા માંડી હતી. ત્યાં બધા જ મદદરૂપ જણાતા હતા. કેટલાક વિદ્યાર્થીઓએ તો સામાન ઉપાડવામાં પણ તેમની મદદ કરી. એક વિદ્યાર્થીએ તેનું નામ પૂછ્યું, જેથી જોરથી વાગી રહેલા ઈનર સર્કલના હિટ ગીત *'સ્વેટ-અ-લા-લા-લા-લા-લૉન્ગ'* સાથે ડીજે તેના નામની જાહેરાત કરી શકે.

અલિશા અને પરોમિતા રોબેલ હૉલની ભૂલભૂલામણીમાંથી પસાર થઈ રહ્યાં હતાં. ગળામાં વિડિયો કેમેરા લટકાવેલો એક મૈત્રીસભર ભારતીય છોકરો અચાનક જ તેમની તરફ આવ્યો, 'આર યુ અલિશા?' તેણે પૂછ્યું.

અલિશાએ માથું ધુણાવ્યું. 'ધેટ્સ મી.'

'હાઈ અલિશા, હું તારો આરએ છું,' તેણે કહ્યું.

'આરએ?' અલિશાએ પૂછ્યું.

'રૅસિડન્ટ આસિસ્ટન્ટ,' તેણે સમજાવ્યું. 'હું અહીં દરેક બાબતમાં તારી મદદ કરવા માટે છું. તારો રૂમ, સામાન, અહીં સેટલ થવા માટે, ડોરમેટરીના નિયમો.... કંઈ પણ હોય હું તારી મદદ કરીશ! ફૉલો મી.'

એલિવેટરથી એક માળ ઉપર ગયા બાદ અને દાદરથી ચડીને બીજા માળે પહોંચ્યા બાદ, તેમને એક રૂમમાં દોરી જવાયાં. એમાં સામાન હતો, ઢગલાબંધ સામાન. ચાર છોકરીઓને જેટલા સામાનની જરૂર પડે એટલો. એકમેક સાથે પરિચય બાદ છોકરીઓ વાતચીતમાં એ રીતે પરોવાઈ ગઈ જાણે એકબીજાને દાયકાઓથી ન જાણતી હોય.

પરોમિતા સમજી ગઈ કે દીકરીને અલવિદા કહેવાનો સમય આવી ગયો છે. તેણે પોતાના આસું છૂપાવવાનો પ્રયાસ કરી જોયો પણ એ અશક્ય હતું. તે રોબલ લૉનમાં પહોંચી, જ્યાં અનેક માતા-પિતા તેના જેવી જ લાગણી સામે ઝઝૂમી રહ્યા હતા. તેણે અલિશાને ગાઢ આલિંગન આપ્યું અને તેના કાનમાં ગણગણી, 'આઈ લવ યુ, સ્વીટહાર્ટ, હું તને દર અઠવાડિયે ફોન કરીશ.'

તેણે જવા માટે પીઠ ફેરવી પણ અલિશા થોડી વધુ વાર પોતાની માતાને વળગી રહેવા માગતી હતી.

પરોમિતાની કાર ઉપડી કે તરત જ અલિશા પોતાના રૂમ તરફ જવા નીકળી. 'પહેલા દિવસે લાગણીઓનું તોફાન સર્જવાનું જ,' પ્રવેશદ્વાર પાસે તેના આરએએ કહ્યું.

અલિશાએ સ્મિત કર્યું, 'મદદ માટે થૅન્ક્સ. પણ હું તને શું કહીને બોલાવું? આરએ?'

તે હસી પડ્યો. 'હું બીજા વર્ષનો વિદ્યાર્થી છું. મારૂં નામ છે વિનય બગડિયા,' તેણે કહ્યું.

શિક્ષણની નવી શૈલી સાથે ગોઠવાવાનું અલિશાને શરૂઆતમાં મુશ્કેલીભર્યું લાગ્યું હતું. કેટલાં ક્લાસીસ લેવા એ બાબતને લઈને પણ તે મૂંઝવણમાં હતી. વિનયે તેની મદદ કરી હતી. 'ક્લાસીસ, કામનો બોજો અને તારી અન્ય જવાબદારી પર તેનો આધાર છે. ક્લાસીસ શરૂ થાય ત્યાં સુધી તારે રાહ જોવી જોઈએ અને શક્ય હોય એટલા વધુ ક્લાસીસ તારે એટેન્ડ કરવા જોઈએ. આ કવાયતના પહેલા અઠવાડિયાનો અંત આવે ત્યાં સુધીમાં તું કહી શકીશ કે કયા ક્લાસીસનું કૉમ્બિનેશન તારા માટે બૅસ્ટ છે. ક્લાસીસના પહેલા દિવસના અંતે તારે ઓછીમાં ઓછા બાર યુનિટ્સ માટે સાઈન-અપ કરવાની જરૂર રહેશે, પણ ક્લાસીસ ઉમેરવાની-દૂર કરવાની ખરી ડેડલાઈન તો ત્રણ અઠવાડિયા બાદની છે.'

અંતે અલિશાએ ચાર મુખ્ય શૈક્ષણિક ક્લાસીસ – ગણિત, સ્પૅનિશ, રસાયણશાસ્ત્ર અને ઈતિહાસ – પર પસંદગીનો કળશ ઢોળ્યો હતો. તેને વધુ ક્લાસીસ લેવાનું ગમ્યું હોત પણ પહેલા ક્વાર્ટરના નવા વિદ્યાર્થીને વીસ યુનિટ્સ કરતાં વધુ લેવાની પરવાનગી સ્ટૅનફૉર્ડ આપતું નહોતું. 'સ્ટૅનફૉર્ડ અને કૉલેજ લાઈફ સાથે એડજસ્ટ થવું એ જ ત્રણ યુનિટ કૉર્સની બરાબરીનું છે,' અલિશાના એકેડેમિક એડવાઈઝિંગ ડિરેક્ટરે તેને કહ્યું હતું.

અલિશાએ તેમની વાત અમલમાં મૂકી હતી.

સિલિકોન વૅલીના ઉત્તર-પશ્ચિમ ભાગના સુંદર 8,180 એકરના કૅમ્પસમાં સ્ટૅનફૉર્ડ પથરાયેલું હતું.અલિશાની સ્થિતિ રમકડાંની દુકાનમાં આવી ગયેલી નાનકડી બાળકી જેવી હતી, તેને બધું જ ગમતું હતું અને બધું જ લેવું હતું. તેણે મેઈન ક્વાડ અને મેમોરિયલ ચર્ચની મુલાકાત લીધી; પછી કૅન્ટૉર સૅન્ટર ફૉર વિઝ્યુઅલ આર્ટ્સ, સ્ટૅનફૉર્ડ મોઝલિયમ ચર્ચ, એ પછી એન્જલ ઑફ ગ્રીફ; તો એક અન્ય પ્રસંગે હૂવર ટાવર, રોડિન સ્કલ્પ્ચર ગાર્ડન અને પપુઆ ન્યૂ ગિની સ્કલ્પચર ગાર્ડન... જોવા પહોંચી ગઈ હતી. વર્ષો વિતાવ્યા બાદ પણ બધું જ જોઈ લેવાય એવું શક્ય નહોતું.

ત્રીજા અઠવાડિયે અલિશા એરિઝોના કેક્ટસ ગાર્ડનમાં હતી, સ્ટૅનફૉર્ડના કૅમ્પસમાં જ 30,000-સ્કવૅઅર-ફૂટનું આ બૉટનિકલ ગાર્ડન હતું, અહીં તેને એક પરિચિત ચહેરો દેખાયો.

'હાઈ ધેર,' વિનયે કહ્યું. તેણે મરુન રંગનું સ્ટેનફૉર્ડ ટી શર્ટ અને પ્લેઈડ શૉર્ટ્સ પહેર્યા હતા. તેના ચહેરા પર કાળા ઓક્લે સનગ્લાસીસ હતા. હાથે સીવેલાં ટિમ્બરલૅન્ડ શૂઝ તેણે પગમાં પહેર્યા હતા.

'હાઈ,' અલિશાએ જવાબ આપ્યો. 'તું અહીં શું કરે છે?'

'ઓહ, એ તો ભૂતાનનો મારો રૂમમેટ,' વિનયે કહ્યું. 'એને રોપા-છોડવાઓમાં રસ છે – ખાસ કરીને થોર અને કાંટાદાર વનસ્પતિઓમાં. હું તો હરવા-ફરવાના ઈરાદાથી તેની સાથે આવ્યો છું.'

પોતાની ડાયરીમાં નોંધ ટપકાવી રહેલા ભૂતાની યુવાન તરફ અલિશાએ જોયું. 'આ તો ખરેખર ગંભીર હોય એવું લાગે છે,' તેણે કહ્યું. 'શું નામ છે એનું?'

'કર્મા ત્શેરિંગ,' વિનયે જવાબ આપ્યો. 'અને હા એ બહુ જ ગંભીર છે.'

'એ શું કરે છે?''

'બૉટની, કેમિસ્ટ્રી, મેથમેટિક્સ, હિસ્ટ્રી, ભાષાઓ.... યાદી ખાસ્સી લાંબી છે. અને આ બધામાં જ તે હોંશિયાર છે. પણ મને લાગે છે કે એના વિશે બહુ થયું. આઈસ્ક્રીમ ખાવા વિશે તારો શો ઈરાદો છે?'

રૅકેટબૉલ કોર્ટના એક છેડેથી બીજા છેડે વિનય પાગલની જેમ દોડી રહ્યો હતો. તેની શ્વાસ લેવાની ગતિ ઝડપી થઈ ગઈ હતી. તેનું હૃદય પૂર્ણ ક્ષમતાએ કામ કરી રહ્યું હતું. તેણે પોતાની પૂરી તાકાતથી બૉલને ફટકાર્યો, આ વળતા પ્રહારે બૉલને કૉંક્રિટની દીવાલ તરફ તોપના સણસણતા ગોળાની જેમ મોકલી આપ્યો..

'ડૂડ, તું બૉલને મારી નાખવાના પ્રયાસમાં છે?' પોતાના તરફ આવતો બૉલ જરાક માટે લાગતાં રહી ગયો એ જોતાં કર્માએ કહ્યું. એ બૉલ તોપના ગોળા જેવી ગતિએ આવ્યો હતો.

'તારી વાત સાચી છે,' દીવાલને ટકરાઈને બૉલ પોતાની તરફ આવી રહ્યો હતો ત્યારે વિનયે કહ્યું. તેણે વધુ એક જોરદાર ફટકો માર્યો અને આ વખતે પણ બૉલ દીવાલ પર અફડાયો. 'મારે શાંત થવાની જરૂર છે.'

કર્મા ગૂંચવાઈ ગયો. તેણે પોતાના મિત્રને આટલો જોમમાં ક્યારેય જોયો નહોતો. તેણે પોતાનું રૅકેટ પૂર્ણ તાકાતથી ફેરવ્યું અને બૉલ વિનયની નજીકથી ગોળીની જેમ નીકળીને સામેની દીવાલ સાથે ટકરાયો. તેણે વિનય સામે

જોઈને વિજયી સ્મિત કર્યું. પણ વિનય આટલી આસાનીથી હાર માનવાનો નહોતો. તેણે રેકેટ પરની પકડને ઓર મજબૂત કરી અને વધુ એક વાર બૉલને ફટકાર્યો, કોર્ટમાં બૉલ નિરંકુશ પાગલની જેમ અહીં તહીં અફડાયો. કર્માએ તેના તરફ ધ્યાન ન આપ્યું અને બરાડ્યો, 'ગેમ!'

શ્વાસ લેવા માટે વિનય વાંકો વળ્યો. 'આટલું જલ્દી?'

'મને ચિંતા થાય છે કે, તું જો રમતો રહ્યો તો આજે સામેની આ કૉંક્રિટની દીવાલના સો વર્ષ પૂરાં થઈ જશે,' કર્માએ કહ્યું. 'શું ચાલી રહ્યું છે?'

'મને લાગે છે કે, હું પ્રેમમાં છું,' વિનયે કહ્યું. 'અને મને એ વાતની ખાતરી નથી કે એ પણ મને પસંદ કરે છે કે નહીં. અને આ વિચાર મને પાગલ કરી મૂકશે એવું લાગે છે!'

સ્ટૅનફૉર્ડ ખાતે અલિશાનું ફ્રેશમેન વર્ષ વીજળીવેગે પસાર થઈ ગયું. વિશ્વના વિવિધ ભાગોમાંથી આવેલા અનેક તેજસ્વી વક્તાઓ, કલાકારો અને વિદ્વાનોને સાંભળવાની તક તેને મળી હતી; તેણે કેપેલા કૉન્સર્ટમાં ગાયું હતું; સ્ટૅનફૉર્ડ બાસ્કેટબોલ ટીમને ચીયર કર્યું હતું, તથા કેન્ટૉર આર્ટ્સ સૅન્ટર ખાતે શરૂ થયેલા નવા એક્ઝિબિટના ઉદઘાટનમાં પણ હાજર રહી હતી. આ બધી જ પ્રવૃત્તિઓમાં કોઈ એક બાબત એકધારી હોય તો એ હતો એક યુવાન, તેનું નામ હતું વિનય બગડિયા.

એક દિવસ તેઓ બપોરના ભોજન માટે એન્સ કૉફી શૉપમાં ગયા હતા, 1946થી આ સ્થળ સાંતા ક્રૂઝ એવેન્યુના મેન્લો પાર્કમાં હતું. જો કે, ત્યારથી આજ સુધી આ રેસ્ટોરાંમાં ખાસ કંઈ બદલાવ આવ્યો નહોતો. તેઓ હજી પણ પૅનકૅકની મૂળ રૅસિપીનો જ ઉપયોગ કરતા અને અહીંના મિલ્કશૅક હજી પણ વખણાતા. ત્યાંથી આ જોડી *ફોર વેડિંગ એન્ડ અ ફ્યુનરલ* જોવા ગઈ હતી.

'મને હ્યુ ગ્રાન્ટ બહુ જ ગમે છે,' સિનેમા હૉલના અંધકારમાંથી તેઓ બહાર આવી રહ્યાં હતાં ત્યારે અલિશાએ કહ્યું.

'કાશ હું પણ આવું એન્ડી મૅકડૉવૅલ વિશે કહી શક્યો હોત,' વિનયે કહ્યું. 'તેના દાંત કેટલા મોટા છે.'

'મને ખબર નહોતી કે પુરુષોને દાંતમાં પણ રસ હોય છે,' અલિશાએ ટીખળ કરી, 'મને તો લાગતું હતું કે પુરુષોને સ્તનોનું વળગણ હોય છે.'

'ધારી લે કે હું તને કહું કે મને તારું વળગણ લાગ્યું છે તો?' વિનયે ગંભીરતાથી પૂછ્યું.

'મને તો લાગ્યું કે તને ટીવી પર આવતી છોકરીઓનું વળગણ છે,' અલિશાએ રમતિયાળપણે કહ્યું. 'મિસ યુનિવર્સ સુસ્મિતા સેન અને મિસ વર્લ્ડ ઐશ્વર્યા રાય. આ બંને શો તે શરૂઆતથી અંત સુધી જોયા હતા.'

'એ બંને તારી સરખામણીમાં ફીક્કી છે,' વિનયે અલિશાનો હાથ પકડતાં અને તેને પોતાની કાર તરફ દોરી જતાં કહ્યું.

અરવિંદે હિલ્ડા પાસે એક પત્ર તૈયાર કરાવડાવ્યો હતો. 'કાચું લખાણ મને દેખાડજે,' તેણે તાકીદ કરી. 'એમાં હું કેટલાક સુધારા-વધારા કરી લઉં એ પછી મારા લૅટરહેડ પર એની પ્રિન્ટ તું લઈ શકે છે.'

તેના ટેબલની બાજુના નાના ટેબલ પર વણવપરાયેલું પૅન્ટિયમ પીસી પડ્યું હતું. સપ્લાયરે તેમાં નેટસ્કૅપ નેવિગેટર અને સીસીઃમેઈલ નામના બે પ્રોગ્રામ ઈન્સ્ટોલ કર્યા હતા, જે અરવિંદને ઈન્ટરનેટ અને ઈમેલ નામની નવી ટેક્નોલૉજીનો ઉપયોગ કરવાની છૂટ આપતા હતા. આ મશીનનું જોડાણ એક મોડેમ અને ફોન લાઈન સાથે હતું, જે ઈન્ટરનેટનું કનેક્શન જોડતાં પહેલા અનેક મિનિટો સુધી તીણો અને કર્કશ અવાજ કરતું.

ના, થૅન્ક યુ. અરવિંદને હજી પણ કાગળ અને પેનનો સ્પર્શ ગમતો. હિલ્ડાએ તેની સામે પત્ર મૂક્યો કે તરત જ અરવિંદે તે ઉપાડી લીધો અને જોવા લાગ્યો.

16 મે 1996

શ્રી અટલ બિહારી વાજપેયી

ભારતના માનનીય વડા પ્રધાન

નવી દિલ્હી

માનનીય વડા પ્રધાન,

દેશની સર્વોચ્ચ સત્તા સંભાળવા બદલ મારા તરફથી અંતઃકરણપૂર્વકની શુભેચ્છાનો સ્વીકાર કરશો. મારા દિલમાં આજે આનંદ માતો નથી કેમ કે ભારતના લોકોએ પોતાનાં સપનાં, આકાંક્ષાઓ અને પ્રયાસોની પૂર્તિ માટે તમારી પસંદગી કરી છે.

હું નાનો બાળક હતો ત્યારે તમને કાશ્મીરમાં મળવાનું થયું હતું એ પછી કટોકટીના દિવસો દરમિયાન તમને સંઘર્ષ કરતા જોયા છે તથા એ પછીના વર્ષોમાં સિદ્ધિઓના શિખરે બિરાજેલા પણ જોયા છે. આ બધું જોતાં મને જરાય શંકા નથી કે રાષ્ટ્રએ સમજદારીપૂર્વક પસંદગી કરી છે.

તમારી અથવા દેશની સેવા માટે મારી જરૂર હોય તો નિઃસંકોચ મને યાદ કરી શકો છો.

સાદર,

આપનો વિશ્વાસુ,

અરવિંદ બગડિયા

તેણે જાડી-અણી ધરાવતી ફાઉન્ટન પેનથી પત્ર પર સહી કરી અને હિલ્ડાને પાછો આપ્યો અને એ પછી ફૉર્બ્સનો તાજો અંક હાથમાં લીધો. અબજોપતિઓની ફૉર્બ્સની યાદીમાં ચાર ભારતીયોનો સમાવેશ થતો હતોઃ કુમાર મંગલમ બિરલા, મુકેશ અંબાણી, અનિલ અંબાણી અને સ્ટીલ જાયન્ટ લક્ષ્મી મિત્તલ. *ચિંતા ન કર, તારો સમય નજીકમાં જ છે,* અંદરના અવાજે અરવિંદને કહ્યું.

'સરકાર પડી ગઈ છે,' યશે કહ્યું. 'તેર દિવસમાં જ સરકારનું પતન થયું.'

યશ ધર અરવિંદની ઑફિસમાં હતો. પ્યૂને બે કપ ચા અને બિસ્કિટની નાની ચાંદીની તાસક બંને જણની વચ્ચે મૂકી.

'અફસોસ,' અરવિંદે કહ્યું. 'તેઓ સારા વડા પ્રધાન સાબિત થયા હોત. હવે શું લાગે છે?'

'એચ.ડી. દેવે ગોવડા વડા પ્રધાન બને એવી શક્યતા છે,' યશે કહ્યું. 'આમાં એવું છે ને કે, અમે કૉંગ્રેસવાળા તો નિર્વિવાદપણે હારી ગયા છીએ, પણ અન્ય કોઈ પાર્ટી નિર્વિવાદપણે જીતી પણ નથી. અને અમારી આસપાસનો દરેક પક્ષ પોતપોતાની સમસ્યાઓ સામે લડી રહ્યો છે. બિહારનું મોટું માથું, લાલુ પ્રસાદ યાદવ, એકાએક ચારા કૌભાંડમાં સપડાઈ ગયા છે. તું માની શકે છે? બીજું કંઈ નહીં ને, ઘાસચારો!'

'આગમાં વધુ ચારો ઉમેરવા જેવું છે,' અરવિદે નિરીક્ષણ કર્યું. 'સંયુક્ત મોરચાની ગઠબંધન સરકાર બહુ લાંબું ખેંચે આવું લાગતું નથી. તેમને

કૉંગ્રેસના ટેકાની જરૂર છે. દેવે ગોવડાએ ચરણ સિંહ અને ચંદ્રશેખર પાસેથી શીખવું જોઈએ. આ બંને કિસ્સાઓમાં કૉંગ્રેસે જ અકાળે પગ તળેથી જાજમ ખેંચી કાઢી હતી.'

યશ હસી પડ્યો. 'સાચી વાત છે. અમારી પાર્ટી આવું કરવા માટે કુખ્યાત છે. સાચું કહું તો, વડા પ્રધાનનાં માત્ર નામ બદલાય છે. રાજકારણ બદલાતું નથી.'

'જો શિવસેના બૉમ્બેનું નામ બદલીને મુંબઈ કરી શકતી હોય અને ડીએમકે મદ્રાસનું ચેન્નઈ કરી શકતી હોય, તો વડા પ્રધાનના નામમાં ફેરબદલમાં આશ્ચર્ય શેનું?' ચાનો ઘૂંટડો ભરતાં અરવિંદે કહ્યું.

અરવિંદના ટેબલ પરનો ફોન રણક્યો, 'યસ, હિલ્ડા?' તેણે કહ્યું. 'ભલે, લાઈન આપ.'

'હા, ડાર્લિંગ, હું પહોંચી જઈશ,' તેણે અભિલાષાને કહ્યું. 'કેટલા વાગ્યે? સાડા પાંચ? બરાબર.'

યશે સ્મિત કર્યું. 'હું જોઈ રહ્યો છું કે આજકાલ તું કહ્યાગરો કંથ બની રહ્યો છે.'

'તને ખબર હોવી જોઈએ,' અરવિંદે કહ્યું. 'મારી જાણ મુજબ, લોકસભામાં તારી હાજરીનો રેકૉર્ડ બહુ જોરદાર છે.'

'લગ્નને લોકસભામાં હાજરીનો સાથે શો સંબંધ?' વધુ એક બિસ્કિટ ઉપાડવાના વિચાર સાથે રમી રહેલા યશે પૂછ્યું.

'કહેવાય છે કે, પુરુષ પરણેલો હોય તો જ સંસદમાં તેની હાજરી નિયમિત હોય છે!'

'તારા કૉંગ્રેસી સાથીનું કેવું ચાલી રહ્યું છે?' અરવિંદે પૂછ્યું.

'તારા કહેવાનો અર્થ છે અરબાઝ?' યશે પૂછ્યું. 'શૅરબજારના અખાડામાં તે એને ભોંયભેગો કરી દીધો હતો.'

'શરૂઆત તેણે કરી હતી,' અરવિંદે કહ્યું. 'મારા શૅર્સ તે શૉર્ટ સેલ કરવા માગતો હતો.'

'પણ કુરબાનીવાળી પ્રકરણમાં તેં એને મૂરખ બનાવ્યો હતો,' યશે દલીલ કરી.

'એ પછી તેણે મારા પર ઈન્કમ ટેક્સના દરોડા પડાવ્યા હતા,' અરવિંદે સામી દલીલ કરી. 'એ ઓછું હોય તેમ, તેણે પેલા નીચ ચંદર લાખોટિયાએ આપેલા બનાવટી દસ્તાવેજોના આધારે, આલ્બર્ટ મિલ્સની જમીન તફડાવી લીધી હતી.'

'તમારા બંને વચ્ચેની જેવા-સાથે-તેવાની આ રમત ક્યારે પૂરી થવાની છે?' યશે પૂછ્યું. 'મેં મહારાષ્ટ્રના મુખ્ય પ્રધાનને ગુસ્સે કર્યા હતા ત્યારથી હું અરબાઝને ઓળખું છું. એ મારો મિત્ર બની ગયો. હું તને પણ મારો મિત્ર ગણું છું....'

'... અને આપણા એવિએશન સોદામાં બિઝનેસ પાર્ટનર,' અરવિંદે તેને યાદ દેવડાવ્યું.

'બરાબર,' યશે કહ્યું. 'તને નથી લાગતું કે, ગઈગુજરી ભૂલાવી દઈ તમે બંને સાથે આવી જાવ એ સમય આવી ગયો છે? કલ્પના તો કર, તમે બંને જો સાથે કામ કરો તો તમે કેવી કમાલ કરી શકશો? એ સ્થિતિ જાદુથી જરાય ઓછી નહીં હોય!'

'તું જે કહી રહ્યો છે, એ અટલ બિહારી વાજપેયી અને સોનિયા ગાંધીને એક જ પક્ષ માટે ચૂંટણી લડવા કહેવા જેવું છે,' અરવિંદે કહ્યું. હજી થોડા દિવસ પહેલા જ, સોનિયા ગાંધીએ, પોતાના પતિ જ્યાં માર્યા ગયા હતા, એ શ્રીપેરામ્બદુર ખાતે પ્રથમ રાજકીય ભાષણ આપ્યું હતું. 'આમ પણ, અરબાઝ મારી પ્રેમિકા ખૂંચવી ગયો છે.'

'અરબાઝે તેને ખૂંચવી નથી,' યશે કહ્યું. 'પરોમિતા બૉમ્બે- સૉરી મુંબઈ- શિફ્ટ થઈ અને ત્યાં એ બંનેનો ભેટો થયો. એને ખબર નહોતી કે પરોમિતાએ "અરવિંદ બગડિયા" લખેલું ટેગ પહેર્યું હતું!'

'મને એ જરાય ગમતો નથી,' દલીલ માટેનો દારૂગોળો ગુમાવી રહેલા અરવિંદે કહ્યું.

'એ તારી માતા અને દીકરાની પ્રાર્થનાસભામાં આવ્યો હતો,' યશે કહ્યું. 'એ તારા તરફ દોસ્તીનો હાથ લંબાવવા માગતો હતો. એ વિશે જરા વિચાર કર.'

'મારી પાસે એક આઈડિયા છે.' અરવિદે કહ્યું. 'એને હું મધર ટેરેસા ફૉર્મ્યુલા તરીકે ઓળખું છું.'

'એ શું છે?' યશે પૂછ્યું.

'સૌંદર્ય સ્પર્ધાઓમાં સ્પર્ધક યુવતીઓને પૂછવામાં આવે છે કે તેઓ કોને સૌથી વધુ પસંદ કરે છે, ત્યારે, મારી જાણકારી મુજબ, "મધર ટેરેસા", આ જવાબ આપવાનું આજકાલ ફેશનેબલ ગણાય છે,' અરવિંદે કહ્યું. *ઈશ્વર તેમના આત્માને શાંતિ આપે*, અરવિંદે વિચાર્યું. મધર ટેરેસાનું ગયા વર્ષે 1997માં અવસાન થયું હતું.

'તો?' યશે પૂછ્યું.

'એવા કોઈ ધંધામાં રોકાણ કરીએ, જે આજકાલ ફેશનેબલ હોય.'

'તેં ઈન્ટરનેટ વિશે સાંભળ્યું છે?' અરવિંદે પૂછ્યું.

'ચોક્કસ,' યશે કહ્યું. 'અખબારોમાં એને વિશે પાનાં ભરી ભરીને છપાય છે. કેટલાક યુવાનો એમાંથી તગડી કમાણી કરી રહ્યા હોય એવું લાગે છે.'

'આ એક પરપોટો છે,' અરવિંદે કહ્યું. 'એને બીજું કંઈ ગણવાની ભૂલ ન કરતો. 1637નું ટ્યુલિપ મૅનિયા હોય, 1720નું સાઉથ સી બબલ હોય, 1840ની રેલવે જનૂન હોય અથવા તો 1929ની મહા મંદી હોય... આ શ્રેણીમાંના વધુ એક પરપોટાથી વિશેષ આ કંઈ નથી.'

'અત્યારે શરૂ થયેલી અનેક ઈન્ટરનેટ કંપનીઓનું બિઝનેસ મૉડેલ મને તો સમજાતું નથી,' યશે કહ્યું. 'આમ પણ ટેક્નોલૉજીમાં મારી ચાંચ ક્યારેય ડૂબી નથી.'

'આ સમજવા માટે તારે ટેક્નોલૉજીને સમજવાની જરૂર જ નથી,' અરવિંદે કહ્યું. 'તારે માત્ર એટલું જ સમજવાની જરૂર છે કે, પરપોટો ફૂલે છે ત્યારે તેની અંદર શું થાય છે.'

'થોડો વધુ પ્રકાશ પાડ,' યશે કહ્યું.

'પરપોટો એ એક એવી અસાધારણ ઘટના છે, જ્યાં કોઈ ચોક્કસ પ્રકારની મિલકતનું ખરીદ-વેચાણ એવી પ્રાઈસ રેન્જમાં થાય છે, જે તેના અસલ મૂલ્યથી ખૂબ જ ઊંચું હોય છે,' અરવિંદે સમજાવ્યું.

'પણ આવું શા માટે થાય છે?' યશે પૂછ્યું.

'કેમ કે, તેનું મૂળ મૂલ્ય કેટલું છે એનો તાગ મેળવવાનું લગભગ અશક્ય બની જાય છે,' અરવિંદે જવાબ આપ્યો. 'પરપોટાની ઓળખ ભૂતકાળ પર નજર નાખવાથી થાય છે. ભાવમાં એકાએક ઘટાડો –કડાકો- અને એ

પછી તેજીનો ગાળો આવવો. મૂલ્યાંકન અને મૂલ્ય વચ્ચેની વિસંગતિને તમે આગોતરી પારખી લો એમાં જ તો આ પરિસ્થિતિની ખૂબી રહેલી છે.'

'તું ઈન્ટરનેટ સ્ટાર્ટ-અપ્સમાં રોકાણ કરવા માગે છે?' યશે પૂછ્યું.

'વેલ, હા,' અરવિંદે સાવચેતીપૂર્વક જવાબ આપ્યો. 'પણ આ રમત રમવા માટે મને ભાગીદારની જરૂર છે. તું આ બાબતે અરબાઝ સાથે વાત કેમ નથી કરતો?'

અરવિંદ અને અરબાઝ વચ્ચેની મીટિંગ વિચિત્ર હતી. યશે દિલ્હીમાં તેમની મુલાકાત માટે ગોઠવણ કરી હતી, જે તટસ્થ ક્ષેત્ર હતું. મુંબઈમાં મળવું અરવિંદને ન ગમ્યું હોય અને કોલકાતા અરબાઝને રુચ્યું ન હોત. ઓબેરોયની એક્સ્ક્લુઝિવ બિઝનેસ ક્લબ બેલ્વેડેરના એક ઓરડાની પસંદગી આ ખાનગી બેઠક માટે કરાઈ હતી.

'આ ક્ષણ પરિવર્તનની છે,' જાણે કોઈ કૉન્ફરન્સ-રૂમમાં ભાષણ આપી રહ્યો હોય એ અદામાં યશે જાહેર કર્યું. 'દેવે ગોવડા ગયા અને હવે ઈન્દર કુમાર ગુજરાલ આપણા દેશના નવા માનનીય વડા પ્રધાન છે. લક્ષણો એવા છે કે તેઓ એકાદ વર્ષ ટકશે, દેવે ગોવડાના નવ મહિનાના કાર્યકાળ કરતાં આ ગાળો લાંબો હશે.'

'અને તેઓ જો આનાથી વધુ ટકી ગયા, તો એનું કારણ એ હશે કે જાજમ ખેંચનારી કૉંગ્રેસ પાર્ટી ભરઊંઘમાં છે.' અરવિંદે રમૂજમાં કહ્યું.

અરબાઝ અને યશ પણ હસી પડ્યા કેમ કે અરવિંદનું નિરીક્ષણ સાચું હતું. સફેદ ગ્લવ્ઝ પહેરેલો વેઈટર ડ્રિન્ક્સ અને નાસ્તો ટેબલ પર મૂકીને સમજદારીપૂર્વક ત્યાંથી નીકળી ગયો

'તમારા બંને વચ્ચે કેટલાંક મતભેદો હતા,' યશે કહ્યું. 'મને પૂરેપૂરી ખાતરી છે કે તમે બંને તમારા મતભેદો અને સમસ્યાઓને કોરાણે મૂકી દેશો અને સાથે આવી જઈ એક ટીમ તરીકે કામ કરશો તો તમને કોઈ હરાવી નહીં શકે.'

'પારિવારિક ધંધામાં સાથે હોય એવા બે સગા ભાઈઓ પણ માંડ માંડ સાથે કામ કરતા હોય છે ત્યારે દિલના તળિયેથી એકબીજાને નફરત કરનારા બે અજાણ્યાઓને તું એકસાથે એક ટીમ તરીકે કામ કરવા કહી રહ્યો છે? તારું મગજ ચસકી ગયું લાગે છે!' અરબાઝે કહ્યું.

'તમારામાંના દરેકની જીત અને હારની ક્ષણો રહી છે,' યશે કહ્યું. 'હું જ્યાં સુધી સમજું છું, અરબાઝ મુંબઈમાં નોટો છાપવામાં વ્યસ્ત છે. અને તું, અરવિંદ, ભારતીય શૅર બજારોમાં સૌથી મોટો સંસ્થાકીય રોકાણકાર છે. અદભુત શક્તિ છે તમારા બંનેની!'

'અમારી જાહેરખબર કરવા બદલ આભાર,' ઉત્સાહમાં આવી ગયેલા યશને અધવચ્ચે રોકતાં અરવિંદે કહ્યું.

કટાક્ષ તરફ ધ્યાન ન આપતાં યશે એટલા જ ઠંડા કલેજે આગળ ચલાવ્યું. 'કુરબાનીવાળો સોદો અરવિંદની તરફેણમાં ગયો... 1-0. તેના જવાબમાં, ઈન્કમ ટેક્સના દરોડા પડ્યા... 1-1. એ પછી અરબાઝે આલ્બર્ટ મિલ્સનું રિડેવલપમેન્ટ કર્યું.. 1-2. પણ પછી શૅરબજારમાં અરવિંદે સાટું વાળ્યું... 2-2. તમને નથી લાગતું કે અત્યાર સુધીમાં ઘણું લોહી વહી ગયું છે?'

અરવિંદે તેને અટકાવ્યો. અરબાઝ તરફ ફરતા, તેણે કહ્યું, 'બૉમ્બધડાકામાં મેં મારા એક દીકરાને ગુમાવ્યો છે. હું જે કંઈ કરૂં છું એની ક્ષુલ્લકતા મેં જોઈ લીધી છે. આપણે સાથે મળીને બિઝનેસ કરીએ કે ન કરીએ, અને આપણે મિત્રો બની શકીએ કે નહીં, પણ આપણે હવે દુશ્મન બનીને ન રહેવું જોઈએ.'

'હું આ વાતના સમર્થનમાં છું.' અરબાઝે ડ્રિન્ક્સનો ગ્લાસ ઊંચો કરતા કહ્યું.

'તો ચાલો હવે ધંધાની વાત કરીએ,' યશે કહ્યું.

'બહુ સરળ છે,' અરવિંદે કહ્યું. 'સદંતર મૂરખ જેવા આઈડિયાઝને દુનિયાભરના રોકાણકારો માથા પર લઈને નાચી રહ્યા છે. બૂડૉટકૉમ નામની કંપની ઑનલાઈવ ફૅશન સ્ટૉર શરૂ કરવા માટે 188 મિલિયન ડોલર ખર્ચી રહી છે. આવા સ્ટૉર માટે તેમને ખરેખર 188 મિલિયન ડોલરની જરૂર છે? બીજી એક કંપની બૂક્સ-અ-મિલિયનના શૅરના ભાવ એક અઠવાડિયામાં એક હજાર ટકા જેટલા વધ્યા હોવાનું જોવા મળ્યું હતું! કેમ? કેમ કે તેમણે અપડેટેડ વેબસાઈટની જાહેરાત કરી.'

'નર્યું ગાંડપણ,' અરબાઝે કહ્યું.

'પેટ્સડૉટકૉમ નામની એક સાવ અજાણી કંપનીનું ધ્યેય રિટેલ ગ્રાહકોને પાળેલાં પ્રાણીઓ માટેની ચીજ- વસ્તુઓ વેચવાનું છે,' અરવિંદે વાતને આગળ વધારી. 'મર્સીના થૅન્કસગિવિંગ ડે પરેડ પર અને આગામી સુપર બૉલમાં એડવર્ટાઈઝમેન્ટમાં તેઓ લાખો ડોલર ખર્ચવાના છે. એવું લાગે છે કે

તેમની પાસે એટલા બધા પૈસા થઈ ગયા છે કે ગમે એમ કરીને તેને ફૂંકવાના રસ્તા શોધી રહ્યા છે.'

'તો તારા મગજમાં ચોક્કસ શું ચાલી રહ્યું છે?' અરબાઝે પૂછ્યું.

'તું અને હું બંને અહીં ભારતમાં ડૉટકૉમમાં રોકાણ કરશું,' અરવિંદે કહ્યું.

'આ છે તારી યોજના?' વિશ્વાસ ન બેસતો હોય એ રીતે અરબાઝે પૂછ્યું. 'ડૉટકૉમમાં રોકાણ?'

'એ તો યોજનાનો પાર્ટ વન છે,' અરવિંદે કહ્યું. 'પાર્ટ ટુ તો વધુ રસપ્રદ બને છે.'

'પાર્ટ ટુમાં શું થશે?' અરબાઝે પૂછ્યું.

'પેલી ઉક્તિ તો તેં સાંભળી જ હશે, હું તારા વખાણ કરૂં, તું મારા ગુણગાન ગા. મારી યોજના કંઈક આવી છે, *હું તારી કંપનીમાં રોકાણ કરીશ, તું મારી કંપનીમાં રોકાણ કરજે!*

સોમવારના *ઈકોનોમિક ટાઈમ્સ*ના પહેલા પાને આ સમાચાર છપાયા હતા.

બ્રેઈડ ઈન્વેસ્ટમેન્ટ્સે બાબાબોલોમાં ઈક્વિટી સ્ટેક લીધો

કોલકાતામાં મુખ્યાલય ધરાવતી બ્રેઈડ ઈન્વેસ્ટમેન્ટ્સે એક અપ્રગટ રકમનું રોકાણ બાબાબોલોમાં કર્યું છે. આ ભંડોળનો ઉપયોગ બાબાબોલો દ્વારા બીટુબી ક્ષેત્રે નવા નાવિન્યો સાથે પ્રયોગો કરવા માટે કરવામાં આવશે. બ્રેઈડ બાબાબોલોના બૉર્ડમાં સ્થાન નહીં લે. બિનસત્તાવાર સૂત્રોએ પુષ્ટિ કરી છે કે, બાબાબોલોમાંનું રોકાણ 1025 કરોડના એન્ટરપ્રાઈઝ મૂલ્યાંકન પર કરવામાં આવ્યું છે. 'બાબાબોલોએ અદભુત નવ પરિવર્તન લાવનાર તરીકે પોતાની જાતને પુરવાર કરી છે, તથા ટેક્નોલૉજીના સબળ ઉપયોગ દ્વારા તે બિઝનેસ-ટુ-બિઝનેસ ક્ષેત્રમાં એકત્રિત તકનું નિર્માણ કરી રહી છે,' એમ બ્રેઈડ ઈન્વેસ્ટમેન્ટ્સના ચેરમેન અને મેનેજિંગ ડિરેક્ટર અરવિંદ બગડિયાએ જણાવ્યું હતું. 'અમે આશા રાખીએ છીએ કે નાણાંના આગમનના આ નવા રાઉન્ડને કારણે બાબાબોલોને પોતાના ક્ષેત્રમાં અગ્રણી સ્થાનને વધુ દૃઢ કરશે.'

'હવે શું થશે?' ફોન પર અરબાઝે પૂછ્યું.

'મારી કંપની, બ્રેઈડ, બાબાબોલોને 200 કરોડ ટ્રાન્સફર કરવાની પ્રક્રિયામાં છે,' અરવિંદે કહ્યું. 'બાબાબોલો કંપની તારા દ્વારા સંચાલિત છે, આથી તું આ

રકમ યુનાઈટેડ ફેડરેશન બૅન્કમાં ફિક્સ્ડ ડિપોઝિટમાં મુકીશ. આ ડિપોઝિટને જામીન તરીકે રાખીને બૅન્ક તારી કંપની, ધંદા હૉલ્ડિંગ્સને નાણાં ઉપલબ્ધ કરાવશે. ધંદા આ નાણાંનો ઉપયોગ દેશવિદેશમાં રોકાણ કરવા માટે કરશે.'

ફાઈનાન્શિયલ એક્સ્પ્રેસે મંગળવારે અન્ય એક કંપની વિશેના સમાચાર પહેલા પાને છાપ્યા હતા.

દેશવિદેશે ફન્ડિંગમાં 200 કરોડ ઊભા કર્યા

મુંબઈના રોકાણ માંધાતા ધંદા હૉલ્ડિંગ્સે દેશવિદેશમાં પચીસ ટકાનો ઈક્વિટી સ્ટેક હસ્તગત કર્યો હતો. ફાઈનાન્શિયલ એક્સ્પ્રેસને જાણવા મળ્યું છે કે બેંગ્લોર સ્થિત દેશવિદેશે 800 કરોડના પ્રી-મની મૂલ્યાંકન પેટે 200 કરોડ નવા ફન્ડિંગ રૂપે ઊભા કર્યા છે. દેશવિદેશ કૅશ બ્રૅક-ઈવન પર બે વર્ષમાં પહોંચશે એવી આશા રખાય છે. તેના પેજ વ્યૂઝની સંખ્યા દર મહિને, 67 ટકાના દરે વધી રહી છે, આ પ્રમાણ આ ઈન્ડ્સ્ટ્રીમાંના સર્વોચ્ચમાંનું એક છે. દેશવિદેશના પ્રતિનિધિનું કહેવું છે કે, કંપની પોતાના પ્રૉપરાઈટરી ટ્રેડિંગ મંચ પર વધુ આંતરરાષ્ટ્રીય બિઝનેસ સ્થળાંતરિત કરવાના પોતાના ધ્યેયને પ્રાપ્ત કરવાના માર્ગ પર છે. રોકાણ અંગે વાત કરતા ધંદાના ચિફ ઈન્વેસ્ટમેન્ટ ઑફિસર, મુરલી ઐય્યરે જણાવ્યું હતું કે, 'દેશવિદેશ દ્વારા રજૂ કરવામાં આવેલી વિકાસની વિપુલ તકોથી અમે ઉત્સાહિત છીએ. અમે આશા રાખીએ છીએ કે અમારૂં મૂડીરોકાણ દેશવિદેશ માટે સકારાત્મક ઈબીઆઈડીટીએનો માર્ગ પ્રશસ્ત કરશે.'

'હવે શું?' અરબાઝે પૂછ્યું.

'મેં તને આપેલાં નાણાં હવે અસરકારક રીતે મારી પાસે પાછા આવશે કેમ કે દેશવિદેશમાં હું કન્ટ્રોલિંગ સ્ટેક ધરાવું છું, હવે આપણે બંને કંપનીઓને થયેલી આવક દેખાડવાની જરૂર પડશે.'

'કઈ રીતે?' અરબાઝે પૂછ્યું. 'બંનેમાંથી એક પણ કંપની કશું જ કામકાજ તો કરતી નથી!'

'વિવિધ સેવાઓ આપવા બદલ બાબાબોલોને તારે દેશવિદેશને બિલ મોકલવા કહેવાનું છે,' અરવિંદે કહ્યું. 'એ સેવાઓ બદ્દલ અમે તમને 100 કરોડ ચૂકવીશું.'

'પછી?' અરબાઝે પૂછ્યું.

'દેશવિદેશ એટલી જ રકમ માટેનું બિલ બાબાબોલોને મોકલશે,' અરવિંદે કહ્યું. 'બાબાબોલો આ રકમ પાછી ચૂકવી દેશે.'

'પણ આનો અર્થ તો એ થયો કે, ન તો કોઈને નફો થયો, ન કોઈને નુકસાન. બંને કંપનીઓ પાસે સો કરોડની આવક હશે અને સો કરોડનો ખર્ચ,' અરબાઝે કહ્યું.

'બરાબર છે, પણ બજાર બૉટમ-લાઈનને જોતી નથી, તેનું ધ્યાન તો માત્ર ટૉપ-લાઈન પર હોય છે,' અરવિંદે કહ્યું. 'આને વિન્ડો-ડ્રેસિંગ કહેવાય છે.'

'આ કંપનીઓનો કોઈ ઈતિહાસ નથી, આવકનું કોઈ સાધન નથી, ન તો તેમની પાસે કૌશલ્યસભર મેનેજમેન્ટ છે અને ન તો ભવિષ્યમાં ક્યારેય તેમની નફાકારક થવાની કોઈ શક્યતા હોય છે,' અરવિંદે કહ્યું. 'આમ છતાં બજાર ઊંધેકાંધ તેમના પ્રેમમાં છે.'

'બજારને તેમના પ્રેમમાં પાડવામાં તારો હાથ છે,' એક મહિના બાદ તેઓ બેંગ્લોરમાં ફરી વાર મળ્યા ત્યારે યશે કહ્યું, આ વખતે પણ તેઓ તટસ્થ સ્થળે જ મળ્યા હતા.

'મેં આમાંનું કંઈ જ કર્યું નથી,'અરવિંદે કબૂલ કર્યું. 'એક મોંઘીદાટ પીઆર એજન્સીની સેવાઓ આપણે લીધી છે, જેથી બહારની દુનિયા સુધી જતી દરેક માહિતીને યોગ્ય આકાર આપી શકાય. બીજો ભાગ હતો રૉબૉટ.'

'રૉબૉટ?' અરબાઝે પૂછ્યું.

'આઈઆઈટીના એક ગ્રેજ્યુએટને મેં નોકરીએ રાખ્યો હતો,' અરવિંદે કહ્યું. 'તેણે એક પ્રોગ્રામ બનાવ્યો હતો જે પોતાની મેળે જ વેબસાઈટ્સની મુલાકાત લે છે અને મહત્વની લિન્ક્સ પર વારંવાર ક્લિક કરે છે.'

'એનાથી શું મળવાનું છે?' યશે પૂછ્યું.

'ડૉટકૉમની કામગીરીના મૂલ્યાંકનનો એક મહત્વનો માપદંડ છે વિઝિટર સેશન્સ અને પેજવ્યુઝ,' અરવિંદે કહ્યું.

'એ શું છે?' અરબાઝે પૂછ્યું.

'સરળ શબ્દોમાં કહું તો, રોજબરોજ વેબસાઈટની મુલાકાત લેતા લોકોની સંખ્યા તથા તેઓ વેબસાઈટના કેટલા પેજીસ જુએ છે તેનો આંકડો,' અરવિંદે

સમજાવ્યું. 'બજારને એ વાસ્તવિક્તા બહુ જ ગમે છે કે આપણી વેબસાઈટ પરનો ટ્રાફિક ફ્રાટફ્રાટ થઈ રહ્યો છે.'

'હવે શું?' અરબાઝે સ્મિત કરતાં પૂછ્યું.

'પાર્ટ થ્રી,' અરવિંદે જવાબ આપ્યો. 'દેશવિદેશમાંનો ધંદાનો હિસ્સો 100 ટકાની મૂલ્યવૃદ્ધિએ બ્રેઈડ ખરીદી લેશે. બાબાબોલોમાં બ્રેઈડનો હિસ્સો ધંદા પાછો ખરીદી લેશે,એ પણ 100 ટકાની મૂલ્યવૃદ્ધિએ.'

'પણ આ તો સાવ વાહિયાત વાત છે,' અરબાઝે કહ્યું. 'આ હિસ્સાઓમાં 100 ટકા જેટલી મૂલ્યવૃદ્ધિ થાય એવું તો કશું જ થયું નથી.'

'ડૉટકૉમ મૂલ્યાંકનની દુનિયામાં આપનું સ્વાગત છે,' અરવિંદે કહ્યું.

બિઝનેસ સ્ટાન્ડર્ડે ગુરુવારના અંકના પહેલા પાના પર આ સમાચાર ચમકાવ્યા હતા.

દેશવિદેશનું મૂલ્યાંકન 1600 કરોડ જેટલું અંકાયું

મુંબઈના રોકાણ માંધાતા ધંદા હૉલ્ડિંગ્સે દેશવિદેશમાંના પોતાના ઈક્વિટી સ્ટેકમાંનો હિસ્સો હટાવી લીધો છે. બેંગ્લોર સ્થિત દેશવિદેશમાં ધંદાએ 800 કરોડના પ્રી-મની મૂલ્યાંકન પેટે 200 કરોડનું રોકાણ કર્યું હતું. આ નવા પરિવર્તનો સાથે સંકળાયેલા પક્ષોએ અહીં જાહેર કર્યું હતું કે, પોતાના પ્રવેશ મૂલ્ય પર બહુ ઊંચું એક્ઝિટ પ્રીમિયમ મેળવીને ધંદાની આ રોકાણમાંથી બહાર નીકળવાની પ્રક્રિયા વાટાઘાટોના અંતિમ તબક્કામાં છે. 'દેશવિદેશના આશ્ચર્યકારક બિઝનેસ મૉડેલ અંગે અમે હજી પણ એટલા જ ઉત્સાહિત છીએ, પણ અમને એ પણ સમજાય છે કે જાહેર ભરણા (ઈનિશિયલ પબ્લિક ઑફરિંગ) પહેલા કંપનીમાં વધારાનો નાણાં પ્રવાહ આવવા દેવાનો આ યોગ્ય સમય છે. દેશવિદેશમાં આર્થિક રીતે તથા વ્યૂહાત્મક રીતે રોકાણ કરી રાખવાનો ઈરાદો અમે ધરાવીએ છીએ, કેમ કે તેમની ઉત્તમ મેનેજમેન્ટ ટીમમાં અમને સંપૂર્ણ વિશ્વાસ છે.'

'હવે શું?' અરબાઝે પૂછ્યું.

'શૅરના વેચાણ માટેના પૈસા બ્રેઈડ પાસેથી ધંદાને મળશે,' અરવિંદે કહ્યું. 'એ નાણાંનો ઉપયોગ ધંદા દ્વારા બાબાબોલોમાંથી અમારા શૅર્સ ખરીદવા માટે થશે, આપણે વાત કરી રહ્યા છીએ ત્યારે મેં તને ફેક્સ મોકલ્યો છે. હિન્દુ

બિઝનેસલાઈનમાં એક દિવસ બાદ જે સમાચાર છપાવાના છે એ ફેક્સ પર છે.'

જબ્બર મૂલ્યાંકન સાથે બાબાબોલોમાંથી બ્રેઈડ બહાર પડે છે

કોલકાતામાં મુખ્યાલય ધરાવતી બ્રેઈડ ઈન્વેસ્ટમેન્ટ્સે અપ્રગટ રકમનું બાબાબોલોમાં રોકાણ કર્યું હતું. હવે અમને જાણવા મળ્યું છે કે 200 કરોડમાં તેમણે 19.5 ટકા સ્ટેક હસ્તગત કર્યો હતો. પોતાનું નામ ન જણાવવાની શરતે આંતરિક વર્તુળના સૂત્રોનું કહેવું છે કે, બ્રેઈડે આ સ્ટેકમાંનો સારો એવો હિસ્સો 400 કરોડના મૂલ્યાંકને વેચી નાખવાનો નિર્ણય લીધો છે. આ રોકાણનો સમયગાળો બે મહિના કરતાં ઓછો હતો, આ હિસ્સો કોણે હસ્તગત કર્યો છે એ હજી જાણી શકાયું નથી, પણ એ સ્પષ્ટ છે કે બાબાબોલોનું મૂલ્યાંકન 1,025 કરોડથી બમણું થઈ 2,050 કરોડ થઈ ગયું છે. 'બાબાબોલોનો ટ્રેક રેકોર્ડ અદભુત છે તથા તેમણે કેટલીક ટેક્નોલૉજીસમાં કરેલું રોકાણ તેમને બિઝનેસ-ટુ-બિઝનેસ ક્ષેત્રમાં અગ્રણી બનવા તરફ દોરી જવાની ક્ષમતા ધરાવે છે,' એમ બ્રેઈડ ઈન્વેસ્ટમેન્ટ્સના ચેરમેન અને મેનેજિંગ ડિરેક્ટર, અરવિંદ બગડિયાએ જણાવ્યું હતું. 'આઈપીઓની દિશામાં આગળ વધવા પૂર્વે બાબાબોલોનો મૂડીરોકાણના તાજા રાઉન્ડ માટે જવાનો સમય આવી ગયો છે. આઈપીઓ આવે ત્યાં સુધી અમે કંપનીમાં નાનકડો સ્ટેક જાળવી રાખશું.'

એ પછીની મીટિંગ ચેન્નાઈમાં યોજાઈ હતી. મુંબઈ અને કોલકાતાને, દર વખતની જેમ નજરઅંદાજ કરાયા હતા.

'તો આપણી પાસે બે એવી કંપનીઓ છે, જે કશું જ કરતી નથી, કંઈ પણ કમાતી નથી અને આમ છતાં સૌની નજર તેમના પર છે,' યશે કહ્યું.

'મહામૂર્ખ થીયરી વિશે તેં સાંભળ્યું છે ને?'

'એ શું છે?' યશે પૂછ્યું.

'મહામૂર્ખ થીયરી કહે છે કે કોઈ વસ્તુની કિંમત તેના મૂળ મૂલ્ય દ્વારા નિર્ધારિત થતી નથી, પણ બજારના પ્રતિસ્પર્ધીઓની અસંગત માન્યતાઓ અને અપેક્ષાઓ પ્રમાણે નક્કી થાય છે. જ્યાં સુધી કોઈ વધુ મોટો મહામૂર્ખ ઊંચી કિંમત ચૂકવવા તૈયાર બેઠો છે, ત્યાં સુધી મૂલ્ય વધવાનું ચાલુ રહેશે,' અરવિંદે સમજાવ્યું.

'તો હવે શું થશે?' યશે પૂછ્યું.

'પાર્ટ ફોર,' અરવિંદે કહ્યું. 'આપણને હવે વધુ મોટો મહામૂર્ખ શોધવાનો છે. આજની તારીખમાં, આપણા ઈન્વેસ્ટમેન્ટ બૅન્કર્સે બે કંપનીઓ માટે પાંચ સંભવિત રોકાણકારોને ઓળખી રાખ્યા છે.'

'અને?' અરબાઝે પૂછ્યું.

'આમાંના બેને આપણે ધ્યાનપૂર્વક પસંદ કરવાના રહેશે,' અરવિંદે કહ્યું. 'બાબાબોલો એક કંપની સાથે વાટાઘાટો ચલાવશે, પણ છેલ્લી ઘડીએ તેને ના પાડીને બીજી કંપની પર પસંદગી ઉતારશે.'

'અને એ પછી?' અરબાઝે પૂછ્યું.

'આને કારણે જે પાર્ટીને છેલ્લી ઘડીએ ના પાડવામાં આવી છે, તે દેશવિદેશ સાથે ગમે તે કિંમતે સોદો પાર પાડવા મજબૂર થશે,' યશે કહ્યું.

'બરાબર,' અરવિંદે કહ્યું. 'આના માટે આપણે વધુ મોટો મહામૂર્ખ શોધવાનો રહેશે.'

અરબાઝ તરફ ફરતાં તેણે કહ્યું, 'છેલ્લા વહેવારમાં આપણે 400 કરોડ ચૂકવ્યા હતા, એ આપણી તરફ પાછા આવવા જોઈએ.'

અરબાઝે માથું હલાવ્યું, 'બૅન્કર્સે આપણને જણાવ્યું છે કે એ નાણાં આવી રહ્યા છે.'

'એ હરામીએ મને વધુ એક વાર મૂરખ બનાવ્યો!' અરવિંદ બરાડ્યો. તે અને યશ અરવિંદની ઑફિસમાં હતા.

'આ કદાચ બૅન્કને કારણે થયેલું મોડું પણ હોઈ શકે છે,' યશે કહ્યું. 'તને નથી લાગતું કે તું નિષ્કર્ષ પર આવવામાં ઉતાવળ કરી રહ્યો છે?'

'ઘંટો!' અરવિંદે કહ્યું. 'હું એને છેલ્લા બે અઠવાડિયાથી યાદ અપાવી રહ્યો છું. પણ પૈસા અટકી ગયા છે એવું કહી તે મને દુનિયાભરના બહાના આપી રહ્યો છે.'

'એવું પણ બની શકે છે કે તેને આખું ચક્ર સમજાયું જ ન હોય,' યશે સૂચવ્યું.

'આમાં સમજવાનું શું છે? મેં તેની કંપનીમાં 200 કરોડ રોક્યા હતા, તેણે આ રકમ મારી કંપનીમાં પાછી રોકવાની હતી. મેં તેની કંપનીને 100 કરોડ

આવક કમાણી તરીકે ચૂકવ્યા હતા, તેણે મારી કંપનીની આવક તરીકે 100 કરોડ ચૂકવવાના હતા. હું તેનો સ્ટેક 400 કરોડમાં ખરીદવાનો હતો, પછી એ મારો સ્ટેક 400 કરોડમાં ખરીદવાનો હતો. પાંચ વર્ષના છોકરાને પણ સમજાય એવી સીધી ને સટ વાત છે આ!'

'મને એની સાથે વાત કરવા દે,' અરવિંદ તેને કંઈક છૂટ્ટું ફેંકીને મારે એ પહેલા ઉતાવળે ઊભા થતાં યશે કહ્યું. તેને હિંસાથી નફરત હતી.

સોની એન્ટરટેઈન્મેન્ટ ટેલિવિઝન પર હાલમાં જ શરૂ થયેલી નવી સિરિયલ સીઆઈડી યશે જોઈ હતી અને ભવિષ્યમાં ક્યારેય આ શો ફરીવાર ન જોવાના સમ તેણે ખાધા હતા.

ઓબેરોયની બેલ્વેડર ક્લબમાં અરબાઝ અને યશ મળ્યા હતા. તેમણે કૉર્બેટ નામનો પ્રાવયેટ મીટિંગ રૂમ બૂક કરાવ્યો હતો, જેથી તેમને કોઈ ખલેલ ન પહોંચાડે.

'તું દિલ્હીમાં કેમ અટવાયેલો છે?' અરબાઝએ પૂછ્યું.

'મનુ શર્માએ જેસિકા લાલને ગોળી મારી ત્યારે ટેમરિન્ડ કૉર્ટમાં ચાલી રહેલી પાર્ટીમાં હું પણ હાજર હતો,' યશે કહ્યું. 'દુનિયા પાગલ થઈ ગઈ છે. ડ્રિન્ક આપવાની ના પાડવા બદ્દલ કોઈને ગોળી મારી દેવી, એ પાગલપણું નહીં તો બીજું શું છે?!'

તેમની વચ્ચેની વાતચીતમાં એકાએક મૌન છવાઈ ગયું હતું. 'મેં તને કહ્યું હતું કે આપણે થોડી ધીરજ રાખશું તો તેના પર વળતો બદલો લઈ શકશું,' આખરે યશે મૌન તોડતા કહ્યું. 'પણ તેને એ વાતની જાણ ક્યારેય ન થવી જોઈએ કે એની બૅન્ડ વગાડવામાં મેં તારો સાથ આપ્યો છે. એવિએશન સોદા અંગે જો તે વટાણાં વેરી દેશે તો મારી હાલત ખરાબ થઈ જશે.'

'મારા હોઠ બંધ છે,' અરબાઝે કહ્યું.

'આ અરવિંદ બગડિયા માટે,' અરબાઝે પોતાનો ગ્લાસ ઊંચો કરતા કહ્યું.

'સૌથી મોટા મહામૂર્ખ માટે,' ગ્લાસમાંથી એક ઘૂંટડો ભરતા યશે કહ્યું.

'મને લાગવા માંડ્યું હતું કે તું બગડિયાની તરફેણમાં છે,' અરબાઝે કહ્યું. 'એની સાથે એરક્રાફ્ટ સોદો કરવાનું તે નક્કી કર્યું ત્યારે મને આ વાતની પૂરી

ખાતરી થઈ ગઈ હતી. એ પછી તેં પ્રાર્થનાસભામાં જવાનું સૂચન કર્યું ત્યારે મને લાગ્યું કે તું પૂરેપૂરો એનો થઈ ગયો છે.'

'એ માસ્ટરસ્ટ્રૉક હતો,' યશે કહ્યું.

'પણ સાચું કહું તો, પ્રાર્થનાસભામાં મને ખરેખર તેના માટે ખરાબ લાગી રહ્યું હતું,,' અરબાઝે કહ્યું. 'જ્યારે પણ મારામાં સારાપણાની લાગણીનો ઊભરો આવે છે, હું બેસી રહું છું અને વાટ જોઉં છું.'

'એ પછી શું થાય છે?' યશે પૂછ્યું.

'આખરે એ ઊભરો શમી જાય છે,' અરબાઝે કહ્યું.

અરવિંદે ફૉર્બ્સનો અંક નીચે મુક્યો. તેનું નસીબ હજી ચમક્યું નહોતું. વિશ્વના ખમતીધર લોકોની યાદીમાંના ભારતીયોમાં દર વખતનાં જ નામ હતાં. એમાં ઉમેરાયેલાં નવાં નામ હતાં વિપ્રોના અઝીમ પ્રેમજી અને એચસીએલના શિવ નાડાર. *ધીરજ રાખ,* અરવિંદે વિચાર કર્યો, *તારો સમય પણ આવશે.*

અરવિંદે મેગેઝિનને એક તરફ મૂક્યું અને હિલ્ડાને બોલાવી. તેણે હિલ્ડા પાસે વધુ એક પત્ર તૈયાર કરાવડાવ્યો. હિલ્ડા કાચું લખાણ લાવી ત્યારે અરવિંદે તેમાં કેટલાક સુધારા કર્યા અને પછી જાડી અણી ધરાવતી મો બ્લાં ફાઉન્ટન પેનથી સુધારા કરેલા પત્ર પર સહી કરી.

13 ઓક્ટોબર, 1999

શ્રી અટલ બિહારી વાજપેયી

ભારતના માનનીય વડા પ્રધાન

નવી દિલ્હી

માનનીય વડા પ્રધાન,

વડા પ્રધાનનો કાર્યભાર તમે સંભાળી લીધો છે એ જોઈને મને અંતઃકરણપૂર્વકનો આનંદ થયો છે. તમારો પહેલો કાર્યકાળ તેર દિવસનો હતો. એ પછીનો ગાળો તેર મહિનાનો હતો. મને પૂરેપૂરી ખાતરી છે કે આ વખતનો કાર્યકાળ તેર વર્ષનો હશે. હું આ માટે ઈશ્વરને પ્રાર્થના કરી રહ્યો છું.

તમામ વિપરિત પરિસ્થિતિઓ વચ્ચે પોખરણમાં પરમાણુ પરિક્ષણ હાથ ધરવાની તમારી વ્યક્તિગત હિંમતે કરોડો ભારતવાસીઓના દિલમાં એ

આશા પ્રસ્થાપિત કરી છે કે, આખરે તેમને એવા નેતા મળ્યા છે જેઓ ન માત્ર નીડરપણે તેમનું નેતૃત્વ કરશે બલ્કે પ્રજા પ્રત્યે તેમનામાં અપરંપાર કરુણા છે. તમારી બસયાત્રાને વિશ્વ ભારતે પાકિસ્તાન તરફ વધારેલા શાંતિ તથા મૈત્રીના એક યથાર્થ સંકેત તરીકે જોઈ રહ્યું છે. પાકિસ્તાનીઓ દ્વારા કારગિલમાં થયેલી ઘુસણખોરી સામે લડવાની તમારી હિંમત, ઈતિહાસમાં તમને વ્યાખ્યાયિત કરતી ક્ષણ તરીકે નોંધાશે.

તમારી અથવા દેશની સેવા માટે મારી જરૂર હોય તો નિઃસંકોચ મને યાદ કરી શકો છો.

સાદર,
આપનો વિશ્વાસુ,
અરવિંદ બગડિયા

અરવિંદે પત્ર તરફ વધુ એકવાર જોયું. પોતે જે કહેવા માગતો હતો, એ જ તેમાં લખાયેલું હોવાની ખાતરી થયા બાદ, તેણે ચામડાનું ફોલ્ડર બંધ કર્યું અને આ પત્ર હિલ્ડાને પહોંચાડવા માટે પ્યૂનને બોલાવવા તેણે ઘંટડી વગાડી.

પારંપારિક યુદ્ધને ત્યજવાનો આ સમય હતો. પરમાણુ વિકલ્પ અનેક ગણો વધુ અસરકારક હતો, એવો વિચાર અરવિંદને આવ્યો. અરબાઝ શેખ, તું હજી મને પૂરેપૂરો ઓળખ્યો નથી.

ઓમ ત્ર્યંબકમ્ યજામહે

સુગન્ધિમ પુષ્ટિવર્ધનમ્।

1750, થિરુઅનંથપુરમ્

ઉર્વારૂકમિવ બન્ધનાન્

મૃત્યુોર્મુક્ષીય મામૃતાત્॥

થિરુઅનંથપુરમની ગલીઓ શાંત હતી. સાંકડી, ગીચ અને સામાન્યપણે લોકો અને માલ-સામાનાથી ઊભરાતી આ શેરીઓમાંથી દિવસે માર્ગ કરવો બહુ મુશ્કેલ બાબત હતી. પણ રાત્રે તેનો મિજાજ અલગ જ રહેતો.

બધી જ ગલીઓ અંતે તો નગરના મુખ્ય આકર્ષણ એવા પદ્મનાભસ્વામી મંદિર તરફ જ જતી હતી. આ ગલીઓ નાગની કુંડલીઓ જેવી હતી. આ નગરને તેનું નામ વિષ્ણુના નાગ અનંતમાંથી મળ્યું હતું અને આ ગલીઓ જાણે કે આ વાતનું પ્રતિબિંબ પાડી રહી હતી.

પદ્મનાભસ્વામી મંદિરની પશ્ચિમે નમ્બુદિરી બ્રાહ્મણોનાં ઘર હતાં. તેમાંના એક ભવ્ય નિવાસસ્થાનમાં અનેક ઓરડાઓ હતા જે લાકડાની અનેક મનોહર થાંભલીઓથી સજ્જ ઓસરીઓથી જોડાયેલા હતા અને આ દરેકની ઉપર બહુ જ સારી રીતે ચમકાવેલી અને અદભુત કોતરણી ધરાવતી છત હતી આ અનેક ઓરડાઓમાંનો એક ઓરડામાં ઘરના માલિક સિવાય અન્ય કોઈનો પ્રવેશ વર્જિત હતો. પિત્તળના વિશાળ આગળા, સાંકળો અને નક્કર કડાંથી આ ઓરડાનું મહત્ત્વ સ્પષ્ટ થતું હતું. તેલના બે મોટા દીવાના પ્રકાશમાં જયંથન નામનો માણસ હસ્તપ્રતો પર ઝળૂબી રહ્યો હતો. હસ્તપ્રતના દરેક પાના પર ઉપરની તરફ મધ્યમાં જેલી ફિશનું નાનું ચિહ્ન ઉપસાવેલું હતું.

'સ્વેદન... મર્દન... મુર્ચન... ઉત્થાપન... પતન... રોધન... નિયમન... સંદીપન...'

પરોઢિયા પહેલાની બેઠક માટે તે પોતાની જાતને તૈયાર કરી રહ્યો હતો. તે ઊભો થયો, તેલના દીવા બૂઝાવી નાખ્યા, ઓરડામાંથી બહાર નીકળ્યો અને પોતાની પાછળના દરવાજાને વાસી તેના પર બંધનો લગાડ્યા. જયંથનને કોઈ ગંધ આવી. આ શેની ગંધ હતી? પછી તેણે સ્મિત કર્યું. ચંદન અને

મરી. ઘણીવાર પવન પોતાની સાથે બંદર પરની સુગંધ પણ લઈ આવતા. પાંચ સદી પહેલા રાજા સોલોમનના વેપારી જહાજો અહીં લાંગર્યાં હતાં અને ત્યારથી જ નગર સાથેનો તેજાના અને હાથીદાંતનો વેપાર ફૂલ્યોફાલ્યો હતો.

બહાર રાહ જોઈ રહેલી પાલખીમાં પ્રવેશતાં જ, જયંથન પોતાની બેઠક પર ગોઠવાઈ ગયો અને ચાર હટ્ટાકટ્ટા માણસોને તેણે તરત જ હુકમ કર્યો, આ ચાર જણ તેને થોડા કલાકના અંતરે પદ્મનાભપુરમની ભાગોળે આવેલા એક નાનકડા ઘરે લઈ જવાના હતા. પાલખી ઊંચકનારાઓને હંમેશા વિચાર આવતો કે તેમના માલિક દર મહિને આ ચોક્કસ ઘરની મુલાકાત શા માટે લેતા હશે. તેઓ એટલું જાણતા હતા કે આ વિશે ન પૂછવામાં જ સાર છે.

આ ઘરમાં એક અત્યંત સુંદર સ્ત્રી રહેતી હતી. તે હંમેશા સૌથી સરસ એવા વસ્ત્રોમાં જોવા મળતી અને સૌથી ઉત્કૃષ્ટ એવી સુગંધોથી સજ્જ રહેતી. તેના શરીરના મોહક વળાંકો, ચમકતી આંખો અને ઘાટીલા હોઠ કોઈ પણ પુરુષના તન-મનમાં આગ લગાડી દે એવા હતા. તે જયંથનની જ રાહ જોઈ રહી હતી અને તે નજીક આવતાં જ તેણે સ્મિતથી તેનું સ્વાગત કર્યું. પાલખી ઊંચકનારાઓની પ્રશ્નસૂચક આંખોથી દૂર, સુંદર રીતે સજાવેલા એક દીવાનખાના તરફ તે જયંથનને દોરી ગઈ. અંદર પહોંચ્યા બાદ જયંથન અને સ્ત્રી વચ્ચે એક પણ શબ્દની આપ-લે થઈ નહોતી. તેણે તેલના દીવામાંથી એક મશાલ સળગાવી અને જયંથનના હાથમાં પકડાવી. દીવાનખાનાના મધ્યમાં એક આકર્ષક પથારી પડી હતી, જેના પર રેશમની ચાદર પાથરેલી હતી અને ગુલાબજળ છાંટેલું હતું. તેના પર અનેક આરામદાયક તકિયાં વેરવિખેર પડ્યાં હતાં.

જયંથને સ્ત્રી તરફ જોયું અને સ્મિત કર્યું. તે પથારીની નજીક નમી અને બહુ જ સિફ્તપૂર્વક તેણે એ પથારી ખેંચી કાઢી ત્યાં જ નીચે એક ગુપ્ત દરવાજો દેખાયો. જયંથન નીચે નમ્યો, દરવાજા પરના દોરડાને ખેંચ્યો અને દરવાજો ખોલી નાખ્યો. 'પાછો ફરીશ ત્યારે હું બે વાર ટકોરો મારીશ,' હાથમાં સળગતી મશાલ સાથે દરવાજાની નીચેના દાદર ઉતરતાં તેણે સ્ત્રીને કહ્યું. ભોંયરું એકદમ સીધી રેખામાં હતું અને જયંથન એકાદ કલાક કરતાં ઓછા સમય સુધી ચાલ્યો હશે.

બીજા છેડે વધુ પડતા સજાવેલા એક દરવાજામાંથી તે બહાર નીકળ્યો, જે તીવ્ર ચડાણ ધરાવતાં દાદર તરફ દોરી જતો હતો. દાદરા ચડીને, જયંથન

એક ભવ્ય ઓરડામાં આવ્યો, જેની ફરસ અરીસાની જેમ ચમકી રહી હતી. નારિયેળની બળેલી કાચલી, ચૂનો અને રેતીના મિશ્રણનો ઉપયોગ કરી મજૂરોએ આ અસર પ્રાપ્ત કરી હતી. ફૂલોના નેવું પ્રકારો પ્રદર્શિત કરતી કોતરણીવાળી છતનું પ્રતિબિંબ ફરસ પર ઝીલાઈ રહ્યું હતું.

જયંથન *ઉપ્પરિકા મલિકા*, રાજાના નિવાસસ્થાને પહોંચ્યો હતો. સંકુલની મધ્યમાં આવેલી આ ચાર માળની ઈમારત હતી અને તેમાં રાજાનો ખજાનો, તેમનો શયનખંડ, અભ્યાસ તથા પૂજાના ખંડ હતા. ઠંડા પવનને અંદર આવવા દઈ તાપમાનનું નિયમન કરતી લાકડાની પટ્ટીઓ બંધ હોવા છતાં, એ તો સ્પષ્ટ હતું કે બહાર અંધારું હતું અને પદ્મનાભપુર મહેલના રહેવાસીઓ હજી સૂતા હતા- સૌથી મહત્વના એક જણના અપવાદ સિવાય.

પોતાના નિવાસસ્થાનના અભ્યાખંડમાં, રાજા માર્થંડ વર્મા હજી કાર્યરત હતા. થાંભલા પર ચડાવેલા તેલના દીવા શણગારેલા એ ખંડને દીપાવી રહ્યા હતા. રાજા જો કે, યુદ્ધથી થાકેલા જણાતા હતા. ડચ લોકોને પરાસ્ત કરનાર એકમાત્ર ભારતીય શાસક હોવાનું કોઈ મૂલ્ય હતું ખરું?

જયંથન રાજા સામે નમ્યો ત્યારે રાજાએ તેને જોયો. 'તમને જોઈને આનંદ થયો જયંથન,' રાજાએ કહ્યું. 'મેં તમને અહીં બોલાવ્યા છે કેમ કે મારે એક મહત્વના વિચાર અંગે મારે તમારી સાથે ચર્ચા કરવી છે.' રાજાએ તેને એક બેઠક પર બેસવાનો ઈશારો કર્યો જયંથન ત્યાં બેસી ગયો.

'તમે જાણો જ છો, કે આપણું ત્રાવણકોર સામ્રાજ્ય માતૃવંશીય ઉત્તરાધિકારી પરંપરાથી બંધાયેલું છે,' રાજાએ શરૂઆત કરી. 'મારા મૃત્યુ બાદ મારા સૌથી મોટા પુત્રને બદલે મારી મોટી બહેનનો સૌથી મોટો દીકરો ગાદી પર આવશે.' જયંથને માથું હલાવ્યું.

'આ પદ્ધતિ સાથે સમસ્યા એ છે કે તેને કારણે પુત્રો અને ભાણેજાઓની એકમેક સામે લડતી બે ટોળકીઓ નિર્માણ થાય છે. મને ચિંતા છે કે આવનારા વર્ષોમાં ગાદી માટેનો આ સંઘર્ષ આખા સામ્રાજ્યને જોખમમાં મુકી શકે છે.'

'રાજાધિરાજ,' જયંથને શરૂઆત કરી. 'રાજ્ય કારભાર ચલાવવાનું તમારૂં અદભુત કૌશલ્ય, નવા માર્ગો, ધર્મશાળાઓ, સેનાની નવી ચોકીઓ, આંતરિક પાણી પુરવઠા તંત્ર, સિંચાઈ માટે નવી નહેરો અને પાણીના સંગ્રહ માટે બંધોમાં પરિણમ્યું છે. સામ્રાજ્ય હાલ તેના સૌથી શક્તિશાળી સમયમાં છે. આપને આટલી ચિંતા શા માટે થાય છે?'

રાજાએ સ્મિત કર્યું. 'મારૂં મૃત્યુ થશે ત્યાર બાદ, મારો ભાણેજ, કાર્થિક થિરુનાલ રામ વર્મા, મારા પછી ગાદી પર આવશે. હું નથી ઈચ્છતો કે કાર્થિક અથવા અન્ય કોઈ ભાવિ રાજા આ સામ્રાજ્યનો ઉત્તરાધિકારી બને,' તેણે કહ્યું.

'મને સમજાયું નહીં, મહારાજ,' જયંથને નિખાલસ કબૂલાત કરી.

'મેં ત્રાવણકોરનું સામ્રાજ્ય, રાજવી પરિવારના કુલદેવતા શ્રી પદ્મનાભસ્વામીને અર્પણ કરવાનું ઠરાવ્યું છે. આ સામ્રાજ્યમાં જે કંઈ છે તે બધું જ પદ્મનાભસ્વામીનું થઈ જશે.'

'પણ કોઈએ તો સામ્રાજ્યનો કારભાર ચલાવવો પડશે ને?' વ્યાકુળ થઈ ગયેલા જયંથને કહ્યું.

'હું અને મારા બાદના ઉત્તરાધિકારીઓ – સામ્રાજ્યનો કારભાર સંભાળવાનું ચાલુ રાખશે, પણ સેવકો તરીકે. અમે રાજા નહીં કહેવાઈએ. અમે *પદ્મનાભદાસ* – ઈશ્વરના સેવકો તરીકે ઓળખાશું.'

'મારી પાસેથી આપ શું ઈચ્છો છો?' જયંથને પૂછ્યું.

'આપણે એ બાબતની તકેદારી રાખવાની છે કે પદ્મનાભસ્વામીનો ખજાનો હંમેશા વિશાળ અને ઉદાર રહે, જેથી 'આ સામ્રાજ્યની ભાવિ પેઢીઓએ ક્યારેય કોઈ ચિંતા ન રહે. જેથી તેઓ પોતાની જાતને પૂરા દિલથી ઈશ્વર અને લોકોની સેવામાં સમર્પિત કરી શકે. આવું શક્ય થશે, એની ખાતરી આપી શકો એવા તમે એકમાત્ર છો.'

રાજાએ બોલવાનું ચાલુ રાખ્યું ત્યારે જયંથને આ માહિતીને પચાવવાનો પ્રયાસ કર્યો.

'સોનાની પરીક્ષા અગ્નિથી થાય છે અને લોકોની પરીક્ષા ઈશ્વર કરે છે,' સમ્રાટે કહ્યું. 'હું ઈશ્વરની સંભાળ લઈશ જો તમે અગ્નિની સંભાળ લેવા તૈયાર થાવ.

પુસ્તક ૭

2000-2010

ભગવા રંગનું અંગવસ્ત્રમ, કપાળ પર કંકુનું તિલક, ગળામાં ભારેખમ માળાઓ તથા જમણા હાથમાં દંડ સાથે એક માણસ અરબાઝની ઑફિસમાં પ્રવેશ્યો. રાજુ તેને અંદર લાવી રહ્યો હતો ત્યારે અરબાઝ પોતાની જગ્યા પરથી ઊભો થઈ ગયો.

રુદ્રગુરુ સોફા પર બેઠા, પાદુકાઓ ઉતારી અને પોતાની ઘેરા પીળા રંગની લુંગીને બરાબર કરી ને પલાંઠી વાળીને બેસવા માટે પોતાના પગ ઉપર લીધા. અરબાઝે નમસ્તક મુદ્રામાં પોતાના હાથ જોડ્યા અને રુદ્રગુરુએ તેને આશીર્વાદ આપ્યા.

તાંત્રિક ગુરુની કીર્તિ તેમના કરતાં આગળ નીકળી ગઈ હતી. સચોટ જ્યોતિષીય ભવિષ્યવાણીઓના પગલે તેમને સૌપ્રથમ પ્રસિદ્ધિ મળી હતી. વડા પ્રધાનો, રાષ્ટ્રપતિઓ, રાજાઓ તથા રાણીઓને મળીને તેમના વિશે ભવિષ્યવાણી કરવાથી તેઓ વધુ પ્રસિદ્ધ થયા હતા.

'તમે મને શા માટે મળવા માગો છો, એ બાબતને લઈને મને ઉત્સુકતા હતી,' હજી પણ ઊભેલા અરબાઝે કહ્યું.

'હવે તારે આશ્ચર્યમાં રહેવાની જરૂર નથી,' રુદ્રગુરુએ ઊંચા સાદે કહ્યું. 'રુદ્રગુરુ બધું જ પ્રગટ કરશે.'

સોફાની સામેની ખુરશી પર અરબાઝ બેસી ગયો. 'તમે શું લેશો? ચા, કૉફી, પાણી?'

સ્વામીએ એક ગ્લાસ પાણી માગ્યું, પોતાની પાસેની એક પડીકીમાંથી રંગ વગરનો પાવડર તેમાં નાખ્યો. પાણીનો રંગ તરત જ લોહી જેવો લાલ થઈ ગયો. તેઓ આ પાણી પી ગયા અને ખભા પરના સુતરાઉ અંગવસ્ત્રમથી મોં લૂંછ્યું.

'રુદ્રગુરુ માત્ર આધ્યાત્મિક ભવિષ્યવેત્તા નથી, તેઓ પોતાના શુભચિંતકોના મિત્ર પણ છે,' પોતાના વિશે ત્રીજા પુરુષ એકવચનમાં વાત કરતા તેમણે કહ્યું.

અરબાઝ ધીરજપૂર્વક રાહ જોઈ રહ્યો.

'રુદ્રગુરુના શુભચિંતકોમાં લેસ્ઝેક કુલ્ઝોક નામનો એક પૉલિશ બિઝનેસમેન પણ છે. ઑઈલ, શિપિંગ, કન્સ્ટ્રક્શન, ટ્રાન્સપોર્ટ અને શસ્ત્રસંરજામ જેવા ક્ષેત્રોમાં તેના હિતો રહેલા છે. સંરક્ષણ માટેના ઑર્ડ્સ બાબતે તે તને પોતાનો એજન્ટ બનાવવામાં રસ ધરાવે છે.'

'મને જ શા માટે?' અરબાઝે પૂછ્યું.

'કેમ કે રુદ્રગુરુએ તારૂં નામ સૂચવ્યું હતું,' તાંત્રિકે કહ્યું. 'હાલમાં જ રુદ્રગુરુ તારા મિત્ર યશ ધરને અમેરિકમાં મળ્યા હતા અને તેં જે કંઈ પ્રાપ્ત કર્યું છે, તેનાથી રુદ્રગુરુ પ્રભાવિત થયા છે.'

'આની પાછળ શું રહસ્ય છે?' અરબાઝએ પૂછ્યું.

'કોઈ જ રહસ્ય નથી,' રુદ્રગુરુએ કહ્યું. 'રુદ્રગુરુ પોતાના મિત્રોની મદદ કરે છે. તેમના મિત્રો રુદ્રગુરુની મદદ કરે છે. રુદ્રગુરુ માત્ર તારી મિત્રતા માગે છે.'

'આ મિત્રતાની કિંમત કેટલી હશે?' અરબાઝે સ્મિત કરતા કહ્યું.

'દસ ટકા,' રુદ્રગુરુએ કહ્યું.

એકતા કપૂરના સોપ ઓપેરા *'ક્યોંકિ સાસ ભી કભી બહુ થી'*એ લાખો મહિલાઓને ઈડિયટ બૉક્સ સાથે જોડી દીધી હતી. અભિલાષા આ સિરિયલનો લેટેસ્ટ એપિસોડ જોઈ રહી હતી ત્યારે અરવિંદ અંદર પ્રવેશ્યો. 'આ વાહિયાતપણું તું કઈ રીતે સહન કરી લે છે?' તેણે અભિલાષાને રમતિયાળ લહેજામાં પૂછ્યું.

'તમે *કૌન બનેગા કરોડપતિ* જુઓ છો ત્યારે હું આવો સવાલ પૂછું છું?' અભિલાષાએ સ્મિત સાથે કહ્યું. *કૌન બનેગા કરોડપતિ* એ *હૂ વોન્ટ્સ ટુ બી અ મિલિયોનેરની* ભારતીય આવૃત્તિ હતી. બૉલીવૂડ સ્ટાર અમિતાભ બચ્ચનને તેના સંચાલક તરીકે લેવામાં આવ્યા હતા અને આ દાવ સફળ રહ્યો હતો. ભાગ્યે જ ટીવી જોનારા અરવિંદને આ શોનું ઘેલું લાગ્યું હતું.

'કંઈ નહીં તો ય એમાં સામાન્ય જ્ઞાનની વાત હોય છે,' અરવિંદે દલીલ કરી.

'આઈન્સ્ટાઈને કહ્યું છે જ્ઞાન કરતાં કલ્પના વધુ મહત્ત્વની છે,' અભિલાષાએ કહ્યું. 'તમે જ્ઞાન વિશેનો તમારો શો જુઓ. મને કલ્પના વિશેનો મારો જોવા પ્રોગ્રામ જોવા દો.'

અરવિંદે પોતાના માટે વ્હિસ્કીનો પૅગ બનાવવા બાર કૅબિનેટ તરફ પીછેહઠ કરી ત્યારે જ તેના મોબાઈલની ઘંટડી રણકી. તેણે ફોન ઉપાડ્યો.

'બોલો, સરદાર હરપાલ સિંહ,' તેણે નમ્ર સ્વરે કહ્યું,

'હા, ગુપ્તતાને લગતી જરૂરિયાત વિશે હું સમજું છું,' અરવિંદે કહ્યું. 'ચોક્કસ. હું ગુરુવારની ફ્લાઈટથી દિલ્હી આવું છું.'

ચહેરા પર સ્મિત સાથે તે અભિલાષા તરફ વળ્યો.

'શું થયું?' અભિલાષાએ પૂછ્યું.

'બિઝનેસ ટાયકૂન, સરદાર હરપાલ સિંહ, જેઓ હવે સરકારના આર્થિક સલાહકાર છે, તેમનો ફોન હતો,' અરવિંદે કહ્યું.

'તેમને શું જોઈતું હતું?' અભિલાષાએ પૂછ્યું.

'બીજેપી-એનડીએ સરકાર એક આર્થિક થિન્ક ટૅન્ક ઊભી કરવા માગે છે, જે ભારત સરકારને અર્થતંત્રનું ઉદારીકરણ કઈ રીતે કરવું એ વિશે સલાહ આપશે,' અરવિંદે કહ્યું. 'તેઓ મને તેના ચેરમેન બનાવવા માગે છે.'

શિવસેનાનો કેશવ ગાડગિલ શરીરથી દુબળો અને પાતળી મૂછ ધરાવતો માણસ હતો. તેના પાતળી ફ્રેમના ચશ્મા તેના નાજુક શરીર પર ભારેખમ લાગતા હતા. પોતાની એસિડિટીની સમસ્યાને મહાત કરવા તેણે એક ગ્લાસ લસ્સીનો ઑર્ડર આપ્યો હતો. મરિન પ્લાઝા હોટેલના રૂમમાં તે અરબાઝ સાથે હતો. બંને જણ હોટેલમાં અલગ –અલગ પ્રવેશ્યા હતા અને એકમેકથી પાંચ મિનિટના અંતરે રૂમ પર પહોંચ્યા હતા. અરબાઝે ગ્રીન ટી મગાવી હતી. રૂમ સર્વિસનો વેઈટર તેમનાં પીણાં મુકી ને સમજદારીપૂર્વક ત્યાંથી નીકળી ગયો.

અરબાઝને પોતાના ગુરુ, અબ્દુલ દાદાના શબ્દો યાદ આવ્યા. રાજકારણ એ રંગમંચ જેવું છે. દરેક રાજકારણી તેને અપાયેલી લાઈનોના આધારે પોતાની ભૂમિકા ભજવે છે. પણ બૅકસ્ટેજમાં હીરો અને વિલન સાથે મળીને ડ્રિન્કની મજા માણે છે.

પૈસાની વાત આવે ત્યારે દરેક જણ એક ધર્મનો હોય છે.

'વિરોધ પક્ષમાં હોવું કેવું લાગે છે?' ગાડગિલે પૂછ્યું.

'પ્રશ્નો એના એ જ રહે છે,' અરબાઝે કહ્યું. 'ફરક એટલો જ છે કે આ વખતે અમને આ પ્રશ્નો પૂછવાનો મોકો મળ્યો છે.'

'અને સરકારને આ પ્રશ્નોના જવાબ ટાળવાના રસ્તા શોધવાની તક મળી રહી છે,' ગાડગિલે કહ્યું. બંને જણ હસી પડ્યા.

'આ વડા પ્રધાન વિશે હું એક વાત કહી શકું છું અને તે એ કે તેઓ બહુ જ સારી વૃત્તિના છે,' ગાડગિલે કહ્યું. 'આશા રાખું છું કે વાજપેયીને પૂર્ણ કાર્યકાળ મળે.'

'તને આ અંગે શંકા છે?' અરબાઝે પૂછ્યું.

'કોણ જાણે?' ગાડગિલે કહ્યું. 'તેઓ તેર દિવસ માટે વડા પ્રધાનપદે રહ્યા, એ પછી તેર મહિના. અત્યારે પણ તેઓ 18 સાથી પક્ષોને પોતાની સાથે લઈને ચાલી રહ્યા છે. કહેવું મુશ્કેલ છે... ટોળાની માનસિકતા હંમેશા જીતે છે.'

'એનો હું સાક્ષી છું,' અરબાઝે કહ્યું. 'હજી એકાદ દિવસ પહેલા જ હું સંસદમાં હતો અને ટોળાની માનસિકતાને મેં મારી નજરે નીહાળી છે.'

ગાડગિલ ખડખડાટ હસી પડ્યો. પછી તે ગંભીર બની ગયો. 'તને એવું શા માટે લાગે છે કે હું તારી મદદ કરી શકીશ?' કેશવ ગાડગિલે પૂછ્યું.

'કેમ કે તારી પાર્ટીની સંસદમાં છ સીટો છે,' અરબાઝે કહ્યું. 'સત્તામાં ટકી રહેવા અટલ બિહારી વાજપેયીની સરકારને સાથી પક્ષની દરેક બેઠકની જરૂર છે.'

'તું ચોક્કસ કહેવા શું માગે છે?' ગાડગિલે પૂછ્યું.

'ખરું કહું તો, સાવ સરળ છે,' અરબાઝે કહ્યું. 'સશસ્ત્ર દળો ટૂંક સમયમાં ઓલ-ટેરેઈન ટ્રક ખરીદવાના છે, તેનું વિસ્તૃત વિગતવર્ણન સંરક્ષણ મંત્રાલય

દ્વારા નક્કી થવાનું છે. તારે બસ મારી મીટિંગ સંરક્ષણ સચિવ સાથે કરાવી આપવાની છે.'

'પણ શિવસેના માટે આમાં શું છે?' ગાડગિલે પૂછ્યું.

'મારી કાયમ માટેની કૃતજ્ઞતા,' અરબાઝે કહ્યું.

'પણ તને આ મીટિંગની જરૂર શા માટે છે?' ગાડગિલે પૂછ્યું.

'તારા સવાલ વિશે જરાક ધ્યાનથી વિચારી જો, કેશવ,' અરબાઝે કહ્યું. 'તારે આ જાણવું ખરેખર જરૂરી છે? ક્યારેક ન જાણવામાં નવ ગુણ હોય છે, એવું તને નથી લાગતું? તેં પેલી જાસૂસી ફિલ્મો તો જોઈ જ હશે ને જેમાં થર્ડ-ડિગ્રીનો ઉપયોગ કરી હીરોની પૂછપરછ કરાય છે?'

'આંતકવાદીઓ દ્વારા?' ગાડગિલે પૂછ્યું,

'ના, સમજ ને કે એનડીટીવીના અરનબ ગોસ્વામીની જેમ,' અરબાઝે મજાકમાં કહ્યું.

કોલકાતા- દિલ્હી સેક્ટરની ફ્લાઈટના બિઝનેસ ક્લાસની બેઠકમાં અરવિંદ સેટલ થયો, સિક્યોરિટીને લગતી બધી તકલીફોમાંથી પસાર થયા બાદ તે નિરાંત અનુભવી રહ્યો હતો. સિક્યોરિટી ચેકમાં પૂરો એક કલાક લાગ્યો હતો.

હજી એકાદ-બે અઠવાડિયા પહેલા, કાઠમાંડુથી દિલ્હી જતી આઈસી-814 ફ્લાઈટનું પાકિસ્તાન-સ્થિત ઈસ્લામિક અંતિમવાદી જૂથ, હરકત-ઉલ-મુજાહિદ્દીનના આતંકવાદીઓએ અપહરણ કર્યું હતું. અમૃતસર, લાહોર અને દુબઈમાં ઉતરાણ કર્યા બાદ અપહરણકારોએ એરક્રાફ્ટને આખરે તાલિબાનીઓના નિયંત્રણ હેઠળના કંદહારમાં ઉતાર્યું હતું. આ કટોકટી સાત દિવસ ચાલી હતી અને ભારતે ત્રણ ખતરનાક આતંકવાદીઓને મુક્ત કરવાની સંમતિ આપ્યા બાદ તેનો અંત આવ્યો હતો, એ અપહરણ બાદ, ભારતના તમામ એરપૉર્ટ્સ પર સિક્યોરિટી પ્રક્રિયાઓને અસાધારણપણે ચુસ્ત કરી દેવાઈ હતી.

પોતાની પાસેની ચામડાની મુલાયમ બ્રીફકેસમાંથી એક ફોલ્ડર બહાર કાઢ્યું. ફોલ્ડર ખોલીને તેણે વડા પ્રધાનની ઑફિસ દ્વારા બહાર પાડવામાં આવેલું એક જાહેરનામું કાઢ્યું.

ક્રમાંક. 260 /31/ સી/ 25/ 2000-ઈએન્ડએસ1

ભારત સરકાર

વડા પ્રધાન કાર્યાલય

નવી દિલ્હી

16 જાન્યુઆરી, 2000

જાહેરનામું

વિષયઃ કાઉન્સિલ ઓન ટ્રેડ એન્ડ ઈન્ડસ્ટ્રીની નિમણૂંક

સરકારે વડા પ્રધાન માટે કાઉન્સિલ ઓન ટ્રેડ એન્ડ ઈન્ડસ્ટ્રીની રચના કરવાનું ઠરાવ્યું છે. જેના ઘટકો નીચે મુજબ છે.

સભ્યોઃ શ્રી. અરવિંદ બગડિયા, શ્રી. રતન તાતા, શ્રી. મુકશ અંબાણી, શ્રી. કુમાર મંગલમ બિરલા, શ્રી. અઝીમ પ્રેમજી, શ્રી. નસલી વાડિયા, શ્રી. રાહુલ બજાજ, શ્રી. શશી રુઈયા.

શ્રી. અરવિંદ બગડિયા ચેરમેન રહેશે.

વડા પ્રધાનના આર્થિક સલાહકાર તેમના પદાધિકારની રૂએ કાઉન્સિલના સભ્ય રહેશે. હાલ આ પદ પર સરદાર હરપાલ સિંહ છે.

કાઉન્સિલ ઓન ટ્રેડ એન્ડ ઈન્ડસ્ટ્રીને વેપાર અને ઉદ્યોગને લગતા સંબંધિત મહત્ત્વના આર્થિક મુદ્દાઓ પર વડા પ્રધાન અને કાઉન્સિલના સભ્યો વચ્ચે નીતિ વિષયક ચર્ચા કરવાની તક ઉપલબ્ધ થશે.

કાઉન્સિલ યોગ્ય લાગે એવા કોઈ પણ સભ્ય(યો)ને, તેના કોઈ પણ સત્રોમાં વિશેષ આમંત્રિત(તો) તરીક કો-ઑપ્ટ અથવા આમંત્રિત કરી શકશે.

કાઉન્સિલ સામાન્ય રીતે દર બે મહિને મળશે.

કૅબિનેટ સેક્રેટરિએટ ઓએમ ક્રમાંક. 105/ 1/ 1/ 75-સીએફ તારીખ 20.11.75માં આપવામાં આવેલા ઉચ્ચ સ્તરીય કમિશનો/કમિટીઓ વ્યાખ્યા / સ્પષ્ટીકરણ અંતર્ગત કાઉન્સિલને આવરી લેવામાં આવશે.

વડા પ્રધાનના સંયુક્ત સચિવ

માહિતી માટે પ્રત

કૅબિનેટ સચિવ

આયોજન પંચ સચિવ

આર્થિક સચિવ

અરવિંદે તેના વિશે વિચાર કર્યો. કમિટીઓ ક્યારેય કશું જ કરતી નહોતી. કોઈએ નોંધ્યું હતું કે કમિટી સામાન્યપણે, બિનજરૂરી કામ માટે, કોઈ એકમમાંથી અનિચ્છાએ પસંદ કરેલા લોકોનું જૂથ હોય છે. પણ આ કમિટી અલગ હતી. દેશ માટે કશુંક અર્થપૂર્ણ કરવાની તક તેની પાસે હતી.

અરવિંદ મનોમન હસી પડ્યો. લોકોને છેતરવાથી શરૂઆત કરનાર છોકરો આજે આદરણીય બિઝનેસમેન હતો, જે વડા પ્રધાનની કાઉન્સિલ ઓન ટ્રેડ એન્ડ ઈન્ડસ્ટ્રીના ચેરમેન તરીકે કાર્યરત હતો.

તેના ચહેરાના ભાવ ગંભીર થઈ ગયા. ઘણી વાર તેને આ બધું એકાદ પ્રપંચ જેવું લાગ્યું હતું. જાણે કે પોતે એક પ્રતિષ્ઠિત વ્યક્તિ હોવાનો ઢોંગ કરી રહ્યો હતો. પણ પછી તેને એક પંક્તિ યાદ આવી જે તેણે ઓનર ડી બાલ્ઝાકના કોઈક પુસ્તકમાં વાંચી હતી, *દરેક મોટા નસીબ પાછળ એક ગુનો હોય છે.*

નસીબદાર આદરણીય માણસ જેવું કશું હોતું જ નથી.

અરબાઝે આપેલા કાગળ પર સંરક્ષણ સચિવે નજર કરી. તેમાં વિશિષ્ટ વિગતવર્ણનની યાદી હતી.

8X8 હાઈ-મોબિલિટી હેવી-ડ્યુટી યુનિવર્સલ કાર્ગો / ટ્રૂપ કૅરિયર માટેનું વિશિષ્ટ વિગત વર્ણન
સસ્પેન્શનઃ સ્વતંત્ર
પૅલોડઃ 21,200 કિ.ગ્રા.
ડ્રાઈવઃ 8X8
પાવરઃ 300 કેડબલ્યુ
એન્જિનઃ 2,200એનએમ/ 1,000 આરપીએમ
ટ્રાન્સમિશનઃ સેમિઓટોમોટિક સ્પ્લિટ, 14 સ્પીડ
કેબઃ 1+ 3 સીટ્સ, એડ-ઓન આર્મરિંગ
વ્હીલબેઝઃ 1,955+2,856+1,455 એમએમ
ગ્રૉસ વૅહિકલ વેઈટ (મહત્તમ) : 37,000 કિ.ગ્રા.
પૅલોડઃ 21,100 કિ.ગ્રા.

સર્વોચ્ચ ગતિઃ 110 કિ.મી. / કલાક
સુપરસ્ટ્રક્ચરઃ તારપોલિન સાથે કાર્ગો બૉડી, 24 દળો માટે ફૉલ્ડેબલ બૅન્ચેસ.

'અત્યારે અમારી પાસે જે સ્પૅસિફિકેશન્સ છે, એનાથી આ ખાસ્સા મળતા આવે છે,' સચિવે કહ્યું. 'આપણે તેને બદલવાની શી જરૂર છે?'

'કેમ કે જીવનમાં એકમાત્ર પરિવર્તન જ શાશ્વત છે,' સ્વિસ એકાઉન્ટ નંબર લખેલી ચબરખી સચિવના હાથમાં આપતાં અરબાઝે કહ્યું.

મિડટાઉન મેનહટ્ટનમાંની ઈસ્ટ ફિફ્ટીસિક્સ્થ સ્ટ્રીટના ખૂણા પરના 725 ફિફ્થ એવેન્યુ ખાતેના ટ્રમ્પ ટાવરમાં સ્થિત ઑફિસને પેસ્ટલ શેડ્ઝમાં સુંદર રીતે સજાવવામાં આવી હતી. પીસીએમ-બ્રૅઈડ ઈન્સ્યૉરન્સની ન્યૂ યૉર્ક ઑફિસ, હાર્વર્ડ બિઝનેસ સ્કૂલમાંથી વિનયના એમબીએ પૂર્ણ કર્યા બાદ, ચાલુ વર્ષે જ સ્થાપવામાં આવી હતી.

સ્ટૅનફૉર્ડમાંથી સ્નાતક થયા બાદ, વિનયે બે વર્ષ માટે મૅકકિન્ઝી એન્ડ કંપનીમાં કામ કર્યું હતું. આ કન્સલ્ટિંગ ફર્મમાં તે ક્લાયન્ટ-સર્વિસ ટીમ્સમાંની એકમાં બિઝનેસ એનાલિસ્ટ તરીકે જોડાયો હતો. હાર્વર્ડ એમબીએમાં જોડાતા પહેલા તે બે વર્ષ આ નોકરીમાં રહ્યો હતો.

'વિશેષજ્ઞતાનું મહત્ત્વ ભારતમાં બહુ ઓછું આંકવામાં આવે છે,' અરવિંદે પોતાના દીકરાને સલાહ આપી હતી. 'તમે વિશેષ કરીને કોને ઓળખો છો એ ભારતમાં મહત્ત્વની બાબત ગણાય છે. તું અમેરિકામાં આટલો બધો સમય શા માટે ખર્ચી રહ્યો છે? ઘરે પાછો આવી જા.'

વિનય પોતાના પિતાને કઈ રીતે કહે કે તે અલિશા નામની એક સુંદર છોકરી સાથે તે રહેતો હતો, જેના પિતાનું નામ હતું અરબાઝ શેખ. જેનો બચાવ કરી શકાય એમ નથી તેના બચાવમાં મદદ કરી શકે એવા કારણો વિશે વિચારતી વખતે અનિવાર્ય છે તેને ટાળવાના અનેક રસ્તા વિનયે શોધ્યા હતા.

મૅકકિન્ઝીમાં નોકરી માટે અરજી કરતી વખતે તેણે કહ્યું હતું, 'હાર્વર્ડમાં પ્રવેશ મેળવવા માટે મારે વિવિધ ક્ષેત્રોમાં અનુભવ મેળવવો છે.'

હાર્વર્ડમાં એમબીએ માટે અરજી કરતી વખતે તેણે કહ્યું હતું કે, 'મને વૈશ્વિક સ્વીકૃતીની જરૂર છે, અને હાર્વર્ડ એમબીએ આ બાબતની ખાતરી આપે છે.'

ત્યાર બાદ, હવે તેની પાસે કોઈ બહાનાં બચ્યાં નહોતાં.

ત્યારે આ યુવાન એક યોજના લઈને આવ્યો હતો. તેણે સૂચન કર્યું કે બ્રેઈડે ન્યૂ યૉર્કમાં સિટીમાં ઑફિસ ખોલવી જોઈએ અને પોતે તેનું સંચાલન કરશે. આ બાબત તેને અરવિંદના બિઝનેસ સામ્રાજ્યનો હિસ્સો બનાવવાની સાથે વૈશ્વિક દૃષ્ટિકોણ અપાવવાનું પણ ચાલુ રાખશે.

તેના પિતાને આ સમજાયું નહોતું.

હાર્વર્ડના દસ શૈક્ષણિક એકમોમાં વિનયે બહુ સારું પ્રદર્શન કર્યું હતું. આમાં એકાઉન્ટિંગ, ફાઈનાન્સ, માર્કેટિંગ, આર્ગેનાઈઝેશનલ બિહેવિયર, જનરલ મેનેજમેન્ટ, ઑપરેશનલ મેનેજમેન્ટ, ઈન્ટરનેશનલ ઈકોનૉમી, એન્ટરપ્રેન્યૉરલ મેનેજમેન્ટ, નેગોશિયેશન્સ અને સ્ટ્રેટેજીનો સમાવેશ થતો હતો. આમ છતાં, એક બાબતમાં તેણે ખરેખર મહારત મેળવી હતી અને તે એટલે એકાઉન્ટિંગ, એ વિષય જે મારવાડીઓમાં તેમના મુનીમો દ્વારા મગજમાં વણી લેવાતો હતો.

'અહીં યુનાઈટેડ સ્ટેટ્સમાં પ્રાઈમ મ્યુચ્યુઅલ કન્સૉલિડૅટેડ, અથવા પીએમસી નામની એક ઈન્સ્યોરન્સ કંપની છે,' તેણે કહ્યું. 'હું તેમના માટે સારા એવા પ્રમાણમાં સલાહકાર તરીકે કામ કરૂં છું. તેનો સીઈઓ મારા ભૂતપૂર્વ વિદ્યાર્થીઓમાંનો એક છે.'

વિનય વિચારી રહ્યો હતો કે આ વાતચીત કઈ દિશામાં જઈ રહી હતી.

'ઈન્ડિયન કાઉન્સિલ ઓન ટ્રેડ એન્ડ ઈન્ડસ્ટ્રીએ આ વર્ષે ઈન્સ્યોરન્સ ક્ષેત્ર ખાનગી ખેલાડીઓ માટે ખૂલ્લું મુક્યું છે અને તેમાં 26 ટકા વિદેશી રોકાણ પણ મંજૂર કર્યું છે,' તેના પ્રૉફેસરે કહ્યું. 'તારા પરિવાર સાથે ભાગીદારીમાં ઈન્સ્યોરન્સ સાહસ શરૂ કરવામાં તેમને આનંદ થશે'

વિનયે પોતાના પિતા સાથે વાત કરી હતી. આ વખતે અરવિંદને વાત સમજાઈ હતી.

'મારા મિત્ર સરદાર હરપાલ સિંહ સાથે વાત કર,' અરવિંદે વિનયને કહ્યું. 'તેઓ વડા પ્રધાનના આર્થિક સલાહકાર છે. તમામ મંજૂરીઓ મેળવવાના ઉકેલ માટે તેઓ તારી મદદ કરશે.'

બે-એક મહિના બાદ સોદા પર સહી-સિક્કા થઈ ગયા હતા.

સરકારે ઈન્સ્યૉરન્સ ક્ષેત્રે શરૂ કરેલા સુધારાને આ સોદો આગળ વધારવાનો હોવાથી આ બાબતમાં રસ લઈ સરદાર હરપાલ સિંહ તમામ મંજૂરીઓ મેળવવામાં મદદ કરવા લલચાયા હતા

અરવિંદ લલચાયો હતો કેમ કે, આ સોદાને કારણે વિનયને દર મહિને એક અઠવાડિયા માટે કલકત્તા- હાલના નામ પરિવર્તન બાદ કોલકાતા આવવું પડે તેમ હતું.

વિનયને લલચાવનારી બાબત એ હતી કે, બાકીના ત્રણ અઠવાડિયા તે અલિશા સાથે એનવાયસીમાં વીતાવી શકે એમ હતું.

આ માત્ર વિન-વિન નહીં પણ વિન-વિન-વિન પરિસ્થિતિ હતી.

બિલ અને હિલેરી ક્લિન્ટનના માનમાં યોજાયેલા રાષ્ટ્રીય ભોજન સમારંભ માટેના વડા પ્રધાનના મહેમાનોની યાદી માત્ર 150 નામ સુધી મર્યાદિત રખાઈ હતી. આ યાદીમાં પોતાનું નામ દાખલ કરાવવા ગાંડી દોટ લાગી હતી. અનેક શક્તિશાળી લોકો શક્તિશાળી હોવા છતાં આ યાદીમાં સ્થાન મેળવી શક્યા નહોતા. પોતે રહી ગયા હોવાથી તેઓ રોષે ભરાયા હતા. અરબાઝ પણ આવા લોકોમાં એક હતો.

અરવિંદ ભોજન સમારંભમાં અભિલાષા સાથે સહભાગી થયો હતો. ભારતના ઝડપથી વિકસી રહેલા એક જૂથના ચેરમેન તરીકે અરવિંદની મુલાકાત બિલ ક્લિન્ટન સાથે તરીકે કરાવાઈ હતી, ત્યારે અમેરિકન રાષ્ટ્રપતિએ તેની સાથે જોશપૂર્વક હસ્તધૂનન કર્યું અને બોલ્યા, 'હું આશા રાખું છું કે ભારતીય અને અમેરિકન બિઝનેસ હિતો કાયમી શાંતિની વાટાઘાટ ચલાવી શકે છે.'

'મિત્રો સાથે વળી શાંતિમંત્રણા કેવી, મિ. પ્રૅસિડન્ટ,' અરવિંદે જવાબ આપ્યો. 'વાટાઘાટ તો માણસ પોતાના શત્રુ સાથે કરે છે. અમેરિકનો અમારા મિત્ર છે.'

એક દિવસ બાદ, બાવીસમી, માર્ચ, 2000ના દિવસે, રાષ્ટ્રપતિ ક્લિન્ટને સંસદના બંને ગૃહોની સંયુક્ત બેઠકનું સંબોધન કર્યું હતું.

'મિ. વાઈસ પ્રૅસિડન્ટ, મિ. પ્રાઈમ મિનિસ્ટર, મિ. સ્પીકર, લોકસભા અને રાજ્યસભાના સભ્યો, આપની સાથે અને, આપના દ્વારા, ભારતના લોકો સાથે

વાત કરવાનો વિશેષાધિકાર મળવાનો મને આનંદ છે. આજે મારી સાથે મારી કેબિનટે અને વ્હાઈટ હાઉસના મારા સ્ટાફના સભ્યો, તથા અમારી યુનાઈટેડ સ્ટેટ્સ કૉંગ્રેસના બંને રાજકીય પક્ષોના સભ્યોનું મોટું પ્રતિનિધિ મંડળ જોડાયું છે, એનાથી હું ગૌરવાન્વિત થયો છું. અમે અહીં આવી ને સન્માનિત મહેસૂસ કરીએ છીએ અને તમારા ઉષ્માપૂર્ણ સ્વાગત માટે અમે તમારો આભાર માનીએ છીએ,' ક્લિન્ટને શરૂઆત કરી.

સાંસદોએ તાળીના ગડગડાટથી ક્લિન્ટને વધાવી લીધા, એ પછી તેઓ ભારત-પાકિસ્તાન સંબંધો તરફ વળ્યા.

'પાકિસ્તાન જે અભિગમ અપનાવી રહ્યું છે, એ અંગે તમારી સરકારની અનેક ચિંતાઓમાં મારી પણ સહભાગિતા છે; ભૂતકાળમાં વાટાઘાટની શરૂઆત દરેક વખતે ફળદાયી રહી નથી એ અંગેની તમારી નિરાશામાં, હાલમાં જ થયેલી હિંસા પ્રત્યેના તમારા રોષમાં અમારી સહભાગિતા છે. પણ હું એ પણ માનું છું કે, લોકતંત્ર તરીકે, ભારત પાસે એક વિશેષ તક છે, અને તે એટલે કે પોતાના પાડોશીઓને એ દેખાડવાની કે લોકતંત્રનો આધાર સંવાદ છે. આ મિત્રતાની વાત નથી, પણ એકમેકથી વિભિન્ન મત ધરાવતા લોકો વચ્ચે કામ માટેનો સંબંધ રચવા વિશે છે. મને કોઈએ કહેલી સૌથી ડહાપણભરી વાત હોય તો તે એ કે, તમારા મિત્રો સાથે તમારે શાંતિની વાટાઘાટો કરવાની હોતી નથી.'

વડા પ્રધાનના 7, રેસકોર્સ રોડ ખાતેના કાર્યાલયમાં કાઉન્સિલ ઓન ટ્રેડ એન્ડ ઈન્ડસ્ટ્રીની બેઠક મળી હતી. રાષ્ટ્રપતિ ભવનની સામેના મુખ્ય દરવાજામાંથી સરદાર હરપાલ સિંહ અને અરવિંદ બગડિયા બંને પ્રવેશ્યા અને વિશાળ દાદર ચડીનો ઉપર ગયા. તેઓ ચાલતાં-ચાલતાં વાતો કરી રહ્યા હતા.

'મારા ધ્યાનપર કંઈક આવ્યું છે જેમાં તમારી દરમિયાનગીરીની જરૂર છે.' અરવિંદે કહ્યું.

'શું?' હરપાલે પૂછ્યું.

'દેશમાં ઔદ્યોગિક વિકાસ માટે વડા પ્રધાન ઉત્સુક છે, પણ મારી પાસે એક ઉદાહરણ છે જેમાં સ્વદેશી ઉત્પાદકોને નિરુત્સાહી કરવાના પ્રયાસો થઈ રહ્યા છે,' અરવિંદે કહ્યું.

'હું આશા રાખું છું કે તમે તમારા દાવાની પુષ્ટિ કરી શકશો,' હરપાલે કહ્યું.

અરવિંદે એ4 સાઈઝનો એક કાગળ હરપાલના હાથમાં પકડાવ્યો. 'સેના દ્વારા બહુ જલ્દી નવા ઓલ-ટેરેન ટ્રકનો ઑર્ડર અપાવાનો છે, જેના માટે સંરક્ષણ મંત્રાલયે સ્પૅસિફિકેશન્સની યાદી પ્રસિદ્ધ કરી છે. આ માટેની બોલીની પ્રક્રિયા એકાદ-બે અઠવાડિયામાં શરૂ થવાની છે.'

હરપાલે કાગળનો અભ્યાસ કર્યો. 'આમાં બધું જ બરાબર લાગે છે. પ્રૉબ્લેમ ક્યાં છે?'

'કર્ણાટકમાં કાર્યરત એક ભારતીય કંપનીને સેના નિયમિતપણે પોતાના ઑર્ડર્સ આપે છે,' અરવિંદે કહ્યું. 'આ ટ્રકો ભારતીય પરિસ્થિતિ માટે આદર્શપણે બંધબેસતી હોય છે. નવા સ્પૅસિફિકેશન્સ એ રીતે લખવામાં આવ્યા છે, જેથી તેમને બોલી લગાડતા રોકી શકાય.'

'તમારો કહેવાન અર્થ શો છે?' હરપાલે પૂછ્યું.

'અત્યારે સેના દ્વારા ઉપયોગમાં લેવાતા ટ્રક્સનો પેલૉડ છે 21,100 કિ.ગ્રા.,' અરવિંદે કહ્યું. 'હવે સ્પૅસિફિક્શન્સમાં 21,200 કિગ્રા.ની જરૂરિયાત જણાવાઈ છે.'

'આ કદાચ કારકુનના સ્તરની ભૂલ હોઈ શકે છે,' હરપાલે કહ્યું.

'હાલનું એન્જિન 2,100 એનએમ/1,000 આરપીએમ આપે છે. પણ હવે સ્પૅસિફિકેશન્સમાં આ જરૂરિયાત છે 2,200 એનએમ/ 1,000 આરપીએમ,' અરવિંદે કહ્યું.

'હમ્મમ.'

'હાલનો વ્હીલબૅઝ છે 1,950-2,860-1,450. એમએમ. પણ હવે સ્પૅસિફિકેશન્સની માગણી છે 1,955-2,865-1,455 એમએમની,' અરવિંદે કહ્યું, 'મુખ્ય ખેલાડીને બહાર કરી દેવાનો આ સભાનપણે કરેલો પ્રયાસ છે, જેથી કોઈક બીજું પ્રવેશ મેળવી શકે. તમારે આમાં દરમિયાનગીરી કરવી જ જોઈએ.'

અરબાઝના ટેબલ પર પડેલા અખબારમાં મથાળું હતું કે બરેલીની 18 વર્ષની એક યુવતીએ મિસ વર્લ્ડ 2000નો ખિતાબ જીત્યો હતો. તેનું નામ પ્રિયંકા ચોપરા – કે એવું જ કંઈક હતું.

પણ અરબાઝને પરાજિત થયેલા યોદ્ધા જેવી લાગણી થઈ રહી હતી. 'પેલા હરામી બગડિયાએ મારો સોદો બગાડી નાખ્યો,' અરબાઝે મુરલીને કહ્યું.

મુરલી શાંત રહ્યો.*ગમે તે હોય તેં એને ડૉટકૉમ સોદામાં મૂરખ બનાવ્યો હતો,* મુરલીએ મનોમન વિચાર્યું. *તો પછી તેની પાસેથી અપાર-અખૂટ પ્રેમની આશા તું કઈ રીતે રાખી શકે?*

'મારે આનો બદલો લેવો જ પડશે,' ફોન ઊંચકીને દિલ્હીનો નંબર ડાયલ કરતાં અરબાઝે કહ્યું.

'શું હું સરદાર હરપાલ સિંહ સાથે વાત કરી શકું છું?' તેણે પૂછ્યું.

'મારે એ સ્વીકારવું રહ્યું કે સંરક્ષણ સચિવને ટેક્નિકલ સ્પૅસિફિકેશન્સને અગાઉ જેવા કરવા માટે જરૂરી ફેરફાર કરવા મારે શાંતિથી સમજાવવાની જરૂર પડી હતી,' સરદાર હરપાલ સિંહે કહ્યું. 'મને જરાય ખ્યાલ નહોતો કે આમાં ક્યાંક તારા હિતો હશે.'

'તમે તમારા નિર્દેશો રદ કરી શકો, એવી કોઈ શક્યતા ખરી?' અરબાઝે પૂછ્યું.

'એવું કરવું ખૂબ જ અનુચિત ગણાશે, દીકરા,' હરપાલે કહ્યું. 'આમ પણ, મને પૂરી ખાતરી છે કે તું એ વાત સાથે તો સંમત થઈશ કે, આપણા જવાનો જે સાધનોનો ઉપયોગ કરવાના છે, તેની સાથે આપણે કોઈ બાંધછોડ ન કરવી જોઈએ.'

'ઓહ, બરાબર છે,' અરબાઝે કહ્યું. *અહીં મુંબઈમાં તમારી જમીન પર ગેરકાયદે કબજો જમાવનારાઓને હટાવવામાં મેં તમારી મદદ કરી, આમ કરોડોની કિંમતની પ્રૉપર્ટી તમને મળી ગઈ, એનું વળતર ક્યાં છે?*

'મને લાગે છે કે તું વિચારતો હોઈશ કે આનું વળતર ક્યાં છે?' હરપાલે કહ્યું.

'એનો તો વિચાર પણ મારા મગજમાં ક્યારેય પ્રવેશ્યો નથી,' અરબાઝ હળાહળ ખોટું બોલ્યો. 'મેં તમારા માટે જં કંઈ કર્યું તેને આ ટ્રક્સના ઑડર્સ સાથે કશું જ લાગતું-વળગતું નથી.'

'અરબાઝ, મારા હસ્તક્ષેપને કારણે તને નુકસાન થયું એ જાણીને મને બહુ જ ખરાબ લાગ્યું છે,' સરદાર હરપાલ સિંહે કહ્યું. 'હવે પછી તું દિલ્હી આવે ત્યારે મને મળજે. હું તને એક નાનકડો પ્રસ્તાવ આપીશ, જે આનું સાટું વાળી દેશે.'

2001નો કુંભ મેળો કોઈ સામાન્ય મેળો નહોતો. દર બાર વર્ષે અલ્હાબાદમાં કુંભનું આયોજન થતું પણ, બાર વર્ષના સામાન્ય આર્વતનમાંનો આ છેલ્લો કુંભ મેળો નહોતો, આ તો બાર આર્વતનોમાંનો છેલ્લો હતો – 144 વર્ષના ચક્રમાંનો છેલ્લો, આ બાબત તેને મહા કુંભ મેળો બનાવતી હતી.

કુંભ મેળાના 44 દિવસોમાં અલ્હાબાદની મુલાકાત લેનારા સાત કરોડ લોકોમાં વિનય પણ એક હતો. સ્ટૅનફૉર્ડમાંનો વિનયનો મિત્ર, કર્મા ત્શેરિંગે પણ તેની સાથે આવવાનો નિર્ણય લીધો હતો. યાલ સ્કૂલ ઑફ મેડિસિનમાંથી કર્મા વૈકલ્પિક ચિકિસત્સા વિજ્ઞાનમાં પીએચડી કરી રહ્યો હતો. તેની સમાંતર, તેણે અનયાસાર રિસર્ચ પ્રાયવેટ લિમિટેડ નામનું એક સ્ટાર્ટ-અપ શરૂ કર્યું હતું. જેનું તમામ ધ્યાન સ્વાસ્થ્ય સુધાર અને દીર્ઘાયુષ્યને લગતા સંશોધન પર કેન્દ્રિત હતું.

વિનય અને કર્મા અલ્હાબાદ પહોંચ્યા અને વિનયનો મિજાજ એકદમ જ પ્રફુલ્લિત થઈ ગયો. 'કહેવાય છે કે, ત્રણ પવિત્ર નદીઓ – ગંગા, યમુના અને અદૃશ્ય સરસ્વતીના સંગમમાં સ્નાન કરવાથી દેહ અને આત્મા બંને શુદ્ધ થાય છે અને વ્યકિતને કર્મમાંથી મુક્તિ મળે છે. પણ હું તો મારી સાથે કર્માને સદેહે લઈને આવ્યો છું!' વિનયે રમૂજ કરી.

કુંભ મેળો એ કળશનો ઉત્સવ હતો, જેમાંથી વ્યક્તિ અમૃત – અમરત્વનું પીયૂષ- મેળવી શકે છે. સ્નાન માટેના સૌથી પવિત્ર દિવસો દરમિયાન આવનારા લાખો યાત્રાળુઓ માટે વિશાળ હંગામી શહેર ઊભું કરવામાં આવ્યું હતું. અહીંનું વાતાવરણ એક વિશાળ યોગી પરિષદ જેવું હતું, જ્યાં વિશ્વભરમાંથી યોગીઓ, સાધુઓ, યાત્રાળુઓ અને પ્રવાસીઓ એકત્ર થયા હતા. આમાંના

અનેક તો હિમાલયના પહાડોની ગુફાઓમાંથી અને ગાઢ જંગલોમાંથી આવ્યા હતા. આ બધા વચ્ચે, પોતાના આખા જીવન દરમિયાન શરીર પર એકેય વસ્ત્ર ધારણ કર્યા વિના દિગંબર અવસ્થામાં જીવનારા નાગાબાવાઓ ઊડીને આંખે વળગતા હતા. તેમના શરીર પર પવિત્ર ભસ્મ ચોળેલી રહેતી અને તેમની વિશાળકાય જટાઓ અલગ જ તરી આવતી હતી. સ્નાનનો મુખ્ય દિવસ-શાહી સ્નાન- 24મી જાન્યુઆરીએ હતો. એ મૌની અમાસનો દિવસ હતો. આ દિવસે દોઢ કરોડ લોકો સંગમમાં સ્નાન કરવાના હતા.

એ દિવસે ડૂબકી લગાડનારા પહેલા કેટલાક લોકોમાં એક હતા મહાશિવ બાબા, અને તેમના પછી અધ્યાપિકા જ્યોતિ. પોતાના તંબુમાં જઈ રહેલાં અધ્યાપિકાને વિનયે દૂરથી જોયાં હતાં. તેઓ હવે મહાશિવ બાબા તરફ જોતાં જમીન પર બેઠાં હતાં. બાબાએ પોતાનું આખું જીવન વ્યાયામશાળામાં ગાળ્યું હોય એવો તેમનો દેખાવ હતો. તેમની આસપાસ અનુયાયીઓ હતા. વિનયે તંબુમાં ડોકિયું કર્યું ત્યારે અધ્યાપિકા જ્યોતિએ તેને તરત જ ઓળખી લીધો હતો અને તેને અંદર બોલાવી લીધો.

'તારા પિતા કેમ છે?' વિનયના માથા પર હાથ પસરાવતાં અધ્યાપિકા જ્યોતિએ લાગણીપૂર્વક પૂછ્યું.

'અમેરિકામાં રહેવાનાં એક પછી એક બહાનાં શોધી કાઢવા બદ્દલ તેઓ મારા પર ગુસ્સે ભરાયા છે,' વિનયે કહ્યું.

'તેમના તરફના તારા પ્રેમ અને લાગણીનો પ્રવાહ સતત વહેતો રાખજે, દીકરા,' અધ્યાપિકાએ કહ્યું. 'ગમે એવો કાળમીંઢ પથ્થર પણ વહેતી નદીના સતત મારા સામે ટકી શકતો નથી.'

અધ્યાપિકા જ્યોતિએ તેની ઓળખાણ મહાશિવ બાબા સાથે કરાવી. 'આ મહાશિવ બાબા છે.' તંબુમાંના સ્નાયુબદ્ધ માણસ તરફ ઈશાર કરતા તેમણે કહ્યું. 'તેઓ મારા ગુરુ છે.'

વિનયે એ પવિત્ર પુરુષના ચરણસ્પર્શ કર્યા. 'તું સાવ નાનો હતો ત્યારે મેં તને આશીર્વાદ આપ્યા હતા,' તેમનું વિશાળકાય જડબું સ્મિત આપવા માટે ખૂલ્યું અને તેઓ બોલ્યા. 'તારા માતા-પિતા તને કુરુક્ષેત્રની શિબિરમાં લાવ્યા હતા.'

આ માણસની યાદશક્તિ આટલી સતેજ કઈ રીતે છે? વિનયે મનોમન વિચાર્યું. પણ હજી તો તે આ અંગે વધુ વિચારે એ પહેલા મહાશિવ બાબાએ પૂછ્યું, 'અને તારો મિત્ર? તેને આ યાત્રામાં મજા આવી રહી છે ને?'

કર્માએ સ્મિત કર્યું. 'આ અવિસ્મરણીય અનુભવ છે,' તેણે કહ્યું. 'પણ કુંભ મેળો, ચોક્કસ આ મહિનાઓમાં જ કેમ યોજાય છે?'

'કુંભ મેળા માટેનો સમય ગુરુ અને સૂર્યની જ્યોતિષીય સ્થિતિના આધારે નક્કી થાય છે. ગુરુ વૃષભમાં હોય અને સૂર્ય મકરમાં પ્રવેશે ત્યારે આ મેળો પ્રયાગમાં યોજાય છે,' મહાશિવ બાબાએ જવાબ આપ્યો.

'અમૃત વિશે આપનું શું માનવું છે?' કર્માએ પૂછ્યું.

'અમૃતકુંભ દરેક માટે ઉપલબ્ધ છે,' કાગળનો એક ટૂચો કર્માના હાથમાં આપતા મહાશિવ બાબા બોલ્યા. 'તે જે સ્વરૂપમાં છે એ રીતે તેને બધા જ લોકો જોઈ શકતા નથી. આપણે પોતાના જીવનના અને પોતાના દ્વંદ્વોમાં એટલા ડૂબેલા હોઈએ છીએ કે આપણી નજર સામે જ તે હોવા છતાં આપણને દેખાતો નથી.'

'આ હિન્દુ તત્વજ્ઞાન છે?' કાગળનો એ ટૂચો સ્વીકારતા કર્માએ પૂછ્યું.

'ના, આ હિન્દુ ધર્મ છે,' મહાશિવ બાબાએ કહ્યું.

'બંને વચ્ચે શો ફરક છે?' કર્માએ પૂછ્યું.

'તત્વજ્ઞાનનો સંબંધ એવા પ્રશ્નો સાથે છે, જેના ઉત્તર કદાચ ક્યારેય મળી શકે નહીં,' બાબાએ કહ્યું.

'અને ધર્મ?' કર્માએ પૂછ્યું.

'એ એવો ઉત્તર છે, જેના વિશે ક્યારેય પ્રશ્ન થઈ શકે નહીં.'

અલિશાએ સવારે આઠ વાગ્યે પોતાના ટેબલ પર જ કૉફી પીધી હતી. હવે પછીના અડધા કલાકમાં તેનો રિપોર્ટ પૂરો થઈ જવો જરૂરી હતો, આથી નીચે આવેલા એનવાય કૉફી સ્ટેશન સુધી, જવા જેટલો સમય પણ તેની પાસે નહોતો. એક કસ્ટમરના આર્ટ કલૅક્શનની સમીક્ષા કરવા તેનું ઑફિસની બહાર જ જરૂરી હતું.

તેણે સફેદ કડક બ્લાઉઝ અને ઘેરા ભૂખરા રંગનો પારંપારિક બિઝનેસ સૂટ પહેર્યો હતો, જે મહિલાને છાજે એવો હોવાની સાથે માર્શ એન્ડ મૅકલેનનના રૂઢિચુસ્ત પુરુષ વર્ગને પણ રુચે તેવો હતો. આ પરિધાન પર બેઝિક બ્લૅક પમ્પ શૂઝ અને સુંદર નૅકલેસ તેણે પહેર્યા હતા. અલિશાનું વર્ણન એક જ શબ્દમાં થઈ શકે એમ હતું. અને તે એટલે અદભુત. તેના અનેક

પુરુષ સહ-કર્મચારીઓએ તેની સમક્ષ વિવિધ પ્રસ્તાવો મૂક્યા હતા પણ તેણે આ બધાને વિનમ્રતાપૂર્વક નકારી કાઢ્યા હતા. કેમ કે તેના મનનો માણિગર તેને મળી ગયો હતો.

સ્ટૅનફોર્ડમાંથી ગ્રેજ્યુએટ થયા પછી તરત જ અલિશાએ નોકરી લઈ લીધી હતી અને આ કંપનીમાં ત્રણ વર્ષ કરતાં વધુ સમયથી કામ કરી રહી હતી. ન્યૂ યૉર્ક સિટીમાં સ્થળાંતર કરવાનો નિર્ણય મુશ્કેલ હતો. તેણે સાન ફ્રાન્સિસ્કો અથવા સીટલમાં રહેવાનું પસંદ કર્યું હોત, પણ હાર્વર્ડમાંથી એમબીએ કરવાના વિનયના નિર્ણયને કારણે તેને આ પગલું ભરવું પડ્યું હતું. એનવાયસીથી કૅમ્બ્રિજ સુધીની સાડા ત્રણ કલાકની ડ્રાઈવ કરી વિનય સાથે વીકએન્ડ વીતાવવા જવાનું સરળ હતું, હવે એ બંને બિગ એપલમાં કામ કરતા હોવાથી જીવન ઘણું આસાન થઈ ગયું હતું,

માર્શ એન્ડ મૅકલેનેન ઈન્સ્યૉરન્સ બ્રૉકર્સ હતા પણ અલિશા તેના આંકડાકીય કૌશલ્યને કારણે અહીં નહોતી. તેનું અહીં હોવાનું કારણ સદંતર વિપરિત હતું. અલિશાએ સ્ટૅનફોર્ડ ખાતેથી આર્ટ હિસ્ટ્રીમાં મેજર કર્યું હતું. આર્ટ હિસ્ટ્રી એવી શાખા હતી, જેમાં કળાના નમૂનાને વૈવિધ્યસભર દૃષ્ટિકોણોથી મૂલવવાનો પ્રયાસ થતો, આમાં તેમના મૂળ સંદર્ભ તથા તેના વિવેચન અને એ પછીના તેના પરિભ્રમણ, સંગ્રહ, સંવર્ધન અને પ્રદર્શન વિશેની માહિતીનો સમાવેશ થતો હતો.

મૂલ્યવાન ચીજો, જેમ કે કળા અથવા એન્ટિક જેવી વસ્તુઓને હૉમઑનર્સ ઈન્સ્યૉરન્સ હેઠળ અત્યંત મર્યાદિત આર્થિક સંરક્ષણ અપાતું હતું. હૉમઑનર્સ ઈન્સ્યૉરન્સમાં વધારાના સંરક્ષણ તરીકે મૂલ્યવાન વસ્તુઓની પૉલિસી ઉમેરવાના વિચારના અગ્રણી હતા માર્શ. કળાના નમૂનાની આંકણી, મૂલ્યાંકન અને કવરેજ માટે માર્શની ઈન-હાઉસ નિષ્ણાંત હતી અલિશા.

પોતાના બૉસ માટેનો અંતિમ રિપોર્ટ તૈયાર કર્યા બાદ, અલિશાએ કૉમ્પ્યુટર પરના સેન્ડ બટનને ક્લિક કર્યું. તેણે પોતાનું પર્સ ઉપાડ્યું, કૉમ્પ્યુટર બંધ કર્યું અને વર્લ્ડ ટ્રેડ સેન્ટરના નૉર્થ ટાવરના 96મા માળેથી નીચે ઉતરવા માટે એલિવેટરની રાહ જોઈ રહી હતી.

ટ્રમ્પ ટાવર્સમાંની પોતાની ઑફિસમાં વિનય ટીવી જોઈ રહ્યો હતો, અને તેના પેટમાં જાણે કે ચૂંથારો થઈ રહ્યો હતો.

વર્લ્ડ ટ્રેડ સેન્ટરના નૉર્થ ટાવર સાથે એક વિમાન હમણાં જ ભટકાયું હતું, અલિશાના મોબાઈલ પર તેનો સંપર્ક કરવાના અનેક પ્રયાસ તેણે કર્યા, પણ એમાં તેને સફળતા મળી નહોતી, મોબાઈલ ફોનના ટ્રાફિકમાં એકાએક થયેલો વધારો અને માળખાકીય સેલ્યુલર સુવિધાને થયેલા નુકસાનને કારણે મોટા ભાગના મોબાઈલ ફોન્સનો સંપર્ક કરવાનું મુશ્કેલ થઈ ગયું હતું.

પોતાની ઑફિસમાંથી દોડતાં બહાર નીકળી કારમાં વર્લ્ડ ટ્રેડ સેન્ટર તરફ જઈ રહેલા વિનયે મનોમન વિચાર કર્યો, *અલિશા, જો તને કંઈ થયું તો, હું મારી જાતને પણ મારી નાખીશ.*

વિનયને એક મહત્ત્વની વાસ્તવિક્તાની જાણ નહોતી. અમેરિકન એરલાઈન્સની ફ્લાઈટ 11 બરાબર 8.46 વાગ્યે 96મા માળે આવેલી માર્શ એન્ડ મૅકલેનેનની ઑફિસ, જ્યાં અલિશા કામ કરતી હતી, તેની સાથે જ ભટકાઈ હતી.

'તું હંમેશા મને પ્રેમ કરીશ?' અલિશાએ તેને પૂછ્યું હતું. વર્લ્ડ ટ્રેડ સેન્ટરના 106મા માળે આવેલી વિન્ડોઝ ઓન ધ વર્લ્ડમાં તેઓ રાતનું ભોજન લઈ રહ્યાં હતાં.

'મને કોઈ પણ બાબત તારાથી દૂર લઈ જઈ શકશે નહીં,' વિનયે તેને કહ્યું હતું. 'હું તારી પાછળ પાગલ છું. અને જ્યાં પાગલપણું હોય છે માત્ર ત્યાં જ પ્રેમ હોય છે.'

'આપણા માતા-પિતાનું શું?' અલિશાએ પૂછ્યું હતું. 'તારા અને મારા પિતા એકબીજાના જૂના વેરી છે. વળી, આપણા ધર્મ પણ જુદા છે. તેઓ આપણા પ્રેમને ક્યારેય નહીં સ્વીકારે.'

'પ્રેમ બધાને જીતી લે છે,' વિનયે તેનો હાથ પકડતાં કહ્યું હતું. 'તેમને માનવું જ પડશે.'

પોતાને લકવો મારી ગયો હોવાનું તેણે અનુભવ્યું. તેની કાર આગળ વધી શકે એમ નહોતી. ન્યૂ યૉર્ક સિટી જાણે કે આખેઆખું ઠપ થઈ ગયું હતું, તમામ બ્રિજ અને ટનલ્સ ઈમરજન્સી વાહનો સિવાયની યાતાયાત માટે બંધ કરી દેવાયા હતા. સાર્વજનિક પરિવહન સેવા પણ બંધ કરી દેવાઈ હતી અને માઈલો લાંબી ટ્રાફિકની ગૂંચ તમામ મુખ્ય માર્ગો પર જોઈ શકાતી હતી. તેણે

પોતાના મોબાઈલ ફોનથી અલિશાનો મોબાઈલ નંબર વધુ એક વાર લગાડી જોયો. પણ નસીબે સાથ આપ્યો નહીં.

નૉર્થ ટાવરની અંદર, અલિશાએ બિલ્ડિંગના પંચાવનમા માળે આવેલી પોતાના ક્લાયન્ટની ઑફિસમાં જવા માટે એલિવેટર લીધી હતી. તેમની વચ્ચેની મીટિંગ 8.30 વાગ્યે શરૂ થઈ હતી. 8.46 વાગ્યે, અલિશા પોતાના પ્રૅઝન્ટેશન ફૉલ્ડરમાંનાં કાગળિયાં તપાસી રહી હતી ત્યારે આખી ઈમારત હચમચી ઊઠી હતી. અલિશાને ત્યારે બહાર બહુ મોટો અવાજ સંભળાયો હતો.

'ધરતીકંપ!' કોઈએ બરાડો પાડ્યો.

'બધા જ, તરત અહીંથી બહાર નીકળો,' કોઈ બીજાએ બૂમ પાડી.

અલિશાએ પોતાનું પર્સ ઉપાડ્યું અને દાદરા ઉતરી રહેલા લોકો સાથે જોડાઈ ગઈ.

નૉર્થ ટાવર જબરદસ્ત મોટી ઈમારત હતી, પણ તેના દાદર અત્યંત સાંકડા હતા. પગથિયાની પહોળાઈ એટલી હતી કે એકમેકની બાજુમાં બે જણ માંડ ઊભા રહી શકે એમ હતા. અત્યારે આ દાદર પર એટલી ભીડ હતી કે એક તલ રાખવા જેટલી જગ્યા પણ બચી નહોતી. નીચે ઉતરવાની ગતિ પીડાદાયકપણે ધીમી હતી. એક પગલું ભરો અને રાહ જુઓ. એક પગલું ભરો અને રાહ જુઓ.

અલિશાએ પોતાના ફોન તરફ જોયું. તેણે વિનયને ફોન કરવાનો પ્રયાસ કર્યો પણ ફોનમાં સિગ્નલ જ નહોતું. તેની બાજુમાંના એક માણસનો ફોન રણક્યો. 'તમારી ઈમારત સાથે વિમાન ભટકાયું છે,' સામા છેડાના અવાજે કહ્યું. દાદર ઉતરી રહેલા લોકોને લાગ્યું કે કોઈક નાનકડું ખાનગી વિમાન ઈમારત સાથે ભટકાયું હશે. ધુમાડાના કારણે લોકોને ચિંતા થઈ રહી હતી. દાદરનો દરવાજો ખૂલતો ત્યારે ધુમાડો અંદર ધસી આવતો હતો.

પણ લકવો મારી ગયેલી એનવાયસીની ગલીઓમાં વિનય અત્યંત ગભરાયેલો હતો. એ દિવસે તેણે દસ લાખમી વખત અલિશાનો મોબાઈલ નંબર ડાયલ કર્યો. પણ તે તેના વોઈસ મેઈલ સુધી જ પહોંચી શક્યો.

અલિશા વીસમા માળે પહોંચી ત્યારે, ઉપરના માળે ખરાબ રીતે ઈજાગ્રસ્ત થયેલા પોતાના મિત્રોને લઈને ઉતરી રહેલા લોકો તેની સાથે જોડાયા. અલિશા

તથા અન્ય લોકો તેમને પસાર થવા દેવા આઘા ખસ્યા. એક સ્ત્રીના વાળ તેના ચહેરા પર પીગળી ગયા હતા. તેની ત્વચા પણ પીગળી ગઈ હતી. એ સ્ત્રી ધ્રૂસ્કે ધ્રૂસ્કે રડી રહી હતી. 'હું કેવી દેખાઉં છું?' તેણે પૂછ્યું.

અલિશા ખોટું બોલી, 'તમે જરાય ખરાબ દેખાતા નથી, ચિંતા ન કરો.'

એ પછી તેમને ધડાકાભેર કશુંક તૂટી પડ્યાનો વધુ એક અવાજ સંભળાયો. દાદરના એ વિસ્તારમાં નીરવ શાંતિ છવાઈ ગઈ હતી, કેમ કે ત્યાં એકઠા થયેલા લોકોને હવે સમજાઈ ગયું હતું કે આ કોઈ અકસ્માત નહોતો. વધુ એક એરક્રાફ્ટ ધડાકાભેર ટકરાયું હતું – આ વખતે સાઉથ ટાવર સાથે. સમય થયો હતો સવારના નવ વાગીને ત્રણ મિનિટનો.

દાદર પરના લોકોનું બધું જ ધ્યાન એક વારમાં એક-એક ડગલું આગળ વધવા પર કેન્દ્રિત હતું. અનેક લોકો પોતાના ઈન્હેલર્સ દ્વારા અન્યોની મદદ કરી રહ્યા હતા. પોતાના ખભા પર હવાની ટાંકીઓ લઈ અગ્નિશમન દળના જવાનો ઉપરના માળ પર પોતાના મોત ભણી જઈ રહ્યા હતા. લોકો પેપર ટૉવેલ્સ અને પાણીની બૉટલ્સ એકબીજાને આપી રહ્યા હતા. અલિશાએ એક પેપર ટૉવેલ પર થોડું પાણી છાંટ્યું અને તેનાથી પોતાનું મોઢું અને નાક ઢાંકી લીધા. તેને ચક્કર જેવું લાગી રહ્યું હતું અને ભયંકર ગરમી થઈ રહી હતી. તેના ચહેરા પરથી પરસેવાના રેલા ઉતરી રહ્યા હતા અને તેના થાકી ગયેલા પગ ધ્રૂજી રહ્યા હતા. તેને ડર લાગી રહ્યો હતો કે પોતે ક્યાંક બેભાન થઈને ઢળી ન પડે. અચાનક તેને પોતાના પગ પર ભીનાશ અનુભવાઈ. પાણીના પાઈપ ફાટી ગયા હતા અને પગથિયાં પર પાણી ધસી આવ્યું હતું. નીચે ઉતરવાનું કામ આને કારણે થોડું વધુ મુશ્કેલ બન્યું હતું. સદનસીબે, તેણે પહેરેલા પમ્પ શૂઝમાં રબરનાં તળિયાં હતાં.

તળિયે પહોંચી ત્યારે અલિશા ઘૂંટણસમાણા પાણીમાં હતી. પોતાની આસપાસના મહા ભયાનક વિનાશને તે લાગણીવિહિન થઈને તાકી રહી હતી. એલિવેટર્સ તૂટી પડ્યા હતા. દીવાલ પરનો શોભા વધારતો આરસપહાણ ભાંગીને ભુક્કો થઈ ગયો હતો. બારીની પૅનલ્સ વિખેરાયેલી પડી હતી.

બચાવ કાર્યકર્તાઓ તેમને, આંગણાની સાવ નીચે આવેલા મૉલ વિસ્તાર તરફ દોરી ગયા. આંગણા તરફ જતાં અને થોભી ગયેલા એસ્કલેટર તરફ અલિશા દોડી ગઈ, ત્યારે પોલીસ કર્મચારી બૂમ પાડી રહ્યો હતો, 'દોડો! દોડો! ઉપરની તરફ જોયા વિના દોડો!'

ઉપર તરફથી આવી રહેલા ખતરાથી અજાણ અલિશા પોતાના ફોનમાં બિલ્ડિંગનો ફોટો લેવા પાછળ ફરી. એ જ ક્ષણે સાઉથ ટાવર ધડાકાભેર તૂટી પડવાની રાક્ષસી ગર્જના સંભળાઈ.

અલિશા છટકવા માટેનો માર્ગ શોધી રહી હતી. સબવેનું પ્રવેશદ્વાર માંડ વીસેક ફૂટ દૂર હશે. અલિશા તેમાં દોડી ગઈ અને તેણે દોડવાનું ચાલુ જ રાખ્યું. ઑક્સિજન માટે તે હાંફી રહી હતી ત્યારે પોતાના હૃદયના ધબકારા તેને સ્પષ્ટ સંભળાયા. તે પરસેવાથી તરબોળ થઈ ગઈ હતી. પણ તે જીવંત હતી.

ગમે તેમ કરીને તે વિનય સુધી પહોંચવા માગતી હતી. એ પછી પોતાના માતા-પિતા. સવબેમાંનો એકેય પૅફોન કામ કરી રહ્યો નહોતો. આ જગ્યા ભયંકરપણે ભેંકાર લાગી રહી હતી. અલિશા ત્યાંથી ગમે તેમ કરીને ભાગી છૂટી. નૉર્થ ટાવર પણ તૂટી પડ્યું હતું. ધુમાડો અને ધૂળના જાડા આવરણમાં લપેટાઈ ગયેલા સેંકડો લોકો સાવ નિરુદ્દેશે અહીંયા-ત્યાં ભટકી રહ્યા હોય એવા લાગતા હતા.

અલિશાએ એક સ્ત્રીને તેના ચાલુ ફોનનો ઉપયોગ પોતાને કરવા દેવાની વિનંતી કરી, પણ પેલીએ ઘસીને ના પાડી દીધી. અલિશાએ ચાલવાની શરૂઆત કરી કેમ કે રસ્તા પર કોઈ કાર, ટેક્સી કે બસો નહોતી. એક માણસે ન્યૂ યૉર્ક સિટી રૅસ્ક્યુ મિશનનું ફ્લાયર તેના હાથમાં પકડાવ્યું. તેમાં ફોન્સ, ખાણું તથા પાણીની વ્યવસ્થા હતી. અલિશા ત્યાં પહોંચી ત્યારે સદંતર થાકી ગઈ હતી. ફોન માટેની લાઈનમાં કંટાળી જવાય એટલા લાંબા સમય સુધી તે ઊભી રહી.

તેણે વિનયનો નંબર ડાયલ કર્યો અને તેના વોઈસ મેઈલ સુધી પહોંચી, તેણે ફરી વાર ફોન કર્યો. આ વખતે તેનો ફોન લાગ્યો.

આ ફોનથી વિનયને જે રાહત પહોંચી હતી એ તેના અવાજમાં સ્પષ્ટ જણાતી હતી. *આજ પછી હું તને ક્યારેય મારાથી દૂર નહીં થવા દઉં,* તેણે મનોમન વિચાર કર્યો.

'તને કંઈ થયું તો નથી ને?' તેણે પૂછ્યું, તેના અવાજમાંની ચિંતા સ્પષ્ટપણે નોંધી શકાતી હતી.

'હું એકદમ બરાબર છું બૅબી,' તેણે કહ્યું. 'પ્લીઝ મારી મમ્મીને ફોન કરી દેજે. તેને કહેજે કે હું બરાબર છું. એટલું જ કહેજે કે તું મારો ઑફિસનો કલીગ છે.'

'અલિશા,' વિનયે શરૂઆત કરી. 'મારે તને કહેવું છે કે....'

'શું?' અલિશાએ પૂછ્યું. તેની પાછળ કતારમાં ઊભેલા લોકોની ધીરજ ખૂટી રહી હતી.

'હું તારી સાથે પરણવા માગું છું. સ્વીટહાર્ટ,' વિનયે કહ્યું. 'તારા વિના જીવવું કેવું હશે તેની કલ્પના મેં હમણાં જ કરી જોઈ અને ફરી વાર ક્યારેય હું આ પરિસ્થિતિમાં મુકાવા માગતો નથી.'

'કોઈ બ્લડ ટૅસ્ટ નહીં, રાહ જોવાનો કોઈ ગાળો નહીં, કોઈ ઝંઝટ નહીં. ચટ તૈયારી પટ લગ્ન, મૅ'મ,' હોટેલના દરવાને વિનય અને અલિશાને કહ્યું. 'ક્લાર્ક કન્ટ્રી – જેમાં લાસ વૅગાસ સ્થિત છે – તે દર વર્ષે 80,000 કરતાં વધુ મેરેજ લાઈસન્સ જારી કરે છે. હું બધું જ સંભાળી લઈશ, જરાય ચિંતા ન કરતા.'

એ દિવસે મોડેથી તેઓ મેરેજ લાઈસન્સ બ્યૂરોના કારકૂન સામે હાજર થયાં. બ્યૂરોની બહાર લગાડેલી નોટિસ સ્પષ્ટ હતી:

તમારા પ્રસ્તાવિત જોડાણમાં બે જણ એકમેકથી બિનસંબંધિત હોવા જોઈએ તથા તેમની વય ઓછામાં ઓછી અઢાર વર્ષ હોવી જોઈએ. નામ અને વયના પુરાવાની જરૂર પડશે. કોઈ બ્લડ ટૅસ્ટની જરૂર નહીં રહે. તમારી પાસે માન્ય ડ્રાઈવર્સ લાઈસન્સ, પાસપોર્ટ, મિલિટરી આઈડી કાર્ડ અથવા સરકાર દ્વારા જારી કરાયેલા અન્ય ઓળખપત્ર હોવા જોઈએ. યુનાઈટેડ સ્ટેટસની બહારના દંપત્તિઓ પણ લાસ વૅગાસમાં લગ્ન કરી શકશે. તમારે તમારા લગ્નના પ્રમાણપત્રની પ્રત અને એપોસ્ટાઈલ નેવાડા સેક્રેટરી ઑફ સ્ટેટ પાસેથી મેળવવાની રહેશે, જેથી તમારા લગ્ન આંતરરાષ્ટ્રીય સ્તરે માન્ય ગણાય.

'અભિનંદન,' કંટાળેલા કારકૂને કહ્યું. 'હું હવે તમને પતિ અને પત્ની જાહેર કરું છું. આના સાંઈઠ ડોલર થયા, પ્લીઝ.'

તેમની સાથે માયાળુપણે આવવા તૈયાર થયેલા દરવાને રમૂજમાં કહ્યું, 'લાંબા ગાળે, લગ્ન તમને ઘણા મોંઘા પડી શકે છે, તમારા નાણા, સ્વતંત્રતા

અને તમારા મગજનું સાબૂતપણું પણ તેમાં આવી ગયું. પણ અત્યારે તો એનો ખર્ચ થયો છે માત્ર સાંઈઠ ડોલર.'

વિનયે એના કરતાં બમણા ખર્ચ્યા હતા. એકસો ને વીસ ડોલર.

સાંઈઠ ડોલરના લાઈસન્સ ઉપરાંત, સર્ટિફાઈડ મેરેજ સર્ટિફિકેટનો ખર્ચ દસ ડોલર અને નેવાડા સેક્રેટરી ઑફ સ્ટેટ પાસેથી એપોસ્ટાઈલનો ખર્ચ વીસ ડોલર. અને હા, ક્રેડિટ કાર્ડથી ચૂકવણી કરવાને કારણે પાંચ ડોલરનો સર્વિસ ચાર્જ તેમાં ઉમેરાયો હતો.

અને પચીસ ડોલર પેલા દરવાનની ટિપ.

'તેં શું કરી લીધું?' અરવિંદ બરાડ્યો, તેની સામે પડેલી ફાઈલ પર તેના હાથમાંના ગ્લાસમાંની વ્હિસ્કી છલકાઈ.

'મેં લગ્ન કરી લીધા છે,' વિનયે કહ્યું. 'અને આય એમ સોરી કે હું જેની સાથે પરણ્યો છું તે અરબાઝ શેખની દીકરી છે. અને હું તમને અને મમ્મીને ખરેખર પ્રેમ કરૂં છું. અને હું આશા રાખું છું કે તમે બંને મને માફ કરી દેશો.' *પરવાનગી માગવા કરતાં માફી માગવી વધુ સરળ હતી*, વિનયે નક્કી કર્યું હતું.

વિનય જાણતો હતો કે તે થોથવાઈ રહ્યો હતો. આટલો નર્વસ તે આજ પહેલા ક્યારેય નહોતો. તેણે કોલકાતાની પોતાની મુલાકાત દુર્ગા પૂજાની ઉજવણી સાથે સાંકળી લીધી હતી, જેથી તેના માતા-પિતા સારા મૂડમાં હોય.

તે પોતાની ધારણામાં ખોટો હતો.

'તું અમને પ્રેમ કરે છે?' અરવિંદે પૂછ્યું. 'તો પછી ચોક્કસ *આ* જ છોકરી શા માટે? પેલા માણસની છોકરી સાથે પરણીને , મારી, તારા પોતાના પિતાની, નાલેશી થાય એ માટે જ તે આ કર્યું છે.'

અભિલાષા નર્વસપણે જોઈ રહી હતી. તેનો એક હિસ્સો પોતાના દીકરાને ગળે વળગાડી એમ કહેવા માગતો હતો કે તેણે જે પણ છોકરીની પસંદગી કરી છે એની સામે મને કોઈ વાંધો નથી. તો તેનો બીજો એક હિસ્સો પોતાના પતિને સધિયારો આપવા માગતો હતો.

'તમારા પિતા, મારા દાદાજીએ, પોતાની પત્ની જાતે પસંદ કરી હતી અને એ માટે તેમનો પોતાનો પરિવાર તેમનાથી નફરત કરતો હતો,' વિનયે

દલીલ કરી. 'આશા રાખું છું કે તમે તમારી આખી જિંદગી મારાથી નફરત નહીં જ કરો.'

અરવિંદ પાછળ ફર્યો અને લિવિંગ રૂમમાંથી બહાર ચાલ્યો ગયો. 'આજથી, હવે મારે કોઈ દીકરો રહ્યો નથી,' તેણે કહ્યું.

વિનય તરફ સહાનુભૂતિભરી દૃષ્ટિ કર્યા બાદ અભિલાષા અરવિંદ પાછળ દોડી. 'હું તેમને મનાવીને પાછા લાવવાનો પ્રયાસ કરૂં છું,' તેણે વિનયને કહ્યું. 'તું ચિંતા કરવાનું છોડી દે.'

વિનયે કોલકાતામાં આખું અઠવાડિયું રાહ જોઈ પણ તેના પિતા તેને મળવા તૈયાર નહોતા. તેની માતાએ નર્વસપણે તેને જણાવ્યું કે તેના પિતા તેને બિઝનેસમાંથી સંપૂર્ણપણે દૂર કરી નાખવા માગતા હતા.

વિનયે વીકએન્ડમાં એનવાયસી માટેની વળતી ફ્લાઈટ પકડી લીધી.

'નાનકડી છોકરીને અમેરિકા જઈ ભણવાની સ્વતંત્રતા આપણે આપીએ ત્યારે આ થાય છે,' અરબાઝે ફોન પર બરાડો પાડ્યો. 'તેઓ પોતાના પિતાને દગો આપે છે!'

અલિશાએ આના વિશે લાંબો અને સઘન વિચાર કર્યો હતો. વિનયથી વિપરિત તેણે ફોન પર પોતાના માતા-પિતાને આ સમાચાર આપવાનું નક્કી કર્યું હતું. એવી પૂરેપૂરી શક્યતા હતી કે જો તે મુંબઈ પાછી ફરી હોત તો તેના પિતાએ તેને એક ઓરડામાં પૂરી દીધી હોત.

'પ્લીઝ ડેડી,' અલિશાએ ફોન પર વિનંતી કરી. 'એ થઈ ગયું, મને બસ એટલી જ ખબર છે કે હું તેને પ્રેમ કરૂં છું.'

'તારા પિતાનું શું?' ગુસ્સે ભરાયેલા અરબાઝે પૂછ્યું. 'તારા પિતા માટે તને જરા પણ પ્રેમ નથી?'

'એ તમને પ્રેમ કરે જ છે,' સમાંતર એક્સ્ટેન્શન પર સાંભળી રહેલી પરોમિતા વચ્ચે બોલી ઊઠી. પોતાની પત્ની સાથે વાત કરવા અરબાઝે થોડીક ક્ષણો માટે ફોન બાજુમાં કર્યો.

'તું તો આમાંથી બહાર જ રહેજે!' અરબાઝે બૂમ પાડી. 'તેને એકલી વિદેશ મોકલવાના વિચાર સાથે હું ક્યારેય સહમત નહોતો,'

તે લાઈન પર પાછો ફર્યો. 'અત્યારે ને અત્યારે તેને છૂટાછેડા આપી દે! આ મારો હુકમ છે.'

'હું એવું કરી શકું એમ નથી, ડેડી,' અલિશાએ કહ્યું.

'તો પછી વધુ વાત કરવા માટે હવે કંઈ બચતું નથી,' અરબાઝે કહ્યું.

'વર્લ્ડ ટ્રેડ સેન્ટર પરના હુમલામાં હું કદાચ મરી ગઈ હોત,' અલિશાએ કહ્યું. 'હું જીવું છું અને જેને હું પ્રેમ કરૂં છું તેની સાથે ઘર માંડીને સેટલ થઈ ગઈ છું એ કોઈ આશીર્વાદથી જરાય ઓછું નથી?'

'તું જીવે છે કે મરી ગઈ છે, એનાથી મને કોઈ ફરક નથી પડતો,' અરબાઝે લાઈન કાપી નાખતા કહ્યું.

પ્રાઈમ કન્સૉલિડેટેડ મ્યુચ્યુઅલની કૉન્ફરન્સ રૂમમાં વિનય બેઠો હતો. પીસીએમ વતી ભારતીય કામગીરી પર દેખરેખ રાખવા માટે તે હવે સીધો જવાબદાર હતો. જ્યારથી તેમણે જોઈન્ટ વૅન્ચર પર સહી કરી હતી, કંપની ભારતમાં સંસ્થાકીય બિઝનેસ મેળવવાનો પ્રયાસ કરી રહી હતી.

આ પહેલાનો મહિનો અસાધારણ રીતે મુશ્કેલીભર્યો હતો. પોતાના પિતાના ગુસ્સાને કારણે અલિશા ભાવાનાત્મક રીતે ભાંગી પડી હતી. વિનયના પિતા હજી પણ તેની સાથે વાત નહોતા કરી રહ્યા, વિનય એનવાયસીમાં રહી શકે એ માટે પ્રાઈમ કન્સૉલિડેટેડ મ્યુચ્યુઅલ દ્વારા તેને નોકરી ઑફર કરાઈ હતી. જે તેણે સાભાર સ્વીકારી લીધી હતી. *તમારાં સગાં સાથે જમો પણ ધંધો તો અજાણ્યા સાથે જ કરો* – આ ડહાપણભર્યો નિયમ હતો, જેનો મોટા ભાગના મારવાડીઓ ભંગ કરતા હતા - ક્યારેક તો અતિ ઉત્સાહપૂર્વક. વિનયને છેક હવે આ શબ્દોની મહત્તા સમજાઈ હતી.

પ્રાઈમના મેનેજિંગ ડિરેક્ટર તરીકે ગુલાબી ગાલ ધરાવતો ટેક્સાસ રાજ્યનો હિલ પર્ડી નામનો માણસ હતો. લહેજામાં ટેક્સાસની થોડીક છાંટ અને સિગાર માટેના તેના પ્રેમને બાદ કરતાં, તેનામાં ટેક્સાસપણું ખાસ નહોતું. તેણે પોતાના જીવનનો મોટા ભાગનો સમય લંડન અને એનવાયસીમાં વિતાવ્યો હતો.

'હાલમાં ગૂ-જય-રાતમાં થયેલા ભૂકંપે સરકારને યોગ્ય ઈન્સ્યૉરન્સ લેવાની જરૂરિયાત અંગે સજાગ કર્યા છે,' બિલે કહ્યું. 'મને જાણવા મળ્યું છે કે રાજ્ય સરકારના કર્મચારીઓનો વીમો અપૂરતો કહી શકાય એવો હોય છે.

ભારતમાંના આપણા મેનેજિંગ ડિરેક્ટરનું કહેવું છે કે, સરકારી કર્મચારીઓની ગ્રેચ્યુઈટી, પૅન્શન અને જીવન વીમાનું સંચાલન ખાનગી ઈન્સ્યૉરર કરે એ માટે બે રાજ્યોએ તૈયારી દેખાડી છે.'

'કયાં રાજ્યો?' વિનયે પૂછ્યું.

'ગૂ-જય-રાત અને મડ-યાહ પ્રડી-એશ,' ગુજરાત અને મધ્ય પ્રદેશ બંનેના ઉચ્ચારમાં ભાંગરો વાટતાં બિલે કહ્યું.

'બંને રાજ્યના મુખ્ય પ્રધાનો સાથે મીટિંગ ગોઠવવા તેમને કહો અને હું બંને જગ્યાએ તેમની સાથે જઈશ,' વિનયે સૂચન કર્યું.

'ત્યાં જવું સુરક્ષિત છે?' બિલે પૂછ્યું. આ પ્રશ્ન જરાય અયોગ્ય નહોતો. ભારત સાવ ખોટા કારણોસર આજકાલ સમાચારમાં હતું. 2001નું વર્ષ ગુજરાતમાં ભયંકર ભૂકંપ સાથે શરૂ થયું હતું, જેમાં 20,000 કરતાં વધુ લોકો માર્યા ગયા હતા. વર્ષના મધ્યમાં પાકિસ્તાનના રાષ્ટ્રપતિ પરવેઝ મુશર્રફ અને ભારતીય પીએમ અટલ બિહારી વાજપેયી વચ્ચે બહુચર્ચિત આગ્રા શિખર મંત્રણા યોજાઈ હતી, જેની શરૂઆત જોરદાર હતી પણ અંતે તેનું સૂરસૂરિયું થઈ ગયું હતું, પાકિસ્તાન પ્રયોજિત આતંકવાદીઓએ ભારતની સંસદ પર કરેલા હુમલા સાથે વર્ષનો અંત થયો હતો.

'ઓહ, ત્યાં જવું સાવ સુરક્ષિત છે,' વિનયે કહ્યું, પોતાના પિતા સાથેના શીત-યુદ્ધને પગલે તેણે હવે દર મહિને ભારત જવાનું બંધ કરી દીધું હતું. 'કોઈ પણ બાબતનું સત્તાવાર ખંડન કરાયું નથી. ભારતનો સવાલ છે ત્યાં સુધી, જો કોઈ વાત સત્તાવારપણે નકારી કાઢવામાં ન આવી હોય ત્યાં સુધી તેના પર ક્યારેય વિશ્વાસ ન મૂકવો.'

મહારાની બાગમાંના સરદાર હરપાલ સિંહના ઘરના બગીચાની બેરંગ છત્રી નીચે તેઓ બેઠા હતા. અરબાઝ જ્યારે જ્યારે હરપાલને મળતો ત્યારે તેઓ વધુ યુવાન થઈ ગયા હોય એવું તેને લાગતું. ડાકુરાણી ફૂલન દેવીને તેના જૂના દુશ્મનોએ ગોળીએ દીધી હોવાની એ સવારે જ બનેલી ઘટના અંગે બંનેએ ટૂંકમાં વાત કરી, એ પછી હરપાલે ધંધાની વાત શરૂ કરી.

'પેલા ટ્રકના સ્પૅસિફિકેશન્સમાં તારી મદદ ન કરી શકવા બદ્દલ મને બહુ જ ખરાબ લાગ્યું હતું,' હરપાલે કહ્યું.

'એના વિશે વધુ વિચારવાનું છોડી દો, સર,' અરબાઝે કહ્યું. 'તમને હું ઓળખું છું એ માન મારા માટે બહુ મોટું છે.'

'એ તો તારી ઉદારતા છે,' હરપાલે કહ્યું. 'પણ તને હું મળવા માગતો હતો એનું કારણ કંઈક જુદું હતું.'

અરબાઝ આગળની તરફ ઝૂક્યો. 'હા?'

'તું જાણે જ છે કે, હું ભારત અને ભૂતાન વચ્ચે મારો સમય અને બિઝનેસ વહેંચાયેલો છે,' હરપાલે કહ્યું. 'ભૂતાનના એક સ્ટાર્ટ-અપમાં મેં રોકાણ કર્યું છે. મને લાગે છે કે એ તારા માટે રસપ્રદ પ્રસ્તાવ રહેશે. મારે કોઈક રીતે તને વળતર આપવું જ છે, અરબાઝ.'

'તમે મને શરમમાં નાખી રહ્યા છો, સર,' અરબાઝે કહ્યું, જો કે ખરેખર તો સરદાર હરપાલ સિંહ શું ઑફર મૂકે છે એ જાણવાની તે ઉત્સુક્તાપૂર્વક રાહ જોઈ રહ્યો હતો.

'કંપનીની સ્થાપના ભારતમાં કરાઈ છે અને હજી તેનું લિસ્ટિંગ થયું નથી. ભૂતાનના એક યુવાન સંશોધકે તેની સ્થાપના કરી છે. કંપનીની પ્રાથમિક સંશોધન સુવિધાઓ ભૂતાનમાં છે અને કંપનીનું નામ છે અનયાસાર રિસર્ચ પ્રાયવેટ લિમિટેડ, અને તેઓ માનવ દીર્ઘાયુષ્ય પર અસાધારણ પ્રયોગો કરી રહ્યા છે.'

અરબાઝ શાંતપણે સાંભળી રહ્યો હતો. આમ પણ અંગ્રેજીમાં *સાયલન્ટ* અને *લિસન* આ બે શબ્દોમાં એકસરખા અક્ષરોની ઉલટસૂલટ જ હતી ને.

'અત્યારે હું કંપનીમાં 40 ટકાનો માલિક છું,' હરપાલે કહ્યું. 'બાકીના 60 ટકાનો માલિક કંપનીનો સ્થાપક કર્મા ત્શેરિંગ છે.'

'તમે આમાં કંઈ રીતે અને શા માટે પડ્યા?' અરબાઝે પૂછ્યું.

'ભૂતાનનાં રાણી, હર મેજેસ્ટી, અશી દોરજી વાંગમો વાંગચૂકે મને આ કંપનીમાં રોકાણ કરવા સૂચવ્યું હતું.'

'તમને આમાં કોઈ તક દેખાઈ હતી?' અરબાઝે પૂછ્યું.

'ભૂતાનના વર્તમાન રાજાના નામે દેશમાં અનેક આધુનિક સુધારાઓ કરવાનું શ્રેય જાય છે,' હરપાલે કહ્યું. 'તેઓ એ જ વ્યક્તિ છે જેણે કહ્યું હતું કે મને ગ્રોસ નેશનલ પ્રોડક્ટ કરતાં ગ્રોસ નેશનલ હેપીનેસની પરવા વધુ છે. પર્યાવરણ, સ્વાસ્થ્ય અને શિક્ષણ તેમના માટે ટોચની પ્રાથમિકતાઓ છે. રાજવી પરિવારને આ કારણસર જ લોકો પ્રેમ કરે છે. તેઓ અને તેમનાં રાણી આ પ્રકારનાં સંશોધનોને પોતાની પ્રજાના ભાવિ સુખ માટે અતિ આવશ્યક હોવાનું માને છે.'

'આહ,' અરબાઝે કહ્યું, હરપાલ પોતાને શું આપી રહ્યા હતા એ વિશે તે સ્પષ્ટ નહોતો.

'મારી ચાલીસ ટકા હિસ્સેદારી તું લઈ લે એવી ઑફર હું તને આપું છું,' હરપાલે કહ્યું. 'કંપનીમાં મારો કોઈ હિસ્સો નહીં રહે.'

'આમાં રોકાણ કરવા વિશે હું બહુ સ્પષ્ટ નથી,' અરબાઝે કહ્યું. આ આખો પ્રૉજેક્ટ અરબાઝને વધારે પડતો તરંગી અને અવાસ્તવિક લાગ્યો હતો. તેને એવું જ લાગી રહ્યું હતું કે રોકાણ કરવા માટે હરપાલ તેને વિશ્વાસપૂર્વક છેતરી રહ્યા હતા.

'હું તને રોકાણ કરવા નથી કહી રહ્યો,' હરપાલે કહ્યું. 'હું તને આ શૅર્સ ભેટમાં આપી રહ્યો છું.'

'શા માટે?' અરબાઝે પૂછ્યું.

'કેમ કે દરેક સારા કામનું વળતર પાછું ચૂકવવું જોઈએ,' સરદારે કહ્યું. 'તેં મુંબઈમાંની મારી કરોડોની જમીન ખાલી કરાવી આપી. એ ઋણ ફેડ્યા વિના હું કઈ રીતે રહી શકું.'

હકારાત્મક ઊર્જાની લાગણી સાથે વિનય ગાંધીનગરમાં ગુજરાતના મુખ્ય પ્રધાનની ઑફિસમાંથી બહાર નીકળ્યો. બાવન વર્ષના નરેન્દ્ર મોદી નામના મુખ્ય પ્રધાન સુસ્ત વહીવટતંત્રને હલબલાવી રહ્યા હતા. એવી અફવા હતી કે તેઓ વિભાગીય સચિવો પાસે કામમાં થયેલી પ્રગતિ પર નજર રાખવા માટે પાવરપૉઈન્ટ પ્રેઝન્ટેશનની માગણી કરતા હતા. મોબાઈલ ફોન પર તેઓ ગમે ત્યારે ઉપલબ્ધ રહેતા હતા અને પોતાના પ્રધાનો પાસે પણ તેઓ આવી જ અપેક્ષા રાખતા હતા. તેઓ નિયમિતપણે પ્રૉજેક્ટ સાઈટ્સ પર પહોંચી જતા અને કામમાં થયેલી પ્રગતિનું જાતે જ નિરીક્ષણ કરતા.

વિનય સીએમની ઑફિસમાં પ્રવેશ્યો ત્યાં સુધીમાં, સરકારમાંના તમામ ચાવીરૂપ નિર્ણય-લેનારાઓ એકઠા થઈ ચૂક્યા હતા અને પ્રાઈમ કન્સૉલિડેટેડ સાથે ભાગીદારીમાં કઈ રીતે કામ કરી શકાય એ વિશે ચર્ચા પણ કરી લીધી હતી. ભારતીય અમલદારશાહી સાથેની આ તેની અત્યંત વ્યાવસાયિક મીટિંગ હતી. તેમની સાથે મળીને વિનયે તારાંકિત મુદ્દાઓ વિશે આગળ શું કરવું એ અંગે ઝડપથી નિર્ણય લઈ લીધો હતો.

ખાનપુર રોડ પરની કામા હોટેલમાંની પોતાની રૂમ પર વિનય પહોંચ્યો, તેણે જૂતાં ઉતારી નાખ્યાં અને પલંગ પર પડ્યો. એ પછી અલિશા કેમ છે એ જાણવા માટે તેણે ફોન જોડ્યો. તેમની વચ્ચે દસ મિનિટ વાત થઈ, એ પછી વિનયનો દિવસ પૂરો થઈ ગયો હતો.

બીજા દિવસે સવારે, વિનયને નીચે ધમાલનો અવાજ સંભળાયો. તેણે ઊભા થઈને બારીની બહાર જોયું. નીચેની ગલીમાં એક વિશાળ ટોળું ક્યાંક ધસી રહ્યું હતું. ટોળું જ્યાંથી પસાર થતું ત્યાં વાહનો અને બારીઓ પર પથ્થરમારો કરી રહ્યું હતું. વિનયે તરત જ પોતાનાં પગરખાં પહેર્યાં અને નીચે લૉબી તરફ જવા લાગ્યો પણ મેનેજરે તેને અધવચ્ચે રોકી પાડ્યો.

'તમારી રૂમમાં પાછા જાવ, સર,' ગભરાઈ ગયેલા માણસે કહ્યું.

'શું ચાલી રહ્યું છે?' વિનયે પૂછ્યું. 'ગલીમાં આ ટોળું શેનું છે?'

'ગઈકાલે, સાબરમતી એક્સ્પ્રેસ અયોધ્યાથી અમદાવાદ પાછી ફરી રહી હતી ત્યારે ગોધરા સ્ટેશન પાસેતેને રોકવામાં આવી હતી,' મેનેજરે કહ્યું. 'તેમાંના અનેક પ્રવાસીઓ હિન્દુ યાત્રાળુઓ હતા. ટ્રેનને આગ ચાંપી દેવાઈ હતી. લગભગ 59 લોકો તેમાં મૃત્યુ પામ્યા હતા. ગુજરાતના હિન્દુઓ ગુસ્સે ભરાયા છે. શહેરમાં બધે અને રાજ્યના કેટલાક હિસ્સાઓમાં પણ રમખાણો ફાટી નીકળ્યા છે.'

'અહીંથી હું બહાર કઈ રીતે નીકળીશ?' વિનયે પૂછ્યું.

'તમે ગુજરાતની સૌથી સુરક્ષિત જગ્યાએ છો,' મેનેજરે કહ્યું. 'ખાનપુર રોડ પર રમખાણોની જરાય અસર થઈ નથી. હા, અહીં ટોળું છે, પણ એ પોલીસથી ઘેરાયેલું છે. બીજા અનેક વિસ્તારોમાં પોલીસની સદંતર ગેરહાજરી છે. પણ અમારા માલિકે પોતાની વગનો ઉપયોગ કરીને એ વાતની ખાતરી કરી લીધી છે કે પોલીસ આ વિસ્તારને પૂરતી સુરક્ષા આપે.'

'એટલે હું હવે અહીં ફસાઈ ગયો છું?' વિનયે પૂછ્યું.

'અમદાવાદમાં કુલ છ પ્રીમિયર હોટેલ્સ છે,' મેનેજરે કહ્યું. 'એમાંની બે સુરક્ષિત છે-આ અને લા મેરીડિયન. એ સિવાયના આખા શહેરમાં અરાજકતા વ્યાપી ગઈ છે. તમે તમારી રૂમમાં રહો એ જ તમારા માટે સૌથી સુરક્ષિત છે. તમારૂં અહીં રોકાણ શક્ય એટલું આરામદાયક કરવાના મારાથી બનતા શ્રેષ્ઠ પ્રયત્નો હું કરીશ.'

'વિનય અમદાવાદમાં છે,' અભિલાષાએ કહ્યું. 'મને ચિંતા થાય છે.'

ગોધરામાંની ઘટના બાદ, ગુજરાત અરાજકતા અને પાશવી હિંસાના વમળમાં ફસાયું હતું. રાજ્યના 27 નાના શહેરો તથા કસબાઓમાં કરફ્યુ લાદવામાં આવ્યો હતો. ભારતમાં કોમી રમખાણોની વણથંભી પરંપરા ચાલી આવતી હતી. 1905ના વર્ષમાં બંગાળમાં, 1921માં કેરળમાં, 1947માં પંજાબમાં, 1984માં દિલ્હીમાં, 1989માં કાશ્મીરમાં... અને હવે 2002માં અમદાવાદમાં હિંસાના શબ્દાતીત કૃત્યો થયા હતા. દરેક વખતે માત્ર ભૌગોલિક સ્થાન અને કોમો બદલાતી હતી.

ગુજરાતમાં, મુસ્લિમોના ઘરો અને દુકાનોનો નાશ કરવા માટે તલવારો, વિસ્ફોટકો અને ગેસ સિલિન્ડર્સનો ઉપયોગ કરાયો હતો. હિંસાનું અનિયંત્રિત તાંડવ જ જોઈ લો – હત્યા, આગ લગાડવી, લૂંટફાટ, બળાત્કાર, એસિડ હુમલા... બાળકો અને ગર્ભવતી માતાઓ તથા તેમના ગર્ભને સુદ્ધાં છોડવામાં નહોતા આવ્યા.

'તને કઈ રીતે ખબર પડી?' અરવિંદે પૂછ્યું.

'અમેરિકાથી નીકળતા પહેલાં તેણે મારી સાથે વાત કરી હતી,' અભિલાષાએ કહ્યું. 'આય એમ સોરી, પણ એ મારો દીકરો છે. તમે ભલે તેને પોતાનો દીકરો ન ગણો પણ મારા માટે તો એ હંમેશા મારો પુત્ર રહેશે. મેં એક દીકરો ગુમાવ્યો છે. હું બીજો દીકરો ગુમાવવા માગતી નથી.'

પછી અભિલાષા ભાંગી પડી અને ધ્રૂસકે ધ્રૂસકે રડવા લાગી.

અરવિંદે ફોન ઉપાડ્યો અને સુપ્રીન્ટેન્ડન્ટ ઑફ પોલીસ, કલ્યાણ સરકારનો નંબર ડાયલ કર્યો. 'મને તારી મદદની જરૂર છે,' તેણે કહ્યું. 'ગુજરાત પોલીસમાં તું કોઈને જાણે છે? મારો દીકરો વિનય બિઝનેસ ટ્રીપ માટે અમદાવાદ ગયો છે અને ત્યાં કામા હોટેલમાં ફસાયો છે. તું ત્યાં કોઈકને મોકલીને તેને બહાર કાઢી શકે એમ છે?'

અરવિંદે ફોન નીચે મૂકી દીધો. દસ મિનિટ બાદ ફોન ફરી રણક્યો અને તેણે તે ઊંચક્યો. 'થેન્ક્સ કલ્યાણ, બહુ સરસ. હા, તું તેમને કહે કે તેઓ તેને

કારમાં મુંબઈ પહોંચાડી દે. બાય કાર કેટલા કલાક લાગે છે? દસ? એમાં જોખમ તો નથી ને? તેની કાર પર હુમલો થાય તો શું?'

અભિલાષા અરવિંદની બાજુનું સંભાષણ નર્વસપણે સાંભળી રહી હતી, તેના ગાલ પરથી આંસુની ધારા વહી રહી હતી.

'વાહ, આ સરસ આઈડિયા છે,' અરવિંદે ફોન નીચે મૂકતાં કહ્યું.

'મારા દીકરાને બચાવી લો,' અભિલાષાએ અરવિંદને કહ્યું. 'એ મારું સર્વસ્વ છે.'

'એ મારો પણ દીકરો છે,' અરવિંદે કહ્યું. 'ચાલ, આપણે એરપૉર્ટ જઈએ.'

'કેમ?' અભિલાષાએ પૂછ્યું.

'આપણે મુંબઈ જઈ રહ્યા છીએ,' અરવિંદે કહ્યું. 'કલ્યાણે ગુજરાતમાં પોલીસ સાથે વાત કરી છે. તેઓ એમ્બ્યુલન્સની વ્યવસ્થા કરી રહ્યા છે, જે વિનયને મુંબઈ લઈ આવશે.'

'એમ્બ્યુલન્સ? મારા દીકરાને શું થયું છે?' અભિલાષા પાગલની જેમ પોક મૂકીને રડી પડી.

'એને કશું જ થયું નથી, અભિલાષા.' અરવિંદે પોતાની જગ્યાએથી ઊભા થઈ તેની આસપાસ પોતાના હાથ વીંટાળતા કહ્યું. 'સામાન્ય કાર કરતાં એમ્બ્યુલન્સમાં પ્રવાસ કરવો તેના માટે સલામત છે. એમ્બ્યુલન્સ પર ટોળું હુમલો કરે એવી શક્યતા ઓછી છે.'

મુંબઈના અલ્ટામાઉન્ટ રોડ પરના બગડિયા ગેસ્ટ હાઉસ પર વિનય પહોંચ્યો ત્યાં સુધીમાં તેના માતા-પિતા ત્યાં પહોંચી ગયાં હતાં અને તેની રાહ જોઈ રહ્યાં હતાં.

વિનયે એમ્બ્યુલન્સની બહાર પગ મુક્યો ત્યાં જ અભિલાષા દોડી ગઈ અને તેને વળગી પડી. તે થાકેલો અને વ્યગ્ર લાગતો હતો પણ અન્યથા તે બરાબર હતો. 'તું મારા સુધી સહી-સલામત પહોંચી જઈશ તો તિરૂપતિ બાલાજીના દર્શને જવાની તથા દાન આપવાની માનતા મેં માની હતી,' અભિલાષા તેના કાનમાં ગણગણી. 'બાલાજીએ મારી લાજ રાખી,' તેના આંસુ હજી પણ રોકાવાનું નામ લેતા નહોતા અને તેના ચહેરા પરથી વહીને વિનયના શર્ટને ભીંજવી રહ્યા હતા.

માતાના આલિંગનમાં જકડાયેલા રહીને તેના ખભા ઉપરથી વિનય જોઈ રહ્યો હતો. તેના પિતા પગથિયાં પર ઊભા હતા.

તેમના ચહેરા પર પણ આંસુ હતા.

'હા, સ્વીટહાર્ટ, હું બરાબર છું,' વિનયે અલિશાને ફોન પર કહ્યું. 'હું મુંબઈ પહોંચી ગયો છું. સોરી, હું તને પહેલા ફોન ન કરી શક્યો કેમ કે બધી જ લાઈનો વ્યસ્ત હતી.'

વિનયે ફોન કાપી નાખ્યો. તે ગેસ્ટ હાઉસના ડાઈનિંગ ટેબલ પર બેઠો હતો. તેણે ઉપર જોયું અને ડાઈનિંગ રૂમના દરવાજા પર પોતાના પિતાને જોયા. તેના પિતા સાંઈઠ વર્ષની તેમની વય કરતાં આજે તેને વધુ વૃદ્ધ લાગ્યા. વિનય પરના તેમના ગુસ્સાએ તેમની આ હાલત કરી નાખી હતી.

'તારી મમ્મીને મેં જબરદસ્તી ઊંઘની ગોળી લેવડાવી,' ટેબલ પાસેની ખુરશી પર બેસતાં અરવિંદે કહ્યું. 'તે પાગલ જેવી થઈ ગઈ હતી. આજકાલ તેની તબિયત પણ સારી રહેતી નથી.'

'તેણે મને આ બધું કેમ કહ્યું નહીં?'

'તે જાણતી હતી કે મારા કારણે આમ પણ તું ઊંડી તાણમાં હતો,' અરવિંદે કહ્યું. 'તેને સતત પેટમાં દુખાવો રહે છે. જ્યારે પણ ડૉક્ટરે દેખાડવા જોઈએ છીએ ત્યારે તેઓ કહે છે કે વાયરસ, ગૅસ કે એસિડિટીનો વ્યાધિ છે. તેને એપેન્ડિકસનો દુખાવો ઉપડ્યો હોવાનું સમજીને અમે એકવાર હૉસ્પિટલમાં પણ દોડી ગયા હતા.'

'બિચારી મા,' વિનયે કહ્યું. 'તમારા અને મારા વચ્ચેની સમસ્યાને કારણે તેને કેટલી તકલીફ થઈ હશે.'

'મારી જ ભૂલ છે,' અરવિંદે કહ્યું. 'મેં આવી અનેક ભૂલો કરી છે.'

'આય એમ સોરી, પાપા,' વિનયે કહ્યું. 'મને ખબર છે તમે મારા પર ગુસ્સે ભરાયા છો.'

'શશ્શ,' અરવિંદે કહ્યું. તેણે નોકરને એક ચા લાવવા કહ્યું.

'મેં જ્યારે સાંભળ્યું કે તું અમદાવાદમાં છે, ત્યારે મને સમજાયું કે હું કેટલો મૂરખ છું,' અરવિંદે અચકાતા કહ્યું. 'આશા રાખું છું કે, આપણે આ ભૂલાવી શકશું, બેટા.'

વિનય પોતાની ખુરશી પરથી ઊભો થયો, ચાલીને પોતાના પિતા સુધી આવ્યો અને તેમના ખભા પર તેણે હાથ મૂક્યા. એ પછી એક પણ શબ્દની જરૂર રહી નહોતી.

થોડાક મહિનાઓ બાદ, ધીરુભાઈ અંબાણીની અંતિમયાત્રામાં તેમને શ્રદ્ધાંજલિ આપવા અરવિંદ મુંબઈ પાછો આવ્યો હતો. કોલકાતા પરત ફર્યા બાદ તેણે હિલ્ડા પાસે એક પત્ર લખાવડાવ્યો હતો. તૈયાર થયા બાદ, વોટરમાર્ક ધરાવતા જાડા રોયલ એક્ઝિક્યુટિવ બૉન્ડ લેટરહેડ પર છપાયેલા પત્ર પર નજર કરી અને પોતાની દર વખતની શૈલીમાં સહી કરી.

25મી જુલાઈ, 2002

ભારતના માનનીય રાષ્ટ્રપતિ શ્રી એપીજે અબ્દુલ કલામ,

દેશના સર્વોચ્ચ બંધારણીય પદ પર ચૂંટાઈ આવવા બદ્દલ મારી હૃદયપૂર્વકની શુભેચ્છાઓનો સ્વીકાર કરો. આ માન માટે તમારા જેટલી પાત્ર હોય એવી કોઈ અન્ય વ્યક્તિ વિશે હું વિચારી પણ નથી શકતો.

તમને રાષ્ટ્રપતિ ભવનના રહેવાસી તરીકે જોઈને ભારત અને દરેક ભારતવાસી ગર્વ અનુભવે છે.

સાદર,
આપનો વિશ્વાસુ,
અરવિંદ બગડિયા.

24મી ડિસેમ્બર, 2002ના દિવસે હિન્દુસ્તાન ટાઈમ્સમાં એક અહેવાલ છપાયો હતો.

વડા પ્રધાન અટલ બિહારી વાજપેયીએ કહ્યું હતું કે, દિલ્હી મેટ્રોની શરૂઆત રાજધાનીમાં ટ્રાફિકની ગીચતા ઓછી કરશે અને પ્રદૂષણ પર પણ અંકુશ લાવશે, દિલ્હી મેટ્રોનું ઉદઘાટન કરતી વખતે વાજપેયીએ જણાવ્યું હતું કે, અંડરગ્રાઉન્ડ રેલ દોડતી થાય એ સ્વપ્નને લોકોએ લાંબા સમયથી સેવ્યું હતું, જે આજે પૂર્ણ થયું છે. વાજપેયીએ મંચ પરથી એક બટન દબાવીને મેટ્રોના ઉદઘાટનની નોંધ ધરાવતી તક્તીનું અનાવરણ કર્યું હતું.

નાયબ વડા પ્રધાન લાલકૃષ્ણ અડવાણી, શહેરી વિકાસ ખાતાના પ્રધાન અનંથ કુમાર, લૅફ્ટનન્ટ ગવર્નર વિજય કપૂર, મુખ્ય પ્રધાન શીલા દીક્ષિત અને દિલ્હી મેટ્રોના ચેરમેન મદનલાલ ખુરાનાએ પણ આ પ્રસંગે વકતવ્ય આપ્યાં હતાં.

મેટ્રોનું ઉદઘાટન કરતા પહેલા વાજપેયી, અડવાણી તથા સરકારના આર્થિક સલાહકાર સરદાર હરપાલ સિંહ તથા અરવિંદ બગડિયા જેવા બિઝનેસ માંધાતા સહિતના અન્ય વીઆઈપી મહેમાનો સાથે મેટ્રો ટ્રેનમાં પ્રવાસ કર્યો હતો.

'મારી સાથે તેઓ વાત કરશે?' અલિશાએ પૂછ્યું.

'મેં બધા જ પ્રયત્નો કરી જોયા છે, અલિશા,' પરોમિતાએ કહ્યું. 'તારા પપ્પા ખચ્ચર જેવા જીદ્દી છે. મને ખબર છે કે એ તને બહુ મિસ કરે છે. પણ તેમનો અહં આ વાત કબૂલ કરતા તેમને રોકે છે.'

'હું મુંબઈ આવી જાઉં?' અલિશાએ પૂછ્યું.

'સમય યોગ્ય હશે ત્યારે તને હું સામેથી કહીશ,' પરોમિતાએ કહ્યું.

'ત્રણ વર્ષ થઈ ગયાં છે,' અલિશાએ કહ્યું. 'હું તને ને એમને બહુ જ મિસ કરૂં છું.'

'તેઓ એકાએક વ્યસ્ત થઈ ગયા છે,' પરોમિતાએ કહ્યું. 'હાલની ચૂંટણીના પરિણામો સોનિયા ગાંધીને સત્તામાં લઈ આવ્યાં છે. તારા પિતા સરકારમાં કૅબિનેટ કક્ષાના પ્રધાન બને એવી ચર્ચા છે. તેઓ યશ ધર સાથે દિલ્હી ગયા છે.'

બિચારા અટલ બિહારી વાજપેયીને 2004માં વહેલી ચૂંટણીઓ યોજવાની સલાહ આપવામાં આવી હતી કેમ કે ચૂંટણી સમીક્ષકોએ આગાહી કરી રહ્યા હતા કે એનડીએને આસાનીથી બહુમતી મળશે. આ વખતે ચૂંટણી પ્રચારનો મૂળમંત્ર હતો *ઈન્ડિયા શાઈનિંગ*. ચૂંટણી બાદ બીજેપીને સમજાયું કે આખું ભારત માને છે કે ઈન્ડિયા શાઈન કરી રહ્યું છે, પણ કેટલાક ચુનંદા લોકો માટે જ. ચૂંટણીના રણમેદાનમાં વાજપેયીના પક્ષને બહુ મોટો ફટકો પડ્યો હતો. સ્વતંત્રતા બાદ દેશ પર મોટા ભાગના સમય માટે શાસન કરનાર ભારતીય રાષ્ટ્રીય કૉંગ્રેસનો આઠ વર્ષનો સત્તાથી દૂર રહેવાનો વનવાસ પૂરો થયો હતો..

રાજીવ ગાંધીનો પુત્ર, રાહુલ પણ પારિવારિક મતદાર ક્ષેત્ર અમેઠીમાંથી પોતાની પહેલી સામાન્ય ચૂંટણીમાં વિજયી થયો હતો.

'તો સોનિયા ગાંધી વડાં પ્રધાન બનશે?' અલિશાએ પૂછ્યું.

'સોનિયાજી ગઈકાલે પોતાનું અંતિમ રાજકીય પત્તું ઉતર્યાં,' પરોમિતાએ કહ્યું. 'તેમણે નવાં વડાં પ્રધાન બનવાની ના પાડી દીધી. તેમણે નરસિંહ રાવ સરકારના ભૂતપૂર્વ નાણા પ્રધાન ડૉ. મનમોહન સિંહને નવી સરકારના વડા બનવા કહ્યું છે.'

પરોમિતા થોભી. 'વિનય કેમ છે?' તેણે પૂછ્યું.

'મજામાં છે,'અલિશાએ કહ્યું. 'કોઈક કામ માટે પોતાના પિતા સાથે તે ભૂતાન ગયો છે.'

'તેમની વચ્ચે બધું બરાબર થઈ ગયું?' પરોમિતાએ પૂછ્યું.

'થૅન્ક ગૉડ, એક પિતા-સંતાનના સંબંધની ગાડી તો પાટે ચડી ગઈ,' અલિશાએ કહ્યું. *'પતા નહીં, મેરા નંબર કબ આયેગા?'*

2004માં ફૉર્બ્સની આંતરરાષ્ટ્રીય યાદીમાં માત્ર નવ ભારતીય અબજોપતિઓનાં જ નામ હતાં, પણ આ વર્ષે આ મેગેઝિને ભારતના ધનિકોની યાદી આપવાનું પણ શરૂ કર્યું હતું. ફૉર્બ્સની ભારત માટેની આ પ્રથમ યાદી હતી, આ બાબત ભારતની આર્થિક દૃઢતાના વિકાસનું પ્રતિબિંબ પાડતી હતી. મેગેઝિને પહેલી વાર 40 સૌથી ધનાઢ્ય ભારતીયોની યાદી તૈયાર કરી હતી.

1. *મિત્તલ સ્ટીલના લક્ષ્મી એન. મિત્તલ*
2. *વિપ્રોના અઝીમ પ્રેમજી*
3. *રિલાયન્સના મુકેશ અને અનિલ અંબાણી*
4. *એ.વી. બિરલાના કુમાર મંગલમ બિરલા*
5. *તાતા સન્સના પાલણજી મિસ્ત્રી*
6. *ભારતી ગ્રુપના સુનીલ મિત્તલ*
7. *એચસીએલના શિવ નાડર*
8. *ગોદરેજ ઈન્ડસ્ટ્રીઝના અદી ગોદરેજ*
9. *રેનબૅક્સીના માલવિન્દર અને શિવિન્દર સિંહ*
10. *સન ફાર્માના દિલીપ સંઘવી*

ભારતના ટોચના દસમાં પોતે સ્થાન બનાવી શક્યો ન હોવાનું જોઈ અરવિંદ નિરાશ થયો. તેણે યાદી વાંચવાનું ચાલુ રાખ્યું.

11. *સ્ટર્લાઈટના અનિલ અગરવાલ*
12. *એસ્સારના શશી અને રવિ રુઈયા*
13. *જિંદાલ ગ્રુપના ઓમપ્રકાશ જિંદાલ*
14. *બજાજ ઓટોના રાહુલ બજાજ*
15. *ઈન્ફોસીસના એન.આર. નારાયણ મૂર્તિ*
16. *ઝી ટેલિફિલ્મસના સુભાષચંદ્ર*
17. *સિપ્લાના યુસુફ હમીદ*
18. *હીરો ગ્રુપના બ્રિજમોહન લાલ મુંજાલ*
19. *વૉકહાર્ટના હબીબ ખોરાકીવાલા*
20. *ડાબરના વિવેક બર્મન*

ટોચના વીસમાં પણ તેનું નામ નહોતું. ઓહ, એમાં શું થયું, બીજો મોકો પણ આવશે જ ને. બાકી રહેલી યાદી વાંચવાનું તેણે ચાલુ રાખ્યું.

21. *ઈન્ફોસીસના નંદન નિલેકની*
22. *ઈન્ફોસીસના એસ. ગોપાલાક્રિષ્નન*
23. *ઈન્ફોસીસના એન.એસ. રાઘવન*
24. *પટણી કૉમ્પ્યના નરેન્દ્ર પટણી*
25. *નિકોલસ પિરામલના અજય પિરામલ*
26. *યુબી ગ્રુપના વિજય માલ્યા*
27. *બ્રૅઈડના અરવિંદ બગડિયા*

નંબર 27. એટલું ખરાબ પણ ન કહેવાય, અરવિંદે વિચાર્યું. જો પોતે બિઝનેસ વિકસાવતો રહેશે તો, એકાદ-બે વર્ષમાં તે આરામથી ટોચના દસમાં પહોંચી જશે. બાકી રહેલી યાદી પર તેણે હવે સામાન્યપણે નજર ફેરવવાનું શરૂ કર્યું.

28. *કલ્યાણી ગ્રુપના બાબા કલ્યાણી*
29. *સત્યમના બી. રામલિંગા રાજુ*
30. *બાયોકૉનના શૉ- કિરણ મઝુમદાર*
31. *નિરમાના કરસનભાઈ પટેલ*

32. ધંદાના અરબાઝ શેખ
33. કોટક મહિન્દ્રાના ઉદય કોટક
34. ઈન્ફોસીસના એસ.ડી.શિબુલાલ
35. ડૉ. રેડ્ડીઝના કે. અન્જી રેડ્ડી
36. ગુજરાત અંબુજાના નરોત્તમ સેક્સરિયા
37. જયપ્રકાશ ઈન્ડસ્ટ્રીઝના જયપ્રકાશ ગૌર
38. જ્યુબિલન્ટ ઓરાગાનોના શ્યામ અને હરિ ભાટિયા
39. એમએન્ડએમના કેશુબ મહિન્દ્રા
40. લુપ્ટિનના દેશબંધુ ગુપ્તા

નંબર 32 પર તેનું ધ્યાન ખેંચાયું હતું. અરબાઝ શેખ 32મા ક્રમે! *ઈન્વેસ્ટમેન્ટ કંપની અને બૅન્કની સ્થાપના કરીને એ હરામી માફિયા ડોનમાંથી પોતાની જાતને એક સન્માનજનક બિઝનેસમેન બનાવવામાં સફળ રહ્યો હતો,* અરવિંદે વિચાર્યું. *દેશમુખનો ઉપયોગ કરીને બૅન્કિંગમાં પ્રવેશવાનું મને કેમ સૂઝ્યું નહીં?*

અરવિંદે મનમાં નક્કી કરી લીધું કે ફૉર્બ્સની યાદીમાંનું ચિત્ર બહુ જલ્દી બદલી નાખશે.

કોલકાતા-દિલ્હી સૅક્ટર ફ્લાઈટની બિઝનેસ ક્લાસની સીટમાં અરવિંદ અને વિનય સેટલ થયા. ભૂતાનના પારોની ફ્લાઈટ પકડે એ પૂર્વે તેઓ દિલ્હીમાં ટૂંકું રોકાણ કરવાના હતા. પારો એરપોર્ટ પર એક કાર તેમની રાહ જોઈ રહી હતી, જે તેમને કર્માના સંશોધન કેન્દ્ર સુધી લઈ જવાની હતી,

કર્મા તરફથી આવેલો કૉલ ઈશ્વરે મોકલેલી તક જેવો હતો. પોતાની કંપનીમાં નવા રોકાણકારોના પ્રવેશ આપવા માટે તે તૈયાર હતો. 'તું અને તારા પિતા ભૂતાન કેમ નથી આવતા?' તેણે ફોન પર કહ્યું હતું.

ભૂતાનનું સામ્રાજ્ય ચારેબાજુ જમીનથી જોડાયેલો દેશ છે, જેની ઉત્તરે ચીન તથા દક્ષિણ, પૂર્વ અને પશ્ચિમે ભારત છે. 1907થી વાંગચૂક રાજવી પરિવાર તેના પર શાસન કરે છે.

'તને લાગે છે કે તારો આ મિત્ર ખરેખર કંઈક કરી રહ્યો છે?' અરવિંદની જાણકારી માટે વિનયે તૈયાર કરેલા રિપોર્ટ પર નજર કરતાં તેણે પૂછ્યું.

'મને તો એવું લાગે છે,' વિનયે કહ્યું. 'કર્માની કંપની, અનયાસાર રિસર્ચ પ્રાયવેટ લિમિટેડ અસાધારણ પ્રયોગો હાથ ધરી રહી છે. બસ એટલું જ છે કે એકેય સંશોધનમાં હજી સુધી તેમના હાથે કશું જ ચડ્યું નથી.'

'મૂર્ખામીભર્યા અન્ય પરપોટાં જેવું આ પણ હોઈ શકે છે,' અરવિંદે કહ્યું. 'ડૉટકૉમના મૂલ્યાંકન સાથે શું થયું હતું એના તરફ જો. અને એનરોન સાથે શું થયું એના તરફ પણ નજર કર.'

'અનયાસાર પરપોટો નથી,' વિનયે કહ્યું. 'ખરેખર તો, કંપની વિશે ભાગ્યે જ કોઈ કંઈ જાણે છે. કંપનીનું સંચાલન કર્મા ત્શેરિંગ કરે છે, જે પોતે એક તેજસ્વી વિજ્ઞાની છે, જેણે યાલ મેડિકલ સ્કૂલમાંથી પીએચડીના વિદ્યાર્થી તરીકે દૂરંદેશીભર્યું સંશોધન કર્યું છે. સ્ટૅનફૉર્ડમાં એ મારો રૂમમેટ હતો. અને આ કંપની હજી પણ ખાનગી માલિકીની જ છે.'

'તેનું ફન્ડિંગ કોણ કરે છે?' અરવિંદે પૂછ્યું.

'સરદાર હરપાલ સિંહ,' વિનયે જવાબ આપ્યો. 'તેઓ ઈક્વિટીના 40 ટકાની માલિકી ધરાવે છે. કર્માને સ્ટાર્ટ-અપ ફન્ડિંગ પૂરૂં પાડવા માટે તેમણે આ હિસ્સો પ્રીમિયમ આપીને ખરીદ્યો હતો.'

'એ વાત સાચી છે કે મેનેજમેન્ટને લગતું સંપૂર્ણ નિયંત્રણ કર્માના હાથમાં છે. તે જે કરવા માગે એ કરવા તે મુક્ત છે અને નવા રોકાણકાર લાવવાનો પણ તેમાં સમાવેશ થાય છે. અત્યારે ઈક્વિટીના 60 ટકા તેની પાસે છે, એ વાત પણ એટલી જ સાચી છે, પણ તેને વધુ ફંડની જરૂર છે, આથી પોતાનો કેટલોક હિસ્સો મૈત્રીપૂર્ણ રોકાણકારોને વેચવા માટે તે તૈયાર થાય એવી શક્યતા છે.'

'સંશોધનમાં સફળ થવાથી તે કેટલો દૂર છે?' અરવિંદે પૂછ્યું.

'કહેવું મુશ્કેલ છે,' વિનયે જવાબ આપ્યો. 'પાંચ વર્ષ, કદાચ પંદર. સૌથી મહત્ત્વની બાબત એ વાસ્તવિક્તામાં છે કે માનવ દીર્ઘાયુષ્યના મુદ્દે સંપૂર્ણપણે બિન-પાશ્ચાત્ય દૃષ્ટિકોણથી કામ કરી રહેલી તે એકમાત્ર વ્યક્તિ છે.'

કર્મા ત્શેરિંગની પ્રયોગશાળા અન્યો કરતાં સાવ અલગ હતી. બહારથી તેનો દેખાવ એકાદ ધાર્મિક મઠ જેવો હતો અને તે પણ અદભુતપણે સુંદર મઠનો. પારોની ઉત્તરે આ પ્રયોગશાળા, સમુદ્રથી 10,000 ફૂટની ઊંચાઈએ સીધો ઢોળાવ ધરાવતી એક ભેખડ પર સ્થિત હતી. આ માળખું પથ્થરની અંદર બાંધવામાં

આવ્યું હતું અને તેમાં પ્રવેશવા માટે સાવ પાતળી કેડી પસાર કરવી પડતી હતી, જે પાઈનના ઘનઘોર જંગલમાંથી પસાર થતી હતી. મોટા ભાગે, આ સ્થળ વાદળાથી ઢંકાયેલું રહેતું, જે આ સ્થળના અંતરિયાળપણામાં ઓર વધારો કરતું હતું.

અંદર, જો કે, તે અદ્યતન પ્રયોગશાળા હતી, જેનું બાંધકામ, જૂની ઈમારતમાં લોખંડ અને કાચના કોચલાની જેમ કરાયું હતું. 11,000 સ્કવૅઅર-ફૂટની આ લૅબમાં પ્રયોગશાળાના ચમકદાર ટેબલ્સની એક પછી એક હરોળ હતી જેની આસપાસ સફેદ કોટ પહેરેલા પચીસ સંશોધકો હેરત પમાડે એવા વૈવિધ્યસભર પ્રયોગો કરી રહ્યા હતા.

પોતાના સ્ટૅનફૉર્ડમાંના રૂમમેટને જોઈને કર્મા ખૂબ જ ઉત્સાહિત થઈ ગયો હતો. કુંભ મેળા વખતે તેઓ મળ્યા હતા એ બાબતને ત્રણ વર્ષ જેટલો સમય વીતી ગયો હતો. બંનેએ એકબીજાની પીઠ એ રીતે થપથપાવી જાણે કે તેઓ હજી પણ કોલેજમાં ભણતાં કિશોરો જ ન હોય. વિનયે પોતાના પિતાનો પરિચય કર્મા સાથે કરાવ્યો અને એ પછી એ ત્રણેય એક નાનકડી કૉન્ફરન્સ રૂમ તરફ આગળ વધ્યા જે આ માળખાની બહાર નીકળતા એક આધાર પર ઊભી હતી અને અહીંથી ખીણનો અદભુત નજારો જોઈ શકાતો હતો તથા નીચે તરફ વહી રહેલા જળધોધને પણ જોઈ શકાતો હતો. તેઓ બેઠા અને એક યુવતી લેમન ટી અને તાજા સફરજન લઈ આવી.

'તારી લૅબ માટે તે આ જગ્યા પર પસંદગી શા માટે ઉતારી, એ મારે જાણવું છે, કર્મા?' અરવિંદે કહ્યું.

'ભૂતાનની કેટલાક મઠો સુધી પહોંચવાનો માર્ગ ઈરાદાપૂર્વક દુર્ગમ રખાયો છે,' કર્માએ જવાબ આપ્યો. 'આ એમાંના સૌથી જૂના મઠોમાંનું એક હતું, લગભગ સાતમી સદીની આસપાસ આ બંધાયું હતું. 1864માં બ્રિટિશરોએ ઘુસણખોરી કરી ત્યારે થયેલા દુઆર યુદ્ધમાં આ મઠ સંપૂર્ણપણે નાશ પામ્યો હતો. અનેક વર્ષો સુધી તે ત્યજી દેવાયેલી અવસ્થામાં તૂટું તૂટું થતો, અંતરિયાળ અને દુર્ગમ રહ્યો. હું ભૂતાન પાછો ફર્યો અને પ્રયોગશાળા શરૂ કરવાની મારી ઈચ્છા, હર મેજેસ્ટી અશી દોરજી વાંગમો વાંગચૂક સમક્ષ રજૂ કરી, ત્યારે તમણે સૂચવ્યું કે અમે આ સ્થળને પુનઃસ્થાપિત કરીએ અને તેનો ઉપયોગ કરીએ.'

'હવે મને તારા પ્રૉજેક્ટ વિશે જણાવ,' અરવિંદે કહ્યું.

'આ સરળ છતાં અટપટું છે,' કર્માએ સમજાવ્યું. 'તમે અશોક વિશે કેટલું જાણો છો?'

'મૌર્ય સમ્રાટ?' અરવિંદે પૂછ્યું.

'હા,' કર્માએ કહ્યું. 'કહેવાય છે કે અશોકના શાસનકાળ દરમિયાન, મૌર્ય સામ્રાજ્યએ મનુષ્યના દીર્ઘાયુષ્ય અંગે નોંધપાત્ર સંશોધન હાથ ધર્યું હતું. તેમનું ધ્યેય અમરત્વનું પીણું શોધવાનો હતો.'

'શા માટે? એ વિશે કોઈ અનુલ્લંઘનીય આદેશ બહાર પાડવામાં આવ્યો હતો?' અરવિંદે પૂછ્યું.

'કલિંગનું યુદ્ધ,' કર્માએ જવાબ આપ્યો. 'એ લોહિયાળ યુદ્ધમાં આશરે 3,00,000 લોકો મૃત્યુ પામ્યા હતા અને આ રક્તપાત માટે અશોકને અપાર પસ્તાવો થયો હતો. તેમનો એક હિસ્સો એવો હતો જે કદાચ મરેલાઓને ફરી સજીવન કરવા માગતો હતો. તેમણે સંશોધકોનું એક જૂથ બનાવ્યું હતું, જેઓ નવ અજ્ઞાતો તરીકે ઓળખાતા હતા.'

'આ જરૂર કાલ્પનિક વાર્તા જ હશે,' વિનયે ઉપહાસ કરતા કહ્યું. 1923માં અમેરિકન લેખક તાલબોટ મૂંડી દ્વારા પ્રકાશિત કરાયેલી નવલકથા *નાઈન અનનોનને* કારણે આ માન્યતા લોકપ્રિય બની હતી કે અશોકે વૈજ્ઞાનિક સંશોધનોને સમર્પિત હોય એવા એક ગુપ્ત સમાજની સ્થાપના કરી હતી.

'મૂર્ખતાભર્યા અને ષડયંત્રકારી વાદો ધરાવતી આવી દલીલોનો ભોગ ભૂલેચૂકે ય બનતો નહીં,' કર્માએ કહ્યું. 'મૂંડીએ એવો સિદ્ધાંત આપ્યો છે કે, આ નવ જણ વૈવિધ્યસભર વિષયોના સંશોધનો સાથે સંકળાયેલા હતા, જેમાં મત-પ્રચાર, શરીર વિજ્ઞાન, સૂક્ષ્મ જીવવિજ્ઞાન, રસસિદ્ધિ, સંવાદ, ગુરુત્વાકર્ષણ, બ્રહ્માંડ વિજ્ઞાન, પ્રકાશ અને સમાજશાસ્ત્ર જેવા વિષયોનો સમાવેશ થતો હતો. આ તદ્દન વાહિયાત વાત છે. એ વાત સાચી કે નવ જણ હતા પણ તેઓ સંપૂર્ણપણે કુલ અઢાર ચાવીરૂપ પ્રક્રિયાઓ વિકસાવવામાં કાર્યરત હતા.'

'શેના માટેની પ્રક્રિયા?' અરવિંદે પૂછ્યું.

'માનવ અમરત્વ પામવા માટેની પ્રક્રિયા.'

કર્મા તેમને કૉન્ફરન્સ રૂમની બહાર દોરી જઈ લૅબમાં લઈ ગયો. એ લૅબના એક ખૂણે હજારો જેલી ફિશથી ભરેલી એક વિશાળ ટાંકી હતી. દૃષ્ટિને વધુ મોટી કરતા ખાસ ચશ્મા કર્માએ અરવિંદ અને વિનયને આપ્યા.

લગભગ અડધા સેન્ટિમીટરની પહોળાઈ ધરાવતી આ જેલી ફિશ દડા આકારના જીવ હતા. તેમના પેટમાંની દીવાલની અંદર લોચા જેવી વસ્તુ (જેલી) એકસમાનપણે પાતળી હતી, માત્ર તેના શિરોબિંદુમાં થોડુંક જાડાપણું હતું. એકંદરે વિલક્ષણ કહી શકાય એવી બાબત હતી તેમનું વિશાળ પેટ, જેનો રંગ ચમકતો લાલ હતો અને તેનો આકાર ચોકડીદાર હતો. યુવાન નમૂનાઓમાં મૂછ કે સૂંઢ જેવા આશરે આઠેક અવયવ હતા તો મોટી વયનાઓમાં આ સંખ્યા આશરે દસ ગણી હતી.

'આ જેલી ફિશ *ટ્યુરિટૉપસિસ ડોહર્નિલ* તરીકે ઓળખાય છે,' ટાંકીમાંના જીવ તરફ આંગળી ચીંધતા કર્માએ કહ્યું. 'આ માત્ર બે જ ક્ષેત્રમાં મળે છે – ભૂમધ્ય સમુદ્ર અને જાપાનના દરિયામાં.'

'આમાં એવું તે શું ખાસ છે?' વિનયે પૂછ્યું.

'તેઓ એકમાત્ર પ્રજાતિ છે, જે મનુષ્યોની જાણ મુજબ અમર છે,' કર્માએ જવાબ આપ્યો.

'અમર?' વિનયે અવિશ્વાસ સાથે પૂછ્યું.

'તેં *એપિક ઑફ ગિલ્ગમેશ* વાંચ્યું છે?' જવાબમાં કર્માએ સવાલ પૂછ્યો.

'પૂર વિશેની કલ્પિત વાર્તા?' પોતે એ પુસ્તક વાંચ્યું ન હોવા છતાં અરવિંદે પૂછ્યું. 'આ વર્ષે જ હું એક મીટિંગ માટે આવ્યો મુંબઈ ગયો હતો ત્યારે ત્યાં મેં પૂરનો અનુભવ કર્યો હતો. હું પાંચ દિવસ માટે અટવાઈ ગયો હતો! અને આ કોઈ કલ્પિત વાર્તા નથી.'

કર્મા અને વિનય હસી પડ્યા. એ ઘટના બની ગયા બાદ હસવું સરળ હતું. પણ વાસ્તવિક્તા એ હતી કે, 20મી જુલાઈ, 2005ના દિવસે વરસેલા સૌથી ભારે વરસાદને કારણે હજારો લોકો ઘરવિહોણા થઈ ગયા હતા.

'*એપિક ઑફ ગિલ્ગમેશ* એ પ્રાચીન મેસોપોટેમિયાનું એક કાવ્ય છે,' કર્માએ પ્રાચીન પૂર વિશેની કાલ્પનિક કથા પર પાછા ફરતાં કહ્યું. 'ઉરના ત્રીજા રાજવંશના કાળમાં તેનો ઉલ્લેખ આવે છે- આશરે 2100 બીસીઈની આસપાસ. આ વાર્તામાં, ઉટ્નાપિશ્ટિમ ગિલ્ગમેશને કહે છે કે અમરત્વનું રહસ્ય સાગરના પેટાળમાં મળતા એક પરવાળામાં રહેલું છે. એ પછી સ્પષ્ટ થયું કે તે ખોટો હતો.'

વિનયનું માથું ચકરાઈ રહ્યું હતું. 'કઈ રીતે? પ્લીઝ સમજાવીશ, કર્મા.'

'1988માં મરિન-બોયોલૉજીના જર્મન વિદ્યાર્થી ક્રિસ્ટિયન સોમર દ્વારા અજાણતાં જ આ શોધ થઈ હતી. ઈટાલિયન રિવેરાના એક નાનકડા શહેર રાપાલ્લોમાં તે ઉનાળો વિતાવવા ગયો હતો,' કર્માએ કહ્યું. 'તે હાઈડ્રોઝાન્સ પર સંશોધન કરી રહ્યો હતો. આ નાનકડા જળચર પ્રાણીઓ છે, જેઓ તેમના જીવનચક્રના વિવિધ તબક્કે જેલીફિશ અથવા મૃદુ પરવાળા જેવા દેખાઈ શકે છે.'

'તેને શું મળી આવ્યું?' અરવિંદે પૂછ્યું.

'તેણે એકઠી કરેલી સેંકડો પ્રજાતિઓમાં એક અસ્પષ્ટ પ્રજાતિ હતી *ટ્યુરિટૉપસિસ ડોહર્નિલ*. સોમરે વિવિધ પ્રજાતિઓને પેટ્રી ડિશમાં રાખ્યા જેથી, તે તેમના પુનરુત્પાદન ટેવોનું નિરીક્ષણ કરી શકે,' કર્માએ જવાબ આપ્યો. 'તેણે નોંધ્યું કે *ટ્યુરિટૉપસિસ ડોહર્નિલ* મરતી જ નહોતી. એટલું જ નહીં, તેની વય ઉલ્ટાની ઘટી રહી હતી, તે સતત યુવાન થયા કરતી હતી, ત્યાં સુધી જ્યાં સુધી તે વિકાસના સૌથી પ્રારંભિક તબક્કામાં પહોંચતી નહોતી. આ તબક્કો પહોંચતા જ તે પોતાનું જીવનચક્ર નવેસરથી શરૂ કરતી હતી.'

'આનાથી શું સાબિત થાય છે?' અરવિંદે પૂછ્યું.

'જ્યારે એક જેલીફિશ પર્યાવરણ સંબંધી તાણ અથવા શારીરિક હુમલાનો ભોગ બને છે, અથવા તો તે બીમાર કે વૃદ્ધ થાય છે, ત્યારે તે શ્લેષ્મ ત્વચાની નાની ગાંઠના સ્તરે પહોંચી જાય છે, અને આમ તે આવી ગાંઠોની નવી વસાહત શરૂ કરે છે,' કર્માએ જવાબ આપ્યો. 'ટ્રાન્સ-ડિફરન્શિએશન તરીકે ઓળખાતી એક પ્રક્રિયાનો ઉપયોગ કરી તે આવું કરે છે, કોષની અલગ પડેલી સ્થિતિમાં ફેરફાર કરી તેમને સ્ટેમ સેલ્સ જેવા નવા પ્રકારના કોષોમાં રૂપાંતરિત કરે છે.'

'ઉંમરનું ચક્ર ઉલ્ટાવવું,' વિનય બબડ્યો.

'લૈંગિક પરિપક્વતા પર પહોંચીને એકાકી વ્યક્તિત્વ મેળવ્યા બાદ કોઈ પ્રાણી સંપૂર્ણપણે લૈંગિક રીતે અપરિપક્વ, વસાહતી તબક્કે ઊંધું જવા માટે સક્ષમ હોય એનો આ એકમાત્ર સ્થાપિત કિસ્સો છે,' કર્માએ કહ્યું. 'સૈદ્ધાંતિક રીતે, આ પ્રક્રિયા અનંત કાળ સુધી ચાલી શકે છે, જેના પરિણામે જેલીફિશ જૈવિક રીતે અમર થઈ જાય છે.'

'તારા જેલીફિશ સંશોધનમાં અશોક ક્યાં ફિટ બેસે છે?' વિનયે પૂછ્યું. કર્માએ તેના પ્રશ્નનો જવાબ ન આપ્યો. એના બદલે, તે બંને બાપ-દીકરાને વિશાળ પોસ્ટર ધરાવતી એક દીવાલ તરફ દોરી ગયો. જૂના સમયના કાગળ પર વનસ્પતિજન્ય રંગોથી કંઈક લખેલું હતું અને કાચની વિશાળ પ્લૅટ તેના પર જડી લેવાઈ હતી.

'આ વાંચો,' કર્માએ કહ્યું. અરવિંદ અને વિનયે વાંચવાની શરૂઆત કરી.

રસાયણનાં અઢાર પગલાં

1. *સ્વેદનઃ પારાને કેટલાક વનસ્પતિજન્ય તત્વો, કેટલાક ખનિજ, ક્ષાર અને મીઠા સાથે બાફો.*
2. *મર્દનઃ બાફેલા પારાને ખરલમાં વનસ્પતિના અર્ક તથા અમ્લીય પદાર્થ સાથે ઘસો.*
3. *મૂર્ચનઃ ખરલમાં પારાને વનસ્પતિના અર્ક સાથે ત્યાં સુધી લસોટો, જ્યાં સુધી તે પોતાનો ગુણધર્ણ અને સ્વરૂપ ખોઈ દેતું નથી.*
4. *ઉત્થાપનઃ પારાને ક્ષાર, મીઠું, ત્રણ આમલાં તથા ફટકડી સાથે બાફી લો. એ પછી તેને સૂર્યપ્રકાશમાં ઘસો, જેથી પારાના ગુણધર્મો, અશુદ્ધિથી મુક્ત થઈને સજીવન થાય.*
5. *પતનઃ પારાને ક્ષાર તથા મીઠા સાથે ખાંડવા માટે ઉર્ધ્વ (ઉપર), અધ (નીચે) અને ત્રિયક (પડખે) એમ ત્રણે ય પદ્ધિતઓનો ઉપયોગ કરો અને આ રીતે મળેલા ઉત્પાદનને નિસ્યંદન (વરાળ દ્વારા અર્ક ખેંચવાની પ્રક્રિયા)માંથી પસાર કરો.*
6. *રોધનઃ નિસ્યંદન કરેલા પારાને એક બંધ પાત્રમાં ક્ષારવાળા પાણી સાથે ભેળવો, જેથી તેનું જોમ અને સામર્થ્ય પુનઃસ્થાપિત થાય.*
7. *નિયમનઃ વનસ્પતિજન્ય પેદાશો, ફટકડી, ટંકણખાર અને લોખંડના સલ્ફેટ સાથે પારાને બાફવાની પ્રક્રિયા ત્રણ દિવસ સુધી ચાલુ રાખો, જેથી તેની મરણાધીનતાને નિયંત્રણમાં રાખી શકાય.*
8. *સંદીપનઃ આ રીતે મળેલી પેદાશને ફટકડી, કાળાં મરી, ખાટી રાબ, ક્ષાર અને વનસ્પતિજન્ય તત્વો સાથે બાફી લો જેથી પારાની આત્મસાતીકરણની શક્તિ વધે.*
9. *ગગનગ્રાસઃ અબરખ, ગગનના અર્કને ઈચ્છિત હદ સુધી સ્થિર તથા એકરૂપ કરો.*

10. કારણઃ આ પેદાશને ખારી રાબ, ચોક્કસ વનસ્પતિનાં પાંદડાં અને ફટકડી સાથે એક અઠવાડિયા સુધી ઉકાળો, જેથી અબરખ સંપૂર્ણપણે એકરૂપ થઈ જાય.
11. ગર્ભદ્રુતિઃ પારાને ધાતુઓ સાથે ઉકાળો અને ઉપચાર કરો, જેથી ધાતુનો અર્ક પ્રવાહી સ્વરૂપ લઈ લે અને આ પેદાશ કાપડના ટુકડામાંથી પસાર થઈ શકે.
12. બાહ્યદ્રુતિઃ ખનિજો અથવા ધાતુ તત્વોના અર્કને બાહ્ય રીતે મેળવો.
13. જરણઃ પારદ પેદાશને ઈચ્છિત ધાતુ અથવા ખનિજ, ક્ષાર તથા મીઠા સાથે ઉકાળો, જેથી તેઓ સંપૂર્ણપણે એકરૂપ થઈ જાય.
14. રંજનઃ સલ્ફર, સોનું. ચાંદી અને તાંબા ઉપરાંત મીઠા સાથે પારાનો ઉપચાર એ રીતે કરો જેથી પારો રંગ પ્રાપ્ત કરી લે.
15. સરણઃ પારાને તેલ-આધારમાં સોના અથવા ચાંદી સાથે શોષી લો, જેથી રૂપાંતરની પ્રક્રિયા ઝડપી બને.
16. કર્મણઃ પારાને વનસ્પતિના અર્ક, ખનિજો અને દૂધ સાથે ચોપડો, અને પછી રૂપાંતરિત શક્તિને સક્રિય કરવા તેને ગરમ કરો.
17. વેધનઃ ફળસ્વરૂપે મળેલા પારાને તેલ સહિતના કેટલાક પસંદગીના તત્વો સાથે ઘસો, જેથી તે રૂપાંતર કરવાની શક્તિ પ્રાપ્ત કરી લે.
18. ભક્ષણઃ કાયાકલ્પ, દીર્ઘાયુષ્ય અને અમરત્વ માટે ઉપરોક્ત સત્તર પ્રક્રિયાઓમાંથી પસાર થયેલી પારદ પેદાશને નિયત ગુણવત્તા અને માત્રામાં ગ્રહણ કરો.

'મને હજી પણ નથી સમજાતું,' બધા અઢાર પગથિયાં વાંચી ગયા બાદ વિનયે કહ્યું. 'અશોકના સંશોધનને જેલિફિશ સાથે શી લેવાદેવા?'

'જેલીફિશ ક્યાં રહે છે?' કર્માએ પૂછ્યું.

'સમુદ્રમાં,' વિનયે જવાબ આપ્યો.

'સમુદ્રમાં રહેતી ખારા પાણીની માછલીઓ- જેમ કે ટૂના, ખાદ્ય દરિયાઈ માછલીઓ તથા શાર્ક – ઘણીવાર તેમને ખાનારા મનુષ્યો માટે તકલીફ ઊભી કરે છે,' કર્માએ કહ્યું. 'એ તકલીફ શું છે એ તને યાદ છે?'

'પારાનું ઝેર?' વિનયે સૂચવ્યું.

'બરાબર, પારાનું ઝેર,' કર્માએ કહ્યું. 'તેં એ તો નોંધ્યું જ હશે અશોકના અઢાર પગથિયાં પારા પર જ કેન્દ્રિત છે. મારૂં અનુમાન એવું છે કે જે પારો

આપણને મારી શકે છે એ જ પારો અમરત્વનું પણ ઉત્પાદન કરી શકે છે. કદાચ ચોક્કસપણે કંઈક આવું જ તેણે જેલિફિશ સાથે કર્યું હશે.'

'તો પછી અમરત્વનો ચોક્કસ નુસખો શું છે?' વિનયે પૂછ્યું.

'એ વિશે આપણે અત્યારે કશું જ કહી શકીએ એમ નથી,' કર્માએ જવાબ આપ્યો. 'ચાઈનીઝ લોકો માને છે કે લિંગઝી મશરૂમ એ અમરત્વનું મશરૂમ છે. કહેવાય છે કે, લિંગઝી જ્યાં ઊગે છે એ માઉન્ટ પેંગલાઈ પરના ગુપ્ત સ્થળ વિશે ફાંગશી તરીકે ઓળખાતા કીમિયાગરોને જાણકારી છે, પણ અમે અત્યાર સુધીમાં તેમાંના એકને પણ શોધી શક્યા નથી.'

'કોઈ અન્ય શક્યતાઓ?' વિનયે પૂછ્યું.

'એવું પણ કહેવાય છે કે ક્ષીરસાગરનું મંથન કરી ને અમૃત- અથવા સોમ- તારવવામાં આવ્યું હતું. કેટલાક વર્ષો પહેલા, એક પુરાતત્વવાદી વિક્ટોર સારિયાનિડીને અફઘાનિસ્તાનમાં એક સ્થળેથી કેટલાક વાસણો મળી આવ્યા જેનો ઉપયોગ કથિતપણે સોમ બનાવવા માટે થતો હતો. તેમાં એફેડેરા, ખસખસ તથા ગાંજાના બાકી રહી ગયેલા અંશો મળી આવ્યા હતા. આ બધું ચોક્કસપણે નશાની અસર ઊભી કરી શકે એમ છે, પણ મૃત્યુ સામે લડવાનું તેમનું ગજું નથી.'

'પણ આમાં પારો ક્યાંથી આવ્યો?' વિનયે પૂછ્યું.

'અમરત્વ માટે પ્રવાહી ધાતુ ગળવાનો વિચાર હંમેશાથી રહ્યો છે,' કર્માએ કહ્યું. 'એ તો જૂની વાત છે કે, ઈઝિપ્શિયનો, ગ્રીકો, રોમનો, ચીનાઓ અને ભારતીયો ધાતુને મજબૂત અને મહદંશે અવિનાશી માનતા આવ્યા છે. આ માન્યતા પાછળનું કારણ એ છે કે જે વ્યક્તિ ધાતુને ખાય છે, તે તેના ગુણોને પણ આત્મસાત કરી લે છે. આ પ્રયોગોને કારણે અમરત્વને બદલે મૃત્યુનો અનુભવ થયો હોય એવા લોકોની સંખ્યા પણ ખાસ્સી મોટી છે! પણ હવે લાગે છે કે આપણે એ શોધી કાઢ્યું છે કે પારામાં ખરેખર જ કોઈક રસપ્રદ ગુણધર્મો છે.'

'પશ્ચિમનું જગત આના વિશે શું માને છે?' વિનયે પૂછ્યું. 'અમરત્વની આ દોડમાં એ લોકો પણ જોડાયા તો હશે જ ને?'

'ઑફ કોર્સ, તેઓ પણ આ દોડમાં સામેલ હતા,' કર્માએ કહ્યું. 'યુરોપિયનોએ ફિલોસોફર્સ સ્ટોન (તત્વજ્ઞાનીનો પથ્થર)અને ઈલિક્સર ઑફ

લાઈફ (જીવનનું અમૃત) માટે આંધળી દોટ મૂકી હતી. પથ્થર એ સંપૂર્ણતા, બોધ અને પરમ સુખનું પ્રતીક છે. તેની પાછળનો સિદ્ધાંત હતો કે ધરતી, વાયુ, અગ્નિ અને પાણી *પ્રાઈમા મટિરિયા* અર્થાત મૂળ પદાર્થમાંથી તારવવામાં આવ્યા છે. પ્રાઈમા મટિરિયાને શોધવું એ જ અમરત્વનો માર્ગ બની ગયો હતો!'

'અશોકના નવ અજ્ઞાતોએ અમરત્વનું રહસ્ય શોધી કાઢ્યું હતું?' અરવિંદે પૂછ્યું. 'ત્યાર બાદ શું થયું એ વિશે આપણે જાણીએ છીએ?'

'અશોકના ફરમાનો તેંત્રીસ સ્તંભો, શિલાઓ અને ગુફાઓમાંની કોતરણીમાં જોવા મળે છે. આ શિલાલેખો આજના બાંગ્લાદેશ, નેપાળ અને પાકિસ્તાનના વિવિધ વિસ્તારોમાં વિખેરાયેલા છે. નવ જણ અથવા તેમના સંશોધનો વિશે આમાંના એકેય ફરમાનમાં ઉલ્લેખ નથી. તેમને સોંપાયેલું કામ કદાચ ગુપ્ત યોજના હશે. એવી પણ શક્યતા છે કે આ જૂથને વિખેરી નાખવામાં આવ્યું હોય,' કર્માએ કહ્યું.

'એનો અર્થ એ થયો કે આના કોઈ પ્રત્યક્ષ પુરાવા નથી?' વિનયે પૂછ્યું.

'કોઈ પણ પ્રત્યક્ષ પુરાવા નથી,' કર્માએ જવાબ આપ્યો. 'પણ એક સાંયોગિક પુરાવો છે.'

'શું?' વિનયે પૂછ્યું.

'સોનું,' કર્માએ જવાબ આપ્યો.

'સોનું?' અરવિંદે પૂછ્યું. 'તારા કહેવાનો અર્થ શો છે?'

'અગિયારમી સદીના પર્શિયન રસાયણશાસ્ત્રી અને ચિકિત્સક અબુ રયહાન બિરુની આપણને કહે છે કે પ્રાચીન ભારતમાં રસાયન નામનું એક વિજ્ઞાન હતું,' કર્માએ જવાબ આપ્યો. 'જેમના સાજા થવાની આશા ન હોય એવા લોકોના સ્વાસ્થ્યની પુર્નસ્થાપના માટે તેનો ઉપયોગ થતો. વૃદ્ધાવસ્થામાં યુવાની પાછી આપવા માટે તેનો ઉપયોગ થતો હતો. ટૂંકમાં, તેનો ઉપયોગ માનવ શરીરને મૃત્યુથી અમરત્વ સુધી લઈ જવા માટે થતો હતો.'

'પણ તેનો સોના સાથે શો સંબંધ?' અરવિંદે પૂછ્યું.

'પારા પર સત્તર પગલાંની પ્રક્રિયાઓ કરાય તો ગ્રહણ કરવાના અઢારમા પગલાં પહેલા આ પારામાં રોગ દૂર કરવાની શક્તિ સંચય થવા ઉપરાંત તે સોનામાં રુપાંતરિત થઈ જતો હતો.'

'તું જે સાંયોગિક પુરાવાઓની વાત કરી રહ્યો છે, એ શું છે?' અરવિંદે પૂછ્યું.

'ભારતનો ઈતિહાસ,' કર્માએ કહ્યું.

'ભારતનો ઈતિહાસ?' મૂંઝાઈ ગયેલા અરવિંદે પૂછ્યું.

'ભારતીય ઈતિહાસમાં એવા અનેક કાળખંડો આવે છે, જ્યારે ઉપાસનાનાં ચોક્કસ સ્થળો માનવામાં ન આવે એ હદે શ્રીમંત થઈ ગયા હતા.' કર્માએ જવાબ આપ્યો. 'મોટા ભાગે તેમની શ્રીમંતાઈનું કારણ શાસકો દ્વારા અપાયેલાં ધર્મદાન હતાં.'

'મને લાગે છે કે, મંદિરોને સોનું અથવા રત્નો દાન કરવા એ શાસકો માટે સામાન્ય બાબત હતી,' વિનયે કહ્યું.

'તારી વાત સાચી છે,' કર્માએ જવાબ આપ્યો. 'પણ અનેક કિસ્સાઓમાં આ ધર્મદાનનું પ્રમાણ રાજાની ક્ષમતા કરતાં ખાસ્સું વધારે હતું. સમુદ્રગુપ્ત, હર્ષ, નાગભટ્ટ, કૃષ્ણદેવરાય, માર્થંડ વર્મા અને મહારાજા રણજીત સિંહ પણ એવા શાસકોમાંના કેટલાક હતા, જેમણે તેમના પ્રગટ સ્રોતો કરતાં અનેક ગણી વધુ સંપત્તિનું દાન કર્યું હતું.'

'આજની દુનિયામાં તેમને આ આવકનાં મૂળ વિશે આવકવેરા ખાતા સામ ખુલાસા આપતા નાકે દમ આવી ગયો હોત,' અરવિંદે રમૂજ કરી.

'તું એ જ કહી રહ્યો છે જે હું સમજી રહ્યો છું?' વિનયે કર્માને પૂછ્યું.

'તું જે સમજ્યો છે એ જ મેં કહ્યું છે,' કર્માએ કહ્યું. 'એ શક્યતાને નકારી શકાય નહીં કે સોનાનું ઉત્પાદન કરવા, રસાયનનાં સૂત્ર-સિદ્ધાંત એક પેઢીથી બીજી પેઢીને હસ્તાંતરિત કરાયા હોય.'

'રાજાથી રાજકુંવરને, એ રીતે?' વિનયે પૂછ્યું.

'ના,' કર્માએ કહ્યું. 'જો એવું થયું હોત તો બધું જ સોનું ઉપખંડના કોઈ એક ચોક્કસ ભૌગોલિક ક્ષેત્રમાં એકત્ર થયેલું આપણને જોવા મળ્યું હોત. એવું લાગે છે કે આ સૂત્ર-સિદ્ધાંત ભારતભરમાં આડીઅવળી ગતિ અને દિશામાં ફંટાયાં હતાં અને પ્રાચીન સામ્રાજ્યોની સીમાઓને ઓળંગી ગયાં હતાં. આ બાબત એ તારણ તરફ આપણને દોરે છે કે આ સૂત્ર-સિદ્ધાંત તેનો ઉપયોગ કરનારી એક વ્યક્તિથી બીજી વ્યક્તિને આપવામાં આવ્યો હતો- એ બીજી

વ્યક્તિ પ્રથમ વ્યક્તિ સાથે લોહીની સગાઈથી જોડાયેલી હોય એ જરૂરી નથી.'

'જો એવું જ હોય તો, મરણ પામેલા તમામ ભારતીય રાજાઓમાંથી એકેય જીવંત કેમ નથી?' વિનયે પૂછ્યું. 'જો રસાયન અમરત્વ પ્રાપ્ત કરવામાં મદદ કરતું હોત તો, જે લોકોએ તેના પર કામ કર્યું હતું એ બધા જ લોકો આજે પોતાની કથા સ્વમુખે કહેવા હાજર હોવા જોઈતા હતા.'

'તારી વાત સાવ સાચી છે,' કર્માએ કહ્યું. 'મારી ધારણા એવી છે કે અશોકનું સંશોધન ખરેખર તો સંપૂર્ણ નહોતું, એટલે કે તેના પર હજી કામ ચાલી રહ્યું હતું. એવી પણ શક્યતા છે કે, આમાંનું કેટલુંક જ્ઞાન સદીઓથી એક વ્યક્તિથી બીજી વ્યક્તિ સુધી પહોંચતાં પહોંચતાં મંદ પડતું ગયું હોય.'

'તને લાગે છે કે તું આ રહસ્યને શોધી શકીશ?' અરવિંદે પૂછ્યું.

'ચોક્કસપણે. એ જ શોધવાનો પ્રયાસ હું કરી રહ્યો છું,' કર્માએ કહ્યું.

'કઈ રીતે?' વિનયે પૂછ્યું.

'એક પ્રજાતિ જે અમર હોવાનું આપણે જાણીએ છીએ તેના પર કામ કરીને,' કર્માએ જવાબ આપ્યો. 'આ કારણસર જ મારી કંપનીનું નામ અનયાસાર છે, રસાયનના અંગ્રેજી સ્પેલિંગના શબ્દોને ઊંધા ક્રમથી ગોઠવતા જઈએ તો આ નામ બને છે.'

'તને કેટલાં નાણાંની જરૂર છે?' અરવિંદે પૂછ્યું.

'લગભગ એક સો કરોડ,' કર્માએ કહ્યું. 'સમસ્યા એ છે કે અમારે અન્ય દેશોમાં પણ પ્રયોગશાળાઓ શરૂ કરવી છે, જેથી દુનિયાભરના શ્રેષ્ઠતમ સંશોધકો આ પડકારને એક ટીમ તરીકે ઝીલી લઈ આગળ વધી શકે. આ કારણસર જ આટલા મોટા પ્રમાણમાં ખર્ચનો અંદાજ અમે બાંધ્યો છે. કંપનીમાંનો મારો 40 ટકા હિસ્સો વેચવા હું તૈયાર છું અને મારી પાસે માત્ર વીસ ટકા હિસ્સો જ રહે એ માટેની પણ મારી તૈયારી છે.'

રમતગમત અને યુવાનોની બાબતોના માનનીય પ્રધાન, નવી દિલ્હીના શાસ્ત્રી ભવનમાંના રૂમ નંબર 401માંની પોતાની ઑફિસમાં હતા. *વડા પ્રધાને મને આ મંત્રાલય શા માટે આપ્યું છે?* તેણે મનોમન વિચાર્યું. કોઈપણ પ્રકારે પૈસા બનાવતા રોકવાની તેમની ઈચ્છાનું તો આ પરિણામ નથી ને? વાસ્તવિક્તા એ હતી કે

નાગરી ઉડ્ડયન મંત્રાલયમાં યશ ધરનો કાર્યકાળ ભ્રષ્ટાચારયુક્ત સોદાઓ માટે કુખ્યાત થયો હતો. કોઈ વડા પ્રધાન આવી ભૂલનું પુનરાવર્તન તો ન જ ઈચ્છે.

સાગના બનેલા તેના વિશાળ ટેબલની સામેની તરફ સેક્રેટરીઓની પ્રભાવશાળી હરોળ બેઠી હતી – સ્પૉર્ટ્સ સેક્રેટરી, એડિશનલ સેક્રેટરી, જૉઈન્ટ સેક્રેટરી, ડૅપ્યુટી સેક્રેટરી, અંડર – સેક્રેટરી. *આટલા બધા સેક્રેટરીઓ હોવાને કારણે જ સરકાર ભાગ્યે જ કશું કરી શકે છે,* યશ ધરે મનોમન વિચાર્યું.

પોતાના મિત્ર અરબાઝ શેખને રેલવેનો પૉર્ટફૉલિયો ફાળવાયો હતો એ બાબતથી યશ થોડોક નારાજ હતો. તેનું ખાતું પાકેલાં ફળ જેવું હતું, જેમાં રસ, માવો અને છેવટે ગોટલીઓ પણ કસદાર હતી. ગયા વર્ષે રેલવેનો વાર્ષિક ખર્ચનો આંકડો હતો 33,000 કરોડ. ઘીથી ભરેલી આ એક એવી કઢાઈ હતી જેમાં કોઈ પણ આસાનીથી પોતાની આંગળી બોળી શકે એમ હતું.

'આજનો આપણો એજેન્ડા શું છે?' યશે પૂછ્યું.

સેક્રેટરીએ પોતાનું ગળું ખંખેર્યું. 'મંત્રીજી, મેં આપના માટે મુદ્દાઓની યાદી બનાવી છે,' યશના હાથમાં યાદીનું કાગળ આપતાં તેણે કહ્યું. યશે એ યાદી પર નજર કરી.

1. *નહેરુ યુવા કેન્દ્રો (એનવાયકેએસ)ના ધોરણોમાં સુધારણા*
2. *નેશનલ સર્વિસ સ્કીમ્સની (એનએસએસ) સમીક્ષા*
3. *નેશનલ સ્પૉર્ટ્સ ફેડરેશન્સ અને રિજનલ સ્પૉર્ટ્સ એસોસિએશન્સની ચૂંટણીઓ*
4. *સ્પૉર્ટ્સ ઑથોરિટી ઑફ ઈન્ડિયાની (એસએઆઈ) પુર્નરચના*
5. *લક્ષ્મીબાઈ નેશનલ ઈન્સ્ટિટ્યૂટ ઑફ ફિઝિકલ એજ્યુકેશન (એલએનઆઈપીઈ)ના ધોરણોમાં સુધારણા*
6. *રાજીવ ગાંધી નેશનલ ઈન્સ્ટિટ્યૂટ ઑફ યુથ ડેવલપમેન્ટની (આરજીએનઆઈવાયડી) સમીક્ષા*
7. *રમતગમતને લગતી માળખાકીય સુવિધાઓ માટે અનુદાનની રચના*
8. *ગ્રામીણ શાળાઓ માટે રમતગમતના સાધનો તથા મેદાનો માટે અનુદાનો*
9. *સિન્થેટિક પ્લેઈંગ સરફેસ લગાડવા માટે અનુદાનો*
10. *યુનિવર્સિટીઝ અને કૉલેજોમાં રમતગમતના પ્રચાર-પ્રસાર માટેના અનુદાનો*

11. *સ્પૉર્ટ્સ સ્કૉલરશિપ યોજનાઓ*
12. *અર્જુન એવૉર્ડ યાદી*
13. *રાજીવ ગાંધી ખેલ રત્ન એવૉર્ડની યાદી*
14. *મૌલાના અબ્દુલ કલામ આઝાદ ટ્રૉફી*
15. *ઈન્ડિયન પ્રીમિયર લીગ*

તેનું ધ્યાન તરત જ છેલ્લા મુદ્દા તરફ દોરાયું. 'આ ઈન્ડિયન પ્રીમિયર લીગ શું છે? મેં સાંભળ્યું છે કે, ઝી એન્ટરટેઈન્મેન્ટ ઈન્ડિયન ક્રિકેટ લીગ શરૂ કરી રહ્યું છે,' તેણે કહ્યું.

'બૉર્ડ ફૉર ક્રિકેટ કન્ટ્રૉલ ઈન ઈન્ડિયા – બીસીસીઆઈ- અને ઈન્ટનેશનલ ક્રિકેટ કાઉન્સિલે આઈસીએલને માન્યતા આપી નથી,' સેક્રેટરીએ કહ્યું. 'ખેલાડીઓને આઈસીએલમાં જોડાતા રોકવા માટે બીસીસીઆઈ પોતાની અલાયદી લીગ શરૂ કરવાની યોજના ઘડી રહ્યું છે.'

'બીસીસીઆઈમાં મારું કહ્યું કઈ હદ સુધી ચાલે એમ છે?' યશે પૂછ્યું.

'બીસીસીઆઈ ભારતની સૌથી ધનાઢ્ય રમતગમત સંસ્થા છે અને વિશ્વનું સૌથી તવંગર ક્રિકેટ બૉર્ડ છે,' સેક્રેટરીએ કહ્યું. 'બીસીસીઆઈના બંધારણમાં વાર્ષિક ચૂંટણી તથા વાર્ષિક સામાન્ય સભાની જોગવાઈ છે. આર્થિક બાબતો માટે બીસીસીઆઈ સરકાર પર આધાર રાખતું નથી. બૉર્ડની રચના 1928માં તામિલ નાડુ સોસાયટીઝ રજિસ્ટ્રેશન એક્ટ અંતર્ગત એક સોસાયટી તરીકે રજિસ્ટર્ડ કરીને કરવામાં આવી હતી. એ દષ્ટિએ તમારું તેમાં કંઈ ચાલે એમ નથી.'

'પણ?' યશે પૂછ્યું.

'બીસીસીઆઈ રાઈટ ટુ ઈન્ફૉર્મેશન એક્ટ-આરટીઆઈના દાયરા અંતર્ગત આવે એવું બૉર્ડનો એક પણ પદાધિકારી ઈચ્છતો નથી. એ દરેકના કબાટમાં અનેક હાડપિંજરો લટકી રહ્યાં છે. બીસીસીઆઈને આરટીઆઈના દાયરામાં લાવવાની તમારી યોજના છે એવું કહી તમે તેમને ડરાવી શકો છો.'

મેમોરિયલ સ્લોઆન કેટ્ટરિંગ કેન્સર સેન્ટર મેનહટ્ટનમાં 67મી અને 68મી સ્ટ્રીટ્સની વચ્ચે, 1275 યૉર્ક એવેન્યુ ખાતે સ્થિત હતી. નવમા માળે આવેલી રજિસ્ટ્રેશન ડૅસ્ક તરફ વિનય પોતાના માતા-પિતાને દોરી ગયો. ડૅસ્ક પરની

અટેન્ડન્ટે અભિલાષાને એ દિવસના સમયપત્રકના પ્રિન્ટઆઉટ્સની સાથે એક બ્રેસ્લેટ પહેરવા આપ્યું. વિવિધ ડૉક્ટર્સ સાથેની એપોઈન્ટમેન્ટ્સ તથા લોહી તથા અન્ય ટેસ્ટ્સ તેમાં આવરી લેવાઈ હતી.

એક અઠવાડિયા પહેલા, અભિલાષા અરવિંદ સાથે એક પારિવારિક લગ્નમાં સહભાગી થવા ગઈ હતી. અભિલાષાના પેટમાં તીવ્ર દુઃખાવો ઉપડતાં દસ જ મિનિટમાં તેમને ત્યાંથી નીકળી જવાની ફરજ પડી હતી. તેઓ હૉસ્પિટલમાં પહોંચ્યા ત્યાં સુધીમાં તો અભિલાષાનો દુઃખાવો બેવડાઈ ગયો હતો. હૉસ્પિટલમાં, યુવાન ડૉક્ટરે સૂચવ્યું કે, અભિલાષાનું એપેન્ડિક્સ હવે જરાય મોડું કર્યા વિના દૂર કરવું જોઈએ. ત્યાં સુધીમાં, ફેમિલી ફિઝિશિયન ડૉ. સિકદર પહોંચી ગયા હતા. 'પણ તેને ન તો તાવ છે કે ન તો તે ઉલ્ટી કરી રહી છે,' ડૉ. સિકદરે કહ્યું. 'સ્કૅન કર્યા વિના કોઈ પણ સર્જરી નહીં થાય.'

અભિલાષાને ડાયગ્નોસ્ટિક વિભાગમાં લઈ જવાઈ હતી. અરવિંદ કન્ટ્રોલ રૂમમાં ઊભો હતો અને ટેક્નિશિયનના ચહેરાના હાવભાવનું ઝીણવટપૂર્વક નિરીક્ષણ કરી રહ્યો હતો. તેના હાવભાવ ગમગીનીભર્યા હતા. અરવિંદે તેને જ્યારે તેનો અભિપ્રાય પૂછ્યો ત્યારે તે હચમચી ગયો હોય એવું લાગ્યું અને તેણે કહ્યું કે તેને આ વિશે પહેલા ચિફ જીપી સાથે વાત કરવી પડશે. અરવિંદને ક્યાંક ઊંડે લાગ્યું કે આ સારી નિશાની નથી.

અરવિંદ ડૉક્ટરની કૅબિનમાં પ્રવેશ્યો જ્યાં ડૉ. સિકદર, ટેક્નિશિયન અને ચિફ જીપી સાથે વાત કરી રહ્યા હતા. અરવિંદ અંદર પ્રવેશતાં જ તેઓ વાત કરતા બંધ થઈ ગયા. 'ભગવાન ખાતર, કોઈ મને કહેશે કે એને થયું છે શું?!' અરવિંદે ગર્જના કરી.

ડૉ. સિકદર અરવિંદ તરફ વળ્યા અને બોલ્યા, 'સોરી અરવિંદજી, તમારી પત્નીને ટ્યુમર છે,' અરવિંદે પૂછ્યું કે શું આ ગાંઠ જીવલેણ હતી. જવાબ હકારમાં હતો. અરવિંદ ધબ દઈને કૅબિનમાંની એક ખુરશી પર બેસી પડ્યો અને પોતાનો ચહેરો તેણે પોતાના હાથ વડે ઢાંકી લીધો. તે સાવ ભાંગી પડ્યો હતો. *હે ભગવાન, મારા માર્ગમાં હજી તું કેટલા પડકારો નાખવાનો છે?* આકાશમાં વસતી સર્વશક્તિમાન એવી હસ્તીને ઉદ્દેશીને તેણે સાવ હતોત્સાહપણે પૂછ્યું. તેનો એક હિસ્સો નીચે સૂઈ જઈ મોત ન આવે ત્યાં સુધી રડવા માગતો હતો.

અરવિંદે બીજા જ દિવસે પોતાની જાતને વિષાદમાંથી બહાર ખેંચી કાઢી અને ઑન્કોલૉજિસ્ટની (કૅન્સર સ્પૅશિયાલિસ્ટ) મુલાકાત લીધી. તેને જાણવા

મળ્યું કે અભિલાષાને ચોથા તબક્કામાં પહોંચેલું વિલ્મ્સ ટ્યુમર હતું અને એ ટ્યુમર ફાટી ગયું હતું. આ એવી પરિસ્થિતિ હતી જેમાં કેન્સરગ્રસ્ત કોષો એક અથવા બંને કિડનીઓમાં વિકસ્યા હતા. ચોથા તબક્કાના ટ્યુમર્સ એ હતા જે કિડની ઉપરાંત અન્ય અવયવોમાં પણ ફેલાઈ ગયા હોય. એ વાત હવે દીવા જેવી સાફ હતી કે આ પૂર્વે પેટમાં ઉપડેલો અસહ્ય દુ:ખાવો ટ્યુમરના ફાટવાને પગલે અભિલાષાના પેટમાં થયેલા રક્તસ્રાવને કારણે હતો. આગળનાં પગલાં અંગે ડૉ. સિકદર સ્પષ્ટ હતા. અભિલાષાને અમેરિકામાંની સ્લોઆન કેટ્ટરિંગ ખાતે લઈ જવાની જરૂર હતી.

પોતાની માતાની પરિસ્થિતિ અંગેના સમાચાર સાંભળીને વિનય સ્તબ્ધ થઈ ગયો હતો. તે જાણતો હતો કે, છેલ્લી બે-ત્રણ ટ્રિપ વખતે માતાની તબિયત બરાબર લાગતી નહોતી, પણ તેને એવી તો કલ્પના પણ નહોતી કે તેને કેન્સર હશે. ન્યૂ યૉર્કમાં તે તરત જ સક્રિય થઈ ગયો, સ્લોઆન કેટ્ટરિંગમાંના મહત્ત્વના તબીબો સાથેની મુલાકાત ગોઠવવાથી માંડી ને કોલકાતાથી આવનારા પોતાના માતા-પિતા માટેની બધી જ તૈયારીઓ તેણે કરી લીધી હતી. તેણે ભૂતાનમાં કર્મા સાથે પણ વાત કરી હતી, તેણે આ બાબત સાથે સંબંધિત હોય એવા પોતાના તમામ મેડિકલ સંપર્કો સાથે વિનયની વાત કરાવી હતી. અલિશા સતત વિનયની સાથે ને સાથે જ હતી. તે જાણતી હતી કે વિનયને રડવા માટે માત્ર તેના ખભાની જરૂર હતી.

અરવિંદ અને અભિલાષા એનવાયસી આવ્યા એ દિવસે, વિનય અને અલિશા જેએફકે એરપોર્ટ પર પહોંચી ગયા અને તેમના આવવાની ચિંતાતુરપણે રાહ જોઈ રહ્યાં હતાં. અડધો કલાક રાહ જોયા બાદ, વિનયના માતા-પિતા દેખાયા, તેમની સાથે ડૉ. સિકદર હતા. પોતાના પિતાને મળવા વિનય આગળ દોડી ગયો અને તેમના ચરણસ્પર્શ કર્યા. સાવ ખરાબ હાલતમાં પણ, અભિલાષાએ અલિશાને આગળ આવવા ઈશારો કર્યો. તેણે હળવેકથી પોતાની વહુના બંને ગાલ પર બચી કરી અને તેને આલિંગન આપ્યું. 'મને દીકરી નથી એનો વસવસો મને હંમેશા રહ્યો છે. તેં મારી એ સમસ્યાને ઉકેલી નાખી છે,' અલિશા અભિલાષાને ઊભેલી કાર તરફ દોરી જઈ રહી હતી ત્યારે તેણે કહ્યું.

ફિફ્થ એવન્યુ અને 61મી સ્ટ્રીટ પર સ્થિત પિઅરમાં તેમણે ચેક ઈન કર્યું અને તરત જ અભિલાષાની પ્રથમ તબીબી સલાહ માટે તેઓ યૉર્ક એવેન્યુ જવા નીકળ્યા. બીજા દિવસે, સ્લોઆન કેટ્ટરિંગના એક સર્જ્યને તપાસ માટે સર્જરી હાથ ધરી. ફાટી જવાને કારણે ટ્યુમર આખા પેટમાં વિખેરાઈ ગયું હતું. તે કાગળની ચબરખી જેવું હતું, જેને સરળતાથી દૂર કરી શકાય એમ નહોતું. તેના પેટના કોષોનો એક નમૂનો લેવાયો હતો અને અરવિંદ, વિનય અને ડૉ. સિકદરને ચકાસણીના આ પરિણામ વિશે જાણવા માટે અડતાળીસ કલાક રોહ જોવી પડી હતી.

બે દિવસ બાદ, તેઓ ડૉક્ટરની ઑફિસની બહાર એ જાણવા વાટ જોતાં બેઠા હતા કે અભિલાષાનું ટ્યુમર શરીરના કોષો માટે અનુકુળ હતું કે પ્રતિકુળ. રિપોર્ટ સારો હતો. અભિલાષાનું ટ્યુમર સારવારને પ્રતિસાદ આપે તેવું હતું. ટ્યુમરને સર્જરી દ્વારા કાઢી લેવા પહેલા તે સંકોચાઈ જાય એ માટે ડૉક્ટરે તુરંત જ કેમોથેરપી શરૂ કરવાનો નિર્ણય લીધો હતો.

બે અઠવાડિયા બાદ,સર્જરી હાથ ધરવામાં આવી ત્યારે કર્મા એનવાયસી આવ્યો. સર્જરી કરનાર સર્જ્યન અને કન્સલ્ટિંગ હૅપેટોલૉજિસ્ટ બંનેનાં નામ તેણે જ સૂચવ્યાં હતાં. સર્જરીમાં, ડૉક્ટરોએ અભિલાષાના લિવર, ઉદરપટલ અને કિડનીઓનો કેટલોક હિસ્સો કાઢી નાખ્યો હતો.

સર્જરીના એક અઠવાડિયા બાદ, સ્લોઆન કેટ્ટરિંગના રેડિએશન ઑન્કોલૉજિસ્ટની દેખરેખ હેઠળ, ટ્યુમરના રહી ગયેલા કોષોને મારી હટાવવા અભિલાષા પર રેડિએશન થેરપી હાથ ધરાઈ હતી.

રેડિએશન સાથે કર્માએ સૂચવેલી વૈકલ્પિક ચિકિત્સા પણ ચાલુ હતી.

'આજની તારીખમાં અનયાસાર રિસર્ચ પ્રાયવેટ લિમિટેડનું માલિકી માળખું શું છે?' અરવિંદે વિનયને પૂછ્યું. પિતા-પુત્ર અલિપોર રોડ પરના ઘરમાં હતા. અભિલાષા લોનમાં વૉક કરી રહી હતી.

'ચાળીસ ટકા આપણી પાસે છે, કર્મા પાસે વીસ ટકા છે. બાકીનો ચાળીસ ટકા હિસ્સો સરદાર હરપાલ સિંહ પાસે છે.'

'સરદાર હરપાલ સિંહ પોતાના હિસ્સામાંનો કેટલોક આપણને વેચવામાં રસ ધરાવે છે કે નહીં એ અંગે તેમની સાથે આપણે વાત કેમ નથી કરતા?' અરવિંદે પૂછ્યું. 'કર્મા જે સરસ કામ કરી રહ્યો છે, તેને લઈને હું બહુ ઉત્સાહિત છું.'

'તમે સરદાર હરપાલ સાથે વાત કરી શકો છો,' વિનયે કહ્યું. 'હું આજે રાત્રે જ અમેરિકા પાછો ફરી રહ્યો છું, કેમ કે અલિશાને મારી જરૂર છે. એટલું જ નહીં, કર્મા એકાદ-બે દિવસમાં એનવાયસીથી નીકળવાનો છે. એ ભૂતાન જાય એ પહેલા મારે તેને મળવું છે.'

ડૉક્ટરોએ બગડિયા પરિવારને કોલકાતા પાછો મોકલી આપ્યો હતો. આ બાબતને લઈને અરવિંદને શરૂઆતમાં થોડો ખચકાટ હતો, પણ સ્લોઆન કેટ્ટરિંગના ડૉક્ટર્સ તથા કર્માએ આ પગલા માટે તેમને પ્રોત્સાહિત કર્યા હતા. એ વાત તેમના ગળે ઉતરી ગઈ હતી કે, પરિચિત વાતાવરણમાં પહોંચતાં જ અભિલાષાની સ્થિતિમાં ખાસ્સો સુધારો થશે. સારવારના નિયમ મુજબ તેણે કર્માની થૅરપી ચાલુ રાખવાની હતી.

કર્માએ પોતે બનાવેલા નુસખાની દવા કેમો સાથે પૂરક તરીકે લેવાનો વિચાર વહેતો મૂક્યો ત્યારે અરવિંદને આ અંગે શંકા હતી, પણ કર્માની દલીલ સામે તેના હાથ હેઠા પડ્યા હતા.

'ટ્યુમર ધરાવતા દરદીઓની સારવાર આર્યુવેદિક તબીબો, પાંચ હજાર વર્ષ પહેલા પણ કરતા હતા. *ચરક સંહિતા*, *સુશ્રુત સંહિતા* તથા *અષ્ટાંગ હૃદયમમાં* આ સારવાર વિશે વિસ્તૃત વર્ણન આપવામાં આવ્યું છે,' કર્માએ અરવિંદને સમજાવ્યું હતું.

'તું જે વૈકલ્પિક થૅરપી આપવા માગે છે, તે શું છે?' અરવિંદે પૂછ્યું હતું.

'*સેલાગિનેલા બ્રાયોપ્ટેરિસ*,' કર્માએ કહ્યું હતું.

'એ શું છે?' અરવિંદે પૂછ્યું હતું.

'મારા સંશોધકોએ તેમના અભ્યાસમાં *સેલાગિનેલા બ્રાયોપ્ટેરિસમાંથી* વિકસાવવામાં આવેલા સંયોજનો શોધી કાઢ્યા છે, જેના ઉપયોગથી પ્રયોગશાળામાં કૅન્સરના કોષોની વૃદ્ધિ અટકી હતી. આ એક પારંપારિક ભારતીય ઔષધી છે,' કર્માએ કહ્યું હતું.

'એનું કોઈ સામાન્ય નામ છે?' અરવિંદે પૂછ્યું,

'તેને *સંજીવની* પણ કહેવાય છે.'

'તેં સંજીવની પર પસંદગી કઈ રીતે ઉતારી?' અરવિંદે પૂછ્યું.

'મારી પ્રયોગશાળામાં મેં તમને દેખાડેલી જૅલિફિશ યાદ છે?' કર્માએ પૂછ્યું. 'તમે એ નોંધ્યું હતું કે અંધારામાં જૅલિફિશ ચમકતી હતી? આ

ગુણધર્મ બાયોલ્યુમિનેસન્સ- સજીવો દ્વારા પ્રકાશ ઉત્પન્ન કરવાની ક્ષમતા તરીકે ઓળખાય છે.'

'તો?' અરવિંદે પૂછ્યું.

'રામાયણમાં રાવણના પુત્ર ઈન્દ્રજિત સાથેના યુદ્ધમાં મૂર્છા પામેલા લક્ષ્મણને શુદ્ધિમાં લાવવા માટે હનુમાન પોતાની સાથે લઈ આવેલી વનસ્પતિનો ઉલ્લેખ આવે છે. વાલ્મિકી રામાયણમાં જાંબુવાન હનુમાનને કહે છેઃ *હે હનુમાન, તમે જ એકમાત્ર એવા છો જે બંને ભાઈઓનાં તથા તમામ વાનરોના જીવ બચાવી શકો એમ છો. હિમાલયમાં કૈલાશ તથા રિષભ પર્વતોની વચ્ચે જીવનદાયી વનસ્પતિઓનો એક પર્વત છે. વનસ્પતિઓથી સમૃદ્ધ અને હિમાવાન નામ ધરાવતા એ પર્વતના સુવર્ણ શિખર પર તરત જ પહોંચી જાવ અને ચાર જાદૂઈ વનસ્પતિઓ લઈ આવો. તેમાંની એક સંજીવની છે, જે મૃત્યુ પામેલાને ફરી જીવન આપે છે... તેમાંથી સતત પ્રકાશ બહાર ઝર્યા કરે છે.*'

કર્માએ હમણા જ જે બાબત પરથી પરદો હટાવ્યો એ સાંભળીને અરવિંદ શાંત થઈ ગયો હતો.

'એ વાત તો સ્પષ્ટ છે કે જેલીફિશ અને સંજીવની બંનેમાં કશુંક એવું ચોક્કસ છે, જે બાયોલ્યુમિનેસન્સ અને દરદ મટાડવાનું કારક છે,' કર્માએ કહ્યું.

માનનીય રેલવે પ્રધાને પોતાની સામેની ટેલિવિઝન સ્ક્રીન પર છવાયેલી અરાજકતા જોઈ રહ્યા હતા. 11મી જુલાઈ, 2006ના એ દિવસે, મુંબઈના ઉપનગરીય રેલવે નેટવર્કમાં અગિયાર મિનિટની અંદર સાત ધડાકા થયા હતા.

'આપણી પાસે શું માહિતી છે?' તેણે રેલવે સેક્રેટરીને પૂછ્યું.

'પશ્ચિમ લાઈન પરની ટ્રેનોમાં પ્રેશરકૂકરની અંદર બૉમ્બ મૂકવામાં આવ્યા હોય એવું લાગે છે,' સેક્રેટરીએ કહ્યું. 'મુંબઈ જવાની તમારી યોજના છે?'

'ના,' અરબાઝે કહ્યું. 'મારી હાજરી સ્થાનિક વહીવટ તંત્ર માટે વધારે ગરબડ ઊભી કરશે. જે બાબતો પર ધ્યાન આપવાની જરૂર છે તેના પર જ ધ્યાન કેન્દ્રિત કરીને એ બધું બરાબર પાર પડે એવું કરીએ. જે ટ્રેનોમાં બૉમ્બ મૂકવામાં આવ્યા હતા તેની યાદી તમારી પાસે છે?'

સેક્રેટરીએ યાદી અરબાઝને આપી.

1. *ચર્ચગેટથી ઉત્તર તરફ જઈ રહેલી ટ્રેન, ખાર રોડ-સાંતાક્રુઝ વચ્ચે ધડાકો થયો, ફર્સ્ટ ક્લાસ કમ્પાર્ટમેન્ટ, સમય 18.24*
2. *ચર્ચગેટથી બોરીવલી જઈ રહેલી ફાસ્ટ લોકલ, બાન્દરા-ખાર વચ્ચે ધડાકો થયો, ફર્સ્ટ ક્લાસ કમ્પાર્ટમેન્ટ, સમય 18.24*
3. *ચર્ચગેટથી બોરીવલી જઈ રહેસી સ્લો લોકલ, જોગેશ્વરી ખાતે ધડાકો થયો, ફર્સ્ટ ક્લાસ કમ્પાર્ટમેન્ટ, સમય 18.25*
4. *ચર્ચગેટથી બેરીવલી જઈ રહેલી ફાસ્ટ લોકલ, માહિમ જંક્શન ખાતે ધડાકો થયો, ફર્સ્ટ ક્લાસ કમ્પાર્ટમેન્ટ, સમય 18.26*
5. *ચર્ચગેટથી ઉત્તર તરફ જઈ રહેલી ટ્રેન, મીરા રોડ-ભાઈંદર વચ્ચે ધડાકો થયો, ફર્સ્ટ ક્લાસ કમ્પાર્ટમેન્ટ, સમય 18.29*
6. *ચર્ચગેટથી વિરાર જઈ રહેલી ફાસ્ટ લોકલ, માટુંગા રોડ-માહિમ જંક્શન વચ્ચે ધડાકો થયો, ફર્સ્ટ ક્લાસ કમ્પાર્ટમેન્ટ, સમય 18.30*
7. *ચર્ચગેટથી વિરાર જઈ રહેલી ફાસ્ટ લોકલ, બોરીવલી ખાતે ધડાકો થયો, ફર્સ્ટ ક્લાસ કમ્પાર્ટમેન્ટ, સમય 18-35*

'ધડાકાની આ શ્રૃંખલાનું પ્લાનિંગ બહુ ગણતરીપૂર્વક કરાયું છે,' અરબાઝે કહ્યું. 'બધા બૉમ્બ ચર્ચગેટથી જ મૂકાયા હતા અને તેમાં ટાઈમર્સ મૂકાયા હતા, જેથી તે ચોક્કસ સ્ટેશન પર જ ફાટે. આ કોઈ સામાન્ય હુમલો નથી. હરામખોરોએ ધડાકાની અસરને તીવ્ર બનાવવા પ્રેશર કૂકરનો ઉપયોગ કર્યો છે.'

'આપણે વળતરની જાહેરાત કરી દેવી જોઈએ?' સેક્રેટરીએ પૂછ્યું.

અરબાઝ તરત જ છેડાઈ પડ્યો. 'તમને શું લાગે છે, વળતર જાહેર કરી દીધું એટલે બધું પતી ગયું? કોઈના પરિવારના સભ્યના જવાથી પડેલી ખોટ પૈસાથી પૂરાઈ જવાની છે? અત્યારે આપણી સામે જે સમસ્યા છે, તેના પર ધ્યાન કેન્દ્રિત કરીએ. વળતરની ચર્ચા સૌથી છેલ્લે કરશું.'

સેક્રેટરી તથા એ ઓરડામાંના અન્ય લોકો શાંત થઈ ગયા. આ એવા પ્રધાન નહોતા સાથે જેની સાથે તેઓ રમત રમી શકે. 'બચાવ પ્રયાસો વિશે મને માહિતી આપો,' અરબાઝે કહ્યું.

'આપણા પ્રાથમિક પ્રયાસોમાં ભારે વરસાદ અને તેને કારણે ભરાયેલા પાણીના પગલે અડચણ ઊભી થઈ હતી,' અરબાઝના ગુસ્સાનો ભોગ બનેલા સેક્રેટરીએ કહ્યું. 'સદનસીબે, ટ્રેનમાં મુસાફરી કરી રહેલા લોકો તથા

આસપાસના રહેવાસીઓએ ભોગ બનેલાઓને રાહ જોઈ રહેલી એમ્બ્યુલન્સ સુધી પહોંચવામાં મદદ કરી હતી.'

'ધડાકાની દરેક જગ્યાએ પ્રાથમિક સારવાર આપનારાઓની એક-એક ટીમ મને જોઈએ છે. આ તરત જ થાય એવું કરો,' અરબાઝે કહ્યું.

ત્યાર બાદ અરબાઝે ફોન ઉપાડ્યો અને મુંબઈની સૌથી મોટી ખાનગી હૉસ્પિટલના સંચાલકો સાથે જાતે વાત કરી. 'ઈજાગ્રસ્તોના ધસારાનો અનુભવ તમને નહીં થાય,' તેણે ફોન પર કહ્યું. ' મોટા ભાગનાઓને સરકારી હૉસ્પિટલોમાં લઈ જવાશે. હું ઈચ્છું છું કે તમે રેલવે સ્ટેશન્સ પર તમારી ટીમને મોકલો, જેથી ઈજાગ્રસ્તોને પ્રાથમિક સારવાર ત્યાં જ મળી રહે. આ બાબતનો તમામ ખર્ચ સરકાર ઉપાડશે.'

ટેલિવિઝન પર ધડાકા બાદના દૃશ્યો દેખાડવામાં આવી રહ્યા હતા, એક દૃશ્યમાં પિતા પોતાની નાની દીકરીનું શબ ઉપાડીને ઊભો હતો. હૈયું હચમચી જાય એવું તેનું આક્રંદ હતું.

'રેલવે લાઈનની પરિસ્થિતિ કેવી છે?' હાથમાંના મહત્ત્વના મુદ્દા પર પોતાની જાતને ધ્યાન આપવાની ફરજ પાડતા અરબાઝે પૂછ્યું.

'હાલ તુરંત તો પશ્ચિમ લાઈન સાવ બંધ કરી દેવાઈ છે,' સેક્રેટરીએ કહ્યું.

'એ લાઈન પર સેવા શરૂ કરી દો,' અરબાઝે કહ્યું. ' પ્રવાસીઓની જડતી તથા તપાસ સહિતની સુરક્ષાની સઘન વ્યવસ્થા અમલમાં મુકાય એની તકેદારી લો.'

ફરી વાર અરબાઝે પોતાના ફોન ઉપાડ્યો. આ વખતે તેણે મુંબઈમાં મુરલીને ફોન લગાડ્યો હતો. 'મુરલી, તું બેસ્ટના વડાને ઓળખે છે ને? તપાસ કર કે, રઝળી પડેલા પ્રવાસીઓ સુરક્ષિતપણે ઘરે પહોંચી શકે એ માટે તેઓ વધુ બસો દોડાવી શકે એમ છે.'

'મોબાઈલ નેટવર્કનું શું છે? તે ચાલુ છે?' અરબાઝે પૂછ્યું.

'અત્યારે તો નેટવર્ક જામ છે,' સેક્રેટરીએ જવાબ આપ્યો.

'ટીવી ચેનલો સાથે વાત કરો. પોતાન પરિવારજનોને શોધવા માગતા લોકો માટે તેઓ એસએમએસ સંદેશાઓ પોતાની ચેનલ પર ચલાવી શકે એમ છે. મોબાઈલ સેવાને ફરીથી કાર્યરત થવા થોડાક કલાકો લાગશે અને આ દરમિયાન ઘરે પોતાના સ્વજનોની રાહ જોઈ રહેલાઓ માટે આનાથી ભયાવહ બીજું કશું જ નહીં હોય. તેઓ જીવે છે કે તેમની સાથે કશુંક અજુગતું થઈ ગયું છે એ વિચાર તેમની હાલત ખરાબ કરી નાખશે.'

સેક્રેટરીએ કંઈક નોંધ કરી અને એડિશનલ સેક્રેટરીના હાથમાં એ ચબરખી પકડાવી.

'હવે વળતરની વાત કરીએ,' અરબાઝે કહ્યું. 'સિરિયલ બ્લાસ્ટમાં માર્યા ગયેલાઓના પરિવારને રૂપિયા 5,00,000ના અને તેમના નિકટના એક સંબંધીને સરકારી નોકરીના વળતરની જાહેરાત કરો.'

'યસ સર,' સેક્રેટરીએ કહ્યું.

'મને હવે થોડી વાર માટે એકલો છોડી દેવાની વિનંતી કરું છું, કેમ કે મારે કેટલાક અંગત ફોન કૉલ્સ કરવા છે,' અરબાઝે કહ્યું.

અલિશા એ અવાજ તરત જ ઓળખી ગઈ. આ એ જ અવાજ હતો, જે પોતે નાની હતી ત્યારે સૌમ્ય સ્વરે વાત કરતો હતો. પોતે સ્કૂલમાં હતી ત્યારે આ અવાજ જ તેની સાથે શબ્દ રમત રમતો હતો. આ એ જ અવાજ હતો જે બાળકી તરીકેની તેની દરેક જીદને પૂરી કરવા હંમેશા તૈયાર રહેતો હતો.

'અલિશા?' તેણે પૂછ્યું.

તેની દીકરી ચૂપ જ રહી. તેની આંખોમાં આંસું ઊભરાઈ આવ્યા હતા.

'અલિશા?' અરબાઝે ફરીવાર પૂછ્યું.

'હા, ડેડી,' તેણે કહ્યું, તેના આંસુઓનો બંધ હવે ખૂલી ગયો હતો.

'આઈ લવ યુ, સ્વીટહાર્ટ,' તેણે કહ્યું. 'મારે તારો અવાજ સાંભળવો હતો.'

'આઈ લવ યુ ટુ, ડેડી,' અલિશાએ કહ્યું. 'મેં તમને બહુ જ મિસ કર્યા છે.'

'તારી સાથે આટલો કડક થવા બદલ આઈ એમ સોરી,' તેણે કહ્યું. 'ભૂલો આપણા બધાથી થાય છે. તારા દિલમાં મારી આ ભૂલને સમાવીને મને માફ કરીશ બચ્ચા?'

'મને બીજું કંઈ જ ખબર નથી, મારા ડેડી મને પાછા મળી ગયા છે એ જ મારા માટે મોટી વાત છે,' અલિશાએ કહ્યું. 'મારી ગઈકાલને કારણે આજે મારે મારી આવતીકાલ નથી બગાડવી.'

2006માં *ફોર્બ્સ*ની ભારતીય ધનાઢ્યોની યાદીમાં ચાલીસ નામ હતાં. એ વર્ષના ટોચનાં વીસ નામ હતાં :

1. લક્ષ્મી મિત્તલ (સ્ટીલ)
2. મુકેશ અંબાણી (વૈવિધ્યસભર)
3. અનિલ અંબાણી (વૈવિધ્યસભર)
4. અઝીમ પ્રેમજી (સૉફ્ટવેર)
5. કુશલ પાલ સિંહ (રિયલ એસ્ટેટ)
6. સુનીલ મિત્તલ (ટેલિકૉમ)
7. કુમાર મંગલમ બિરલા (કૉમોડિટીઝ)
8. તુલસી તાંતી (પવન ઊર્જા)
9. રમેશ ચંદ્ર (રિયલ એસ્ટેટ)
10. પાલણજી મિસ્ત્રી (કન્સ્ટ્રક્શન)
11. અનિલ અગરવાલ (ખાણકામ)
12. શશી અને રવિ રુઈયા (વૈવિધ્યસભર)
13. અદી ગોદરેજ (વૈવિધ્યસભર)
14. શિવ નાડાર (ટેક્નોલૉજી)
15. ઈન્દુ જૈન (પ્રસાર માધ્યમ)
16. દિલીપ સંઘવી (ફાર્મા)
17. રાહુલ બજાજ (ઉત્પાદન)
18. અરવિંદ બગડિયા (ઈન્વેસ્ટમેન્ટ)
19. બાબા કલ્યાણી (ઉત્પાદન)
20. અરબાઝ શેખ (ઈન્વેસ્ટમેન્ટ)

અરવિંદ ખુશ હતો કે તેણે ટોચના વીસમાં સ્થાન મેળવ્યું હતું પણ આ યાદીમાં અરબાઝ શેખનું નામ જોઈને તે નાખુશ હતો.

એ સાંજે હાથમાં કે5ની બોટલ સાથે કર્મા, વિનય અને અલિશાના અપાર્ટમેન્ટમાં પ્રવેશ્યો. કે5 ભૂતાનની વ્હિસ્કી હતી.

'મને એમ હતું કે સાધુઓ કંઈક જુદા જ પ્રકારની આધ્યાત્મિક પ્રવૃત્તિઓમાં રસ ધરાવતા હોય છે,' અલિશાના ગાલ પર કર્માએ ચુંબન આપ્યું ત્યારે વિનયે રમૂજ કરી. ફિક્કા પડી ગયેલા જીન્સ અને કાળી કૂરતીમાં

અલિશા સુંદર દેખાઈ રહી હતી, તેના પર તેણે કાંસાનો નેકલેસ પહેર્યો હતો, જે તેની સુંદરતાને ઓર નીખારતું હતું. તે જાણે કે ઝળકી રહી હતી. પિતા સાથે લગભગ એક કલાક થયેલી વાતચીતની આ અસર હતી.

કર્માએ સ્મિત કર્યું. 'આશરે સો વર્ષો સુધી ગાયબ રહ્યા બાદ આ પ્રાચીન નુસખો હિમાયલયની પર્વતમાળામાં ક્યાંક ઊંડે દારૂ ગાળવાની એક પુરાતન ભઠ્ઠીમાંથી મળી આવ્યો હતો,' તેણે કહ્યું. 'દક્ષિણ ભૂતાનની ગેલેફૂ ડિસ્ટીલરીમાં કુશળ ડિસ્ટીલરના હાથે ચીવટપૂર્વક આ વ્હિસ્કી તૈયાર થઈ છે.'

'કર્મશિયલ બ્રેક માટે તારો આભાર,' વિનયે વધુ એક વાર રમૂજ કરી. કર્મા લેધરની આરામ ખુરશીમાં બેઠો, અલિશા સોફા પર પગ પર પગ ચડાવીને બેઠી, વિનય ડ્રિન્ક્સ બનાવવા કેબિનેટ તરફ ગયો.

'સંજીવનીવાળી તારી વાતથી મારા પિતા ખૂબ જ ઉત્સાહિત છે,' કર્મા પોતાની સાથે લઈ આવ્યો હતો એ કે5 વ્હિસ્કીનો ઘૂંટડો ભરતાં વિનયે કહ્યું. 'મને તો એમ જ હતું કે આ બાબત તરંગી વાર્તાથી વિશેષ કંઈ નથી!' વિનયને અંતે યાદ આવ્યું કે યુદ્ધભૂમિમાં મોતના મુખમાં પડેલા લક્ષ્મણ માટે જે વનસ્પતિ હનુમાન લઈ આવ્યા હતા, તે સંજીવની જ હતી.

'પશ્ચિમમાં શિક્ષણ લેનાર મગજની આ જ તકલીફ છે,' કર્માએ કહ્યું. જો કે તે સિફતપૂર્વક એ ભૂલી ગયો હતો કે તે પોતે પણ પશ્ચિમમાં જ ભણ્યો હતો. 'એવા ઘણા પ્રાચીન ઈલાજો છે, જે આપણે શોધવાની જરૂર છે. અમે અત્યારે સંજીવની, *વિથાનિયા સોમ્નિફેરા*, ભારતીય લોબાન, મૅંગોસ્ટીન અને દાડમ પર સંશોધન કરી રહ્યા છીએ. આ દરેકમાં ગજબના કેન્સર-પ્રતિરોધી ગુણધર્મો છે.'

'ખરેખર?' વિનયે પૂછ્યું.

'*વિથાનિયા સોમ્નિફેરા* એક આર્યુવેદિક છોડ છે,' કર્માએ કહ્યું. 'પ્રયોગશાળામાં, અમે શોધી કાઢ્યું કે, આ વનસ્પતિનું એક સંયોજન સ્તન કેન્સરના કેટલાક પ્રકારના કોષોની વૃદ્ધિને અટકાવે છે. એ જ રીતે, મારી ટીમે ભારતીય લોબાનના ગુંદરની ચીકાશમાંથી મળતા એસેટીલ-11-કેટો-બેટા-બૉસવૅલિક એસિડ પર પણ ધ્યાનકર્યું કેન્દ્રિત છે. તેના દ્વારા ઉંદરમાં અમે આંતરડાંના કેન્સરની વૃદ્ધિ ધીમી પાડી શક્યા હતા.'

'અદભુત,' વિનય બબડ્યો. 'મારી મમ્મી સર્જરી અને કેમો થૅરપી વગર સાજી થઈ શકી હોત, કર્મા?'

'અમે હજી એ સ્તરે પહોંચ્યા નથી,' કર્માએ કહ્યું. 'યાદ રહે, વિનય, અમારી શોધ દીર્ઘાયુષ્ય માટેની છે, કોઈ ચોક્કસ ઈલાજ શોધવા માટેની નહીં. અમારા સંશોધનમાં નવી નવી બાબતો સામે આવી રહી છે. દાખલા તરીકે, મૅંગોસ્ટીન ફળના દવા તરીકેના ઉપયોગનો ચાઈનીઝ અને આર્યુવેદિક ચિકિત્સા પદ્ધતિમાં લાંબો ઈતિહાસ છે. ફળના બહારના પડમાંથી લેવાયેલા અલ્ફા મૅંગોસ્ટીન સંયોજનનું અમે પરીક્ષણ કરી રહ્યા હતા, ત્યારે અમારી જાપાનમાંની ટીમે શોધી કાઢ્યું કે, લસિકા ગાંઠોના કેન્સરની પ્રગતિને આ સંયોજન ધીમું પાડે છે.'

'તેં દાડમનો પણ ઉલ્લેખ કર્યો હતો.' વિનયે કહ્યું.

'અનેક ધર્મમાં તેને પવિત્ર ફળ તરીકે ગણવામાં આવે છે,' કર્માએ કહ્યું. 'દાડમના અર્કમાં કર્કરોગ- વિરોધી ગુણધર્મો હોય છે, જે પ્રોસ્ટેટ, આંતરડાં અને લિવરના કેન્સરમાં કામ કરે છે.'

'તો અમરત્વ શક્ય નથી?' અલિશાએ પૂછ્યું.

'ઋગવેદ મુજબ, અમૃત જ એ પીણું છે જે અમરત્વ બક્ષે છે,' કર્માએ કહ્યું. 'ઋગવેદમાં ઈન્દ્ર અને અગ્નિ જેવા દેવો કહે છેઃ *અમે સોમ પીધો છે અને અમર થયા છીએ; ઈશ્વરે શોધેલા પ્રકાશને અમે પામ્યા છીએ. હવે શત્રુની શી વિસાત કે તે અમને હાનિ પહોંચાડી શકે? હે અવિનાશી, મરણાધીન માણસનું છળ-કપટ શું છે?* આપણે આ નિવેદનને જેમ છે એમ લઈ ને તેના પર વિશ્વાસ કેમ નથી કરતા કે પ્રાચીન કાળના લોકો પાસે ઉકેલ હતો?'

'મને લાગતું હતું કે અમૃત એટલે માદક પીણું સોમ,' અલિશાએ કહ્યું.

'હિન્દુ, ઝોરાસ્ટ્રિયન તથા અન્ય ભારતીય ગ્રંથોમાં અમૃત અને સોમનો ઉલ્લેખ અનેક જગ્યાએ આવે છે,' કર્માએ સમજાવ્યું. 'ગ્રીક લોકોનું એમ્બ્રોસિસ, અમરત્વનું ખાણું, પણ અમૃતને મળતું આવે છે. બંને શબ્દોની ઉત્પત્તિ એક જ અર્થ ધરાવતા ભારતીય-યુરોપિયન મૂળમાંથી થઈ છે, જેનું કાચું ભાષાંતર થાય છે *મૃત્યુ-નહીં*.'

લોધી ગાર્ડન્સમાંથી બે જણ સાથે પસાર થયા. સવારના સમયે, તળાવ નજીક બતકોના ઊંચા અવાજ સાથે વૃક્ષો પરના પક્ષીઓનો કલરવ ભળતો ત્યારે આ સ્થળ જાણે કે જીવંત થઈ જવાનો અનુભવ થતો.

અરવિંદ કોલકાતાથી આગલી રાતે જ દિલ્હી આવ્યો હતો. સરદાર હરપાલ સિંહ નિયમિતપણે સવારે ચાલવા જતા અને તેમણે જ અરવિંદને પોતાની સાથે જોડાવાનું સૂચન કર્યું હતું. મીટિંગ યોજવા માટેનો આ શ્રેષ્ઠ માર્ગ હતો.

થોડીવાર માટે બંને જણ વચ્ચે અહીંયા-ત્યાંની વાતો થઈ. પાકિસ્તાનમાં થયેલી બેનઝીર ભુટ્ટોની હત્યા વિશે તેમણે ચર્ચા કરી. એ પછી મુંબઈમાં પોતાના સગા ભાઈના હાથે ભાજપના દિગ્ગજ નેતા પ્રમોદ મહાજનની થયેલી હત્યા વિશે તેમણે વાત કરી. દેશનાં આગામી રાષ્ટ્રપતિ તરીકે પ્રતિભા પાટીલની પસંદગી અને જ્યૉર્જ ડબલ્યુ. બુશની ભારત મુલાકાત વિશે પણ તેમની વચ્ચે ચર્ચા થઈ. આખરે, તેમણે હવમાન વિશે પણ વાત કરી. ચર્ચા કરવા માટે હવે તેમની પાસે વિષયો ખૂટી પડ્યા હોવાથી, તેઓ મુખ્ય મુદ્દા પર આવ્યા.

'હું તારી શું મદદ કરી શકું છું, અરવિંદ?' હરપાલે પૂછ્યું.

'અનયાસાર રિસર્ચ પ્રાયવેટ લિમિટેડ નામની કંપનીમાં તમે શૅર્સ ધરાવો છો,' અરવિંદે કહ્યું. 'કંપનીનો સ્થાપક કર્મા ત્શેરિંગ સ્ટૅનફૉર્ડમાં વિનયનો રૂમમેટ હતો. અમે પણ તેની કંપનીમાં રોકાણ કર્યું છં. અમારી પાસે હવે 40 ટકા શૅર્સ છે.'

'એ છોકરો ખરેખર જિનિયસ છે,' હરપાલે કહ્યું. ચાલતાં ચાલતાં તેઓ વાત કરી રહ્યા હતા ત્યારે તેમની દૃષ્ટિ આકસ્મિકપણે મોહમ્મદ શાહની કબર, સિકંદર લોધીની કબર, શીશ ગુંબદ અને બારા ગુંબદ પર પડી હતી.

'હું સહમત છું,' અરવિંદે કહ્યું. 'અભિલાષા સર્જરી બાદ સ્વાસ્થ્ય પુર્નપ્રાપ્ત કરી રહી હતી ત્યારે તેણે આપેલી થૅરેપીના કારણે સ્લોઆન કેટ્ટરિંગ ખાતેના અન્ય દરદીઓની સરખામણીએ અભિલાષા ઝડપથી સાજી થઈ રહી હોવાનું જોવા મળ્યું હતું. મને પૂરેપૂરો વિશ્વાસ છે કે, તે ચોક્કસ જ કશુંક મોટું કરી દેખાડશે.'

મૂળ લૅડી વૅલિંગ્ટન પાર્ક તરીકે ઓળખાતું- નેવું એકરમાં ફેલાયેલું આ ગાર્ડન 1936માં બનાવાયું હતું પણ 1968માં અમેરિકન લૅન્ડસ્કેપ આર્ટિસ્ટ જોસેફ એલન સ્ટેઈન અને ગેરેટ એક્બો દ્વારા તેમાં ફેરફાર કરાયા હતા. અત્યારે તે વહેલી સવારના જૉગર્સ અને વૉકર્સથી તે ઊભરાઈ રહ્યું હતું.

'તને મારી પાસેથી ચોક્કસ શું જોઈએ છે?' હરપાલે પૂછ્યું.

'હું વિચારી રહ્યો હતો કે, તમારા શૅર્સ મને વેચવામાં તમને રસ ખરો?' અરવિંદે પૂછ્યું. 'શૅર્સનું મૂલ્યાંકન કરતી વખતે આપણે કંપનીની ભાવિ શક્યતાઓનું પણ ધ્યાન રાખશું.'

'મને લાગે છે કે હું તારી મદદ કરી શકું એમ નથી,' હરપાલે કહ્યું. 'એમાં એવું છે ને કે, મેં મારા શૅર્સ ઘણા સમય પહેલા કોઈકને આપી દીધા છે.'

'રજિસ્ટર ઑફ ધ મેમ્બરમાં તમારૂં નામ હજી પણ શૅરધારક તરીકે જોવા મળે છે,' અરવિંદે કહ્યું.

'શક્ય છે કે,' હરપાલે કહ્યું. 'ખાનગી કંપની હોવાને કારણે કદાચ શૅર ટ્રાન્સફરની નોંધણી કરવામાં મોડું થયું હશે, પણ મારો 40 ટકાનો હિસ્સો હવે અરબાઝ શેખ પાસે છે.'

'અરબાઝ?' અરવિંદે પૂછ્યું. 'હાલના રેલવે પ્રધાન?'

'અને તારો બિઝનેસ પ્રતિસ્પર્ધી,' હરપાલે ઉમેર્યું. 'વાસ્તવિક્તા એ છે કે, તમે બંને એકબીજાથી એક કરતાં વધુ કારણોસર નફરત કરો છો, પણ હું તમને બંનેને મારા મિત્ર ગણું છું.'

'તે અંડરવર્લ્ડનો ઑપરેટર છે!' થૂંક ઉડાડતા અરવિંદ બોલ્યો. 'માફિયા.'

'આપણે બધા જ ગુનેગાર છીએ,' હરપાલે કહ્યું. 'અને યાદ રાખજે, જીવનમાં ખામીઓ ધરાવતા દેવદૂતો અને ખૂબીઓ ધરાવતા શેતાનો પણ હોય છે.'

'આપણે ધંદા હૉલ્ડિંગ્સના પ્રૉફાઈલમાં થોડાક ફેરફાર કરવાની જરૂર છે,' મુરલીએ અરબાઝને કહ્યું. બંને જણ અરબાઝની ઑફિસમાં હતા.

'કેમ?' અરબાઝે પૂછ્યું.

'આપણે ટેક્નોલૉજી કંપનીઓમાં બહુ મોટા પાયે રોકાણ કર્યું છે,' મુરલીએ કહ્યું. 'આ એક જ ક્ષેત્રમાં આપણું બહુ મોટું રોકાણ છે, જે ઓછું કરવાની મારી યોજના છે.'

'સારો વિચાર છે,' અરબાઝે કહ્યું. 'હું યશ ધરના સંપર્કમાં હતો. તેની બિનસત્તાવાર ટિપ એવી છે કે સત્યમ કૉમ્પ્યુટર સર્વિસીસ એકાદ-બે વર્ષમાં ઊંધેકાંધ પટકાશે.'

'શા માટે?' મુરલીએ પૂછ્યું. 'તેમના આર્થિક પરિણામો તો અદભુત છે.'

'મોટા ભાગે, બૅલેન્સ શીટ તમને અડધું જ ચિત્ર દેખાડતી હોય છે. કાલને કાલ એ કંપનીમાંથી બહાર નીકળી જજે.'

'આ શું છે?' કર્માએ પૂછ્યું.

'એક્સક્યુઝ મી?' અલિશાએ પૂછ્યું.

કર્માએ અલિશાના કાંડા તરફ આંગળી ચીંધી. 'આ શું છે?'

અલિશાનો નાજુક બાંધો અને પાતળા હાથ પર કોઈ પણ વસ્તુ શોભી ઊઠતી હતી. થોડાક વર્ષો પહેલા એરપોર્ટ પર તેના પિતાએ આપેલું તાંબાનું નાનું કડું તેણે કાંડા પર પહેર્યું હતું.

'આ તો તાંબાની બંગડી છે, કર્મા,' અલિશાએ કહ્યું. 'મારા ડેડે મને આ આપ્યું હતું. તેની સાથે કંઈક એન્ટિક તથા લાગણીને લગતું કંઈક મહત્ત્વ સંકળાયેલું છે. જો કે તેના પર શું લખેલું છે, એ મને ક્યારેય સમજાયું નથી.'

'મને એ જોવા દે?' કર્માએ પૂછ્યું.

'શ્યૉર,' પોતાના હાથમાંથી એ કડું કાઢીને સોફા પરથી ઊભી થઈ કર્માના હાથમાં આપતાં અલિશાએ કહ્યું.

કર્માએ પોતાના હાથમાં એ કડાને ધ્યાનપૂર્વક પકડ્યું અને ધીમેથી તેને ફેરવવા લાગ્યો. તે મુગ્ધ થઈ ગયેલો અને લગભગ સમાધિમાં જતો રહ્યો હોય એવું લાગતું હતું.

'આ ગુરુમુખી લિપિ છે,' કર્માએ કહ્યું. 'આ કડું પંજાબનું છે. વિનયની ઑફિસમાં જોયેલા પેપરવેટને આ મળતું આવે છે.'

'ખરેખર?' અલિશાએ પૂછ્યું. 'મને તો ક્યારેય આ બંનેમાં કોઈ સરખાપણું દેખાયું નથી.'

'એ પેપરવેટ આપણે આવતીકાલે જોઈ શકીએ?' કર્માએ પૂછ્યું. 'હું કાલે તારી ઑફિસે આવીશ.'

'શ્યૉર,' કે5 વ્હિસ્કીનો ઘૂંટડો ભરતાં વિનયે કહ્યું.

વિનયની ડૅસ્ક પરના પેપરવેટ તરફ કર્માએ જોયું. તેણે તે ઉપાડી લીધું.

'મેં તને કહ્યું હતું, અલિશાએ પોતાના કાંડા પર પહેર્યું છે તે અને આ કડા વચ્ચે સામ્યતા છે,' કર્માએ કહ્યું. તેણે ચાંદીની ડિશને ધક્કો માર્યો જેથી તે કડાની વચ્ચેથી નીકળી જાય. તેણે પોતાના હાથમાં કડાને ધીમેથી ફેરવવા માંડ્યું.

'પણ આ બંને વચ્ચે કોઈ સમાનતા નથી,' તેણે પડઘો પાડ્યો.

'ખરેખર?' વિનયે પૂછ્યું. 'તને ખાતરી છે?'

'તેમાં સમાનતા નથી. આ બંને એકદમ એકમેક જેવા છે,' કર્માએ કહ્યું. 'તમારી પાસે આ કડાં કઈ રીતે આવ્યાં?'

'મારું કડું મને મારા પિતાએ આપ્યું હતું,' વિનયે કહ્યું. 'મને લાગે છે કે મારાં દાદીએ એ તેમને આપ્યું હતું.'

'અને અલિશા પાસે છે તે?' કર્માએ પૂછ્યું.

'એ તેના પિતાએ તેને આપ્યું હતું,' વિનયે કહ્યું. 'આ બંને એક જ શ્રેણીના ભાગ જેવા છે?'

'એવી શક્યતા ઓછી છે,' કર્માએ કહ્યું. 'આ બે એક સરખા કડાં હોય એવું લાગે છે. એક પર ગુરુમુખીમાં મનજીત લખેલું છે. તો બીજા પર એ જ લિપિમાં દલજીત લખેલું છે. પોતાના બે દીકરાના હાથમાં પિતાએ પહેરાવ્યા હોય એ પ્રકારનાં આ કડાં છે. બંને પર નામ ઉપરાંત 'પુરણ દા ખૂ' એમ લખ્યું છે.'

'તને શું લાગે છે?' વિનયે પૂછ્યું, તેના અવાજમાંની ઉત્સુકતા હવે સ્પષ્ટ વર્તાતી હતી.

'મને લાગે છે કે તમારે બંનેએ તમારા પિતાઓને પૂછવું જોઈએ,' કર્માએ કહ્યું.

'શં કરું?' અલિશાએ પૂછ્યું. 'તારું મગજ તો ઠેકાણે છે ને?'

'હું તારી સાથે સહમત છું, સ્વીટહાર્ટ, પણ આ સિવાય કોઈ ઉપાય ક્યાં છે?' વિનયે કહ્યું.

'તું તારા પિતાને એમ પૂછવાનો વિચાર પણ કરી શકે છે કે તેમની પાસે તાંબાનું એવું કડું ક્યાંથી આવ્યું, જેના જેવું બીજું કડું અલિશા પાસે છે?'

વિનય શાંત હતો. થોડીક મિનિટો માટે તે ઊંડા વિચારોમાં ખોવાઈ ગયો હતો.

'એ શક્ય છે કે તેઓ બંને કોઈક એવી વ્યક્તિને જાણતા હોય, જેણે તેમને બંનેને આ કડાં અલગ અલગ આપ્યાં હોય,' વિનયે કહ્યું. 'પણ એવું થયું પણ શક્ય નથી કેમ કે બંને પર નામ કોતરેલાં છે.'

'એવું પણ શક્ય છે કે બંનેએ, એક જ સમયગાળા દરમિયાન કોઈક સમારંભ કે કાર્યક્રમ માટે પુરણ દા ખૂ નામની એ જગ્યાની મુલાકાત લીધી હોય,' અલિશાએ કહ્યું.

બંને શાંત પડી ગયા. શબ્દો ભલે બોલાતા નહોતા પણ શક્યતાઓ મગજને ફાડી નાખે તેવી હતી.

'આપણા પિતા કોઈક રીતે એકબીજા સાથે કોઈક સંબંધથી જોડાયેલા હશે તો?' વિનયે પૂછ્યું. 'આપણા લગ્ન પર તેની કેવી અસર થશે? આપણે બીજું જે કંઈ પણ કરીએ, એ પહેલા આપણે બ્લડ ટેસ્ટ કરાવી લેવો જોઈએ એવું તને નથી લાગતું?'

'એના માટે ઘણું મોડું થઈ ગયું છે,' અલિશાએ કહ્યું. 'હું પ્રૅગ્નન્ટ છું.'

'આપણા લગ્ન જ ધરમૂળથી સાવ ખોટા હોય તો શું થશે?' વિનયે પૂછ્યું.

'સત્ય એ છે કે એક નાનકડું જૂઠ એ નાનકડી પ્રૅગ્નન્સી જેવું હોય છે. તેના વિશે બધાને જાણ થતાં વાર લાગતી નથી.'

વિનયને પોતાની અંદર પરસ્પર વિરોધી લાગણીઓની અનુભૂતિ થઈ. પોતે બહુ જલ્દી પિતા બનવાનો છે બાબતને લઈને તે પોરસાઈ રહ્યો હતો. પણ કડાં અનિષ્ટસૂચક હતાં.

ફોન વાગ્યો, વિનયે તે ઉપાડ્યો અને સાંભળવા લાગ્યો.

ફોન મૂકતાં તેણે કહ્યું, 'કર્મા જિનિયસ છે. તેણે શોધી કાઢ્યું છે કે પુરણ દા ખૂ એટલે પીવાના પાણીનો કૂવો.'

'ક્યાં?' અલિશાએ પૂછ્યું.

'પાકિસ્તાનમાં સિયાલકોટ પાસે.'

'પાકિસ્તાનમાં તો પીવાના પાણીના હજારો કૂવા હશે. આ કૂવો જ આટલા મહત્ત્વનો કેમ હશે?' અલિશાએ પૂછ્યું.

'આ ઐતિહાસિક મહત્ત્વ ધરાવતું સ્થળ છે,' વિનયે જવાબ આપ્યો. 'બે હજાર વર્ષ પહેલા, રાજા શાલિવાહનને રાજ જ્યોતિષાચાર્ય દ્વારા કહેવામાં આવ્યું હતું કે તેઓ પોતાના પુત્ર પુરણને બાર વર્ષ માટે બધાથી અલગ કરી એકાંતમાં રાખે. બાર વર્ષ પસાર થયા બાદ, પુરણને આખરે પોતાના પિતાને મળવાનું થયું.'

'એ પછી શું થયું?' અલિશાએ પૂછ્યું.

'પુરણની સાવકી માતા, લૂનાએ તેના પર આક્ષેપ મૂક્યો કે પુરણે તેની સતામણી કરવાનો પ્રયાસ કર્યો હતો. ગુસ્સે ભરાયેલા શાલિવાહન રાજાએ આદેશ આપ્યો કે પુરણને પકડી લઈ તેના હાથ પગ કાપી નાખવામાં આવે. ત્યાર બાદ તેનું શરીર કૂવામાં નાખી દેવામાં આવે.'

અલિશાને કંપારી છૂટી ગઈ. આવા ભયંકર સ્થળ સાથે જેનો સંબંધ હોય એવાં કડાં અમારી પાસે શા માટે છે? તેણે મનોમન વિચાર કર્યો.

'ચમત્કારિકપણે, ગુરુ ગોરખનાથ એ સ્થળે પહોંચ્યા ત્યાં સુધી બાર વર્ષ લગી પુરણ કૂવાની અંદર જીવતો રહ્યો. ગુરુએ તેને બહાર કાઢ્યો અને તેના શરીરને સાજું કર્યું તથા સ્વાસ્થ્ય બક્ષ્યું. આગળ જતાં રાજકુંવર પુરણ પ્રખ્યાત યોગી બન્યો. એ દિવસથી એ કૂવો રોગ હરવાની શક્તિ માટે પ્રસિદ્ધ થયો છે,' વાર્તાને સુખદ અંત તરફ લાવતાં વિનય બોલ્યો.

'પણ આવી જગ્યાએથી આવેલાં તાંબાનાં કડાં આપણા પિતાઓ પાસે શા માટે છે?' અલિશાએ પૂછ્યું.

'મને કશું જ સમજાતું નથી,' વિનયે ખભા ઉછાળતાં કહ્યું. 'કર્મા એ બધું શોધવાનો પ્રયાસ કરી રહ્યો છે.'

અરબાઝે નોટિસ તરફ વધુ એકવાર જોયું. અનયાસારની આસપાસ અરવિંદ બગડિયાએ ભરડો ક્યારે લીધો? આ દુનિયામાં એવું કશું જ નથી, જે તેને બગડિયા સાથે ઝઘડ્યા વિના મળે? આમાં સૌથી ખરાબ બાબત એ હતી કે હવે તેઓ એકમેક સાથે સંબંધના તાંતણે બંધાયેલા હતા. અત્યારે બંનેમાંથી એક જણ જે કંઈ કરશે કે બોલશે તેની અસર તેમનાં સંતાનો પર પડવાની હતી.

અહીં નોટિસ આપવામાં આવે છે કે અનયાસાર રિસર્ચ પ્રાયવેટ લિમિટેડની સાતમી વાર્ષિક સામાન્ય સભા તાજ ચેમ્બર્સ, તાજ મહેલ હોટેલ, મુંબઈ ખાતે

26મી નવેમ્બર, 2008ના સાંજે 7 વાગ્યે નીચેના મુદ્દાઓ પર કામકાજ માટે યોજવામાં આવી છે:

સામાન્ય બાબતો

1. વીતેલા આર્થિક વર્ષ માટેના કંપનીના ઑડિટેડ ફાઈનાન્શિયલ સ્ટેટમેન્ટ્સ (એકત્રિત ફાઈનાન્શિયલ સ્ટેટમેન્ટ્સ સહિત) ઉપરાંત ડિરેક્ટર્સ અને ઑડિટર્સના રિપોર્ટ્સ પર વિચારણા તથા તેનો સ્વીકાર.
2. ડિવિડન્ડ અથવા વચગાળાના ડિવિડન્ડની બિન-ચૂકવણીની પુષ્ટિ.
3. મીટિંગમાં ક્રમાનુસાર નિવૃત્ત થઈ રહેલા શ્રી કર્મા ત્શેરિંગની પુર્ન-નિયુક્તિ, પાત્ર હોવાથીતેઓ પોતાની જાતને પુર્ન- નિયુક્તિ માટે ઉપલબ્ધ કરાવી રહ્યા છે.
4. ઑડિટર્સની નિમણૂંક અને આ બાબતમાં જો યોગ્ય જણાય તો, આ બાબત અંગે કોઈ ફેરફાર સાથે કે વિના, યોગ્ય ઠરાવ પસાર કરવા અંગે વિચારણા કરવી.

વિશેષ બાબતો

5. શ્રી. અરવિંદ બગડિયાની કંપનીના પૂર્ણ- સમયના ડિરેક્ટર તરીકે નિમણૂંક કરવી.
6. શ્રી. અરબાઝ શેખની કંપનીના પૂર્ણ-સમયના ડિરેક્ટર તરીકે નિમણૂંક કરવી.

2008 માટે ભારતના ધનાઢ્યોની ફોર્બ્સની યાદીમાં ચાલીસ નામ હતાં. અરવિંદ ઝડપથી પ્રથમ દસ નામ પર નજર દોડાવી ગયો.

1. મુકેશ અંબાણી
2. લક્ષ્મી મિત્તલ
3. અનિલ અંબાણી
4. સુનીલ મિત્તલ
5. કુશલ પાલ સિંહ
6. શશી અને રવિ રુઈયા
7. અઝિમ પ્રેમજી

8. *અરવિંદ બગડિયા*
9. *અરબાઝ શેખ*
10. *કુમાર મંગલમ બિરલા*

ભારતના ધનાઢ્યોની ફૉર્બ્સની યાદીના ટોચના દસ નામમાં અરવિંદે સ્થાન મેળવ્યું હતું. આ બાબતને લઈને તે અતિપ્રસન્ન હોવો જોઈતો હતો, પણ તે ખુશ નહોતો. અરબાઝ શેખ તેની પાછળ જ હતો એ બાબત તેને ખટકી રહી હતી.

અરવિંદનું લક્ષ્ય સ્પષ્ટ હતું, એક મહિના અગાઉ, બીજિંગ ઑલિમ્પિક્સમાં શૂટિંગમાં ભારત માટે સુવર્ણ ચંદ્રક જીતનાર પેલા છોકરા અભિનવ બિન્દ્રાની જેમ, તેને પણ નંબર વન બનવું હતું.

પોતપોતાનો ક્રમાંક સુધારવા માટે અરવિંદ અને અરબાઝ બંને પાસે પોતપોતાની વ્યૂહરચનાઓ તૈયાર હતી. એકને આશા હતી કે અનયાસાર તેને વધુ મોટો બનવામાં મદદ કરશે. તો બીજો ક્રિકેટમાં ઝંપલાવવાનું વિચારી રહ્યો હતો.

'હું તારા જ કૉલની રાહ જોઈ રહ્યો હતો,' યશે કહ્યું, અરબાઝ હસી પડ્યો.

'બીસીસીઆઈએ આઠ ફ્રેન્ચાઈઝી માટે બોલીઓ આમંત્રિત કરી છે,' અરબાઝે કહ્યું. 'મારે પણ આ પ્રવૃત્તિનો હિસ્સો બનવું છે.'

'તું ટીમ માટે બોલી લગાડવા માગે છે?' યશે પૂછ્યું. 'તું એવું કરી શકે કે નહીં, એ વિશે મને શંકા છે. તું સરકારમાં પ્રધાન છે. મારું પણ એવું જ છે.'

'ફ્રેન્ચાઈઝી બનીને બિઝનેસ કરવો એ મૂર્ખામીભર્યો રસ્તો છે,' અરબાઝે કહ્યું. 'જેમને પબ્લિસિટી જોઈએ છે એવા લોકો માટે આ રસ્તો છે. ન તો મને કે ન તને એની જરૂર છે. આપણને બસ નાણાંની જરૂર છે.'

'તું મારી પાસેથી શું કરાવવા માગે છે?'

'તેમની સાથે વાત કર,' અરબાઝે કહ્યું. 'આપણી નૉમિની કંપનીઓમાંની એકને ટેલિવિઝન અને મિડિયા હક્કોની ફાળવણી કરવા કહે.'

'તારી પાસે પ્રસારણને લગતી કોઈ જ માળખાકીય સુવિધા નથી,' યશે કહ્યું.

'કોણે કહ્યું કે મને કશું ય પ્રસારિત કરવામાં રસ છે?' અરબાઝે પૂછ્યું.

12 ઈસ્ટ 65મી સ્ટ્રીટ પર આવેલી એક ઈમારત સુધી વિનય અને અલિશા પહોંચ્યા. બીજા માળે પાકિસ્તાનનો રાષ્ટ્રધ્વજ ફરકી રહ્યો હતો. નંબર બારની બાજુમાં લગાડેલી કાંસાની તક્તી જાહેર કરતી હતી કે આ પાકિસ્તાન કૉન્સ્યુલેટ હતું. તેઓ અંદર ગયાં અને 'ઈન્ફૉર્મેશન'નું લૅબલ ધરાવતા ટેબલની પાછળ બેઠેલી વ્યક્તિ પાસે ગયા.

'હા?' કૉમ્પ્યુટર પરથી નજર હટાવતાં એ વ્યક્તિએ પૂછ્યું.

'ભારતીય નાગરિકને પાકિસ્તાની વિઝા મેળવવા હોય તો એ માટેની જરુરિયાતો વિશે અમારે જાણવું છે,' વિનયે કહ્યું.

'ઘણા અઠવાડિયા થઈ ગયા,' વિનય ફોન પર બોલ્યો. 'વિઝા અરજીને આટલો સમય કઈ રીતે લાગી શકે?'

સામેના છેડા પરના અધિકારીએ તેને પ્રક્રિયાઓ અને મંજૂરીઓ અંગે ભારેખમ વાતો કહી. 'તમારી અરજી સક્રિય વિચારણા હેઠળ છે,' ફોન નીચે મૂકતાં પહેલા અધિકારીએ કહ્યું.

વિનય આ કવાયત જાણતો હતો. તેના પિતા રમૂજમાં એક વાત હંમેશા કહેતા, દક્ષિણ એશિયામાં , જો કોઈ અધિકારી તમને એમ કહે કે તમારી ફાઈલ 'વિચારણા હેઠળ' છે તો સમજવું કે તેણે તમારી ફાઈલ ખોઈ નાખી છે, પણ જો તે એમ કહે કે તમારી ફાઈલ 'સક્રિય વિચારણા હેઠળ ' છે, તો સમજવું કે તમારી ફાઈલ શોધવાનો પ્રયાસ ચાલી રહ્યો છે.

વિનયે ફોન મૂકી દીધો, તેને અસ્વસ્થ લાગી રહ્યું હતું. સામાન્ય માર્ગથી તો વિઝા મળે એમ લાગતું નહોતું. વિઝા અરજીને બહારના એક ધક્કાની જરૂર હતી.

તેણે નવી દિલ્હી કૉલ જોડ્યો. સેક્રેટરી સરદાર હરપાલ સિંહને શોધી રહી હતી. એ દરમિયાન તે ફોન પર રાહ જોઈ રહ્યો.

'મને તારી વાત સમજાઈ નહીં,' સરદાર હરપાલ સિંહે કહ્યું. 'તારું કહેવું છે કે ટુરિસ્ટ વિઝા પર પાકિસ્તાનની મુલાકાત લેવાની તારી ઈચ્છા છે અને પાકિસ્તાનના વિદેશ પ્રધાન તારી વિઝા અરજી પર પ્રક્રિયા કરે એ માટે તને મારી મદદની જરૂર છે.'

'હા,' વિનયે કહ્યું.

'અને તારા પિતાને આની જાણ ન થાય એવું તું ઈચ્છે છે?' હરપાલે પૂછ્યું.

'હા,' વિનયે કહ્યું.

'દીકરા, આ ગુપ્તતા પાછળનું કારણ તારે મને કહેવું પડશે,' હરપાલે કહ્યું. 'અને જે હોય તે સાચેસાચું મને જણાવી દેજે.'

ફોન પર વાત કરતી વખતે વિનય બેચેની અનુભવી રહ્યો હતો. 'તો, તમને કદાચ ખબર જ હશે, મારા પિતાની પરવાનગી વગર મેં એક છોકરી સાથે લગ્ન કરી લીધા છે એ કારણે મારા પિતા મારાથી નારાજ છે.'

'તેમણે આ વિશે મારી સામે કોઈ ઉલ્લેખ નથી કર્યો,' હરપાલે કહ્યું.

'તેમણે તમને એ કહ્યું કે તેઓ મારા લગ્નની વિરુદ્ધ શા માટે છે?' વિનયે પૂછ્યું.

'તેણે મને એટલું જ કહ્યું કે છોકરી સારા પરિવારની નથી,' હરપાલે કહ્યું. 'વધુ વિગતો આપી નહોતી.'

'હું મારા પિતાના કટ્ટર પ્રતિસ્પર્ધી – અરબાઝ શેખની દીકરીને પરણ્યો છું,' વિનયે કહ્યું.

'હમ્મમ, આઈ સી,' વિચારમગ્ન થઈ પોતાની દાઢી પસરાવતાં હરપાલે કહ્યું. 'હું બંનેને જાણું છું. તારા પિતા અને તારા સસરા બંનેને. મને એ બંને જણ ગમે છે. પણ દુઃખદ બાબત એ છે કે તેમની વચ્ચે જામતું નથી. આમ છતાં, આ બાબતથી એ તો સ્પષ્ટ થતું નથી કે તું પાકિસ્તાન શા માટે જવા માગે છે?'

અરબાઝ તાજ મહેલ હોટેલ જવા માટે પોતાની કારમાં હતો. તેનો મોબાઈલ ફોન રણકવા લાગ્યો. એ યશ ધરનો ફોન હતો.

'બીસીસીઆઈના માણસ સાથે મારી વાત થઈ ગઈ છે,' યશે કહ્યું. 'આપણી નૉમિની કંપનીને મિડિયા હક્કોની ફાળવણી પર વિચારણા કરવા

તેઓ તૈયાર છે, જો આપણે એ વાતની ખાતરી આપીએ કે બીસીસીઆઈને રાઈટ ટુ ઈન્ફૉર્મેશન કાયદાની ક્ષેત્રમર્યાદામાં નહીં લાવીએ.'

'સરસ,' અરબાઝે કહ્યું. 'આગળ વધ અને કરાર પર સહી કરી નાખ. તેમાં એક કલમ ઉમેરાવજે કે જો મિડિયા હક્કો અન્યત્ર ફાળવવાની જરૂર પડે તો આ હક્કોના સમર્પણ માટે 500 કરોડની ચૂકવણી કરવાની જરૂર રહેશે.'

'આહ,' અરબાઝનો ગેમ પ્લાન શો હતો એ સમજાતાં યશ બોલ્યો.

તેની વ્યૂહરચના હતી સમર્પણ, શુદ્ધ અને સરળ.

તાજની માત્ર-આમંત્રિતો માટેની ચૅમ્બર્સ ક્લબમાં રૂમના સ્વીટ્સ, એક બાર, લાયબ્રૅરી અને ડાઈનિંગ રૂમનો સમાવેશ થતો હતો. નાનકડા સ્વર્ગ જેવું આ એક એવું ક્ષેત્ર હતું જ્યાં બિઝનેસમેન પોતાના સોદાઓ પાર પાડતા. પણ હોટેલના કોઈ પણ બ્રૉશરમાં તેનો ઉલ્લેખ સુદ્ધાં નહોતો. તેની વાર્ષિક સભ્ય ફી પણ જાહેર કરવામાં આવતી નહીં. તમે જો એવો પ્રશ્ન કરો કે સભ્ય ફી કેટલી, તો તેના સભ્ય બનવાનું તમારી નિયતીમાં નથી એ બાબત સ્પષ્ટ હતી. ચૅમ્બર્સ જેવા સ્વર્ગોનો એકમાત્ર આશય હતો, તેમના અબજોપતિ સભ્યોને ઘર જેવી અનુભૂતિ કરાવવાનો. અહીં પ્રશિક્ષિત, સમજદાર કર્મચારીગણ હતો, જે જાણીતી હોટેલ્સમાં સભ્યોને સંતાઈ રહેવાની જગ્યા આપતો હતો.

આવા જ એક મીટિંગ રૂમની અંદર, અનયાસાર રિસર્ચ પ્રાયવેટ લિમિટેડની વાર્ષિક સામાન્ય સભા નિયત સમય કરતાં એક કલાક મોડી શરૂ થઈ. બંને મુખ્ય શૅરધારકોને કથિત 'અન્ય પરસ્પર વિરોધી વ્યસ્તતાઓ' હતી. વાસ્તવિક્તા એ હતી કે બંનેમાંથી એકેય જણ ત્યાં પહેલો પહોંચવા માગતો નહોતો.

અનયાસારની વાર્ષિક સામાન્ય સભા કદાચ અત્યાર સુધીની સૌથી ટૂંકી બેઠકોમાંની એક હતી. તેના માત્ર ત્રણ જ શૅરધારકો હતો- અરવિંદ, અરબાઝ અને કર્મા. મીટિંગમાં હાજર ચોથી વ્યક્તિ હતી કંપની સેક્રેટરી, મિ, કપૂર. આ મીટિંગ અસ્વસ્થ કરી દેનારી હતી, જેમાં વચ્ચે વચ્ચે શાંતિનો લાંબો ગાળો આવતો હતો.

હેત પ્રીત- હાર્દિક સ્નેહનો બાહ્ય દેખાવ જાળવી રાખવા છતાં બંને પ્રતિસ્પર્ધીઓએ એકમેક સામે તાકી રહ્યા હતા. બંને જાણતા હતા કે

અનયાસાર રીતસર સોનાની ખાણ હતી. જો કર્માએ અમરત્વનું પીણું શોધી કાઢ્યું તો એ તબીબી ઈતિહાસની સૌથી મોટી બાબત હશે. અને જો એવું ન પણ થયું તો પણ એવી શક્યતા પૂરેપૂરી હતી કે અન્ય ધાતુઓમાંથી સોનું બનાવવાની ફોર્મ્યુલા તો તે શોધી જ લેશે.

કર્મા માટે આ પરિસ્થિતિ વિચિત્ર હતી. માત્ર વીસ ટકા શૅર્સ સાથે તે લઘુમતી શૅરધારક હતો અને હવે તે એવા બે શૅરધારકોથી ઘેરાઈ ગયો હતો, જેઓ એકમેકને ભારોભાર નફરત કરતા હતા અને આ બંને પાસે કંપનીના 40-40 ટકા શૅર્સ હતા. પુર્નઆશ્વાસન માટે, તેણે અરવિંદ તરફ જોયું, જેની સાથે તેનો નિકટતાભર્યો સંબંધ હતો. પણ સામા છેડેથી કોઈ પ્રતિસાદ નહોતો. કર્માને સમજાઈ ગયું કે આ પરિસ્થિતિ મડાગાંઠ જેવી હતી, કેમ કે બંને જણ પોતપોતાના શસ્ત્રો સજાવીને આવ્યા હતા.

એજેન્ડા પરની શરૂઆતની કેટલીક બાબતો બિન-વિવાદાસ્પદ હતી અને સર્વાનુમતે પસાર થઈ ગઈ, પણ છેલ્લા બે મુદ્દામાં અરવિંદ અને અરબાઝની પૂર્ણ-સમયના ડિરેક્ટર્સ તરીકે નિમણૂંકની વાત આવતી હતી.

'હું આ પ્રસ્તાવને ટેકો આપી શકું એમ નથી,' અરવિંદનું નામ આવતાં જ અરબાઝે કહ્યું.

'હું આવા કોઈ પ્રસ્તાવને ટેકો નહીં આપું,' અરબાઝના નામનો ઉલ્લેખ આવતાં તરત જ અરવિંદ બોલ્યો.

બંને પ્રસ્તાવો 60-40ની બહુમતિથી પસાર થયા કેમ કે કર્માએ બંને જણની તરફેણમાં મત આપ્યો હતો. 'તમે બંને સમાધાન કેમ નથી કરી લેતા?' કર્માએ પૂછ્યું.

'સમાધાન? બંને પક્ષોને એવું કંઈક મળી રહ્યું છે, જેની તરફેણમાં બંનેમાંથી કોઈ નથી!' અરવિંદે કહ્યું.

એ પછી બંને સામસામા આવી ગયા.

'તેં કુરબાનીવાળો કાંડ કર્યો ત્યારે તારા કારણે બહુ મોટા પ્રમાણમાં મારા નાણાં ધોવાઈ ગયા હતા... '

'તેં મારા પર ઈન્કમ ટૅક્સની ધાડ પડાવી અને ચોરી કરી...'

'આલ્બર્ટ મિલ્સ આંચકી લઈ તે મારી સાથે દગો કર્યો...'

'મને બરબાદ કરવાના ઈરાદા સાથે તે મારી કંપનીના શૅરના ભાવ નીચે ખેંચી જવાનો પ્રયાસ કર્યો હતો...'

'ડૉટકૉમ સોદામાં ફંડ ટ્રાન્સફર ન કરીને તેં મારી સાથે છેતરપિંડી કરી હતી...'

'નવા સ્પૅસિફિકેશન્સ રદ કરાવીને તેં મારા સંરક્ષણ સોદામાં ફાચર પાડી હતી...'

'તારા દીકરાએ મારી દીકરાને ફસાવી...'

'તારી દીકરીએ મારા દીકરાને ખોટા રસ્તે દોર્યો....'

'અનયાસારના શૅર્સ પહેલા મને મળ્યા હતા, આથી તારે આમાંથી બહાર નીકળી જવું જોઈએ...'

'કર્મા મારા દીકરાનો ક્લાસમેટ છે; *તારે* આમાંથી બહાર નીકળી જવું જોઈએ...'

પોતે જે વિષમ પરિસ્થિતિમાં સપડાયો હતો તેનાથી સદંતર ત્રસ્ત થઈ ગયેલો કર્મા ક્યારે ઊઠ્યો અને કૉન્ફરન્સ રૂમ છોડીને જતો રહ્યો, એ બંનેમાંથી એકેય જણે નોંધ્યું નહીં. કંપની સેક્રેટરી પણ ક્યારનો જતો રહ્યો. હતો.

સરદાર હરપાલ સિંહ સ્તબ્ધતાને કારણે સાવ શાંત થઈ ગયા હતા. વિનયના શબ્દો સાંભળતાં જ તેમના ચહેરા પરથી રંગ ઊડી ગયો હતો. *આવું ન થઈ શકે. પરિણામો વિશેનો વિચાર પણ મહાભયંકર લાગી રહ્યો છે,* તેમણે વિચાર્યું.

મનજીત અને દલજીતનાં નામ ધરાવતાં બે કડાં વિશે તથા આ બંને કડાં મૂળ તો અરબાઝ અને અરવિંદના હતાં એ વાસ્તવિકતા વિશે વિનયે તેમને કહ્યું હતું.

'એ કડાં તાંબાનાં છે?' હરપાલે પૂછ્યું, તેનું દિલ જોરથી ધડકી રહ્યું હતું.

'હા,' વિનયે જવાબ આપ્યો.

'નામ સિવાય કડાં પર બીજું કંઈ લખેલું છે?' હરપાલે પૂછ્યું. તેના હૃદયનો થડકાર હવે અસ્વસ્થ કરી નાખે એ હદે પહોંચી ગયો હતો.

'બંને પર સિયાલકોટ નજીકના કોઈ કૂવા, પુરણ દા ખૂનો ઉલ્લેખ છે,' વિનયે કહ્યું. 'આ જ કારણ છે કે અમે ત્યાં જવા માગીએ છીએ.'

'અરવિંદ અને અરબાઝ ક્યાં છે?' હરપાલે નર્વસપણે પૂછ્યું. *મેં આટલી જલ્દી એ શોધ શા માટે પડતી મૂકી? તેની વાત મેં કેમ ન સાંભળી?*

'એ બંને મુંબઈમાં તાજ ચેમ્બર્સમાં યોજાયેલી અનયાસારની એજીએમમાં છે,' વિનયે કહ્યું. 'બંને જણ અત્યારે ત્યાં જ હોવા જોઈએ.'

ધડ,ધડ,ધડ, એવો અવાજ આવ્યો ત્યારે પણ બંને જણ હજી દલીલબાજી કરી રહ્યા હતા.

'આ ગોળીબારનો અવાજ છે,' અરબાઝે કહ્યું.

'વાહિયાત વાત,' અરવિંદે કહ્યું.

ધડ, ધડ, ધડ. આ વખતે અરવિંદને લાગ્યું કે અરબાઝ સાચો છે. આ ચોક્કસપણે ગોળીબારનો જ અવાજ હતો. અવાજ અંદરથી આવી રહ્યો હતો અને ગોળી ફૂટવાનો અવાજ આખી હોટેલમાં વર્તાઈ રહ્યો હતો.

એ પછી તેમને બહુ મોટો ધડાકો સંભળાયો. એ અવાજ મુખ્ય લૉબી તરફથી આવી રહ્યો હોય એવું લાગતું હતું. ચેમ્બર્સની ફૉયરમાંની રિસૅપ્શન ડૅસ્ક તરફ તેઓ દોડ્યા, જ્યાં અન્ય અનેક સભ્યો પહોંચી ચૂક્યા હતા. હોટેલના અન્ય ભાગમાંથી ટોળા સ્વરુપે લાવવામાં આવી રહેલા મહેમાનોથી ક્લબ ઉભરાઈ રહી હતી.

'શું ચાલી રહ્યું છે?' અરબાઝે પૂછ્યું.

'નીચે બંદૂકધારીઓનું એક જૂથ છે,' ગભરાઈ ગયેલી એક મહિલાએ થોથવાતાં કહ્યું. 'તેમાંના એકે હમણા જ મારા મિત્રને ગોળી મારી દીધી.' તેની આંખોમાં આંસુ ધસી આવ્યાં. વધુ મહેમાનોને ટુકડીમાં અંદર લવાયા. અરવિંદે નોંધ્યું કે આ ટોળામાં અનેક બિઝનેસ ટાયકૂન્સ, સાંસદો, હાઈ કૉર્ટના એક જજ. અમેરિકન ઈન્વેસ્ટમેન્ટ બૅન્કર્સ તથા એકાદ-બે પત્રકારો પણ હતા.'

એટલામાં જ વધુ એક ધડાકાને કારણે જમીન હચમચી ઊઠી અને લાઈટ જતી રહી. હવે ત્યાં સંપૂર્ણ અંધકાર હતો.

ચેમ્બર્સની અંદર ગોળીબાર શરૂ થતાં જ અરબાઝ, અરવિંદ અને અન્ય પચાસ મહેમાનો હોટેલના લૅવેન્ડર રૂમમાં ભરાઈ ગયા.

લૅવેન્ડર રૂમ પરસાળના સાવ છેવાડે આવેલી હતી, જ્યાં અનેક મીટિંગ રૂમમાં પ્રવેશવાના દરવાજા હતા. અરબાઝે એક ખુરશીનો પાયો તોડ્યો અને તેને દરવાજાના હેન્ડલમાં સજ્જડ ભરાવી દીધો. એ પછી તેણે એક ટેબલ દરવાજાને અઢેલીને આડશ તરીકે મૂક્યું.

રાજુ સુધી પહોંચવા તેણે પોતાના ફોન પર સ્પીડ ડાયલ દબાવ્યું. 'બહાર શું થઈ રહ્યું છે?' સાવ ધીમા અવાજે વાત કરતા તેણે પૂછ્યું.

'આતંકવાદીઓની એક ટોળકી મુંબઈમાં ઉત્પાત મચાવી રહી છે,' રાજુએ કહ્યું. 'તેમણે લીઓપોલ્ડ કૅફે અને સીએસટી સ્ટેશન પર હુમલો કર્યો છે. તું ટીવી જોઈ શકે એમ છે? તું સુરક્ષિત તો છે ને?'

'હું બરાબર છું,' અરબાઝે કહ્યું. 'ના, અહીં લાઈટ જતી રહી છે. અને આ હરામીઓ એમ સમજતા હોય કે તેઓ આ બધું કરીને પણ બચી જશે, તે તેમણે પોતાના મગજની ચકાસણી કરાવવાની જરૂર છે. કોઈ અંદાજ છે કે આ લોકો કોણ છે?'

'મચ્છીમાર નગરના રહેવાસીઓનું કહેવું છે કે મોટી બૅગ લઈને તેઓ હોડીમાંથી ઉતર્યા હતા,' રાજુએ કહ્યું. 'પોલીસોએ હોઠ સીવી લીધા છે, પણ મારા સંપર્કોનું કહેવું છે કે તેઓ પાકિસ્તાનીઓ છે. મારા લાયક કોઈ કામ?'

'પરોમિતાને ફોન કરીને કહી દે કે હું સુરક્ષિત છું,' અરબાઝે કહ્યું. 'મારા ફોનની બૅટરી ઘટી રહી છે. પોલીસ સાથે વાત કર. એ લોકોને કહે જ્યાં જરૂર હશે ત્યાં અમારા છોકરાઓ તમારી મદદ કરવા તૈયાર છે. પોલીસની તૈયારી કેવી છે?'

'તેઓ મગજ વિનાની મરઘીઓની જેમ અહીંથી ત્યાં દોડી રહ્યા છે. નેશનલ સિક્યૉરિટી ગાર્ડ્સને બોલાવી લેવાયા છે,' રાજુએ કહ્યું. 'ઓહ શિટ!'

'શું થયું?' અરબાઝએ પૂછ્યું.

'મારા ટેલિવિઝન પર મને દેખાઈ રહ્યું છે કે, તાજ મહેલ હોટેલનો ટોચના માળ પર આગ લાગી છે. હોટેલના ગુંબજની અંદર તેમણે ધડાકો કર્યો છે.'

અરબાઝનો ફોન બંધ થઈ ગયો. તેને ઊંડા ઊંહકારા સંભળાયા. હોટેલ મેઈન્ટેનન્સના એક કર્મચારીને પરસાળમાં ગોળી મારી દેવાઈ હતી.

ગોળી તેની પીઠની આરપાર નીકળી ગઈ હતી, પરિણામે તેનું પેટ ચીરાઈ ગયું હતું. તેઓ દરવાજો બંધ કરી રહ્યા હતા ત્યારે તેને અંદર ખેંચી લેવામાં અરવિંદ સફળ રહ્યો હતો.

મેઈન્ટેનન્સ કર્મચારીનો સફેદ ગણવેશ લોહીથી તરબોળ થઈ ગયો હતો. એક ટૉવેલની મદદથી અરવિંદ તેનાં આંતરડાં અંદર ધકેલવાનો પ્રયાસ કરી રહ્યો હતો. અન્ય એક મહેમાન પાસેથી લીધેલી પેઈનકિલર કોઈકે આ ઘાયલ માણસને ખવડાવી.

અરબાઝને ફોનની ઘંટડીનો અવાજ સંભળાયો. તેમની સાથે અંદર સપડાયેલા એક સાંસદનો એ ફોન હતો. આ મૂરખ સમાચાર ચેનલ સાથે જીવંત પ્રસારણ પર વાત કરી રહ્યો હતો. અરબાઝ એ સાંભળીને ચોંકી ગયો કે આ મૂરખ આખી દુનિયાને જણાવી રહ્યો હતો કે કંપનીના સીઈઓઝ, વિદેશીઓ, એક પ્રધાન અનેક સરકારી અધિકારીઓ સહિતના સેંકડો લોકો ચૅમ્બર્સમાં સુરક્ષિત હતા. અરબાઝ ઊભો થયો અને તેણે આ માણસનો ફોન તોડી નાખ્યો પણ ત્યાં સુધી મોડું થઈ ચૂક્યું હતું. જે નુકસાન થવાનું હતું એ તો થઈ જ ગયું હતું.

અરબાઝે અરવિંદને ઈશારો કર્યો. હવે પરિસ્થિતિ તેમના હાથમાં લેવાની જરૂર હતી.

બંને જણ પરસાળમાં એકલા હતા. ચૅમ્બર્સની અંદર 200 કરતાં વધુ લોકો હતા, પણ આ ક્ષણે પરસાળમાં સ્મશાનવત શાંતિ હતી. દરેકે પોતાની જાતને મીટિંગ રુમોમાં બંધ કરી લીધી હતી.

લાયબ્રેરીમાંથી થઈને અરબાઝ અને અરવિંદ ચૅમ્બર્સની અગાસીની દિશામાં આગળ વધી રહ્યા હતા. હોટેલમાંની આગ ફૂંફાડા મારી રહી હતી અને અગાસીમાંથી નીચે ઉતરવાનો કોઈ માર્ગ જો તેઓ શોધી લે તો ફસાયેલા મહેમાનોને નીચેના મુખ્ય રસ્તા પર ઉતારવાનું શક્ય થાય એમ હતું. અચાનક જ ગોળીબારના વધુ એક રાઉન્ડનો અવાજ સંભળાયો.

લોહી તરસ્યા બંદૂકધારીઓથી થોડાક ફૂટ દૂર એક ટેબલ નીચે બંને જણ સંતાઈ ગયા. બંદૂકો શાંત પડી ગઈ. બંને જણના તંત્રમાં આ સમયે લોહીનો પ્રવાહ ધસમસી રહ્યો હતો. આ એવી ઉચ્ચ-જાગૃત સ્થિતિ હતી, જેમાં દરેક ગંધ, અવાજ અથવા દશ્ય વિસ્તરિત કરીને તેનું પૃથ્થકરણ અને પ્રક્રિયા કરવાની હતી.

પોતાનું મોત કેવું હશે એ વિચાર કરતાં જ અરવિંદે છાતીમાં પ્રચંડ ધડધડાટી અનુભવી. ત્યાં જ તેનો ફોન મોટેથી રણક્યો. બંને જણ થીજી ગયા. તેના ખબરઅંતર પૂછવા માટે અભિલાષાએ કરેલો એ ફોન હતો. એક બંદૂકધારીએ ફોનનું સ્થળ તરત જ શોધી કાઢ્યું.

ગોળીઓનો વરસાદ તેમના તરફ વરસ્યો. ગોળીબારનો અવાજ બહેરા કરી નાખે એવો હતો. ગોળીઓ છૂટી અને થોડી વારમાં જ એ જગ્યા કાચની તૂટેલી કરચો, ગોળીના ખાલી ખોખા, માંસ અને લોહીથી ખરડાઈ ગઈ હતી. ત્યારબાદ ત્યાં પાછી શાંતિ છવાઈ ગઈ હતી.

લગભગ એકાદ અઠવાડિયા બાદ અફરાતફરીનો અંત આવ્યા બાદ, સત્તાવાળાઓ દ્વારા આ ઘટનાના ટુકડા જોડવામાં આવ્યા. લશ્કર-એ-તૈબાના દસ આતંકવાદીઓએ ગોળીબાર અને બૉમ્બિંગના બાર જેટલા સંકલિત હુમલાઓ હાથ ધર્યા હતા, જે ચાર દિવસ સુધી આખા મુંબઈમાં ચાલ્યા હતા.

માત્ર એક જ હુમલાખોર જીવતો પકડાયો હતો. તેનું નામ હતું અજમલ કસાબ. પૂછપરછ દરમિયાન તેણે પછીથી કબૂલાત કરી હતી કે આ હુમલાઓ પાકિસ્તાનની જાસૂસી એજન્સી, ઈન્ટર-સર્વિસીસ ઈન્ટલિજન્સના સક્રિય ટેકા અને માર્ગદર્શન હેઠળ પાર પાડવામાં આવ્યા હતા.

જે સ્થળોએ આતંકવાદી હુમલા થયા હતા, તેમાં છત્રપતિ શિવાજી ટર્મિનસ. તાજ મહેલ પેલેસ એન્ડ ટાવર્સ, ઓબેરોય ટ્રાઈડન્ટ, લીઓપોલ્ડ કૅફે, કામા હૉસ્પિટલ, નરિમન હાઉસ જ્યુઈશ કૉમ્યુનિટી સેન્ટર, મેટ્રો સિનેમા, ટાઈમ્સ ઑફ ઈન્ડિયા ગ્રુપની ઈમારતની પાછળની ગલી. સૅન્ટ ઝૅવિયર્સ કૉલેજ, મઝગાંવ અને વિલેપાર્લેનો સમાવેશ થતો હતો.

હુમલાની શરૂઆત બુધવાર, 26મી નવેમ્બર, 2008ના દિવસે થઈ હતી અને શનિવાર, 29મી નવેમ્બર, 2008 સુધી તે ચાલ્યો હતો. એવો અંદાજ બાંધવામાં આવ્યો હતો કે આશરે 164 જણ મૃત્યુ પામ્યા હતા. 308 કરતાં વધુને ઈજા થઈ હતી.

અરવિંદ બગડિયા અને અરબાઝ શેખની અંતિમવિધિ એક દિવસના અંતરે રાખવામાં આવી હતી. બંનેની અંતિયાત્રામાં પહોંચવા માગતા શોકગ્રસ્તોને એક શહેરમાંથી બીજા શહેરમાં જવાનો સમય મળી રહે એ માટે આ વ્યવસ્થા કરવામાં આવી હતી.

મુંબઈમાં અરબાઝના જનાજામાં તેની પત્ની પરોમિતા, દીકરી અલિશા, જમાઈ વિનય, તેના વિશ્વાસુ સાથીદારો રાજુ અને મુરલી હાજર હતા. બિઝનેસ ક્ષેત્ર અને સરકાર સાથે સંકળાયેલા સેંકડો મહત્ત્વના લોકોમાં અન્ય અનેક જાણીતા ચહેરાઓ હતા, જેમાં કર્મા ત્શેરિંગ, સરદાર હરપાલ સિંહ અને અધ્યાપિકા જ્યોતિ પણ હતા. અંતિમયાત્રા માટે આવતી વખતે રસ્તામાં જ, આઈપીએલ માટેની આગામી નૉમિની બોલીની તમામ યોજનાઓ ચીવટપૂર્વક રદ કરીને યશ ધરે પણ હાજરી આપી હતી. અરબાઝે જેમને અસંખ્ય રીતે મદદ કરી હતી એવા સેંકડો ગરીબ અને કચડાયેલા લોકો પણ જનાજામાં આવ્યા હતા. ઊંચા સાદે રડવું અને દુઃખનું પ્રત્યક્ષ પ્રદર્શન ઈસ્લામમાં વર્જિત હોવા છતાં કોઈ ધર્મ કે કાયદો પરોમિતા અને અલિશાના આંસું રોકી શકે એમ નહોતો.

વધુ એક મહિલા ધીમેથી રડી રહી હતી.

અરબાઝના મૃતદેહને પવિત્ર સ્નાન દ્વારા શુદ્ધ કરાયું હતું અને પગથી માથા સુધી સફેદ કાપડમાં વીંટાળવામાં આવ્યું હતું. મરિન લાઈન્સ ખાતેના કબ્રસ્તાન સુધી પહોંચતાં તેને જનાજાને કલાકો લાગ્યા હતા. મક્કાની દિશામાં માથું રાખીને કબરમાં તેના શબને ઉતારવામાં આવ્યું એ પહેલા તેમાં સુગંધી પાણીનો છંટકાવ કરવામાં આવ્યો હતો. તેના પર લાકડાનાં પાટિયાં ઢાંકી દેવાયા હતા અને ત્યાં હાજર લોકોએ મુઠ્ઠીભર માટી એ પાટિયાં પર નાખી રહ્યા હતા ત્યારે મૌલવી *લિલ્લાહા વા ઈન્ના ઈલાહા રઝિયુન*નું પઠન કરી રહ્યા હતા. આપણે ઈશ્વર પાસેથી આવ્યા છીએ અને તેની પાસે જ પાછા જવાનું છે. અરબાઝ છાંસઠ વર્ષનો હતો.

કોલકાતામાં અરવિંદની અંતિમયાત્રામાં તેની પત્ની અભિલાષા, પુત્ર વિનય અને પુત્રવધુ અલિશા હાજર હતાં. એકઠા થયેલા સેંકડો વીઆઈપીઓમાં કલ્યાણ સરકાર, કિશોર દેશમુખ, યશ ધર, કર્મા ત્શેરિંગ, સરદાર હરપાલ સિંહ, દારિયસ દસ્તુર અને અધ્યાપિકા જ્યોતિ જેવા જાણીતા ચહેરા હતા. કોલકાતાની જેલમાં બેઠેલા સત્યપાલ મિત્તલે જ્યારે આ સમાચાર વાંચ્યા

ત્યારે આ દુનિયામાંથી એક પાપ ઓછું થવા બદ્દલ ઈશ્વરનો આભાર માન્યો. મુંબઈની જેલમાંની વધુ એક વ્યક્તિ, દેવેન્દ્ર દીક્ષિતે પણ દયા દાખવવા માટે ઈશ્વરનો આભાર માન્યો. અભિલાષા, જે પહેલા મૃત્યુ પામશે એવી આશા હતી, તે હવે પતિના જવાથી સાવ એકલી થઈ ગઈ હતી. ઘણા દિવસથી રડી રહેલી અને ભાંગી પડેલી અને શોકમાં ડૂબેલી અભિલાષાના આંસુ જાણે કે સૂકાઈ ગયા હતા.

ત્યાં હાજર સમૂહમાં વધુ એક સ્ત્રી પણ તેના જેટલી જ દુઃખી હતી.

અરવિંદના મૃતદેહને સ્મશાનમાં લઈ જવા પહેલા સ્નાન કરાવ્યા બાદ કપડાં પહેરાવીને તથા ફૂલોના હારથી શણગારવામાં આવ્યો હતો. વિનયે પોતાના પિતાના શરીર પરના સાત શુભ જગ્યાઓ પર ઘી લગાડ્યું તથા તેમના કપાળ પર સિક્કો મૂક્યો. પંડિતોની નિગરાણી હેઠળ તેણે પોતાના પિતાના મોઢામાં ચોખાના દાણા મૂક્યા. અરવિંદના શરીર પર બધે જ ચંદનના લાકડા મુકાયા હતા તથા તેના પર ઉદારપણે ઘી છાંટવામાં આવ્યું હતું. પાણીના ઘડા સાથે વિનયે શબની સાત વાર પ્રદક્ષિણા કરી અને પોતાના મૃત પિતાના પગ પાસે એ માટલું ફોડ્યું. એ પછી તેણે છાંસઠ વર્ષના અરવિંદ બગડિયાના મૃતદેહને અગ્નિદાહ આપ્યો ત્યારે પંડિતોનો મંત્રોચ્ચાર ચાલુ હતો.

ધનાઢ્ય ભારતીયોની ફૉર્બ્સની યાદીમાં ન તો અરવિંદ કે ન તો અરબાઝ ટોચના સ્થાને પહોંચી શક્યો હતો.

તેમણે આ બાબત પણ કદાચ હાંસલ કરી લીધી હોત, જો તેમનું મોત વચ્ચે ન આવ્યું હોત.

ઓમ ત્ર્યંબકમ્ યજામહે

સુગન્ધિમ પુષ્ટિવર્ધનમ્।

1833, લાહોર

ઉર્વારૂકમિવ બન્ધનાન્

મૃત્યોર્મુક્ષીય મામૃતાત્॥

લાલચટક તંબુઓમાં સોના અને ચાંદીના થાંભલા નાખેલા હતા. કાશ્મીરની કળાત્મક શાલોની હરોળથી અંદરનો ભાગમાં શોભી રહ્યો હતો, જ્યારે ફરસ પર ઊન અને રેશમના જાજરમાન ગાલીચા પાથરેલા હતા. પણ તંબુની અંદર હળવા અને સાદા વસ્ત્રોમાં સજ્જ મહારાજા એક સાવ સાદી ખુરશી પર બેઠા હતા અને આ બાબત તેમના વ્યક્તિત્વ વિશે ઘણું બધું કહી જતી હતી. આ રાજાએ સિંહાસન પર બેસવાની ના ભણી દીધી હતી, મુગટ ધારણ કરવા પણ તેઓ તૈયાર નહોતા અને પોતાના નામના સિક્કા ટંકશાળમાં છપાય એની પણ તેમણે ના પાડી દીધી હતી. તેઓ મહારાજા રણજીત સિંહ તરીકે ઓળખાતા હતા.

એક સાજીસમી આંખથી તેમણે સ્થપતિના રેખાચિત્ર તરફ જોયું. બાળપણમાં શીતળા થયેલા ત્યારે વાયરસે તેમની એક આંખની દૃષ્ટિ હણી લેવા ઉપરાંત તેમના ચહેરા પરની ત્વચા શીળીનાં ચાઠાંવાળી કરી નાખી હતી. એક આંખ અને શીળીનાં ચાઠાં તેમને વિશાળ અને સમૃદ્ધ સામ્રાજ્યનું સર્જન કરતા રોકી શક્યા નહોતા.

રાજાના વિદેશ પ્રધાન ભારતમાં બ્રિટિશ-ગવર્નર જનરલને મળ્યા ત્યારે આ ઈંગ્લિશમેને પૂછ્યું હતું કે મહારાજાની કઈ આંખમાં દૃષ્ટિ નથી. પ્રધાને જવાબ આપ્યો હતો કે, 'મહારાજા સૂર્ય જેવા છે અને સૂર્યને એક જ આંખ હોય છે. તેમની એક આંખનો વૈભવ અને તેજસ્વીતા એટલી મહાન છે કે, મેં ક્યારેય બીજી આંખ તરફ જોવાની હિંમત જ નથી કરી!'

'તે સૂર્યની જેમ ચકમવું જ જોઈએ,' મહારાજાએ સ્થપતિને કહ્યું. 'જેને અમે પંજ-આબ, અથવા પાંચ નદીઓની ભૂમિ કહીએ છીએ તે ક્ષેત્રની પવિત્રતાનું પ્રતીક. બિયાસ, રાવી, સતલજ, ચેનાબ અને ઝેલમ

નદીના પાણીના શપથ લઈને કહું છું કે હરમંદિર સાહિબ ઉત્તમ રીતે ઝળકશે- સૂર્યની જેમ.'

'એ થઈ રહેશે, સરકાર,' સ્થપતિએ જવાબ આપ્યો. 'તમે જાણો જ છો કે, હરમંદિર સાહિબ અમરત્વના પીણાનું સરોવર જેને આપણે અમૃતસર કહીએ છીએ તે સરોવરની વચ્ચોવચ સ્થિત છે. હરમંદિર સાહિબની સોનાનો ઢાળ ચડાવેલી આખેઆખી સપાટીનું સરોવરના પાણીમાં પ્રતિબિંબ ઝીલાશે.'

પંજાબના સિંહે રેખાચિત્ર તરફ વધુ એકવાર જોયું. તેમને સંતોષ નહોતો. ગમે તેમ તો ય આ એ માણસ હતો જેણે લાહોર પર કબજો જમાવ્યો હતો અને ઓગણીસ વર્ષની વયે તેને પોતાની રાજધાની બનાવી હતી. એ પછી સતલજથી લઈને ઝેલમ સુધીનું આખું ક્ષેત્ર પોતાના અમલ હેઠળ લાવવા આગળ વધ્યો હતો. આ એવા રાજા હતા જેમનામાં કામ લેવાની ગજબની કુશળતા હતી.

'દીવાન દીનાનાથ, તમારૂં શું માનવું છે?' મહારાજાએ પૂછ્યું.

'આવી બાબતોમાં તમારી ઉદારતાની સમકક્ષ કોઈ આવી શકે એમ નથી, મહારાજ,' તૈલી આચ્છાદન ધરાવતા ફોલ્ડરને પકડી રાખતાં નાણા પ્રધાને કહ્યું. આ ફોલ્ડર જાણે ક્યારેય તેના હાથમાંથી છૂટવાનું જ ન હોય એવું લાગતું હતું. તેના બીજા મુખપૃષ્ઠ પર જેલીફિશનું ચિહ્ન હતું. 'આ પ્રકારના સાહસ માટે ગમે એટલા પ્રમાણમાં સોનું જોઈતું હશે તો તે કોઈપણ પ્રશ્ન પૂછ્યા વિના ઉપલબ્ધ કરાવવામાં આવશે.'

દીવાન દીનાનાથ કાશ્મીરી પંડિત, બખ્ત મલનો પુત્ર હતો. ખીણમાં અફઘાની રાજ્યપાલોના જુલમી શાસન દરમિયાન 1815માં તેનો પરિવાર દિલ્હી સ્થળાંતર કરી ગયો હતો. દીનાનાથ એવા માણસ હતા જેઓ લાયકાત, પ્રમાણિકતા, નિષ્ઠા અને દઢતાનું જ્વલંત ઉદાહરણ હતા.

'આસ્થાની બાબતમાં તમે ક્યારેય તમારા હાથને રોક્યો નથી, સરકાર,' દીવાન દીનાનાથે કહ્યું, 'જ્વાલામુખી મંદિરને તમે બહુ મોટા પ્રમાણમાં ભેટ આપી છે. શાલિમાર બાગ પાસેની ઈસ્માઈલ ઊર્ફે વણ્ણાના મંદિરને આધાર આપવા માટે તમે એંસી વિઘા જમીન દાનમાં આપી છે. લાહોરમાં મસ્જિદના જિર્ણોદ્ધાર માટે પંદર હજારનો ખર્ચ કર્યો છે.'

'યોગ્ય જગ્યાએ ખર્ચાયેલું ધન,' મહારાજાએ રેખાચિત્ર ઊડી ન જાય એ માટે તેના પર મોટું વજન મૂકતાં કહ્યું. આ વજન 186 કૅરેટનો હીરો હતો, જે 1739માં નાદિરશાહે મોગલો પાસેથી લૂંટ્યો હતો. એ *કોહ-ઈ-નૂર* અર્થાત પ્રકાશનો પર્વત નામથી ઓળખાતો હતો.

નાદિર શાહની હત્યા બાદ આ હીરો સેનાપતિ અહેમદ શાહ દુર્રાનીના હાથમાં આવ્યો હતો. અહેમદ શાહનો એક વંશજ, શાહ શુજા દુર્રાની આ હીરાને લઈને નાસી ગયો હતો, પણ મહારાજા રણજીત સિંહે શાંતિ સંધિના બદલામાં આ હીરો આપવાની ફરજ પાડી હતી.

'તદુપરાંત, મેં શાહ શુજા દુર્રાની સાથે સંધિ પર હસ્તાક્ષર કર્યા છે,' મહારાજાએ વાત આગળ વધારી.

'એ તો અત્યંત સૂઝબૂઝ અને ડહાપણભર્યું પગલું હતું, સરકાર, હવે પેશાવર આપણા નિયંત્રણ હેઠળ છે.'

'હા, પણ એથી ય મહત્ત્વનું એટલે શાહ શુજાએ મને વચન આપ્યું છે કે 800 વર્ષ પહેલા મહમૂદ ગઝની દ્વારા લઈ જવાયેલા સોમનાથ મંદિરના ચંદનના દરવાજા, આપણને પાછા પહોંચાડવામાં આવશે,' મહારાજાએ કહ્યું. સંધિનો આ હિસ્સો તેમના માટે અન્ય કોઈ બાબત કરતાં વધુ મહત્ત્વનો હતો. આ બાબત ગુમાયેલી કીર્તિને પાછી લાવવા જેવી હતી.

'હું તમારા પર આધાર રાખું છું દીવાન દીનાનાથ,' મહારાજા રણજીત સિંહે કહ્યું. 'હું આશા રાખું છું કે, હરમંદિર સાહિબ માટેનું મારૂં સપનું તમે શક્ય બનાવશો.'

'એવું જ થશે, મહારાજ.' દીવાને જવાબ આપ્યો.

મનમાં દીવાને પ્રાચીન શબ્દોનું ઉચ્ચારણ શરૂ કર્યું. એ શબ્દો જે એક પરંપરાની શ્રૃંખલામાં પસાર થતાં તેમના સુધી પહોંચ્યા હતા. આ પરંપરા કેટલી લાંબી હતી એ હવે તેમને પણ યાદ નહોતું.

'સ્વેદન... મર્દન... મુર્ચન... ઉત્થાપન... પતન... રોધન... નિયમન... સંદીપન...'

મનોમન ઉચ્ચારણ કરવાનું ચાલુ રાખતાં સમ્રાટ સામેની મેજ પર મૂકેલા રેખાચિત્ર તરફ દીવાન દીનાનાથે જોયું.

'ગગનગ્રાસ... કારણ... ગર્ભદ્રુતિ... બાહ્યદ્રુતિ... જરણ... રંજન... સરન... કર્મણ... વેધન... ભક્ષણ...'

દીવાન દીનાનાથ પણ વૃદ્ધ થઈ રહ્યા હતા. પણ તેઓ ખુશ હતા કે તેમને સિયાલકોટમાં પોતાનો યોગ્ય અનુગામી મળી ગયો હતો. આ ધરોહરને આગળ લઈ જવા માટે જરૂરી એવા દરેક ગુણો જગત સિંહમાં હતા.

પુસ્તક સાત

2010

કર્મા ત્શેરિંગની અસાધારણપણે સુંદર પ્રયોગશાળા પ્રવૃત્તિઓથી ધમધમી રહી હતી. દેવદારના વૃક્ષોના જે ગાઢ જંગલમાં આ પ્રયોગશાળા સંકોચાઈને હૂંફપૂર્વક સ્થિત હતી તેને પહાડની ઉપર તરી રહેલા વાદળો ઘેરી વળ્યા હતા. નીચેની ખીણનું અદભુત દશ્ય જ્યાંથી દેખાતું એ કૉન્ફરન્સ રૂમમાં અનેક લોકો હાજર હતા. સ્થાપક, કર્મા ત્શેરિંગ મુખ્ય સ્થાન પર બેઠો હતો. તેની સામે ટેબલના બીજા છેડે અધ્યાપિકા જ્યોતિ બેઠાં હતાં. આ બંને છેવાડાની વચ્ચેની જગ્યામાં વિનય, અલિશા, અભિલાષા, પરોમિતા અને સરદાર હરપાલ સિંહ બેઠા હતા.

અલિશાના ખોળામાં ઉછળકૂદ કરી રહેલો બે વર્ષનો છોકરો બેઠો હતો. તેનું નામ હતું સિદ્ધાર્થ. તેના માટે આ નામની પસંદગી કરાઈ હતી કેમ કે ગૌતમ બુદ્ધનું સાચું નામ સિદ્ધાર્થ હતું. જે છોકરાનું નામ ગૌતમ બુદ્ધના નામ પરથી રખાયું હતું, તેને અત્યારે તો એક જ દિવ્ય વિચારમાં રસ હતો અને તે એટલે અલિશાની સામે મુકેલો પાણીનો ગ્લાસ ઊંધો કઈ રીતે વાળવો.

'અનયાસાર રિસર્ચ પ્રાયવેટ લિમિટેડની દસમી વાર્ષિક સામાન્ય સભા નિયમ મુજબ હોવાનું હું જાહેર કરું છું,' કર્માએ કહ્યું. 'હું સમજું છું કે કંપનીના 100 ટકા શૅરધારકો હાજર છે.'

'સભાપતિની પરવાનગી સાથે, મારે કંઈક કહેવું છે,' એક અવાજે કહ્યું. બધા જ અધ્યાપિકા જ્યોતિ તરફ ફર્યાં.

'વિનય અને અલિશાના પિતાની માલિકીના શૅર્સ જીવન પ્રકાશને આપવા બદલ હું બંનેને શુભેચ્છા આપું છું,' તેમણે કહ્યું. 'મને વિશ્વાસ છે કે અમારી પાસેના 80 ટકા શૅર્સનો ઉપયોગ સમગ્ર માનવજાતના ભલા માટે જ કરવામાં આવશે.'

'મારે કંઈક કહેવું છે,' અભિલાષાએ કહ્યું, કર્માએ સંમતિમાં ડોકું ધુણાવ્યું.

'મારે માત્ર એટલું જ કહેવું છે કે, આ બે બાળકોએ જે નિર્ણય લીધો છે, તે લેવા બદ્દલ મને તેમના માટે ગર્વ છે,' અભિલાષાએ કહ્યું.

'હું આ વાતને ટેકો આપું છું,' પરોમિતાએ કહ્યું. 'વિનય કે અલિશા પાસેથી મેં આના સિવાયની કોઈ અપેક્ષા રાખી નહોતી. ઈશ્વરના આશીર્વાદ સદાય તમારા પર રહે.'

કર્મા ઊભો થયો, કૉન્ફરન્સ રૂમમાંથી બહાર ગયો અને પાછો ફર્યો ત્યારે તેના હાથમાં કાચનું બૉક્સ હતું, જેનો લાકડાનો આધાર ચકચકિત હતો. કર્માએ આ બૉક્સ કૉન્ફરન્સ ટેબલ પર મૂક્યું. બૉક્સની અંદર બે કડાં હતાં, બંને એકબીજાની ઉપર રાખેલાં હતાં. દરેક કડા પર નામ લખેલું હતું – મનજીત અને દલજીત. પણ આ કડાં તાંબાનાં નહોતાં.

સોનાનાં હતાં.

કર્માએ કાચના બૉક્સનો ઉપરનો હિસ્સો ઉપાડ્યો અને બે કડાં બહાર કાઢ્યાં. જે ક્ષણે તેણે બે કડાંને છૂટાં પાડ્યાં બંને તરત જ તાંબાનાં થઈ ગયાં. અધ્યાપિકા જ્યોતિએ સ્મિત કર્યું. *રહસ્યોના રક્ષણકર્તા તરીકે આ યુવાન આદર્શ વ્યક્તિ છે*, તેમણે વિચાર્યું.

તેણે બંને કડાં એકમેકને સ્પર્શે એ રીતે પાછાં બૉક્સમાં મૂકી દીધાં. અને કડાં ફરીવાર સોનાની જેમ ચમકવા લાગ્યા.

'આ કડાં જે તમે જોઈ રહ્યા છો, એ રસાયનનો કમાલ છે,' કર્માએ કહ્યું. 'આ બાબત બે વસ્તુઓની એકબીજા સાથે આંતરિક રીતે જોડાયેલા હોવા પર ભાર મૂકે છે. જે બાબતોને આપણે વસ્તુ હોવાનું માનીએ છીએ, એ ખરેખર તો અટપટાં સંબંધો હોય છે – તત્ત્વો વચ્ચેની પરસ્પર ક્રિયા અને પ્રતિક્રિયા હોય છે. આ એ વાસ્તવિક્તાનો પુરાવો છે કે, કોઈ એક તત્ત્વ બીજું બની શકે છે. મને આનંદ છે કે જીવન પ્રકાશ અને અનયાસાર હવે માત્ર સોનું પ્રાપ્ત કરવા કરતાં મોટા ધ્યેયની પ્રાપ્તિ માટે કામ કરશે.'

'આ કડાં તાંબામાંથી સોનામાં અને સોનામાંથી ફરી તાંબામાં પરિવર્તિત કઈ રીતે થયાં?' વિનયે પૂછ્યું.

'પરિમાણીય ભૌતિકશાસ્ત્ર બ્રહ્માંડની મૂળભૂત એકરૂપતાને છતી કરે છે,' કર્માએ કહ્યું.'ભૌતિકશાસ્ત્ર હવે વધું ને વધુ પ્રમાણમાં કહી રહ્યું છે કે, બ્રહ્માંડને આપણે નાની નાની ઈમારતોના ચોકઠામાં તોડી પાડી શકીએ નહીં. આપણે પદાર્થમાં જેટલા વધુ ઊંડા ઉતરીએ, એટલું જ આપણને સમજાતું જશે કે, આપણી પાસે જે છે તે ખરેખર તો સંપૂર્ણ એકમના વિવિધ ભાગો વચ્ચેના અટપટા સંબંધોના તાણાવાણા માત્ર છે. દરેક તત્ત્વ એ એક તત્ત્વ નથી પણ એક સંબંધ છે, પરસ્પર ક્રિયા અને પ્રતિક્રિયા છે.'

'પણ વિજ્ઞાન તો આપણને કહે છે કે દરેક પદાર્થ અણુ અને પરમાણુનો બનેલો હોય છે,' વિનયે કહ્યું. 'આમાં એકરૂપતા ક્યાં છે?'

'ખરી રીતે તો, વિજ્ઞાન જે બાબત આપણને છેક હવે કહે છે, એના પરથી તો પૂર્વના રહસ્યવાદીઓએ યુગો પહેલા પરદો હટાવ્યો હતો. ઐક્યની સજાગતા અને તમામ વસ્તુઓ તથા ઘટનાઓ વચ્ચેના પારસ્પરિક આંતરિક સંબંધ પર ઋષિઓ સંપૂર્ણપણે કેન્દ્રિત હતા. દરેક બાબતને સ્વતંત્ર અને છૂટું ન પાડી શકાય એવા અખંડ બ્રહ્માંડીય હિસ્સા તરીકે જોવામાં આવતી હતી.'

અધ્યાપિકા જ્યોતિએ માથું ધુણાવ્યું. 'આપણે બ્રહ્માંડની એકરૂપતાને સમજવાની જરૂર છે,' તેમણે કહ્યું. 'સજીવ અને નિર્જીવ અથવા આત્મા અને પદાર્થ વચ્ચે કોઈ કોઈ ભેદ નથી. બ્રહ્માંડ એ એક અદશ્ય તથા છૂટું ન પાડી શકાય એવી વાસ્તવિક્તા છે, જે નિરંતર ગતિમય હોય છે. ઉપનિષદો આપણને કહે છેઃ *જે નાદવિહિન, સ્પર્શવિહિન, નિરાકાર, શાશ્વત છે, એ જ રીતે, સ્વાદવિનાનું, નિત્ય, ગંધરહિત; આદિ કે અંત વિનાનું, સર્વોચ્ચ,કરતાં પણ ઊંચું, અચળ છે; તેને સમજવાથી, વ્યક્તિને મૃત્યુના મુખમાંથી મુક્તિ મળે છે.*'

'તો વિશ્વ ખરેખર એક છેતરામણો આભાસ - *માયા* છે?' વિનયે પૂછ્યું.

'ના,' અધ્યાપિકા જ્યોતિએ કહ્યું. 'માયાનો અર્થ એ નથી કે વિશ્વ એક છેતરામણો આભાસ છે. છેતરામણો આભાસ તો આપણા દષ્ટિકોણમાં રહેલો છે. આપણે જો એમ વિચારીએ કે, આપણી આસપાસના આકારો તથા માળખાઓ પ્રકૃતિની વાસ્તવિક્તાઓ છે અને તેની કદર કરવાને બદલે તેમને આપણા મગજ દ્વારા વર્ગીકૃત અને માપણી-મોજણી કરાયેલા ઉત્પાદનોની જેમ જોઈશું તો એ માયા છે. આ બાબત એવી છે જાણે નકશા તરફ જોવું અને કહેવું કે તમે આ ભૂપ્રદેશને સંપૂર્ણપણે જાણો છો. નકશો ક્યારેય ભૂપ્રદેશ

હોઈ શકે નહીં! નકશા અને ભૂપ્રદેશ વચ્ચે તફાવત કરી શકે એવી ત્રીજી આંખની તમને જરૂર છે.'

'અને વ્યક્તિ આ ત્રીજી આંખને સક્રિય કઈ રીતે કરી શકે?' વિનયે પૂછ્યું.

'સમાધિ દ્વારા. પણ આ સંસ્કૃત શબ્દ સમાધિનો અર્થ શો થાય છે?' અધ્યાપિકા જ્યોતિએ પૂછ્યું. 'એનો સીધો અર્થ થાય છે માનસિક સમતુલા. મગજની સંતુલિત અને શાંત સ્થિતિનું આ વર્ણન છે, જેમાં બ્રહ્માંડની મૂળભૂત એકતાની અનુભૂતિ થાય છે.'

'પણ જો મને તેની અનુભૂતિ ન થાય તો, તેના નિરીક્ષણનો પ્રયાસ હું કરી શકું છું,' વિનયે કહ્યું.

'પણ નિરીક્ષક એ આ પ્રક્રિયાનો હિસ્સો છે, એનાથી અલગ નથી,' કર્માએ કહ્યું. 'હેઝિનબર્ગના અનિશ્ચિતતાના સિદ્ધાંતે આપણને કહ્યું હતું કે, કાં તો આપણે સૂક્ષ્મ અણુની સ્થિતિ વિશે ચોક્કસ જ્ઞાન પ્રાપ્ત કરી શકીએ છીએ અને તેની ગતિ વિશે અજાણ રહી શકીએ છીએ અથવા આનાથી વિપરિત થઈ શકે છે. નિરીક્ષક પોતે, વિમુક્ત નિરીક્ષકની ભૂમિકા ભજવી શકે નહીં. ખરેખર તો, દેખાતી ચીજ-વસ્તુઓના ગુણધર્મો પર તે પ્રભાવ પાડે છે.'

'તો ઉકેલ શો છે?'

'સંતુલન જ ઉકેલ છે,' કર્માએ કહ્યું. '*યિન* અને *યેંગ*ની ચાઈનીઝ કલ્પના વિશે તે સાંભળ્યું છે?'

'જરૂર,' વિનયે જવાબ આપ્યો.

'જે માણસ પૂર્વ તરફ વધુ ને વધુ પ્રવાસ કરવા માગે છે, તે અંતે તો પશ્ચિમમાં પહોંચે છે. અને જે માણસ પશ્ચિમ તરફ વધુ ને વધુ પ્રવાસ કરવાની ઈચ્છા રાખતો હોય એ છેવટે તો પૂર્વમાં આવી પંહોંચે છે. વાસ્તવમાં, યાંગ પોતાની પરાકાષ્ઠાએ પહોંચ્યા બાદ, યિનની તરફેણમાં પાછો ફરે છે; અને પરાકાષ્ઠાએ પહોંચ્યા બાદ યિન, યાંગની તરફેણમાં પીછેહઠ કરે છે.'

'મને હજી પણ સમજાયું નહીં,' વિનયે કહ્યું.

'અમરત્વ માટે જરૂરી ત્રણ તત્ત્વોમાંનું એક છે રસાયન. અન્ય બે પણ સુસંવાદી હોવા જોઈએ,' અધ્યાપિકા જ્યોતિએ કહ્યું.

તેઓ થોભ્યાં.

નાનકડા સિદ્ધાર્થના અસ્પષ્ટ બડબડાટ સિવાય એ રૂમમાં આદરયુક્ત શાંતિ છવાઈ ગઈ હતી.

અધ્યાપિકા જ્યોતિ બોલ્યાં, 'દરેક જણ એમ જ માને છે કે, જે રીતે ધાતુને રૂપાંતરિત કરી શકાય એ જ રીતે અમરત્વ પણ પ્રાપ્ત કરી શકાય છે,' તેઓ ઊંચા સાદે બોલ્યાં. 'રસાયન આપણને કહે છે કે સત્તરમા પગલે વ્યક્તિ પારાને સોનામાં પરિવર્તિત કરી શકે છે અને અઢારમા પગલે આપણે તેનું ભક્ષણ કરીને અમર બની જઈએ છીએ. પણ કોઈ એ કારણ વિશે વિચારવાનો પ્રયાસ નથી કરતું કે સત્તરમા પગલે સોનું શા માટે બન્યું?'

'શા માટે?' વિનયે પૂછ્યું.

'એ મનુષ્યની અંતિમ કસોટી છે,' તેમણે સમજાવ્યું. 'સોનું મેળવ્યા બાદ, મોટા ભાગનાઓ થાકી જાય છે. સોનું પ્રાપ્ત કર્યા બાદ, તેમને વધુ સોનું જોઈતું હોય છે. અને હજી વધુ. અને થોડું હજી વધારે. વધુ ને વધુ સોનું એકત્ર કરવું એ આ તબક્કે તેમના જીવનનું ધ્યેય બની જાય છે. આને પગલે અમરત્વ પ્રાપ્ત કરવાની શોધનો અંત આવી જાય છે.'

કર્માએ હકારમાં માથું ધુણાવ્યું.

'રસાયનના સિદ્ધાંતને અતિ રક્ષિત રખાયું હતું કેમ કે અશોક અને તેમના વિદ્વાનો નહોતા ઈચ્છતા કે સોનાનો ઉપયોગ ક્યારેય પણ યુદ્ધ માટે થાય. તેનો ઉપયોગ મનુષ્ય જાતિના ભલા માટે કરવાનો હતો,' અધ્યાપિકા જ્યોતિએ કહ્યું.

'મેં ચોક્કસપણે એ જ કર્યું છે. આ સિદ્ધાંતનો ઉપયોગ કરી જે સોનું બનાવાયું હતું તેનો ઉપયોગ મેં 150 દેશોમાંના જીવન પ્રકાશના 2,000 આશ્રમો બનાવવા તરફ કર્યો છે. આ દરેક આશ્રમ સાથે સંલગ્ન શાળા, હૉસ્પિટલ, અનાથઆશ્રમો, વૃદ્ધાશ્રમો તથા વિશ્વ વિદ્યાલયો છે. 10 કરોડ કરતાં વધુ લોકો આ કાર્યક્રમના અનુયાયીઓ છે. મેં ક્યારેય આ નિયમ તોડ્યો નથી- 1991ના એક અપવાદને બાદ કરતા.'

'એ શેના માટે?' વિનયે પૂછ્યું.

'સરકાર ઊંડી મુશ્કેલીમાં હતી. દેશ પાસે નાણાં નહોતાં અને એ કટોકટીને પહોંચી વળવાનો એક જ રસ્તો હતો - સોનું ગીરવે રાખવાનો.'

'તમારો કહેવાનો અર્થ છે કે... તમે... તમે?' વિનયે આશ્ચર્યથી દિગ્મૂઢ થઈને પૂછ્યું.

અધ્યાપિકા જ્યોતિએ સ્મિત કર્યું. 'તમને બંનેને મારા જીવનમાં મેળવીને મને એ બાબતનું બહુ સારું વળતર મળ્યું છે,' વિનય અને અલિશા તરફ જોતાં તેમણે કહ્યું.

વિનય અને અલિશાએ સ્મિત કર્યું. આ લાગણી સદંતરપણે પરસ્પર હતી.

'પણ અમરત્વનું શું?' વિનયે પૂછ્યું. એ પાછો પોતાના બિઝનેસમેન સ્વરૂપમાં આવી ગયો હતો.

'મને લાગે છે કે, ગરમ થયા વિના સ્વંય પ્રકાશિત - જૅલિફિશ અને સંજીવનીના અભ્યાસ દ્વારા આપણે અઢારમા પગલા પર પહોંચી શકીએ એમ છીએ. સંજીવનીએ લક્ષ્મણને સાજા કર્યા હતા, પણ આજકાલ તેમાં એ પ્રમાણમાં સાજા કરવાની ક્ષમતા રહી હોય એવું લાગતું નથી. જે મનુષ્યોની સારવાર કરવાનો આપણે પ્રયાસ કરી રહ્યા છીએ કદાચ તેમનામાં જ કોઈક સમસ્યા હોય. રામાયણના કાળના લોકોમાં કદાચ એવા ગુણો હતા, જે આવી વનસ્પતિઓને કામ કરવા દેતા હશે?'

'જીવન પ્રકાશ દ્વારા અમે ચોક્કસ આ જ બાબત શીખવવાનો પ્રયાસ કરીએ છીએ,' અધ્યાપિકા જ્યોતિએ કહ્યું. 'વૈકલ્પિક મનુષ્ય લક્ષણોનું નિર્માણ કરવું જે અમરત્વની પ્રાપ્તિમાં મદદરૂપ થઈ શકે. એક ટૂંકી પ્રાર્થના સાથે આ સભાનો અંત લાવવાનું સૂચન હું કરી શકું?'

તેમણે શિવની માનસ પ્રાર્થનામાં હાથ જોડ્યા અને સંસ્કૃતમાં મંત્રોચ્ચાર શરૂ કર્યો.

'*ઓમ ત્ર્યંબકમ્ યજામહે*
ત્રણ નેત્ર ધરાવતા શિવનું અમે પૂજન કરીએ છીએ

સુગન્ધિમ પુષ્ટિવર્ધનમ્,
જેઓ સુવાસિત છે તથા પ્રકૃતિના દરેક જીવોને પુષ્ટિ આપે છે

ઉર્વારૂકમિવ બન્ધનાન્
જે રીતે પાકેલી કાકડીને માળી વેલના બંધનથી મુક્ત કરે છે

મૃત્યોર્મુક્ષીય મામૃતાત્
એ જ રીતે તેઓ અમને અમરત્વ માટે મૃત્યુથી મુક્ત કરે છે!'

1947

ઉપસંહાર

કોન્સ્ટેબલ સુખબિર સિંહ અમૃતસર ખાતે, પોતાના સાથીઓને મદદ માટે અવાજ આપતો, મોતની એ ટ્રેનમાં પ્રવેશ્યો. બચી ગયેલાઓને શોધવાની પ્રક્રિયા તેણે શરૂ કરી જો કે તેના માંહ્યલાએ તેને કહ્યું કે કોઈ જીવતું નહીં બચ્યું હોય.

સદનસીબે, સુખબિર સિંહનો માંહ્યલો મોટા ભાગે ખોટો પડતો હતો.

થોડીક મિનિટોમાં જ તેને જાણે કે, ખોદતા ખોદતા સોનું લાધ્યું. *એ અવાજ શેનો હતો? શું કોઈનાં ડૂસ્કાંનો એ અવાજ હતો?* સુખબિર સિંહ એ રીતે શબોને આઘા ખસેડવા લાગ્યો જાણે તેના પંડમાં કોઈએ પ્રવેશ કર્યો હોય. આ આખી ટ્રેનમાં જો એક જ વ્યક્તિ બચી હોત, તો તેને પણ સુખબિર સિંહે શોધી કાઢી હોત.

થોડી મિનિટો બાદ તેણે બૅન્ચ સીટ નીચેથી એક નાનકડા, ડરેલા છોકરાને બહાર ખેંચી કાઢ્યો. છોકરા પર પડેલા શબના લોહીથી તેનો કૂરતો ખરડાઈ ગયો હતો. તેના ગાલ આંસુ તથા ટ્રેનના એન્જિનમાંથી નીકળેલા ધુમાડાની કાળાશથી મલિન થઈ ગયા હતા. સુખબિર તેની પાસે પહોંચ્યો ત્યારે બાળક ધ્રૂજી રહ્યું હતું.

'અહીં આવ નાનકા, હું તને કોઈ નુકસાન નહીં પહોંચાડું,' હીબકાં ભરતાં એ બાળકને પોતાના હાથમાં લઈ સુખબિર ધીમા સ્વરે બબડ્યો. આ બાળક જે દાનવના નરસંહારનો સાક્ષી બન્યો હતો તથા જેની અસર હેઠળ તે હતો તેને દૂર હટાવવાના પ્રયાસમાં સુખબિર તેને હળવેકથી ભેટ્યો.

બદનસીબે, તે જાણતો હતો કે આ દાનવ, બાળકને તેની એ પછીની આખી જિંદગી હેરાન-પરેશાન કરવાનો હતો.

પરસેવા અને લોહીથી લથપથ, સુખબિર સિંહ બાળકને લઈને ટ્રેનમાંથી ઉતરવાનો જ હતો ત્યાં તેણે એક ઊંહકારો સાંભળ્યો. શું તેના કાન તેને છેતરી રહ્યા હતા? શું તે વધુ એક માનવ અવાજ હતો? અને ફરી એ અવાજ આવ્યો.

સુખબિરે પોતાના સાથીદાર ચાંદપ્રકાશને બૂમ પાડી. 'ચાંદ, આ બાળકને તું રિટાયરિંગ રૂમમાં લઈ જા. તેની માટે ખાવા-પીવાનું કંઈક શોધ. મારે બીજા અવાજને શોધવો છે.'

ટ્રેને સિયાલકોટ છોડ્યું ત્યારે તેના ડબ્બા માણસોથી ઊભરાઈ રહ્યા હતા અને સરહદની ભારતીય બાજુએ પહોંચવા માટે ઘાંઘા થયેલા સેંકડો લોકો છાપરા પર ચડી ગયા હતા. બીજા લોકો અનિશ્ચિતપણે પોતાની વ્હાલી જિંદગીને બચાવવા ટ્રેનના દરવાજા અને બારીઓ પર લટકી ગયા હતા.

વયની વીસીની મધ્યમાં પહોંચેલી એક સરદારણી, પોતાનું ઘર, ખેતર, ઢોરઢાંખર અને તેના પરિવારની માલિકીની હોય એવી લગભગ બધી જ ચીજ-વસ્તુઓ પાછળ છોડી પોતાની સાથે બે નાના છોકરાઓ લઈને આવી હતી અને ટ્રેનમાં ચડવાનો પ્રયાસ કરી રહી હતી. તે પોતાના પતિને પણ પાછળ છોડી આવી હતી- જે કદાચ અત્યાર સુધીમાં મડદું બની ગયો હશે.

તેના પરિવારને ધમકી આપવામાં આવી હતી કે, જો તેઓ તાજા જન્મેલા રાષ્ટ્ર પાકિસ્તાનને છોડીને જતાં નહીં રહે તો તેમની કતલ કરી નાખવામાં આવશે. સાચું પૂછો તો, દરરોજ લાંબી લાંબી મસલતો માટે મુસ્લિમો સ્થાનિક મસ્જિદમાં એકત્ર થવા લાગ્યા હતા ત્યારે જ તેના પતિને ભયનો અંદેશો આવી ગયો હતો. છેવટે, આસપાસના તમામ વિસ્તારોના મુસ્લિમોએ જૂથબંધી કરી અને આ શીખ ગામ પર હુમલો કર્યો હતો.

સંખ્યાબળ અત્યંત ઓછું હોવા છતાં, શીખોએ પોતાની જૂની રાઈફલ્સ અને કાટ ખાધેલી તલવારો વડે હુમલાખોરોને કલાકો સુધી રોકી રાખ્યા હતા. આખરે જ્યારે આ ટોળાએ શીખોના પ્રતિકારને ભેદી નાખ્યો ત્યારે તેમણે જરા જેટલી પણ દયા દાખવી નહોતી. 13 વર્ષની એક કિશોરી પર બળાત્કાર થતો સરદારણીએ જોયો હતો. એક વૃદ્ધ માણસને કુહાડી વડે ટુકડાઓમાં કપાતો તેણે જોયો હતો. પોતાની સાથે કશુંક અજુગતું થાય એ પહેલા ગામના

કૂવામાં કૂદી જતી સ્ત્રીઓને પણ તેણે જોઈ હતી. તેણે એવું ઘણું બધું જોયું હતું, જે જોવાની ઈચ્છા તેણે રાખી નહોતી.

એ જાણતા હોવા છતાં કે, તે આ ગામનો સૌથી વગદાર માણસ છે, એ લોકોએ તેના પતિને પકડી લીધો હતો. પોતાના બચાવમાં તે બહાદુરીપૂર્વક લડ્યો હતો પણ એનો કોઈ અર્થ સર્યો નહોતો. લૂંટફાટ કરનારાઓએ ખુશ થતાં થતાં તેના બંને બાવડા કાપી નાખી તેને અસમર્થ બનાવી દીધો હતો.

આ આતતાયીઓ તેની પત્ની સાથે કશુંક અનુચિત કરે એ પહેલા એ તેને બાળકો સાથે અહીંથી નાસી જાવા આજીજી કરી રહ્યો હતો ત્યારે લાત અને મુક્કાઓનો વરસાદ તેના પર વરસી રહ્યો હતો. 'એટલી તકેદારી રાખજે કે બંને પોતપોતાનાં કડાં પહેરે,' તેણે આજીજીભર્યા સ્વરે કહ્યું. 'આ વારસાને આગળ વધારવાનો બીજો કોઈ માર્ગ નથી.'

પતિની સૂચના પર તેણે સાવ સ્તબ્ધતાપૂર્વક અમલ કર્યો. બાળકોને લઈ ગામની સીમ પરના ખેતરો તરફ તે દોડી ગઈ. પોતાના પતિને ત્યાં જ મરવા માટે છોડીને ભાગી આવવા બદ્દલ તે શરમ અનુભવી રહી હતી.

તેણે અંદાજ લગાડ્યો કે, મુખ્ય રસ્તાને બદલે ખેતરોમાંથી રસ્તો કાઢી, એક નાનકડી નદી ઓળંગી રેલવે સ્ટેશન સુધી તેઓ પહોંચી શકે છે. હજી તો તેઓ પહેલા ખેતરને ઓળંગીને નીકળી જાય એ પહેલા, છેક ગામથી જ તેમને પીછો કરી રહેલા એક ગંધાતા તોફાનીની લંપટ ચુંગાલમાં તે સપડાઈ ગઈ હતી. આ માણસે પોતાની હવસ સંતોષવા, સરદારણીને ભોંયસરસી કરી નાખી ત્યારે બંને છોકરાઓ સાવ નિઃસહાયપણે જોઈ રહ્યા હતા. તે હવે સરદારણીની ઉપર સવાર હતો અને પોતાના પેન્ટના બટન ખોલવા ફાંફા મારી રહ્યો હતો.

છોકરાઓ તેને ખેંચીને દૂર હટાવવાના પ્રયાસ કરી રહ્યા હતા, પણ પાંચ વર્ષના બાળકો માટે એ વધુ પડતો શક્તિશાળી હતો. એકાએક, તેનું શરીર સાવ નરમ પડતું જણાયું. એ ચમત્કાર જ હતો! સરદારણીએ પોતાની જાતને એ માનવપશુની નીચેથી બહાર કાઢી, તેનો કૂરતો એ પિશાચના લોહીથી ખરડાઈ ગયો હતો. તેના નિશ્ચેતન શરીર પર તે નીચે નમી, તેને સીધું કર્યું અને તેના પેટમાંથી પોતાની કિરપાણ ખેંચી કાઢી. તે જાણતી હતી કે તેને આ કિરપાણની જરૂર આગળ પણ પડી શકે છે. પોતાની જાતને બચાવવા કરતાં, તે આ છોકરાઓના જીવ બચાવવા વધુ વ્યાકુળ હતી.

એ પછી સિયાલકોટ જંક્શન પર જે દશ્ય તેણે જોયું એ પ્રચંડ પાગલપણાનું હતું. હજારો નિ:સહાય લોકો ટ્રેનના દરેકે દરેક ભાગને વળગી રહ્યા હતા.

છોકરાઓને ટ્રેનમાં ચડાવી દેવા તે કૃતનિશ્ચયી હતી. પરસેવે રેબઝેબ શરીરો તથા રડતાં બાળકોથી છલોછલ દુર્ગંધ મારતા નર્કાગાર સમા એક ડબ્બામાં તેણે બંને છોકરાઓને ધકેલી દીધા. તે જાણતી હતી કે, આ બંને ભીડમાંથી રસ્તો કરી શકે એટલા નાના અને ચપળ હતા. પણ હજી તે પોતે ચડે એ પહેલા તો ટ્રેનના એન્જિને ધુમાડો છોડ્યો અને છૂક છૂક અવાજ કરતા આગળ વધવાની શરૂઆત કરી દીધી.

આમ એકાએક ટ્રેનના ઉપડવાથી, જે લોકો તેમાં ચડી શક્યા નહોતા એ બધાના મોઢામાંથી ધ્રાસ્કાની બૂમ નીકળી. ભારત તરફ જનારી સિયાલકોટથી ઉપડતી આ સૌથી છેલ્લી ટ્રેન હતી. લોખંડના આ દૈત્યના દરવાજાના દાંડાને પકડવા માટે સરદારણી ગતિ પકડી રહેલી ટ્રેન સાથે દોડી રહી હતી. તેણે દાંડાને સ્પર્શ કર્યો. પણ ત્યાં સુધીમાં બહુ મોડું થઈ ગયું હતું. પ્લૅટફૉર્મ પૂરું થઈ ગયું હતું અને ટ્રેને ગતિ પકડી લીધી હતી.

'ના!' તીવ્ર માનસિક વેદના સાથે તે બરાડી ઊઠી. જ્યારે તેને સમજાયું કે અમૃતસર જઈ રહેલી ટ્રેનમાં તેના દીકરાઓ તેના વિના એકલા હતા ત્યારે તેના ગાલ પરથી આંસુંના રેલા વહેવા લાગ્યા હતા. જીવવા જેવું હવે કશું જ બાકી રહ્યું નથી એ બાબતનો વિચાર આવતા જ તે બેશુદ્ધ થઈને ત્યાં જ ઢળી પડી.

રેલવે કૉન્સ્ટેબલ ચાંદપ્રકાશ કૅન્ટિનમાંથી ભીડભર્યા રિટાયરિંગ રૂમ તરફ ઉતાવળે પાછો ફર્યો. તેણે એ છોકરાને ઊન જેવા રંગની, ગાજર જેવા રંગની કોર ધરાવતી સુતરાઉ સાડી પહેરેલી એક સ્ત્રી પાસે મૂક્યો હતો. તેના એક હાથમાં મીઠી ચા હતી તો બીજા હાથમાં પરાઠા હતા. કૅન્ટિન મેનેજરને લાંચ આપીને તે જેમ તેમ આટલું જ મેળવી શક્યો હતો.

સ્ટેશન પર બધે જ વિનાશ અને અફરાતફરીનો માહોલ હતો. ધુમાડાની કાયમી આકરી ગંધ જાણે કે હવા સોંસરવી ઊતરી ગઈ હતી. ફરિદ ચોકમાં જૂતાંની દુકાનને આગ ચાંપવાથી તેની શરૂઆત થઈ હતી. હિંસા એ પછી ચોક પ્રાગ દાસ સુધી ફેલાઈ હતી. જ્યાં પચીસ મુસ્લિમોને રહેંસી નખાયા

હતા. એ પછી તો હત્યાઓ અને રમખાણનો અનિયંત્રિત નાચ ચાલ્યો હતો. એકલા અમૃતસરમાં જ દસ હજાર ઘરો બાળી મૂકવામાં આવ્યા હતા. સારા નસીબે અમૃતસર જંક્શન સેનાના નિયંત્રણ હેઠળ હતું પણ શહેરના મોટા ભાગના મુસ્લિમો શહેરમાં રખડી ને લૂંટફાટ કરી રહેલી હિન્દુ અને શીખ ટોળકીઓથી બચી નીકળવાના રસ્તા શોધવા ફાંફા મારી રહ્યા હતા.

સુખબીરે ચાંદપ્રકાશને નાના છોકરાની ભાળવણી કરી ત્યારે તે ધ્રૂજી રહ્યો હતો. પોતાનાથી બનતાં શ્રેષ્ઠ પ્રયાસો છતાં ચાંદ તેને શાંત પાડી શક્યો નહોતો. ભીડથી ખદબદતાં એ રિટાયરિંગ રૂમમાં, બેરંગ સુતરાઉ સાડી પહેરેલી અને પંજાબીની જરા સરખી છાંટ વિનાનું હિન્દી બોલતી એક સ્ત્રી આગળ આવી. તેણે છોકરાને પોતાના હાથમાં તેડી લીધો. તેના કાનમાં તે સૌમ્ય સ્વરે કંઈક બોલી અને તેને ધીમેથી વળગી પડી, આવું કરી છોકરાને કેટલાક અંશે શાંત પાડવામાં સફળ રહી હતી. છોકરાના જમણા કાંડા પર તાંબાના કડા પર સૌથી પહેલા તેનું ધ્યાન ગયું હતું. તેના પર નામ લખેલું હતું – દલજીત.

ચાંદ વિચારી રહ્યો હતો કે તેના સુંદર પંજાબને આટલી ખરાબ રીતે વિખંડિત શા માટે કરાઈ રહ્યું હતું. કૅન્ટિનને રિટાયરિંગ રૂમથી અલગ પાડતાં પ્લૅટફૉર્મને ઓળંગતા તેણે પોતાની ગતિ વધારી. તે રિટાયરિંગ રૂમમાં પ્રવેશ્યો અને ગાજર જેવા રંગની કોર ધરાવતી બેરંગ સુતરાઉ સાડી પહેરેલી સ્ત્રીને શોધવા માટે તેણે આસપાસ નજર ફેરવી.

રૂમ ભીડથી ખીચોખીચ અને ઘોંઘાટભર્યો હતો. એક યુવાનના હાથ પર તેનો નિષ્ઠાવાન મિત્ર પાટાપીંડી કરી રહ્યો હતો; રડારોળ કરી રહેલા બાળકને એક વૃદ્ધ મેટ્રન શાંત કરવાનો પ્રયાસ કરી રહી હતી; એક વૃદ્ધ દંપત્તિ નવેસરથી પોતાની ટ્રન્કમાં સામાન ભરી રહ્યું હતું; સેનાનો એક કૅપ્ટન એક ખૂણામાં બેસી, ઊંડા વિચારોમાં ખોવાયેલો હતો; એક સાધુ મનોનમન પોતાની પ્રાર્થનાઓનું પઠન કરી રહ્યો હતો; પોનીટેલવાળી એક છોકરી પોતાની માતાના ખોળામાં માથું રાખી ને સૂતી હતી. આ બધાની ઉપર એકમાત્ર પંખો બહાદુરીપૂર્વક ગંધાતી હવાને ફેલાવવાનો પ્રયાસ કરી રહ્યો હતો પણ મોતની ગંધ ભેદી ન શકાય એવી હતી.

ચાંદે રૂમમાં ધ્યાનપૂર્વક નજર દોડાવી પણ તેને ન તો પેલી સ્ત્રી દેખાઈ કે ન છોકરો. તે બહાર આવ્યો અને તેણે પ્લૅટફૉર્મ પર દૃષ્ટિ ફેરવી. એ સ્ત્રીએ

ગાજરના રંગની કોર ધરાવતી બેરંગ સુતરાઉ સાડી પહેરી હતી. જો તે પ્લૅટફૉર્મ પર હશે, તો તે તેને તરત જ દેખાઈ જશે. લગભગ એકાદ કલાક પ્રયાસ કર્યા બાદ ચાંદે આશા છોડી દીધી.

દુઃખદ સત્ય એ હતું કે એ દિવસે અમૃતસરમાં નિઃસહાય લોકોની સંખ્યા ખાસ્સી મોટી હતી. એક છોકરાનું ગુમ થવું એ કંઈ બહુ મોટી વાત નહોતી.

સિયાલકોટથી ઉપડેલી ટ્રેનમાં બે છોકરાઓને છોડનાર સરદારણી, રેલવે પ્લૅટફૉર્મ પર વ્યગ્ર થઈને બેઠી હતી. હવે જીવવા માટે બાકી શું રહ્યું હતું? તેનો પતિ અત્યાર સુધીમાં મૃત્યુ પામ્યો હશે. તેના મહામૂલા છોકરાઓ અજાણ્યાઓથી ભરેલી ટ્રેનમાં હતા. આ ટ્રેન એવી જમીન તરફ જઈ રહી હતી, જે થોડા સમય બાદ, પોતે જ્યાં રઝળી પડી છે એ દેશ માટે બંધ કરી દેવાશે.

'મને તમારી મદદ કરવા દો,' એક અવાજે કહ્યું. એ અવાજ સૌમ્ય છતાં દૃઢ હતો.

તેણે ઉપર જોયું અને તેને નીલા રંગની કીકી ધરાવતો એક સુંદર સરદાર દેખાયો. તે માંડ વયની વીસીમાં હશે એવો લાગતો હતો. 'ગુરુદ્વારાને આગ ચાંપી દેવાઈ છે,' તેણે કહ્યું. 'આપણી પાસે વધુ સમય નથી. મારો પરિવાર વણજારમાં નીકળી રહ્યો છે. તમારે અમારી સાથે જોડાવું છે?'

સરદારણીએ કૃતજ્ઞતાપૂર્વક તેનો હાથ પકડ્યો અને ઊભી થઈ.

'તમારું નામ શું છે?' તેણે પૂછ્યું.

'પરમીત' યુવતીએ જવાબ આપ્યો. 'અને તમારું?'

'હરપાલ,' તેણે કહ્યું.

'મારા પતિનું શું થયું એ જાણવા મારે મારા ગામ જવું છે. તમે મારી સાથે આવશો?' તેણે પૂછ્યું.

હરપાલે તેના ખભા પાછળ જોયું. વણજારના લોકોની ઉતાવળ વધી રહી હતી. તેમને તરત જ નીકળી જવું હતું. પછી તેણે મન બનાવી લીધું. તે વણજાર પાસે ગયો અને તેમને આગળ જવા કહ્યું. પોતે આ સ્ત્રી સાથે પાછળથી તેમની સાથે જોડાઈ જશે.

બંને જણે નદી અને ખેતરો ઓળંગ્યા અને તેના ગામમાં પહોંચ્યા, પણ અહીં ગામ કહી શકાય એવું ભાગ્યે જ કંઈ બચ્યું હતું. ઘરો બાળી નાખવામાં આવ્યા હતા અને શેરીઓ લાશોથી ઊભરાઈ રહી હતી. જરા જેટલું પણ મૂલ્ય ધરાવતી એકેય વસ્તુને લઈ જવાનું લૂંટફાટ કરનાઓએ બાકી રાખ્યું નહોતું. એક સમયે તેનું ઘર હતું અને અત્યારે ભેંકાર લાગતા એક ઢગલામાં પાગલની જેમ તે કશું ક શોધી રહી હતી અને અચાનક જ તેને પોતાનો પતિ દેખાયો, તે લોહીથી લથપથ હતો, તેના બંને હાથ કાપી નખાયા હતા. તેના શરીરને તે વળગી પડી. જાણે કે તેના પ્રેમ વડે તેનો પતિ ચમત્કારિક રીતે જીવતો ન થઈ જવાનો હોય, પણ એવું કશું જ થયું નહીં

હરપાલે પોતાના હાથ સૌમ્યપણે તેના ખભા પર મૂક્યા. 'આપણે હવે જવું જોઈએ,' તેણે કહ્યું.

તેણે અનિચ્છાએ પોતાના પતિના દેહને છોડ્યો અને ઊભી થઈ. 'તમે જાવ,' તેણે હરપાલને કહ્યું. 'મારે વધુ એક જગ્યાએ જવું પડે એમ છે.'

'અહીં રહેવું હવે સલામત નથી,' હરપાલે કહ્યું. 'અહીં બધે જ લોહીતરસ્યા લોકોનાં ટોળાં ફરી રહ્યાં છે. આપણે આમ પણ ઘણો સમય ખોઈ નાખ્યો છે.'

'મારા પતિ મૃત્યુ પામ્યા છે, આથી પુરન દા કૂહ – પુરણ ભગતના કૂવાની મુલાકાત લીધા વિના હું જઈ શકું એમ નથી,' તેણે કહ્યું.

'શા માટે?' હરપાલે કહ્યું. તે હજી પણ તેને છોડવા તૈયાર નહોતો.

'એ કૂવામાં એક એવી વસ્તુ છે, જેના માટે મારા પતિ જીવ્યા હતા,' પરમીતે જવાબ આપ્યો.

'ચાલો જઈએ,' હરપાલે ઉતાવળે કહ્યું. 'ચાલો જઈને લઈ આવીએ અને પછી અહીંથી જલ્દી નીકળીએ.'

એક લાંબું ચઢાણ ચડી બંને જણ કૂવા પર પહોંચ્યા. કૂવાની આસપાસની જગ્યામાં પણ લાશો વેરવિખેર પડી હતી. આસપાસમાં વેરાયેલા માનવ શરીરના અંશો તરફ ધ્યાન આપ્યા વિના પરમીત આગળ વધી અને તેણે કૂવામાં ડોકિયું કર્યું. અંદર ફરી ડોકિયું કરવા તે કૂવાના સર્પાકાર પગથિયાં ઉતરી. પછી તેને એ દેખાયું. કૂવામાં લગભગ મધ્યમાં કેટલાક પથ્થરનો રંગ જરાક જુદો હતો. તેણે કૂવામાંથી બાલ્દી ખેંચી કાઢી, બાલ્દી સાથે બાંધેલું દોરડું છોડી નાખ્યું અને પોતાના શરીરની આસપાસ બાંધી લીધું. તેણે

દોરડાનો બીજો છેડો હરપાલને આપ્યો. 'તમારે મારું વજન ખેંચવું પડશે, તમે કરી શકશો ને?'

તે બહાર આવી ત્યારે તેના હાથમાં તૈલી આવરણથી ઢંકાયેલું એક પોટલું હતું, જેના પર જૅલિફિશનું વાંકુંચૂંકું ચિહ્ન હતું. એકાદ કલાક બાદ, વણજાર સાથે જોડાવા માટે તેમણે પસરુરનો રસ્તો પકડી લીધો હતો.

એ પછીના કેટલાક અઠવાડિયા તેઓ ભૂખ્યા અને તરસ્યા, ધોમધખતી ગરમીમાં અવિરત અને દૃઢતાપૂર્વક ચાલ્યા જ કરતા અને રાત્રે પહેરેલા કપડે જ ખેતરોમાં સૂઈ જતાં. પરમીત પોતાની પાસેની એકમાત્ર વસ્તુને પોતાના જીવ કરતાં પણ વધુ જતનપૂર્વક સાચવતી હતી અને તે એટલે કૂવામાંથી કાઢેલું તૈલી આવરણ ધરાવતું પોટલું. આ પોટલાને તે એક પળ માટે પણ પોતાની નજરથી દૂર થવા દેતી નહીં.

પંજાબ રેજિમેન્ટના શીખ સૈનિકો આ વણજારના વળાવિયા તરીકે સાથે હતા. હુંદાલ, ચાવિન્ડા, નરોવાલ - એક સમયે જગ્યાના જે નામ જાણીતાં લાગતાં હતાં તે હવે પરાયાં જણાતાં હતાં. તેઓ નરોવાલ પહોંચ્યા ત્યારે તેમને ઘૂંટણ સુધીના કાદવમાંથી પસાર થવું પડ્યું હતું. તેઓ ચાલી રહ્યા હતા ત્યારે હરપાલે જોયું કે, મકાનની રવેશમાંથી કોઈ તેમના પર પાણી રેડી રહ્યું હતું. ઉપર જોવા માટે તેણે પોતાની આંખો ચૂંચવી કરી. પાણી રેડી રહેલી વ્યક્તિ પોતાનો જીવ પણ જોખમમાં મૂકી રહી હતી અને પોતે દેખાય નહીં એ માટે તે પરદા પાછળ સંતાયેલી હતી. આ માનવતાવાદી સંકેત હતો, દેશ છોડીને જઈ રહેલા મુસાફરોની તરસ સંતોષવાનો આ પ્રયાસ હતો.

'આ પાણી પીતા નહીં,' વણજારના કેટલાક સભ્યોએ કહ્યું. 'તેમાં ઝેર હોઈ શકે છે!'

હરપાલે આ વાતની અવગણના કરી. પોતાના હાથનો ખોબો કરી, તેણે આભારવશ થઈ પાણી પીધું.

સિયાલકોટ છોડ્યાના અઢાર દિવસ બાદ, વણજાર સરહદ ઓળંગી ભારતમાં ડેરા બાબા નાનક પહોંચી. ભૂખથી અધમૂઆ જેવા થઈ ગયેલા મુસાફરોને તરત જ ગુરુદ્વારા લઈ જવાયા અને પીળા ભાતનું ભોજન ખવડાવવામાં આવ્યું. એ દિવસે ભોજન જેટલું સ્વાદિષ્ટ લાગ્યું એવું આ

પહેલા ક્યારેય લાગ્યું નહોતું. રાત્રે તેઓ ગુરુદ્વારામાં જ સૂતા, આ બધા જ હતોત્સાહ થયેલા હતા પણ એ આશા સાથે સુરક્ષિત હતા કે વધુ એક દિવસ જોવા માટે તેઓ જીવતા રહેશે.

ટ્રેનમાંના મડદાંની ઝીણવટભરી તપાસ કરવામાં રેલવે કૉન્સ્ટેબલ સુખબિર સિંહે એક કલાક ખર્ચી નાખ્યો હતો. તે બીજા અવાજને શોધી રહ્યો હતો. એ અવાજ મંદ પડી રહ્યો હતો પણ ધીમા બબડાટ સાથે રડવાનો એ અવાજ ચોક્કસપણે આવી રહ્યો હતો. તેના પ્રયાસો અંતે ફળદાયી નીવડ્યા.

બેશુદ્ધ થવાની અણી પર આવી ગયેલો માંડ પાંચ વર્ષનો એક છોકરો, બે કદાવર પુરુષોનાં મડદાંની વચ્ચે દબાયેલો પડ્યો હતો. તેનું મોઢું અને નાક એક મડદાના ધડ સામે દબાઈ ગયા હતા, આને કારણે તેના માટે શ્વાસ લેવાનું સદંતર મુશ્કેલ થઈ પડ્યું હતું. સુખબિરે સાંભળેલો ધીમો બબડાટ અને રડવાનો અવાજ ખરેખર તો શ્વાસ લેવા માટેના અત્યંત ગંભીર ડચકાં હતાં.

સુખબિરે બાળકને હળવેકથી એ બિહામણા ઢગમાંથી બહાર ખેંચી કાઢ્યો અને પોતાના મજબૂત બાવડામાં તેડી લીધો. 'ડૉક્ટર સાહેબ,' તેણે બૂમ પાડી. 'આ છોકરા માટે મને મદદની જરૂર છે! આપણે કદાચ આને હૉસ્પિટલ મોકલવો પડશે.'

'જરૂર સુખબિર, મને પહેલા તેને તપાસવા દે,' વૃદ્ધ થઈ રહેલા સેનાના ડૉક્ટરે કહ્યું, તેઓ એવા દેખાતા હતા કે જાણે કામના તાણને કારણે તેઓ ગમે તે ક્ષણે ઢળી પડશે. તેમનું નામ હતું ડૉ. મુરશિદ ખાન. તેઓ હજારો હિન્દુ શરણાર્થીઓની સાર-સંભાળ રાખી રહ્યા હતા ત્યારે બીજી તરફ તેમનો પોતાનો પરિવાર અમૃતસરમાં હુમલાના ભય હેઠળ હતો. *હું મુસ્લિમ છું, શું માત્ર એ કારણથી મારે બિસ્તરા-પોટલાં બાંધીને પાકિસ્તાન જતાં રહેવાનું?* ભાગી જવાનો ડૉ. મુરશિદ ખાનનો કોઈ ઈરાદો નહોતો.

ડૉક્ટરે તરત જ છોકરાની નાડી તપાસી. છોકરાની છાતીએ સ્ટેથોસ્કૉપ લગાડી, તેમણે તેનો શ્વાસોચ્છ્વાસ ચકાસવાનો પ્રયાસ કર્યો. 'આ તો બરાબર હોય એવું લાગે છે,' તેમણે કહ્યું. 'આમ છતાં, આપણે કોઈ જોખમ લેવું નથી. તેના શરીરમાં પાણીની કમી છે અને તેને તાવ પણ

છે. તેને વિક્ટોરિયા જ્યુબિલી હૉસ્પિટલમાં ખસેડીએ અને ત્યાં દેખરેખ હેઠળ રાખીએ.'

ગાજર જેવા રંગની બેરંગ સુતરાઉ સાડી પહેરેલી એ સ્ત્રીએ પોતાના ખોળામાં માથું રાખીને સૂતેલા છોકરા તરફ જોયું. પછી તેણે પોતાના પતિ તરફ જોયું. 'તમે મારા પર ગુસ્સે છો?' તેણે ગભરાતાં ગભરાતાં પૂછ્યું.

તેમના લગ્નને પાંચ વર્ષ થઈ ગયા હતા અને ગર્ભધારણ માટે લાયક હોય એવા દરેક આસન અને તમામ પ્રકારના હાસ્યાસ્પદ ઔષધ-ઓસડ અજમાવી લીધા છતાં, આ દંપતિને સંતાન થતું નહોતું. મહત્વના ધાર્મિક સ્થળોની મુલાકાત લઈ દૈવી મદદ મળી રહે એ માટે તેઓ યાત્રાઓ કરી રહ્યા હતા. અમૃતસરનું સુવર્ણ મંદિર આ યાત્રામાં તેમનું છેલ્લું રોકાણ હતું.

નાના છોકરાને લઈને ચાંદપ્રકાશ દેખાયો તે પહેલા હરમંદિર સાહિબના દર્શન કર્યા બાદ હવે તેઓ અંબાલા તરફ જતી ટ્રેનની રાહ જોઈ રહ્યા હતા. સર્વશક્તિમાને આખરે તેમની પ્રાર્થના સાંભળી હોય એવું આ દશ્ય તેને લાગ્યું હતું.

તેના પતિએ તેની તરફ જોયું અને પછી સૂતેલા છોકરા તરફ નજર કરી. આ તેના જીવનના સૌથી પડકારરૂપ વર્ષો હતા. પોતાના પિતા જ્યાં કામ કરતા હતા એ દાર્જીલિંગના ચાના બગીચાના ફેક્ટરી મેનેજરની નોકરી નકારી કાઢી પિતાની ઈચ્છાની ઉપરવટ તે ગયો હતો. કલકત્તા સ્થળાંતર કરી ત્યાં પોતાનો શણનો વેપાર શરૂ કરવો એ પણ એટલી જ થકવી નાખનારી બાબત રહી હતી. શકુંતલાને પરણવાનો તેનો નિર્ણય છેલ્લું તરણું સાબિત થયો હતો. શકુંતલાની જ્ઞાતિ બગડિયા પરિવાર કરતાં નીચેની હતી અને બ્રિજમોહનલાલનું જૂનવાણી કુળ આ લગ્નના વિરોધમાં હતું. તમામ પારિવારિક સંબંધો અને આધાર કાપી નખાયા હોવા છતાં બ્રિજમોહનલાલે લગ્ન ક.ર્યા હતા.

'હું તને પ્રેમ કરું છું, શકુંતલા,' તે શકુંતલાને જોઈને બબડ્યો. 'હા, તેં જે કર્યું છે તે ખોટું કહી શકાય, પણ એ કમકમાટીભરી ટ્રેનમાં કોઈ જ બચ્યું નહોતું. તેં કદાચ આ છોકરાને એક નવા જીવનની શરૂઆત આપી હોય એવું પણ બની શકે.'

શકુંતલાએ સ્મિત કર્યું. 'તમારા મોઢે આ વાત સાંભળીને મને રાહત થઈ,' તેણે જવાબ આપ્યો. 'મને ચિંતા હતી કે આ છોકરાને હું ચોરી લાવી એટલે તમે મારા પર ગુસ્સે ભરાયા હશો. મને લાગ્યું કે તમે કદાચ આ છોકરાને પોલીસને પાછો સોંપી દેવા કહેશો.'

'અને તેનાથી શું પ્રાપ્ત થયું હોત?' બ્રિજમોહનલાલે પૂછ્યું. 'આને અનાથાશ્રમ મોકલી દેવાયો હોત, જ્યાં આખું જીવન તેને સાર-સંભાળ કે પ્રેમ વિના વીતાવવું પડ્યું હોત. આ છોકરો તારા હાથમાં સોંપવામાં આવ્યો એની પાછળ કારણ છે.'

'મને તેનું "દલજીત" નામ બહુ ગમે છે,' તાંબાના કડાવાળું છોકરાનું કાંડું હળવેકથી હાથમાં લેતા શકુંતલાએ કહ્યું.

'મને લાગે છે કે આ કડું કાઢી લઈ તારે ક્યાંક તાળા-ચાવીમાં મૂકી દેવું જોઈએ,' બ્રિજમોહનલાલે કહ્યું. 'આપણે તેને કોઈ બીજા નામે બોલાવીએ તો સારૂં રહેશે. જેટલા જલ્દી એ આપણા જીવવાની રીતભાતને આત્મસાત કરી લેશે, એટલો જ જલ્દી તે જે યાતનામાંથી પસાર થયો છે તેની યાદને ભૂલાવી શકશે.'

'આપણે તેને શું કહીશું?' શકુંતલાએ હળવેકથી પૂછ્યું.

'કમળનું સુંદર ફૂલ ક્યાં ખીલે છે? કાદવથી ભર્યા તળાવમાં!ઓ છોકરો આપણું કમળ છે – એવું કમળ જે આપણે કાદવમાંથી ચૂંટી કાઢ્યું છે. આપણે તેને "અરવિંદ" કહીને બોલાવશું.'

વિક્ટોરિયા જ્યુબિલી હૉસ્પિટલ દરદીઓથી ઊભરાઈ રહી હતી. રમખાણોને કારણે હજારોનાં મૃત્યુ થયાં હતાં પણ ઘાયલ થયેલાઓની સંખ્યા અનેક ગણી વધુ હતી.

'આના મા-બાપ ક્યાં છે?' ડૉક્ટરે મેટ્રનને છોકરો સોંપ્યો ત્યારે તેણે પૂછ્યું.

'આનું કોઈ જ નથી. આના મા-બાપ કદાચ મૃત્યુ પામ્યા હશે,' ડૉક્ટરે જવાબ આપ્યો. 'આને તાવ છે. અનાથાશ્રમમાં મોકલતાં પહેલા આને થોડી સાર-સંભાળની જરૂર છે.'

'ડૉક્ટર સાહેબ, જરા તમારી આસપાસ નજર કરો,' મેટ્રને કહ્યું. 'ગંભીરપણે ઈજા પામેલા સેંકડો લોકોને આપણે પહોંચી વળીએ એમ નથી. એના કરતાં તમે આને કોઈના ઘરે શા માટે નથી લઈ જતાં?'

'મારું પોતાનું ઘર બળીને ખાખ થઈ ગયું છે,' ડૉક્ટરે હતોત્સાહિત સ્વરે કહ્યું. 'મારો પરિવાર અને હું આજે અમૃતસર છોડીને જઈ રહ્યા છીએ.'

'પાકિસ્તાન જઈ રહ્યા છો?' મેટ્રને સૌમ્યતાથી પૂછ્યું.

'ના,' ડૉ.ખાને જવાબ આપ્યો, મેટ્રનની ધારણાથી તેઓ થોડા વ્યથિત થયા હતા. 'હું મારા પરિવારને બૉમ્બે લઈ જાઉં છું. આ દેશે તાત્પુરતું તો મનનું સાબૂતપણું ગુમાવી દીધું છે, પણ મને ખાતરી છે કે ભારતના 34 કરોડ લોકો પોતાના ઘાને રુઝાવવા દેવાનો માર્ગ શોધી જ લેશે.'

'આ છોકરાનું શું?' મેટ્રને પૂછ્યું.

'હું તેને મારી સાથે લઈ જઈશ. મને વિશ્વાસ છે કે હું કોઈક એવાને શોધી જ લઈશ જે તેને એ પ્રેમ આપશે જે તેને મળવો જોઈએ.'

'એના કાંડા પરના કડા પર શું કોતરેલું છે?' મેટ્રને છોકરાના કાંડા પરના કડા તરફ જોતાં કહ્યું.

'કદાચ તેનું નામ છે- મનજીત,' નાના છોકરાને પોતાના હાથમાં તેડીને બહાર નીકળતાં ડૉ. ખાને કહ્યું.

તેમનો ટ્રક બૉમ્બેમાં પ્રવેશતાં જ ડૉ. મુરશિદ ખાને નિરાંતનો શ્વાસ લીધો. તેમની આ મુસાફરી ભયાવહ રહી હતી અને તેમના માટે એ કલ્પના કરવી પણ મુશ્કેલ થઈ રહી હતી કે ટ્રક ડ્રાઈવરની મદદ વિના આટલા દૂર સુધી પહોંચવું તેમના માટે કઈ રીતે શક્ય બન્યું હોત. આખા રસ્તામાં લૂંટફાટ અને હિંસાની અનેક ઘટનાઓ બની હતી અને જે મુસાફરી કેટલાક દિવસમાં પૂરી થઈ જવી જોઈતી હતી તેને બે અઠવાડિયાં લાગ્યાં હતાં.

તેમના ટ્રકમાં બૉમ્બેની કાપડની મિલો માટેનું કપાસ હતું અને ડૉ.ખાન અને તેમનાં પત્ની, દીકરી, દીકરો અને નાનકડા મનજીતે આ પખવાડિયાનો મોટા ભાગનો સમય કપાસની ગાંસડીઓ પર ઉછળતાં-ઉછળતાં વીતાવ્યો હતો.

'બૉમ્બેમાં એવી કોઈ ચોક્કસ જગ્યા જ્યાં તમને હું ઉતારી શકું?' ડ્રાઈવરે પૂછ્યું.

'મારો પિતરાઈ ડોંગરીમાં રહે છે,' ડૉ. ખાને જવાબ આપ્યો. 'એ પણ ડૉક્ટર જ છે.'

'એકદમ બરાબર,' ડ્રાઈવરે જવાબ આપ્યો. 'મારે આ માલ નવરોજી મિલમાં ઉતારવાનો છે. આ મિલ પણ એ જ વિસ્તારમાં છે. હું તમને મઝગાંવ ડૉકના પ્રવેશદ્વાર નજીક ઉતારી દઈશ.'

તેઓ ડૉક નજીક પહોંચી જ રહ્યા હતા ત્યારે એક ટૅન્કરે તેમના ટ્રકને બહુ ખતરનાક રીતે ઑવરટેક કર્યો.

'મૂરખનો જામ!' ડ્રાઈવર બબડ્યો. 'આવા બેફામ ડ્રાઈવિંગથી આ કોઈકનો જીવ લેશે.'

અચાનક જ, જબરજસ્ત ધડાકો થયો. આ ધડાકો અનેક માઈલો દૂર સુધી સંભળાયો હતો અને રસ્તા પરના બધા જ વાહનોને આગે પોતાની ઝપટમાં લઈ લીધા હતા.

અયુબ શેખ એ જ ક્ષણે પોતાની બૅન્ચ પરથી ઊભો થઈ ગયો. કમર તોડી નાખે એવા પોતાના કામમાંથી બીડી ફૂંકવા માટે તેણે નાનકડો વિરામ લીધો ત્યારે તેણે એક ફ્યુઅલ ટૅન્કરને રસ્તાના કિનારા પરના ઈલેક્ટ્રિકલ સબ સ્ટેશન સાથે અથડાતાં જોયો. એ પછી જે થયું એ બૉમ્બ ધડાકા સમાન હતું. ટૅન્કરે જાતે જ એ ધડાકો વહોરી લીધો હતો અને આના કારણે આસપાસની બારીઓના કાચ તૂટી ગયા હતા અને આજુબાજુમાં ઊભેલી અનેક કાર અને ટ્રકમાં પણ આગ લાગી હતી.

અયુબ અને તેના મિત્રો ધડાકાની જગ્યાએ પહોંચ્યા અને પોતાના ખૂલ્લા હાથ વડે તેઓ આગમાંથી ઈજાગ્રસ્તો અને મૃત્યુ પામેલાઓને બહાર કાઢવા લાગ્યા.

ટ્રકમાં પણ આગ લાગી ગઈ હતી. ડ્રાઈવર તો તરત જ મૃત્યુ પામ્યો હતો. વિન્ડસ્ક્રીનના કાચનો કટાર જેવો ટુકડો તેની છાતીમાં ખૂંપી ગયો હતો. ટ્રકમાંના કપાસે આગ પકડી લીધી હતી અને કપાસની ગાંસડીઓમાં અયુબને કેટલાક માનવી ઓળા દેખાયા. તેમની ચીસો હૈયું હચમચાવી નાખે તેવી હતી.

એ જ ક્ષણે તેને રસ્તા પર એક શરીર દેખાયું, તેના નાના હાથમાં કડું પહેરેલું હતું.

કડું પહેરેલો એ છોકરો ધડાકાને કારણે ટ્રકમાંથી બહાર ફેંકાઈ ગયો હતો અને રસ્તા પર કચરાના ઢગલા પર જઈ પડ્યો હતો. કચરા પર પડવાને કારણે તે મોટી ઈજાથી બચી ગયો હતો.

અયુબે માની લીધું કે છોકરાનો આખો પરિવાર ટ્રકમાં ભસ્મીભૂત થઈ ગયો છે. છોકરો હવે અનાથ હતો.

'શુક્રન અલ્લાહ વલ્લહમદુ લિલ્લાહ' છોકરાને ઉપાડીને પોતાના હાથમાં લેતા અયુબ ધીમેથી ગણગણ્યો.

અયુબ અને તેમની પત્ની શબાનાએ બે વર્ષ પહેલા બાંધકામને લગતા એક અકસ્માતમાં પોતાના એકના એક દીકરાને ગુમાવ્યો હતો. એ પછી તેમણે બાળક માટે વધુ પ્રયાસ કરવાનું છોડી દીધું હતું. તેમના જીવનમાંના શૂન્યાવકાશે આ કમીને ભરી કાઢવાની કોઈપણ ઈચ્છાને સાવ ખાલી કરી નાખી હતી.

પણ એ ક્ષણે, અયુબે મનોમન નક્કી કરી લીધું હતું. અયુબનો પગાર મહિને ત્રીસ રૂપિયા હતો, જેમાં તેનું અને તેની પત્નીનું ગુજરાન માંડ ચાલતું હતું. પણ આ બાબત અયુબને આ નાના બાળકને પોતાની પાંખમાં લેતા રોકવાની નહોતી.

'તું બચી ગયો છે, બચ્ચા,' તે છોકરાના કાનમાં બબડ્યો. 'ટ્રકે આગ પકડી ત્યારે તું હવામાં ઉડ્યો હતો. તું કોઈ ખડતલ બાજ પક્ષીથી ઓછો નથી. હું તને "અરબાઝ" કહીશ.'

ઘરે આવતાં જ અયુબે કશું જ બોલ્યા વિના શબાનાના હાથમાં અરબાઝને સોંપી દીધો હતો. 'આ છોકરાને પરિવારની જરૂર છે. આપણા કરતાં કોઈ સારા પરિવારનો મને વિચાર પણ આવતો નથી,' તેણે પોતાની પત્નીને કહ્યું. તેણે અતિ વહાલા એવા એ છોકરા તરફ જોયું, ધડાકાને કારણે થયેલા ધુમાડાથી તેનો ચહેરો ભરાઈ ગયો હતો. બે વર્ષમાં પહેલીવાર અયુબે પોતાની પત્નીના ચહેરા પર સ્મિત જોયું હતું.

'એણે કડું પહેર્યું છે.' શબાનાએ નોંધ્યું. 'શીખ હોવો જોઈએ. આપણે શું કરીશું?'

'કડું તાંબાનું છે. એને પીવાના પાણીના માટલામાં મૂકી દે,' અયુબે કહ્યું. 'અને આ આપણો દીકરો છે એ સિવાયની બધી જ વાતને ભૂલી જજે.'

અમૃતસર પહોંચેલી વણજારને ખાલસા કૉલેજના પ્રાંગણમાંની શરણાર્થી શિબિરમાં દોરી જવાઈ હતી. અહીં જાણે કે વિશાળમાનવ મહેરામણ હિલોળા લઈ રહ્યો હતો, આશરે 25,000 જેટલા લોકો ત્યાં હતા. શિબિરમાંનું રસોડું

આવી રહેલા માનવપૂરની જરુરિયાતોને પૂરી કરવા સંઘર્ષ કરી રહ્યું હતું અને સ્થાનિક ગુરુદ્વારા ભૂખ્યાઓના પેટ ભરવાના આ પ્રયાસમાં તેમની મદદ કરી રહ્યા હતા. શિબિર વૃદ્ધ, અશક્ત, નિરાધાર અને અનાથોથી છલોછલ હતી. માનવની અતિ દુ:ખી અવસ્થાનો આ સમૂહ હતો.

આપવામાં આવેલી સૂકી રોટલી પરમીતે ખાધી. તેની આંખો આંસુથી ભીની હતી. સૂકી રોટલી અને ભીની આંખો. દલજીત અને મનજીતને ખોઈ નાખવાની યાતનાને તે કઈ રીતે સહી શકે? ટોળા સામે એકલાહાથે લડી રહેલા પોતાના પતિને મોતના મોંમાં મૂકીને ભાગી નીકળવા બદ્દલ તે પોતાની જાતને કઈ રીતે માફ કરી શકવાની હતી? તેણે પોતાના હાથ પર કોઈકના હાથનો સ્પર્શ અનુભવ્યો. એ હરપાલનો હાથ હતો.

'હું પોલીસ સ્ટેશનના દારોગાને મળ્યો,' હરપાલે કહ્યું. 'તેણે કહ્યું કે અનેક હજાર સ્ત્રીઓ અને બાળકો ગુમ થયાં છે. કોઈ ચોક્કસ બાળકને શોધવા માટે તેમની પાસે પૂરતાં સાધનો જ નથી.'

'એવું જ હોય તો, ચાલો ને આપણે રેલવે સ્ટેશન જઈએ,' પરમીતે જવાબ આપ્યો. 'શક્ય છે કે કોઈએ કંઈ જોયું હોય કે સાંભળ્યું હોય. ઓળખાઈ આવે એ માટે બંને છોકરાઓના કાંડા પર તાંબાનાં કડાં પહેરાવ્યાં હતાં.'

'એ કડાંમાં એવું તે શું ખાસ હતું?' હરપાલે પૂછ્યું.

'એ બંને કડાં એકસરખાં હતાં, જે મારા પતિએ ધાતુમાંથી જાતે બનાવ્યાં હતાં,' પરમિતે કહ્યું. 'દરેક કડા પર એક –એક નામ – "દલજીત" અને "મનજીત" – કોતરેલું હતું. અને બંને કડાં પર પુરણ ભગતની જગ્યાનું નામ પણ કોતરેલું હતું.'

'શા માટે?' હરપાલે પૂછ્યું.

'ઘરના કોઈ વડીલ હયાત ન હોય એવી સ્થિતમાં પણ છોકરાઓ મારા પતિના સંશોધન સુધી પહોંચી શકે એ માટે,' પરમીતે કહ્યું.

'છોકરાઓને શોધવાનું કામ ઘાસની ગંજીમાંથી સોય શોધવા બરાબર છે, પરમીત,' હરપાલે જવાબ આપ્યો. 'દોઢ કરોડ કરતાં વધુ લોકો પોતાના ઘરો છોડીનો ભાગી નીકળ્યા છે. કોઈએ બાળકોને જોયાં હોય એવી શક્યતા બહુ આછીપાતળી છે.'

'મને એની પરવા નથી,' પરમીતે દઢપણે કહ્યું. 'તમે મારી સાથે આવવાના છો કે નહીં?'

હરપાલે સ્મિત કર્યું. તે જાણતો હતો કે કોઈ પણ બાબત પરમીતની યોજનાની વચ્ચે કોઈ આવી શકે એમ નથી. પણ તે એ પણ જાણતો હતો કે આ એકમાત્ર માર્ગ હતો જેનાથી પરમીતને પોતાની શોધનો અંત મળવાનો હતો. 'હું તમારી સાથે જ છું,' તેણે જવાબ આપ્યો.

અમૃતસર જંકશન પર પ્રચંડ ભીડ હતી. એમાં આશ્ચર્યજનક કશું જ નહોતું, કેમ કે આશરે પચાસ લાખ લોકો ભારત અથવા પાકિસ્તાનમાંના પોતાનાં નવાં ઘરો તરફ જતી ટ્રેનો પકડવામાં વ્યસ્ત હતા.

સ્ટેશનની અંદર અસમંજસનો કોઈ પાર નહોતો. સર સિરિલ રેડક્લિફ દ્વારા દોરવામાં આવેલા નકશા મુજબ, નૉર્ધન ફ્રન્ટિયર રેલવેનો આશરે 8,000 કિ.મી. જેટલો હિસ્સો પાકિસ્તાનને મળ્યો હતો. દેશના ભાગલા અનેક વર્તમાન રેલવે લાઈનો જ્યાં હતી ત્યાંથી પસાર થતી હતી. આ બધી જ સેવાઓ કાં તો અસ્તવ્યસ્ત થઈ ગઈ હતી અથવા તો રદ થઈ ગઈ હતી. સામૂહિક હત્યાકાંડ અને જાતિસંહાર ચાલી રહ્યા હતા, ત્યારે રેલવે કર્મચારીઓ પાસે અસ્કયામતો, પાટા, સાધનો, મિલકતો, એન્જિન, ડબ્બા વગેરે જેવો ફરતો સામાન તથા માનવબળ વગેરેના લાભાંશની ગણતરી કરવાની આશા રખાતી હતી.

પરમીત અને હરપાલ સ્ટેશન માસ્ટરની ઑફિસ તરફ ગયાં, એવી આશા સાથે કે તેઓ કદાચ કોઈ એવી દિશા ચીંધશે, જે કોઈક ને કોઈક રીતે તેમને દલજીત અને મનજીત તરફ દોરી જશે. સ્ટેશન માસ્ટર વળ ચડાવેલી મૂછવાળો કદાવર જાટ હતો. સેંકડો પ્રવાસીઓ તેની ઑફિસની બહાર એ આશાએ રાહ જોઈ રહ્યા હતા કે, એ મૂછાળો કોઈ જાદુઈ છડી ફેરવશે અને બધાની સમસ્યાઓ દૂર થઈ જશે. ફરીવાર પરમીતની આંખોમાંથી આંસુની ધારા વહેવા લાગી.

સ્ટેશન માસ્ટરની ઑફિસની બહારના અટેન્ડન્ટનું ધ્યાન પરમીત તરફ ગયું અને તેણે પૂછ્યું. 'તું શા માટે રડે છે?'

'મારા છોકરાઓ ગુમ થઈ ગયા છે,' પરમીતે સમજાવ્યું. 'તેઓ સિયાલકોટથી ટ્રેનમાં ચડી ગયા હતા પણ હું ચડી શકી નહોતી. તેઓ વીસેક દિવસ પહેલા અહીં પહોંચી જવા જોઈતા હતા.'

અટેન્ડન્ટ ચૂપ રહ્યો. આ સ્ત્રી જે ટ્રેનની વાત કરી રહી હતી એના વિશે તે જાણતો હતો. લગભગ ત્રણ અઠવાડિયા પહેલા સિયાલકોટથી અમૃતસર માટે નીકળેલી એ છેલ્લી ટ્રેન હતી. મોતની ટ્રેન.

'તમે ચૂપ કેમ થઈ ગયા?' પરમીતે ઉશ્કેરાઈને પૂછ્યું. 'તમે મારા છોકરાઓને જોયા હતા?' તેણે સીધું જ પૂછી લીધું.

'એ ટ્રેનમાં ભાગ્યે જ કોઈ બચ્યું હતું,' અટેન્ડન્ટે હળવેથી કહ્યું. 'તમારે જઈને કૉન્સ્ટેબલ સુખબિર સિંહને મળવું જોઈએ. તેમણે જ એ ટ્રેનમાંના મોટા ભાગના મૃતદેહો બહાર ખેંચી કાઢ્યા હતા.'

'તેઓ ક્યાં મળશે?' હરપાલે પૂછ્યું.

'આજે તેઓ ફરજ પર નથી,' અટેન્ડન્ટે જવાબ આપ્યો. 'હું તમને તેના ઘરનું સરનામું આપી શકું છું. એ સારો માણસ છે અને તેનાથી શક્ય હશે તો એ ચોક્કસ તમારી મદદ કરશે.'

અમૃતસરમાં હિંસાનો દોર ઓસરી રહ્યો હતો પણ મોત અને તારાજીનું બિહામણાપણું હવામાં સર્વત્ર જાણે કે તરવરી રહ્યું હતું.

લાહોર અને અમૃતસર વચ્ચે માત્ર બત્રીસ માઈલનું અંતર હતું, પણ આ બત્રીસ માઈલ જાણે કે એક આખા વિશ્વ જેવા હતા.

ભાગલા પૂર્વે, લાહોરના અઢી લાખ હિન્દુઓ અને શીખો શહેરની વસ્તીનો ત્રીજો હિસ્સો હતા. ભાગલા બાદ, લાહોરમાં વસ્તુતઃ કોઈ હિન્દુઓ અને શીખો બચ્યા જ નહોતા.

બીજી તરફ, અમૃતસરની 400,000ની વસ્તીમાં મુસ્લિમો લગભગ પચાસ ટકા જેટલા હતા. હવે અમૃતસરમાં લગભગ એકેય મુસ્લિમ બચ્યો નહોતો.

ટોળાના ઝનૂને લાહોરમાં 4,000 અને અમૃતસરમાં 10,000 કરતાં વધુ ઘરો બાળી નાખ્યાં હતાં. પંજાબને બે ભાગમાં કાપી નાખવામાં આવ્યું હતું અને આ ઘા જો ક્યારેય રુઝાવાનો હોય તો આવું થવામાં સમય લાગવાનો હતો. અટેન્ડન્ટે આપેલા સરનામા પર પરમીત અને હરપાલ પહોંચ્યા પણ ત્યાં તેમને બળી ગયેલું ઘર મળ્યું.

હે ભગવાન, મહેર કરજે, પરમીત વારંવાર પ્રાર્થના કરી રહી હતી. *મને મારા છોકરાઓ પાછા આપી દે.*

હરપાલે ત્યાંથી પસાર થઈ રહેલા એક માણસને રોક્યો. 'આ એ જ ઘર છે જ્યાં કૉન્સ્ટેબલ સુખબિર સિંહ રહે છે?' તેણે પૂછ્યું.

'એ તો ગુજરી ગયા,' અજાણ્યાએ કહ્યું. 'બહુ ખરાબ રીતે બળી જવાને કારણે તેમનું મોત થયું હતું.'

'પણ આ તો હિન્દુ વિસ્તાર છે,' હરપાલે કહ્યું. 'મને લાગ્યું કે અમૃતસરમાં મુસ્લિમોના ઘરને બાળવામાં આવ્યા હતા.'

'દેશદ્રોહીઓના પણ,' એ માણસે જવાબ આપ્યો. 'પાડોશીઓને ખબર પડી કે સુખબિરે એક મુસ્લિમ પરિવારને આશરો આપ્યો હતો. તેનો ડૅપ્યુડી ચાંદપ્રકાશ, પણ આમાં તેની સાથે સંડોવાયેલો હતો અને એ સમયે તે પણ અહીં જ હતો. ઘરને આગ ચાંપી દેવાઈ હતી અને તેમણે બહાર આવવાની કોશિશ કરી ત્યારે તેમના પર પથ્થર ફેંકવામાં આવ્યા હતા. બે બાળકો સહિત, ઘરમાંના બધા જ લોકો માર્યા ગયા હતા.'

'બે બાળકોની ઉંમર કેટલી હશે?' પરમીતે બાઘાની જેમ પૂછ્યું. અજાણ્યા માણસે તેના તરફ શંકાની નજરે જોયું.

'લગભગ પાંચ –છ વર્ષના હશે. મેં તેમને જોયા નહોતા પણ મેં એવું સાંભળ્યું છે.'

હરપાલે પરમીતનો હાથ પકડવાનો પ્રયાસ કર્યો પણ હજી તો તે આવું કરી શકે એ પહેલા પરમીત જમીન પર ઢળી પડી હતી અને હિબકે ચડી ગઈ હતી.

બસ અને ટ્રકની મુશ્કેલ મુસાફરી કરીને એકાદ અઠવાડિયા બાદ હરપાલ અને પરમીત કુરુક્ષેત્ર શિબિર પહોંચ્યા. એવું કહેવાતું હતું કે આ શિબિર સશસ્ત્ર દળો અને મહાશિવ બાબા દ્વારા સંયુક્તપણે ચલાવવામાં આવતી હતી અને મોટી શિબિરોમાંની આ સૌથી મોટી હતી. તેઓ શિબિરમાં પ્રવેશ્યા કે તરત જ મદદકર્તાઓ સામે પડકાર બનીને ઊભેલા કાર્યની વિશાળતા તેમની નજરે ચડી. હજારો શરણાર્થીઓની સાર-સંભાળ લેવાની હતી. પરમીત સાવ સ્તબ્ધ હતી. તેના માટે જે કંઈ મૂલ્યવાન હતું એ બધું જ તે ખોઈ બેઠી હતી, પહેલા પતિ અને પછી છોકરાઓને ખોયા બાદ હવે તેને જીવવામાં સાર જણાતો નહોતો. હરપાલ સતત તેના મિજાજને સારો રાખવાનો પ્રયાસ કરી

રહ્યો હતો. વધુમાં, કમલજોત નામની અન્ય એક શીખ મહિલા સાથે તેને બહેનપણા થયા હતા.

પછી, એક દિવસ, તેણે મહાશિવ બાબાને જોયા. તેમણે તેને પોતાની તરફ આવવાનો ઈશારો કર્યો. 'અન્યોને સાજા થવામાં મદદ કરવી એ ઘણીવાર આપણને પોતાને સાજા કરવાનો શ્રેષ્ઠ માર્ગ બની શકે છે,' તેમણે પરમીતને કહ્યું હતું. આ શબ્દોએ તેનામાં નવા ઉત્સાહનો સંચાર કર્યો હતો. તેણે પોતાના વિશે શરણાર્થી તરીકે વિચારવાનું બંધ કરી દીધું અને તેના બદલે શિબિરમાં અન્યોની મદદ કરવામાં સક્રિય સહભાગ લેવા લાગી. તે ભોજન રાંધતી, જાજરુ સાફ કરતી, ઈજાગ્રસ્તોને પાટાપીંડી કરતી અને ગંદી ચાદરો પણ ધોતી. તે જાણે કે તે થાકતી જ ન હોય, એવું તેને જોઈને લાગતું હતું. કમલજોતની બાજુમાં નીંદ્રાધીન થતાં પહેલા રાત્રે તે જે.આર.આર. ટૉલ્કિનની *લૉર્ડ ઑફ ધ રિંગસના* થોડાક પાનાં વાચતી. વિશાળ કુરુક્ષેત્ર શિબિરમાં આ એક જ પુસ્તક હતું જે તેને મળ્યું હતું.

હરપાલ અને તેના કુટુંબ-કબિલા સાથે શિબિરમાં 14મી ડિસેમ્બર, 1950- સરદાર વલ્લભભાઈ પટેલ મૃત્યુ પામ્યા તેના એક દિવસ પહેલા – સુધી તે રહી હતી. એ દિવસે હરપાલે તેની સામે પ્રેમનો એકરાર કર્યો હતો.

'હું આશા રાખું છું કે તમે આને અયોગ્ય નહીં ગણો, પણ તમે તમારા પરિવારને ગુમાવ્યો એને હવે ત્રણ વર્ષ થઈ ગયા છે, પરમીત,' તેણે ઉતાવળે પરમીતને કહ્યું હતું. 'હું તમારા પ્રેમમાં ગળાડૂબ છું. તમને લાગે છે કે તમે મારી સાથે ઘર વસાવી શકશો?'

'હરપાલ, હું પણ ઈચ્છું છું કે...' તેણે શરૂઆત કરી પણ અચાનક જ ન જાણે ક્યાંથી પ્રગટ થયેલા મહાશિવ બાબાએ તેના શબ્દોને કાપી નાખ્યા.

'અન્યોની મદદ કરવાથી તને મદદ મળે છે?' તેમણે તેને પૂછ્યું, હરપાલ જોઈ રહ્યો હતો.

'હા, બાબા, એવું જ છે,' તેણે કહ્યું.

'તું આખા વિશ્વની મદદ કરવા માગે છે કે નહીં? આ તારો ઈશ્વર તરફનો માર્ગ હોઈ શકે છે,' બાબાએ તેને કહ્યું.

'હા, બાબા, મને એ કરવું ગમશે,' પરમીતે કહ્યું.

'માનવતાની મહાનતમ સેવા માટે તું બધી જ વસ્તુઓનો ત્યાગ કરી મોહથી મુક્ત થવાની ઈચ્છા ધરાવે છે?' મહાશિવ બાબાએ પૂછ્યું.

પરમીતે હરપાલ તરફ જોયું, બે શક્યતાઓ વચ્ચે તે ખેંચાઈ રહી હતી. એ પછી તેણે મહાશિવ બાબા તરફ જોયું. તે પોતાના ગુરુ સામે ઘૂંટણીએ પડી ગઈ.

'હવે પછીથી, તું અધ્યાપિકા જ્યોતિ તરીકે ઓળખાઈશ,' મહાશિવ બાબાએ પોતાનો હાથ તેના માથા પર આશીર્વાદ આપવા મૂકતાં કહ્યું.

શિબિર છોડીને જવા માટે પોતાનો સામાન બાંધતા હરપાલને પરમીત જોઈ રહી હતી. જે પુરુષ માટે તેણે પોતાનામાં પ્રેમની લાગણી વધતા જોઈ હતી તે પોતાને છોડીને જઈ રહ્યો હોવાનું જોતાં પરમીતની આંખો ઊભરાઈ આવી.

વિશ્વ તરફનું પોતાનું કર્તવ્ય અને હરપાલ માટેના પોતાના પ્રેમની વચ્ચે તે ભીંસાઈ રહી હતી. તેનો અણુએ અણુ ઈચ્છતો હતો કે હરપાલ રોકાઈ જાય, પણ આ વાત તેને કહેવાનો હવે તેને કોઈ અધિકાર નહોતો.

'તમે ક્યાં જશો?' તેણે લાગણીથી રુંધાયેલા અવાજે હરપાલને પૂછ્યું.

'મારા એક કાકા થિમ્પુમાં કરિયાણાના સામાનની દુકાન ધરાવે છે,' તેણે કહ્યું. 'હું મારો પોતાનો વેપાર શરૂ કરું એ પહેલા હું તેમની સાથે કામ કરીશ.'

'થિમ્પુ?' તેણે પૂછ્યું.

'ભૂતાન,' તેણે જવાબ આપ્યો.

'તમે મને યાદ કરશો?' તેણે પૂછ્યું.

'તમને ખરેખર આનો જવાબ જોઈએ છે?' હરપાલે પૂછ્યું. 'મારો જવાબ શો હશે, એ દેખીતું નથી?'

'તમારી ફરજ હતી એના કરતાં તમે મારા માટે ઘણું વધારે કર્યું છે,' પરમીતે કહ્યું. 'મારા પર એક છેલ્લી મહેરબાની કરશો?'

'હું તમને ક્યારેય ના પાડી શકું નહીં, પરમીત,' તેણે કહ્યું.

'કમલજોત સાથે પરણી જાવ,' પરમીતે કહ્યું. 'તે સારી પત્ની સાબિત થશે.'

અધ્યાપિકા જ્યોતિ તરીકે નામાભિધાન પામેલી પરમીત મહાશિવ બાબાના તંબુમાં બેઠી હતી. તેના સામે તૈલી આવરણવાળું પોટલું હતું. તેણે એ ખોલ્યું અને બાબા સામે ધરી દીધું.

'આ એ જ રસાયન સૂત્ર- સિદ્ધાંત છે, જેના પર અશોકના સંશોધકોનું જૂથ કામ કરતું હતું,' બાબાએ ધીમા અવાજે કહ્યું. સમય સાથે પીળાં પડી ગયેલાં પાનાંને તેમણે ધીમેથી ફેરવ્યાં. 'આ કાગળ તો ખાસ્સો નવો લાગે છે,' બાબાએ કહ્યું.

'શ્રૃંખલામાંના દરેક ઉત્તરાધિકારીને જૂના લખાણને નવા કાગળ પર ઉતારવાનું અને જૂનાનો નાશ કરવાનું કામ પણ સોંપવામાં આવ્યું હતું,' પરમીતે જવાબ આપ્યો. 'મારો પતિ આ શ્રૃંખલામાં છેલ્લા હતા. મહારાજા રણજીત સિંહના નાણા પ્રધાન દીવાન દીનાનાથ દ્વારા પસંદ કરાયેલા જગત સિંહે મારા પતિની પસંદગી કરી હતી. જગત સિંહ નાની વયે મૃત્યુ પામ્યા આથી મારા પતિએ બહુ ઓછી વયે આ જવાબદારી ઉઠાવવી પડી હતી.'

'પણ તારો પતિ પણ કોઈકને આ જવાબદારી ઉપાડવા તથા રહસ્યનું સંરક્ષણ કરવા માટે તૈયાર કરી રહ્યો હશે ને?' બાબાએ પૂછ્યું.

'અમારો દીકરો, મનજીત રમતિયાળ હતો,' પરમીતે કહ્યું. 'મારા પતિ જાણતા હતા કે રહસ્યને આગળ લઈ જવા માટે તે આદર્શ પાત્ર નથી. સદનસીબે, નિયમ મુજબ એ ફરજિયાત નથી કે ઉત્તરાધિકારી લોહીનો સંબંધ ધરાવતી વ્યક્તિ જ હોવી જોઈએ. જગત સિંહના વહેલા મૃત્યુ બાદ મેં અને મારા પતિએ તેમના દીકરાને અમારી પાંખમાં લઈ લીધો હતો. તેનું નામ દલજીત સિંહ હતું. મારા પતિએ એ છોકરાની પસંદગી રહસ્યના આગમી રક્ષણકર્તા તરીકે કરી હતી.'

'તો સિયાલકોટમાં તને છોડી ગયેલા બે છોકરાઓ ભાઈઓ નહોતા?' બાબાએ પૂછ્યું.

'ના, મનજીત મારો દીકરો હતો, દલજીત નહીં,' અધ્યાપિકા જ્યોતિએ કહ્યું. 'પણ હું બંનેને મારા દીકરા જ ગણતી હતી. મારા પ્રેમ અને લાગણીનો સવાલ હતો ત્યાં સુધી તેમની વચ્ચે મેં ક્યારેય ફરક નથી કર્યો.'

'જ્યાં સુધી તને કોઈ યોગ્ય ઉત્તરાધિકારી નથી મળી જતું ત્યાં સુધી તું જ રહસ્યની રક્ષણકર્તા બની જા,' બાબાએ કહ્યું. 'આ શ્રૃંખલા અકબંધ રહે એ અત્યંત મહત્ત્વનું છે.'

'શા માટે?' અધ્યાપિકા જ્યોતિએ પૂછ્યું.

'આપણે મનુષ્યો વિચારીએ છીએ કે મૃત્યુ એ કુદરતી પ્રક્રિયા છે,' બાબાએ કહ્યું. 'પણ એવું નથી. *અમરત્વ* જ આપણી કુદરતી અવસ્થા છે. આપણે કુદરત સાથે ચેડાં કરીને આ સ્વાભાવિક અવસ્થાને બગાડી નાખી છે. આપણને કોઈક એવી વ્યક્તિની જરૂર છે, જે આ બાબતને ઉલ્ટાવી શકે.'

'તમારો કહેવાનો અર્થ શો છે?' અધ્યાપિકાએ પૂછ્યું.

'મનુષ્યોને ઈશ્વરથી જુદા પાડતા નોંધપાત્ર ગુણધર્મોમાં મૃત્યુ એક મહત્ત્વનો ગુણધર્મ છે,' બાબાએ કહ્યું. 'અમર બનવા માટે વ્યક્તિએ ઈશ્વર સાથે એકાકાર થવું પડે. વ્યક્તિ એ ઈશ્વર જ છે. આપણે બધા જ ઈશ્વર છીએ. આપણે બધા ઊર્જા છીએ અને ઈશ્વર પણ ઊર્જા જ છે. આપણે બધા એક જ તત્ત્વથી બનેલા છીએ. આ બાબત સમુદ્રો, તળાવો, નદીઓ અને ઝરણાઓની સરખામણી કરવા જેવી છે. સ્વરુપો વિવિધ, પણ તત્ત્વ એક જ. જે દિવસે તમે તમારા સ્વરૂપને ભૂલી જશો અને તમારા ખરા તત્ત્વને – જેનાથી તમે બનેલા છો- ઓળખશો તો તમે પણ ઈશ્વર બની જશો.'

'તમે ઈશ્વર છો?' અધ્યાપિકાએ પૂછ્યું.

'હા,' બાબાએ જવાબ આપ્યો.

'તો પછી રસાયનનો મને શો ખપ?' અધ્યાપિકાએ પૂછ્યું. 'એના કરતાં તો હું તમારા પદચિહ્નો પર ચાલવાનું પસંદ કરીશ, બાબા. એવું કહેવાય છે કે તમે 300 વર્ષથી જીવો છો!'

'એ સાચું છે,' બાબાએ કહ્યું, તેમના ચહેરા પર આછું સ્મિત છવાઈ ગયું હતું.

'તમે 300 વર્ષથી જીવી રહ્યા છો?' અધ્યાપિકા જ્યોતિએ પૂછ્યું.

'એ ખોટું છે,' બાબાએ કહ્યું.

અધ્યાપિકા જ્યોતિ સાવ ગૂંચવાઈ ગયેલાં લાગ્યાં. મહાશિવ બાબાએ તેમની મદદ કરી. 'હું 300 વર્ષથી જીવું છું પણ 300 વર્ષથી જીવંત નથી.'

'તમારો કહેવાનો અર્થ શો છે?' અધ્યાપિકા જ્યોતિએ પૂછ્યું.

'હું 300 વર્ષથી જીવંત નથી પણ 3,000 વર્ષથી જીવંત છું. 4,000, 5,000, 6,000 અને 7,000 વર્ષથી છું!'

અધ્યાપિકા જ્યોતિ ભયભીત દેખાતાં હતાં. 'તમે કોણ છો?' તેઓ ગણગણ્યાં.

'હું હનુમાન છું,' મહાશિવ બાબાએ સરળતાથી કહ્યું, તેમના સ્નાયુઓ ફૂલ્યાં અને તેમનું વિશાળ જડબું સ્મિતમાં ખૂલ્યું.

એ પછીનો સવાલ પૂછતાં અધ્યાપિકા જ્યોતિ ધ્રૂજયાં. 'રામાયણના પ્રસંગો તો હજારો વર્ષો પહેલા બન્યા હતા ને?'

'હા,' મહાશિવ બાબાએ જવાબ આપ્યો. 'ભગવાન રામનો જન્મ થયો ત્યારે સૂર્ય મેષ રાશિમાં, શનિ તુલામાં, ગુરુ કર્કમાં, શુક્ર મીન રાશિમાં અને મંગળ મકર રાશિમાં હતો. એ ચૈત્ર માસનો નવમો દિવસ હતો અને ચંદ્ર ત્યારે પુર્નવસુ નક્ષત્રની નિકટ હતો. કર્ક લગ્ન સ્થાને અને ગુરુ ક્ષિતિજની ઉપર હતો.'

'આનો અર્થ શો થયો?' અધ્યાપિકા જ્યોતિએ પૂછ્યું.

'આનો અર્થ એ થયો કે ભગવાન રામના જન્મ ઈસવી સન પૂર્વે 5114ની 10મી જાન્યુઆરીએ રાત્રે બરાબર 12.30 વાગ્યે થયો હતો.'

'અને તમે જીવંત રહ્યા?' અધ્યાપિકાએ પૂછ્યું.

'ભગવાન રામ મને જન્મ મૃત્યુ અને પુર્નજન્મના ચક્રમાંથી મુક્તિ અર્થાત મોક્ષ આપવા તૈયાર હતા, પણ મેં તેનાથી દૂર રહેવાનું પસંદ કર્યું,' બાબાએ જવાબ આપ્યો. 'મેં તેમને વિનંતી કરી કે જ્યાં સુધી લોકો રામની પૂજા કરશે ત્યાં સુધી આ પૃથ્વી પર રહેવાની અનુમતિ મને મળે. હું *ચિરંજીવી* છું.'

'ચિરંજીવી?' અધ્યાપિકાએ પૂછ્યું.

'ચિરંજીવ એ શબ્દ *ચિરમ-* જેનો અર્થ થાય છે હંમેશ માટે અને *જીવી-* અર્થાત જીવંત રહેનાર. આમ આનો અર્થ થાય છે અમર.'

'તો તમે તો બધું જ જોયું હશે,' અધ્યાપિકા જ્યોતિ ગણગણ્યાં.

'ચોક્કસ જ. અશોકે કલાપાસિકાના સંરક્ષણ હેઠળ રાખવા માટે રસાયન સિદ્ધાંત આપ્યાનું પણ મેં જોયું છે,' બાબાએ કહ્યું.

'તમે ત્યાં હતા?' વિશ્વાસ ન બેસતો હોય એમ અધ્યાપિકા જ્યોતિએ પૂછ્યું.

'અશોકના નવ ખાસ માણસો કોણ હતા?' મહાશિવ બાબાએ પૂછ્યું.

'વિજ્ઞાનીઓ અને સંશોધકો?' અધ્યાપિકાએ અસમંજસમાં પૂછ્યું.

'તેમાંના એક –રહસ્યના પ્રથમ રક્ષણકર્તા – કલાપાસિકા વિજ્ઞાની હતા. પણ બાકીના આઠ જણ નહીં.'

'તેઓ કોણ હતા?' અધ્યાપિકાએ પૂછ્યું.

'મારા સહિતના અષ્ટ ચિરંજીવીઓ,' મહાશિવ બાબાએ જવાબ આપ્યો. 'મારા સહિતના આઠ અમર.'

અધ્યાપિકાનું માથું ચકરાઈ રહ્યું હતું. હવે કઈ બાબત પર વિશ્વાસ કરવો એ જ તેમને સમજાઈ રહ્યું નહોતું.

'આઠ ચિરંજીવીઓ કોણ છે?' અધ્યાપિકાએ પૂછ્યું.

'તેમાંના એક છે ગુરુ દ્રોણાચાર્યના પુત્ર – અશ્વત્થામા. તેને અમરત્વ આશીર્વાદ તરીકે નહીં પણ તેના દુષ્કૃત્યોના શાપ તરીકે મળ્યું હતું. ત્યાર બાદ વ્યાસ મુનિ છે, જેમણે મહાભારત લખાવ્યું હતું. તેઓ ત્રેતાયુગમાં જન્મ્યા હતા અને દ્વાપરયુગ તથા કલિયુગમાં જીવ્યા હતા. વળી, અસુરોના રાજા બલી પણ છે, પૃથ્વી પરના તેમના પવિત્ર કાર્યોને કારણે વર્ષમાં એકવાર ઓણમના દિવસે પોતાની પ્રજાને મળવાનું વરદાન તેમને પ્રાપ્ત થયું છે.'

'આ તો માત્ર ત્રણ થયા,' અધ્યાપિકાએ કહ્યું.

'હા, ચોથા છે વિભિષણ, રાવણના ભાઈ. લંકામાં મૃત્યુ અને નીતિપરાયણતા જાળવી રાખવા તેમને અમર કરાયા હતા. પાંચમા છે કુરુઓના કુળગુરુ કૃપાચાર્ય એટલે કે કૃપ. પોતાના તમામ શિષ્યો પ્રત્યેની નિષ્પક્ષતાના કારણે તેમને અમરત્વ અપાયું હતું. છઠ્ઠા પરશુરામ છે, અસ્ત્રો, શસ્ત્રો અને આકાશી શસ્ત્રોમાં પારંગત. તેઓ વિષ્ણુના અંતિમ અવતાર કલ્કીના આગમનની રાહ જોઈ રહ્યા છે, જેથી તેઓ તેમને યુદ્ધકળામાં નિપુણ બનાવી શકે. સાતમા છે શિવભક્ત માર્કંડેય, શિવ અને યમ વચ્ચે યુદ્ધ થયું ત્યારે તેમને અમરત્વ આપવામાં આવ્યું હતું. છેલ્લો હું છું, આઠમો.'

'પણ તમે બધા એક જ સમયે અશોકના સામ્રાજ્યમાં શા માટે હતા?'

'કલિંગના યુદ્ધના અંત બાદ, અશોકે પોતાના સામ્રાજ્યના મોટા ભાગના સાધનોનો ઉપયોગ અમને શોધવા માટે કર્યો હતો. અશોકે અનેક સ્થળે ધર્મપ્રચારકોને મોકલ્યા હતા. પ્રવાસીઓને આટલા દૂર-સુદૂર સ્થળોએ

મોકલવાનો એક આશય અમને શોધી કાઢવાનો પણ હતો. એ પછી તેણે અમને દરેકને એ વાત ગળે ઉતારવાની હતી કે જે સંશોધન હાથ ધરાયું છે તે મનુષ્ય જાતિની ભલાઈ માટે છે, તેના અંગત લાભ માટે નહીં.'

'એવું જ હોય તો, તેમણે એ રહસ્ય કલાપાસિકા પાસે શા માટે છોડ્યું?' અધ્યાપિકાએ પૂછ્યું. 'આઠમાંના એક ચિરંજીવીને આ સૂત્ર-સિદ્ધાંતની ભાળવણી કરી શકાઈ હોત?'

'કેમ કે કલાપાસિકાનું સંશોધન એવું કાર્ય હતું જે હજી પ્રગતિના પંથે હતું.' મહાશિવ બાબાએ જવાબ આપ્યો. 'અમે બધા અમર છીએ, પણ કલાપાસિકા નહોતા. તેમણે અમારા આઠનો ઉપયોગ કર્યો- એ સાથે જેલિફિશ અને સંજીવની જેવી સામગ્રીનો પણ તેમના ચકાસણીના વિષય તરીકે ઉપયોગ કર્યો હતો. તેઓ રસાયનના છેલ્લેથી પહેલા પગલા સુધી પહોંચવામાં – જ્યાં પારાનું રુપાંતર સોનામાં થાય છે- સફળ રહ્યા હતા. પણ મર્ત્યોને અમર બનાવવામાં નહીં. એવું માની લેવાયું હતું કે, ભવિષ્યમાં કોઈક કાળે, આ સંશોધન ફળદાયી નીવડશે અને આથી સંશોધનને આગળ વધારવા માટે સંશોધકોની શ્રૃંખલાની જરૂર ઊભી થઈ.'

'પણ તમે આઠ ચિરંજીવીઓ તો રસાયનની મદદ વિના જ અમર બન્યા હતા,' અધ્યાપિકા જ્યોતિએ કહ્યું.

'વિજ્ઞાન દ્વારા છેક હવે એ પુરવાર થયું છે કે વિવિધ યોગિક ક્રિયાઓથી, મનુષ્યની કફોત્પાદક ગ્રંથિમાંથી ઊંડી સમાધિ દરમિયાન અમૃત ઝરી શકે છે. મારા માટે એવું થયું હતું. અને એના માટે રસાયન દ્વારા સંશ્લેષણની જરૂર નથી.'

'પણ રસાયનનો સિદ્ધાંત હવે કામ કેમ નથી કરતો?' અધ્યાપિકાએ પૂછ્યું. 'રહસ્યના રક્ષણકર્તાઓ જ શા માટે મૃત્યુને આધીન થાય છે? રસાયન શા માટે રાજાઓ માટે સોનું બનાવવાનો કીમિયો માત્ર બનીને રહી ગયો હતો જેનો ઉપયોગ તેઓ ધાર્મિક સ્થળોની સમૃદ્ધ કરવા માટે કરતા હતા.'

'કેમ કે તેમનામાં ત્રીજા નેત્રનો અભાવ હતો,' બાબએ કહ્યું.

'ત્રીજું નેત્ર?' અધ્યાપિકાએ પૂછ્યું,

'ત્રીજું નેત્ર – જે રીતે શિવના કપાળ પર હોય છે- એ અધ્યાત્મિક આંખ અથવા *અજના* ચક્ર છે. એ ઉચ્ચ ચેતનાનું પ્રતીક છે તથા આપણને

એ સમજવામાં મદદ કરે છે કે આપણે માત્ર નકશા તરફ જોઈ રહ્યા છીએ. નકશો એ ખરેખરા ભૂપ્રદેશનું પ્રતિનિધિત્વ માત્ર છે, પણ નકશાને જોવું એ ભૂપ્રદેશને જોવા સમાન નથી. દરેક વ્યક્તિ ત્રીજું નેત્ર ધરાવે છે પણ વર્ષોના ધ્યાન અને સમાધિ બાદ જ તે સક્રિય થાય છે. આ જ કારણ છે કે આપણે શિવને અમરત્વ આપવાની પ્રાર્થના કરીએ છીએ. *ઓમ ત્ર્યંબકમ્ યજામહે, સુગન્ધિમ પુષ્ટિવર્ધનમ્, ઉર્વારૂકમિવ બન્ધનાન્, મૃત્યુોર્મુક્ષીય મામૃતાત્.* ત્રણ નેત્ર ધરાવતા શિવનું અમે પૂજન કરીએ છીએ, જેઓ સુવાસિત છે તથા પ્રકૃતિના દરેક જીવોને પુષ્ટિ આપે છે, જે રીતે પાકેલી કાકડીને માળી વેલના બંધનથી મુક્ત કરે છે, એ જ રીતે તેઓ અમને અમરત્વ માટે મૃત્યુથી મુક્ત કરે છે!'

બાબાએ તેમની સામે પડેલું પોટલું ફરી વાર ખોલ્યું અને તેનું છેલ્લું પાનું ખોલ્યું. એ પાના પર પ્રાકૃતમાં લખેલા શબ્દો તેમણે વાચવાનું શરૂ કર્યું

બધું જે સોનું હોય છે તે ચળકતું નથી,
ભટકનારા દરેક ખોવાતા નથી.
ભોજન જે મીઠાશભર્યું હોય છે તે કડવું પણ હોઈ શકે છે
જોવા માટે સર્જાયેલી આંખો પણ અંજાઈ જાય છે.
જોતી આંખો બે બાળક છે,
પણ ખરી સૂક્ષ્મ દૃષ્ટિવાળી આંખો માતાની હોય છે.
દવા અને દુવા બંને સાચાં છે,
પણ આ બંને એકમેકનાં પૂરક છે.

'આ બ્રહ્માંડમાંનું બધું જ ત્રણ પ્રક્રિયાઓના સંયોજનથી પ્રાપ્ત કરી શકાય છે,' બાબાએ કહ્યું 'મંત્ર, તંત્ર અને યંત્ર. આ ત્રણ પ્રક્રિયાઓ તાઓ તત્ત્વજ્ઞાનના ત્રણ ખજાના - ચિંગ, ક્વિ અને શેનને મળતી આવે છે.'

અધ્યાપિકા જ્યોતિ શાંત રહ્યાં.

'અમરત્વ માટે આ ત્રણેય પ્રક્રિયાઓ સંપૂર્ણપણે સંતુલિત હોવી આવશ્યક છે. મંત્ર એ વ્યક્તિના મગજ – અથવા મનનો ઉપયોગ છે. વર્ષો સુધી તપ કરતાં ઋષિઓ મંત્રનો ઉપયોગ કરે છે. મહામૃત્યુંજય મંત્રનું ઉચ્ચારણ કરવું એ પ્રથમ તત્ત્વ છે.'

'બીજું તત્ત્વ શું છે?' અધ્યાપિકા જ્યોતિએ પૂછ્યું.

'બીજું તત્ત્વ છે તંત્ર,' બાબાએ કહ્યું. 'કશું ક પામવા માટે વ્યક્તિના શરીર- અથવા તનનો ઉપયોગ સૂચવે છે. ઉદાહરણ તરીકે યોગિક આસનો એ તંત્ર છે. રસાયન દ્વારા તૈયાર કરાયેલ પ્રવાહી ઔષધ પણ તંત્ર જ છે.'

'ત્રીજું તત્ત્વ છે યંત્ર,' બાબાએ કહ્યું. 'તેનો સંબંધ ત્રીજા નેત્ર સાથે છે – એ આંખ જે ભ્રમને વાસ્તવિક્તાથી છૂટું પાડે છે. વ્યક્તિની ચેતના, તેના આત્માનો ઉપયોગ સૂચવે છે. *જોતી* આંખો બે બાળક છે, પણ ખરી સૂક્ષ્મ દૃષ્ટિવાળી આંખો માતાની હોય છે. દવા અને દુવા બંને સાચાં છે, પણ આ બંને છે એકમેકનાં પૂરક. '

બાબાએ અધ્યાપિકા જ્યોતિને ડૂચો વાળેલો એક કાગળ આપ્યો. 'આ શું છે?' તેમણે પૂછ્યું.

'સંજીવની,' બાબાએ જવાબ આપ્યો. ' આ એ જ છે, જે હું લક્ષ્મણ માટે લાવ્યો હતો. આ તો જ કામ કરશે જો અન્ય ત્રણ તત્ત્વો વચ્ચે સમતુલા હશે. મંત્ર અને તંત્રમાં સિદ્ધિ મેળવવી સરળ છે પણ બહુ ઓછા લોકો પોતાની ત્રીજી આંખ સક્રિય કરી શકતા હોય છે.'

'અને ત્રણેય તત્ત્વો સંતુલિત થઈ જાય તો?' અધ્યાપિકાએ પૂછ્યું..

'એ વ્યક્તિ હંમેશ માટે જીવતો રહે છે,' બાબાએ કહ્યું.

'પણ આપણે જો સામાન્ય ધાતુને સોનામાં પરિવર્તિત કરી શકતા હોઈએ તો મર્ત્યને અમર કેમ નથી કરી શકતા?'

'બૃહદઅરણ્યકા ઉપનિષદ શું કહે છે?' બાબાએ પૂછ્યું. '*અસતો મા સદ ગમય, તમસો મા જ્યોર્તિ ગમય, મૃત્યોર્ માઅમૃતમ્ ગમય.* મને અવાસ્તવિકથી વાસ્તવિક તરફ દોરી જાવ, અંધકારથી મને પ્રકાશ તરફ દોરી જાવ, મૃત્યુથી મને અમરત્વ તરફ દોરી જાવ.'

'હા,' અધ્યાપિકાએ ખચકાટ સાથે કહ્યું. 'અને?'

'તમે મર્ત્યથી અમરત્વ તરફ જાવ એ પહેલા , તમારે વાસ્તવિક્તાથી અવાસ્તવિક્તા વચ્ચેનો તફાવત કરતા આવડવો જોઈએ. પારંગત બનવા વ્યક્તિને સોનું કે મુગટની જરૂર હોતી નથી. જરૂર હોય છે માત્ર ત્રીજા નેત્રની.'

અધ્યાપિકા જ્યોતિએ બાબાને પ્રણામ કર્યા. તેના મનમાં લૉર્ડ ઑફ ધ રિંગ્સના પ્રથમ પુસ્તકમાંનો એક ફકરાનું મનન ચાલી રહ્યું હતું.

બધું જે સોનું હોય છે તે ચળકતું નથી,

ભટકનારા દરેક ખોવાતા નથી.
જૂનું જે મજબૂત છે તે કરમાતું નથી
ઊંડાં મૂળિયાં સુધી હિમ પહોંચતું નથી
રાખમાંથી પણ આગને જગાડી શકાય છે
પડછાયામાંથી પણ પ્રકાશ પ્રસરી શકે છે
તોડી નાખવામાં આવેલી તલવાર પણ ફરી નવી થઈ શકે છે
તાજ વિનાનો પણ ફરી સમ્રાટ થઈ શકે છે.

સંદર્ભગ્રંથ સૂચિ

મારો હંમેશા એ મત રહ્યો છે કે પુસ્તક એ વિષયના ઊંડાણભર્યા સંશોધનનું શરૂઆતનું બિંદું હોવું જોઈએ. મારી આ પૂર્વેની નવલકથાઓમાં સ્થાપિત કરવામાં આવેલી પરંપરાને આગળ વધારતાં, અહીં વર્ણાનુક્રમ અનુસાર એવા પુસ્તકોની યાદી આપી છે, જેનો ઉપયોગ મેં આ નવલકથા લખતી વખતે કર્યો છે. આમાંના અદભુત પુસ્તકોમાંનાં કેટલાંકને વાંચવાનો તમે પણ વિચાર કરી શકો છો.

એજલેસ બૉડી, ટાઈમલેસ માઈન્ડ: ધ ક્વાન્ટમ અલ્ટરનેટિવ ટુ ગ્રોઈંગ ઑલ્ડ, દીપક ચોપરા, હાર્મની

અલ્કેમી એન્ડ અલ્કેમિસ્ટ, સી.જી.એસ. થૉમ્પ્સન, ડૉવર પબ્લિકેશન્સ

એન્શિયન્ટ ઈન્ડિયન સિસ્ટમ ઑફ રસાયના સુવર્ણતંત્ર: એ ટ્રિટસ ઑન અલ્કેમી રસાયના, ચિત્તબ્રત પાટીલ અને નુપુર દાસગુપ્તા

બૉમ્બે ટુ મુંબઈ: ચૅન્જિંગ પર્સપૅક્ટિવ્સ, પી. રોહતગી, ફિરોઝ જે. ગોદરેજ, આર, મેહરોત્રા, માર્ગ ફાઉન્ડેશન

બ્રેઈન, માઈન્ડ. કૉસ્મૉસ: ધ નેચર ઑફ અવર એક્ઝિસ્ટન્સ એન્ડ ધ યુનિવર્સ, દીપક ચોપરા દ્વારા સંપાદિત, કિન્ડલ આવૃત્તિ

બિઝનેસ લીજેન્ડ્સ, ગીતા પિરામલ, પૅંગ્વિન ઈન્ડિયા

બિઝનેસ મહારાજાસ, ગીતા પિરામલ, પૅંગ્વિન ઈન્ડિયા

ડોંગરી ટુ દુબઈ: સિક્સ ડીકેડ્સ ઑફ ધ મુંબઈ માફિયા, હુસૈન ઝૈદી, રોલી બુક્સ

આઈન્સ્ટાઈન ફૉર એવરીવન, રૉબર્ટ એલ. પિક્કિઓની, જયકો પબ્લિશિંગ

ઈન્ડિયા આફ્ટર ગાંધી: ધ હિસ્ટ્રી ઑફ વર્લ્ડઝ લાર્જેસ્ટ ડેમોક્રસી, રામચંદ્ર ગુહા, હાર્પર પેરેનિયલ

ઈન્ડિયા આફ્ટર ઈન્ડિપૅન્ડન્સ: 1947-2000, બિપાન ચંદ્રા, પૅંગ્વિન

ઈન્ડિયાઝ એન્શિયન્ટ પાસ્ટ, આર.એસ.શર્મા, ઑક્સફર્ડ

રામાયણ, સી. રાજગોપાલાચારી, ભારતીય વિદ્યા ભવન

રસાયના એન્ડ એજિંગ, ડૉ. સુજાતા યાદવ, દિલ્હી ચૌખંભા ઑરિએન્ટિએલિયા

ધ અલ્કેમિકલ બૉડીઃ સિદ્ધ ટ્રેડિશન ઈન મીડિવલ ઈન્ડિયા, ડેવિડ ગૉર્ડન વ્હાઈટ, યુનિવર્સિટી ઑફ ચિકાગો પ્રેસ

ધ બૂક ઑફ ઈમ્મોર્ટાલિટીઃ ધ સાયન્સ, બિલિફ એન્ડ મેજિક બિહાઈન્ડ લિવિંગ ફૉરએવર, એડમ લેઈથ ગોલનર, સ્ક્રાઈબ્નર

ધ ડાન્સિંગ વૂ લી માસ્ટર્સઃ એન ઓવરવ્યુ ઑફ ધ ન્યૂ ફિઝિક્સ, ગેરી ઝ્યુકાવ, હાર્પર વન

ધ અર્લી હિસ્ટ્રી એન્ડ ગ્રોથ ઑફ કલકત્તા, બિનય કૃષ્ણ દેબ, નબુ પ્રેસ

ધ એક્સાઈલર ઑફ ઈમ્મોર્ટાલિટીઃ અ મૉડર્ન ડે અલ્કેમિસ્ટ્સ ડિસ્કવરી ઑફ ધ ફિલોસૉફર્સ સ્ટોન, રૉબર્ટ ઈ. કોક્સ, ઈનર ટ્રેડિશન

ધ ગ્રેટ પાર્ટિશનઃ ધ મેકિંગ ઑફ ઈન્ડિયા એન્ડ પાકિસ્તાન, યાસ્મિન ખાન, પૅંગ્વિન બૂક્સ ઈન્ડિયા

ધ મારવાડીઝઃ ફ્રૉમ જગત શેઠ ટુ ધ બિરલાઝ, થૉમસ એ. ટીમ્બર્ગસ પૅંગ્વિન

ધ માઉસ મર્ચન્ટઃ મની ઈન એન્શિયન્ટ ઈન્ડિયા, આર્શિયા સત્તાર

ધ નાઈન અનનોન, તાલબોટ મૂંડી, વાઈલ્ડસાઈડ પ્રેસ

ધ સેવન ઈમ્મોર્ટલ્સ ઑફ ઈન્ડિયન માયથોલૉજી, સુનિતા પુરુષોથમન, પ્રાયૉરિટી પબ્લિકેશન્સ

ધ સિલ્ક રોડ જર્ની વિથ ઝુઆનઝેંગ, સેલી વ્રિગિંગ્સ, વેસ્ટવ્યુ પ્રેસ

ધ તાઓ ઑફ ફિઝિક્સઃ એન એક્સ્પ્લોરેશન ઑફ ધ પેરેલેલ બિટવિન મૉડર્ન ફિઝિક્સ એન્ડ ઈસ્ટર્ન મિસ્ટિસિઝમ, ફ્રિટિજોફ કાપ્રા, શંભાલા પ્રેસ

ધ વન્ડર ધેટ વૉઝ ઈન્ડિયા, એ.એલ. બશામ, પિકાડૉર

ધ વન્ડર ધેટ વૉઝ ઈન્ડિયા, વોલ્યુમ 2, એસ. રિઝવી, પિકાડૉર